समाजकार्यकोश

लेखक – संपादक

डॉ. नीलम ताटके

एम.ए., एम्.फिल. पीएच.डी. (समाजशास्त्र)

डायमंड पब्लिकेशन्स

समाजकार्यकोश

डॉ. नीलम ताटके

७३० (नवा) सदाशिव पेठ, केशव आझाद सोसायटी
कुमठेकर रोड, पुणे ३०. फोन – ९९२०६३२०६

प्रथम आवृत्ती – नोव्हेंबर २००८

ISBN 978-81-8483-077-4

© डायमंड पब्लिकेशन्स, पुणे

मुखपृष्ठ :
शाम भालेकर

मुंबई

प्रकाशक :
डायमंड पब्लिकेशन्स
२६४/३ शनिवार पेठ, ३०२ अनुग्रह अपार्टमेंट
ओंकारेश्वर मंदिराजवळ, पुणे–४११ ०३०
☎ ०२०–२४४५२३८७, २४४६६६४२
info@diamondbookspune.com

ऑनलाईन पुस्तक खरेदीसाठी भेट द्या
www.diamondbookspune.com

प्रमुख वितरक :
डायमंड बुक डेपो
६६१, नारायण पेठ, अप्पा बळवंत चौक,
पुणे–३०.
☎ ०२०–२४४८०६७७

ज्यांचे प्रोत्साहन व आशिर्वाद कामासाठी
उर्जा देतात त्या माझ्या आई-वडीलांना
श्री. दिनकर हरी ताटके
सौ. कुमूद दिनकर ताटके
यांना आदरपूर्वक अर्पण

मनोगत

समाजकार्य कोश तयार करणे हे शिवधनुष्य उचलण्याइतकेच अवघड काम आहे. यापूर्वी याविषयात अनेक थोर लेखकांनी मोलाचे काम केलेले आहे. प्रस्तुत कोश हा एक छोटासा प्रयत्न आहे. समाजाला वर्षानुवर्षे भेडसावणाऱ्या समस्या नि त्यात नव्या नव्या समस्यांची पडत जाणारी भर व त्या सोडविण्यासाठी सातत्याने केले जाणारे कार्य व शोधले जाणारे उपाय ह्या गोष्टी सर्वपरिचित आहेत.

या समस्या सोडविणे हे एकट्या शासनाला शक्य नाही. त्यामुळे स्वयंसेवी संस्थांचे यातील योगदान महत्त्वाचे आहे. शिवाय स्वातंत्र्यपूर्व काळापासून अनेक सुधारकांनी समाजसुधारणेसाठी विविध क्षेत्रांत कार्य केले. समाजाचे आजचे चित्र म्हणजे या साऱ्या प्रयत्नांचा परिणाम आहे.

परंतु सध्याच्या घडीलाही या समस्या पूर्णतः संपलेल्या नाहीत. त्यातल्या बहुतांश समस्या अभ्यासण्याचा प्रस्तुत कोशात प्रयत्न केला आहे. समस्या नेमकी काय आहे, तिचे आजचे स्वरूप, ती सोडविण्यासाठी विविध पातळ्यांवरून केले जाणारे प्रयत्न, त्यांना मिळणारा प्रतिसाद इ. अंगांनी हा अभ्यास केला आहे. त्यासाठी आवश्यक ती संख्याशास्त्रीय माहिती दिली आहे. यात व्यसनाधीनता, बालमजुरी, बालगुन्हेगारी, आपत्ती, दुष्काळ, घटस्फोट, देवदासी, ग्रामविकास, झोपडपट्ट्या इ. विषयांचा समावेश आहे. स्त्रियांची स्थिती अधिक तपशीलाने अभ्यासली आहे.

प्रस्तुत कोश तीन विभागांत आहे. पहिल्या भागात समस्यांचा विचार केला आहे. दुसऱ्या भागात समाजसुधारक व त्यांचे कार्य याचा समावेश आहे. तर तिसऱ्या भागात काही मोजक्याच समाजसेवी संस्था, संघटनांचा परिचय करून दिला आहे. परिशिष्टांपैकी पहिल्या परिशिष्टात महाराष्ट्रातील लोकसंख्येविषयी व दुसऱ्या परिशिष्टात भारतातील लोकसंख्येची माहिती दिली आहे.

समाजकार्य या विषयाचा अभ्यास करणारे विद्यार्थी, शिक्षक, शासकीय विभागातील कर्मचारी, स्वयंसेवी संस्था, त्यातील समाजकार्यकर्ते, वैयक्तिक पातळीवर समाजकार्य व संशोधन करणाऱ्या व्यक्ती यांना व या विषयात रुची असलेल्या सर्वांना हा कोश नक्कीच उपयोगी पडेल असे वाटते.

हा कोश तयार करण्यासाठी अनेकांचे मार्गदर्शन, सल्ला व सहकार्य लाभले. त्यांत डॉ. आनंद करंदीकर, श्री. विवेक अत्रे, ज्ञानप्रबोधिनीच्या ग्रामविकास प्रकल्पाचे प्रमुख श्री. सुभाषराव देशपांडे, प्रा. सु. ह. जोशी, डॉ. अनिल अवचट, डॉ. अर्चना संगमनेरकर तसेच राज्य कुटुंब कल्याण कार्यक्रम, महाराष्ट्र शासनाचे अतिरिक्त संचालक डॉ. चितळे, संख्याशास्त्रज्ञ श्री. श्रीधर नांदकर, सौ. म्हेत्रस यांनी संख्याशास्त्रीय माहिती उपलब्ध करून दिली. राष्ट्रीय कुष्ठरोग निर्मूलन कार्यक्रम विभागातील कर्मचारी व विभागसंचालक, आदिवासी संशोधन व प्रशिक्षण संस्थेचे

आयुक्त श्री. कसबे, फॅमिली प्लॅनिंग असोसिएशन ऑफ इंडिया पुणे शाखेच्या श्रीमती विजया तुळपुळे, भारत इतिहास संशोधक मंडळ, महाराष्ट्र साहित्य परिषद या ग्रंथालयांमधील कर्मचारीवर्ग, डायमंड पब्लिकेशनमधील सर्व कर्मचारी वर्ग, मुखपृष्ठ तयार करणारे श्री. शाम भालेकर, डीटीपी काम करणारे श्री. संतोष गायकवाड यांचे मन:पूर्वक आभार.

टिळक महाराष्ट्र विद्यापीठाच्या माजी कुलगुरू व माझ्या मार्गदर्शक डॉ. हीरा अद्यंताया यांनी या कामासाठी मला मार्गदर्शन केले व प्रस्तावना लिहिण्यास अनुमती दर्शविली त्याबद्दल त्यांना मनापासून धन्यवाद !

आणि सर्वांत महत्त्वाचे म्हणजे डायमंड पब्लिकेशन्सचे श्री. दत्तात्रेय पाष्टे यांचे मन:पूर्वक आभार, ज्यांनी एवढ्या महत्त्वाच्या कामाची जबाबदारी मी पूर्ण करीन हा विश्वास दाखवला.

हा कोश जास्तीत जास्त परिपूर्ण करण्याचा प्रयत्न केला आहे. परंतु तरीही सुधारणेला वाव आहे. वाचकांच्या समाजकार्यविषयाच्या अभ्यासकांच्या आणि इतरांच्याही पसंतीस हा कोश उतरेल असे वाटते.

– डॉ. नीलम ताटके

लेखक – संपादक परिचय

नाव   :   डॉ. नीलम ताटके

शिक्षण   :   एम्.ए., एम्.फिल. पीएच. डी. (समाजशास्त्र)

कार्य   :   संशोधनक्षेत्रात गेली १८ वर्षे कार्यरत. यशदा, मिटकॉन, आघारकर संशोधन संस्था
             व कन्सल्टन्सीबरोबर संशोधन कार्य.
             व्यक्तिमत्त्व विकासाचे प्रशिक्षण कार्यक्रम.
             सर्व प्रमुख वृत्तपत्रांमध्ये ३०० हून अधिक लेख प्रसिद्ध.
             दूरचित्रवाणी वाहिन्यांसाठी संहिता लेखन.

ग्रंथ   :   कला संभाषणाची, डायमंड पब्लिकेशन्स
         :   संशोधन करताना... डायमंड पब्लिकेशन्स
         :   समाजशास्त्र, डायमंड पब्लिकेशन्स

अनुक्रम

(Addiction)

व्यसनाधीनता

व्यसन म्हणजे 'एखाद्या गोष्टीच्या आहारी जाणे' अशा व्यसनांमुळे माणसाच्या आयुष्याची नासाडी होते. व्यसनांमध्ये मद्यपान सेवन, तंबाखू ओढणे व चघळणे व मादक पदार्थांचे सेवन इ. येते.

मद्यपान (Alcoholism)

ही समस्या भारतातील सर्व समाजामध्ये आहे. अगदी आदिवासी समाजातही आहे. ग्रामीण समाज, नागरी समाज, सुशिक्षित, अशिक्षित अशांमध्ये आढळणारी. देशी दारू व विदेशी दारू, उंची मद्य पिणाऱ्या अनेक व्यक्ती आहेत.

वास्तविक काही राज्यांमध्ये दारूबंदी कायदा मंजूर केल्यावर त्याची अंमलबजावणी सुरू झाल्यावर दारू पिणे बेकायदेशीर समजले जाऊ लागले. परंतु आज दारू पिणाऱ्यांची संख्या दिवसेंदिवस वाढत चालली आहे.

डॉन काहलन या विचारवंतानी मद्यपींचे पुढीलप्रमाणे वर्गीकरण केले आहे –

१. क्वचित मद्यपान करणारा २. अधूनमधून मद्यपान करणारा म्हणजे दोन-तीन महिन्यातून एकदा मद्यपान करणारा ३. अल्पमद्यपी म्हणजे महिन्यातून १-२ वेळा मद्यपान करणारा ४. मर्यादीत मद्यपी म्हणजे महिन्यातून तीन ते चार वेळा मद्य घेणारा ५. अत्याधिक मद्यपी हा रोजच मद्यपान करतो.

हे मद्यपान ठराविक मर्यादित असते तोवर ठीक नाहीतर. व्यक्ती स्वत:वरचे नियंत्रण घालवून बसते. दारू प्यायल्याशिवाय चैन पडत नाही. इतकी टोकाची सवय लागते. विशेष म्हणजे मद्यपान मर्यादीत असो की अतिरेकी या दोन्हीचे शरीरावर वाईट परिणाम होतात. काहींवर लगेच तर काहींवर कालांतराने.

मद्यपानाचा विशेष म्हणजे याचे शरीरावर वाईट परिणाम होतात, हे माणसाला सर्वनाशाकडे नेणारे व्यसन आहे हे पूर्वीपासून विविध माध्यमांमधून माणसाच्या मनावर ठसविले गेले आहे. तरीही व्यसन कमी न होता वाढलेच आहे.

महाराष्ट्रात गुजराथ, कर्नाटक, केरळ, तमीळनाडू, ओरिसा या प्रातांमध्ये फ्रेंच पॉलिश युक्त दारू प्यायल्याने मृत्यू झालेले आहेत. कर्नाटकात तर नुकत्याच अशा घटनेत शंभराहून अधिक जण गेले. काही आदिवासी जमातींमध्ये विवाह निश्चिती झाल्यावर मद्य देण्याची प्रथा आहे. त्यातूनच ती घटना घडली.

देशी-विदेशी दोन्ही प्रकारचे मद्य घेणे, त्याच्या आहारी जाणे ही व्यसनाधीनता शहरी,

ग्रामीण आदीवासी अशा सर्व समाजात आढळते. मद्यपान हे सुरुवातीच्या काळात शिष्टाचार म्हणून, एखादाच घोट, मजा म्हणून घेतले जाते. परंतु ते तेवढ्यावरच राहिले तर ठीक अन्यथा ते वाढतच रहाते. इतके की त्याच्या सेवनावर नियंत्रण न रहाता दिवस रात्र घेणे, घरी मुलांच्या देखत घेणे याचा मुलांच्या मनावरही वाईट परिणाम होतो. यातून पती-पत्नीत भांडणे, मारहाण यामुळे कुटूंबे उध्वस्त होतात. कुटूंबाचा कर्जबाजारीपणा वाढतो. कुटूंब विघटीत होते.

मद्यपान बंदीसाठी अनेक थरातून प्रयत्न केले जात आहेत. मानसशास्त्रज्ञ, सामाजिक कार्यकर्ते, समाजशास्त्रज्ञ इ. क्षेत्रातील व्यक्तींनी एकत्र येऊन त्याबाबत संशोधन केले. या क्षेत्रांत काही संस्था मुक्तांगण, अल्कोहोलीक ॲनॉमिनस यांसारख्या कार्यरत आहेत त्यांना चांगले यशही मिळत आहे.

अलीकडच्या काळात स्त्रियांनी एकत्र येऊन जर मद्यपान बंदीची मागणी केली तर मतदानद्वारे ते ठरवून गावातील दारूची दुकाने हटविण्यात येतात.

मद्यपान उच्चभ्रू वर्गातील महिलाही करतात त्याला अनेक कारणे आहेत. परंतु हे प्रमाण वाढत जाणे चिंताजनक आहे.

कारणे

माध्यमांमधून याचे सर्रास चित्रण दिसते त्याचा परिणाम पौगंडावस्थेतील मुलांवर होतो. यात गंमत म्हणून घ्यायची हे महाविद्यालयीन जीवनात विद्यार्थी करतात. याची आणखीही कारणे आहेत आयुष्यातील दुःख विसरण्यासाठी मद्यपान केले जाते तसेच आनंद व्यक्त करण्यासाठी किंवा यशाच्या धुंदीमुळेही केले जाते. शारिरीक कष्टाची कामे करणाऱ्या व्यक्ती कष्ट विसरण्यासाठी व परत जोम, उत्साह मिळावा म्हणून मद्यपान करतात. काही व्यक्ती मानसिक दृष्ट्या दुर्बल असतात. अशा व्यक्ती लगेच व्यसनांना बळी पडतात. फॅशन म्हणूनही दारू पिणारे ही आहेत आपली गणना उच्चभ्रूवर्गात व्हावी, यासाठीही मद्यपान केले जाते.

व्यावसायिक व्यक्ती व्यावसायिक संबंध नीट राखण्यासाठी मद्यपान करतात. काही व्यक्ती बदलत्या जीवनशैलीशी, नागरीकरणाशी जुळवून घेऊ शकत नाही. त्यातूनही हे घडते. दडपणामुळे ही मद्यपान केले जाते, अचानक नोकरी जाणे, अपयश, अपेक्षाभंग, तरुण वयात प्रेमभंग यामुळेही व्यसन लागते, वास्तवाशी, परिस्थितीशी सामना करू न शकणारी व्यक्ती मद्यपान करते. इतरांच्या आग्रहामुळे मद्यपानाला सुरुवात केली जाते.

सफाईचे काम करणारे, घाणीत काम करणाऱ्या व्यक्ती ते विसरण्यासाठी किंवा काही वेळेस नशेतच काम करतात. अशा व्यक्तींचे व्यसन सुटणे मात्र अवघड असते. आर्थिक नुकसान, त्यातच अपुरी कमाई याचा परिणाम त्या व्यक्तीवर व कुटूंबावर होतो.

व्यसनाधीनतेत मादक द्रव्यांचे सेवन हेही येते. वास्तविक मादक द्रव्याचे मुख्य उपयोग म्हणजे वेदना कमी करणे, झोप येणे हे आहे. साधारणतः दुःखशामक औषधांपुरतीच मादक द्रव्ये वापरली जातात. परंतु याचे जर अतिसेवन केले गेले तर मात्र त्याचे विपरित परिणाम होतात.

एकोणिसाव्या शतकापर्यंत मादक द्रव्यांचा वापर हा काही बेकायदेशीर व्यापार म्हणून समजला जात नसे. सवय लावून आधीन करणे यात अनेक देशांमध्ये अनेक व्यसने, सवयी आढळतात. अफू, भांग, गांजा, चरस या पदार्थांपासून ही मादक द्रव्ये तयार केली जातात. ब्राऊन शुगर हा अंमली पदार्थही त्यात आहे. ही समस्या जागतिक स्वरूपाची आहे.

भांग, गांजा याचा वापर आजही भारतातील काही भागात धार्मिक प्रथा म्हणून काही प्रसंगी करतात. तर साधू, बडवे गांजा ओढतात.

मानवी मनावर, बुद्धीवर व शरीरावर परिणाम करणाऱ्या औषधात मादक द्रव्ये वापरली जातात.

अंमली पदार्थांचे सेवन व परिणाम

गेल्या काही वर्षात ही समस्याही वाढत आहे. यात हेरॉइन, ब्राऊनशुगर, कोकेन, क्रेक, सिंथेटिक ड्रग्ज जसे एस्टासी, एलसीडी, मेरिजुआना, गांजा इ. पदार्थ येतात. या अंमली पदार्थांचा, तसेच मनावर परिणाम करणाऱ्या पदार्थांचा दुरुपयोग तरुण वर्गात वाढत आहे. या अंमली पदार्थांचा व्यापार हा समाजविरोधी घटकांसाठी पैसा उपलब्ध करून देतो. अमली पदार्थांसाठी भरमसाठ पैसा मोजावा लागतो व हे पैसे मिळविण्यासाठी व्यक्ती प्रसंगी गैरव्यवहार, भ्रष्टाचार, चोरी इ. गुन्हे ही करते.

या पदार्थांच्या सेवनाचे शारिरीक व मानसिक असे दोन्हीही परिणाम होतात. यामुळे प्रकृती बिघडणे, अंमली पदार्थ घेण्यासाठी वापरल्या जाणाऱ्या सिरींजमधून एचआयव्ही, एडस होणे. नोकरी करणारी व्यक्ती जर याचे सेवन करत असेल तर नोकरी जाणे, विद्यार्थ्यांचे शैक्षणिक नुकसान होते. आरोग्यात बिघाड झाल्याने मृत्यू होण्याची शक्यता असते. अंमली पदार्थांचे सेवन करणारी व्यक्ती चोरी, बलात्कार, खून असे गुन्हे करू शकते. मानसिक अस्वस्थता, स्वभावात बदल होणे, निद्रानाशाचा विकार जडणे, नोकरी, अभ्यास याची आवड न राहणे इ. लक्षणे दिसतात.

तंबाखू ओढणे व चघळणे

भारतात व जगात आज तंबाखूचा वापर खालील प्रकारे होतो – १.सिगारेट २. बिडी ३. सिगार ४. हुक्का ५.तंबाखू चघळणे ६. तंबाखू खाणे ७. तंबाखू जिभेखाली ठेवणे ८. तपकीर नाकातून व नाकाद्वारे ओढणे ९. गुटका-तंबाखू इ. चा लेप दिलेली गोड सुपारी १०.चिलीम ११. चिलीमीसारखेच पाइप ज्याने तंबाखू ओढली जाते.

धूम्रपान, सिगारेट ओढणे याचे प्रमाण खूप जास्त आहे. यात विद्यार्थ्यांचे प्रमाण चिंता करण्याजोगे आहे. सिगारेट ओढण्यात स्त्रियांचे प्रमाणही जास्त आहे. या व्यसनापासून लोकांनी दूर रहावे यासाठी सिगरेटच्या पाकिटावर वैधानिक इशारा देऊन जागरुकता निर्माण करायचा प्रयत्न केला जात आहे. तसेच अठरा वर्षाखालील मुलांना सिगारेट, तंबाखू देणे कायद्याने गुन्हा आहे व

अशा व्यक्तीला शिक्षेची तरतूद केली आहे.

स्त्रियांच्या धूम्रपान करण्यामागे ते स्त्रीमुक्तीचे प्रतीक मानले जाते. ताणतणावांपासून मुक्ती मिळविण्यासाठीही धूम्रपान केले जाते. धूम्रपानामुळे घसा, फुफ्फुसे इ. चे विकार होतात. धूम्रपान करणे हे चित्रपटात, विविध वाहिन्यांवर व्यक्तीची उच्च प्रतिमा दाखविण्यासाठी दाखविले जाते.

गुटखा खाणाऱ्यांचे प्रमाणही खूप आहे. त्यावर बंदी आणली तरीही अवैध मार्गानि तो येत असतो. यात वाहने चालविणारे ड्रायव्हर लोक, हमाल व इतरही व्यक्ती आहेत. तंबाखू चघळणाऱ्या व्यक्तीही त्या गुंगीत काम करत असतात. हे प्रमाण ग्रामीण भागातही खूप आढळते. हेही दुःख विसरण्यासाठी, स्वतःच्या न्यूनत्वावर मात करण्यासाठी केले जाते तसेच तास न तास काम करावे लागणाऱ्या व्यक्तीही तंबाखू खातात. हुक्का किंवा गुडगुडीही काही भागात ओढली जाते.

तंबाखूची अगदी बारीक केलेली पूड किंवा भुकटी म्हणजे तपकीर, ही भुकटी नाकाद्वारे ओढली जाते. विडी ओढणाऱ्यांचे प्रमाणही खूप आहे. तंबाखूमधील निकोटीनमुळे शरीराची हानी होते.

कर्करोग (कॅन्सर Cancer)

गेल्या दोन तीन दशकांपासून कॅन्सर प्रतिबंध औषध, लस शोधण्याचे कार्य निरनिराळ्या देशातील शास्त्रज्ञ करीत आहेत. मात्र अद्यापी कोणत्याही देशातील शास्त्रज्ञ यांत यशस्वी ठरले नाहीत.

भारतामध्ये लोकांना तंबाखूच्या सेवनाची सवय आहे. त्यामुळे जबड्यांचा, तोंडाचा, घशाचा कॅन्सर होण्याची शक्यता असते. धूम्रपानामुळे घशाचा, फुफ्फुसाचा कॅन्सर होण्याचा संभव असतो. प्रत्येक तंबाखू, सिगारेट इ. पाकिटाच्यावर वैधानिक इशारा देणे कायद्याने बंधनकारक आहे. हा इशारा पाकिटाच्या मध्यभागी व्यवस्थित दिसेल असा दिला गेला पाहिजे. 'तंबाखू चघळणे / सिगारेट ओढणे शरीराला अपायकारक आहे.'' ह्या वैधानिक चेतावणीकडे दुर्लक्ष करून लोक ह्या पदार्थांचे सेवन करतात व कॅन्सरला बळी पडतात. विशेषतः महाविद्यालयातील तरुण / तरुणी आकर्षक जाहिरातींमुळे व्यसनाधीन बनतात. तरुणांमध्ये ह्या पदार्थांचे सेवन जास्त असल्यामुळे कॅन्सरचा संभव जास्त असतो.

पुरुषांमध्ये तोंडाचा, घशाचा, फुफ्फुसाच्या कॅन्सरचे प्रमाण जास्त असते. कर्करोगामध्ये रुग्ण दगावण्याची शक्यता जास्त असते, याचे कारण म्हणजे एकतर कर्करोगाचे निदान लवकर होऊ शकत नाही व निदान झाल्यावर खूप उशीर झालेला असतो व दुसरे म्हणजे कर्करोगावर कोणतेही प्रभावी असे औषधाचा शोध अद्यापही लागलेला नाही.

प्रतिबंध व उपाय

युवा वर्गात या व्यसनाचे प्रमाण दिसते. यासाठी त्यांनी कोणत्याही प्रकारच्या दबावाला

बळी पडू नये. अंमली पदार्थ घेणे ही फॅशन नाही. विद्यार्थिनींनाही यापासून धोका आहे. त्यामुळे त्यांनी पेयपदार्थ घेताना रोहिपनोलसारख्या अंमली पदार्थापासून सावध रहावे. कारण यातून त्यांचा गैरफायदाही घेतला जाण्याचा संभव असतो. महाविद्यालयीन विद्यार्थ्यांनी जर अंमली पदार्थांचा अवैध व्यापार महाविद्यालयात होत असेल तर पोलिसांना सांगणे, हे केले पाहिजे.

पाल्यांच्या व्यसनाबाबत पालकांची भूमिकाही फार महत्त्वाची असते. यात मुलांचे प्रश्न समजावून घेणे, त्यांच्याशी संवाद साधणे. त्यांचे मित्र कोण आहेत, काय करतात याकडे लक्ष देणे. मुलाला व्यसन आहे हे कळल्यावरही वेळीच उपाय करणे त्यातून त्याला बाहेर येण्यासाठी मदत करणे. पालकांनी स्वत: सुद्धा व्यसनांपासून दूर रहाणे. मूल जर वसतिगृहात रहात असेल तर तिथेही पालकांनी मुलाची वरचेवर भेट घेणे, त्याची योग्य ती काळजी घेणे हे केले पाहिजे. शिक्षकांनीही विद्यार्थ्यांना मदत करणे, त्यांच्या शैक्षणिक प्रगतीचा स्तर अचानक खाली आला तर त्याबद्दल त्यांच्याशी चर्चा करणे, कारणे जाणून घेणे यातूनही त्याला आळा बसू शकतो.

याला प्रतिबंध घालण्यासाठी केंद्रीय गृह मंत्रालयातर्गत अंमली पदार्थ नियंत्रण ब्यूरोची स्थापना करण्यात आली आहे. याबाबत अंमली औषधी आणि मन: प्रभावी अधिनियम १९८५ साली करण्यात आला. त्यानुसार अवैध अंमली पदार्थांच्या संबंधात – ते कमीत कमी प्रमाणात देखील ठेवणे गुन्हा आहे. तसेच विनापरवाना अंमली पदार्थांची शेती करणे, आपल्या परिसरात ते जमा करणे, विक्री करणे, वापर करणे, त्याची अवैध निर्मिती, विक्री, वाहतूक करणे, अंमली पदार्थांचा अवैध व्यापार एक अजामीनपात्र गुन्हा आहे. यात 20 वर्षापर्यंत कारावास तसेच २ लाख रुपयांचा दंड आहे. व त्यातूनही पुन्हा गुन्हा घडल्यास फाशीची शिक्षा होते. अशा अवैध व्यापाराबद्दल माहिती देणाऱ्याला व दिलेल्या माहितीनुसार जप्ती आल्यास योग्य पुरस्कार दिला जातो. या ब्यूरो पुढची आव्हाने म्हणजे भारत दोन मुख्य अफिम उत्पादन करणाऱ्या भूभागाच्या अर्थात गोल्डन क्रेसॅन्ट व गोल्डन ट्रॅंगल यांच्यामध्ये आहे. भारत अवैध इंटरनेट औषध आपूर्तीप्रणाली अशा प्रिकरसर रसायनांच्या तसेच कुरियर कंपन्यांच्या द्वारे औषधाची विक्री आदी रुपाने नव्या आव्हानांचा सामना करीत आहे. भारतात एम्फेटामाइन हे उत्तेजक निर्माण करणाऱ्या प्रयोगशाळा हाही चिंतेचा विषय आहे. त्याशिवाय दुखण्यावर उपाय असलेली औषधे तसेच खोकल्यावरील औषधासह औषधांच्या निर्मितीचा दुरुपयोग देखील देशांच्या अनेक भागांमध्ये वाढला आहे. अंमली पदार्थ घेण्यासाठी सिरींजचा वापर करण्याने एचआयव्ही. एडस् पसरणे ही चिंताही वाढत अहे.

यामुळे समाजात भ्रष्टाचार पसरतो, कुटूंबाची हानी होते व युवा शक्ती क्षीण होते. हा खरंतर संपूर्ण समाजालाच एक अभिशाप आहे. अशा युवकांना व्यसनातून बाहेर काढून मुख्य प्रवाहात आणणे. केवळ अंमली पदार्थांच्या अवैध व्यापाराला आळा न घालता नागरिक विशेषत: युवक आणि त्यांचे कुटुंबिय तसेच सामान्य नागरिकांमध्ये अंमली पदार्थांच्या हानीकारक परिणामाबाबत जागरुकता आणण्यासाठी विविध कायदे संस्था, आरोग्य तसेच समाजकल्याण संस्था यांच्या दरम्यान परस्पर सहयोगाचा विकास होणे आवश्यक आहे.

चरस सेवनाचे शरीरावर दुष्परिणाम होतात. श्वसन व फुफ्फुसे यांवर याचा परिणाम होतो. शरीराला न्यूमोनिया, ब्रॉन्कॉयटीस यासारखे विकार होतात.

अंमली पदार्थ सुरुवातीला थोड्या प्रमाणात जरी घेतले गेले तरी नंतर नंतर मात्र याचे प्रमाण मनुष्य सतत वाढवित जातो. याच्या अतिरेकी वापराने व्यक्तीची भूक मंदावते, रोग प्रतिकारक शक्ती कमी होते. सतत गुंगीत असल्याने काम करण्याची इच्छा रहात नाही. काही औषधांमुळे तर मेंदूत कायमचा बिघाडही होतो.

दारुपासून सरकारला महसूल जास्त मिळतो. त्यातच दारू पिणाऱ्यांची संख्या वाढतच आहे. या व्यसनापासून माणसाला दूर ठेवण्यासाठी, व्यसनी माणसाला बाहेर काढण्यासाठी अमेरिकेत १९३५ साली 'अल्कोहोलीक ॲनॉनिमस'ही संस्था स्थापन झाली व ती आज १८० देशांमध्ये कार्यरत आहे. या संस्थेचे जगभरात १,१३,००० गट असून २०,००,००० सदस्य आहेत. यातून अनेक जण मद्यमुक्त झालेत.

व्यसनी व्यक्तींनी यासारख्या संस्थांचा आधार घेऊन स्वतःला व्यसनमुक्त करण्याची गरज आहे. तसेच अशा व्यक्तींना व्यसनातून बाहेर पहण्यासाठी कुटूबियांचा भावनिक, मानसिक आधार मिळणे आवश्यक आहे. व्यसनमुक्त व्यक्तीचे समाजात, कुटूंबात पुनर्वसन होणे अवघड असते. नोकरी मिळणे, चांगली वागणूक समाजाकडून, कुटूंबाकडून नाही मिळाली तर व्यक्ती पुन्हा व्यसनाकडे वळण्याची शक्यता असते. ग्रामीण भागात अशा व्यक्तीवर समाजाचा दबाव असतो. भजनी मंडळ स्थापन करून मानसिक परिवर्तनातूनही व्यसनमुक्ती तेथे घडवून आणली जात आहे.

(Adoption)

दत्तक

धार्मिक पार्श्वभूमी

भारतात फार पूर्वीपासून दत्तक घेण्याची प्रथा चालु आहे. दत्तसिद्धान्त मंजरीत म्हटले आहे की, प्रत्येक सज्ञान व विवेकी पुरुषाला औरस पुत्र, नातू व पणतू यापैकी कोणी नसेल तर दुसऱ्याचा मुलगा दत्तक घेण्याचा अधिकार आहे. औरस पुत्र जर जन्मतः अंध, मुका किंवा बहिरा असेल तर दत्तक घेण्याचा अधिकार प्राप्त होतो. पूर्वी मृतात्म्याला सद्गती प्राप्त व्हावी म्हणून पिंडदान, तर्पणाचे उदक इ. करण्यासाठी, वंशसातत्य टिकविण्यासाठी, संपत्तीचे रक्षण करण्यासाठी दत्तक घेतले जाई. परंतु काही पौराणिक ग्रंथातून मुलगी कन्या दत्तकालाही मान्यता दिल्याचे दाखले आढळतात.

दत्तक पुत्र देण्याघेण्याबाबतही काही नियम होते – त्यात सर्वांत मोठ्या मुलाला किंवा एकुलत्या एक मुलाला दत्तक देऊ नये, दोन पुरुषांनी एकाच मुलाला दत्तक घेऊ नये. मुलीचा, बहिणीचा व मावशीचा मुलगा दत्तक घेऊ नये. दत्तक घेण्यास पुतण्या सर्वांहून अधिक योग्य मानला जातो. मुलीचा, बहिणीचा व मावशीचा मुलगा दत्तक घेऊ नये. दत्तक मुलगा विवाहित असेल व त्याला मुले झालेली असली तरीही चालेल इत्यादी.

पूर्वी दत्तक धार्मिक विधीने घेतला जात असे. त्यात इतरांच्या समक्ष त्यांच्या साक्षीने दत्तकाच्या देण्याघेण्याला विशेष महत्त्व होते. १५ वर्षांवरील कोणाही पुरुषास दत्तक घेता येत असे. पत्नीशिवाय इतर कोणा स्त्री नातेवाईकास दत्तक घेता येत नसे. पत्नीला देखील नवऱ्यासाठी दत्तक घेता येत असे.

कायदा

विधवेने घ्यायच्या दत्तकाबद्दल मतभिन्नता असल्याने १९५६ साली हिंदू दत्तक वा पोटगी अधिनियम संमत करण्यात आला. या कायद्यात मुलाबरोबर मुलगी दत्तक घेण्याचा अधिकारही मिळाला. तसेच या कायद्यानुसार अठरा वर्षे पूर्ण झालेल्या आणि वेडा नसलेल्या प्रत्येक हिंदू पुरुषास किंवा स्त्रीस दत्तक घेण्याचा अधिकार आहे. परंतु पुरुष असल्यास त्याला हिंदू मुलगा नातू किंवा पणतू सख्खा किंवा दत्तक नसला पाहिजे. मुलगी दत्तक घ्यायची असेल तर त्या व्यक्तीला मुलगी, नात किंवा पणती सख्खी किंवा दत्तक नसली पाहिजे. व ती त्याच्यापेक्षा एकवीस वर्षांनी लहान असली पाहिजे. १९५६ च्या कायद्यानुसार महत्त्वाची गोष्ट झाली ती म्हणजे विधवेलाही दत्तकाचा अधिकार मिळाला. त्याचप्रमाणे या नवीन कायद्याने अविवाहित हिंदू स्त्री किंवा घटस्फोटीत हिंदू स्त्रीलाही या नवीन कायद्याने स्वतःसाठी दत्तकाचा अधिकार दिला आहे.

तसेच या कायद्याअन्वये एकुलता एक मुलगाही दत्तक देता येऊ शकतो. दत्तक देण्याचा

अधिकार साधारणपणे आईवडीलांपुरताच मर्यादीत आहे. याखेरीज आणखी एक महत्त्वपूर्ण तरतूद या कायद्याने केली आहे ती म्हणजे आई वडील वारले असतील किंवा मानसिकदृष्ट्या अक्षम असतील तर मृत्यूपत्रीय पालक अथवा न्यायालयाने नेमलेला किंवा घोषित केलेला पालक न्यायालयाच्या पूर्व संमतीने दत्तक घेऊ शकतो. परंतु अज्ञान व्यक्तीच्या कल्याणासाठी हे दत्तक आहे याबद्दल कोर्टाची खात्री पटावी लागते.

याखेरीज जातींमध्ये मैत्रीपूर्ण संबंध व सलोखा असावा यासाठी या कायद्यानुसार दत्तक हिंदू असावा व तो कोणत्याही पोटजातीचा असला तरीही चालेल अशी तरतूद केली.

दत्तक कायदेशीर होण्यासाठी त्याची प्रत्यक्ष देवाणघेवाण होणे गरजेचे आहे. यात शाब्दिक संमती चालत नाही. पूर्वी दत्तक विधी, होम करून, दत्तक देवाणघेवाण होई परंतु कायद्यानुसार याची आवश्यकता नाही. कायदेशीर पूर्ततेनंतरच दत्तक वैध ठरविण्यात येतो.

या कायद्यानुसार दत्तक घेतलेल्याला त्या तारखेपासून सर्व गोष्टींसाठी दत्तक आईवडीलांचे मूल म्हणून समजले जाते. जन्मदात्या कुटूंबाशी त्याचेसंबंध तुटले जातात. जन्मदात्या कुटूंबातील संपत्तीवर पित्याचा किंवा मातेचा वारस या नात्याने तो हक्क सांगू शकत नाही. परंतु तरीही दत्तकापूर्वी तो ज्या संपत्तीचा मालक झाला असेल त्यापासून त्याला वंचित करता येत नाही. लग्नाच्या बाबतीत पूर्वीच्याच कुटूंबातील बंधने चालू राहतात. दत्तक जाण्यापूर्वी दत्तक आईवडीलांच्या एखाद्या संपत्तीचा मालक कोणी झाला असेल, तर तो दत्तकाला त्यापासून वंचित करू शकत नाही. त्याचप्रमाणे दत्तक आईवडीलांना आपली संपत्ती मृत्यूपूर्वी किंवा नंतर कोणासही देता येते. दत्तकाचा परिणाम सर्व दृष्टीने दत्तकाच्या तारखेपासून सुरू होतो.

विविध कारणे

पूर्वी दत्तकाला फक्त वारसा, संपत्ती व धार्मिक असे अर्थ दिसतात. परंतु नंतरच्या काळात हे संदर्भ बदलले व विविध कारणांसाठी मुले दत्तक घेतली जाऊ लागली.

१) मूल नसणे – काही जोडप्यांना निसर्गत:च मूल होत नाही. अशा वेळी त्यांना मातृ–पितृत्वाचा आनंद मिळावा म्हणून मूल दत्तक घेतले जाते. यात मूल दत्तक देतांना संस्था अनेक प्रकारच्या गोष्टी पडताळून पहाते. उदा. विवाहाला किती वर्षे झालीत, वैद्यकीय तपासण्या केल्या आहेत का, मूल अजिबात न होण्याची शक्यता आहे का, दत्तक घेणाऱ्या पती-पत्नींचे वय किती आहे, त्यांची आर्थिक परिस्थिती कशी आहे व मगच मूल दत्तक दिले जाते.

२) एक मूल असलेली जोडपी – काही जोडप्यांना एकच मूल असल्याने त्या मुलाला भावंड पाहिजे म्हणून दुसरे मूल दत्तक घेतले जाते. मुलगा असलेल्या जोडप्यांचा मुलगी दत्तक घेण्याकडे कल दिसून येतो. पहिल्या मुलाच्या जन्माच्या वेळी आईला फार त्रास झाला असेल, पुन्हा गर्भधारणा धोक्याची असेल अशा वेळी दुसरे मूल दत्तक घेण्याकडे कल असतो.

३) संततीचा मृत्यू – एखाद्या आजारपणामुळे, अपघातात संततीचा मृत्यू झाला तरीही त्या धक्क्यातून सावरणे, मुलांचा सहवास मिळणे यासाठीही दत्तक घेतले जाते.

४) एक पालकत्व (Single parentship) ही संकल्पना समाजात रुजत असल्याने विवाहाशिवाय राहणे व एखादे मूल दत्तक घेऊन ते वाढविणे ज्यातून एकटेपणा जाणवत नाही, लहान मुलाचा सहवास व त्या मुलाला वाढविण्याचा आनंद यातून मिळवितात.

५) विवाहाशिवाय एकत्र रहाणारे स्त्री पुरुष त्यांच्यात कुठल्याही प्रकारचे कायदेशीर नाते नसल्याने ते मूल दत्तक घेणे पसंत करतात.

यात अनेक कारणांनी अनाथ झालेल्या मुलांचे पुनर्वसन व्हावे अशीही त्यात इच्छा असते. भूकंप, पूर, बॉम्बस्फोट, आई-वडील तुरुंगात असणे यामुळे अनेक मुलांच्या पुनर्वसनाचा प्रश्न निर्माण होतो.

भावनिक नाते

दत्तक मुलांचे काही प्रश्न निर्माण व्हायला लागले. ज्यात नव्या कुटूंबाने त्या मुलाला व त्या मुलाने कुटूंबाला परस्परात एकदम सामावून घेणे हे मानसिकदृष्ट्या दोघांनाही कठीण असते. मुलाने सर्वस्वी अनोळख्या स्त्री-पुरुषाला आपले पालक म्हणून स्वीकारणे, वेगळ्या वातावरणात राहून त्याप्रमाणे वागणे, राहणी बदलणे शक्य नसते त्या दोघांनाही एकमेकांची सवय लागायला वेळ लागतो यासाठी ज्या संस्थेतून मूल दत्तक घ्यायचे असेल तिथे त्या स्त्री-पुरुषांनी काही काळ जाऊन त्या मुलाशी खेळणे, त्याच्याशी जास्त ओळख, नव्या आई-वडीलांची सवय करणे. व त्यानंतर ते मूल दत्तक घ्यायचे की नाही ठरवले जाते. मूल दत्तक दिल्यानंतरही संस्था काही काळ या सगळ्यावर देखरेख ठेवून असते. मुलाचा सांभाळ कशा प्रकारे केला जातोय, त्याला काही समस्या तर नाहीत ना, कारण याचा परिणाम त्याच्या प्रकृतीवर होतो, मूलाच्या प्रकृतीची हेळसांड होत नाही याकडे लक्ष ठेवून असतात.

याशिवाय काही मुलांना तर परदेशातील पालकांना दत्तक दिले जाते अशा वेळी अगदी लहान मूल त्या वातावरणात सामावून जाते. त्याला शिक्षण, त्याचे चांगल्या प्रकारे पालन पोषण होते. त्याच्या वाट्याला चांगले आयुष्य मिळते. या मुलांना कळल्या वयात आपल्या दत्तकत्वाविषयी कळल्यावर स्वदेशात येऊन कुटूंबाला, भावंडांना हातभार लावायला ती मदत करतात.

अशा मुलांना पौगंडावस्थेत तर फार जपावे लागते कारण आपल्या अनाथपणाची जाणीव झाल्यावर न्यूनगंड येणे किंवा आक्रमक होणे असे वर्तन बदल होऊ शकतात. त्यामुळे त्यांच्या भावना हळुवारपणे हाताळल्या जाणे गरजेचे असते. समाजानेही या मुलांना दत्तक जाणे ही कमीपणाची बाब आहे अशी जाणीव होऊ देता कामा नये.

पालकांनी जी जबाबदारी स्वीकारली आहे ती एक ओझं, त्या मुलावर उपकार अशा

तऱ्हेने पार न पाडता आनंदाने पार पाडल्यास ताण जाणवत नाहीत. एक मूल असतांना दुसरे मूल दत्तक घेतले असेल तर त्या दोघांनाही समानतेने वागवणे गरजेचे आहे.

काही पालक बिकट आर्थिक परिस्थितीमुळे मुल अनाथाश्रमात ठेवतात. अशा मुलाच्या मनात त्याच्या मूळ पालकांविषयी गैरसमज निर्माण होणार नाहीत याची दक्षता घ्यावी लागते. दत्तकामुळे पालकत्वाचा, आईवडील होण्याचा आनंद मिळणार असतो, मूल वाढविण्याचा आनंद मिळणार असतो त्यात आपण दुसऱ्याचे मूल वाढवतो अशी भावना असू नये. अनाथ मुलांना वाढवणे, योग्य पालकांना दत्तक देणे याबाबत अनेक स्वयंसेवी संस्था काम करत आहेत.

अलिकडच्या काळात दत्तक आजी-आजोबा ही नवी संकल्पनाही रुजत आहे. विभक्त कुटूंब पद्धतीमुळे आजी-आजोबा या नात्याची मुलांना ओळख होत नाही म्हणून व वृद्धांना एकटेपणा, असुरक्षित वाटू नये यासाठी हे नवे नाते. तसेच आई-वडील नोकरीला गेल्यावर मुले एकटीच घरात असतात त्यावरही उपाय होऊ शकतो.

(Adult Education)

प्रौढ शिक्षण

भारतासारख्या विकसनशील देशात प्रौढ शिक्षण आवश्यक आहे. ज्यांचे वय २५ ते ५० वर्षे असते, अशा प्रौढांना आवश्यकतेप्रमाणे शिक्षण दिले जाते. राष्ट्राच्या विकासात समाजातील सर्वांचा सहभाग असावा लागतो. त्यासाठी प्रौढ शिक्षणाच्या कार्यक्रमात पुढील बाबींचा समावेश असावा. कौशल्यवृद्धी, गरिबी-निवारण, राष्ट्रीय एकात्मता, पर्यावरण-समतोल, सांस्कृतिक सृजनशील उत्तेजन, छोट्या कुटुंबाचा स्वीकार व स्त्री-पुरुष समानता.

प्रौढ शिक्षणाचे व्यापक स्वरूप

भारतात १९४८ साली केंद्रीय सल्लागार मंडळाने मोहनलाल सक्सेना यांच्या अध्यक्षतेखाली प्रौढ शिक्षण समिती नेमली. या समितीने प्रौढ शिक्षण योजनेस 'सामाजिक शिक्षण योजना' असे नाव दिले. समितीने असे सांगितले की, आतापर्यंतचे प्रौढ शिक्षण फक्त साक्षरतेपुरते मर्यादित आहे, परंतु आता त्यात प्रौढांचा जीवनस्तर सुधारणे व प्रौढांना जबाबदार, आनंदी, आरोग्यसंपन्न असे नागरिक बनविणे याचा अंतर्भाव केला आहे. त्यामुळे प्रौढ शिक्षण व्यापक झाले. समितीने चार प्रमुख शिफारशी केल्या होत्या. त्या अशा - (१) पुढील तीन वर्षांत ५० टक्के साक्षर होण्यासाठी राज्यसरकारांनी योजना तयार करावी. (२) राज्यसरकारच्या योजनांवर विचार करण्यासाठी, त्यांना आर्थिक साहाय्य देण्यासाठी व साक्षरतेच्या साहित्यनिर्मितीबाबत नियोजन करण्यासाठी केंद्रसरकारने एक तज्ज्ञ मंडळ नेमावे. (३) प्रौढ शिक्षणाचे एक केंद्र प्रत्येक प्राथमिक शाळेत व दोन केंद्रे माध्यमिक शाळेत उघडावीत व शिक्षकांना जादा कामासाठी मानधन द्यावे. (४) प्रौढ अध्यापन पद्धतीमधील संशोधनास प्रोत्साहन द्यावे. शासकीय पातळीवर राष्ट्रीय प्रौढ शिक्षण कार्यक्रमाला सुरुवात २ ऑक्टोबर १९७८ पासून करण्यात आली.

गरज

भारतात १९७१ मध्ये अशिक्षित लोकसंख्या ३०७ दशलक्ष होती. यातील १४ वर्षांवरील अशिक्षित लोकसंख्या २०९.५ दशलक्ष होती आणि १५ ते ३५ वयोगटांतील अशिक्षित लोकसंख्या ९७.१ दशलक्ष होती. हा कार्यक्रम अंमलात येण्याच्या सुमारास १५ ते ३५ वयोगटांतील लोकसंख्या सुमारे १०० दशलक्ष झाली होती. या अशिक्षित लोकसंख्येमुळे भारताचा विकास जेवढ्या वेगाने व्हायला हवा तेवढ्या वेगाने होत नाही. निरक्षर माणूस विकास कार्यक्रमात कार्यक्षमतेने आपली कामगिरी करू शकत नाही. आर्थिक न्याय व समता प्रस्थापित होण्यासाठी

या असाक्षर जनतेसही राष्ट्रउभारणीच्या कार्यात सहभागी करून घ्यायला हवे. समाजातील जास्तीत जास्त लोकसंख्या जेव्हा विकास कार्यक्रमात सामील होते, तेव्हाच आर्थिक, सामाजिक, विकासाचे चक्र वेगाने फिरू लागते. याकरताच या प्रौढ निरक्षर लोकसंख्येस शिक्षण देऊन त्यांना आर्थिक न्याय व समता मिळवून द्यायला हवी. या कामाचा आवाका पाहता सरकारने या चळवळीत सरकारी, ऐच्छिक, खासगी व सार्वजनिक संस्था आणि विद्यापीठ अशा विविध संस्थांना सामावून घेतले आहे.

समाजाच्या कल्याणाच्या दृष्टीने विचार करता प्रौढ शिक्षण ही आज काळाची गरज झालेली आहे. अनेक संस्थांच्या साहाय्याने प्रौढ शिक्षण देता येते. या संस्था म्हणजे –

(१) शैक्षणिक संस्था म्हणजेच शाळा, महाविद्यालये, विद्यापीठ, ग्रंथालये इ. एक तर प्रौढांच्या शिक्षणासाठी नव्या शाळा-महाविद्यालये सुरू करावीत किंवा आज अस्तित्वात असलेल्या शैक्षणिक संस्थांनी प्रौढांच्या साठी रात्रीच्या शाळा सुरू कराव्यात, रात्रीची महाविद्यालयेही सुरू करावीत. विद्यापीठांनी याबाबतीत पुढाकार घेऊन प्रौढ शिक्षणासाठी कार्यक्रम तयार करून अंमलात आणावा. सार्वजनिक ग्रंथालयांनीसुद्धा शाळा-महाविद्यालयांशी संपर्क साधून प्रौढ शिक्षण केंद्रे सुरू करावीत. मोठ्या खेडेगावांमध्ये समाजकेंद्रांची (Community Centres) स्थापना करून तेथे प्रौढ शिक्षणाची व्यवस्था करता येते. योग्य जागा, चांगले साहित्य याबाबतीत लक्ष पुरवून साक्षरता मोहीम, कलाकुसरीची कामे, क्रीडा इ. द्वारे प्रौढ शिक्षण अशा केंद्रांमध्ये देता येते. प्रौढांना शिक्षण देण्यासाठी जनता महाविद्यालये उघडता येतात. आज काही ठिकाणी अशी महाविद्यालये अस्तित्वात आहेत. दिल्ली येथे स्त्रियांच्या साठी फिरते जनता महाविद्यालय काम करीत आहे.

वरील केंद्रांव्यतिरिक्त सरकारी खाते, शेती खाते, आरोग्य खाते, औद्योगिक केंद्रे, पोलीस खाते, जंगल खाते, सामुदायिक संप्रेषण माध्यमे इत्यादी सर्व ठिकाणी प्रौढ शिक्षणाची व्यवस्था झाल्यास ज्यांना कधी शिक्षणच मिळाले नाही किंवा ज्यांना शिक्षण अर्धवट सोडावे लागले अशा सर्वांच्या शिक्षणाची सोय होऊ शकते. यासाठी लोकजागृती केल्यास त्याचा जास्त फायदा होऊ शकतो. प्रौढ शिक्षण कार्यक्रमात साक्षरता, जागृती व कार्यात्मक विकास हे एकमेकांवर अवलंबून असलेले तीन भाग आहेत. या कार्यक्रमात साक्षरतेवर अधिक भर देण्यात आला आहे. शिक्षणामुळे वर्तमानपत्र, सूचना या कामाबाबतची माहिती वाचता यावी. या शिक्षणातून शिकायला येणाऱ्या प्रौढ व्यक्तीला भोवतालचे विविध प्रश्न सोडविण्याची जागृती निर्माण करणे हा हेतू. तसेच या व्यक्तीमध्ये विविध कौशल्ये शिकविणे ज्यातून ती व्यक्ती अधिक कार्यक्षमतेने काम करू शकेल व त्या व्यक्तीची आर्थिक परिस्थिती उंचावेल.

प्रौढ शिक्षण कार्यक्रमाची वैशिष्ट्ये

१) शिक्षणाच्या संधीस मुकलेल्या १५ ते ३५ वयोगटांतील प्रौढास शिक्षण देण्याची सोय या कार्यक्रमाने केली.

२) 'साक्षरता, जागृती आणि कार्यात्मक विकास' ही या कार्यक्रमाची त्रिसूत्री आहे.

३) प्रौढ शिक्षण कार्यक्रमाची व्याप्ती मोठी असल्याने सरकारी, खासगी; ऐच्छिक, विद्यापीठ व महाविद्यालय या सर्व संस्थांतून या कार्यक्रमाच्या अंमलबजावणीस मुभा दिलेली आहे.

४) शिक्षितांनी अशिक्षितास आपल्या ज्ञानाचा फायदा दिल्याने समाजात एकजुटीची भावना वाढीस लागेल व शिक्षितास आपण समाजकार्य केल्याचा आनंद मिळेल आणि त्याचे अनुभवाचे क्षितिज विस्तारेल.

५) यामुळे प्रौढ व्यक्तींस खऱ्या अर्थाने सामाजिक-आर्थिक विकासाची दारे खुली होतील आणि त्यांना आर्थिक न्याय व समतेचा अनुभव घेता येईल.

तरीही या सगळ्याला म्हणावा तितका प्रतिसाद मिळत नाही. वास्तविक, लिहिता-वाचता न येण्याने फसवणुकीचे प्रकार घडतात. शेतीची मालकी कागदपत्रावर अंगठा घेऊन बदलून घेतली जाते. परंतु तरीही स्वतः शिकणे, मुलांना शिकविणे ही वृत्ती निर्माण होत नाही.

स्वातंत्र्य मिळून ६० वर्षे झाल्यानंतरही परिस्थिती फारशी चांगली नाही. साक्षरतेचे प्रमाण फारसे समाधानकारक नाही. या शिक्षणात केवळ साक्षरताच नाही, तर कौटुंबिक जीवन चांगल्या प्रकारे व्यतीत होणे, आरोग्य व जीवनमान वाढविणे, याबद्दलचे शिक्षणही यात येते. बालकल्याण, माता-पित्यांची भूमिका, स्वच्छता याविषयीचे शिक्षणही दिले जाते.

पद्धती व साधने

प्रौढ शिक्षण योजना यशस्वी होण्यासाठी काही साधनांची आवश्यकता असते. प्रौढांना शिक्षण देण्यासाठी पुरेसे मनुष्यबळ (शिक्षक व शिक्षकेतर वर्ग) तर लागतेच; याशिवाय काही भौतिक साधनांची आवश्यकता असते. साधनांची विभागणी दोन प्रकारांत करता येईल – (१) वाचन-लेखन साहित्य व (२) दृक्-श्राव्य साधने. वाचनसाहित्य पुस्तके, नियतकालिके, आलेख, नकाशे, वृत्तपत्रे इत्यादी सगळ्यांचा समावेश होतो. ही साधने उपलब्ध करून दिल्यास लेखन-वाचनाची गोडी लागते. दृक्-श्राव्य साधनांमध्ये वार्ताफलक, नकाशा-आलेख, कथा-काव्य यांचे प्रदर्शन, शैक्षणिक चित्रपट, विविध गुणदर्शन, एकांकिका-नाटके इ. दृश्ये, आकाशवाणी, दूरदर्शन, फिरती ग्रंथालये व फिरते थिएटर इ. सगळ्यांचा समावेश होतो. ही सर्व लोक-माध्यमे वापरून प्रौढ शिक्षण योजना यशस्वी करता येते.

प्रौढ शिक्षणाच्या विविध पद्धती निरनिराळ्या शिक्षणतज्ज्ञांनी सांगितलेल्या आहेत. सामान्यपणे अशा शिक्षणासाठी पुढील पद्धती सांगता येतील :

१) व्याख्यान पद्धती

ठराविक वेळेत विशिष्ट विषयावर बऱ्याच विद्यार्थ्यांना जेव्हा ज्ञान द्यावयाचे असते म्हणजे शिकवावयाचे असते, तेव्हा शिक्षक व्याख्यान पद्धतीचा वापर करतात. अशी व्याख्यान पद्धती परिणामकारक ठरण्यासाठी प्रश्नोत्तर पद्धतीचा वापरही व्याख्यानात होणे आवश्यक असते.

२) प्रात्यक्षिक पद्धती

जेव्हा अध्यापनातील काही भागांचे प्रात्यक्षिक द्यावयाचे असते, काय व कसे होते अगर चालते ते दर्शवावयाचे असते तेव्हा ही पद्धती वापरतात. प्रात्यक्षिकाचे दोन प्रकार पडतात. एक प्रकार हा पद्धती प्रात्यक्षिकाचा असतो. यामध्ये प्रौढांना एखादी प्रक्रिया कशी होत जाते ते दाखविले जाते. उदा. खडू अगर साबण तयार करावयाचे असेल तर ते कसे तयार केले जाते, याची पद्धती दाखविली जाते. दुसरा प्रकार हा अंतिम परिणाम प्रात्यक्षिकाचा असतो. येथे चांगले परिणाम कसे मिळतात ते प्रात्यक्षिकाने पटवून दिले जाते. उदा. दोन पद्धतींपैकी एक विशिष्ट पद्धती वापरल्यावर चांगले व भरघोस पीक कसे येते हे शेतकऱ्यांना प्रत्यक्ष दाखविल्यास त्याचा चांगला परिणाम होतो.

३) चर्चा पद्धती

प्रौढांना शिकविण्यासाठी ही एक मूलभूत पद्धती आहे असे आज सर्वत्र मानले जाते. चर्चा पद्धतीत कोणतीही एक समस्या घेऊन ती सोडविण्यासाठी प्रत्येकाला विचार करून आपले मत मांडता येतो. उपस्थित सर्वांमध्ये समस्येच्या सर्व अंगांवर चर्चा होते. अशा रीतीने विचार व ज्ञानाची देवाण-घेवाण होते. वरील प्रमुख प्रकारांशिवाय सहल किंवा अभ्यासदौरा, प्रदर्शन, सांस्कृतिक व करमणुकीचे कार्यक्रम, क्रीडा आयोजन, शिबिर पद्धती, समाजसेवा उपक्रम, ग्रंथालय उपयोग वर्ग इ. विविध प्रकारांच्या साहाय्याने प्रौढ शिक्षणाचा उपक्रम अंमलात आणता येतो व असे शिक्षण यशस्वी करून दाखवता येते.

प्रौढ शिक्षण व्यवस्था भारतासारख्या विकसनशील देशात अत्यंत आवश्यक बाब आहे हे खरे आहे. या व्यवस्थेचा सर्वांगाने विचार होणे आवश्यक आहे. त्यात संघटनात्मक व प्रशासकीय व्यवस्थाही महत्त्वाची आहे. अशा परिणामकारक व्यवस्थेशिवाय प्रौढ शिक्षण योजना यशस्वी होऊ शकणार नाही. संघटनात्मक व प्रशासकीय व्यवस्थेचा विचार विविध स्तरांवर करावा लागतो. हे विविध स्तर म्हणजे –

१) ग्राम स्तर : येथे ग्रामपंचायतीचे काम महत्त्वाचे असते. निरक्षरांची आकडेवारी मिळविणे, त्यांना साक्षरता वर्गात येण्यासाठी प्रेरणा देणे, शिक्षक मिळविणे इ. कामे ग्रामपंचायत मोहल्ला समितीच्या साहाय्याने करू शकते.

२) गट स्तर : सामान्यपणे १०० खेड्यांचा एक गट (Block) तयार करून त्यावर अधिकारी वर्ग नेमून प्रौढ शिक्षणाचा विस्तार चांगल्या प्रकारे करता येतो. ग्रामपंचायतींना साहाय्य करणे, प्रौढ शिक्षणाचा कार्यक्रम तयार करणे, शिक्षकांना प्रशिक्षण देणे, खर्चाचे अंदाजपत्रक तयार करणे इ. कामे गट स्तरावर करता येतात.

३) जिल्हा स्तर : जिल्हा स्तरावर एक सल्लागार समिती नेमून, प्रौढ शिक्षणाधिकारी व अन्य सेवक यांच्या साहाय्याने संपूर्ण जिल्ह्यात प्रौढ शिक्षणाचा विस्तार कसा होतो ते तपासता येते. जिल्हा स्तरावर वार्षिक कार्यक्रम आखणे, गट व ग्रामपंचायतींच्या प्रौढ शिक्षण कार्यावर

देखरेख करणे, शिक्षकांसाठी प्रशिक्षण वर्गाचे आयोजन करणे, पैसा उपलब्ध करून देणे इ. कामे करता येतात.

४) राज्य स्तर : प्रौढ शिक्षणाच्या बाबतीत संचालक अगर उपसंचालक नेमून संपूर्ण राज्यातील प्रौढ शिक्षणाचे संघटन करता येते.

५) राष्ट्रीय स्तर : राष्ट्रीय स्तरावर शिक्षण मंत्रालयाकडे व समाजविकास व सहकार्य मंत्रालयाकडे प्रौढ शिक्षणाची व एकूण समाजशिक्षणाची जबाबदारी विभागलेली असते. राष्ट्रीय पातळीवरून प्रौढ शिक्षणाचे कार्यक्रम आखणे, नियोजन करणे, पैसा उपलब्ध करून देणे, संशोधन व सर्वेक्षण करणे, विविध प्रकारची साधने व संप्रेषण माध्यमे सर्व राज्यांना उपलब्ध करून देणे, निरक्षर-साक्षरतेची राष्ट्रीय पातळीवरून आकडेवारी गोळा करणे इ. कामे केंद्रीय मंत्रालयाकडे असतात. माथ्यापासून पायथ्यापर्यंत म्हणजे राष्ट्रीय स्तरापासून ग्रामस्तरापर्यंत उत्तम संघटन व प्रशासकीय व्यवस्था असेल, तर इतर अंगांचेही काम कार्यक्षम होऊन साक्षरता मोहीम व प्रौढ शिक्षण योजना यशस्वी होतात.

प्रौढ शिक्षणाचा विचार करीत असताना दोन अंगांचा विचार करावा लागतो. १) संघटनात्मक संस्था (Organisational Agencies) व २) अध्यापक वर्ग (Instructional Agencies). संघटनात्मक संस्थांमध्ये केंद्रसरकार, राज्यशासन, राजकीय पक्ष आणि इतर मंडळे, ऐच्छिक सेवाभावी संघटना, कारखाने, गिरणी, खाजगी ऑफिस, वर्कशॉप इ. ठिकाणचा मालक वर्ग, शैक्षणिक संस्था, स्थानिक स्वराज्य संस्था इत्यादी सेवांचा समावेश होतो. या सर्व संस्था-संघटनांनी एक राष्ट्रीय कर्तव्य म्हणून प्रौढ शिक्षण वर्ग आपआपल्या पातळीवर कार्यान्वित करणे आवश्यक असते. यांच्याद्वारे प्रौढ शिक्षणाचा अधिकाधिक प्रसार होऊ शकतो. शैक्षणिक वातावरण निर्माण करणे, सर्वेक्षण करणे, अभ्यासक्रम तयार करून अध्यापन-अध्ययनासाठी साहित्य प्राप्त करून देणे, प्रौढ स्त्रियांच्या शिक्षणासाठी आवश्यक तेथे बालसंगोपनगृहे उघडणे, शिक्षणोत्तर काळात अधिक शिक्षणासाठी कार्यक्रम तयार करणे, प्रौढ शिक्षणाचा काळ संपल्यानंतर मूल्यमापन करण्यासाठी व संशोधन करण्यासाठी स्वतंत्र व्यवस्था करणे अशा प्रकारची अनेक कामे संघटनात्मक संस्था करू शकतात.

प्रौढांना प्रत्यक्ष शिक्षण देणारा जो घटक असतो त्याला अध्यापक वर्ग असे म्हणतात. प्रौढ शिक्षणाचे काम करणारा शिक्षक वर्ग हा शक्यतो ऐच्छिक काम करणारा व सेवाभावी वृत्तीचा असावा. सामाजिक व राष्ट्रीय कर्तव्याची भावना अशा व्यक्तींच्या जवळ असणे आवश्यक असते. असे शिक्षक प्रौढ व्यक्तींना शिकण्यासाठी प्रेरणा व प्रोत्साहन देऊ शकतात. प्रौढांबरोबर संवाद साधू शकतात. त्यांना शिक्षणाचे महत्त्व तळमळीने सांगू शकतात. प्रौढ शिक्षणात प्रौढांना अध्यापन करण्यासाठी अनेक वर्गांतील लोकांचा उपयोग करून घेता येतो. उदा. उच्च माध्यमिक व महाविद्यालयीन विद्यार्थी, ग्रामीण भागातील शिक्षित युवक-युवती, प्राथमिक-माध्यमिक शाळेतील शिक्षक, सेवानिवृत्त लोक, इत्यादी सर्वांचा या कामी उपयोग करून घेता येतो. यासाठी प्रेरणा देणारे नेतृत्व आवश्यक असते.

साक्षरतेचे खालील फायदे पटवून दिले पाहिजेत :–

१) लहान कुटुंबाचे तत्त्व :

१५ ते ३५ वयोगटांतील लोकांना शिक्षणामुळे कुटुंब लहान ठेवणे कसे फायदेशीर आहे हे जाणवेल आणि ते लहान कुटुंबाची कल्पना स्विकारतील.

२) स्त्रीचा दर्जा :

स्त्रियांना शिक्षण मिळाल्यास त्यांना त्यांच्याकरीता असलेल्या विविध सोयी-सवलतीची आणि हक्कांची जाणीव होईल. यामुळे स्त्रियांचा सामाजिक व आर्थिक दर्जा सुधारण्यास मदत होईल.

३) सामाजिक जाणीव :

शिक्षणामुळे १५-३५ वयोगटांतील लोकांना विविध सरकारी कार्यक्रम, त्यांची उपयुक्तता इत्यादींची जाणीव होईल. त्यामुळे अशा कार्यक्रमांना ते हातभार लावतील. सामाजिक-आर्थिक विकास कार्यक्रम यशस्वी होण्यास त्यामुळे मदत होईल.

४) आरोग्य :

शिक्षणामुळे रोग, त्यावर उपाययोजना याची स्त्री आणि पुरुषांना जाणीव होईल. त्यामुळे आजच्या पिढीच्या आरोग्याचा दर्जा उंचावेल व भविष्यकालीन पिढीचे आरोग्य सुधारेल.

५) पिळवणूक कमी :

शिक्षणामुळे लोकांना त्यांच्या हक्कांची आणि उपलब्ध संधींची जाणीव होते. त्यामुळे ते पिळवणुकीस विरोध करू शकतात.

देशाला महासत्ता बनविण्याचे स्वप्न राज्यकर्त्यांचे आहे. परंतु साक्षरतेशिवाय देश प्रगती करू शकणार नाही.

तक्ता क्र. १

वयोगटानुसार भारतातील स्त्री-पुरुषांच्या साक्षरतेचे प्रमाण (७ ते ३९ वय)

२००१ च्या जनगणनेनुसार प्रत्यक्ष आकडेवारी

भारत

वयोगट	एकूण	निरक्षर पुरुष	%	निरक्षर स्त्रिया	%
७	२३०४५०२८	४१९१८४६	१८.१९	४५२८५३४	१९.६५
८	३१०३१०७४	४२३२९८१	१३.६४	४९५१६३६	१५.९५
९	२०८६२३८	१६५४७५७	७.९	२१८५५३१	१०.४७
१0	३३८५५३७८	३२३४३२३	९.५	४२६०३११	१२.५८
११	१८०७८९४९	९२२९९७	५.१०	१४०९८४०	७.८०
१२	३०४२७४२९	२४५८३५७	८.०८	३५७६६४३	११.७५
१३	१९८९७०५१	१०८८६५७	५.४७	१८९५४३२	९.५२
१४	२२५८८०५१	१५०६१७५	६.६७	२४७८२७३	१०.९७
१५	२२५२१०५९	१९६८५४३	८.७४	२७०१३११	११.९९
१६	२१७७७८१0	१७७०६७१	८.१३	२६८७५७७	१२.३४
१७	१४८९८८६२	९३३८१५	६.२७	१४९६६६५	१0.0४
१८	२७६८६९०२	२६२२७६४	९.४७	४0७६३९३	१४.७२
१९	१३३३१२५७	८०६८५९	६.0५	१६२८९२६७	१२.६७
२0-२४	८९७६५४३२	७७८५६४८३	८.६३	१६२८६१९५	१८.१४
२५-२९	८३४२२३९३	८९६३५८८	१0.७४	१८७९८५६	२२.४३
३0-३४	७४२७४०४४	९४१३३७४	१२.६७	११०४७६६९	२५.६४
३५-३९	७0५७४0८८	१0३९५५८४	१४.७३	१९९0५९९५	२७.0२

व्यक्तीचा विकास व त्याच्या व्यक्तिमत्त्वाची जडणघडण यात शिक्षणाचा फार मोठा भाग असतो. ज्यांना बालपणापासून शिक्षण घेण्याची संधी मिळत नाही त्यांचा विकास खुंटतो. या विचारातून प्रौढ शिक्षणाची कल्पना आली.

या सर्व पार्श्वभूमीवर भारतातील निरक्षरतेचे प्रमाण पाहणे आवश्यक आहे. वय वर्षे २५ ते ३९ या वयोगटांत हे प्रमाण जास्त आहे.

तक्ता क्र.२

वयोगटानुसार महाराष्ट्रातील स्त्री-पुरुषांच्या साक्षरतेचे प्रमाण

२००१ च्या जनगणनेनुसार प्रत्यक्ष आकडेवारी

महाराष्ट्र

वयोगट	एकूण			निरक्षर		
	व्यक्ती	पुरुष	स्त्रिया	व्यक्ती	पुरुष	स्त्रिया
१५	२००२३६०	१०९६९८३	९०५३७७	१४७९३८ ७.३९	६६४७६ ६.०५	८१४६२ ९.००
१६	१९९८८९९	१०८२८०१	९१६०९८	१४५७६७ ७.२९	६१५८४ ५.६८	८४१८३ ९.१९
१७	१६२२३५१	८९०९२७	७३१४२४	१०५०७९ ६.४७	४३२४२ ४.८५	६१८३७ ८.४५
१८	२४५५८०७	१३८५७५९	१०७००४८	२४९७८६ १०.१७	१६७९२८ ७.०८	१५१८५८ १४.१९
१९	१४९१२३१	८०६४६१	६८४७७०	१३३५३० ८.९५	४२१६३ ५.२३	९१३६७ १३.३४
२०-२४	८८५६६६०	४७८१३२२	४०७५८३८	११५९१५६ १२,९८	३५१६४१ ७,३५	७९८५१५ १९,५१
२५०२९	८२९८३६४	४१८७२४७	४९३१११७	१४९९८०७ १८.२६	४२०६८१ १०.०५	१०८०१२६ २६.७९
३०-३४	७३९२७२०	३८००५५१	३५९२१६९	१७७६१४१ २४.०२	५१५७०५ १३.४७	१२६०४३६ ३५.०८
३५-३९	६९५८३६०	३५४०१४८	३४१८२१२	१९९५३८० २८.६७	६०६१४५ १७.१२	१३८९२३५ ४०.६४

निरक्षरतेचे प्रमाण पाहता प्रौढ साक्षरता कार्यक्रमाचा प्रसार अधिक होणे अतिशय गरजेचे आहे. एक स्त्री शिकली तर कुटूंब सुशिक्षित होते असे मानले जाते. परंतु स्त्रियांमध्येच निरक्षरतेचे प्रमाण अधिक आहे. स्त्री शिकल्याशिवाय कुटुंबातील मुलींच्या शिक्षणाला प्रोत्साहन मिळणार नाही.

प्रौढ शिक्षणाचा कार्यक्रम हा पुढील यंत्रणेमार्फत राबविला जातो

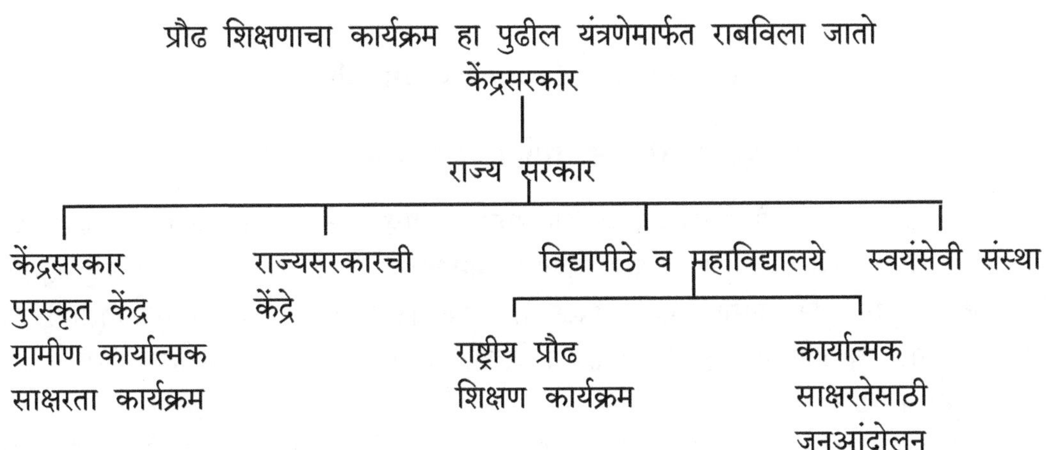

समारोप

प्रौढ शिक्षणाचे व एकूणच शिक्षणाचे महत्त्व पटवून दिले जाणे गरजेचे आहे. शिक्षण नसल्याने फसवा फसवीचे प्रकार होतात. खोट्या कागदपत्रावर सह्या घेतल्या जाणे हे प्रकार घडतात.

प्रौढ साक्षरता वर्गाचा फक्त अभ्यासक्रम पूर्ण करणे एवढेच पुरेसे नसते तर नंतरच्या काळात त्याचा सरावही करावा लागतो. या योजनेचे, प्रौढ शिक्षणाचे गांभीर्य न कळल्याने काही ठिकाणी भ्रष्टाचार, खोटे अहवाल सादर केले गेले. वास्तविक या विषयात केवळ कागदोपत्री १००% गुण म्हणजे साक्षरता नव्हे तर प्रत्यक्षात वाचता येणे आवश्यक आहे.

(**Agarkar Gopal Ganesh**)

आगरकर गोपाळ गणेश (१८५६-१८९५)

ते बुद्धीप्रामाण्यवादी विचारवंत व थोर समाजसुधारक होते. महाविद्यालयीन शिक्षण घेत असतानाच विष्णुशास्त्री चिपळूणकर यांनी पुण्यात निर्माण केलेल्या जहाल विचारांच्या राष्ट्रवादी पंथास ते लोकमान्य टिळकांसह जाऊन मिळाले. लोकशिक्षण व लोकजागृती करण्यासाठी त्या तिघांनी पुण्यात न्यू इंग्लिश स्कूलची स्थापना केली. तसेच 'केसरी' व 'मराठा' (इंग्रजी) ही वृत्तपत्रे सुरू केली.

महाविद्यालयीन जीवनातच जॉन स्टुअर्ट मिल व हर्बर्ट स्पेन्सर यांच्या विचारांनी त्यांचे मन संस्कारित झाल्यामुळे त्यांचा दृष्टीकोन बुद्धीप्रामाण्यवादी व अज्ञेयवादी झाला होता. याच दृष्टीकोनातून तत्कालीन समाजाची पुनर्घटना करण्याची आवश्यकता त्यांना वाटत होती. केसरीतील त्यांच्या सामाजिक लेखातून हीच भूमिका व्यक्त होऊ लागली. परंतु तिथे त्यांचा कोंडमारा होऊ लागला, म्हणून त्यांनी 'सुधारक' हे वृत्तपत्र सुरू केले.

त्यांनी आपल्या 'सुधारक' या वृत्तपत्रातून धर्मविषयक प्रखर विचार मांडले याचा निषेध म्हणून त्यांची जिवंतपणी प्रेतयात्रा काढण्यात आली होती. त्यांच्या मतानुसार सामाजिक व राजकीय सुधारणा एकाच वेळी व्हायला हव्यात.

समाजसुधारणा

बुद्धीवादी दृष्टीकोनातून समाजजीवनाचे विश्लेषण करून अन्याय्य रूढी व परंपरा यांच्यावर त्यांनी कडाडून हल्ले चढविले. बुद्धीच्या निकषाशिवाय इतर कोणताही निकष ते मानत नव्हते. समाज सुधारणांचे समर्थन करण्यासाठी स्मृतिवचनांचा आधार घेणे त्यांना मान्य नव्हते. नीतीमान व सदाचरणी समाजाच्या निर्मितीसाठी ईश्वर आणि धर्म यांचीही आवश्यकता त्यांना वाटत नव्हती. त्यांच्या मतानुसार परोपकार वगैरे सद्गुण धर्माच्या आधी अस्तित्वात आले व नंतर ते धर्मात गोवले गेले. बुद्धीवाद, व्यक्तिवाद, समता आणि मानवतावाद या चतुःसूत्रीने त्यांचा सारा सामाजिक विचार व्यापलेला आहे. त्यामुळे त्यांचा पूर्वजन्म, पुनर्जन्म यावर विश्वास नव्हता.

व्यक्तिस्वातंत्र्य न मानणाऱ्या व निरुपयोगी परंपरांनी वेढलेल्या समाजाची वाढ केव्हाही होऊ शकणार नाही अशी त्यांची धारणा होती. त्यामुळे त्यांना चातुर्वर्ण्य, जातिसंस्था, अस्पृश्यता, बालविवाह या गोष्टी मान्य नव्हत्या. परंपरांकडे पाहण्याचा त्यांचा दृष्टीकोन ऐतिहासिक असल्यामुळे एखादी गोष्ट समाजाच्या एका अवस्थेत उपयुक्त ठरली असेल हे ते मान्य करीत असत. परंतु तीच गोष्ट बदलत्या काळात जाचक ठरल्यास टाकून द्यावी असे ते म्हणत. त्यामुळेच अशा रूढी, परंपरा समाज स्वखुषीने सोडून देत नसेल तर कायद्याने नाहीशा कराव्यात असे त्यांचे मत होते.

'सुधारक' मधील लेखातून त्यांचे समाज जीवनाच्या विविध अंगांचे सूक्ष्मनिरीक्षण आणि सखोल चिंतन प्रत्ययास येते. त्यात त्यांनी स्त्रियांचे पोषाख, विधवांचे केशवपन, सोवळे-ओवळे, अंत्यविधी, अंत्यसंस्कार हे विषय तसेच मूर्तिपूजा, आत्म्याची मरणोत्तर स्थिती इ. तात्त्विक विषयावरही चर्चा केली आहे. सामाजिक सुधारणा व कायदा यांचे संबंध काय असावेत, यासंबंधीची आपली भूमिका मांडण्यासाठी आणि समाज हितकारक कायद्यांच्या जोरदार पुरस्कारासाठी त्यांनी काही लेख लिहिले. सामाजिक गुलामगिरीने जखडलेल्या स्त्रियांच्या शिक्षण व इतर समस्यांवर ही त्यांनी लेख लिहिले.

समाजचिंतन हा त्यांच्या व्यक्तिमत्वाचा स्थायीभाव होता. ते म्हणत, 'शिक्षणाने नवीन ज्ञान झाले, वस्तुस्थितीचा उमज पडला की कार्यभाग संपत नाही, तर या ज्ञानाचे पर्यवसान आचरणात झाले पाहिजे', यावर त्यांचा विशेष भर होता. जुन्या आचारांमध्ये असंबद्धता असे तर ती दूर करून नवीन आचारांचा स्विकार केला पाहिजे असे त्यांना वाटे. लोकापवादाचे भय टाकून आपल्या मनाला योग्य दिसेल ते लोकांना सांगण्याचे व त्यानुसार वागण्याचे धैर्य केले पाहिजे व पुष्कळांकडून असे होऊ लागले तरच अज्ञानाने ग्रासलेल्या देशाचे ग्रहण सुटेल. यावर त्यांचा ठाम विश्वास होता.

हिंदू धर्मातील सुधारणा म्हणजे धर्मग्लानी नाही असे म्हणताना त्यांनी 'मूर्तिपूजा अजिबात नाहीशी होणे, यज्ञयागाचे थोतांड क्रमाक्रमाने शिथिल होत जाणे, वर्ण संकर होऊन पाहिजे त्याला, पाहिजे त्याच्याशी अन्नोदकादी व्यवहार करण्याची किंवा लग्न लावण्याची परवानगी असणे, पाहिजे त्याने पाहिजे त्या शास्त्रांचा व धर्मग्रंथाचा अभ्यास करणे, स्त्री-पुरुष यांनी हव्या त्या वर्षापर्यंत किंवा मुळीच अविवाहित राहणे, स्त्रियांना हवी ती विद्या संपादन करू देणे किंवा हवा तो धंदा करू देणे, ज्याचे त्याने आपल्या तब्येतीप्रमाणे लग्न करणे. गलिच्छ व अमंगळ संस्कार बंद पडणे या गोष्टी प्रचारात आल्यास धर्मग्लानी होणार नाही असे प्रतिपादन त्यांनी केले.

जातीव्यवस्थेविषयी विचार

जन्मावरून मिळालेला उच्चनीच भाव व अधिकारपद यांना त्यांचा तीव्र विरोध होता. जातिभेदामुळे सामाजिक प्रगतीत अडथळे येतात. ब्रिटीशांशी केल्या जाणाऱ्या व्यवहाराबाबत ते म्हणतात, परकीय लोकांशी नाखुषीने का होईना जसे येथील लोक हळूहळू व्यवहार करायला कबूल झाले, त्याप्रमाणे त्याच कारणाकरिता येथेही ब्राह्मण शुद्रातील वैषम्य होईल तेवढे कमी करण्यास त्यांनी मनाची तयारी दाखवली पाहिजे.

जातीजातीतील विषमता दूर केली गेली नाही तर समाजातील एक वर्गबंड करून उठेल अशा इषारा त्यांनी दिला होता. अस्पृश्यांना आपण आपल्याबरोबरीने वागवले पाहिजे. त्यांना आपल्या बरोबरीने शाळांतून बसण्यास मोकळीक दिली पाहिजे असे परखड विचार ते मांडत असत.

स्त्रियांची स्थिती

त्या काळात उच्चवर्णीय म्हणवणाऱ्या समाजातही स्त्रियांची स्थिती दयनीय होती. बालविवाह सर्रास होत असत त्यामुळे अर्थातच बालविधवा जास्त होत्या. यावर उपाय म्हणून त्यांनी संमती वयाच्या विधेयकाचा पुरस्कार केला. यावर त्यांनी लिहिले की, 'ज्ञान संपादन हे पुरुषांचे कर्तव्य व शिशु संगोपन हे स्त्रियांचे कर्तव्य मानणे, पुरुष स्वामी व स्त्री त्याची दासी, विवाहाशिवाय स्त्रीला गती नाही व गृह, घर याखेरीज तिला विश्व नाही. स्त्री जर ज्ञानसंपादन करीत असेल तर तो तिचा दुर्गुण आहे व वैधव्य हे तिचे महाव्रत आहे. अशा धर्मविषयक कल्पना असलेले लोकाग्रणी काही कामाचे नाहीत. स्त्रियांना देखील पुरुषांप्रमाणेच सर्व शिक्षण द्यावे व तेही एकत्र, सहशिक्षण देण्यास हरकत नाही. इतकंच नाही तर स्त्रियांनाही पुरुषांप्रमाणे व्यवसाय स्वातंत्र्य हवे'.

बालविधवा झालेल्यांच्या पुनर्विवाहाचा प्रश्न त्या काळात बिकट होता. परंतु आगरकरांनी पुनर्विवाहाचा पुरस्कार केला. प्रा. धोंडो केशव कर्वे यांचे अनुकरण अनेक सुशिक्षित विधूर तरुणांनी करावे असे त्यांचे मत होते.

सामाजिक सुधारणेचे मार्ग

लोकशिक्षण हा यासाठी प्रभावी उपाय आहे, असे ते म्हणत. परंपरागत जीवनसरणीच्या चौकटीतून लोकांची सुटका करायची असल्यास आधुनिक पद्धतीने विचार करण्यास लावले पाहिजे. यासाठी कायद्याचा अवलंब करायलाही त्यांचा विरोध नव्हता.

आर्थिक प्रगतीविषयी विचार

त्याकाळात देशातील सर्व संपत्ती परदेशात जात आहे असे म्हटले जाई. यावर आगरकरांनी आपल्या देशातील लोकांनी स्वदेशीचा आग्रह धरला तर ही परिस्थिती राहाणार नाही. शिवाय उद्योगधंदे, व्यापारवाढ, स्वदेशीची गरज या प्रश्नांच्या संदर्भात कामगारांची मजुरी, कच्च्या मालाची सुरक्षितता, पक्का माल देशातच बनविण्याची गरज या प्रश्नांचाही त्यांनी विचार केला. यंत्र कलेचे महत्व व त्याशिवाय येथील उद्योगधंद्यांची होणारी अधोगती यांचा परस्पर संबंध त्यांनी लक्षात घेतला होता. उत्पादक उद्योगाची आवश्यकता आहे कारण देशाचे स्वातंत्र्य किंवा पारतंत्र्य त्यावर अवलंबून आहे असे त्यांनी प्रतिपादन केले.

आजच्या काळातही प्रचलित असलेला विचार आगरकरांनी तेव्हा मांडला तो असा की, 'मुंबईचे वैभव म्हणजे महाराष्ट्राचे वैभव नव्हे, मुंबईची सदा दिवाळी पाहून या ऐहिक कुबेर नगरीतील लोकांप्रमाणेच या देशातील शहरातले किंवा गावातले लोक धनाढ्य असतील, असा तर्क करणे म्हणजे लग्न कार्यात आमचे लोक जो शक्तिबाहेर खर्च करतात त्यावरून आमच्या ऐपतीचा अंदाज करण्याइतके वेडेपणाचे काम होणार आहे.

भारताच्या आर्थिक हलाखीमागे आमचा निरुद्योगीपणा, स्वदेशी वस्तूंविषयी उदासीनता आणि आपल्या परिस्थितीचे खरे स्वरूप समजून न घेणे ही वृत्ती अशी कारणे आहेत असे प्रतिपादन ते करत.

गोपाळ गणेश आगरकर काळाच्या पुढे विचार करणारा द्रष्टा विचारवंत होता. परंतु दुर्दैवाने आजही कर्मकांड संपलेली नाहीत. निरुद्योगीपणाही पूर्णत: गेलेला नाही. आवाक्याबाहेर जाऊन विवाहासाठी खर्च करणे, जातींच्या कारणांवरून आजही संघर्ष होत आहेत. सुधारणा केवळ नियमातून होत नाही तर मनातून व्हावी लागते याविषयी ते ठाम होते. त्यांनी प्रतिगामी स्वजनांशी, सनातन्यांशी झुंज देत समाजसुधारणेचे कार्य केले.

(AIDS / HIV)

एड्स / एच्. आय. व्ही.

१९८१ साली अमेरिकेतील लॉस एंजिल्स शहरामधील काही रुग्णांमध्ये डॉक्टरांना सर्वप्रथम एक विशिष्ट लक्षण दिसून आले. या समलिंगी संभोग करणाऱ्या पुरुषांमध्ये विशिष्ट प्रकारचा न्युमोनिया (न्यूमोसिस्टीस कॅरिनाय न्युमोनिया) आणि त्वचेचा कर्करोग (कॅपोसी सारकोमा) दिसून आला. असे रोग पूर्वी शरीराची प्रतिकार शक्ती नष्ट झालेल्या रुग्णांमध्ये आढळून येत असत. या लोकांमध्ये कोणतेही शारीरिक कारण सापडले नाही. थोड्याच कालावधीनंतर अशाच प्रकारची लक्षणे विषमलिंगी संभोग करणारे, शिरेवाटे मादक द्रव्ये घेणारे आणि हिमोफिलीया या आनुवंशिक रक्तदोषासाठी वारंवार रक्त घेणाऱ्या लोकांत आढळून आली. हे आजार रोग प्रतिकार शक्ती क्षीण करणाऱ्या कोणत्या तरी विषाणूंमुळे होतात असे शास्त्रज्ञांना वाटू लागले.

एप्रिल १९८६ मध्ये सर्वप्रथम मद्रास शहरामध्ये, १० वेश्यांना विषाणूचा संसर्ग झाल्याचे आढळून आले.

एड्स म्हणजे काय

एड्स या रोगाचे नुसते नाव घेतले तरी माणसाच्या अंगावर शहारे येतात. या रोगाची दहशतच एवढी मोठी आहे.

A ॲक्वायर्ड – संपादित

I इम्युनो – रोगप्रतिकार शक्तीच्या

D डेफिशिअन्सी – कमतरतेमुळे

S सिन्ड्रोम – होणाऱ्या लक्षणांचा समूह

ज्या विषाणूंमुळे एड्स होतो, त्याला एच. आय. व्ही विषाणू असे म्हणतात. दिवसेंदिवस या रोगाची लागण वाढत आहे. त्यामुळे त्या रोगाचा प्रसार कसा होतो व त्याला प्रतिबंध कसा करावा याबद्दल जास्तीत जास्त लोकांना माहिती देणे हा एक महत्त्वाचा प्रतिबंधक उपाय आहे. एड्स या रोगाविषयी अजून बरेच अज्ञान व गैरसमज समाजामध्ये पसरलेले आहेत.

मानवाच्या रोगप्रतिकार क्षमता यंत्रणेचे नेहमीचे कार्य म्हणजे सूक्ष्म जंतू, व्हायरस इ. संसर्गकारक घटक काढून टाकण्याचे आहे. ती अपुरी पडल्याने निर्माण होणाऱ्या रोगांना रोगप्रतिकार क्षमता न्यूनताजन्य रोग म्हणतात. (Acquired Immuno Deficiency Syndrome).

रोगप्रतिकारक क्षमतेमधील कमतरतेमुळे संक्रामक रोगांचा शिरकाव शरीरात सहज होऊ शकतो. AIDS एड्स हा अशाच प्रकारचा उपर्जित रोगप्रतिकार क्षमतान्यूनताजन्य लक्षणसमूह आहे.

एड्स हा संक्रामक रोग असून लैंगिक समागमाशी त्याचा संबंध आहे, हे माहीत असले

तरी तो नक्की कोणत्या सूक्ष्म जीवांमुळे होतो. त्याबद्दल विविध शक्यता मांडण्यात येतात.

इ. स. १९८४ मध्ये अमेरिकेत नॅशनल कॅन्सर इन्स्टिट्यूटमध्ये एडस्चा व्हायरस शोधून काढण्यात आला. एच. टी. एल्. व्ही ३ (HTLV III), ह्युमन टी सेल, लिम्फोट्रॉपिक व्हायरस टाइप III असे नाव त्याला मिळाले.त्याच वर्षी फ्रान्समध्ये पाश्चर इन्स्टिट्यूट मध्ये तोच व्हायरस शोधून त्याला एल्. ए. व्ही. (LAV लिफॅडेनोपथी असोसिएटेड व्हायरस) हे नाव दिले. सर्वानुमते त्याला आता एच. आय. व्ही. १ (HIVI) म्हणजे ह्युमन इम्युनोडेफिशियन्सी व्हायरस हे नाव मिळाले. ह्या व्हायरसच्या शोधाचे श्रेय अमेरिकेतील रॉबर्ट सी. गॅलो व त्यांचे सहकारी यांना जाते.

प्रतिकारक्षमता न्यूनतेची विविध लक्षणे म्हणजे संक्रमणे, रात्री ताप येणे, वजन घटणे इ. एडस् मध्ये दिसतात. 'रक्तापासून रक्तापर्यंत' असे संक्रमणाचे स्वरूप असल्यामुळे रुग्णाशी घनिष्ठ संबंध, दूषित रक्ताशी संबंध, रक्त किंवा रक्तजन्य पदार्थाचे अंत:क्षेपण (Injection) व दूषित सामग्रीने दिलेली अंत:क्षेपणे हीच प्रामुख्याने संक्रमणास कारणीभूत असतात.

आतापर्यंतच्या पाहणीनुसार संक्रमणाला बळी पडण्याचा धोका जास्त असलेले जनसमूह म्हणजे समलिंगी संबंध ठेवणारे पुरुष, अनेक व्यक्तींशी लैंगिक संबंध ठेवणारे स्त्री-पुरुष, मादक द्रव्ये टोचून घेणारे व्यसनी, व्यासायिक रक्तदाते इत्यादी.

२००६ मध्ये जगात ४० कोटी लोक एडस्ने घेरलेले होते. भारतात डिसेंबर २००६ अखेर एडस् ग्रस्तांची संख्या ५२ लाख होती. त्यात महिलांची संख्या २० लाख इतकी होती. तर महाराष्ट्रात ५ लाख लोक पॉझिटिव्ह आहेत. त्यापैकी ५०% स्त्रिया आहेत.

या रोगाचे गंभीर सामाजिक परिणाम लक्षात घेऊन भारत सरकारने एप्रिल १९९२ पासून राष्ट्रीय एडस् नियंत्रण योजना (National Aids Control Programme) सुरू केली. ह्या योजनेचे प्रमुख उद्दिष्ट म्हणजे १) वेगाने होणाऱ्या एडस्च्या प्रसाराला आळा घालणे. २) एडस्ला प्रतिबंध करण्यासाठी केंद्र तसेच राज्य सरकार तर्फे दूरगामी योजना बनवणे.

राष्ट्रीय स्तरावर National Aids Control Organisation (नॅको) व राज्य स्तरावर Maharashtra Aids Control Organisation (MACO) ह्यासारख्या संस्था राष्ट्रीय एडस् नियंत्रण योजने अंतर्गत कार्यरत आहेत.

१ एप्रिल २००४ पासून ह्या संस्थांनी ART (Anti Retroviral Theapy) ही सेवा सुरू केली आहे. ह्या (ART) पद्धतीमुळे एडस् रोगग्रस्ताला सर्व सामान्य जीवन जगता येते. सध्या भारतामध्ये १०० ठिकाणी ART ची सुविधा उपलब्ध करण्यात आलेली आहे.

एडस् ग्रस्तांची संख्या व प्रश्न दिवसेंदिवस वाढत चालले आहेत. हा आजार आपल्यापर्यंत येणंच शक्य नाही. अशा समजूतीत वावरणाऱ्या अनेक कुटुंबांना या आजाराने एव्हाना कवेत घेतलं आहे. शासकीय आणि संस्थात्मक पातळीवरचे उपाय एकमेकांच्या सहकार्यावर अवलंबून आहेत. दुसरीकडे समूहाच्या आणि कुटुंबाच्या पातळीवर एडस् नियंत्रण करण्याचे उपाय मात्र सर्वसामान्य सुजाण माणसाच्या हातात निश्चितच आहेत.

हा रोग होण्याची कारणे पुढीलप्रमाणे –

एच. आय. व्ही. संसर्ग कसा होतो ?

असुरक्षित लैंगिक संबंध –

संसर्ग झालेल्या व्यक्तीबरोबर असुरक्षित लैंगिक संबंध हे संसर्ग व्हावयाचे सर्वांत महत्त्वाचे कारण आहे.

दूषित रक्ताचे संक्रमण

एच. आय. व्ही. संसर्ग झालेल्या माणसाचे रक्त न तपासता एखाद्या रुग्णास दिल्यास त्याला संसर्ग होतो.

असुरक्षित गर्भधारणा

संसर्ग झालेल्या मातेपासून होणाऱ्या नवजात अर्भकाला संसर्ग होण्याचा धोका असतो.

दूषित सुया व सिरींजचा वापर

संसर्ग झालेल्या व्यक्तीसाठी वापरण्यात आलेली सुई व सिरींज पुन्हा निर्जंतुक करून न घेता तशीच दुसऱ्या निरोगी व्यक्तीसाठी वापरली गेल्यास एच. आय. व्ही. संसर्ग होऊ शकतो. विशेषत: मादक द्रव्यांचे सेवन करणारे जेव्हा एकच सुई व सिरींज एकमेकांत वापरतात तेव्हा संसर्ग होण्याचा धोका जास्त असतो.

अजूनही जगामध्ये कित्येक देशातील शास्त्रज्ञ यावर उपाययोजना शोधण्याचा प्रयत्न करीत आहोत. परंतु, अद्याप कोणालाही यावर लस, औषध इ. गोष्ट उपयुक्त ठरेल अशी आढळून आलेली नाही. तरीही काही प्रतिबंधक उपाय आम्ही आपल्याला देत आहोत. ते पुढीलप्रमाणे –

प्रतिबंधक उपाय

एड्स त्याचप्रमाणे गुप्तरोगावर प्रतिबंधक उपाय म्हणून कंडोमचा वापर अत्यंत परिणामकारक आहे. जोडीदाराशिवाय इतर व्यक्तिंशी लैंगिक संबंध ठेवू नयेत. गुप्तरोग झालेल्या व्यक्तीला एच. आय. व्ही. चा संसर्ग सहज होतो. त्याचप्रमाणे रक्ताची गरज भासल्यास अधिकृत रक्त पेढीतूनच रक्त घेणे सुरक्षित असते.

सुई व सिरींज वापरतांनाती इंजेक्शनसाठी निर्जंतुक केलेली.

एच. आय. व्ही. संसर्ग झालेल्या स्त्रीने शक्यतो गर्भधारणा टाळावी अथवा गर्भ राहिल्यास लवकरात लवकर मान्यताप्राप्त गर्भपात केंद्रात गर्भपात करून घ्यावा.

खालील गोष्टींचे जर पालन केले तर एड्स धोका टाळता येतो.

● लैंगिक स्वैराचार हे एच्. आय. व्ही. संसर्ग होण्याचे प्रमुख कारण आहे.

● एखाद्या व्यक्तीस एच. आय. व्ही. संसर्ग झाला आहे किंवा नाही हे समजण्यासाठी व्यक्तीच्या रक्ताची तपासणी करणे जरुर असते. यासाठी एलायझा ही प्राथमिक चाचणी व वेस्टर्न ब्लॉट ही अंतिम चाचणी केली जाते.

● एच. आय. व्ही. संसर्ग झाल्यावर साधारणत: ८ ते १० वर्षांनी एड्सची लक्षणे दिसू लागतात. पण या काळात एच. आय. व्ही. संसर्ग झालेली व्यक्ती रोगाचा प्रसार मात्र करू शकते.

● सर्वसाधारणपणे एच. आय. व्ही. संसर्ग झालेल्या सर्व व्यक्तींना एड्स होतो.

● एड्सची लक्षणे दिसू लागल्यावर साधारणत: ती व्यक्ती १ ते २ वर्षांत मरण पावते. लहान मुलांमध्ये मृत्यू आणखी लवकर होतो.

● एड्स रोगावर औषध वा प्रतिबंधक लस उपलब्ध नाही.

● एच. आय. व्ही. संसर्ग झालेल्या मातेपासून होणाऱ्या अर्भकास सर्व प्रतिबंधक लसी डॉक्टरांच्या सल्ल्याने घेणे आवश्यक आहे..

● एच. आय. व्ही. संसर्ग झालेल्या व्यक्तीचा तिरस्कार करू नका. तिला प्रेमाने वागवा.

● एडस बाधीत व्यक्तीने रक्तदान करण्यात काहीही धोका नसतो

खालील गोष्टींमुळे एच. आय. व्ही. संसर्ग होत नाही.

एकमेकाशी हस्तांदोलन केल्याने, चुंबन वा आलिंगन घेण्याने, खोकल्याने व शिंकल्याने, सार्वजनिक स्वच्छतागृहांचा वापर केल्यामुळे, एकत्र भोजन केल्यास, एकत्र पोहल्यामुळे, एकमेकांचे कपडे वापरल्यास, डास वा कीटक चावल्याने होत नाही.

भविष्याबाबत सावधानता

डिसेंबर ९८ च्या सर्वेक्षणानुसार सध्या भारतात एड्सच्या रुग्णांची संख्या ६०,६२६ इतकी आहे. तर महाराष्ट्रात ३३५० इतकी आहे.

संयुक्त राष्ट्र संघाच्या पाहणीनुसार इ. स. १९९६ च्या मध्यापर्यंत १५ वर्षे वयाखालील सुमारे १० लाख मुले, त्यांच्या आईचा एड्समुळे मृत्यू झाल्याने पोरकी झाली आहेत व यातील ९०% मुले आफ्रिकेतील सहारा वाळवंटाच्या दक्षिणेकडील राष्ट्रांमधील आहेत.

हालअपेष्टांना तोंड द्याव्या लागणाऱ्या मुलांमध्ये सर्वात जास्त प्रमाण एड्समुळे पोरके झालेल्या मुलांचे आहे, असे युनिसेफने झिम्बाब्वेमध्ये केलेल्या पाहणीत आढळून आले आहे. सन १९९६ अखेरीस या देशात १५ वर्षे वयाखालील सुमारे ८% मुले मातृप्रेमास वंचित होती.

अनेक विकसनशील देशात १८ वर्षे वयाखालील व्यक्तींची संख्या एकूण लोकसंख्येच्या ५०% इतकी आहे. म्हणून प्रतिबंधक उपाययोजना या वयोगटावर केंद्रित करणे आवश्यक आहे.

एड्सबाबत जनजागृती करणे, झालेल्यांना उपाय करणे या गोष्टी मोठ्या प्रमाणावर केल्या

जात आहेत. त्यासाठी आंतरराष्ट्रीय स्तरावरून निधी प्राप्त होत आहे. एड्सग्रस्त आई वडीलांकडून मुलांना एड्स होतो.

भारतात २५–३० लाख व्यक्ती एच आय व्ही बाधित आहेत. या रोगाचे परिणाम त्या व्यक्तीपुरतेच न रहाता त्याच्या कुटुंबियांनाही भोगावे लागतात. त्यांना अनेक प्रश्नांना सामोरे जावे लागते. अशा व्यक्तीची देखभाल, खर्च यामुळे आर्थिक ताण जाणवतात. मुले, बहिण भावंडे यांची लग्न जमवितांना अनेक अडचणी येतात. त्यामुळे व्यक्तींच्या संबंधांवर परिणाम हातो. कुटुंबियांच्या भावितव्याचा प्रश्न निर्माण हातो. समाजापासून हा आजार लपवून ठेवण्यासाठी धडपड करावी लागते. कुटुंबियांना संसर्ग होऊ नये, किंवा होणार नाही या याची काळजी लागून रहाते. या आजारासाठी शासकीय उपचार मोफत केले जात असतील तरी त्याची माहिती नसल्यामुळे त्याचा लाभ घेता येत नाही.

एच आय व्ही बाधित व्यक्तीचा विशेषत: पुरुषाचा विवाह करून दिला जातो. मुलीला, तिच्या घरच्यांना याची कल्पनाही दिली जात नाही. होणारी संतती एच आय व्ही बाधीत होते. त्यातच त्या पतीचा मृत्यू झाला तर पत्नीची अवस्था बिकट होते. हे टाळलेच पाहिजे.

एखाद्या कुटुंबात एच आय व्ही बाधित व्यक्ती असेल तर समाजाचे त्यांच्याशी वागणेच बदलते. अशा बाधीत व्यक्तीला हॉस्पीटलमध्ये ठेवायचे असेल तरीही खर्च परवडत नाही.

सरकारने केलेल्या योजना गावांपर्यंत पोचतच नाहीत. लोकांना त्याची माहितीही होत नाही. त्यामुळे एडस् पीडीतांचे आयुष्यमान वाढविण्यासाठी योजना केल्या आहेत, तरीही त्यामुळे ज्या सुधारणा अपेक्षित आहेत त्या होत नाही.

यासाठी समाजातल्या इतर घटकांमध्येही जागरुकता निर्माण केली गेली पाहिजे. शेजारी, गावातले इतर लोक यांनी अशा व्यक्तींच्या कुटुंबाशी चांगले संबंध ठेवले पाहिजे. कारण शहरी भागात हा प्रश्न इतका जाणवत नसला तरीही ग्रामीण भागात तो आहे.

काही स्वयंसेवी संस्था अशा मुलांचा सांभाळ करत आहेत. परंतु अज्ञान, शहरी भागाशी संपर्क नाही यातून प्रश्न सुटतच नाही. उलट ही समस्या दिवसेंदिवस गंभीर होत चालली आहे. त्यातच खोट्या प्रचारातून औषधासाठी भरमसाठ पैसे रुग्णांकडून उकळून फसवणूक केली जाते.

(Dr. Babasaheb Ambedkar)

भारतरत्न डॉ. बाबासाहेब आंबेडकर (१८९१-१९५६)

भारतीय संविधानाचे शिल्पकार १९१३ मध्ये ते उच्च शिक्षणासाठी अमेरिकेत गेले. तेथे त्यांनी एम्. ए. व पीएच.डी या पदव्या संपादन केल्या. त्यानंतर ते बडोदा संस्थानात नोकरी करत होते. त्या वास्तव्यात त्यांना कटू अनुभव आले नंतर ते मुंबईत आले व त्यांनी अस्पृश्यांमध्ये जागृती निर्माण करण्याकरिता अस्पृश्य वर्गातील कार्यकर्त्यांची संघटना उभारण्यास सुरुवात केली.

१९२० मध्ये त्यांनी 'मूकनायक' नावाचे पाक्षिक काढले. कोल्हापूर संस्थानातील अस्पृश्यांची त्याच संस्थानातील माणगाव येथे त्याच वर्षी परिषद घेतली. स्पृश्य व अस्पृश्य यांच्या सहभोजनाचे कार्यक्रम घडवून आणले. १९२० मध्ये नागपूर येथे छत्रपती शाहू महाराज यांच्या अध्यक्षतेखाली एक अखिल भारतीय परिषद बोलावली.

त्यानंतर ते उरलेले शिक्षण पूर्ण करण्यासाठी इंग्लंडला गेले. तिथून आल्यावर त्यांनी 'बहिष्कृत हितकारिणी' ही संस्था १९२४ मध्ये स्थापन केली. १९२६ मध्ये झालेल्या महार परिषदेत त्यांनी अस्पृश्य बंधूंना वतनदारी व गावकीचे हक्क सोडून द्यायचा आदेश दिला; त्याप्रमाणे त्यांनी केले. डॉ. बाबासाहेब आंबेडकरांनी 'मूकनायक' व 'बहिष्कृत भारत' अशी दोन वृत्तपत्रे सुरू केली. यामध्ये त्यांनी, गुलाम ज्याला स्वतःचा आवाज नाही, तो मूक आहे, अशा गुलामाला गुलामगिरीची जाणीव झाली पाहिजे; म्हणजे तो बंड करून उठेल, असे विचार मांडले. आपल्या पत्रकारितेतून त्यांनी स्वातंत्र्य, समता, बंधूता, न्याय याचा पुरस्कार केला.

शैक्षणिक कार्य

२० जुलै १९२४ रोजी डॉ. आंबेडकरांनी 'बहिष्कृत हितकारिणी सभा' स्थापली. या सभेची प्रमुख ध्येये व उद्दिष्ट्ये पुढील प्रमाणे होती.

१) वसतिगृहे उघडून दलित वर्गामध्ये शिक्षणाच्या प्रसार करणे किंवा त्यासाठी अशाच प्रकारची आवश्यक किंवा इष्ट वाटणारी साधने उपयोगात आणणे.

२) वाचनालये, समाजकेंद्रे आणि वर्ग किंवा अभ्यासमंडळे उघडून दलित वर्गामध्ये संस्कृती प्रसार करणे.

३) औद्योगिक आणि कृषिशाळा सुरू करून दलित वर्गाच्या आर्थिक स्थितीमध्ये प्रगती आणि सुधारणा करणे.

ज्ञानाचा वापर सामाजिक परिवर्तनासाठी करण्यावर डॉ. आंबेडकरांचा भर होता. डॉ. आंबेडकरांना शैक्षणिकदृष्ट्या निद्रिस्त समाजाला जागे करून संघटित करायचे होते म्हणून त्यांनी 'शिका, संघटित व्हा, आणि संघर्ष करा' असा नारा दिला. शिक्षणातून स्वसहाय्य, स्वावलंबन व

स्वसन्मान मिळवायचा होता. यासाठी त्यांनी शैक्षणिक तत्त्वज्ञान असे मांडले की, जे डोक्याला चालना देऊ शकते, हाताला काम देऊ शकते आणि हृदयाला आवाहन करू शकते. शिक्षणातून विषमता दूर करून सामाजिक लोकशाहीचे उद्दिष्ट त्यांना गाठायचे होते.

भारतीय राज्यघटनेत अनुसूचित जाती जमातींना शैक्षणिक व इतर सवलती देण्याच्या स्वतंत्र तरतुदी केल्या गेल्या. बहिष्कृत हितकारिणी सभेने १९२५ साली सोलापूर येथे दलित विद्यार्थ्यांसाठी हायस्कूल सुरू केले. विद्यार्थ्यांना कपडे, भोजन, अभ्यासाचे साहित्य मोफत पुरविण्यात येऊ लागले. सभेच्या मार्गदर्शनाखाली 'सरस्वती विलास' नावाचे मासिक चालविण्यात येऊ लागले. मुंबईत मोफत वाचनालय सुरू करण्यात आले. १९२७ साली चौथीच्या टप्प्यावर ८२% गळतीचे प्रमाण होते. त्यामुळे डॉ. आंबेडकरांनी सक्तीच्या प्राथमिक शिक्षणाचा प्रसार केला.

१९२८ साली डॉ. आंबेडकरांनी दलितवर्ग शिक्षणसंस्थेची (Depressed Classes Education Society) स्थापना केली. मुंबई शासनाला त्यांनी या कामाच्या मदतीसाठी आवाहन केले. त्याला मान देऊन शासनाने जाहीर केले की, दलित वर्गातील माध्यमिक शाळेतील विद्यार्थ्यांच्या भल्यासाठी पाच वसतिगृहाच्या योजनेला राज्यपाल परवानगी देतील. या संस्थेच्या विश्वस्त मंडळात डॉ. आंबेडकरांबरोबर, मेयर निस्सिम, शंकर परशा, डॉ. पुरुषोत्तम सोळंकी यांचा सहभाग होता. सल्लागार मंडळात १९ लोक होते. प्रमुख कार्यवाह, डॉ. आंबेडकर होते. पाच वसतिगृहांसाठी सरकारने वार्षिक ९००० रुपये अनुदान देण्याचे मान्य केले; पण हे अपुरे होते. उर्वरित खर्चासाठी सभासदांना खूप कष्ट पडले.

पीपल्स एज्युकेशन सोसायटी

अनुसूचित जातींमध्ये शिक्षणाची आवड व प्रसार व्हावा म्हणून डॉक्टरांनी ८ जुलै १९४५ रोजी 'पीपल्स एज्युकेशन सोसायटी'ची स्थापना केली. २० जून १९४६ रोजी 'सिद्धार्थ कला आणि विज्ञान महाविद्यालय' स्थापले. सोसायटीच्या उद्देशात असे सांगण्यात आले की, शिक्षणाद्वारे भारतात बौद्धिक, सामाजिक, नैतिक लोकशाहीचा प्रसार करता येईल. कायद्याचे शिक्षण सर्वांना उपलब्ध व्हावे म्हणून १९४६ मधे मुंबईत 'सिद्धार्थ विधी महाविद्यालय' सोसायटीच्या वतीने स्थापण्यात आले. औरंगाबादच्या जनतेला शिक्षण सहज उपलब्ध व्हावे म्हणून 'मिलिंद कला आणि विज्ञान महाविद्यालय' स्थापण्यात आले. १९५३ मध्ये 'सिद्धार्थ वाणिज्य आणि अर्थशास्त्र महाविद्यालय' सुरू करण्यात आले. मुंबई विद्यापीठात या वर्गाचा आवाज पोहोचण्यासाठी विद्यापीठ अधिसभेवर मागास आणि दलित वर्गाच्या प्रतिनिधीत्वाची मागणी बाबासाहेबांनी केली. विद्यार्थ्यांनी राजकारणापेक्षा अभ्यासास अग्रक्रम देण्याचा आग्रह त्यांनी धरला.

१९४२ ते ४६ या कालखंडात डॉ. बाबासाहेबांनी गव्हर्नर जनरलच्या कार्यकारी मंडळाचे सभासद असताना अस्पृश्यांना शैक्षणिक सवलती देण्यासाठी प्रयत्न केले.

सामाजिक कार्य

१८२७ मधे कुलाबा जिल्ह्यांत बहिष्कृत परिषद भरली तेव्हापासून महाडचा पाणी प्रश्न चर्चेत येऊ लागला. प्रांतिक कायदेमंडळातील ठरावाप्रमाणे अस्पृश्यांचा पाणी पिण्याचा, भरण्याचा हक्क दाखविण्यासाठी २० मार्च १९२७ रोजी 'महाडचा धर्मसंगर' झाला. २० मार्च १९२७ रोजी बाबासाहेबांनी स्वत: पाणी प्याले तरी प्रश्न सुटला नव्हता. म्हणून २५-२६ डिसेंबरला चवदार तळ्यांच्या सत्याग्रहाची घोषणा करण्यात आली.

२५ डिसेंबरला 'मनुस्मृती' चे दहन करण्यात आले. ज्या धर्मग्रंथाच्या आधारे समाजातील फार मोठ्या वर्गाचे शोषण करण्यात आले. माणसांना माणूसपण नाकारण्याचे बळ ज्या ग्रंथाने दिले त्याची स्मृतीसुद्धा या युगात नको म्हणून बाबासाहेबांनी मनुस्मृतीचे दहन केले. परंपरेने लादलेल्या गुलामगिरीचा असा शेवट करण्यात आला. पुण्यातील पर्वती मंदिर, नाशिकचे काळाराम मंदिर, अमरावतीचे अंबाबाई मंदिर येथे लढे देण्यात आले. बाबासाहेबांच्या कायदेशीर मुद्याला कोणाकडेच उत्तर नव्हते; तो मुद्दा म्हणजे, सरकारी अनुदानातून चालविल्या जाणाऱ्या मंदिरात सर्वांना प्रवेश द्यायलाच हवा कारण सरकारी अनुदान हे सार्वजनिक करांमधून येते. पुढे सर्वांनाच मंदिर प्रवेशाचा हक्क मिळाला आणि हा प्रश्न सुटला.

अस्पृश्यांना इतरांप्रमाणेच मंदिर प्रवेश करता यावा म्हणून १९३० मध्ये त्यांनी नाशिक येथे काळाराम मंदिर प्रवेशासाठी सत्याग्रह केला. त्यांनी बहिष्कृत भारत, जनता, समता इ. वर्तमानपत्रांद्वारे त्याच्या प्रमाणे बहिष्कृत भारत, जनता, समता इ. वर्तमानपत्रांद्वारे, बहिष्कृत हितकारिणीद्वारे अस्पृश्यांवर होणाऱ्या अन्यायाविरुद्ध आवाज उठविला व त्यांच्यात आत्मविश्वास, अन्यायाविरुद्ध लढण्याची जिद्द, वाईट चालीरिती सोडून देण्याची प्रवृत्ती, शिक्षण व स्वच्छता यांची आवड निर्माण करून स्वाभिमान जागा केला. १९३२ साली राखीव जागा ठेवणे व त्याची संख्या याविषयीचा पुणे करार झाला.

१९३६ मध्ये त्यांनी स्वतंत्र मजूर पक्षाची स्थापना केली. १९४२ मध्ये त्यांनी 'ऑल इंडिया शेड्युल्ड कास्ट्स् फेडरेशन' नावाचा एक देशव्यापी पक्ष स्थापन केला. १९४२ ते १९४६ या काळात त्यांनी अस्पृश्यांची शैक्षणिक व आर्थिक उन्नती करण्याचा प्रयत्न केला. ते संविधान लेखन समितीचे अध्यक्ष होते. त्यांनी अस्पृश्यता नामशेष करणारा संविधानातील ११ वा अनुच्छेद तयार केला.

स्पृश्यांकडून अस्पृश्यांवर होत असलेला अन्याय धर्मांतराशिवाय दूर होणार नाही या श्रद्धेनुसार १९५६ रोजी नागपूर येथे अनेक अनुयायांसह बौद्ध धर्म स्वीकारला. जीवन आणि वास्तव यांच्याकडे बघण्याच्या दृष्टीकोनातबदल करणे म्हणजे धर्मांतर होय. जुना शास्त्रप्रामाण्यावर आधारलेला धर्म नष्ट झाला पाहिजे. हा त्यामागील उद्देश होता. त्यांनी नव्या धर्माची व नव्या समाजव्यवस्थेची स्वप्ने उराशी बाळगली होती.

पुणे करार

डॉ. बाबासाहेब आंबेडकर आणि म. गांधी यांच्यातील हा करार देशभर गाजला.

अस्पृश्यांसाठी राखीव मतदारसंघ देण्याची घोषणा इंग्लंडचे पंतप्रधान रॅम्से मॅक्डोनल्ड यांनी केली होती. डॉ. बाबासाहेब दोन गोलमेज परिषदांना उपस्थित होते तेथे त्यांनी अस्पृश्यांचे प्रतिनिधीत्व केले व स्वतंत्र मतदारसंघांची रचना हा एक तोडगा मांडला. मॅक्डोनाल्ड यांनी राखीव मतदारसंघाची घोषणा करताच म. गांधी यांनी त्याविरुद्ध उपोषण सुरू केले. म. गांधीचे प्राण संकटात आलेले पाहून डॉ. आंबेडकरांनी दोन पावले माघार घेतली व 'पुणे करार' करून स्वतंत्र मतदारसंघाची मागणी मागे घेतली.

राजकीय पक्ष

बाबासाहेबांनी अस्पृश्य समाजाच्या आकांक्षा पूर्ण करण्यासाठी 'स्वतंत्र मजूर पक्ष' स्थापन केला. पक्षात केवळ मजूर, अस्पृश्य यांच्याच हिताचा विचार नव्हता तर सर्वांच्याच हिताचा विचार करण्यात आला होता. मजूर, शेतकरी, अस्पृश्य, शहरातील गरीब वर्ग, कुळे, छोटे शेतकरी, भूमिहीन अशा सर्वांना या पक्षाच्या रचनेत सामावून घेण्याचा प्रयत्न करण्यात आला होता. यातूनच त्यांना 'शेड्युल्ड कास्ट्स फेडरेशन' पक्षाची कल्पना सुचली. अशा रीतीने शैक्षणिक, आर्थिक, सामाजिक, राजकीय अशा सर्वच क्षेत्रात बाबासाहेबांनी स्वत:च्या कार्याचा ठसा उमटविला.

जातिसंस्थेविषयी

भारतीय हिंदू समाजातील जातिसंस्थेचे विश्लेषण करतांना आंबेडकर म्हणतात, 'कोणत्याही सुसंस्कृत समाजात श्रमविभागणी असते, हे खरे आहे. परंतु ती श्रमविभागणी श्रमिकांच्या जन्मभेदावर हवाबंद कप्पे तयार करणारी समाजव्यवस्था नसते. जातिसंस्था ही श्रमविभागणी नसून ती श्रमिकांची सुद्धा विभागणी असल्याने ती कृत्रिम आहे. त्यामुळे हिंदू जनसमुदाय 'समाज' या संज्ञेसच पात्र ठरू शकला नाही. हिंदू समाज म्हणजे विविध जातींचा एक पुंजका होय. हिंदू समाजाचे हे स्वरूप व्यक्तीविकासास आणि उत्पादन क्षमतेस मारक आहे.'

'जातीसंस्था नष्ट करण्याचा एक महत्त्वाचा मार्ग म्हणजे आंतरजातीय विवाह रूढ करणे होय. यासाठी कोणत्याही सक्तीचा अथवा कृत्रिम साधनांचा उपयोग न करता प्रत्येक स्त्री-पुरुषाला हिंदू धर्मशास्त्राच्या मानसिक दास्यातून मुक्त केले आणि त्यांच्या मनातील धर्मशास्त्रावर आधारित अपायकारक भावना साफ केल्या की, आंतरजातीय विवाहासाठी आणि सहभोजनासाठी पुढे कोणतीही सक्ती न करताही या गोष्टी होत राहतील.' यावर त्यांचा ठाम विश्वास होता.

त्यांच्या मतानुसार 'सर्व हिंदू धर्मीयांना मान्य होईल, असा एकच पवित्र धर्मग्रंथ असावा. त्याचप्रमाणे जन्मावर आधारलेला पौरोहित्याचा अधिकार नष्ट करून शासनाने परीक्षा घेऊन पौरोहित्याचे प्रमाणपत्र द्यावे व ते नसतानाही पौरोहित्य करणाऱ्यांना कायद्याने शिक्षापात्र ठरवावे. असे झाले तर हिंदू धर्मीयांमध्ये ऐक्याची प्रक्रिया सुरू होईल आणि पौरोहित्यही खऱ्या अर्थाने गुणकर्मावर उभे राहील. असा आंबेडकरांना विश्वास वाटत होता.

जातिसंस्था ही मनूने निर्माण केलेली नसून ती त्याच्यापूर्वी फार वर्षे अस्तित्वात होती.

मनू हा केवळ जातिव्यवस्थेला तात्विक रूप देणारा तिचा प्रचारक होता, असे डॉ. आंबेडकरांचे मत होते. 'उपदेशाने जातिव्यवस्था निर्माण झालेली नाही व ती नष्टही होणार नाही. जातिव्यवस्थेच्या उत्पत्तीचा केंद्रबिंदू असलेल्या धंदा, वर्गीय संस्थांचे अवशेष, नव्या श्रद्धेचा उदय, मिश्र जातीय संतती आणि देशांतर या मुद्यांकडे त्यांनी लक्ष वेधले.

अस्पृश्यांच्या उद्धारासाठी त्यांनी आयुष्यभर प्रयत्न केले व प्रत्येक क्षेत्रात संधी उपलब्ध करून दिल्या.

(Baba Amte)

बाबा आमटे (१९१४-२००८)

कुष्ठरोग्यांसाठी कार्य करणारे थोर समाजसेवक. त्यासाठी त्यांनी कुष्ठरोग्यांवरील उपचारांची माहिती मिळविली. कलकत्ता येथील ट्रापिकल स्कूल ऑफ मेडीसीन या संस्थेत कुष्ठरोगाविषयीच्या उपचारांची अधिक माहिती मिळण्यासाठी दोन वर्षाचा अभ्यासक्रमपूर्ण केला. त्यानंतर वरोरा येथून दूर असलेल्या एका जंगलात १०० एकर जमीन मिळविली व छोटीशी झोपडी बांधली, व कुष्ठ रोगींसाठी उपचार केंद्र सुरू केले. या केंद्रात सुरुवातीला सहा कुष्ठरोगी होते. या कुष्ठरोग्यांसाठी झोपडी बांधून त्यांची रहाण्याची सोय केली. त्या वसाहतीला आनंदवन हे नाव दिले. आनंदवनाची स्थापना १९५१ मध्ये झाली.

कुष्ठरोगी व्यक्तीला समाज, कुटुंब दूर लोटतं असे. अशा वेळी त्यांचे आयुष्य मातीमोल होऊ नये म्हणून त्यांना रोगमुक्त करणे व श्रम करायला लावून जीवन सुखी करणे हे मोलाचे कार्य त्यांनी केले. कुष्ठरोग्यांना भीक मागण्याशिवाय दुसरा पर्यायच नव्हता. परंतु ही लाचारी न पत्करता त्यांना श्रमाची व कामाची प्रतिष्ठा पटवून दिली.

आनंदवन

या रोगमुक्त लोकांनी ओसाड जागेत स्वकष्टाने बाबांच्या मार्गदर्शनाने धान्य, भाजीपाला इ. पिकवले. बाबांनी त्यांना स्वावलंबनाची दीक्षा दिली. रोगमुक्त झालेल्यांना त्यांचे कुटुंबिय परत नेत नसत. त्यांनाही आनंदवनने नवे आयुष्य दिले.

नंतरच्या काळात आनंदवनच्या या कार्याचा व्याप इतका वाढत केला की, ते केवळ कुष्ठरोगी व्यक्तींसाठी न रहाता अनाथ मुले, युवक, आदिवासी, अपंग व दुर्बल मुले अशा समाजातील विविध घटकांसाठी कार्य करत आहे.

आनंदवनमध्ये कुष्ठरोग्यांचे उपाचार, प्रशिक्षण व पुनर्वसनासाठी रुग्णालय आहे व येथे २३०० निवासींची सोय करण्यात आली आहे. कला, वाणिज्य, विज्ञान व कृषी शाखा असलेले महाविद्यालय आहे. अंध व मुकबधीरांसाठी विशेष शाळा आहे. शिवाय सर्व प्रकारच्या प्रौढ अपंगांसाठी संधी निकेतन नावाचे व्यवसाय प्रशिक्षण केंद्र काढले. येथे सुतारकाम, यंत्रमाग, लोहारकाम, सतरंजी विणणे, वाहनदुरुस्ती, छापखाना इ. प्रशिक्षण दिले जाते. समाजातील ज्येष्ठ नागरिकांसाठीही निवासाची सोय आहे.

युवकांना शेतीचे प्रशिक्षण

रोगाने पीडलेल्या व निराधार मुलांसाठी गोकुळ नावाचा प्रकल्प सुरू आहे. ग्रामीण

भागातील अर्धशिक्षित, अशिक्षित युवकांसाठी आधुनिक पद्धतीने शेतीचे शिक्षण, पुरक उद्योग मार्गदर्शनासाठी याविषयीच्या युवाग्राम आहे. याची उपकेंद्रे गोरक्षण, खांबाडा, सालोरी, चिनोरा, चैती देवळी येथे आहेत.

१९५७ मध्ये त्यांनी अशोक वनची स्थापना केली इथेही धान्य, भाजीपाला उत्पन्न, विक्री, कुष्ठरोग्यांचे उपचार, प्रशिक्षण व पुनर्वसनाचे कार्य चालते.

१९६७ मध्ये सोमनाथ प्रकल्प उभारला गेला यात आधुनिक पद्धतीने शेती प्रशिक्षण, व्यावसायिक प्रशिक्षण दिले जाते. याला श्रमिक विद्यापीठ असेही म्हटले जाते. येथे विशेषत: अपंग व दुर्बल मुलांना व्यावसायिक प्रशिक्षण दिले जाते. येथे फळे, धान्य, भाजीपाला पिकविला जातो. मे महिन्यात येथे हजारो युवक येतात व श्रमदानातून अनेके कामे पूर्ण करतात.

आदिवासींसाठी कार्य

१९७३ मध्ये हेमलकसा येथे लोक बिरादरी हा प्रकल्प सुरू झाला. हा प्रकल्प गडचिरोली जिल्ह्यातील माडीया गोंड आदीवासींसाठी सुरू केला. त्यांना औषधोपचार करण्यासाठी हा प्रकल्प सुरू केला. आदीवासी मुलांच्या शिक्षणाची सोय व्हावी म्हणून बालवाडी ते दहावीपर्यंत शिक्षणाची सोय असलेली शाळा सुरू केली गेली. ही निवासी आश्रमशाळा आहे. शालेय शिक्षणाबरोबरच या मुलांना स्वच्छतेचं, आरोग्याचं शिक्षण ही दिलं जातं. शिवाय आदीवासींना शेतीविषयींच्या नवीन पद्धती शिकवल्या जातात. त्यांच्या हक्कांबाबत जागृती निर्माण करणे, विविध कार्यक्रमात त्यांचा सहभाग घेतला जातो.

गोकुळमध्ये बालमेळावा घेतला जातो. यावेळी मुलांसाठी वृक्षारोपण, रोपांची देखभाल असा कार्यक्रम असतो. मेळाव्याच्या वेळी लहान कुंड्यातून तयार केलेली रोपे पालखी सजवून त्यांतून त्यांची मिरवणूक काढली जाते. यावेळी मनोरंजक कार्यक्रम ही केले जातात. हा मेळावा वेगळ्या प्रकारे साजरा होतो.

सोमनाथाच्या छावणीतही मे महिन्यात चालणाऱ्या उपक्रमात अनेक स्वयंसेवक येतात व एकदिलाने काम करत असतात.

अंध शाळेतील मुलांनाही स्पर्शाने भाजीपाल्याचे ज्ञान दिले जाते. ही मुले पोहतात, स्वावलंबी आहेत. त्यांचा एक वाद्यवृंद आहे. येथील मुक बधिर मुले उत्कृष्ट वीणकाम, भरतकाम करतात. वेगवेगळी यंत्रही चालवतात. त्यासाठी इतरांची मदत घ्यावी लागत नाही.

देशातील युवकांकडून त्यांच्या खूप अपेक्षा होत्या. राष्ट्र उभारणीत युवकांचा सहभाग महत्त्वाचा असतो. सर्व देशात एक नवनिर्माण युवावाहिनी स्थापन करून सर्व युवकांना सहभागी करावे असे त्यांचे स्वप्न होते.

नर्मदा प्रकल्पामुळे विस्थापित होणाऱ्या आदीवासींसाठीही त्यांनी कार्य केले. त्यांना त्यांच्या कार्यासाठी अनेक राष्ट्रीय व मॅगसेसेसारखे आंतरराष्ट्रीय पुरस्कार व सन्मान मिळाले. त्यांनी अनेकांना आपल्या कार्यातून प्रेरणा दिली. विशेष म्हणजे त्यांच्या कुटूंबातील तिसरी पिढीही या कार्यात आहे.

(Dr. Sunanda Awachat)
डॉ. सुनंदा अवचट

मुक्तांगण म्हणजे डॉ. सुनंदा अवचट हे समीकरण सगळ्यांना माहिती आहे. कारण या दोन गोष्टी एकमेकांपासून अलग करता येऊ शकत नाही. येरवडा येथील मनोरुग्णालयाच्या मुख्य म्हणून काम करत असतांना ओळखीच्या कुटूंबातील एक मुलगा गर्दच्या विळख्यात अडकला; त्याचे हे व्यसन सोडविण्यात यांना यश आले. त्यातूनच मुक्तांगण व्यसनमुक्ती केंद्राची कल्पना सुचली. १९८६ मधे ते पहिल्यांदा येरवडा मनोरुग्णालयाच्या आवारातच सुरू झाले. व्यसनाच्या विळख्यात सापडलेल्यांना उपचाराने मुख्य प्रवाहात आणण्याचे काम मुक्तांगण करते.

उपचार पद्धती

हे ध्येय जाणीव, जागृती, उपचार व पुनर्वसन या माध्यमांमधून प्रत्यक्षात आणलंय. ही उपचार पद्धती कशी असावी ही डॉ. सुनंदा अवचट यांनी व्यसनाधीन व्यक्तींच्या निरीक्षणातून त्यांच्या गरजा ओळखून शोधली.

- व्यसनाधीनता हा एक आजार आहे.
- दाखल झालेल्या व्यसनी मित्रांना प्रेमाची व सुरक्षिततेची गरज असते.
- नवनिर्मितीच्या कल्पना साकार करण्याची संधी त्यांनाही मिळाली पाहिजे.
- त्यांच्या जीवन मूल्यांवरचा विश्वास व श्रद्धा दृढ व्हायला पाहिजे.
- त्यांना कुटुंबियांनी सामावून घ्यायला हवं.
- दाखल झालेल्या मित्रांना मोकळेपणा वाटला पाहिजे.

यात व्यसनी व्यक्तींना 'मित्र' म्हणून संबोधणं व त्यांना आपलं कुणीतरी आहे हा विश्वास देणं ही बाब अत्यंत महत्वाची आहे. हे कार्य करत असतांनाच त्यांना जाणवलं की, उपाचारादरम्यान व्यसनी व्यक्तीच्या कुटुंबियांनाही मानसिक आधाराची गरज आहे व यातूनच अंकूर, सहचरी, व सहजीवन हे तीन मुख्य कार्यक्रम सुरू झाले. व्यसनी व्यक्तीच्या मुलांसाठी अंकुर गट व पत्नीसाठी सहचरी गट आहेत. व्यसनमुक्तीनंतर पती-पत्नींमध्ये पहिल्यासारखेच सहजीवन रहावे यासाठी सहजीवन गट आहे. व्यसनमुक्त व्यक्तीला उपचारानंतर नोकरी मिळण्यासाठीही मुक्तांगण मदत करते.

उपचार पद्धती म्हणजे केवळ समुपदेशन व औषधे नाहीत तर कला, साहित्य, संगीत, योगासने इ. कार्यक्रमांद्वारेही उपचार केले जातात. या उपचार पद्धतीची बारा तत्त्वे आहेत. आनंदयात्री हे त्रैमासिक प्रकाशित होते ज्यात येथील मित्र आपले अनुभव लिहितात.

व्यसनांविषयी जाणीव जागृती

परंतु मुक्तांगण फक्त तिथे येणाऱ्या व्यसनी व्यक्तीला व्यसनमुक्त करत नाही. तर व्यसनाविषयीच्या अज्ञानापासून मुक्त, व्यसनाबद्दल जाणीव, जागृती निर्माण करणे. यासाठी कॉलेज, शाळा, तुरुंग, वस्त्या इथे जाणीव जागृतीचे कार्यक्रम घेतले जातात असे आत्तापर्यंत ३००० हून अधिक कार्यक्रम घेतले आहेत.

जनजागृतीसाठी व्याख्याने, पथनाट्य, फिल्म दाखविणे ही विविध माध्यमे वापरली जातात. आतापर्यंत दोन हजार पथनाट्ये सादर केली. यात कारखान्यांमध्ये, व्यसनांचे प्रमाण जास्त असलेल्या ठिकाणी पथनाट्ये सादर केली जातात.

अंमली पदार्थाला आळा घालण्याच्या कार्यक्रमात मुक्तांगणचा सहभाग असतो. व्यसनमुक्तीवर फिरते प्रदर्शन तयार केले आहे. जे शाळा, कॉलेज, तसेच सामाजिक कार्यक्रमातही दाखवले जाते.

जिज्ञासा हा कार्यक्रम तरुण वयात व्यसने लागण्याची शक्यता असते म्हणून केला जातो. पुणे महानगरपालिकेच्या २७ शाळांमधून हा कार्यक्रम दाखविला जातो. याखेरीज दरवर्षी मादक द्रव्याचे सेवन व परिणाम ही माहिती १४ ते १६ वयोगटातील सुमारे सात हजार मुलांपर्यंत पोचविली जाते.

भारतातील अग्रमानांकित व्यसनमुक्ती केंद्रांपैकी मुक्तांगण हे एक आहे. ही संयुक्त राष्ट्र संघटनेची अंमली पदार्थ विरोधी शाखा आहे. मुक्तांगणला भारतातले पहिले आयएसओ ९००१-२००० मिळाले आहे.

मुक्तांगणने आत्तापर्यंत चौदा हजार जणांवर उपचार केले. ही सगळी उभारणी डॉ. सुनंदा अवचट यांनी केली आहे. त्यांच्यासाठी त्यांचे काम इतके महत्त्वाचे होते की त्यासाठी त्यांनी कॅन्सरसारख्या दुर्धर आजाराशी आठ वर्षे झुंज दिली. परंतु त्या काळातही कामासाठी पुढची पिढी तयार व्हावी व हे कार्य असेच उभे रहावे यासाठी त्यांनी सतत प्रयत्न केले. मुक्तांगणचे कार्य अतिशय बहुमोल आहे. समाजात व्यसनाधिनतेचे प्रमाण वाढत आहे. त्याला आजची राजकीय, सामाजिक व आर्थिक परिस्थिती कारणीभूत आहे. युवकांमध्ये, १४ ते १६ वयोगटातील विद्यार्थ्यांमध्ये कोणत्याही प्रकारचे व्यसन असणे हे त्यांच्या आयुष्याची नासाडी करणारे, कुटुंब उध्वस्त करणारे आहे.

व्यसनमुक्त व्यक्ती तिथून बाहेर पडल्यावरही तिचा फॉलो-अप ठेवला जातो. यासाठी मुक्तांगणमधील समुपदेशक संपूर्ण महाराष्ट्रातील फॉलोअप केंद्रावर नियमित भेटी देतात. याशिवाय मुक्तांगणमध्ये तज्ञ व्यक्तींकडून एचआयव्ही, औषधांचा गैरवापर, मानसिक, शारीरिक आरोग्य इ. बाबतही तज्ञांकडून मार्गदर्शन दिले जाते.

डॉ. सुनंदा अवचट यांचे काम अतिशय शिस्तबद्ध व रोग्यांना सकारात्मक विचारांनी धीर देणे, सतत कामाचा ध्यास यातून एक आदर्श उदाहरण समाजापुढे घालून दिले आहे.

(Gijubhai Badheka)

गिजुभाई बधेका (१८८५-१९३९)

आधुनिक बालशिक्षणाच्या क्षेत्रातील एक आद्य भारतीय कार्यकर्ते अशी त्यांची ओळख आहे. उपजीविकेसाठी ते आफ्रिकेत गेले व त्यानंतर भारतात परत आल्यावर त्यांनी वकिली व्यवसाय सुरू केला. वकिली व्यवसाय करत असताना एक दिवशी त्यांना, एका लहान मुलाला हात पाय बांधून शाळेत नेत आहेत असे दिसले. लहान मुलांना अशा तऱ्हेने शाळेत न्यावे लागते याचे त्यांना वाईट वाटले. त्या काळात त्यांनी इटलीच्या मारिया माँटेसरी यांच्या शाळेत मुले आनंदाने जात असे ऐकले होते. भारतात मात्र तसे नाही. म्हणून त्यांनी भारतात माँटेसरी पद्धतीची बालशिक्षणाची शाळा सुरू केली. १९२० साली दक्षिणामूर्ती संस्थेच्या बालमंदिराची स्थापना केली.

बालशिक्षणाच्या सर्व बाजूंकडे त्यांनी लक्ष दिले. त्यातूनच पूर्वप्राथमिक प्रशिक्षण महाविद्यालयाची स्थापना झाली. बालकांना शिकविणाऱ्या शिक्षिका प्रशिक्षित असाव्यात म्हणून अध्यापक मंदिर सुरू केले.

शिक्षण पत्रिका हे गुजराथी मासिक सुरू केले. या कार्यात त्यांना ताराबाई मोडकयांचे सहकार्य लाभले. त्यांचे आणखी एक सहकारी जुगतराम यांच्याबरोबर त्यांनी बालकांसाठी वाचनमाला लिहिली.

त्यांनी बालनाटके, कथा, लोकगीते अशी शंभरपेक्षा जास्त पुस्तके लिहिली. प्रौढ साक्षरता वर्गही त्यांनी चालवले. त्याचप्रमाणे पालकांना मार्गर्शन करणारी पुस्तकेही त्यांनी लिहिली.

(Bhai Madhavaro Bagal)

भाई माधवराव बागल (१८९५–१९८६)

ते महाराष्ट्रातील थोर राजकीय व सामाजिक नेते होते. संस्थानी प्रजाजनांच्या लढ्यात व स्वातंत्र्याच्या चळवळीत त्यांना अनेक वेळा तुरुंगवास घडला. ते संयुक्त महाराष्ट्र समितीचे नेते होते. बेळगाव येथे या सत्याग्रहासाठी गेलेल्या तुकडीचे ते सरसेनापती होते.

हरिजनांवरील अन्याय व अत्याचार दूर करण्यासाठी ते सतत प्रयत्नशील होते. १९३२ मध्ये त्यांनी हरिजनांसह नृसिंहवाडीला भेट देऊन दत्त पादुकांना स्पर्श केला. हरिजनांना कोल्हापूरच्या महालक्ष्मी मंदिरात प्रवेश मिळवून दिला. ब्राह्मणेतर चळवळीचे व कामगारांचे ते नेते होते. अनेक राजकीय व सामाजिक चळवळीत त्यांचा सहभाग होता.

हंटर व अखंड भारत या नियतकालीकांचे ते संपादक होते. या नियतकालीकांमधून त्यांनी तर्कशुद्ध, मानवतावादी विचार असलेले अनेक लेख लिहिले. याशिवाय त्यांनी लग्न बंधन की तुरुंगवास, समाजसत्ता की भांडवलशाही, संस्थानिक, संस्थानी प्रजा व फेडरेशन, सुलभ समाजवाद व निधर्मी राज्ये हे विचारप्रवर्तक ग्रंथ लिहिले. याखेरीज त्यांनी चरित्र, आत्मचरित्रपर पुस्तके, कथासंग्रह लिहिले.

ते स्वत: उत्तम मूर्तिकार व चित्रकारही होते.

(Bank and Social Welfare)

बँका व समाजकल्याण

भारताच्या अर्थव्यवस्थेत आर्थिक वाढीच्या गतीसाठी व्यापारी बँकांची भूमिका महत्त्वाची आहे. स्वातंत्र्यानंतर भारताच्या बँकिंग क्षेत्राचा विकास झाला. त्यानुसार रिझर्व्ह बँक ह्या मध्यवर्ती बँकेचे स्वामित्व केंद्र सरकारच्या हाती आले. १९५९ मध्ये स्टेट बँकेची निर्मिती झाली. १९६१ मध्ये बँकेवरील ठेवींना विम्याचे संरक्षण मिळाले व त्यानुसार ठेवी विमा महामंडळाची स्थापना केली गेली. १९७५ मध्ये वेगळ्या व खास ग्रामीण बँकांचा विकास करण्यासाठी क्षेत्रीय ग्रामीण बँकांची स्थापना केली. १९९१ ते १९९८ या काळात बँकिंग क्षेत्रात सुधारणा होऊ लागली त्यासाठी उपाय शोधले जाऊ लागले व त्याचा परिणाम म्हणजे बँकिंग क्षेत्रात स्पर्धात्मक धोरणांचा अवलंब केला गेला. नवीन खाजगी बँकांची स्थापना झाली. परदेशी बँकांचे भारतात आगमन झाले. बँकांमध्ये संगणकाचा वापर होऊ लागला. कर्ज वसुली आयोग स्थापन केला गेला. सन २००० व त्यापुढे बँकिंग सुधारणेच्या पुढच्या टप्प्यात ग्राहक सेवेत अधिक तत्परता आली. कार्यक्षमता आली. बँकांमध्ये तंत्रज्ञानाचा मोठ्या प्रमाणात वापर केला जाऊ लागला आहे.

अलीकडच्या स्पर्धेच्या काळात सेवा अधिकाधिक ग्राहकाभिमुख करण्याच्या दृष्टीने ग्राहकांच्या अपेक्षांचा, सोयीचा अधिक विचार करून तसे बदल केले जातात.

भारतात बँकिंग क्षेत्राचे अर्थव्यवस्थेतील महत्त्व सांगायचे झाल्यास बँका लोकांकडच्या ठेवींचा संचय करून त्या उत्पादक क्षेत्राकडे वळवितात. बँकांमुळे व्यापार व औद्योगिक विकासाला गती मिळते. बँकांमुळे निधी हस्तांतर संतुलित होते व मागास भागाचा आर्थिक विकास होतो. बँका, अर्थव्यवस्थेची उत्पादक क्षमता व रोजगार निर्मिती क्षमता वाढवितात. यामुळे उद्योग व्यवसायांचे आधुनिकीकरण होऊन सल्ला सेवेत वाढ होते. लोकांनी बँकांमध्ये ठेवी ठेवाव्यात यासाठी आकर्षक योजना जाहीर केल्या जातात. विकासासाठी भारतातील पंचवार्षिक योजनांना पुरेसा आर्थिक निधी बँका पुरवितात.

ग्रामीण विकासात तिथल्या लोकांना बचत करण्याची सवय लागावी यासाठीही बँका खास प्रयत्न करतात. राष्ट्रीयीकरणानंतर ग्रामीण व निम शहरी भागात बँकांचा विकास झाला. ग्रामीण उद्योग, ग्रामीण कारागीर, ग्रामीण भागातील मूलभूत सुविधांचा विकास व त्यासाठी कमी व्याजदराने बँका कर्ज पुरवितात.

आर्थिक वाढीसाठी उद्योग व्यवसायात सतत गुंतवणूक करावी लागते. उद्योजकतेला प्रोत्साहन देणे व विकास करणे यासाठी बँका मदत करतात. मागास भागाच्या विकासासाठी बँका सतत प्रयत्न करत असतात. औद्योगिक विकास बँक, लघुउद्योग विकास बँक, औद्योगिक विकास

महामंडळ, राज्य औद्योगिक विकास महामंडळ हे औद्योगिक व उद्योजकता विकास कामात महत्त्वाची भूमिका बजावतात.

दारिद्र्य निर्मूलनासाठी समाजातील दुर्बल घटकांना बँकांनी आपल्या कर्ज रकमेपैकी किमान १८% कर्ज या क्षेत्रासाठी देणे बँकांवर बंधनकारक आहे. व्यापारी बँकांच्या शाखांचा विस्तार खालीलप्रमाणे झाला आहे –

वर्ष	एकूण शाखा	ग्रामीण शाखा
१९६९	८२६०	१८६०
१९९१	६०८५०	३२७५०
२००१	६५९३०	३२५७०

तरीही ग्रामीण भागामध्ये खाजगी सावकारीचे प्रमाण बरेच आहे. हे शेतकऱ्यांच्या आत्महत्यांवरून दिसते. सावकाराकडून घेतलेल्या पैशावर भरमसाठ व्याज आकारले गेल्याने त्याची परत फेड न होता वर्षानुवर्षे फक्त व्याजच भरत रहावे लागते. अज्ञान, निरक्षरता यामुळे हिशोब कळत नाही. सामाजिक रुढी, परंपरांचा प्रचंड पगडा यामुळे अनुत्पादक गोष्टींसाठी खर्च केल्याने कर्ज व व्याज यांचा बोजा वाढत जातो. पैशाच्या अभावी आधुनिक शेती, विकसित तंत्रज्ञान याचा वापर करता येत नाही. यासाठी ग्रामीण भागात भूविकास बँका, नागरी सहकारी संस्था, मध्यवर्ती सहकारी बँका कर्ज–पुरवठा करण्याचे कार्य करतात. त्यांना बचतीची सवय लावून गरज असेल तेव्हा कर्ज देतात. तसेच अडीअडचणीच्या वेळी बचत कामाला येते.

नागरी भागात उद्योग व्यवसाय, घर (मालकीचे) यासाठी कर्जाची गरज असते. त्यामुळे अनेकांना स्वतःचे, हक्काचे घर मिळते. अलीकडेच महागड्या उच्च शिक्षणासाठीही बँका कर्ज देतात.

सहकारी बँका, पतसंस्था यांचे मोठे जाळे सगळीकडे पसरले आहे. त्यात पतसंस्था, सहकारी बँका ग्राहकांना जास्त व्याज देणे विशेषतः ज्येष्ठ नागरिकांना ही सवलत देतात. परंतु राज्यभर अशा बऱ्याच पतसंस्था व सहकारी बँका बुडल्याने ग्रामीण भागातील छोटे शेतकरी, छोटा उद्योग व्यवसाय (भाजी विक्री, मासेमारी इ.) करणाऱ्यांना याचा चांगलाच फटका बसलाय. नागरी भागातही सहकारी बँकांच्या गैरव्यवहारामुळे लोक अडचणीत सापडले आहेत. यात बँकेच्या संचालकांचा हात असल्याने त्यांनी खोटी कर्ज दिल्याने ज्येष्ठ नागरिक, निवृत्त व्यक्ती यांच्या पुढे तर मोठे प्रश्न निर्माण झाले आहेत. कारण आयुष्यभराची पुंजी ठेव म्हणून ठेवलेली असतांना हा मोठा आर्थिक फटका सहन न होण्याजोग असतो.

स्वयंरोजगार

बेकारीवर उपाय म्हणून स्वयंरोजगारासाठी प्रोत्साहन दिले जाते. बचत गटाच्या स्थापनेनंतर गटातील सर्व सभासदांना मिळून बँका कर्ज देतात. ज्यातून कर्ज फेडण्याची जबाबदारी सर्वांवर

असते. तरुणांनाही गटाने व्यवसाय सुरू करण्यासाठी बँक कर्ज देते. शेती कमी असेल तर जोडधंदे करण्यासाठी कर्ज देते. यात विशेष म्हणजे कमीत कमी १८ वर्षे वयोमर्यादा आहे. यात विशेषत्वाने उल्लेख करावा अशी श्रमजीवी योजना जी सहकारी तत्त्वावर सेवासंस्था चालविण्यासाठी आहे. यात ज्या सेवांचा उल्लेख आहे त्या बांधकाम, प्लंबिंग, वायरमन, टाक्या धुणे, पेंटींग इ. बांधकामाशी संबंधित, शेतीशी संबंधित खते, बियाणांची विक्री, भाज्यांचे पॅकिंग व विक्री इ. आहेत.

बँकेच्या सर्व शाखांमधून या योजनेची अंमलबजावणी केली जाते. सेवा संस्थेविषयी काही अटी आहेत. संस्था महाराष्ट्र राज्याच्या सहकारी संस्थांच्या १९६० च्या कायद्यांतर्गत नोंदणीकृत असली पाहिजे. संस्था स्थापन होऊन कमीत कमी सहा महिने तरी झाले असले पाहिजेत. कर्ज देतांना सर्व सभासद बेकार आहेत व रोजगार विनिमय केंद्रात नाव नोंदणी केली असली पाहिजे. सभासदांनी यापूर्वी कोणतेही कर्ज घेतलेले नसावे.

आदिवासींसाठी ही योजना शबरी आदिवासी वित्त व विकास महामंडळ मर्यादित नाशिक यांच्या सहकार्याने राबवली जाते.

बँकांनी कर्ज देऊन स्वयंरोजगाराला प्रोत्साहन दिले तरी उत्पादित मालाची विक्री हा मोठा प्रश्न आहे. बँकांच्या विविध शाखांमध्ये प्रदर्शने भरवून मालाची विक्री करणे, त्या प्रदर्शनाची व्यवस्थित प्रसिद्धी करणे, उत्पादित वस्तू जास्तीत जास्त लोकांपर्यंत पोचण्यासाठी याचा उपयोग होईल. उत्पादित वस्तूंना बाजारपेठ मिळेल.

ग्रामीण भागातील अनेक लोकांना आजही या योजनांची पुरेशी माहिती नाही. प्रसिद्धी माध्यमामधून जेवढे काही कळते तेवढेच. यासाठीही बँकांनी अधिकाधिक लोकांपर्यंत जाऊन पोचले पाहिजे. त्या भागात खाजगी सावकारी चालू आहे. केवळ लोकांना ही माहिती देण्यासाठी काही व्यक्तींची नेमणूक करता येऊ शकते. यातून ग्रामीण भागातील व्यक्तींना ठेवींची सुरक्षिततताही मिळेल. दुप्पट पैसे, दुप्पट व्याज या नावाखाली त्यांची फसवणूक चालूच आहे. हे टाळून त्यांची आर्थिक प्रगती साधली जाऊ शकते.

(Beggry)

भिक्षावृत्ती

भिक्षावृत्तीचा समस्या ही इतर समस्यांइतकीच गंभीर आहे. भिकारी सर्वत्र दिसतात. हे सामाजिक विघटनाचे एक लक्षण आहे.

प्राचीन काळातील दृष्टीकोन

भारतात भिक्षेकरी प्राचीन काळापासून आहेत. संन्यासी भिक्षा मागत असत. परंतु ते सन्माननीय समजले जात असे. प्राचीन काळी आश्रमव्यवस्था होती. विद्यार्थी तेथे राहून शिक्षण घेत असे व माधुकरी मागून उपजीविका करत असे. त्यावेळी माधुकरीची पद्धत अस्तित्वात होती. विद्यार्थ्यांना माधुकरी देणं हे लोक आपले कर्तव्य समजत असत. माधुकरी मागून शिक्षण घेणे हे गौरवाचे लक्षण समजले जात असे. पूर्वीच्या काळी उदर निर्वाहाची साधने असल्याने भिकाऱ्यांची संख्या ही फार नव्हती. परंतु नंतरच्या काळात ही संख्या फार वाढत गेली.

शासनाची भिकाऱ्यांची व्याख्या

भिकाऱ्यांची व्याख्या १९४५ च्या मुंबईत प्रांत भिकाऱ्यांच्या कायद्यानुसार 'भिक्षा मिळविण्याच्या हेतूने गायन, नाच, भविष्य सांगणे, हातचलाखी करणे, वस्तूंची विक्री, प्राणी किंवा मानव यांच्या दुखापतीचे, जखमेचे किंवा व्यंग, रोग इ. चे प्रदर्शन करून किंवा न करता भिक्षा मिळविणे किंवा विनवणी करणे म्हणजे भिक्षावृत्ती होय.

भिक्षावृत्ती कारणे

भिक्षावृत्तीची कारणे अनेक आहेत. यात आर्थिक, सामाजिक, धार्मिक व जैविक कारणे आहेत.

आर्थिक

आर्थिक कारणांचा विचार करतांना दारिद्रय हा घटक पहिल्यांदा विचारात घ्यायला पाहिजे. व्यक्ती आपल्या स्वत:चा, कुटुंबाचा चरितार्थ चालविण्यास असमर्थ असल्यास ती भिक्षेकरी बनते. उद्योग प्रधान अर्थव्यवस्थेत हा प्रश्न अपरिहार्य असतो. ग्रामीण भागात शेतमजुरी करणाऱ्या व्यक्तीचे उत्पन्न अतिशय तुटपुंजे असते त्यामुळे अशा व्यक्ती शहरात स्थलांतर करतात. परंतु शहरात काहीच काम उपलब्ध न झाल्याने भिक्षा मागायची वेळ येते. औद्योगिक क्रांतीनंतर गृहोद्योग, कुटीरोद्योग बंद पडले त्यामुळे ग्रामीण भागातील लोक शहरात आले. परंतु त्यांच्याकडे स्वत:च्या उद्योगाची कौशल्ये असून सुद्धा काम उपलब्ध न झाल्याने त्यांच्यावर भिक्षा मागायची वेळ येते. कारण

शहरातील उद्योगांमध्ये त्यांना काम मिळेलच याची शाश्वती नसते.

अर्ध बेकारी हेही कारण यासाठी आहे. अर्धवेळ काम असलेल्यांना अपुरे उत्पन्न मिळत असल्याने भिक्षा मागावी लागते. काही जणांना पूर्ण महिनाभर काम मिळत नाही तर महिन्यातले काही दिवस काम मिळते. जेव्हा काम असेल तेव्हा त्या रोजंदारीवर भागवायचे; काम नसेल तेव्हा हा पर्याय निवडावा लागतो. शहरी भागात अनेक प्रकारची मजुरी लोक करत असतात. त्या मजुरीचे उत्पन्न कमी असते. त्यामुळे उपजीविकेसाठी दुसरा पर्यायच उरत नाही.

बाल भिक्षेकरी

आधुनिक काळात हा एक संघटीत उद्योग होत आहे. शहरे, महानगरे यांच्यात तर असे संघ दिसून येतात. त्यांच्या टोळ्या असतात. ते जागा, विभाग वाटून घेतात. हे गट लहान मुलांना भीक मागायला लावतात. त्यांना भीक मागायला शिकवले जाते. यासाठी त्यांना सांभाळले जाते त्यांच्या मूलभूत गरजा पुरवतात. परंतु त्यांना गलिच्छ वस्त्यांमध्ये रहायला जागा देतात. अन्न दिले तरी पुरेसे देत नाहीत, कारण लोक सुदृढ मुलांना भीक देत नाहीत. या मुलांनी भीक मागायला नकार दिला तर त्यांना मारहाण केली जाते, पळून जायचा प्रयत्न केला तरीही मारहाण करतात. त्यांना नेमून दिलेल्या भागापेक्षा दुसऱ्या भागात गेले तर त्यांना शिक्षा केली जाते. भीक मिळत नसेल तर त्यांना शारीरिक इजा करणे, जखमा केल्या जातांत जेणे करून दयेपोटी त्यांना भीक मिळते. दिवसभर वेगवेगळ्या भागातून लहान मुले भीक मिळवून रोज संध्याकाळी एका ठिकाणी जमून टोळ्यांचे, गटाचे मुख्य त्यांची मिळकत ताब्यात घेतात.

यासाठी वेगवेगळ्या ठिकाणाहून मुले पळवून आणली जातात. काही वेळा त्यांना फूस लावून आणले जाते. तर काही वेळा आपणहून घरून काही कारणाने पळून आलेल्या मुलांना एस. टी. स्टँड, रेल्वे स्टेशन अशा ठिकाणाहून गोडबोलून; आधार देतोय असे दाखवून भीक मागायला लावले जाते. यात वेगवेगळ्या राज्यातून, राज्याच्या वेगवेगळ्या भागातून मुले आणली जातात.

या मुलांचे अतिशय शारीरिक हाल केले जातात. तासन तास उभे राहून, कोणत्याही ऋतूत ऊन, पावसात भीक मागावी लागते. याचा परिणाम त्यांच्या शारीरिक, मानसिक वाढीवर होते व ही मुले शिक्षणापासून, कुटुंबापासून वंचित राहतात. बालवयात वैफल्य येते व पुढच्या काळात अशी व्यक्ती गुन्ह्याकडे वळण्याची शक्यता जास्त असते. त्यांचे बाल वय, शारीरिक इजा, चेहऱ्यावरची करुणा यामुळे सहानुभूतीने लोक त्यांना भीक देतात.

सामाजिक

सामाजिक कारणांमध्ये कुटुंबांचे विघटन हे एक महत्त्वाचे कारण आहे. व्यक्तीच्या वर्तणुकीवर, निकोप व्यक्तिमत्त्व विकासात कुटुंबाचा फार मोठा वाटा असतो. कौटुंबिक असंतुलन कुटुंब विघटनाला कारणीभूत होते. यात पालकांपैकी एकाचा किंवा दोघांचा मृत्यू. पतीचा मृत्यू. आई किंवा वडील सावत्र असल्यामुळे त्यांच्याकडून मिळणारी वाईट वागणूक. कुटुंबाचे विच्छेदन

होणे, पतीने सोडून देणे इ., यांचा समावेश होतो. सासरच्या छळामुळे मानसिक संतुलन बिघडणे, कुटुंबाचा त्याग या कारणामुळेही अशी वेळ येते.

पालकांचे मुलांच्या वर्तणुकीवर नियंत्रण असणे अवश्यक आहे. तसे नसल्यास मुलांना अयोग्य, वाईट संगत लागते. त्यामुळेही मुले अशा मार्गाकडे वळतात.

पूर्वी एकत्र कुटुंब पद्धतीत अंध, अपंग, निराधार यांना आधार मिळत असे. परंतु विभक्त कुटुंबपद्धतीत मात्र अशा व्यक्तींना स्थान नसते. निराश्रित व्यक्तींना आधार न मिळाल्याने त्यांना भीक मागावी लागते.

काही भटक्या जमातींचा भीक मागणे हा पारंपारिक व्यवसाय असतो. त्यामुळे ते दारोदार भीक मागतात. यात देवीवाले, वासुदेव इ. जमाती आहेत.

जैविक

शारीरिक व्यंग, विकृती असलेल्या व्यक्ती भीक मागतात कारण ते काही काम करू शकत नाहीत. यात अंध, अपंग, कुष्ठरोगी यांचे प्रमाण मोठे दिसते. त्वचारोग झालेल्या व्यक्तीही भीक मागतांना दिसतात. मानसिक विकृती असलेल्या, वेड्या व्यक्तीही भीक मागतात.

एकाकी वृद्ध व्यक्ती भीक मागतात कारण ते काम करू शकत नाहीत व त्यांना सांभाळणारे कुणीच नसतात. त्यामुळे त्यांना पर्याय नसतो.

तृतीय पंथीय भीक मागतात परंतु ते रेल्वे स्टेशनवर जास्त दिसतात व ठराविक दिवशी बाजार पेठेतून हिंडून दुकानदारांकडून पैसे घेतात.

धार्मिक

धार्मिक कारणासाठी भिक्षा मागणारेही अनेक जण आहेत. अशा व्यक्तींना भीक देण्याची संकल्पना पाप-पुण्याशी निगडीत आहे. धार्मिक कारणासाठी भिक्षा देण्याकडे लोकांचा कलही जास्त आहे. यात साधू, फकीर, वारकरी इ. येतात ते भिक्षा मागतात. संन्यासी वेषातील व्यक्तीकडे पहाण्याचा लोकांचा दृष्टीकोनही वेगळा असतो. परंतु अशा व्यक्तीला प्रत्येक वेळेस धार्मिक पार्श्वभूमी असेलच असे नाही. दारिद्र्य, कुटुंब विच्छेदन, वैफल्य, पापक्षालन या कारणासाठीही काही व्यक्ती हा मार्ग स्विकारतात. यात लहान मुले देवाचा; शंकर, हनुमान यांचा मुखवटा लावून, तसा वेष धारण करून भीक मागतात. तर देवीचा फोटो व कुंकू घेऊन हिंडणारेही आढळतात. हे प्रमाण शहरी भागात जास्त आहे.

विशेषत: जत्रेच्या ठिकाणी पालक त्यांच्या शारीरिक विकृती असलेल्या मुलांच्या प्रदर्शनातून भीक मागतात. यात कमी उंची, डोक्याचा आकार मोठा, दोन्ही हात नसणे असे प्रकार दिसतात.

रेल्वेत किंवा रेल्वे स्टेशनवर धडधाकट मुले गाणी म्हणून, लोकांचे मनोरंजन करून भीक मागतांना दिसतात. डोंबाऱ्यासारखे खेळ करून भीक मागतात, पोतराज अंगावर आसूड ओढून भीक मागतात. यातल्या काहींचे कारण पारंपारिक आहे.

जनसामान्यांवर धार्मिक गोष्टींचा पगडा विशेष असल्याने एखाद्या वृद्धाला, कुष्ठरोग्याला भिक्षा देण्यापेक्षा देवळाबाहेरच्या भिकाऱ्याला भिक्षा देण्याकडे लोकांचा कल असतो. शहरी भागात ग्रहांची स्थान बदलतांना, पितृ पंधरवडा या काळात देवळाबाहेर भिकाऱ्यांची रांग लागते व त्यांना मिष्टान्नाची भिक्षा व रोख पैसे मिळतात. अशा लोकांनी दिलेले आशिर्वाद जनसामान्यांना सुखावून जातात, धीर देतात.

हे भिकारी लोकांचे लक्ष वेधून घेण्यासाठी अनेक तंत्रांचा अवलंब करतात. यात प्रत्यक्ष भीक न मागता 'देवीचा आशिर्वाद आहे' असं नुसतं एखाद्याकडे हात करून म्हटलं तरीही ती व्यक्ती आपणहून भिक्षा देते. एखाद्या हॉटेलसमोर, मिठाईच्या दुकानासमोर भिकारी येऊन उभा राहिल्यास इतरांना त्याचा त्रास नको म्हणून हॉटेल मालक, दुकानदार भीक देतात.

शहरात उंच इमारती झाल्यामुळे पूर्वीसारखे दारोदार जाऊन भीक मागण्याचे प्रमाण कमी झाले. पूर्वी लग्न कार्यात पंक्ती भोजन होत असे हल्ली ती पद्धत बदलल्याने अन्न वाया जात नाही. त्यामुळे भीक मिळत नाही.

भिकारी गर्दीच्या रस्त्यावर उभे राहून इतरांच्या अंगाला स्पर्श करतात ते नकोसे वाटून नाइलाजाने भीक घातली जाते. बहुतांश भिकारी हे लहान मोठ्या शहरात आढळून येतात.

पुनर्वसन

यांच्या पुनर्वसनासाठी सामाजिक अधिनियम स्वातंत्र्यपूर्व काळापासूनच केले गेले पाहिजे होते. बंगाल प्रांतात १९४२ मध्ये भटक्या भिकाऱ्यासंबंधी हुकूमनामा संमत झाला. परंतु त्याची कार्यवाही काही क्षेत्रापुरतीच मर्यादीत होती. १९५१ मध्ये अशा लोकांसाठी काही विशिष्ट गृहे स्थापन केली होती. त्यात एक १४ वर्षावरील प्रौढ पुरुषांसाठी होते, एक चौदा वर्षावरील प्रौढ स्त्रियांसाठी होते, ५ ते १४ वयोगटातील मुलांसाठी होते व कुष्ठरोग्यांसाठी व वृद्ध, अपंगांसाठी एक होते. यात त्यांना काही काळानंतर समाजाच्या मुख्य प्रवाहात सामील होता यावे यासाठी प्रयत्न केले जात. त्यानुसार मानसिक रुग्णांसाठी उपचार, ५ ते १४ वयोगटातील मुलांसाठी प्राथमिक शाळा चालविली जात असे. औद्योगिक प्रशिक्षण देण्याची सोय केली होती. वेळोवेळी त्यांची वैद्यकीय तपासणी होत असे. याबाबत शासनाला सल्ला देणारे एक मंडळ स्थापण्यात आले होते. ज्यात शासकीय अधिकारी व समाज कार्यकर्ते यांचा समावेश होता. अशा गृहांमधून मुक्त करण्याच्या काही पद्धती निश्चित केल्या होत्या. त्यानुसार भिकारी ज्या प्रांतातून आला असेल त्या प्रांतात त्याची रवानगी करणे. नोकरी मिळाली की मुक्त करणे ज्या योगे तो पुन्हा याकडे वळणार नाही. त्याच्या पालनपोषणाची जबाबदारी घ्यायला कोणी तयार असेल तर अशा भिक्षेकऱ्याला व्यक्तीची स्वत:च्या उदरनिर्वाहाची रोजी मिळेल. इतकी क्षमता आल्यावर. विवाहित स्त्रियांना मुक्त केले जाते.

आर्थिक तरतूद

पंचवार्षिक योजनेत यासाठी तरतूद केली गेली. व त्यानुसार प्रत्येक राज्यात ज्या व्यक्ती

रुग्ण आहेत, वृद्ध आहेत, असमर्थ आहेत त्यांच्यासाठी किमान एक गृह असावे अशी तरतूद केली गेली. भिकाऱ्यांची एकूण परिस्थिती पाहून १९५९ मध्ये पोलीस प्रमुखांनी केलेल्या शिफारशीनुसार अनाथ मुलांचा, मुलींचा भिक्षा मागण्यासाठी वापर करणाऱ्या व्यक्तींवर कठोर कारवाई केली जावी. अशी तरतुद केली गेली. भिक्षा गृहांच्या स्थापनेसाठी, चालविण्यासाठी सरकारकडून अनुदान दिले जाईल. एक लाखापेक्षा अधिक लोकसंख्या असलेल्या ठिकाणी व भिक्षावृत्ती जेथे मोठ्या प्रमाणात आहे. अशा शहरात संस्थात्मक सेवा उपलब्ध करून देण्याचा प्रकल्प होता.

समारोप

तरीही आज भिकाऱ्यांची संख्या वाढतच आहे. त्यांचे प्रश्न, समस्या सोडविण्यासाठी सरसकट एकच कार्यक्रम राबविता येणार नाही. कुष्ठरोगी व्यक्तींसाठी स्थापन केलेल्या आश्रमांची क्षमता वाढविणे इतर ठिकाणीही ती सुरू करणे, पुनर्वसन वस्त्या स्थापन करणे, काम उपलब्ध करून देणे या गोष्टी व्हायला पाहिजेत. या संस्थांच्या माध्यमातून अवयव रोपण करून त्यांच्यातील न्यूनगंड दूर होऊन ते काम करू शकतील.

रेल्वे स्टेशन, एस. टी. स्टँड अशा ठिकाणी चुकलेली मुले शोधून ते इतरांच्या हाती लागण्याआधीच त्यांना बालगृहात पाठवले गेल्यास त्यांची आयुष्ये मार्गी लागतील. त्यांना समुपदेशन करून परत घरीही पाठवता येऊ शकते.

अनेक धडधाकट व्यक्ती भीक मागतांना दिसतात. त्यांना त्यापासून प्रतिबंध करणे व सक्तीने काम करायला प्रवृत्त करणे. ग्रामीण भागातून स्थलांतरित झालेल्या व्यक्तींना स्थलांतर करावे लागू नये यासाठी ग्रामविकास होऊन स्थानिक ठिकाणी काम उपलब्ध व्हायला पाहिजे किंवा शहरात जरी स्थलांतरीत झाले तरी त्यांना काम मिळेल अशी सोय व्हावी.

भिक्षागृहे स्थापन केली गेली पाहिजेत. यासाठी सर्व राज्यात एकच कायदा असला पाहिजे. महाराष्ट्रात काही ठिकाणी भिक्षागृहे स्थापन केली आहेत. कल्याण, श्रीगोंदा इ. ठिकाणी भिक्षागृहे आहे.

अंध, अपंग व्यक्तींसाठी निवासी गृहे आहेत. तेथे त्यांचे पुनर्वसन केले जाणे आवश्यक आहे. अशा व्यक्तींवर अवलंबून असलेल्या त्यांचा कुटुंबातील व्यक्तींनाही उदरनिर्वाहाचे साधन दिले गेले पाहिजे.

पूर्वीच्या काळी सत्पात्री दानाला महत्व होते. हल्ली भीक देतांना याचा विचार केल जात नाही. त्यामुळे धार्मिकतेच्या नावाखाली भीक मागणारे खरे की खोटे हे पाहिले गेले पाहिजे.

धार्मिक स्थलाच्या ठिकाणी तर यांची संख्या खूप दिसते. परंतु त्या ठिकाणीही धार्मिक स्थळाची स्वच्छता राखण्याचे काम करून घेऊन जेवणाची सोय करणे हा उपाय होऊ शकतो.

सार्वजनिक बागा, स्थळे येथेही अशा तऱ्हेने सेवा घेऊन त्याचा मेहनताना देऊन भीक मागण्यापासून परावृत्त करता येते. अन्यथा पैशाच्या अमिषाने इतर बेकायदेशीर, गुन्हेगारी कामासाठी

यांचा उपयोग करून घेतला जाण्याची शक्यता असते. यामुळे तेही टाळले जाऊ शकते.

शारीरिक दृष्ट्या सुदृढ असलेल्या व्यक्ती जेव्हा स्वत: भीक मागतात किंवा इतरांना भीक मागायला लावून त्यावर जगतात. त्यातून त्यांची काम न करण्याची वृत्ती दिसते. त्यामुळे त्यांचे मत परिवर्तन करणे हेही आव्हानात्मक काम आहे.

कुटूंबे विघटन होऊ नये, परस्परसंबंध चांगले रहावेत यासाठी कुटुंबातील सर्व घटकांनीच प्रयत्न केले पाहिजे. कारण यातून निर्माण होणाऱ्या परिस्थितीचा सर्व सदस्यांच्या आयुष्यावर परिणाम होत असतो. यासाठी पालकांचे परस्परांशी व पाल्याशी ही चांगलेच संबंध असले पाहिजे. पालकांचा किंवा शिक्षकांचा अति धाक, अपयशाची भिती यातून मुले पळून जाऊन समाजकंटकांच्या हाती लागतात व त्यांचा उपयोग अशा कामांसाठी करून घेतला जातो. व त्यांचे आयुष्य उध्वस्त होते.

(Vinoba Bhave)

विनोबा भावे (१८९५-१९८२)

ते महात्मा गांधीचे निकटचे सहकारी होते. भूदान चळवळीचे प्रवर्तक. महात्मा गांधींच्या भाषणाने प्रभावित होऊन राष्ट्रकार्याकडे वळले. महात्मा गांधींनी आज्ञा केल्याप्रमाणे त्यांनी १९२१ रोजी वर्धा येथे आश्रम स्थापन केला.

सर्वोदय चळवळ

अनेक सत्याग्रहांमध्ये त्यांचा सहभाग होता. महात्मा गांधींच्या हत्येनंतर त्यांनी सर्वोदयाच्या कार्याला वाहून घेतले. सत्य आणि अहिंसा यावर आधारित स्पर्धा, विषमता, संघर्ष आणि शोषणाला मुळीच स्थान नसलेली व समाजाच्या अगदी कनिष्ठ पातळीवरच्या व्यक्तीलाही विकासाची समान संधी उपलब्ध करून देणारी समाज रचना म्हणजे सर्वोदय. नैतिक, आर्थिक, सामाजिक आणि राजकीय क्षेत्रात समता प्रस्थापित करणे, शासनमुक्त समाजाच्या निर्मितीसाठी सत्तेचे विकेंद्रीकरण, त्याचप्रमाणे गाव हा आर्थिक कार्याचा घटक मानून त्या ठिकाणी चालतील अशा उद्योगांची स्थापना करून आर्थिक क्षेत्रातही विकेंद्रीकरण करणे अशी सर्वोदय समाजाची वैशिष्ट्ये विनोबा भावे यांनी सांगितली. बदलत्या सामाजिक परिस्थितीनुसार माणसातील परोपकार, शांतताप्रिय, सहकार हे गुण लोप पावत चालले आहेत. ही परिस्थिती बदलली जाणे गरजेचे होते.

सर्वोदयात सत्तेच्या विकेंद्रीकरणाचा विचार राजकीय व आर्थिक अशा दोन्ही कारणांनी आवश्यक मानला आहे. त्यानुसार आदर्श राज्यव्यवस्था ही स्वायत्त व स्वयंपूर्ण खेडी मिळून झालेली व प्रत्येक खेडे हे स्वतंत्र गणराज्य. गावातील कारभार तिथल्या ज्येष्ठ व्यक्तींच्या हाती असेल. निर्णय एकमताने घेतले जातील. गावकऱ्यांच्या जीवनावश्यक गरजा गावातच भागविल्या जाऊन ग्रामोद्योग सुरू करून खेडी स्वावलंबी व स्वयंपूर्ण बनवली गेली पाहिजेत. केंद्रीय सत्ता ही ग्रामनियोजनाला आवश्यक ती मदत करेल.

विनोबा भावे यांनी पदयात्रा काढून सर्वोदयी विचार प्रसाराचे कार्य केले. त्यांच्या मतानुसार ग्रामसंघटनांपेक्षा श्रेष्ठतर अशी कोणतीच सत्ता राहणार नाही. ग्रामसंघटना व राजकीय संघटना यांच्यामध्ये प्रशासनाची उतरंड असणार नाही. अशी रचना असेल, सर्वोदय विचार म्हणजे खरीखुरी लोकशाही आहे. समाजातील सर्व वर्गांचा अभ्युदय यात अपेक्षित आहे.

पंचायतराजमध्ये यापैकी अनेक गोष्टींचा समावेश केलेला दिसतो. तरीही पूर्णपणे विकेंद्रीकरण झालेले नाही.

भूदान चळवळ

लोकसंख्या आणि जमीन यांची विषम वाटणी हे एक जागतिक चित्र आहे. भूमीसंपादन, मालकी आणि जमिनीवर राबणारे शेतकरी आणि शेतमजूर यांचा संघर्ष फार जुना आहे. स्वातंत्र्यानंतर हे संघर्ष उफाळून आले आणि टोकाला गेले. त्यात कमाल जमीन धारणा कायद्याने संघर्ष तीव्र झाला. सुप्रसिद्ध गांधीवादी, तत्त्वचिंतक आचार्य विनोबा भावे यांनी अभिनव अशा भूदान चळवळीची संकल्पना केली.

इ. स. १९५१ साली तेलंगणात हिंसाचाराचे थैमान सुरू झाले तेव्हा विनोबाजी शांततेसाठी पदयात्रा करित होते. जमिनदार आणि शेतमजूर यांच्यातला संघर्ष हे असंतोषाचे मूळ आहे असे दिसून येताच त्यांनी हैद्राबाद येथील एका सभेत भूदान चळवळीची संकल्पना मांडली. रामचंद्र रेड्डींनी त्यांच्या विचारांनी प्रभावित होऊन शंभर एकर जमिनीचे दान केले. यातून भूमिहीनांना ही जमीन मिळवून द्यावी अशा कल्पनेने पदयात्रेस प्रारंभ केला व त्यातून भूदान चळवळ उभी राहिली. हे एक व्रत म्हणून विनोबाजीने स्वीकारले व भारतभर त्याच्या प्रसारासाठी भ्रमंती केली.

कायदा व जबरदस्ती हे समाजजीवनाचे मूलाधार असू शकत नाहीत, प्रेम व सहानुभूतीवर समाजजीवन उभे आहे. त्यामुळे सहयोग, सदिच्छा, सामंजस्यावरच परिवर्तन घडवता येईल, असा त्यांचा विश्वास होता. शासनसंस्था व शासनकर्ते यांच्यावर अवलंबून न राहता त्यांनी जनशक्तीला आवाहन केले.

आपण जमिनीची भीक मागत नसून गरिबांचा हक्क म्हणून ती त्यांना द्यावी असे आवाहन करीत आहोत, अशी विनोबाजींची भूमिका होती. लोकनायक जयप्रकाश नारायण यांनी या चळवळीला पाठिंबा दर्शविला होता. जमिनीशी जोडलेल्या सत्तेचे विकेंद्रीकरण होईल, श्रमशक्तीचे विराट दर्शन घडेल असा विश्वास विनोबाजींना होता.

१८ एप्रिल १९५१ मध्ये भूदान चळवळीला प्रारंभ झाला. भूदान चळवळीला प्रारंभी नजरेत भरण्यासारखे यशही मिळाले. पहिल्या काही महिन्यांत विनोबाजींना जी जमीन मिळाली, त्यातील ८०% जमीन सामान्य शेतकऱ्यांकडून मिळाली. मोठ्या जमिनदारांकडून मिळाली नाही. कारण खऱ्या जमिनदारांना या चळवळीत फारसा रस नव्हता. शेतीची समस्या सोडविण्याच्या दृष्टीने या चळवळीचा फारसा उपयोग झाला नाही. जी जमीन मिळाली ती सुद्धा नापीक व शेतीच्या दृष्टीने टाकाऊ होती असेही आढळले. शिवाय जमिनीचे वितरणही योग्य पद्धतीने झाले नाही. त्यामुळे ही चळवळ अपयशी ठरली. चळवळीचा फायदा एवढाच झाला की, त्यामुळे लोकांमध्ये एक प्रकारची जागृती निर्माण झाली. तेलंगणात अवघ्या पंचवीस दिवसांत २२०१ एकर जमीन भूदान कार्याला मिळाली. इ. स. १९६७ पर्यंत ४२ लक्ष एकर जमीन त्यांना मिळाली. जमिनदारांपासून सहकारी संस्थांनी मदतीचा हात पुढे केला.

चळवळीत शासनाचा हस्तक्षेप असू नये अशी, भूमिका होती पण तसे घडले नाही. कार्यकर्ते, दाते, समाज यांचा उत्साह ओसरला व चळवळ निस्तेज झाली.

(Case work Method)

समाजकार्य संशोधन : व्यष्टी अध्ययन पद्धती

सामाजिक संशोधनात अध्ययनाच्या अनेकविध पद्धती आहेत. त्याचे गुणात्मक व संख्यात्मक असे दोन भाग पडतात. साधारणत: सामाजिक तथ्ये ही गुणात्मक असतात. हर्बर्ट स्पेन्सर या इंग्रज समाजशास्त्रज्ञाने या पद्धतीचा प्रथम अवलंब केला. त्यानंतर फ्रेडरिक लेप्ले यांनी १९ व्या शतकात फ्रान्सच्या मजूर कुटुंबाचे अध्ययन या पद्धतीने केले. नंतर विल्यम हिले या शास्त्रज्ञाने बालगुन्हेगारीच्या अभ्यासासाठी या संशोधन पद्धतीचा उपयोग केला. थॉमस व इनैकी या शास्त्रज्ञांनी द पोलिश पिझंट या अभ्यासात व्यष्टी अध्ययन पद्धतीचा उपयोग केला. त्यांच्या या अभ्यासामुळे व्यष्टी अध्ययन पद्धतीस एक व्यवस्थित क्षेत्र – संशोधन तंत्र म्हणून मान्यता मिळाली. व्यष्टी अध्ययन पद्धती ही सखोल व सूक्ष्म अध्ययन पद्धती आहे. या पद्धतीत एकाच विषयावर, विषयासंबंधी अधिक जाणून घेण्याचा प्रयत्न केला जातो. हे अध्ययन एक व्यक्ती, एक समूह, एक सामाजिक संस्था किंवा एखादा समुदाय यांचे करता येते. व्यष्टी अध्ययन या संशोधन पद्धतीची अनेक समाजशास्त्रज्ञांनी व्याख्या केली आहे.

व्याख्या

पॉलीन यंग – 'व्यष्टी अध्ययन पद्धती ही सामाजिक एककाचे (Unit) मग ते एक व्यक्ती, कुटुंब, संस्था कोणतेही असो, त्यांच्या जीवनाचे अध्ययन, संशोधन व त्याचे विवेचन करण्याची एक पद्धत आहे.

बिसंज आणि बिसंज – 'व्यष्टी अध्ययन गुणात्मक विश्लेषणाचा एक प्रकार आहे. ज्यात एखादी व्यक्ती, परिस्थिती, किंवा संस्थांचे अतिशय काळजीपूर्वक आणि संपूर्ण निरीक्षण केले जाते.

अल्फ्रेड मार्शल – 'काळजीपूर्वक निवडलेल्या काही कुटुंबांच्या कौटुंबिक जीवनाच्या सखोल पैलूंचे हे अध्ययन आहे. आपल्या सर्वोत्तम रुपात ही सर्वांपिक्षा सर्वश्रेष्ठ पद्धती आहे. परंतु ती पद्धत सर्वोत्तम रुपात वापरली गेली नाही, कौशल्याने वापरली नाही तर ही पद्धत, अविश्वसनीय व सामान्य निष्कर्ष सुचविण्याची शक्यताच अधिक असते.

वैशिष्ट्ये

या पद्धतीची पुढील वैशिष्ट्ये आहेत –
● यात एक किंवा अधिक सामाजिक एककाचा (Unit) अभ्यास करता येतो. हे एकक एखादी व्यक्ती, कुटुंब, संस्था, समूह असू शकते. या पद्धतीत सखोल व सूक्ष्म अभ्यासावर भर दिला जातो. त्यामुळे यातील एककाची संस्था मर्यादित असते.

● निवडलेल्या एककाचा भूतकाळापासून ते वर्तमान काळापर्यंत अभ्यास केला जातो.

● व्यष्टी अध्ययन पद्धतीत संशोधक व्यक्ती, कुटुंब, संस्था, समूह किंवा इतर कोणत्याही एककाचे व्यक्तिगत स्तरावर पूर्ण अध्ययन करू शकते.

● यात एककाच्या सामाजिक, मानसशास्त्रीय, आर्थिक, धार्मिक इ. सर्व अंगांनी अभ्यास केला जातो.

● या अध्ययन पद्धतीत बराच काळ एककाचा अभ्यास केला जात असल्याने ऐतिहासिक अध्ययन केले जाते व वर्तमान परिस्थितीवर त्याचा काय परिणाम झाला आहे याचा अभ्यास करता येतो.

● मानवी व्यवहारांच्या कारणांचा शोध घेणे हे याचे उद्दिष्ट असते.

अध्ययन पद्धती

या अध्ययन पद्धतीचे दोन प्रकार आहेत.

१. व्यक्तीचे व्यष्टी अध्ययन २. समुदायाचे व्यष्टी अध्ययन.

१. व्यक्तीचे व्यष्टी अध्ययन कोणत्याही एका व्यक्तीचे किंवा त्याच्या जीवनातील एखाद्या विशिष्ट घटनेचे अध्ययन केले जाते. व्यक्तीचे व्यष्टी अध्ययन करताना ती व्यक्ती स्वत:, त्या व्यक्तीच्या कुटुंबांतील सदस्य, मित्र तसेच त्या व्यक्तीची माहिती असणाऱ्या इतर लोकांकडून माहिती मिळविता येऊ शकते. त्याशिवाय त्या व्यक्तीशी संबंधित अशा त्या व्यक्तीची दैनंदिनी, पुस्तके, लेख, आत्मचरित्र, पत्र याद्वारे माहिती मिळविण्यास मदत होते.

२. समुदायाचे व्यष्टी अध्ययन करताना एखादा वर्ग, जात, समूह किंवा समुदायाचे सविस्तर अध्ययन केले जाते. अशा प्रकारच्या अध्ययनात संशोधकाला विशेष चातुर्य, बुद्धीमत्ता, कौशल्य यांचा वापर करावा लागतो. काही गोष्टींची दक्षता घ्यावी लागते. त्या विशिष्ट किंवा निवडलेल्या समुदायाच्या आंतरिक परिस्थितीचा संपूर्ण अभ्यास करावा लागतो. तसेच या अध्ययनासाठी विविध परिस्थिती, भूतकालीन माहिती, इतर प्राप्त माहिती, घटना यांचा अभ्यास करता येतो.

या संशोधन पद्धतीत काही गोष्टी गृहीत धरलेल्या असतात –

मानवी स्वभावात मूलभूत समानता असते. सारख्या परिस्थितीत माणसांचा स्वभावही सारखाच असतो. माणसांच्या मूलभूत प्रवृत्ती सारख्याच असतात. सर्वांमध्येच राग, लोभ, प्रेम या भावना सारख्याच असतात.

व्यक्ती, संस्था, समूह यावर काळाचा प्रभाव पडतो. त्यामुळे एखादी घटना जर घडली तर त्याची मुळे काही वर्षांपूर्वीच्या घटनांमध्ये असतात. तर याचा परिणाम पुढे काही काळ टिकत असतो.

मानवी व्यवहारांवर परिस्थितीचा प्रभाव असतो. कोणत्या परिस्थितीत मानव कसा व्यवहार करतो हे या अभ्यासामुळे शक्य होते. एकाच प्रकारची परिस्थिती इतर लोकांच्या जीवनात वारंवार येऊ शकते.

माहिती गोळा करणे

या संशोधन पद्धतीचा वापर करतांना माहिती गोळा करण्यासाठी निरीक्षण, मुलाखत या तंत्राचा वापर केला जातो. यात प्राथमिक स्रोताबरोबरच दुय्यम स्रोतांद्वारे माहिती मिळविली जाते.

या खेरीज व्यक्तीची दैनंदिनी, पत्रे, व्यक्तीने केलेले लेखन, व्यक्तीचे मन, विचार, व्यक्तीला आवडणारी पुस्तके, व्यक्तीची वंशावळ, फोटो, व्यक्तीची जीवनगाथा, आयुष्यात घडलेल्या गोष्टी, व्यक्तीशी संबंधित असलेल्या शाळा, ऑफिस इ. मधील रेकॉर्ड, व्यक्ती, नातेवाईक, मित्र, ओळखीचे यांच्याकडून माहिती विचारणे.

यातील व्यक्तीची दैनंदिनी, पत्रे ही साधने महत्त्वाची आहेत असे समाजशास्त्रज्ञ मानतात. कारण यातून व्यक्तीचे व्यक्तिमत्व, सामाजिक संबंध यांविषयी माहिती मिळते व त्यामुळे व्यक्तीच्या भावना व विचार कळतात. व्यक्तीचे कुटुंब, शाळा, ऑफिस इ. ठिकाणाहून मिळणाऱ्या माहितीवरून व्यक्तीच्या मनोवृत्ती कळतात.

संशोधक या निवडलेल्या किंवा संबंधित व्यक्तीशी दीर्घकाळ मुलाखत घेऊन, प्रत्यक्ष निरीक्षण करून अभ्यास करतात. व्यक्तीशी संबंधित असलेल्या प्रमुख घटना, विशिष्ट परिस्थितीबाबत त्या व्यक्तीच्या प्रतिक्रिया, अशा काही घटना की ज्या, त्या व्यक्तीच्या जीवनास प्रभावित करतात, काही घटना त्या व्यक्तीच्या जीवनास नवीन वळण देतात, त्याचे अनुभव व बदलत्या परिस्थितीचा प्रभाव याबाबत मुलाखत व निरीक्षणाद्वारे माहिती प्राप्त केली जाते.

गुन्हेगार व्यक्ती, एडस् ग्रस्त व्यक्ती, घटस्फोट, हुंडाबळी झालेल्या व्यक्तीचे कुटुंबीय, कौटुंबिक छळामुळे विभक्त झालेल्या पती-पत्नींपैकी कुणी व्यक्ती, बलात्कारीत स्त्री, फसवणूक झालेली स्त्री, पती-पत्नीचे परस्परांशी पटत नसेल तर ते दोघेजण, व्यसनाधीन व्यक्ती अशा वेगवेळ्या समस्या असलेल्या व्यक्ती सामाजिक संस्थांकडे येत असतात.

व्यक्तीची कौटुंबिक पार्श्वभूमी

या व्यक्तींचे व्यष्टी अध्ययन सामाजिक संस्थांना करावे लागते. यात त्या व्यक्तीची कौटुंबिक पार्श्वभूमी, आर्थिक परिस्थिती, समाजात कुटुंबाचे, कुटुंबातील प्रत्येक व्यक्तीचे स्थान, प्रतिमा, कुटुंबातील प्रत्येक व्यक्तीची शैक्षणिक व आर्थिक पार्श्वभूमी, आई-वडिलांचे परस्परांशी असलेले संबंध, आई-वडिलांचे आपल्या प्रत्येक मुलाशी असलेले संबंध, भावंडांचे परस्परांशी असलेले संबंध, परस्परांविषयी असलेल्या भावना आस्था, आपुलकी, द्वेष, मत्सर इ. असल्यास त्याची तीव्रता. प्रत्येकाच्या आयुष्यातील यश, अपयश, कुटुंबावर ओढवलेले प्रसंग, इतर नातेवाईकांशी असलेले संबंध अशा अनेक बारीक सारीक बाबींचा तपशीलाने अभ्यास करावा लागतो. प्रत्येक केसची वेगळी फाइल ठेवणे. समस्याग्रस्त व्यक्तीबरोबर होणाऱ्या भेटीचा व भेटीतील चर्चेच्या विषयाचा तपशील लिहून ठेवणे. यासाठी समस्याग्रस्त व्यक्तीची मुलाखत प्रश्नपत्रिकेद्वारे घेणे, अनौपचारिक बोलण्यातून इतर माहिती मिळविणे. एखाद्या व्यक्तीबद्दल, एखाद्या मुद्याबद्दल समस्याग्रस्त व्यक्ती बोलणे टाळत असेल तर खुबीने त्यावर त्या व्यक्तीला बोलायला लावून

माहिती घेणे. व्यक्तीची मुळातच मनोवृत्ती कशी आहे याचा अभ्यास करावा लागतो.

तंत्रे

व्यक्तीची मनोवृत्ती कळण्यासाठी वेगवेगळे इतरांचे अनुभव सांगून त्यावर प्रतिक्रिया विचारणे, मत विचारणे अशी तंत्रे वापरावी लागतात. व्यक्तीच्या दैनंदिनीतूनही नेमक्या कोणत्या प्रसंगाच्या नोंदी केल्यात, त्यात स्वत:चे व्यक्तिमत्त्व कसे लेखले आहे याचा अभ्यास करावा लागतो व्यक्तीची स्वत:च्या मनात स्वत:बद्दलची प्रतिमा, स्वत:कडून अपेक्षा, त्यांची पूर्तता, त्यासाठी केले जाणारे प्रयत्न हे विचारात घ्यावे लागतात.

विवाहितांच्या समस्या सोडविण्यासाठी सामाजिक रुढी, बंधने, आई-वडीलांचे प्राबल्य, पती-पत्नींची परस्परांची पसंती, परस्परांकडून अपेक्षा, विवाहापूर्वीचे प्रेमप्रकरण, कुटुंबाचे दडपण, लैंगिक समस्या, परस्परांबद्दल विश्वास, दोन्ही कुटुंबांची राहणी, आर्थिक परिस्थिती, स्वत:चे आयुष्य कसे असावे याबद्दलच्या अपेक्षा, आसपासच्या व्यक्ती, त्या कुटुंबाविषयी नवविवाहितेच्या मनात उभी केलेली. प्रतिमा, विवाहापूर्वी परस्परांच्या भेटी, पूर्व आयुष्याबद्दल स्पष्ट कल्पना, कुटुंबियांच्या स्वभावाची ओळख अशा सर्व पैलूंचा अभ्यास करावा लागतो.

तपशीलाने अभ्यास केल्याशिवाय कोणत्याही समस्येवर उपाय सुचविता येत नाहीत. एखादी व्यक्ती गुन्हेगारीकडे कशी वळते, का वळते त्यातून बाहेर पडण्यासाठी काय करावे ते सुचविण्यासाठीही असा अभ्यास करावा लागतो. व्यसनाधीन का होते, व्यसन सोडविण्यासाठी मनाची मशागत, सुचविल्या जाणाऱ्या गोष्टी ती व्यक्ती करते कां यावरही लक्ष ठेवावे लागते, याची कारणेही जाणून घ्यावी लागतात. या पद्धतीसाठी जास्त वेळ द्यावा लागतो. यातून निश्चित निष्कर्ष मिळतात, व्यक्तीच्या परिस्थितीत बदलही नक्कीच घडतो. परंतु याचा अभ्यास करतांना संशोधक, समाजकार्यकर्ता यांनी काही गोष्टी लक्षात घ्याव्या लागतात.

संशोधकाने / समाजकार्यकत्यांने पाळावयाची पथ्ये

- संशोधकाने / समाजकार्यकत्यांनि पूर्वग्रहदूषित असू नये – कोणत्याही प्रसंगाचे, घटनेचे निष्कर्ष काढतांना तटस्थ पद्धतीने, सर्व बाजूंनी विचार करणे आवश्यक असते. विशिष्ट जाती, धर्म यांच्याविषयी पूर्वग्रह मनात असण्याची शक्यता फार असते. व्यसनी व्यक्तीविषयी मनात तिरस्कार असतो. अशा परिस्थितीत, अशा मनस्थितीत संशोधन, अध्ययन तटस्थपणे होत नाही व त्याचा परिणाम निष्कर्ष, अनुमान यांवर होतो.

- पुरेशी माहिती – व्यक्तीस अध्ययनासठी वापरल्या जाणाऱ्या तंत्राची पूर्ण माहिती, ज्ञान असणे आवश्यक आहे. अन्यथा ती जर चुकीच्या पद्धतीने वापरली गेली तर त्याचा परिणाम संशोधनावर होतो. यातून चुकीचे, गैरसमज पसरविणारे निष्कर्ष निघू शकतात. व्यष्टीच्या मनोवृत्तीविषयीचे यथार्थ चित्र उभे रहात नाही. व्यष्टीच्या मनावर विपरीत परिणाम होऊ शकतो.

व्यक्तीचा भूतकाळ अभ्यासतांना काही गोष्टी, काही प्रसंगाबाबत व्यक्ती बोलायचे टाळते, तो विषय काढला की चिडते अशा वेळी खुबीने, वेगळ्या विषयाद्वारे माहिती काढून घ्यावी लागते हे भान संशोधकाला असले पाहिजे. अन्यथा व्यष्टी या अभ्यासासाठी सहकार्यच करणार नाही.

● असा अभ्यास करत असलेल्या व्यक्तीला काही वेळा मानसिक आजार असतात. त्यामुळेही अभ्यासात अडथळे येऊ शकतात.

● व्यक्तीशी बोलतांना बरेचदा व्यक्तीच्या समक्ष काही बाबींची नोंद करता येत नाही. अशा प्रसंगी पूर्ण एकाग्रतेने चर्चा करून मुद्दे लक्षात ठेवून नंतर नोंद करावी लागते.

● देहबोलीसुद्धा मनोवृत्ती, पैलू सुचवत असते. अशा वेळी संशोधकाला याचेही ज्ञान असावे लागते.

● संशोधकाने भावनाविवश न होता परिस्थिती, केस (व्यष्टी) हाताळणे गरजेचे असते.

● एखाद्या सामाजिक संस्थेचा अभ्यास करताना संस्थेच्या प्रमुखास फक्त भेटून पूर्ण व खरी माहिती मिळत नाही तर तिथे काम करणाऱ्या व्यक्ती, संस्था जर समाजात (Community) काम करत असतील तर तिथेही संस्थेविषयी, संस्थेच्या कामाविषयी जाणून घेणे आवश्यक असते. हे चित्र उभे करताना संपूर्ण चांगले किंवा संपूर्ण वाईट असे टोकाचे चित्र कदाचित उभे राहू शकत नाही. सामाजिक संस्थेचे स्वत:चे काही प्रश्न असतात त्याचही विचार करावा लागतो.

● समाजातील ज्या घटकांबरोबर संस्था काम करते त्यांचे स्वत:चे प्रश्न काय आहेत याचीही जाणीव असायला हवी. ते करत असलेल्या प्रकल्पांमध्ये यशस्वी कोणते, अयशस्वी कोणते याचे मूल्यमापन करणे, कारणे शोधणे हे शास्त्रीय पद्धतीने संशोधन करून अभ्यासावे लागते. व त्यानंतरच संस्थेविषयी, तिच्या कामकाजाविषयी काही निष्कर्ष काढता येतात.

● विशिष्ट जाती, धर्माच्या समुदायाचा अभ्यास करताना त्या जाती, धर्माची ऐतिहासिक, धार्मिक पार्श्वभूमी व प्रत्यक्षातील त्याचे स्वरूप याविषयी माहिती असावी लागते.

● व्यष्टी अध्ययनात विशेषत: एखाद्या व्यक्तीचे विशिष्ट प्रश्नासाठी अध्ययन करणे, हे पूर्वी नागरी भागातील शिक्षित लोकांमध्येच आढळून येत असे. परंतु अलिकडच्या काळात ग्रामीण भागातील महिलांचे स्वयंसेवी संस्थांकडे आपला प्रश्न मांडण्याचे प्रमाण वाढत आहे व यासाठी स्वयंसेवी संस्था व्यष्टी अध्ययन व समुपदेशन अशा दोन्ही पद्धतींचा वापर करून प्रश्न सोडवत असतात. ग्रामीण भागातील स्त्रियांचे प्रश्न विविध प्रकारचे आहेत. काही केसेसमध्ये पुरुषांनीही स्वयंसेवी संस्थांची मदत घेऊन प्रश्न सोडवले आहेत. याशिवाय मुला-मुलींच्या वर्तनातील, स्वभावातील अचानक बदल, वाईट सवयी अशा केसेसच्या संदर्भातही या पद्धतीने अभ्यास केला जातो. स्वयंसेवी संस्थांना जर व्यवस्थित आर्थिक मदत, कार्यकर्त्यांना प्रशिक्षण मिळाले तर या

संस्था लोकांपर्यंत जाऊन अशा अभ्यासातून प्रश्न सोडवू शकतील. ही पद्धत खर्चिक आहे व निम्न आर्थिक परिस्थितीतील व्यक्ती यासाठी फारसा खर्च करू शकत नाहीत. म्हणून याचा विचार होणे आवश्यक आहे.

(Child labour)

बाल कामगार

प्रास्ताविक

अठराव्या शतकापूर्वी सर्व देशांत शेती हा लहान प्रमाणावरील किंवा कौटुंबिक असा सार्वत्रिक व्यवसाय असे. शेतकऱ्यांच्या गरजा भागविण्याकरता खेड्यातील लोक शेतीला पूरक असे इतर उद्योग करीत असत. शेतीत व या पूरक उद्योगात मुलांना कामाला लावले जाई. कुटुंबातील मुले उद्योगाचे शिक्षण घेत; परंतु त्यामुळे त्यांचे शालेय शिक्षण होत नसे व त्या कौटुंबिक व्यवसायात त्यांची पिळवणूक होई.

औद्योगिक क्रांतीच्या प्रारंभापासून या समस्येचा उगम झाला. त्याला कारणही तसेच घडले. १७६० नंतर प्रथम इंग्लंडमध्ये मोठ्या प्रमाणात कुळांना शेतावरून हाकलून दिले गेले. त्यामुळे अर्थातच ती हजारो कुटुंबे बेघर झाली. याच सुमारास इंग्लंडमध्ये निरनिराळ्या उद्योगांचे कारखाने उभे राहिले व बेकारांना काम मिळाले. मिळालेल्या मजुरीवर काम करण्याची, तेही अठरा–अठरा तास, वेळ आली. कुटुंबाचे उत्पन्न कमी, त्यामुळे मुलांना कामाला लावले जाऊ लागले. बालकामगार समस्येची सुरुवात येथूनच झाली.

स्वातंत्र्यपूर्वकाळात भारतात चहा, कॉफी, रबर इ. मळ्यांच्या व्यवसायात अगदी लहान वयापासून मुले काम करीत. याविषयी कायदा करण्यात आला व बारा वर्षांखालील मुलांना कामगार म्हणून न घेण्याची तरतूद केली गेली. खाणींविषयीच्या कायद्यात १२ वर्षांखालील मुलांना काम देऊ नये असे बंधन घालण्यात आले. ही मर्यादा १९३५ च्या कायद्याने १५ वर्षे केली व तिची अंमलबजावणी सर्वत्र होत आहे.

आजही फटाके तयार करण्यासाठी, सतरंज्या विणणे, हॉटेलमध्ये वेटर अशी कामे मुलांना दिली जात आहेत. जरीचे भरतकाम, सोनारकाम यासाठीही या मुलांचा उपयोग करून घेतला जातो. असंघटित उद्योगात लहान मुलांना काम दिले जाते.

मुले जेथे काम करतात, तिथली परिस्थिती फारशी चांगली नसते. कारखान्यात, हॉटेलच्या भटारखान्यात काम करणाऱ्या मुलांना कोंदट वातावरणात काम करावे लागते. शेतात, मळ्यात काम करणाऱ्यांना थोड्या मोकळ्या वातावरणात काम करायला मिळते. तीव्र उन्हाळ्यात उघड्यावर काम करणे किंवा कोंदट वातावरणात काम करणे मुलांना शक्य नसते. महाराष्ट्रात परराज्यांतून आलेल्या मुलांची तर अतिशय पिळवणूक केली जाते.

बाल कामगारांसाठी कायदे :

भारतात कारखाने, खाणी व मळ्यात काम करणाऱ्या मुलांच्या कामाचे तास व

वयोमर्यादा यावर बंधने घालणारे कायदे करण्यात आले आहेत. यातील कायद्यानुसार १५ वर्षांखालील मुलांना कामावर घेण्यास व १५ ते १७ वयोगटांतील मुलांना रात्रपाळी देण्यास बंदी घालण्यात आली आहे. शिवाय शिकाऊ व प्रशिक्षणार्थी उमेदवार सोडून १५ ते १७ या वयोगटांतील मुलांना रोज सलग बारा तास विश्रांती दिलीच पाहिजे, अशी सक्ती आहे. रंगकाम व विणकाम, सतरंज्या तयार करणे, सिमेंट उत्पादन, कापड छपाई, लोकर सफाई, कातडी कमावणे या व्यवसायात १४ वर्षांखालील मुलांना काम देता येणार नाही.

भारतीय घटनेच्या २४ व्या कलमानुसार कारखाने, खाणी व धोका असणाऱ्या इतर व्यवसायांमधील मुलांसाठी किमान वयोमर्यादा १४ वर्षांची आहे. त्याशिवाय घटनेच्या ३९ (इ) कलमानुसार पुरुष व स्त्री कामगार तसेच मुले यांच्या आरोग्याची काळजी घेण्याची तरतूद आहे. तरुण व मुले यांची पिळवणूक होऊ नये याबद्दलची तरतूदही आहे. बाल कामगार (प्रतिबंध व नियम) अधिनियमांतर्गत अपराधी व्यक्तीला एक वर्षपर्यंत कारावासाची शिक्षा होऊ शकते. अधिनियमानुसार १५ व्यवसाय व ५७ कामांमध्ये १४ वर्षांपेक्षा कमी वयाच्या मुलांना कामावर ठेवण्यास मनाई आहे.

मनाई असलेले काही व्यवसाय असे आहेत. विड्या बनवणे, घरगडी, ढाबा, चहाची टपरी, हॉटेल, बांधकाम व गृहनिर्माण, गालिचे विणणे, ऑटो वर्कशॉप, रत्नांची कटाई आणि पॉलिश, काच व काचसामान उत्पादन, फौंड्री, वीटभट्टी, दगडफोडीचे काम, हातमाग व यंत्रमाग उद्योग, जरी उद्योग, कचरा उचलणे, भंगी काम इ. १२ जून हा दिवस बाल कामगार विरोधी जागतिक दिवस म्हणून पाळण्यात येतो. या दिवशी त्यांच्याविषयी नव्या योजना, सवलती जाहीर केल्या जातात.

बाल कामगारांचे शोषण :

आज बाल कामगार विविध उद्योग-व्यवसायात व कारखान्यात अमानवीय पद्धतीने जीवन जगत आहेत.

बाल कामगारांचे अमानवीय जीवन संपुष्टात यावे, यूनोच्या बालक हक्कांच्या जाहीरनाम्यातील तरतुदींची पूर्ण कार्यवाही व्हावी व भारतीय राज्यघटनेत समाविष्ट केलेल्या मूलभूत हक्कांची जपणूक व्हावी बाल मजुरीच्या समूळ उच्चाटनासाठी कैलास सत्यार्थी यांच्या नेतृत्वाखाली 'बचपन बचाओ आंदोलन' देशभर कार्यरत आहे.

या आंदोलनाने विदेशात निर्यातीत अग्रेसर असणाऱ्या उद्योगातील बाल कामगारांना मुक्त करण्यासाठी तेथे 'ग्राहक जागरूकता चळवळ' चालवून बालश्रमविरहित गालिचा निर्यात करण्यास 'एगमार्क' फौंडेशनची स्थापना करण्यात यश मिळविले आहे. १९९० मध्ये बचपन बचाओ आंदोलनाने बिहारपासून ते नवी दिल्लीपर्यंत व १९९४ मध्ये कन्याकुमारी ते दिल्ली अशी दोन स्वतंत्र बचपन बचाओ भारत ही आंदोलने काढून त्या प्रश्नावर जनमत जागृत केले. तसेच 'बचपन बचाओ संसदीय कार्यदल' स्थापन करून बाल कामगारांच्या प्रश्नावर देशाच्या कायदेमंडळात चर्चा

घडवून आणली.

दारिद्र्याच्या नावाखाली लहान मुलांना मजुरी व गुलामीच्या चक्रांत गुंतविले जाते. कधी त्यांची देहविक्री केली जाते. नुसत्या शेती व्यवसायात व बांधकामाच्या क्षेत्रात जगात २० कोटी मुले गुलामीच्या अवस्थेत जीवन जगतात. भारतात काम करणाऱ्या बालकांची संख्या १० ते १२ कोटी आहे. बाल गुलामी चालू राहण्याची कारणे अशी ह्न १) राजकीय इच्छाशक्तीचा अभाव २) सामाजिक संवेदना, जाणीव, जागृती नाही. ३) चुकीच्या सामाजिक समजुती ४) बालकामगार व त्यांचे पालक यांचे अज्ञान व असमर्थता ५) कायद्यातील उणिवा ६) बचपन बचाओ विकासनीतीचा अभाव.

'क्ष'रोग निदान व उपचार रुग्णालयात सुमारे ८० टक्के रुग्ण बाल कामगार असतात. गालिचा उद्योगाच्या कामात बिहार, उत्तर प्रदेश बाल कामगार ठिकाणचे आहेत. भांड्यांचे उद्योग, कुलूप कारखाने, वीटभट्टी व दगड खाणीतील बाल गुलामांची स्थिती अत्यंत वाईट आहे. ज्या क्षेत्रात बाल मजुरी आहे, तेथे प्राथमिक शिक्षणातील बालकांची गळती ८५ टक्के आहे.

कायदे

१९७६ मध्ये वेठबिगार मुक्ती अधिनियम व १९८६ मध्ये बाल कामगार प्रथा निर्मूलन कायदा अस्तित्वात आला. पण आजपर्यंत या कायद्याखाली एकाही मालकाला साधी एक दिवसाची शिक्षाही झाली नाही.

भारतात पलायू जिल्ह्यातील 'कोयल क्रारो' धरणामुळे विस्थापित अदिवासींची १७ ते २० हजार मुले व नर्मदा नदीवर बांधण्यात येणाऱ्या धरणामुळे विस्थापित झालेल्या कुटुंबांची ४० हजार मुले बाल गुलामीची शिकार झाली आहेत.

आजची परिस्थिती :

तक्ता क्र. ३

५ ते १४ वयोगटांतील व्यक्तींची लोकसंख्या व काम करणाऱ्यांची संख्या

महाराष्ट्र

	एकूण लोकसंख्या			एकूण काम करणारे		
वयोगट	एकूण	पुरुष	स्त्रिया	एकूण(%)	पुरुष(%)	स्त्रिया(%)
५-९	१०२३००९०	५३०२५३३	४९२७५५७	८९६०९ (0.८७)	४७९५३ (0.९०)	४१६५६ (0.८४)
१०-१४	११३३७४४२	५९४५९१७	५३९१५२५	६७४४६६ (५.९४)	३५०६९३ (५.८९)	३२३७७३ (६.००)

ग्रामीण

	एकूण लोकसंख्या			एकूण काम करणारे		
वयोगट	एकूण	पुरुष	स्त्रिया	एकूण	पुरुष	स्त्रिया
५–९	६२२८७७३	३२१५८९८	३०१२८७५	७३२९१ १.१७	३७२६४ १.१६	३६०२७ १.१९
१०–१४	६८७०५६६	३५९१२११	३२७९३५५	५७४९७४ ८.३७	२७८७८३ ७.७६	२९६१९१ ९.०३

नागरी

	एकूण लोकसंख्या			एकूण काम करणारे		
वयोगट	एकूण	पुरुष	स्त्रिया	एकूण	पुरुष(%)	स्त्रिया(%)
५–९	४००१३१७	२०८६६३५	१९१४६८२	१६३१८ (0.४१)	१०६८९ (0.५१)	५६२९ (0.२९)
१०–१४	४४६६८७६	२३५४७०६	२११२१७०	९९४९२ (२.२३)	७१९१० (३.०५)	२७५८२ (१.३०)

संदर्भ : सेन्सस ऑफ इंडिया २००१

ग्रामीण भागात बालमजुरीचे प्रमाण लक्षणीय आहे. त्यातही पुरुषांपेक्षा स्त्रियांमध्ये ते जास्त आहे. ग्रामीण भागातील ५–९ वयोगटांतील बाल कामगारांचे प्रमाण चिंताजनक आहे. शहरी भागात १०–१४ वयोगटांतील बाल कामगारांमध्ये मुलांचे प्रमाण जास्त आहे. यामुळे अर्थातच त्यांचे शालेय शिक्षण होऊ शकत नाही व आयुष्यात पुढील काळातही अकुशल मजूर म्हणून काम करावे लागण्याची शक्यताच अधिक असते. वरील प्रमाणे एकूण पुरुष लोकसंख्येशी काम करणाऱ्या पुरुष लोकसंख्येचे काढलेले आहे व एकूण स्त्री लोकसंख्येशी काम करणाऱ्या स्त्रियांचे व एकूण लोकसंख्येशी काम करणाऱ्या एकूण व्यक्तींचे आहे.

मागील २–३ वर्षांत अनेक उद्योगांमधून बाल कामगारांची सुटका करण्यात आली. जानेवारी २००५ मध्ये काम करणाऱ्या मुलांना शिक्षण देऊन मुख्य प्रवाहात आणण्यासाठी अनौपचारिक शिक्षण, व्यावसायिक प्रशिक्षण देऊन त्यांचे शिक्षण काही कारणाने थांबले असेल, तर पुन्हा सुरू व्हावे व भविष्यात त्यांचे शोषण होऊ नये ही काळजी घेतली जाईल अशी घोषणा केली गेली.

नवी योजना

बाल कामगारांना त्यांची सोडवणूक केल्यावर बालसुधारगृहाऐवजी निवासी शाळेत दाखल करण्याचे धोरण नुकतेच केंद्रसरकारने स्विकारले आहे. त्यानुसार बाल कामगारांची मोठी संख्या असलेल्या देशातील शंभर जिल्ह्यांत याचा पथदर्शीप्रकल्प फेब्रुवारी २००८ पासून सुरू करण्यात आला आहे.

देशभरातील ही अनिष्ट प्रथा हद्दपार करण्यासाठी केंद्रसरकार प्रयत्न करीत आहे. त्यासाठी केंद्रीय कामगार आणि रोजगार मंत्रालयांतर्गत 'बाल कामगार सल्लागार मंडळ' स्थापन करण्यात आले आहे. सध्या सुटका केलेल्या बाल कामगारांची रवानगी बाल सुधारगृहात करण्यात येते. त्यांना शिक्षणाच्या मुख्य प्रवाहात आणण्याचा प्रयत्न केला जातो. त्यांच्या शिक्षणाचा दर्जा उंचावण्यासाठी निवासी शाळा सुरू करण्यात येणार आहेत.

उत्तर प्रदेश, बिहार व झारखंड अशा राज्यांतून विकसित राज्यात बाल कामगारांचे स्थलांतर वाढत आहे. त्यांचे स्थलांतर रोखणे हा या प्रकल्पाचा मुख्य उद्देश आहे.

सध्या देशातील २४८ जिल्ह्यांमध्ये 'राष्ट्रीय बाल कामगार प्रकल्प' (एनसीएलपी) राबविला जात आहे. यात वाढ करून हा प्रकल्प ४०० जिल्ह्यांत पोहोचविण्यात येणार आहे. पैकी महाराष्ट्रातील सहा ते आठ जिल्हे यात असतील.

बाल कामगारांची मुक्तता करण्यासाठी महाराष्ट्रात 'टास्कफोर्स'तयार करण्यात आला आहे. त्यामुळे राज्याने बाल कामगार मुक्ततेसाठी आघाडी घेतली आहे. स्वयंसेवी संस्थांनी यापूर्वीच बालकामगार प्रथेविरुद्ध पाऊल उचलून बाल कामगारांना मुख्य प्रवाहात आणण्याचे प्रयत्न सुरू केलेत.

या शाळेचे स्वरूप पुढीलप्रमाणे असेल–

यात प्रत्येक जिल्ह्याच्या ठिकाणी एक निवासी शाळा असेल. या शाळेत पाचशे ते सहाशे बाल कामगार असतील. यातील पहिल्या टप्प्यात पाचवीपर्यंतच्या शिक्षणाची सोय असेल. त्याचप्रमाणे कुटुंबाचे आर्थिक नुकसान होऊ नये म्हणून पालकांना अर्थसाहाय्य करण्यात येणार आहे. दहावी उत्तीर्ण झालेल्या विद्यार्थ्यांना व्यावसायिक शिक्षण दिले जाईल.

ही योजना सुरुवातीच्या काळात २५० जिल्ह्यांमध्ये लागू केली आहे. यात विद्यार्थ्यांच्या पालकांना दरमहा रु. १०० स्टाइपेंड (विद्यावेतन) मिळेल. मध्यान्ह भोजन दिले जाईल. आरोग्य देखभाल सुविधा पुरविल्या जातील. याला विशेष शाळा/पुनर्वसन केंद्र म्हटले जाते. औपचारिक व अनौपचारिक अशा दोन्हीही प्रकारचे यात शिक्षण दिले जाते.

समारोप

परंतु ही योजना सर्व बाल कामगारांपर्यंत पोहोचून त्याचा लाभ त्या सर्वांना मिळायला हवा. नुकतेच काही बाल सदनांमध्ये मुलांवर शारीरिक व लैंगिक अत्याचाराचे गुन्हे उघड झाले आहेत. मुलांकडूनच शारीरिक कष्टाची कामे करून घेतली जातात असे आढळले आहे. यावर नियंत्रण ठेवले गेले पाहिजे, तरच अशा योजनांचे उद्दिष्ट साध्य होईल.

(Co-operative movement)

सहकार चळवळ

पार्श्वभूमी

सहकार चळवळीची निर्मिती औद्योगिक समाजाच्या निर्मितीशी जोडलेली आहे. शेती समाजाकडून औद्योगिक समाजाकडे झालेल्या वाटचालीत जे अनेक प्रश्न निर्माण झाले, (विशेषतः शेतकरी, कामगार, ग्राहक, मध्यमवर्ग यांच्यापुढे नव्या समस्या निर्माण झाल्या) त्यातून उत्तर शोधण्याच्या प्रयत्नातून सहकारी व्यवस्थेचा विचार पुढे आला. भारतात ज्यावेळी सहकारी चळवळीचा उगम झाला तेव्हा औद्योगिकरणाची सुरुवात झाली होती. अर्थव्यवस्थेची खासगी व सार्वजनिक ही दोन प्रमुख क्षेत्रे होती. नव्याने स्वतंत्र झालेल्या देशातील शासनाला सर्वच प्रश्नांना हात घालणे शक्य नव्हते. त्यामुळे सहकाराच्या माध्यमातून लोकसहभागाने अनेक प्रश्न सोडविण्याचा प्रयत्न होता. शेती पतपुरवठा, विपणन, बी-बियाणे पुरवठा, प्रक्रिया, भूविकास, पाणीपुरवठा या ग्रामीण संस्थांबरोबर नागरी बँका, पतपेढ्या, गृहबांधणी, औद्योगिक सहकारी संस्था अशा नागरी संस्थांची उभारणी करण्यात आली.

सहकारी चळवळीची प्रमुख वैशिष्ट्ये म्हणजे गरजेच्या वेळी कर्ज आणि जीवनोपयोगी वस्तू मिळण्याची व्यवस्था, यासाठी सहकारी संस्था व संघटना स्थापन केल्या जातात. यात समाजातील कोणतीही व्यक्ती इच्छा असल्यास सहभागी होऊ शकते. अशा अर्थव्यवस्थेत वैयक्तिक नफ्याला वाव ठेवलेला नाही. त्यामुळे सहकारी संस्थेच्या व्यवहारात जो काही नफा उरेल तो सर्व भागीदारांनी समान विभागात वाटून घ्यावा असा व्यवहार अभिप्रेत आहे.

समाजातील दुर्बल वर्गांच्या गरजा अशा सहकारी व्यवहारातून योग्य प्रकारे पूर्ण करण्याची व्यवस्था निर्माण व्हावी, यासाठी सहकारी चळवळ जगभर वाढत गेली. आर्थिक दृष्ट्या कमकुवत व्यक्तींची आर्थिक उन्नती घडवून आणण्यासाठी सहकारी चळवळ 'स्वेच्छेच्या बळावर स्थापन झालेली असते.

सहकारी चळवळीला प्रारंभ

भारतात सहकारी चळवळ १९०४ पासून सुरू झाली. त्यापूर्वी या स्वरूपाचा अयशस्वी प्रयत्न न्या. म. गो. रानडे व सर विल्यम वेडरबर्न यांनी केला होता. पुरंदर तालुक्यातील शेतकऱ्यांना कर्ज पुरविण्यासाठी एक सहकारी बँक स्थापण्याचा प्रयत्न त्यांनी केला होता. परंतु भारतमंत्र्यांनी त्याच सुमारास शेतीसुधारणेसाठी कर्ज देण्याच्या १८८४ च्या कायद्याला संमती दिली. शेतकऱ्यांना तगाई देण्याची व्यवस्था केली. त्यामुळे सहकाराची कल्पना प्रत्यक्षात येऊ शकली नाही.

भारतात मद्रास सरकारने हा प्रश्न सोडविण्यासाठी फ्रेडरिक निकोलसन् यांना ग्रामीण कर्ज

निवारण करण्यासाठी काय करता येईल ? याच्या अभ्यासासाठी युरोपात पाठविले. त्याच सुमारास रॅफिसॉन यांनी जर्मनीत जी सहकाराची पद्धत आणली तीच महाराष्ट्रत सुरू करा. अशी सूचना फ्रेडरिक यांनी स्वत:च्या अहवालात केली. या अहवालानंतर लॉर्ड कर्झनने लॉर्ड लॉ यांच्या अध्यक्षतेखाली सहकारी संस्थांच्या व्यवहारात कायदेशीरपणा कसा आणता येईल ? यासाठी समिती नेमली. या समितीच्या शिफारशींनुसार १९०४ चा सहकारी संस्थांचा कायदा मंजूर झाला. या कायद्याने ग्रामीण संघ व नागरी संघ असे दोन संघ स्थापता येऊ लागले. सहकारी चळवळीला अपेक्षेपेक्षा जास्त प्रतिसाद मिळताच १९१२ च्या कायद्याने चळवळीची व्याप्ती वाढविण्यासाठी कायदा दुरुस्ती करण्यात आली. त्यानुसार कोणतीही आर्थिक गरज भागविण्यासाठी सहकारी संघ स्थापन करण्यात येऊ लागले. शेतकरी संघटनांच्या भांडवल पुरविणाऱ्या संस्था स्थापण्याच्या कामास कायदेशीर रूप देण्यात आले. सहकारात गुंतविलेली रक्कम जप्त न करता येण्याची तरतूद करण्यात आली. सहकारी संस्था अधिक मजबूत करण्यासाठी सहकारी संस्थांनी दिलेल्या कर्जाच्या वसुलीचा अग्रहक्क मान्य करण्यात आला.

१९११ च्या कायद्याने सहकार चळवळ प्रांताकडे आली. प्रत्येक प्रांताला या संदर्भात कायदे करण्याचे स्वातंत्र्य देण्यात आहे. मुंबई प्रातांनी याबाबत आघाडी घेतली. मुंबई प्रांताच्या १९२५ च्या कायद्याने शेतकऱ्यांप्रमाणेच नागरी लोकांच्या हितासाठी, त्याचप्रमाणे उत्पादन, जीवनमान सुधारणा या गोष्टींसाठी सहकारी संस्था स्थापण्यात येऊ लागल्या. पुढे महायुद्ध काळात नियंत्रित माल सहकारी संस्थांमार्फतच वाटण्याचे धोरण आल्यावर शेतकी पतपेढ्यांचे रूपांतर विविध कार्यकारी सहकारी संस्थांमध्ये झाले. सुरूवातीच्या काळात शेतकी सहकारी पतपेढ्या स्थापून शेतकऱ्यांना कर्ज देण्याची निश्चित सोय करण्यात आली. सोलापूरमधील तळवडे येथे २६ मे १९०५ रोजी सहकारी पतपेढी निघाली. सुरुवातीला खेडे एवढेच कार्यक्षेत्र होते. पतपेढीचे भांडवल म्हणजे त्यात ठेवल्या जाणाऱ्या ठेवी व सभासद होताना मिळणारी प्रवेश फी, यातून संस्थेला मिळणारा नफा गंगाजळीत टाकायचा, तो वाटायचा नाही. पुढे त्यात बदल झाला. १९२७ पासून भाग (शेअर्स) विकून भांडवल उभारायला सुरुवात झाली. नफ्यापैकी २५% गंगाजळीत टाकून उर्वरित रक्कम सभासदांत वाटू लागले. या सहकारी संस्थांच्या खेळत्या भांडवलात भाग (शेअर्स), सभासद व इतरांच्या ठेवी, अन्य सहकारी पतपेढ्या, मध्यवर्ती बँका, प्रांतिक सहकारी बँका यांची कर्ज, गंगाजळी, विविध कारणांसाठी निर्माण केलेले निधी यांचा समावेश होतो. शेतकऱ्यांना बी-बियाणे, खतपाणी या कामासाठी अल्प मुदतीची व दीर्घ मुदतीची कर्ज या संस्था देऊ लागल्या.

शेतकऱ्यांच्या उत्पादक व ग्राहक संस्था व पतसंस्था

सहकारी संस्थांचे सामान्यत: दोन मुख्य प्रकार आहेत. १) ग्राहकांच्या सहकारी संस्था २) उत्पादकांच्या सहकारी संस्था. १९८५ मध्ये आंतरराष्ट्रीय सहकारी संघटनेने ग्राहकांच्या वितरण संस्था, उत्पादकांच्या संस्था, शेती संस्था, पतपुरवठा संस्था असे वर्गीकरण केले. अशा संस्थांमध्ये मर्यादीत भाग असलेल्या सदस्यांना लाभांश मिळतो. त्यांचा साचाही लोकशाही पद्धतीचा असतो.

विविध कार्यकारी सहकारी संस्था (वि. का. स. संस्था)

कर्ज हीच एकमेव गरज शेतकऱ्याची नसते. त्यामुळे त्याला कर्जाबरोबरच अन्य अनेक वस्तूंची, यंत्रांची गरज असते. या गरजा ओळखून सहकार चळवळीने एक पाऊल पुढे टाकले ते म्हणजे विविध कार्यकारी सहकारी संस्था, रिझर्व्ह बँकेने या संदर्भात लवाद नेमणे, घरगुती मालाची घाऊक किंमतीत विक्री, शेतीचे आधुनिकीकरण अशा सूचना केल्या. त्यामुळे अहमदनगर येथील लोणी विविध कार्यकारी संस्थेने पुढाकार घेऊन पेंडीचे खत, लोखंडी पोलादी अवजारे पुरविणे, गूळ विकणे, लोखंडी सामान, बांधकाम साहित्य पुरविण्याचा उद्योग सुरू केला. श्रीरामपूर येथे एक अडत दुकान उघडले. याच पद्धतीचे काम उमरखेडा (वि. का. स.) संस्था (खानदेश), मुल्हेर विविध कार्यकारी संस्था (नाशिक) पुणे जिल्ह्यातील खेड येथील वि.का.स. संस्था रेशन दुकान चालवत असे.

सहकारी धान्याची कोठारे

माल देऊन माल घेतला की हिशेब नको व फसवणूक नको या उद्देशाने शेतकऱ्याला पेरणीसाठी बी–बियाणे देऊन सुगीला ते 'सवाई' ने म्हणजे २५% जादा ने परत घ्यायचे या पद्धतीने काम सुरू केले. यासाठी ठाणे जिल्ह्यात ५१ कोठारे, कोल्हापूरात १७६ कोठारे निघाली.

शेतकी सहकारी पतपेढ्यांची प्रतवारी

सहकारी संस्थाची प्रतवारी आर्थिक वर्ष संपले की लावण्यात येते. हिशेबतपासणीच्या वेळी ज्यांची परिस्थिती उत्तम आहे, त्यांना 'अ' वर्ग, ज्यांची परिस्थिती चांगली त्यांना 'ब', बिघडलेली परिस्थिती 'क', ढासळलेली आर्थिक स्थिती 'ड' अशी संस्थांची वर्गवारी होते.

जमीन तारणावर कर्ज देणाऱ्या बँका

१९२६ मध्ये को-ऑपरेटिव्ह सोसायट्यांचे रजिस्ट्रार श्री. मदन यांच्या सुचनेनुसार जमिनीच्या तारणावर कर्ज देणारी पहिली बँक १९२८ मध्ये खानदेशात पाचोरे येथे स्थापण्यात आली. १९३५ मध्ये याच विषयाची स्वतंत्र-प्रांतिक बँक स्थापण्यात आली. सुरुवातीला कमीतकमी ४०० ते जास्तीत जास्त १०,००० रुपये कर्ज देण्यात येत असे.

जिल्हा मध्यवर्ती बँका व राज्य सहकारी बँका

जिल्हा मध्यवर्ती बँका ही राज्य सहकारी बँकेकडून कर्जे काढून जिल्ह्यातील शेतकी पतपेढ्यांना पुरविते. राज्य सहकारी बँक ठेवी, चालू व बचत खात्यांद्वारे आणि रिझर्व्ह बँकेकडून कर्जे घेऊन पैसा उभारते.

नागरी सहकारी पतपेढ्या

गवंडी, कामगार, मजूर यांना फायदा व्हावा म्हणून १९१५ मध्ये मॅकलगन समितीने या प्रकारच्या संस्था नागरी लोकांच्या हितासाठी स्थापन करण्याची सूचना केली. १९५०-५१ मध्ये महाराष्ट्रात त्यांची संख्या ७९६ होती.

शेतकी कर्जवाटपांव्यतिरिक्त सहकारी संस्था

माल विकत घेणे व विकणे या कामासाठी हे संघ स्थापन करण्यात आले. यात पुण्याचा सहकारी खरेदी-विक्री संघ, कोल्हापूरचा शेतकी सहकारी संघ, कऱ्हाड खरेदी-विक्री संघ, करमाळे तालुका सहकारी खरेदी विक्री संघ यांनी स्थानिक मालाची खरेदी-विक्री केली. यांचा प्रमुख संघ मुंबई राज्य सहकारी खरेदी-विक्री संघ होय. १९५०-५१ मध्ये महाराष्ट्रात असे छोटे-मोठे ६२६ संघ होते.

याच्याच जोडीला निरनिराळ्या पिकांची विक्री करण्यासाठी सहकारी संस्था, शेती उत्पादन, सहकारी संघटना, सामुदायिक शेतकी संघ, सहकारी शेती सुधारणा संस्था, जमीन-मालक सहकारी मशागत संस्था, खंडकरी सहकारी शेती संस्था, सहकारी सामुदायिक मशागत संस्था, पिके संरक्षण व कुंपण सहकारी संस्था, बिगर शेती उत्पादन सहकारी संस्था, जंगल कामगारांच्या सहकारी संस्था विणकर सहकारी संस्था, नित्योपयोगी वस्तूंची सहकारी भांडारे, सहकारी घरबांधकाम संघटना. अशा बहुविध उद्देशित संस्थांचा प्रारंभ करण्यात आला.

महाराष्ट्रातील सहकारी साखर कारखाने

'सहकारी साखर कारखाना स्थापन करण्यापूर्वी श्री. विठ्ठलराव विखे पाटील यांनी १९२३ मध्ये लोणी बुद्रुक सहकारी पतपेढीची स्थापना करून 'सहकारी जीवना'चा श्रीगणेश केला. पुढे या संस्थेच्या जिल्हाभर शाखा उघडून कामाचे सार्वजनिकीकरण केले. गावातील मंडळींना एकत्र आणून 'मजूर सहकारी सोसायटी'ची स्थापना केली.

श्रीरामपूर येथे १९४५ मध्ये 'द डेक्कन कॅनॉल्स बागायतदार' परिषदेचे अधिवेशन भरले होते. ख्यातनाम अर्थतज्ज्ञ डॉ. धनंजयराव गाडगीळ अध्यक्ष होते. या परिषदेत विखेंनी सर्व शेतकऱ्यांनी एकत्र येऊन सहकारी पद्धतीने साखर कारखाना काढण्याचा ठराव मांडला. गाडगीळ व उपस्थित सर्व शेतकऱ्यांनी विखे पाटलांनीच ही जबाबदारी घ्यावी असे सुचविले. १९४५ ते ५० या काळात त्यांनी अतोनात श्रम करून, भाग भांडवल जमा करून महाराष्ट्रातला हा प्रयोग आपण यशस्वी करायचाच हा निर्धार केला. कारखान्यासाठी शासनाकडून परवानगी आणली. मुंबई राज्याचे वित्त व सहकार मंत्री वैकुंठभाई मेहता यांनी विखेंना शासकीय पातळीवरील सर्व सहकार्य केले. ३१ डिसेंबर १९५० रोजी 'प्रवरा सहकारी साखर कारखाना' स्थापला व कारखान्यातून साखर उत्पादन सुरू केले. महाराष्ट्राच्या इतिहासातला 'न भूतो' प्रयोग अशा रीतीने सुरू झाला.

उत्पादक सहकारी संस्था

या संस्था स्थापन करण्याचा मुख्य उद्देश मालक व कामगार यांच्यातील संघर्ष नाहीसा करणे. कामगारांची पिळवणूक थांबवणे, कारखान्याच्या मालकाला जो भरमसाठ नफा मिळतो त्याऐवजी कामगारांना श्रमाचा योग्य मोबदला मिळावा हा होता.

'कारखाना माझा आहे' या सुत्रावर भावना काम करण्याची प्रेरणा देते, मालाची गुणवत्ता टिकवून ठेवण्यास मदत करते. अशा तऱ्हेचे काही प्रयोग ही केले गेले परंतु सर्वांनाच यश मिळाले नाही. त्याला वेगवेगळी कारणे आहेत, मोठ्या प्रमाणावरील वाढलेल्या उत्पादनामुळे स्पर्धा आली, त्यासाठी आवश्यक असलेले भांडवल, तंत्रज्ञान याची आवश्यकता निर्माण झाली याचा फटका मोठ्या प्रमाणांत सहकारी संस्थांना बसला..

त्यांतूनच यातील अयशस्वी प्रयोगांचे खाजगीकरण करण्याचे प्रयत्न आता सुरू झाले आहेत.

सहकाराचे शिक्षण

सहकारी अर्थव्यवस्था कार्यक्षमतेने चालविण्यासाठी सहकारी चळवळीतील व्यक्तींना आवश्यक ते प्रशिक्षण दिले गेले. त्यासाठी प्रशिक्षण संस्था स्थापन झाल्या व प्रशिक्षणही दिले गेले.

परंतु तरीही सहकार चळवळ मागे पडली. तिला म्हणावे तसे यश मिळाले नाही. त्यात काही ठिकाणी भ्रष्टाचार झाले. त्यात संचालक मंडळाच्या भ्रष्टाचारामुळेही काही संस्था बुडल्या.

शेतीतील पिकांची, बाजारपेठेची अनिश्चितता त्यामुळे शेतकऱ्यांची आर्थिक परिस्थिती कर्ज चुकविण्याजोगी राहीली नाही.

सहकारी चळवळीची पीछेहाट

१९९० पासून जागतिकीकरण व संगणक क्रांतीमुळे अर्थव्यवस्थेचे चित्र आमूलाग्र बदलू लागले. राष्ट्रीय उत्पन्नात शेतीचा वाटा कमी होऊन उत्पादन क्षेत्राचा वाटा वाढण्याची प्रक्रिया बंद पडून सेवा क्षेत्राचा सहभाग वाढू लागला. मुंबई, पुणे, ठाणे, परिसरातील औद्योगिक कारखानदारी कमी होऊन त्या जागी आय. टी. पार्क, मॉल्स, खासगी बँका, ऑफिसेस येऊ लागली. कामगार वर्ग अस्तंगत होऊ लागला आणि असंघटित कष्टकऱ्यांची संख्या वाढू लागली. अर्थव्यवस्थेत देशी विदेशी कॉर्पोरेट सेक्टरचा प्रवेश झाला. सहकार चळवळीने या बदलांची दखल घेतलेली दिसली नाही.

नवीन आर्थिक धोरणामध्ये शासनाने आपली सामाजिक जबाबदारी सोडून दिली आहे. शेतीतील गुंतवणूक व सुधारणा, पाणीपुरवठा, आरोग्य, शिक्षण, रोजगार ही कामे खासगी व विशेषत: बहुराष्ट्रीय कंपन्यांकडे सोपविली आहेत. त्यामुळेच शासनाला पूर्वीइतकी सहकारी चळवळीची गरज वाटत नाही. दुसरीकडे, शेती आणि शेतकऱ्यांचे प्रश्न तीव्र होत आहेत.

बाजारप्रणित अर्थव्यवस्था शहरात गतिमान होत असताना ग्रामीण अर्थव्यवस्था ठप्प झालेली आहे. कारण शहरी उत्पादनांनी ग्रामीण बाजारपेठेचा कब्जा घेतला आहे. गावातील साधन सामुग्री व क्रयशक्तीचे शहराकडे हस्तांतर होत आहे. आता पाणी आणि जमिनींचेही हस्तांतरण चालू आहे. ग्रामीण लोकसंख्या कमी होण्याच्या ऐवजी वाढते आहे. या साऱ्या परिस्थितीमुळे सहकारी चळवळीला सहायकाची भूमिका घेऊन चालणार नाही तर अर्थव्यवस्थेत प्रमुख आणि आशयघन भूमिका बजावावी लागणार आहे. शेतीमध्ये गुंतवणूक वाढविणे, शेतकऱ्यांना शेतीबाह्य उत्पन्नाचे साधन मिळवून देणे, ग्रामीण साधनस्रोतांचे व क्रयशक्तीचे हस्तांतरण थांबविणे आणि ग्रामीण अर्थव्यवस्था गतिमान करणे असे व्यापक उद्दिष्ट या संस्थांच्या प्रगतीसाठी भविष्यांत ठेवावे लागेल.

शहरातील कष्टकरी स्त्री-पुरुषांचे शोषण थांबविण्याचे, त्यांच्या रोजगार व निवाऱ्याचे, आरोग्य व शिक्षणाचे प्रश्न हाती घ्यावे लागतील. यासाठी नवी व्यूहरचना आखावी लागेल. सहकार चळवळ प्रचलित सहकारी कायद्याने बंदिस्त झाली आहे. आता शासन जर सहकारी संस्थांना काही मदत करीत नसेल, तर सहकारी कायदा व यंत्रणेची जाचक बंधने कशाला हा प्रश्न आहे. प्रचलित व्यवस्थेत नवीन संस्था काढणे व चालविणे दुरापास्त झाले आहे म्हणून स्वतंत्र सहकारी कायदा अस्तित्वात आला पाहिजे. राजकीय हस्तक्षेप, भ्रष्टाचार यातून सत्ता संपादनाचा प्रयत्न यामुळे या चळवळीला यश मिळाले नाही.

(Corruption)

भ्रष्टाचार

पूर्वापार समस्या

ब्रिटिश राजवटीपासून म्हणजे स्वातंत्र्योत्तर काळापासून भ्रष्टाचार चालू आहे तो अगदी आजतागायत. ब्रिटिश राजवटीत भ्रष्टाचारी सरकारी अधिकाऱ्यांविरुद्ध स्वातंत्र्यासाठी लढा देणारे पक्ष आवाज उठवित असत. ब्रिटिश सरकारने त्यावेळी सरकारी नोकरांमधला भ्रष्टाचार कमी व्हावा म्हणून त्यावेळच्या मुंबई राज्यामध्ये मुंबई नागरी सेवा नियम केलेले होते. या नियमांचे काटेकोर पालन करण्यासाठी प्रयत्न केले जात असत. त्यामुळे भ्रष्टाचाराला थोडा फार आळा बसला होता.

स्वातंत्र्यानंतर पूर्वीच्या ब्रिटिश राजवटीत असलेली सत्ता केंद्रे जिल्हाधिकारी, पोलीस अधिक्षक ही होती. नंतरच्या काळात लोक प्रतिनिधी, खासदार, आमदार, मंत्री इ. सत्ता केंद्रे झाली व रोजच्या कारभारात हस्तक्षेप करू लागली. त्यामुळे भ्रष्टाचार वाढला. नोकरशाही सुद्धा भ्रष्टाचारात सामील होऊ लागली.

महाराष्ट्रातील पोलीस, महसूल, पुरवठा, पाटबंधारे, सार्वजनिक बांधकाम व जंगल या खात्यात भ्रष्टाचार अधिक होतो. अनेक सरकारी अधिकाऱ्यांनी स्वतःचे बंगले, फार्म हाऊस, प्लॉट, सोनं यात लाखो रुपयांची गुंतवणूक केली आहे.

भ्रष्टाचार म्हणजे काय

भ्रष्टाचाराचे कारण म्हणजे सार्वजनिक क्षेत्रात सोपविल्या गेलेल्या अधिकाराचा दुरुपयोग. स्वतःच्या फायद्यासाठी, स्वार्थासाठी करणे होय. बहुतेक सर्व राजकीय व्यवस्थांमध्ये भ्रष्टाचार होत असतो. भ्रष्टाचाराचे प्रमाण हे समाजाच्या मानसिकतेवर अवलंबून असते.

शासकीय अधिकाऱ्यांच्या हाती असलेली सत्ता व अशा सत्तेच्या जोरावर निवड करण्याचे व आर्थिक व्यवहार करण्याचे स्वातंत्र्य हे भ्रष्टाचाराचे मुख्य कारण आहे. खाजगी उद्योगात जर अधिकाऱ्यांनी भ्रष्टाचार केला तर तो लवकर उघडकीला येतो, येऊ शकतो.

भ्रष्टाचार अनेक प्रकारे केला जातो. लाचलुचपत, मुद्दाम केलेली कामाची दिरंगाई, दहशत, पैशाची अफरातफर यांचा समावेश होतो. सार्वजनिक पैशाचा व अधिकाराचा गैर वापर करणे.

एखाद्या वस्तूच्या उत्पादनात मक्तेदारी देण्यामुळे सुद्धा लाचलुचपतीला मोठ्या प्रमाणात उत्तेजन मिळत असते. काही उद्योग धंद्यामध्ये व शासनात सरळ देवघेवीचे सौदे होतात. लष्करी साहित्य खरेदीतही मोठ्या प्रमाणात भ्रष्टाचार होत असतो.

राजकीय भ्रष्टाचार तर पूर्वीपासूनच प्रसिद्ध आहे. उद्योजक, गुंड हे सामाजिक मान्यता मिळविण्यासाठी राजकारणात उतरतात. निवडणूक पैसा खर्च करून जिंकतात व जिंकल्यावर खर्च

झालेला पैसा वसूल करण्यासाठी भ्रष्टाचार करतात. सरकारी नोकरी लाच देऊन मिळविलेली व्यक्ती नोकरी लागल्यावर आपले पैसे वसूल करण्यासाठी लाच घेते आणि हा भ्रष्टाचार नोकर वर्ग भरती, परवाना देणे, सर्टीफिकेट देणे, ना हरकत दाखला देणे या व अशा कामात केला जातो. परंतु केवळ या गोष्टीसाठीच नाही तर जगण्यासाठी आवश्यक सेवा-सुविधा मिळविण्यासाठीही वशिला लावावा लागतो व लाच द्यावी लागते.

सध्याचे चित्र

भ्रष्टाचार आणि लाचखोरीतून देशातील गरीबांचीही सुटका नाही. दारिद्र्य रेषेखालील दर तीन नागरिकांपैकी एकाला तरी २००७ मध्ये आरोग्य सेवा, पाणी, वीज, शिक्षण अशा जगण्यासाठी आवश्यक सुविधांसाठीही लाच द्यावी लागली. असे राष्ट्रीय पाहणीत आढळून आले आहे व या लाचखोरीत पोलिस खाते सर्वात आघाडीवर आहे, असे दिसून आले.

सीएमएस इंडिया व ट्रान्सपरन्सी इंटरनॅशनल इंडिया यांच्या वतीने २००७ मध्ये ही पाहणी केली गेली. त्यानुसार देशातील ३१ राज्यातील दारिद्र्य रेषेखालील २२ हजार ७२८ नागरिकांच्या प्रत्यक्ष अनुभवांच्या आधारे हे निष्कर्ष काढले गेले. गोरगरीबांना जगण्यासाठी आवश्यक असलेल्या अकरा सेवांच्या संदर्भात ही पाहणी केली गेली. आरोग्य, पाणी, वीजपुरवठा, बँकिंग, सार्वजनिक वितरण व्यवस्था, कायदा व सुव्यवस्था, शिक्षण, रोजगार हमी योजना यांचा त्यात समावेश होता.

भ्रष्टाचार हा केवळ मानसिक वा समजुतीच्या पातळीवर नाही त्याचे प्रत्यक्ष चटके दारिद्र्य रेषेखालील नागरिकांना बसत आहेत. विशेष म्हणजे यांच्यासाठी आखलेल्या योजनांचा लाभ मिळण्यासाठी त्यांनाच लाच द्यावी लागते.

गेल्या वर्षातील याबद्दलची आकडेवारी अशी आहे ह्ह

- गरीबांनी एकूण मोजलेली रक्कम ८८३ कोटी
- पोलीस खात्याला दिलेली रक्कम २१४ कोटी
- पोलीसांना लाच द्यावी लागलेल्यांचे प्रमाण ४८ टक्के
- शिक्षणासाठी लाच द्यावी लागलेल्यांचे प्रमाण ३.४ टक्के

लाच देणे शक्य नसल्यामुळे दारिद्र्यरेषेखालील दोन टक्के लोकांना गेल्या वर्षी सार्वजनिक वितरण सेवा, शालेय शिक्षण किंवा वीजपुरवठा या सेवांचा लाभच मिळाला नाही.

उपाय योजना

गेल्या दोन वर्षात देशात माहितीचा अधिकार, नागरिकांची सनद, ई-गव्हर्नन्स या मार्गांनी प्रशासनात सुधारणांचे प्रयत्न झाले. परंतु गरीबांमध्ये याबाबत पुरेशी जाणीव नाही. व ही साधने कशी वापरायची याची माहिती नसल्याने त्यांना याचा फायदा होत नाही. परंतु तंत्रज्ञानाचा वापर व स्वयंसेवी गटांचा दबाव राहिल्यास भ्रष्टाचाराचे प्रमाण कमी होऊ शकते. दैनिक सकाळच्या १६ जुलै २००८ च्या अंकात या अहवालातील पाहणी प्रसिद्ध करण्यात आली आहे.

भ्रष्टाचाराविरुद्ध, सरकारी यंत्रणेच्या कारभाराबाबत नागरी भागातील सुशिक्षित लोकांमध्येही पुरेशी जागरुकता नाही. वेळ घालवण्यापेक्षा पैसे देऊन लवकर कामे करून घेण्याकडे कल जास्त आहे. काही थोडीच मंडळी शहरी भागात याबाबत एकत्र येऊन कामे करतात. शिवाय सरकारी ऑफिसमध्ये पूर्वीपासूनच कामासंबंधी विचारणा केली की उडवाउडवीची उत्तरे मिळणे, ठरविक उत्तरे मिळणे, कामाविषयी खरोखरच काय झालयं याची कधीच खरी कल्पना न येणे अशा पद्धतीने कामे होत असतात. परत परत हेलपाटे मारून नागरिक कंटाळतात. भ्रष्टाचाराविषयी चीड असली तरी अनौपचारिकरित्याचर्चा करण्यापेक्षा काहीच करू शकत नाहीत.

नागरी सेवा नियमांमधील तरतुदीनुसार प्रत्येक सरकारी नोकराने दरवर्षी स्वतःच्या स्थावर आणि जंगम मालमत्तेबद्दलची, त्यात झालेली वाढ किंवा घट दाखवून घोषणा वरिष्ठांकडे द्यावयाची असते. परंतु या नियमांची अंमलबजावणी कित्येक वर्षात झालेलीच नाही. यामुळे कदाचित भ्रष्टाचाराला आळा बसू शकेल.

माहितीचा अधिकार

अधिकाऱ्यांच्या सत्तेच्या दुरुपयोगाला प्रतिबंध करण्यासाठी सामान्य जनतेच्या हातात आलेले सामर्थ्य म्हणजे १२ ऑक्टोबर २००५ रोजी संपूर्ण देशात माहिती अधिकार कायदा लागू झालेला आहे. याविषयी अधिक स्पष्टपणे जनतेचे महत्त्व काय आहे हे सांगतांना – भारत हा लोकशाही प्रधान देश आहे. तुमच्या मतानुसार सरकार निवडले जाते. तुम्ही भरलेल्या कराच्या पैशातून सरकारी कामकाज चालते. बाजारातून वस्तू विकत घेतांना वस्तूच्या किंमतीबरोबरच करदेखील आपण भरत असतो. ह्या करातील पैशातूनच सरकारी अधिकाऱ्यांचे वेतन दिले जाते, कल्याणकारी योजना राबविल्या जातात. तर मग सरकारही जनतेचे व पैसाही जनतेचाच आहे.

माहितीच्या अधिकारात जी माहिती लोकप्रतिनिधी संसद सदस्यांना मिळू शकते ती माहिती सामान्य व्यक्तीला देण्यासाठी शासन नकार देऊ शकत नाही. या कायद्याअंतर्गत पंचायत कार्यालयापासून ते राष्ट्रपती कार्यालयापर्यंतच्या सर्व सरकारी कार्यालयातून ही माहिती मिळवता येते. या अधिकारामुळे प्रशासन यंत्रणेत पारदर्शकता, खुलेपणा, विश्वासार्हता येईल. केंद्र सरकार, राज्य सरकार आणि स्थानिक प्रशासन यांच्या प्रत्येक कार्यालयात माहिती देण्यासाठी जनसुचना संपर्क अधिकाऱ्यांची नेमणूक करणे आवश्यक आहे. सार्वजनिक संस्था, सहकारी संस्था यांनी जनतेला हवी असलेली माहिती पुरवणे बंधनकारक केले गेले आहे. प्रत्येक जनसंपर्क अधिकारी माहिती देण्यासाठी बांधील आहे.

या अधिकाराखाली कोणतीही व्यक्ती कोणतीही सरकारी फाइल अथवा कागदपत्रांची मागणी करू शकते, वाचू शकते. लोक निर्माण कार्य, विकास कार्य याची पाहणी करू शकते. कोणत्याही कागदपत्राची नक्कल, प्रत मागू शकते.

नागरी भागात रस्ते, दूरध्वनी जोडणी इ. कामांसाठी वारंवार खोदाई करणे, रस्ते दुरुस्ती करतांना वेळ लावणे याचा त्रास नागरिकांना होतो. काही वेळा रस्त्याचे काम अर्धवट झालेले

असते. अशा वेळी नागरिक महानगरपालिकेकडे याचा तपशील मागू शकतात. निकृष्ट प्रतीचे काम झाले असल्यास त्याविषयी तपशीलवार माहिती मागू शकतात, किंवा अशा माहितीतून केलेले आरोप पुराव्यानिशी सिद्ध करू शकतात.

शासकीय कार्यालयांमध्ये जी माहिती ती इलेक्ट्रॉनिक माध्यमांमध्ये उपलब्ध आहे. त्याची प्रतही मागता येऊ शकते. ज्या स्वयंसेवी संघटनांना शासनाची मदत मिळते. अशा संस्थांनाही हा कायदा लागू करण्यात आला आहे. यात वैद्यकीय महाविद्यालये, शासनाकडून अनुदान मिळत असलेली अभियांत्रिकी महाविद्यालये, महामंडळे, शाळा, आश्रमशाळा या सर्वांचा समावेश होतो. खालील माहिती सरकारी कार्यालयाला माहिती अधिकाऱ्याकडे द्यावी लागते.

- कार्यालयात काम करणारे सर्व अधिकारी व कर्मचाऱ्यांची नावे, हुद्दा, कर्तव्य, अधिकार, वेतन इ.
- कोणत्याही विषयावर निर्णय घेण्याची प्रक्रिया व कर्तव्यपूर्तीसाठी करण्यात आलेली आचारसंहिता.
- कामकाजाविषयीचे नियम, खर्च, मार्गदर्शन, तसेच आदेशांची माहिती.
- कार्यालयात उपलब्ध असलेल्या सर्व कागदपत्रांच्या प्रवर्गाची यादी.

सर्व योजनांकरिता लागणारे प्रस्तावित बजेट, योजनेमुळे लाभ होणाऱ्या लाभार्थींची यादी तसेच या योजनेतून मिळालेली रक्कम.

कल्याणकारी योजनांची अंमलबजावणीची पद्धत लाभार्थींची यादी व यासाठी मिळालेली रक्कम.

शासनाकडून दिल्या गेलेल्या सवलती व परवाने ज्यांना मिळाले आहेत अशा लोकांची यादी.

ही माहिती लिखित स्वरूपात किंवा संगणक प्रिंट आऊट या स्वरूपात मिळते.

माहिती घेण्याची कार्यपद्धती

- यासाठी अर्ज लिखीत स्वरूपात आवेदन शुल्काबरोबर संबंधित कार्यालयाच्या जनसंपर्क अधिकाऱ्याकडे जमा करावा लागतो. हे पत्र पोस्टाने देखील पाठवता येते.
- हा अर्ज साध्या कागदावरही करता येतो.
- सदर माहिती कोणत्या कारणासाठी पाहिजे हे अधिकारी विचारू शकत नाही.
- जर कागदपत्रांची फोटो कॉपी, सी. डी., फ्लॉपी हवी असल्यास त्यासाठी वेगळे शुल्क द्यावे लागते.
- अर्ज दिल्यानंतर तीस दिवसाच्या आत जनसंपर्क अधिकारी माहिती देण्यास बांधील राहिल शिवाय एखाद्या व्यक्तीच्या जीवीत राहण्यासंबंधी किंवा त्यांच्या स्वातंत्र्यासंबंधित असेल तर ही माहिती त्याला ४८ तासाच्या आत द्यावी लागते.
- अर्ज घेण्यास अधिकाऱ्याने नकार दिल्यास, योग्य माहिती न दिल्यास, अनैतिक

मार्गाने अधिकारी अधिक शुल्क मागत असल्यास, तीस दिवसात माहिती न दिली गेल्यास, नैतिक मार्गाने माहिती देण्यासाठी नकार दिल्यास, माहिती आयोगाकडे लेखी स्वरुपात तक्रार नोंदविता येते.

केंद्र सरकारच्या कार्यालयातील बाबीविषयी केंद्रीय सूचना आयोगाकडे तक्रार पाठवावी लागते. राज्य सरकार किंवा स्थानिक प्रशासनाच्या कार्यालयाविषयीची तक्रार राज्य माहिती आयोगाकडे पाठवावी लागते. जरुर पडल्यास आपल्या विशेष अधिकाराचा वापर करून माहिती आयोग मामल्याची तपासणी करण्यासाठी संबंधित अधिकाऱ्याला बोलावू शकतात व संबंधित कागदपत्र मागवू शकतात. राज्यासाठी मुंबईला महाराष्ट्र राज्य माहिती आयोग स्थापन करण्यात आला आहे.

समारोप

सामान्य माणसाच्या हातात प्राप्त झालेला हा महत्वाचा अधिकार आहे. तसेच शासनाच्या अनागोंदी कारभारावर अंकुश ठेवण्यासाठी, भ्रष्टाचार विरहीत, पारदर्शी कारभार होऊन खऱ्या अर्थाने जनतेचे राज्य, लोकशाही पद्धतीने काम करण्यासाठी दिलेली ही संधी आहे. परंतु यानंतरही जर सामान्य जनतेने अनास्था, सार्वत्रिक मरगळ या कारणांमुळे ही संधी दवडली तर भ्रष्टाचाराला खतपाणी घातल्यासारखेच होईल. आपल्या घामाच्या, कष्टाच्या पैशातून कर भरला जातो तर सोयी-सुविधा आपल्याला मिळणे हा हक्कच आहे ही जाणीव ठेवली जाणे गरजेचे आहे.

(Crime and Criminology)

गुन्हा व गुन्हेशास्त्र

गुहा म्हणजे काय

समाजात प्रस्थापित कायद्याविरुद्ध, नैतिक मूल्यांविरुद्ध किंवा समाज जीवनाला विघातक असे कृत्य. तसेच अनैतिक, असामाजिक किंवा बेकायदेशीर मार्गांनी व्यक्तींनी किंवा गटांनी त्यांच्या गरजा व इच्छांची पूर्तता करण्यासाठी केलेला प्रयत्न म्हणजे गुन्हा होय.

ग्रामीण समाजात पारंपरिक पद्धतीचे खून, सूड घेणे, दरोडा घालणे, घराण्यांमधील वैमनस्यातून खून, मारामारी, जाळपोळ करणे, पिकांची नासधूस करणे, बदनामी करणे, खोटा आळ घेऊन कुभांड रचणे इ. कृत्यांचा गुन्हा या सदरांत समावेश होतो. नागरी व जटिल समाजातील काळाबाजार, भेसळयुक्त खरेदी-विक्री, छेडछाड, अब्रू नुकसानी, बदनामी करणे, चारित्र्यहनन, चोरटा व्यापार, खोट्या-नोटा छापून बाजारात आणणे, अपहरण करणे, ओलिस ठेवणे, खंडणी, बँका व सोन्या-चांदीची दुकाने लुटणे, खिसे कापणे, बलात्कार, स्त्रिया मुली यांना अनैतिक मार्गाला लावणे, सायबर गुन्हे, मुलांना भीक मागायला लावणे, या कृत्यांचा गुन्हा या सदरांत समावेश होतो.

इलियट व मेरील या समाजशास्त्रज्ञांच्या मते, "गुन्हा म्हणजे कायद्याने मनाई केलेले असे कृत्य, की जे केल्याबद्दल मृत्युदंड, कारावास किंवा सुधारगृहे इ. ठिकाणी डांबून ठेवण्याची शिक्षा होऊ शकते."

गुन्हेगारी वर्तनात वाढ झाली म्हणजे समाजात बेकायदेशीरता निर्माण होते व समाजात गुन्ह्याच्या प्रमाणात वाढ झाली म्हणजे असुरक्षितता, अस्वस्थता, भीती, धोका वाढून सामाजिक तणाव वाढतात. सध्या समाजात जीविताला वा शरीराला इजा पोहोचेल असे, व्यक्तीच्या वा समूहाच्या मालमत्तेला धोका निर्माण होईल असे व तिसऱ्या प्रकारचे गुन्हे म्हणजे स्त्रिया व मुली यांना अनैतिक मार्गाला लावणे हे सर्व घडत आहेत.

गुन्ह्यांचे वाढते प्रमाण

अलीकडे गुन्ह्यांचे प्रमाण वाढले आहे व त्यात नवीन नवीन प्रकारच्या गुन्ह्यांची भर पडत आहे. जसे नोकरी-व्यवसाय लावून देणे, ठेवी दामदुप्पट करून देण्याचे आमिष दाखवून फसवणे, जमिनी बळकावणे, सदनिका बळकावणे, कर्ज काढून बँकांना फसवणे, ग्रामीण भागात खाजगी सावकारांनी शेतकऱ्यांकडून बळजबरीने जमीन, घर बळकावणे, एकाकी वृद्धांचे खून करणे, एकतर्फी प्रेमातून खून, बलात्कार, बालकांना गैरवर्तन करायला लावणे, मोटारी चोरणे, सुटे भाग चोरणे इ. विकसित तंत्रज्ञानात संगणक किंवा सायबर गुन्हे वाढले आहेत. याचे दोन प्रकार सांगता येतील.

१. संगणक हाच गुन्ह्याचे लक्ष्य आहे.

२. संगणकाचा उपयोग करून गुन्हा केला जातो.

जेव्हा एखादा गुन्हेगार संगणक प्रणालीमध्ये बेकायदेशीरपणे प्रवेश करून संगणकप्रणाली निकामी करतो, तिला नुकसान पोहोचवतो किंवा फेरफार करतो, अशा वेळी संगणक या गुन्ह्याचे लक्ष्य बनतो. उदा. खात्यामधून पैसे काढणे. आर्थिक लेखा परीक्षण (Audit) मध्ये खाडाखोड वा बदल करणे. याशिवाय महत्त्वाची माहिती/बौद्धिक मालमत्ता इ. चोरणे, ई-मेल द्वारा नुकसान पोहोचवणे, महत्त्वाच्या माहितीत बदल करून खोडसाळपणा करणे, संगणकप्रणालीची चोरी, संकेतस्थळांचा ताबा, व्हायरस हल्ला इ. व व्हायरस हल्ल्यातून १. क्रेडिट कार्ड संबंधातील अफरातफरीचे गुन्हे, २. संकेत शब्द (Password) चोरणे. ३. इलेक्ट्रॉनिक रक्कम हस्तांतरण अपहार ४. संगणकीय व्यापार व माहिती देवाण घेवाणीतील अपहार.

दहशतवाद

दहशतवाद हा गुन्हा प्रकार जगभर दिसून येतो. समाजाच्या सर्वच क्षेत्रात दहशतवादाने प्रवेश केला आहे उदा. शिक्षण, राजकारण, समाजकारण आणि अर्थकारण इ. दहशतवादी हिंसात्मक आंदोलने करून त्यांना हवे ते मिळविण्याचा प्रयत्न करीत असतात. बँक लुटणे, रेल्वेगाड्या लुटणे, रेल्वे रुळ उखडून टाकणे, गावात वा शहरात दरोडा घालून लोकांना ठार मारणे, बलात्कार करणे, स्त्रियांचे अपहरण करणे, मोठमोठ्या राजकीय नेत्यांचे किंवा शासकीय अधिकाऱ्यांचे अपहरण करून हव्या त्या अटी मंजूर करून घेणे, न मंजूर झाल्यास त्या व्यक्तीला ठार मारणे. दहशतवादात आंतरराष्ट्रीय संघटना अतिशय सक्रिय असून, सतत कोणत्या ना कोणत्या प्रकारच्या गुन्ह्यांनी त्या संपूर्ण देशाचे स्वास्थ्य, कारभार, व्यवस्था यात बाधा आणत असतात. यामुळे राष्ट्रीय एकात्मता भंग पावते, खाजगी व राष्ट्रीय मालमत्तेचे नुकसान होते, समाजव्यवस्था अस्थिर होते.

याशिवाय पांढरपेशे गुन्हे जसे भ्रष्टाचार, कर चुकविणे, गर्भजल चाचणी, अवैध व्यापार, तस्करी इ.

गुन्हेगार का बनतात

मार्क्सवादी सिद्धान्ताप्रमाणे व्यक्तीला जेव्हा योग्य मार्गाने आपल्या गरजा पूर्ण करून घेता येत नाहीत व त्यातून जे वैफल्य येते, त्यामधून गुन्हे करण्याची प्रवृत्ती निर्माण झालेली असते. आर्थिक सुबत्ता वाढते तसे गुन्ह्यांचे प्रमाण वाढते, झोपडपट्ट्यांतही गुन्हेगारीचे प्रमाण अधिक असते.

स्त्रिया गुन्हेगार असतात. त्या गुप्त कागदपत्रे, गुप्त माहिती जाणून घेणे, गुन्ह्यासाठी माहिती देणे, अलीकडच्या काळात एखाद्या व्यक्तीची बदनामी करण्यासाठीही स्त्रियांचा वापर केला जातो. वेश्याव्यवसाय स्वतः करणे, इतरांना करायला प्रवृत्त करणे, त्यासाठी सक्ती करणे, पळवून आणणे, केवळ पैशासाठी परपुरुषाशी संबंध ठेवणे. यासारखी गुन्हेगारी कृत्ये स्त्रियाही करतात.

आर्थिक व सामाजिकदृष्ट्या मध्यम व उच्च वर्गातील लोकांनी केलेल्या गुन्ह्याचे स्वरूप

वेगळे असते. स्वत:ची मक्तेदारी निर्माण करून व्यापारावर नियंत्रण ठेवणे, पेटंट, ट्रेडमार्क, कॉपीराईट या संबंधीच्या नियमांचे उल्लंघन करणे, जाहिरातीतून सामान्य जनतेची दिशाभूल करणे, विश्वासघात करणे यांचा समावेश असतो.

तरुण केवळ 'थ्रिल' म्हणून, मित्रांमध्ये बढाया मारण्यासाठी, चैनीसाठी, व्यसनाधीन असलेल्यांमधे पैशासाठी, झटपट श्रीमंत होण्यासाठी, चुकीच्या संगतीमुळे गुन्ह्यात अडकतात, गुन्हे स्वत: करतात.

प्रतिष्ठित वर्गातील गुन्हेगार बुद्धिकौशल्याने गुन्ह्यातून बाहेर पडतात. त्यांचे जनमानसातही कौतुक केले जात असल्याचे दिसून येते व समाजात तसा पायंडा पडत जातो. चुकीचे आदर्श निर्माण होतात.

आपल्या राजकीय शत्रूला संपविणे, प्रतिस्पर्धी उमेदवाराला संपविणे हे प्रकारही घडतात. मतदानाच्या पेट्या पळविणे, उमेदवाराला पळविणे, दहशतीने मतदान करायला लावणे, उमेदवाराने मतदारांना मतासाठी पैसे देणे, गुन्हेगारांशी हातमिळवणी करणे इ. गुन्हे करत असतात, करवून घेत असतात. त्यातून सहीसलामत सुटतातही. भ्रष्टाचाराचेही अनेक गुन्हे ते करवून घेत असतात.

स्त्रियांविरुद्धचे गुन्हे

यात नोंदले गेलेल्या गुन्ह्यांची जेवढी संख्या असते तेवढेच गुन्हे घडलेत असं समजून चालत नाही. कारण कामाच्या ठिकाणी लैंगिक छळ, विनयभंग, बलात्कार, हुंड्यासाठी छळ हे अत्याचार महिला सहन करत असतात. त्यांची जोपर्यंत परिसीमा गाठली जात नाही, सहन न होण्याजोगे झाले की, तक्रार करायची अशी स्त्रियांची मानसिकता असते.

हुंडाबळीचे गुन्हे तर समाजात अनेक वर्षे घडत आहेत. विनयभंगाचे प्रकार तर बहुदा रोजच वर्तमानपत्रांत वाचायला मिळतात. हुंड्यासारखे गुन्हे सुशिक्षित व अशिक्षित अशा दोन्ही समाजात घडत आहेत. हुंडाबंदीचा कायदा आला तरीही प्रत्यक्ष हुंड्याच्या नावाखाली नाही, परंतु भेटवस्तूच्या नावाखाली मागणी करणे, व्यवसायातील गुंतवणूक म्हणून पैसे मागणे असे प्रकार घडत आहेत.

स्त्रियांविषयी गुन्हे

सन २००४ मध्ये झालेले बलात्काराचे गुन्हे

बलात्कारितांचे वयोगट

स्थान	एकूण बळी	१० वर्षा आतील	१०-१४ वयातील	१४-१८ वयातील	१८-३० वयातील	३०-३५ वयातील	५० वर्षावरील
१) शहरे	४२९	४२	५६	१८१	१३४	१६	0
%		४९.४१	४२.१०	४३.२०	२१.३७	१३	–
२) राज्य एकूण	१३९२	८५	१३३	४१९	६२७	१२३	५

ही आकडेवारी अतिशय गंभीरपणे विचारात घेतली पाहिजे. १० वर्षाआतील मुलींवर होणारे अत्याचार पुरुषांची रोगट मनोवृत्ती दाखवते. बलात्कार कुणावरही होणे अतिशय वाईटच. वरील आकडेवारी पाहता कोणत्याही वयोगटातील महिला सुरक्षित नाही.

गुन्हेशास्त्र

गुन्हेशास्त्राचा विषय गुन्ह्यांचा अभ्यास करणे, गुन्हा का केला याची कारणे शोधणे, गुन्ह्यातील संबंधित घटकांचा अभ्यास करणे हा आहे. या शास्त्राचे तीन विभाग पडतात. यांपैकी कायद्याची सामाजिक पार्श्वभूमी व कोणती कृत्ये गुन्हे ठरतात याचा समावेश पहिल्या भागात होतो, दुसऱ्या विभागात गुन्हेगारीच्या शास्त्रीय कारणांचे विवेचन व पृथक्करण केले जाते. तर तिसऱ्या विभागात दिशाहीनता, मूल्यसंघर्ष, गैरव्यवस्था आणि धोरणातील विसंगती या घटकांमुळेही व्यक्ती व समूह बेकायदेशीर व हिंसक मार्ग कसा स्वीकारतात याबाबत विश्लेषण केले जाते.

काही जमातींना कायमचे गुन्हेगार म्हणून ठरविण्यात आलेले होते. चोरी, लूटमार, दरोडेखोरी अशा समाजविरोधी कृत्यात गुंतलेल्या 'त्या' जमाती होत्या. उपजीविकेचे साधन नसल्यामुळे हलाखीची स्थिती होती. त्यांच्यासाठी समाज कल्याणाच्या योजना, शिक्षण, नोकरी, वसतिगृहे या सुविधा दिल्या गेल्या.

१९९६ ते १९९८ या वर्षाच्या 'क्राइम इन इंडिया' या भारत सरकारच्या गृह मंत्रालयाच्या अहवालानुसार साधारणपणे भारतात दरवर्षी १५००० बलात्कार, ३०,००० विनयभंग, १५,५०० स्त्रिया व मुलींचे अपहरण, ४००० छळाच्या केसेस, ६५०० लैंगिक छळाच्या केसेस आणि ६००० हुंडाबळीच्या केसेस होतात असे म्हटले आहे.

- ● कौटुंबिक अत्याचार विरोधी कायदा झाला. परंतु त्यातही तक्रार केल्यावर सासरच्या घरी परत गेलेल्या महिलेला कदाचित वेगळ्याच तणावांना सामोरे जावे लागते. त्यापेक्षा तक्रार करणेच टाळले जाते.

- जाहिरातीत स्त्रीचे विकृत दर्शन, चित्रपटातील अंगप्रदर्शन हे तर सर्रास चालू आहे. काम देण्याच्या निमित्ताने त्यांचे शोषण करणे ही सर्वत्र दिसणारी गोष्ट आहे. कुटुंबातही दीर, सासरा यांकडून लैंगिक शोषण होण्याचे प्रकार घडतात, त्याच्या नोंदी नसतात.

- याशिवाय मूल होत नाही, मुलगा नाही या कारणासाठी पहिली पत्नी हयात असताना सर्रास दुसरे लग्न करणे असे प्रकार अनेक ठिकाणी घडत आहेत.

- कुटुंबात स्त्रीला मारहाण ही वेगवेगळ्या कारणांनी होत असते. दारू प्यायला पैसे दिले नाहीत. म्हणून, जेवायला वेळेवर वाढले नाही, मूल फार रडतंय, स्वत:ची कमाई घरात देत नाही, नवऱ्याकडे पैसे मागितले, उलट उत्तर दिलं यामुळेही अत्याचार होतात. त्याची अनेक वेळा नोंदही नसते.

- शिक्षकांकडून विद्यार्थिनींचा लैंगिक छळ हे प्रकार आदिवासी भागातही घडत असतात, जिथे कुमारी मातांचे नोंद घेण्याजोगे प्रमाण आहे. इतरत्रही लग्नाचे वचन देऊन लैंगिक संबंध ठेवणे व नंतर लग्नास नकार देणे असे प्रकार घडताना आढळतात.

- पालकांनी पैशासाठी मुलीचे वयाने मोठ्या माणसाशी लग्न लावणे, फसवणूक करून विवाहित पुरुषाशी लग्न लावणे.

- स्त्रीला गर्भलिंग चिकित्सा करायला लावून गर्भपात करायला भाग पाडणे.

- मजुरी करणाऱ्या स्त्रीला कमी मजुरी देणे, जास्त तास काम करायला लावणे, व्यवस्थित केलेल्या कामात मुद्दाम चुका काढून माल नाकारणे व पैशाचे नुकसान करणे.

- स्त्रीच्या चारित्र्यावर संशय घेऊन मारहाण करणे, जन्माला आलेल्या मुलाच्या पित्याबद्दल संशय घेणे व अत्याचार करणे असे गुन्हे घडत असतात. अनैतिक संबंधातून जन्माला आलेल्या बालकाची हत्या करणे. अशा घटनाही अनेकदा आपण अनुभवत असतो.

- बदलत्या अर्थव्यवस्थेत माहिती-तंत्रज्ञानाच्या युगात स्त्रिया शहरी भागात रात्रपाळीत काम करू लागल्याने बलात्कार, खून, अनैतिक संबंध या गुन्ह्यात आणखी वाढ झाली आहे.

याबद्दल कायदे केले गेले आहेतच. परंतु कायद्याचे काटेकोरपणे पालन करणे, न्याय मिळणे याविषयी साशंकता निर्माण झाली असल्याने महिलांना असुरक्षितता जाणवत आहे.

सर्वच स्तरावर पुरुषी मानसिकता बदलली जाणे गरजेचे आहे. कारण स्त्रीची केवळ भोगाची वस्तू अशी प्रतिमा निर्माण केली गेल्याने त्याच नजरेने तिच्याकडे बघितले जाते.

माध्यमांनी चुकीची मूल्ये रुजविल्यानेही समाजात गुन्ह्यांचे प्रमाण वाढले आहे. मंत्र-तंत्र, जादू-टोणा अशा उपायांनी जीवावर बेतलेले गुन्हेही घडत आहेत. महिलेची विवस्त्रावस्थेत धिंड काढणे असे प्रकारही तुरळक ठिकाणी घडत आहेत.

बालगुन्हेगारीचे प्रकारही घडत आहेत. खेरीज नुकताच झालेला बनावट मुद्रांकाचा संघटित

गुन्हा. यात नक्की किती जणांचा सहभाग आहे, या गुन्ह्याची पाळं-मुळं किती खोलवर रुजलेली आहेत, या घोटाळ्याची नेमकी रक्कम किती आहे, याचा अंदाज लावणे कठीण आहे. शिवाय क्रिकेट सामन्यावर सट्टा लावणे, निवडणुकांच्या निकालावर सट्टा लावणे ह्या सारख्या गुन्ह्यांचे प्रमाणही समाजांत कमी नाही.

याखेरीज वाहन चालवताना वाहतुकीचे नियम मोडणे, घरमालकाने भाडेकरूंना त्रास देणे, हे गुन्हेही घडत असतातच. बालगुन्हेगारी, गुन्हे नियंत्रण व प्रतिबंध या सर्वांची चर्चा स्वतंत्रपणे करणेच उचित ठरेल.

गुन्हेशास्त्र

समाजशास्त्राची एक शाखा म्हणून गुन्हेगारी शास्त्राकडे पाहिले जाते. पारंपरिक दृष्टीने विचार करता या शास्त्रात प्रामुख्याने गुन्ह्यांच्या स्वरूपाचे विविध पैलू, गुन्ह्यांची कारणे आणि समाजातील गुन्ह्यांचे मूलभूत घटक इत्यादीवर प्रकाशझोत टाकला जातो. गुन्ह्याचे अध्ययन व गुन्हेगारी क्षेत्राचे अध्ययन यांना स्वतंत्र अध्ययन शाखेचा दर्जा द्यावा की नाही, याबद्दल विद्वान मंडळींत मतभेद आहेत. कारण गुन्हेगारी शास्त्र हे केवळ समाजातील एका समस्येचे अध्ययन करते किंवा त्यावर प्रकाशझोत टाकते. जगाच्या लिखित इतिहासाचा विचार करता गुन्हे आणि समाजाच्या नियमांचे उल्लंघन करण्याची प्रवृत्ती सर्वत्र आढळते. इ. स. पूर्व २००० मध्ये प्राचीन ग्रीक आणि ग्रीकपूर्व बॅबिलॉनमध्ये कायद्याचे उल्लंघन करण्याचे काय परिणाम होतात, यासंबंधीच्या नैतिक कथा आढळतात. आधुनिक समाजात गुन्हे व गुन्हेगार यांच्या अध्ययनाची सुव्यवस्थित पद्धती भांडवलशाहीच्या विकासाबरोबर उदयाला आली. याबाबत आपण एवढेच म्हणू की गुन्हा, गुन्हेगार, गुन्हेगारांची निर्मिती, त्यांची कारणे, गुन्ह्यांचे विविध प्रकार, गुन्हाप्रतिबंधक कायदे, गुन्हेगारी प्रवृत्तीवर नियंत्रण ठेवण्याचे मार्ग, गुन्हेगारांतील संबंध, गुन्हेगारांचे पुनर्वसन यांचा वैज्ञानिक दृष्टीने केलेला अभ्यास म्हणजे गुन्हेगारीशास्त्र होय.

Crime या लॅटिन शब्दापासून Criminology हा शब्द बनला आहे. Crime याचा अर्थ गुन्हा असा आहे. Logus या ग्रीक शब्दाचा अर्थ अभ्यास Study असा आहे. या दोन शब्दांपासून Criminology हा शब्द बनला आहे. गुन्ह्यासंबंधीच्या जवळजवळ सर्व अंगांचा अभ्यास यात केला जातो.

वेबस्टरच्या मते, 'गुन्हेगारीशास्त्र' म्हणजे गुन्ह्यांचा सामाजिक घटना म्हणून शास्त्रीय पद्धतीने अभ्यास करणे होय. त्यामध्ये गुन्हेगार, त्यांची मानसिक लक्षणे, त्यांच्या सवयी, त्यांची शिस्त इ.चा अभ्यास अंतर्भूत आहे.'

गुन्हेगारीशास्त्रामध्ये पुढील बाबींचा समावेश होतो : १) गुन्हेगार, त्याची मानसिक लक्षणे, याच्या सवयी, शिस्त इ. चा अभ्यास, २) गुन्हेगार आणि त्यावरील उपचारांचा अभ्यास, ३) गुन्हेगारी प्रतिबंध, गुन्हेगारांचे पुनर्वसन आणि शिक्षा, ४) गुन्हेगारी कारणांचा शोध, ५) गुन्हेगारीचे अंगभूत घटक इ. चा अभ्यास गुन्हेगारीशास्त्रामध्ये केला जातो.

गुन्हेगारीशास्त्रे केवळ गुन्हेगारीच्या कारणांचे, गुन्हेगारांच्या मानसिक लक्षणांचे स्पष्टीकरण देत नाही, तर गुन्हेगाराच्या व्यक्तित्वाचा अभ्यास करून त्यांच्या अंतर्मनाचाही अभ्यास करते. त्याचप्रमाणे गुन्हेगारीला प्रतिबंध करून ती नियंत्रित कशी करता येईल याचाही अभ्यास करते. शिक्षा कोणत्या असाव्यात, त्याची उपयुक्तता, अनुपयुक्तता यांचाही अभ्यास करते. वास्तविक पाहता 'गुन्हेगारीचा सर्वांगीण अभ्यास म्हणजे गुन्हेगारीशास्त्र' अशी एक गुन्हेगारीशास्त्राची व्यापक व्याख्या केली जाते.

दिवसेंदिवस वाढत्या लोकसंख्येबरोबर समाज आकाराने वाढला. त्यातील क्लिष्टता, गुंतागुंत आणखी जटिल होत गेली. वाढत्या जटिलतेबरोबर आपल्या गरजांची पूर्तता समाजमान्य सांस्कृतिक चौकटीत भागविणे कठीण होऊ लागले. आपली गरज भागविणे हेच एक उद्दिष्ट प्रधान मानून त्यासाठी योग्य-अयोग्य, उचित-अनुचित, कायदेशीर-बेकायदेशीर, नैतिक, अनैतिक मार्गांचा अवलंब केला जाऊ लागला. सामाजिक संकेत-नीतिमूल्यांचे उल्लंघन करून आपले उद्दिष्ट साध्य करणे हा मानवी वर्तनाचा स्थायीभाव होऊ लागला. परिणामी, समाजामध्ये समाजविरोधी, समाजविघातक कृत्ये होऊ लागली.

(Crime Control and Prevention)

गुन्हे नियंत्रण व प्रतिबंध

व्यक्तीने समाजहितासाठी योग्य असे वर्तन करावे, यासाठी अनेक साधनांद्वारे सामाजिक नियंत्रण केले जाते व त्यानुसार व्यक्तींना एका मापात बसविले जाऊन एकाच प्रकारचे वर्तन करण्यास भाग पाडले जाते. सामाजिक एकीकरण साधण्यासाठी समाजातील व्यक्ती, समूह, निरनिराळ्या संस्था आणि समाजाचे इतर घटक यांच्यावर नियंत्रण ठेवले जाते, त्याला सामाजिक नियंत्रण म्हणतात. सामाजिक नियंत्रणाद्वारेच गुन्हेगारी वर्तनावर मर्यादा पडतात.

मनूने यासाठी काही सामाजिक व राजकीय नियम घालून दिले. असल्याचे इतिहासांत आढळते. मनूने सामाजिक गुन्ह्याचे खालीलप्रमाणे भाग केले असल्याचे आढळते –

१) कर्जाची परतफेड न करणे २) ठेव ३) मालकी हक्क नसताना एखाद्या वस्तूची केलेली विक्री ४) भागीदारांमधील तंटे ५) देणगी म्हणून दिलेल्या वस्तू परत घेणे ६) मजुरी किंवा वेतन न देणे ७) करार न पाळणे ८) क्रयविक्रय यातील विवाद ९) गुरांचा मालक व नोकर यांच्यातील भांडण 10) शेताच्या अथवा घराच्या सीमेवरून होणारे वाद ११) हल्ला करणे १२) बदनामी करणे १३) दरोडे व हिंसाचार १४) व्यभिचार किंवा दुसऱ्याच्या पत्नीचे अपहरण १५) पती-पत्नींची कर्तव्ये १६) वारसातील हिस्से व १७) जुगार इत्यादी.

त्या वेळी गुन्ह्याच्या स्वरूपानुसार मनूने शिक्षेचे प्रकार सांगितले. तरीही यात जातींचे प्रतिबिंब असल्याचे शिक्षेच्या प्रकारावरून आढळते. याबद्दल मनूने असे म्हटले होते की, न्यायदानाचे काम राजाने करावे व या कामात त्याला ब्राह्मण व तज्ज्ञांनी तसेच परिषदेतील सदस्यांनी मदत करावी. प्रश्न कसे सोडवले जावेत, याबद्दलही त्याने काही उपाय सुचविले होते. कौटिल्याच्या मतानुसार प्रत्येक महत्त्वाच्या शहरात, वस्तीत, न्यायालय असावे व त्या न्यायालयात न्यायदान करण्यासाठी धर्मशास्त्र जाणणारे तीन सदस्य व राजाचे तीन मंत्री असावेत. फिर्यादी, साक्षीदार यांच्या साक्षी व त्यानुसार न्याय निवाडा अशी पद्धत होती. साक्षीदाराची साक्ष ग्राह्य धरताना त्याचे चारित्र्य, गुण यांचा विचार होई. त्यावेळी शपथेला महत्त्व होते, त्यामुळे साक्षीदार नसले तरी खोटी शपथ वादी-प्रतिवादी घेत नसत किंवा त्यांना प्रियजनांची शपथ घ्यावी लागे. साक्षीदाराच्या शुद्ध चारित्र्य व आदरणीय वर्तनाला कौटिल्यानेही महत्त्व दिले आहे. न्यायदान नि:पक्षपातीपणे व्हावे म्हणून सत्य शोधण्यासाठी गुप्तहेरांमार्फत माहिती घेतली जायची.

याज्ञवल्क्याच्या वेळी त्याने न्यायालयांची वर्गवारी केली असून, त्यांना उतरत्या क्रमाने स्थान दिले– १) राजाने नेमलेले अधिकारी २) पूग-म्हणजे एकाच नगरातील किंवा खेड्यातील रहिवाशांची सभा ३) श्रेणी म्हणजे व्यापारी व कारागीर यांची संघटना ४) कुल म्हणजे कुटुंबे. या शेवटच्या न्यायालयाची तुलना ग्रामपंचायत, जातीपंचायत व कुलपंचायत यांच्याशी करता येऊ

शकते.

बृहस्पती या स्मृतिकाराने दिवाणी (नागरी) कायदा व फौजदारी कायदा असा भेद प्रथम केला. गुन्ह्यांची त्या प्रकारे विभागणी केली.

न्यायदानाचे न्यायसंस्थेचे स्वरूप नंतरच्या काळात बदलले. समाज संरक्षण करणे, शांतता प्रस्थापित करणे हाच हेतू दोन्ही काळात होता.

कोणत्याही समाजात कायदा व सुव्यवस्था टिकवून ठेवण्याचे काम करणाऱ्या अधिकृत संघटनेला पोलीस म्हणतात. गुन्हेगार व पोलीस यांचा जवळचा संबंध आहे. पोलिसांमुळे समाजात सुव्यवस्था टिकून आहे. कायदा व सुव्यवस्था राखणारा, फौजदारी व्यवस्थेतील नियमांची अंमलबजावणी करणारा म्हणून समाजांत पोलिसाचे स्थान आहे.

वाढते नागरीकरण, औद्योगिकीकरण यामुळे समाजात गुंतागुंत वाढली. गुन्ह्यांचे स्वरूप व प्रकार बदलले, गुन्हे वाढले, यामुळे पोलिसांची संख्या कमी पडू लागली. गुन्ह्यांवर नियंत्रण ठेवण्यासाठी विविध नव्या कल्पना आल्या.

पोलीस व्यवस्थेचे स्वरूप

भारतीय पोलीस व्यवस्था

ब्रिटिशांनी स्वतःच्या काळात पूर्वीच्या पोलीस यंत्रणेत बदल घडवून आणले. आजही तशाच प्रकारची पद्धती टिकून आहे. स्वातंत्र्यानंतर प्रत्येक राज्याने आपली पोलीस यंत्रणा उभी केली. कायदा व सुव्यवस्था राखण्यासाठी पोलीस दल उभे केले गेले. केंद्राने, सेंट्रल ब्यूरो ऑफ इन्व्हिस्टिगेशन, सेंट्रल रिझर्व्ह पोलीस फोर्स म्हणजे केंद्रीय राखीव पोलीस दल आणि केंद्रशासित पोलिस दल, रेल्वे सुरक्षा दल, सीमा सुरक्षा दल, केंद्रीय औद्योगिक सुरक्षा दल ही स्वतःच्या अखत्यारित ठेवली आहेत. याखेरीज गुप्तचर शाखा, वाहतूक शाखा, स्थानिक अन्वेषण शाखा, राज्य गुप्तचर विभाग या विशेष शाखांचा राज्य पोलीस दलात समावेश झालेला आहे.

जरूर पडल्यास केंद्रशासन राज्यसरकारच्या पोलीस कारभारात हस्तक्षेप करते. काही प्रसंगांत केंद्रशासन राज्याचे रक्षण करत असते. कायदा व सुव्यवस्थेची अंमलबजावणी करणाऱ्या पोलीस खात्याचा संबंध मुख्यतः स्थानिक जनतेशी किंवा समूहाशी असतो. प्रत्येक प्रदेशाची समाजरचना वेगळी असते. प्रथा- परंपरा वेगळ्या असतात.

पोलीस संघटन

पोलीस महासंचालक हे राज्य पोलीस दलातील सर्वोच्च पद असते. त्यानंतर पोलीस महानिरीक्षक, पोलीस उपमहानिरीक्षक, पोलीस आयुक्त, पोलीस अधीक्षक, उपअधीक्षक, मंडल पोलीस निरीक्षक, पोलीस निरीक्षक, सहायक पोलीस निरीक्षक, पोलीस उपनिरीक्षक, सहायक पोलीस उपनिरीक्षक, हवालदार, नाईक, कॉन्स्टेबल अशी श्रेणीरचना असते. जिल्हा पोलीस

अधीक्षकापासून वरील सर्व अधिकारी हे भारतीय पोलीस सेवेतून आलेले असतात. जिल्ह्यातील संपूर्ण पोलीस यंत्रणा ही पोलीस अधीक्षकाच्या नियंत्रणाखाली कार्यरत असते. जिल्हाधिकाऱ्याला पोलीस अधीक्षक जबाबदार असतो. महानगरपालिका असलेल्या शहरांमध्ये पोलीस आयुक्त असतात. पोलीस आयुक्तांना पोलीस अधीक्षक व जिल्हा दंडाधिकाऱ्यांचे अधिकार असतात.

महिला पोलीस

स्त्रियांच्या समस्या वाढू लागल्या आहेत. स्त्रियांचे संरक्षण फक्त स्त्रियाच करू शकतात ही कल्पना जेव्हा रुजु लागली तेव्हापासून महिलांना पोलिसदलांत सामावून घेण्यास सुरुवात झाली. महानगरे, शहरात स्त्रियांना फूस लावणे, त्यांना वेश्या व्यवसायात लावणे, प्रतिष्ठित वेश्या, विधवा, परित्यक्ता यांचे प्रश्न, पाकीटमारी, अमली पदार्थांची विक्री, दुकानातून किमती वस्तू चोरणे, यामुळे पोलिस दलांत 'सामाजिक सुरक्षा शाखा' सुरू करण्यात आली.

स्त्री गुन्हेगारांची झडती महिला पोलिसांकडून घेणे, स्त्री गुन्हेगारांना अटक करायला, पोलीस कोठडीतून न्यायालयात न्यायला, स्त्री गुन्हेगारांचा तपास करणे, त्यांना बोलते करणे, त्यांच्याकडून कबुली जबाब घेणे या गोष्टी महिला पोलिसांमुळे सोयीच्या होतात.

अलीकडे धार्मिक सण, उत्सव, ऊरुस, मेळा हे सतत कुठे ना कुठे चालू असतात. अशा प्रसंगी स्त्री गुन्हेगारांची संख्या जास्त दिसते. अशा वेळी महिला पोलिसांचा उपयोग होतो. स्त्रियांना फसविण्याचे प्रकारही वाढलेत.

पोलिसांची भूमिका

पोलीस व्यवस्थेमध्ये प्रत्येकाच्या कार्याची रूपरेषा ठरलेली असते. कर्तव्ये व जबाबदाऱ्या असतात. अधिकारानुरूप श्रेणीरचना असते. कायद्याचे संरक्षण करून समाजात सुव्यवस्था टिकवून ठेवण्याचे पोलिसांचे मुख्य काम असते. शिवाय गुन्हे कमी करणे, गुन्हे घडणारच नाहीत याची दक्षता घ्यावी, अशी अपेक्षा असते. गुन्हा झाला तर पोलिसांनी त्याचा शोध लावायचा, निरपराध व्यक्तीला शिक्षा होऊ नये म्हणून नि:पक्षपातीपणे गुन्ह्याचा शोध लावणे. हे पोलिसांचे प्रमुख काम असते.

न्यायव्यवस्था

न्यायालये

१९७३ च्या कलम ६ नुसार अपराधिक न्यायालयाचे जे वर्गीकरण करण्यात आलेले आहेत ते १) उच्च न्यायालय २) सत्र न्यायालय ३) प्रथम श्रेणीचे न्यायिक मॅजिस्ट्रेट आणि महानगरी क्षेत्रात महानगरीय मॅजिस्ट्रेट ४) द्वितीय श्रेणीचे न्यायिक मॅजिस्ट्रेट आणि ५) कार्यकारी मॅजिस्ट्रेट. अशा प्रकारे.

गुन्हा नियंत्रणात न्यायालयाची भूमिका महत्त्वाची असते. न्यायालयाचा हेतू कायद्याच्या अंतर्गत राहून गुन्हेगाराला शिक्षा देणे हा असतो.

१) गुन्हेगाराला शिक्षा

न्यायालयाकडून गुन्हेगाराला शिक्षा दिली गेली की, त्याचा परिणाम इतर गुन्हेगारांवर होतो. गुन्ह्याशी संबंधित व्यक्तींवर नियंत्रण येते. मात्र, गुन्हेगारी प्रकरणांचा निकाल लवकर लावला गेला नाही, तर गुन्हेगाराला त्याचे गांभीर्य राहत नाही व सामान्य लोकांमध्येही असुरक्षितता वाढत जाते. त्यामुळे समाजहिताच्या दृष्टीने अशा प्रकरणांचा निकाल लवकर लागणे खूप महत्त्वाचे असते. अन्यथा कायदा आपले काहीही करू शकत नाही असे गुन्हेगारांना वाटते.

२) उपाय/सुधारण्याची संधी

गुन्हेगार हा जन्मतःच गुन्हेगार नसतो. हे लक्षात घेऊन आधुनिक काळात सुधारणाविषयक कायदे पास होऊन त्याद्वारे गुन्हेगाराला सुधारण्याची संधी दिली जाते. परीविक्षा ही तशी व्यवस्था आहे. गुन्हेगाराला सुधारण्यासाठी अनेक संस्था कार्यरत आहेत. त्यामुळे न्यायालय गुन्हेगाराचा सहानुभूतिपूर्वक विचार करून सुधारसंस्थांमध्ये पाठवते. घडलेल्या गोष्टीबद्दल सारासार विचार करून न्यायालय न्याय देते.

३) सुधारण्याची संधी

यात कुटुंबाबरोबर राहणे, आवडीचा नोकरी व्यवसाय करणे, समाजात समायोजन करण्यात अडचण येऊ नये यासाठी मदत करणे, अशी उपचारात्मक पद्धती वापरली जाते.

याचा हेतू एकच, की एका नकळत केल्या गेलेल्या गुन्ह्यामुळे गुन्हेगाराने अट्टल गुन्हेगार होऊ नये. तसेच इतरांनी गुन्हे करायला प्रवृत्त होऊ नये. कायदा व न्यायव्यवस्थेविषयी आदराची भावना असावी.

परंतु गुन्हे प्रतिबंध करण्यासाठी किंवा नियंत्रणात ठेवण्यासाठी न्यायदान, कायदे, पोलीस या यंत्रणांनी दबावरहित काम करणे आत्ताच्या काळात गरजेचे आहे. गुन्हेगारांना मिळणारी प्रतिष्ठा, सतत लोकांच्या मनावर एखादी गोष्ट ठसवून गुन्हेगारांना सहानुभूती मिळवून देणे, याबाबतही माध्यमांची भूमिका महत्त्वाची आहे. कारण घडलेली घटना, झालेला गुन्हा नेमका काय झालाय, पार्श्वभूमी हे खऱ्या स्वरूपात लोकांपुढे येतच नाही. 'सापडला तो चोर, नाहीतर साव' अशी अवस्था आहे. मूल्यांना फारसे महत्त्व उरले नाही, त्यामुळे अलिखित कायद्यांचा धाकच उरला नाही. परमेश्वराच्या अस्तित्वाविषयीच मत-मतांतरे असल्याने तोही धाक नाही. 'बळी तो कान पिळी' हीच वृत्ती सर्वत्र दिसते.

(Devadasi)

देवदासी

देवदासी ही प्रथा मागासलेल्या समाजात आजही दिसते. देवदासी म्हणजे देवाला अर्पण केलेली स्त्री. ती आई-वडील किंवा पालक यांच्याकडून समारंभपूर्वक, विधिपूर्वक देवाच्या सेवेसाठी अर्पण केली जाते.

भारतात नवव्या व दहाव्या शतकात भव्य, प्रासादतुल्य मंदिरे, गर्भागार, सभामंडप असत व यातील वेगवेगळ्या कामांसाठी देवदासींची नियुक्ती केली जाई. देवाला मानवाप्रमाणे मूलभूत गरजा आहेत असे मानून त्या भागविण्यासाठी देवदासीला देवाची चाकरी करावी लागे. त्या काळात देवतांचे लग्नही देवदासींशी लावले जाई.

प्रकार

प्राचीन धर्मग्रंथात देवदासींच्या सात प्रकारांचा उल्लेख आढळतो –

स्वत:हून देवालयाला वाहून घेणारी स्त्री दत्ता म्हणून ओळखली जायची

तर विक्रिता – देवाच्या सेवेसाठी स्वत:च्या मर्जीने विकून घेणारी स्त्री होती.

भृत्या ही स्वत:च्या कुटुंबाच्या उत्कर्षासाठी स्वखुषीने देवळातील सेवा स्वीकारणारी स्त्री व.

म्हणून भक्ता भक्ती देवालयाची सेवा पत्करत असे.

हत्ता ही कोणीतरी फसवून देवालयाला अर्पण केलेली स्त्री.

अलंकारा म्हणजे राजेमहाराजांकडून सालंकृत अर्पण केलेली कलानिपुण स्त्री आणि

रुद्रगणिका/गोपिका ही नियमित वेतन घेऊन देवासमोर नाचगाणी करणारी.

एकोणिसाव्या शतकाच्या सुरुवातीला कांचीपुरम, तमिळनाडू येथील देवालयाच्या सेवेत शंभर नर्तिका होत्या. विसाव्या शतकाच्या सुरुवातीला तंजावर, मदुराई, कांचीपुरम येथील देवस्थानातील नर्तिकांना नियमित वेतन देवस्थानाकडून मिळत असे.

वेगवेगळ्या राज्यांमध्ये यांना वेगवेगळी नावे दिली आहेत. महाराष्ट्राच्या सीमेवरील भागात खंडोबाच्या सेविकेला 'मुरळी', यल्लम्माच्या सेविकेला 'देवदासी' (जोगतीण), गोवा-कोकण भागात शांतादुर्गा-मंगेशी, ग्रामदैवते यांच्या सेविकेला भावीण म्हटले जाते. तर कर्नाटकमध्ये बसवी, मध्य प्रदेशात हिंदू देवदासींना 'कसबी' किंवा 'गायन', ओरिसामध्ये 'गुणी', बंगालमध्ये 'वैष्णवी' किंवा 'वैष्णवी नर्तिका', तमिळनाडूमध्ये बलंगै/इंडगै अशी नावे आहेत.

पुराण काळात आदराचे स्थान

या प्रथेला पौराणिक आधार आहे. राजे-महाराजे यांच्या काळात देवदासींना पुरेशी वतने, नि:शुल्क निवासस्थाने, कलागुणांमुळे धनीक व्यक्तींकडून मिळणारी बिदागी, राजदरबारात होणारा सन्मान यामुळे देवदासींची सांपत्तिक स्थिती उत्तम होती. सामान्य जनतेला त्यांच्याबद्दल आदर होता. तशा काही प्रथाही होत्या. त्यांना अखंड सौभाग्यवती मानत असत. त्यामुळे लग्नप्रसंगी वधूच्या मंगळसूत्रातील मणी देवदासीकडून ओवून घेतला जाई. वरातीच्या वेळी देवदासी अग्रभागी असणे हे शुभसूचक मानले जाई. देवदासींना जोगवा दिला तर बरकत येते, अशी समजूत असल्याने त्यांना धान्य, कपडा, पैसा इ. दिले जाई. कर्नाटकातील बसवी आणि इतर ठिकाणच्या देवदासींची देखभाल केल्यास गावाचे भले होते असे मानले जाते. विवाहप्रसंगी धार्मिक विधीत, वधू-वरांना ओवाळण्यासाठी देवदासींची मदत घेतली जाणे ही प्रथा पूर्वापार आहे. परंतु हे संदर्भ काळानुसार बदलत गेले.

या देवदासींमध्ये पूर्वी काही वर्ग होते यात –

अ) शारीरिक संबंध ठेवणे किंवा न ठेवणे

ब) कोणाशी संबंध ठेवणे

क) कामाचा दर्जा इ.

अ) शारीरिक संबंध ठेवणे किंवा न ठेवणे यात पहिला प्रकार कोणत्याही पुरुषाशी शारीरिक संबंध न ठेवता देवळात राहून देवाची सेवा करणारी. दुसरा प्रकार म्हणजे विवाहाशिवाय एकाच योग्य, व्यक्तीला आयुष्यभर निष्ठा वाहणारी. तिसरा प्रकार म्हणजे मर्जीनुसार कोणत्याही व्यक्तीशी शारीरिक संबंध ठेवणारी.

ब) देवदासीने कोणाशी संबंध ठेवावेत याविषयी निर्बंध होते. १. प्रतिष्ठित मानल्या जाणाऱ्या नागरिकांकडे जाऊन नृत्य-गायन करावे परंतु इतरांकडे जाऊ नये. तमिळनाडूतील वळ्ळैगै देवदासी या प्रकारच्या होत्या. २. तमिळनाडूमधीलच इंडगैना सुतार व इतर बलुतेदारांशी संपर्क ठेवत. त्यांना शूद्र व अतिशूद्रांशी संबंध ठेवता येत नसत.

क) कामाच्या दर्जावरून प्रकार होते. त्यात देवपूजेच्या वेळी देवासमोर व यात्रेत रथासमोर नृत्य-गायन करणे. २. देवालयाची, परिसराची स्वच्छता, देवाची उपकरणी घासणे, नैवेद्याचे धान्य निवडणे इ.

बदलत्या काळात दर्जा

परंतु नंतर मात्र देवदासी म्हणजे शरीर विक्रय करणाऱ्या असे समीकरण पक्के झाले ते आजही आहे. याचे कारण देवदासींना देवस्थानाकडून मिळणारी वतने अपुरी पडू लागली. तेव्हा त्यांना शरीरविक्रयाशिवाय दुसरा मार्ग उरला नाही. त्यांना उदरनिर्वाहाचे काही साधनच उरले नाही. नंतरच्या उद्योगधंद्याच्या काळात शहरांची निर्मिती झाली व देवदासींना देहविक्रय करून पैसा बऱ्यापैकी मिळू लागला.

अंधश्रद्धा

अज्ञान, देवाला बोलले गेलेले नवस व ते फेडण्यासाठी अजाण मुलींना देवाला वाहणे. यात घरातील आजारपणे, मुलगा न होणे, मुले न जगणे, शेती न पिकणे, गुरे मरणे, विचित्र स्वप्ने पडणे, विहिरीला पाणी न लागणे या कारणांसाठी देवाला मुलगी वाहण्याचे कबूल केले जाते व हे वचन पाळण्यासाठी दलाल दबाव आणतात. त्यामुळे काही ठिकाणी तर जन्मापूर्वीच मुलगी देवाला वाहिली जाते.

अनेक कारणांनी केसात जट धरत असते त्यात केस न विंचरणे हे आजारपणामुळे, इतर कारणांनी होत असते त्यामुळे जटा होतात. तेल न लावल्याने केसात जटा होतात, केस गुंततात. परंतु अंधश्रद्धेमुळे देवदासी, गुरव, पुजारी या कुटुंबाला मुलीला देवाला अर्पण करण्याला भाग पाडतात.

महाराष्ट्र व कर्नाटकाच्या सीमेवरील गावांमध्ये यांचे मोठे प्रमाण आढळते. मागासलेपणा, परंपरागत रूढी, शिक्षणाचा अभाव, दैववाद, अंधश्रद्धा यांचा जबरदस्त पगडा वर्षानुवर्षे असल्याने ही प्रथा आढळते. निपाणी शहरात हे प्रमाण सर्वांत जास्त आहे. सोलापूर जिल्ह्यातील बाळे, अणदूर, पुणे जिल्ह्यातील जेजुरी, सांगलीत जत येथील देवदासी, खंडोबाच्या मुरळी, कोकण-गोवा इथे भाविणी गावातील धनिकांच्या भोगदासी आहेत.

ही प्रथा सामाजिक, आर्थिक समस्या, शिक्षणाचा अभाव, धार्मिक रूढींचा नको इतका पगडा, अंधश्रद्धा यामुळे निर्माण झाली. खालच्या थरातून मुली देवाला वाहिल्या जातात. यात गुजर, जैन, लिंगायत, मराठा, ब्राह्मण अशा जातींतील मुली आढळत नाहीत.

शहरांच्या वाढीनंतर देवदासी शहरात येऊन शरीरविक्रय करून स्वतःचे व गावी असलेल्या कुटुंबाचे पालन पोषण करतात. तारुण्य संपले की यांना पोट भरण्यासाठी भीक मागणे, पाकीटमारी करणे, चोऱ्या करणे हे मार्ग पत्करावे लागतात.

पूर्वीच्या काळी कुटुंबामध्ये देवदासीला मुलांचे स्थान होते. वडिलांचे नाव लावणे, मालमत्तेची वारसदार बनविण्याचा अधिकार देवदासी आणि तिच्या मुलांना आजही आहे. परंतु देवदासीची मुलगी आईची वारसदार बनते. आत्ताच्या काळात मात्र मुलांना वडलांचे नाव लावता येत नसल्याने अनौरसपणाचा शिक्का बसतो. यातूनही बालगुन्हेगारी, अपप्रवृत्ती, बेरोजगारी या समस्या निर्माण होतात.

कायदेशीर तरतूदी

देवदासी प्रथा निर्मूलनासाठी १९२० मध्ये म्हैसूर सरकारने प्रथम कायदा केला. १९२२-२३ सालात देवदासींना सन्मार्गाला लावण्यासाठी 'हिंदू युवती शरणालयम' ही संस्था मद्रासमध्ये स्थापन केली. डॉ. बाबासाहेब आंबेडकरांनी १९२५ मध्ये निपाणीमध्ये देवदासी प्रथा नष्ट करण्यासाठी परिषद घेतली. त्यानंतर १९३१ मध्ये मलिकवाड येथील दलित समाजातील मामलेदार श्री. घटकांबळे यांनी अथणी येथे मोठ्या प्रमाणात जलसे घेऊन देवदासी प्रथेचे गंभीर परिणाम

समाजापुढे मांडले व जागृती करण्याचा प्रयत्न केला. १९३४ मध्ये ब्रिटिशांनी 'देवदासी प्रतिबंधक कायदा' जारी केला. त्यानुसार देवदासी व्हायला भाग पाडणाऱ्यांना व देवदासी सज्ञान असेल, तर देवदासीलाही सहा महिने आणि रु. ५०० दंड अशा शिक्षेची तरतूद केली.

गडहिंग्लज येथे २० सप्टेंबर १९७५ या दिवशी देवदासींच्या समस्येविषयी पहिली परिषद झाली. त्यानंतर पाच वर्षांनी म्हणजे १९८० मध्ये महात्मा फुले प्रतिष्ठानतर्फे परिषद आयोजित करण्यांत आली.

नंतरच्या काळात सुधारणेसाठी विविध पातळ्यांवरून प्रयत्न केले गेले व केले जात आहेत. समाजकंटक अशा अंधश्रद्धांचा फायदा उठवतात. त्यामुळे अशा पद्धतींना वेळीच आवर घालणे गरजेचे आहे.

स्वयंसेवी संस्थांचे कार्य

या प्रथेच्या निर्मूलनासाठी स्वयंसेवी संस्था प्रयत्न करीत आहेत. त्यात प्रथमत: जट सोडवणे, जो त्यांच्यावर देवदासीचा शिक्का बसतो तो यामुळेच. जट सुटू शकते हा देवाचा कोप नाही ही अंधश्रद्धा दूर करणे. तसेच गावातल्या एखाद्या घरात जर देवदासी होण्याची शक्यता असेल, तर तिच्या पालकांना जागरूक करणे व तिला यापासून वाचवणे. ४० व त्यापुढील वयाच्या देवदासींना काहीतरी प्रतिष्ठेचा व्यवसाय सुरू करून द्यायला प्रशिक्षण देणे, व्यवसाय सुरू करण्यासाठी आवश्यक ती मदत करणे.

देवदासींच्या मुलींनी या व्यवसायात येऊ नये म्हणून त्यांना शिक्षण, व्यावसायिक प्रशिक्षण देणे व या व्यवसायापासून परावृत्त करणे व ४० वर्षा पुढील देवदासींनी उदरनिर्वाहासाठी इतर मुलींना या व्यवसायात यायला भाग पाडू नये म्हणून त्यांना व्यवसाय मिळवून देणे ही कामे करत असतात.

व्यक्तिगत पातळीवरही ही कामे केली जातात. तसेच त्यांची आरोग्यतपासणी करणे व औषधोपचार करणे या गोष्टीही केल्या जातात.

कल्याणकारी योजना

एकूणच त्यांना सर्वसामान्यांप्रमाणे आयुष्य जगण्यास मदत करणे हा हेतू आहे. महाराष्ट्रातील ही प्रथा नष्ट व्हावी व त्या दुर्दैवी महिलांना सामान्य आयुष्य जगता यावे यासाठी शासन, स्वयंसेवी संस्था, समाजकार्यकर्ते प्रयत्न करीत आहेत. शासनाने त्यांच्या कल्याणासाठी योजना आखल्या आहेत. त्यांना रोजगाराचे, व्यावसायिक प्रशिक्षण देण्यासाठी गडहिंग्लज (जि. कोल्हापूर) व उमराणी (ता. जत जि. सांगली) येथे प्रशिक्षण केंद्रे सुरू केली आहेत.

१) देवदासींसाठी पुनर्वसन योजना

अ) देवाला किंवा देवीला त्यांच्या सेवेकरिता अर्पण केलेल्या मुलीस अथवा महिलेस

देवदासी समजण्यात येते. अशा मुलींचा देवाशी विवाह करण्यात येतो. अशा प्रकारे विवाह झाल्यामुळे रूढीनुसार त्यांना दुसरा विवाह करता येत नाही. पर्यायाने या देवदासींना देवीचेच जग, देव्हारे, परडी इत्यादी घेऊन गावोगाव फिरून देवीच्या नावाने भिक्षा मागून उदरनिर्वाह करावा लागतो. ही परंपरा देवदासी प्रथेची अनिष्ट रूढी नाहीशी करण्याकरिता, निरनिराळ्या स्वयंसेवी संघटनांच्या सहकार्याने, देवदासींसाठी विविध योजना अंमलात आणण्याची आवश्यकता वाटल्याने, देवदासींच्या पुनर्वसनासाठी वेगवेगळ्या योजना सुरू केल्या. या योजनांमध्ये देवदासींमध्ये मुलींच्या विवाहासाठी/अविवाहित देवदासी यांच्या विवाहासाठी रुपये १०,००० आर्थिक साहाय्य, देवदासींच्या मुला-मुलींसाठी वसतिगृह व प्रशिक्षण केंद्र यांचा समावेश करण्यात आला. या योजना सन १९८६-८७ सालापासून अंमलात आल्या आहेत.

ब) शासनाने शासन निर्णय, महिला व बाल विकास विभाग, मंत्रालयाने देवदासी पुनर्वसन योजनेअंतर्गत खालील तीन योजनांना मान्यता प्रदान केलेली आहे.

२) देवदासींना स्वत:चा व्यवसाय सुरू करण्यासाठी बीजभांडवल योजना लागू करणे

१८ वर्षांवरील देवदासींना कृषी व संलग्न ग्रामोद्योग, कुटीरोद्योग व लघुउद्योग, सेवाभावी उद्योग, परिवहन उद्योग तसेच आर्थिकदृष्ट्या फायदेशीर व सहज साध्य सुरू करता येण्याजोगे उपक्रम सुरू करण्यासाठी रुपये ३५,००० पर्यंतचे कर्ज राष्ट्रीयीकृत बँकेमार्फत मंजूर करण्यात येते. याकरिता आवश्यक असणाऱ्या २५ टक्के बीजभांडवलाची रक्कम शासनामार्फत भरण्यात येऊन मंजूर करण्यात आलेल्या कर्जाची वसुली झाल्यानंतर दरसाल दरशेकडा रुपये ४ इतक्या दराने पतरफेड करून घेण्यात येते.

३) देवदासींच्या मुला-मुलींना शिक्षणाकरिता मदत होण्यासाठी गणवेशाचे दोन संच, लेखन साहित्य व वाहन खर्चासाठी साहाय्यक अनुदान

देवदासींच्या मुला-मुलींना शिक्षणाची आवड निर्माण व्हावी याकरिता पहिली ते सातवीपर्यंतच्या विद्यार्थ्यांना प्रतिवर्षी गणवेशाचे दोन संच, लेखन साहित्य, तसेच वाहन खर्चासाठी रुपये २० ते ३० राज्य परिवहन मंडळाच्या बसेसच्या पासच्या स्वरूपात देण्यात येतात. सदरची योजना जिल्हा परिषदेच्या महिला व बालकल्याण समितीमार्फत व मुंबईच्या ठिकाणी जिल्हा महिला व बालविकास अधिकारी यांच्यामार्फत राबविण्यात येते.

५) देवदासी प्रथा नष्ट करण्यासाठी समाजप्रबोधनाचे कार्य प्रभावीपणे करणाऱ्या संस्थांना प्रत्येकी रुपये १०,००० प्रोत्साहन अनुदान देणे.

महाराष्ट्र राज्यामधील कोल्हापूर, सांगली, सोलापूर, उस्मानाबाद, नांदेड, लातूर, सिंधुदुर्ग, रत्नागिरी, पुणे व मुंबई या देवदासींचे प्राबल्य असलेल्या जिल्ह्यांतील देवदासी प्रथा नष्ट करण्यासाठी समाजप्रबोधनाचे कार्य प्रभावीपणे करणाऱ्या संस्थांना वर्षातून एकदाच रुपये १०,००० प्रोत्साहन अनुदान देण्यात येते.

उपाय

देवदासींच्या मुला-मुलींचे विवाह होणे, त्यांनी मुख्य प्रवाहात येणे व समाजाने त्यांचा स्वीकार करणे हे आवश्यक आहे. तरच पुढच्या पिढ्चा न्यूनगंडातून मुक्त होतील. तसेच कल्याणकारी योजनेचा जास्तीत जास्त देवदासींना फायदा मिळाला पाहिजे. ज्यातून त्या भिक्षा मागणे, तिकिटांचा काळाबाजार करणे अशा गैरकृत्यांपासून त्या लांब राहतील. यापुढे या प्रथेची बळी कोणतीही मुलगी होऊ नये यासाठी दक्षता घेतली गेली पाहिजे. बदलत्या धार्मिक प्रथा, अंधश्रद्धा, विज्ञान याविषयीची माहिती युवतींना मिळणे आवश्यक आहे. शिक्षणाचा प्रसारही पुरेसा व्हायला पाहिजे. जे पालक आपल्या व्यसनांसाठी, कुटुंबाच्या आर्थिक हलाखीसाठी मुलींना यात लोटत असतील त्यांच्यावर योग्य कारवाई व कुटुंबाला आर्थिक मदत दिली गेली पाहिजे.

अज्ञान, अंधश्रद्धा, निरक्षरता या गोष्टींचा फायदा उठवून जे कोणी फसवणूक करतात त्यांच्यावर कारवाई केली गेल्यास तीही कडक कारवाई झाल्यास इतरांना दहशत बसेल.

अंधश्रद्धा निर्मूलन कायदा झाल्यास यावर आणखी निर्बंध येतील.

(Dr. Nanasaheb Dharmadhikari)

डॉ. नानासाहेब धर्माधिकारी (१९२२–२००८)

त्यांचे पूर्ण नाव डॉ. नारायण विष्णू धर्माधिकारी. त्यांनी साठ वर्षांपूर्वी समाज प्रबोधनाच्या कार्याला प्रारंभ केला. १९४५ मध्ये त्यांनी रेवदंडा येथे श्री समर्थ प्रसादिक अध्यात्मिक सेवा समिती स्थापन केली व त्या कार्याला आपले आयुष्य वाहिले. या कार्याला जेव्हा त्यांनी सुरवात केली तेव्हा सदस्यांची संख्या अगदी हाताच्या बोटावर मोजण्याइतकी होती.

समाज प्रबोधन

त्यांनी निरुपणातून समाज प्रबोधन व व्यसनमुक्तीचे कार्य केले. समाजप्रबोधनाच्या कार्याला प्रारंभ करतांना त्यांनी समाजाचे सूक्ष्म निरीक्षण केले. त्यांच्या कार्याचे वैशिष्ट्य म्हणजे श्रीमंत दासबोध, श्री मनाचे श्लोक, श्री ज्ञानेश्वरी, श्री एकनाथी भागवत, श्री सद्गुरू चरित्र इत्यादी वीस धार्मिक ग्रंथांच्या आधारे जनसामान्यांना सत्प्रवृत्त केले. या ग्रंथांच्या आधारे कीर्तन, मौखिक निरुपण व यातून सामान्यांचे अज्ञान दूर करणे, अनिष्ट रुढी, परंपरा, देव–धर्म याबद्दलच्या अंधश्रद्धा दूर करून भक्ती व श्रद्धा यांचे महत्त्व पटवून दिले. त्यांनी बालसंस्कार वर्ग, प्रौढ साक्षरता वर्ग विनामूल्य चालविले. त्यांनी कित्येक लोकांना व्यसनमुक्त केले. त्यांनी माणसाला माणसाप्रमाणे जगण्याची शिकवण दिली.

त्यांचे कार्य आर्थिकदृष्ट्या दुर्बल असलेल्या अल्पशिक्षित आणि मागासवर्गीयांमध्ये जास्त आहे. विशेष म्हणजे त्यांनी सुमारे एक कोटी लोकांपर्यंत श्रीमद् दासबोध हा ग्रंथ पोचवला. या ग्रंथाचे निरूपण जेथे चालते त्याला बैठक असे म्हणतात. या बैठकीला तळागाळातल्या लोकांची विशेष उपस्थिती असते आणि निरुपण करणाऱ्यांमध्ये ९५ टक्के लोक बहुजन समाजातील आहेत. यात मोलाने काम करणाऱ्या महिला, भाजी विकणारे, मासेमारी करणारे यांचा ही समावेश आहे. त्यांनी आत्तापर्यंत असंख्य निरुपणकार तयार केलेत व ते गावोगावी जाऊन निरुपण करतात अशा बैठकीची केंद्रे गावोगावी आहेत. व्यसनी माणसाने आठ–दहा निरुपणे ऐकल्यास तो निर्व्यसनी होतो.

उपेक्षितांसाठी कार्य

त्यांनी लोकांना स्वयंशासन शिकविले. त्याचबरोबर महिलांच्या बैठका, पुरुषांच्या बैठका व बालसंस्कार केंद्र अशा कुटुंबातील सर्व सदस्यांबरोबर कार्य केल्यामुळे कुटुंबातील सर्व लोकांवर त्याचा परिणाम होतो. अशा सुसंवादाची आताच्या काळात गरज आहे. आपल्या कार्यामागचा उद्देश सांगतांना ते म्हणत की, अनेक दु:खी कष्टी, रंजल्या गांजल्या व उपेक्षित लोकांना सन्मानाने व समाधानाने जगण्याचा मार्ग दिसावा हा आहे. निरनिराळ्या धार्मिक ग्रंथांचे त्यांनी पुनर्लेखन केले व

संत साहित्य, अध्यात्मिक साहित्य विनामूल्य उपलब्ध करून दिले.

त्यांच्या कार्याचे रूपांतर वटवृक्षात झाले आहे. हे कार्य रायगड, ठाणे, मुंबई, नागपूर, नाशिक, अमरावती, औरंगाबाद, अहमदनगर, सोलापूर, कोल्हापूर, रत्नागिरी, पुणे येथे चालू आहेच. परंतु महाराष्ट्राबाहेरही चालू आहे. आणि परदेशातही चालू आहे. कोणतेही सत्कार, सन्मानाची अपेक्षा न करता त्यांनी हे कार्य केले. त्यांच्या कार्याचा गौरव 'महाराष्ट्र भूषण' सन्मान देऊन केला गेला.

(Disability)

अपंगत्व

शारिरीक किंवा मानसिक बिघाडामुळे सर्वसाधारण व्यक्तींप्रमाणे आपली दैनंदिन कामे करणे ज्यांना दुष्कर किंवा अशक्यप्राय झाले आहे, अशा व्यक्तींना 'अपंग व्यक्ती' म्हणतात.

अपंगांमध्ये आंधळे, मुके-बहिरे आणि हातापायाने लुळे असलेले किंवा हातपायच नसलेले पांगळे-थोटे आणि मनाने दुर्बल असणाऱ्या व्यक्तींचा समावेश होतो. हृदय, फुफ्फुस, डोळे इ. महत्त्वाच्या अवयवांच्या व्याधींमुळे अकार्यक्षम झालेले स्त्री-पुरुष व शैक्षणिक दृष्ट्या कमकुवत असणारी मुले यांचाही अपंगात समावेश होतो.

जन्मजात अपंग व जन्मानंतर झालेले अपंग असे अपंगत्वाचे दोन प्रकार आहेत. अपंगांच्या कार्यक्षमतेनुसार त्यांचे वर्गीकरण करण्यात येते. निरनिराळ्या साधनांचा वापर करून पूर्णतः स्वावलंबी होण्यासारखे, केवळ संरक्षित वातावरणात कार्य करू शकणारे आणि अर्थोत्पादनास अयोग्य असे अपंगांचे तीन वर्ग आहेत.

लहान मुलांमध्ये अपंगत्व आल्यास त्यांच्या पालकांना अशा मुलांना कसे वाढवावे याचे शिक्षणासाठी विविध माध्यमांमधून मार्गदर्शन केले जाते. अशा मुलांना स्वावलंबी कसे बनवता येईल यावर भर दिला जाऊन उपाय सांगितले जातात. नवीन शोध व त्यातून जास्तीत जास्त स्वावलंबानकडे जाता येते.

शारिरीक अपंगत्वाची कारणे

मज्जातंतूंच्या आजारामुळे निर्माण झालेले अपंगत्व, पाठीच्या कण्याच्या आजारामुळे आलेले अपंगत्व, अर्धांगावायूमुळे आलेले अपंगत्व. काहींना जन्मतःच वाकडे पाय, फाटके ओठ, तुटका कान काही अवयव चिकटलेले रहाणे असेही दोष दिसून येतात. काही वेळेस अशा व्यंगांमुळे न्यूनगंड निर्माण होणे व यातून आक्रमकपणा, मानसिक विकृती येण्याची शक्यताही असते. अपघातामुळे व्यक्तीला हातापायात लोखंडी तारा, नळ्या बसवल्यामुळे हालचालींना त्रास होतो. कामे नेहमीप्रमाणे करता येत नाहीत. कुबड्या, कृत्रिम अवयव यामुळे शारिरीक अपंगत्वाबरोबर मानसिक खच्चीकरणही होते.

उपाय

अविकसित देशांमध्ये अज्ञान, दारिद्र्य, अपुऱ्या वैद्यकीय सुविधा, अंधश्रद्धा यामुळे अपंगत्वाचे प्रमाण जास्त आहे. अपंगत्व टाळण्यासाठी मूल गर्भात असतानाच मातेला पोषक आहार, रोगप्रतिबंध लस टोचणी इ. उपाय केले जातात.

अपंगत्व येऊ नये म्हणून लहान वयातच मुलांना पोलिओ डोस देण्याची मोहीम राबवली जात आहे. त्याचबरोबर अपघातांमुळे येणाऱ्या अपंगत्वासाठीही योग्य ती खबरदारी घेतली जाणे आवश्यक आहे. कारण हे अपंगत्व टाळता येऊ शकते.

पुनर्वसन

भारतात १९५७ मध्ये श्रीमती फातिमा इस्माइल यांनी मुंबईत एक संस्था स्थापून भारतातील अपंगांच्या पुनर्वसनाच्या समस्येस तोंड देण्याच्या प्रयत्नास चालना दिली.

यामधे पुनर्वसनाच्या प्रश्न हा गुंतागुंतीचा आहे. त्यातही अर्थोत्पादन करणारी प्रौढ वयातील व्यक्ती जर अपंग झाली तर त्या व्यक्तीचे प्रश्न अधिक बिकट बनतात. कारण मानसिकदृष्ट्या ही अशी व्यक्ती खचलेली असते.

अपंग व्यक्तींना बरेच वेळा दुसऱ्या व्यक्तीची किंवा यांत्रिक साधनांची मदत घ्यावी लागते. काठी, कुबड्या चाकाची खुर्ची इ. साधने यात येतात. नवीन आधुनिक तंत्रज्ञानाने चाकाच्या खुर्चीत अनेक सुधारणा घडवून आणल्या आहेत. ज्यातून अपंग व्यक्तीला ती चालवायला फारसे प्रयास पडत नाहीत.

युद्धात, औद्योगिक अपघातात व इतर प्रसंगी हात किंवा पाय गमविलेल्या व्यक्तींना कृत्रिम हात, पाय बसवून देणे, त्याचप्रमाणे कुष्ठरोगामुळे हातापायाची बोटे, हात, पाय, तोंड, नाक इ. अवयवांना अपंगत्व येते व त्याकरिता योग्य प्रकारची पुनर्रचनात्मक शस्त्रक्रिया करून ते दूर करतायेते. पाय गमावलेल्यापेक्षा हात गमावलेल्यांचे प्रश्न जास्त असतात.

प्रौढ अपंग व्यक्तींचे पुनर्वसन ही अवघड गोष्ट आहे. अशा व्यक्तींना कार्यक्षम बनवून आर्थिकदृष्ट्या स्वावलंबी करणे आवश्यक आहे. त्यांच्या हातापायाची क्षमता पाहून त्यांना काम देणे, हाता पायात जोर येण्यासाठी उपाय करणे यातूनही त्यांना सामान्य व्यक्तीप्रमाणे व्यवसाय करता येऊ शकतात.

अपंग व्यक्तींसाठी खास क्रीडा-स्पर्धा भरवल्या जातात. यात वयोगटानुसार मुले, प्रौढ व्यक्ती यांच्या बैठे खेळ व मैदानी खेळांच्या स्पर्धा भरवून त्यांना प्रोत्साहन देणे, त्यांच्या मनातील न्यूनगंड काढून टाकणे यासाठी खास प्रयत्न केले जातात. संगणक प्रशिक्षण देऊन त्याद्वारे त्यांना नोकरी व्यवसाय उपलब्ध करून देणे. त्याचप्रमाणे अशा व्यक्तींसाठी काम करणाऱ्या स्वयंसेवी संस्थांना आर्थिक मदत दिली जाते. कृत्रिम अवयव बसविण्यासाठी शासकीय रुग्णालयाकडून मोफत सेवा पुरविणे, नोकरीत राखीव जागा, स्वतंत्र व्यवसाय सुरू करण्यासाठी प्रोत्साहन देणे, आर्थिक मदत उपलब्ध करून देणे इ. प्रयत्न केले जात आहेत.

त्यांना राष्ट्रीय व आंतरराष्ट्रीय क्रिडा स्पर्धेत भाग घ्यायला तयार करणे यासाठी आवश्यक ते अर्थसहाय्य उपलब्ध करून देणे या गोष्टीही केल्या जातात.

मूक–बधिर

वाचा शक्तीचा विकास न होण्यास बहिरेपणा, मानसिक विकृती, अपुरा भावनिक विकास, शारिरीक विकृती ही कारणे आहेत. बोलतांना अडखळणे, तोतरे बोलणे, एखादाच शब्द बोलता न येणे व पूर्णत: मुके असे ह्या अपंगतेचे निरनिराळे प्रकार असतात.

बहिरेपणा या प्रकारांत जन्मजात, बोलता येऊ लागल्यावर आलेला बहिरेपणा, रोगामुळे आलेला बहिरेपणा व मर्यादीत बहिरेपणा असे प्रकार आहेत.

मुक व्यक्तींना ओठांच्या हालचाली करणे, जीभ, ओठ, टाळू यांच्या हालचालींनी शब्दोच्चार शिकविणे हा शिक्षणाचा महत्वाचा भाग आहे. तसेच मूक बधीर व्यक्तींना खुणांची भाषा शिकविली जाते व त्यातून इतरांशी संवाद साधता येतो.

श्रवणशक्तीच्या जन्मजात कमतरतेमुळे जर बहिऱ्या व्यक्तीला बोलता येत नसले, तर त्या व्यक्तीला 'मूका-बहिरा' असे म्हणतात. कानामधील जन्मजात विकृती, विषाणू संसर्ग व मध्यकर्णातील जंतुसंसर्ग या कारणांमुळे वयाच्या पहिल्या चार–पाच वर्षांत बहिरेपणा येऊ शकतो.

शिक्षण

श्रवणहानी सत्तर डेसिबेलहून कमी असल्यास ओष्ठवाचनाने व्यक्तीचे शिक्षण होऊ शकते. श्रवणहानी सत्तर डेसिबेलहून अधिक असल्यास श्रवण साहाय्यकाचा उपयोग करावा लागतो. आंतरकर्ण व मेंदूचे विकार यांच्यामुळे झालेल्या श्रवणहानीत श्रवणसाहाय्यकाचा उपयोग होत नाही.

मुलाचे पहिल्या सहा वर्षापर्यंतचे शिक्षण मुख्यत: श्रवणेंद्रियाद्वाराच होत असते. चांगले ऐकू येणाऱ्या मुलाला वयाच्या पाचव्या वर्षापर्यंत सुमारे दोन हजार शब्द समजू शकतात. तसेच त्यांचा अर्थ कळून ते शब्द मूल वापरू शकते.

मूक बधिर व्यक्तींच्या शिक्षणासाठी विशेष अभ्यासक्रम आखले जाऊन प्रशिक्षित शिक्षक अशा शाळांमध्ये शिकवत असतात. मुक–बधिर मुलांचे शिक्षण यशस्वी होणे हे १) मुलाची जन्मजात बुद्धीमत्ता २) मुलाची शिकण्याची प्रवृत्ती ३) सर्वात महत्वाचा घटक म्हणजे मूक-बहिऱ्या मुलांमध्ये श्रवणशक्तीचा कितपत अंश शिल्लक आहे. यावर अवलंबून असते.

जन्मजात बहिऱ्या असलेल्या मुलाचे उच्चारण संपूर्णपणे स्वाभाविक होत नाही. त्याचे बोलणे मोठ्या परिश्रमाचे, अस्पष्ट, दोषयुक्त व समजण्यास कठीण असे असते.

अडखळत बोलणे, तोतरे बोलणे, एखाद्या अक्षरावर अडणे ह्यामुळे प्रवाही बोलणे होत नाही. यावर शब्दोच्चार आणि वाक्यरचना शिकविणे अशा प्रकारच्या उपचारांनी अशा व्यक्तींचा न्यूनगंड कमी होऊ शकतो.

अलिकडच्या काळात मूक–बधिर व्यक्तींचे कला गूण ओळखून उदा. नृत्य, चित्रकला, पेंटींग यांतून त्यांना व्यावसायिक संधी मिळवून देणे, मुख्य प्रवाहात आणणे, सामान्य व्यक्तीप्रमाणे आयुष्य जगण्यासाठी मदत करणे या गोष्टी केल्या जात आहेत.

मूक–बधिर व्यक्तींना शिकविण्यासाठी दृक्श्राव्य साधने, चित्रे, रंगांची कार्डे, आकडे, आरसे,

छायाचित्रे, नकाशे, प्रतिकृती इ. साधने वापरली जातात. हाताच्या व बोटांच्या हालचालीतून शिक्षण देणे. त्यांच्यासाठी वेगळ्या शाळा स्थापन करून त्यात त्यांना अभ्यासक्रम आखून शिक्षण दिले जाते.

पुनर्वसन

तरीही इतर अपंगत्वापेक्षा या व्यक्ती शिवण शिवणे, स्वयंपाक करणे, भरतकाम, विणकाम, चित्रकला, लिखाण अशी कामे करू शकतात. संगणकावर काम करून देणे, खेळणी तयार करण्यासाठी, बाहुल्या तयार करण्यासाठी भाग जुळविणे, तयार करणे, तयार वस्तूंचे पॅकिंग करणे अशी कामेही या व्यक्ती करू शकतात. श्रवणदोष कमी असलेली व्यक्ती वाहनही चालवू शकते.

अंधत्व

व्यक्तीला अंधत्व अनेक कारणांनी येते. सर्वसामान्य अशी अंधत्वाची व्याख्या अजूनही निश्चित नसल्यामुळे अंधांचा आकडा नेमका कळणे कठीण आहे. तरीही संपूर्ण अंध व्यक्ती व सर्वसाधारण दृष्टीच्या एकदशांश इतकीच दृष्टी असलेल्या व्यक्ती यांची अंध व्यक्तींच्यात गणना करण्यात येते.

डोळ्यात फूल पडणे, तसेच डोळ्यातील तंत्रिका, दृक्‌पटल, कनीनिका या भागांच्या विकारांमुळे अंधत्व आलेल्या व्यक्तींची संख्या विकसित देशात अधिक आढळते. अविकसित देशात मुख्यत: देवी, खुपऱ्या या विकारांमुळे अंधत्व येते. त्याशिवाय काही काळापुरते अंधत्व, मधुमेहाचे प्रमाण अति वाढल्याने आलेले अंधत्व हेही प्रकार आहेत.

शिक्षण

डोळस विद्यार्थी व शिक्षक यांच्यात वेगळ्या प्रकारचे, मनमोकळे नाते संबंध प्रस्थापित होऊ शकतात. ज्या ठिकाणी अंधांसाठी वेगळ्या शाळा नसतील तेथे अंध मुलांना शिक्षणापासून वंचित रहावे लागते.

स्पर्शपद्धतीवर आधारलेल्या ठिपक्या-ठिपक्यांच्या लीपीतून अंध मुलांना वाचता येते. ही लिपी उजवीकडून डावीकडे लिहिली जाते. यातील वेगळे आकार, चढ उतार, कमीजास्त जाडी अंध मुलांना स्पर्शाने कळते. वाचताना मात्र ती डावीकडून उजवीकडे वाचली जाते.

ब्रेल लिपी मराठीत व गुजराथीत आणण्याच्या बाबतीत कै. नीलकंठराय छत्रपती ह्यांनी परिश्रम घेतले. युनेस्कोच्या साहाय्याने व बऱ्याच संशोधनानंतर आता सर्वसामान्य अशी भारतीय ब्रेल लिपी तयार झाली आहे.

अंध व्यक्तींना अर्थार्जन करणे; त्यासाठी व्यवसाय शिक्षण देणे हा महत्वाचा भाग आहे. त्यांना संगीत शिक्षण, वाद्यांची दुरुस्ती, टंकलेखन, लघुलेखन, वेतकाम, खुर्च्या करणे, ब्रश-करणे,

खड्डू करणे, चर्मकला, विणकाम, भरतकाम इ. व्यवसायाचे शिक्षण दिले जाते. शिवाय टेलिफोन ऑपरेटिंग, यंत्रांचे भाग जुळवणे, छापखान्यात काम करणे, घड्या घालणे ही कामेही या व्यक्ति करू शकतात.

पूर्वेकडील देशात व उष्ण प्रदेशात अंधत्वाचा विकार प्रामुख्याने आढळतो. भारतात याचे रुग्ण मोठ्या प्रमाणावर आढळतात.

पुनर्वसन

१९१९ साली रत्नागिरीत हेन्डरसन या आय. सी. एस. अधिकाऱ्याने ब्लाइंड रिलिफ असोसिएशनची स्थापना केली तोपर्यंत अंधांबद्दल भारतात काहीही सरकारी प्रयत्न झाले नव्हते. या संस्थेच्या शाखा ठिकठिकाणी निघाल्या. १९२९ मध्ये अखिल भारतीय स्वरुपाची संस्था स्थापन करण्यांत आली. या संस्थेने फिरत्या दवाखान्याची व औषध उपचारांची सोय केली.

अंधांचे पुनर्वसन करण्यासाठी अनेक योजना राबवल्या जात आहेत. १९४८ मध्ये डेहराडून येथे सर्वांत मोठे प्रशिक्षण केंद्र सुरू झाले. या केंद्राकडून दिल्ली, कलकत्ता, मद्रास व मुंबई या चार शहरातून शिक्षक प्रशिक्षण वर्ग चालविले जातात. एक केंद्र माऊंट अबू येथेही आहे. १९५२ मध्ये मुंबईत नॅशनल असोसिएशन फॉर द ब्लाइंड' ही संस्था स्थापन झाली. यात अंधव्यक्तींना शेती कामाचे व ग्रामीण उद्योगधंद्यांचे शिक्षण दिले जाते. आणि केवळ या कामासाठी 'टाटा ऑग्रिकल्चरल ऑण्ड जनरल ट्रेनिंग सेंटर फॉर द ब्लाइंड' ही पहिली संस्था स्थापन करण्यात आली. अशाच प्रकारची आणखी दोन केंद्रे – एक तमिळनाडूत व दुसरे पश्चिम बंगालमध्ये आहे.

प्रौढ वयात अंधत्व आलेल्या व्यक्तींच्या पुनर्वसनाचा प्रश्न बिकट असतो. काही काळापुरते अंधत्व आलेल्या व्यक्तीही आढळतात. यंत्रावर डोळ्याला इजा होऊन अंधत्व येण्याचे प्रकारही घडतात. अलिकडच्या काळात मोतीबिंदूचे ऑपरेशन चुकीचे झाल्याने अंधत्व आलेल्या व्यक्ती आहेत. तसेच लहान वयातच दृष्टीदोष असेल व त्याचे योग्य वेळी निदान न झाल्यानेही मोठ्या वयात दृष्टीदोष निर्माण होतो. एकाच डोळ्याची दृष्टी कमी असतांना त्यावर उपाय न केल्याने दुसऱ्या डोळ्यावर ताण पडून क्षीण दृष्टी होण्याचा धोका असतो.

मतिमंद–मानसिक अपंगत्व

सर्वसामान्य बुद्धिमत्तेपेक्षा कमी बुद्धिमत्ता असलेल्या व सर्वसामान्य लोकांपेक्षा कमी मानसिक विकास झालेल्या व्यक्तींकरिता 'मतिमंद' ही संज्ञा वापरण्यात येते.

विकारांचा आरंभ बाळाच्या जन्मापूर्वी, जन्मवेळी व जन्मानंतरही होऊ शकतो. जन्मापूर्वी रंगसूत्रे व जनुक (जीन) यांच्या विकृती, आनुवंशिक विकृती, किरणोत्सर्गी पदार्थांशी घनिष्ठ संबंध, गर्भाशयात असताना जंतुसंसर्ग यासारख्या कारणांमुळे, जन्मवेळी शस्त्रक्रियेसारख्या क्रियांमुळे व जन्मानंतरही अशाच इतर कारणांमुळे मेंदूत विकृती उत्पन्न होतात, बाळाच्या जन्माच्यावेळी वापरलेल्या शस्त्रांमुळे, प्रसूतीला वेळ लागल्याने किंवा प्रसूती लवकर झाल्याने मेंदूला इजा पोचू

शकते. जन्मानंतर डोक्याला मार, मेंदूतील रक्तवाहिन्यांचे विकार इ. कारणांमुळे मेंदूत विकृती निर्माण होऊ शकते.

मतिमंदत्व मुलाच्या बाल्यावस्थेतच ओळखता येते. व्यक्तीचा बुध्यंक ७० च्या खाली असेल तर व्यक्ती मतिमंद म्हणून ओळखली जाते. मतिमंद व्यक्तीची कुटुंबियांना अधिक काळजी घ्यावी लागते. कारण अशा व्यक्तींची समाजात कुचेष्टा, टिंगल केली जाते.

अशा व्यक्तींना शिक्षण देण्यासाठी विशेष शाळा स्थापन केल्या आहेत. व त्यातून अभ्यासक्रम आखून व्यक्तीला शिक्षण दिले जाते. भारतात अशा प्रकारचे काम करणाऱ्या दीडशेपेक्षा जास्त संस्था आहेत. काही वेळा शालेय शिक्षण पूर्ण झाल्यावर, प्रौढ वयातही विविध कारणांमुळे मतिमंदत्व येते. अशा व्यक्तींसाठी निवासी वसतीगृहांची सोय आहे. स्वयंसेवी संस्थांनी अशी वसतीगृहे चालविली आहेत. परंतु अशा व्यक्तींना उद्योगाचे शिक्षण, मानसिक स्थैर्य देणे आवश्यक असते. सर्वसाधारणपणे अशा मुलांना चौथीपर्यंतचे शिक्षण देता येते.

बुद्धी गुणांक काढतांना –

$$\frac{\text{मानसिक वय}}{\text{प्रत्यक्ष वय}} \times १०० = \text{बुद्धीगुणांक असे समीकरण केले जाते.}$$

अपंग व्यक्तींच्या कल्याणासाठी योजना

सामाजिक न्याय विभागातर्फे अपंगांचे शिक्षण, प्रशिक्षण व पुनर्वसन या दृष्टीने कर्णबधिर, अस्थिव्यंग, मनोविकलांग, कुष्ठरोग मुक्त अपंग व्यक्तींना मुख्य प्रवाहात सामावून घेण्यासाठी योजना राबविल्या जातात.

१) शासकीय संस्थांमधून अपंगांचे शिक्षण व प्रशिक्षण – अंध, कर्णबधिर व अस्थिव्यंग असलेल्या ६ ते ९ वर्षांपर्यंतच्या अपंग विद्यार्थ्यांना अशा शाळांमधून प्रवेश दिला जातो.

शासकीय बहुउद्देशीय अपंग संमिश्र केंद्रात एकाच छत्राखाली अंध, कर्णबधिर व अस्थिव्यंग विद्यार्थ्यांना विनामूल्य शिक्षण दिले जाते. या शाळा निवासी आहेत.

१८ ते ४५ वयोगटातील अपंग व्यक्तींना शासकीय प्रौढ अपंगांच्या प्रशिक्षण केंद्रामधून घड्याळ दुरुस्ती, मोटार वायंडींग, बुक बाईंडींग, पत्राकाम, चर्मकला, शिवणकाम, इ. व्यवसायांचे विनामूल्य प्रशिक्षण निवासी शाळांमधून देण्यात येते. आय. टी. आय.च्या धर्तीवर वर्धा व नागपूर येथे अपंगांच्या औद्योगिक प्रशिक्षण केंद्रांमधून अपंग व्यक्तींना व्यवसाय प्रशिक्षण देण्यात येते.

सध्या खालील ठिकाणी अशा संस्था कार्यरत आहेत

अ. क्र.	संस्थेचा प्रकार	एकूण संस्था	ठिकाण
१	शासकीय अंध शाळा	४	नाशिक, लातूर, भांडारा, सिंधुदुर्ग
२	शासकीय मूकबधिर शाळा	३	अलिबाग, अकोला, औरंगाबाद
३	शासकीय अपंग बालगृहे	३	औरंगाबाद मिरज सांगली, नागपूर
४	शासकीय बहुउद्देशीय अपंग संमिश्र केंद्र	६	पुणे, वर्धा, वाशिम, नागपूर जळगाव, अंबाजोगाई-बीड
५	शासकीय प्रौढ अपंगांचे प्रशिक्षण केंद्र	४	मिरज, औरंगाबाद, नागपूर उल्हासनगर-ठाणे
६	अपंगांसाठी आय. टी. आय.	१	वर्धा

२) शासकीय संस्थांप्रमाणेच स्वयंसेवी संस्थांमार्फत चालविण्यात येणाऱ्या अपंगांच्या विशेष शाळांमध्ये ६ ते १८ या वयोगटातील अंध, कर्णबधीर, अस्थिव्यंग, मतिमंद मुलांना मोफत शिक्षण दिले जाते. १८ वर्षावरील अपंग व्यक्तींना त्यांच्या अपंगत्वाप्रमाणे वेगवेगळ्या व्यवसायाचे प्रशिक्षण दिले जाते.

अपंगांच्या विशिष्ट शाळा व संरक्षित कर्मशाळा / प्रशिक्षण केंद्रे शासनमान्य स्वयंसेवी संस्थांची माहिती –

अ.क्र.	प्रवर्ग	एकूण शाळा
१	अंध	६१
२	मूकबधिर	२२९
३	अस्थिव्यंग	१५९
४	मतिमंद	१६१
	एकूण	६१०

याशिवाय अपंगांचे शिक्षण व पुनर्वसन अंतर्गत अपंग विद्यार्थ्यांना शालान्तपूर्व शिक्षणासाठी शिष्यवृत्ती देण्यात येते. यात शालेय इयत्तेप्रमाणे शिष्यवृत्ती निश्चित करण्यात आली आहे. १० वी पर्यंतच्या विद्यार्थ्यांना त्याचा लाभ घेता येतो.

अपंग विद्यार्थ्यांना मॅट्रिकेतर शिक्षणासाठी शिष्यवृत्ती योजना शासन राबवते.

● अपंग व्यक्तींना कृत्रिम अवयव व साधने शासनामार्फत पुरविली जातात. या अंतर्गत गरजू अपंग विद्यार्थ्यांना अस्थिव्यंग व्यक्तींना कृत्रिम अवयव, क्रचेस, तीन चाकी सायकल, कलिपर्स तसेच कर्णबधिरांना वैयक्तिक श्रवणयंत्र, अंधव्यक्तींना चष्मे, पांढरी काठी व १० वी पुढचे शिक्षण घेणाऱ्या अंध विद्यार्थ्यांना चष्मे, पांढरी काठी तसेच इयत्ता १०

वी पुढील अंध विद्यार्थ्यांना टेपरेकॉर्डर, कॅसेट्स या योजनेतून पुरविता येतात.

● अपंगांना व्यवसायासाठी, व्यावसायिक प्रशिक्षण पूर्ण केल्यानंतर, लागणाऱ्या साधनांकरिता अर्थसहाय्य देण्यात येत. लघुउद्योगासाठी अपंग व्यक्तींना वित्तीय सहाय्य (बीजभांडवल) देण्यात येते. १८ ते ५० वयोगटातील व्यक्तींना हे अनुदान देण्यात येते.

● अपंग विद्यार्थ्यांच्या क्रीडा स्पर्धा राज्यस्तरावर आयोजित करण्यात येतात. या स्पर्धा जिल्हा व विभागीय स्तरावर आयोजित करून त्यातून खेळाडूंची निवड केली जाते.

● अपंगांसाठी सल्ला व मार्गदर्शन योजने अंतर्गत अपंग व्यक्ती त्यांचे पालक, यांच्यासाठी कार्य करणाऱ्या शासकीय संस्था यांना अपंगांच्या प्रश्नांबाबत मार्गदर्शन करणे, सल्ला देणे ही योजना राबवली जाते.

● महाराष्ट्र राज्य अपंग वित्त व आर्थिक विकास महामंडळाकडून अपंग व्यक्तींच्या सामाजिक व आर्थिक उन्नतीसाठी अपंगांना स्वयंरोजगारासाठी कर्ज उपलब्ध करून देवून अपंग व्यक्तींच्या विकासासाठी प्रोत्साहनात्मक कार्यक्रम राबविण्यात येतो.

● अपंग विद्यार्थ्यांना गुणवत्ता पुरस्कार प्रदान करण्यात येतो. यात १० वी व १२ वी च्या विभागीय परीक्षा मंडळामार्फत घेण्यात येणाऱ्या वार्षिक परीक्षेत प्रत्येक विभागातून पहिल्या तीन क्रमांकांना पुरस्कार दिले जातात.

● अपंग व्यक्तीस महाराष्ट्र गृहनिर्माण व क्षेत्रविकास प्राधिकरणाने बांधलेल्या दोन टक्के गाळ्याच्या वाटपास तसेच नागरी कमाल जमीन धारणा अधिनियम १९७६ अन्वये हरकत प्रमाणपत्रे देण्याच्या परिणामी शासन नामनिर्देशित व्यक्तींना वाटप करण्यासाठी उपलब्ध असलेल्या १०% गाळ्याच्या वाटपाच्या यादीत अपंग व्यक्तींचा समावेश करण्यात आला आहे.

● इंदिरा आवास योजनेमधून बांधलेल्या ३ टक्के घरकुलाचे अपंग व्यक्तींना वाटप केले जाते.

● संजय गांधी निराधार योजनेअंतर्गत निराश्रीत व शारिरीकदृष्ट्या अपंग व्यक्तीला दरमहा रुपये २५० आर्थिक मदत दिली जाते.

● टेलिफोन बूथ व पेट्रोल, रसायने तेल इ. विक्रेते व एजंट नेमणुकीच्या ७.५% विक्रेते व एजंट नेमण्यासंबंधी यादीत अपंग व्यक्तींचा समावेश आहे.

● राष्ट्रीय अपंग आर्थिक विकास महामंडळाकडून आर्थिक उन्नतीसाठी व स्वयंरोजगारासाठीच्या योजना राबविण्यात येतात. राष्ट्रीय विश्वस्त कायदा १९९९ या न्यासामार्फत मंतिमंदांचे पालकत्व, केअर सेंटर इ. योजना राबविण्यात येतात.

अपंग व्यक्तींच्या पुनर्वसन कार्यक्रमासाठी केंद्र शासनाच्या पाच राष्ट्रीय संस्था आहेत.

आखिल भारतीय भौतिक चिकित्सा व पुनर्वसन केंद्र मुंबई या संस्थेमध्ये अस्थिव्यंग, अपंगांच्या पुनर्वसन क्षेत्रातील प्रशिक्षण, अस्थिव्यंग अपंगत्वावर सुधारीत शस्त्रक्रिया तसेच अपंग व्यक्तींना कृत्रिम अवयव व साधने बसविण्याचे कार्य केले जाते.

अपंगांसाठी केंद्र शासनाचे व्यावसायिक पुनर्वसन केंद्र, मुंबई अपंग व्यक्तींचे वैद्यकीय व

मनोवैज्ञानिक व व्यावसायिक दृष्टीकोनातून मूल्यमापन करून स्वयंरोजगारासाठी अल्प कालावधीचे व्यावसायिक प्रशिक्षण दिले जाते.

ग्रामीण पुनर्वसन योजनेअंतर्गत औरंगाबाद, लातूर, बुलढाणा, वर्धा, कोल्हापूर व सिंधुदुर्ग येथे जिल्हा अपंग पुनर्वसन केंद्रे स्थापन करण्यात आली असून या केंद्रांमध्ये अपंग व्यक्तींना मोफत अथवा अल्पदराने कृत्रिम अवयव व साधने उपलब्ध करून देण्यात येतात.

राष्ट्रीय अपंग पुनर्वसन कार्यक्रमांतर्गत अपंगत्वाचा शोध घेऊन अपंग पुनर्वसन योजनेद्वारे समाजाभिमुख पुनर्वसन या संकल्पनेनुसार पुनर्वसन कार्यक्रमाची अमंलबजावणी करण्यासाठी ही योजना लातूर, चंद्रपूर व नाशिक जिल्ह्यात राबविली जाते.

अपंग व्यक्तींसाठी विशेष सेवायोजन कार्यालय स्थापन केले असून अपंग व्यक्तींची स्वतंत्र नाव नोंदणी करण्यात येते.

अपंग पुनर्वसनासाठी केंद्र सरकारची तरतूद

१९९५ च्या समान संधी, संरक्षण व संपूर्ण सहभाग हा कायदा फेब्रुवारी १९९६ मध्ये अंमलात आणला गेला. या कायद्यानुसार राज्य व राष्ट्रीय स्तरावर अपंग व्यक्तींना शिक्षण, नोकरी, व्यावसायिक प्रशिक्षण, सामाजिक सुरक्षितता, बेकारी भत्ता, मुक्त वातावरण इ. त्यांच्या पुनर्वसनासाठी आवश्यक असणाऱ्या बाबींचा समावेश केला गेला.

नॅशनल ट्रस्ट फॉर द वेल्फेअर ऑफ पर्सन्स विथ ऑटीझम, सेलेब्रल पाल्सी, मतिमंद, बहुविकलांग, (मेंटली रिटार्डेशन ॲण्ड मल्टिपल डिसॲबिलीटीज) या ट्रस्टची स्थापना १९९९ च्या कायद्यानुसार झाली. याचा उद्देश्य विकलांग व्यक्तींना सबल, सक्षम करणे हा आहे. ज्यात ते पूर्णत: स्वतंत्रपणे काम करू शकतील, संस्था स्थापन करण्यासाठी सहाय्य करणे, जी संस्था गरजांवर आधारित सेवा पुरवेल, कायदेशीर पालकांची नेमणूक करणे. वर्षभरात अशा प्रकारचे ३८४ शिबिरे आयोजित केली गेली व त्यात ७९,३०० ना समुपदेशन केले गेले.

१९९२ च्या कायद्यानुसार रिहॅबिलीटेशन कौन्सील ऑफ इंडियाची स्थापना केली गेली याचा मुख्य उद्देश्य प्रशिक्षण विषयक धोरण व कार्यक्रम नियमित करणे.

राष्ट्रीय संस्था – विकलांग व्यक्तींसाठी डेहराडून, कलकत्ता, मुंबई, नवी दिल्ली, सिकंदराबाद, कटक, चेन्नई या ठिकाणी ह्या संस्था कार्यरत आहेत.

आर्टिफिशियल लिम्बज् मॅन्युफॅक्चरिंग कॉर्पोरेशन मर्यादीत (कृत्रिम अवयव निर्मिती) हा कानपूर येथे सार्वजनिक क्षेत्रातील उद्योग आहे. ज्या ठिकाणी अपंग व्यक्तींना उपयोगी साधने उत्पादीत केली जातात.

प्रादेशिक पुनर्वसन केंद्र कॉम्पोझिट रिहॅबिलीटेशन सेंटर. अपंग व्यक्तींसाठी ही पाच केंद्रे श्रीनगर, लखनौ, भोपाळ, सुंदरनगर, गोहाटी येथे स्थित आहेत. या केंद्रावर प्रशिक्षण कार्यक्रम आयोजित केले जातात. चार प्रादेशिक पुनर्वसन केंद्र मोहाली, कटक, जबलपूर व बरेली येथे आहेत.

आर्थिक प्रगती होण्यासाठी नॅशनल हॅण्डीकॅप्ड फायनान्स ॲण्ड डेव्हलपमेंट कॉर्पोरेशनची

स्थापना केली गेली आहे. यात उच्च शिक्षण, व्यावसायिक शिक्षण यासाठी आर्थिक मदत दिली जाते. व्यसनाधीन व मद्यपी व्यक्तींच्या पुनर्वसनासाठी ९० टक्क्यांपर्यंत अनुदान दिले जाते.

अपंग व्यक्तींची आजची स्थिती

तक्ता क्र. ४ अपंगत्वाच्या प्रकारानुसार व्यक्तींचे वर्गीकरण

महाराष्ट्र

अपंगत्वाचा प्रकार	एकूण	ग्रामीण	नागरी	पुरुष	स्त्रिया
१ दृष्टी	५,६०,९३०	३,७५,८८६	२,०५,०३४	३,२०,४६६	२,६०,४६४
	३७.०१%	६४.७०%	३५.२९%	५५.१६%	४४.८३%
२ वाचा	१,१३,०४३	७०,८०९	४२,२३४	६३,८०२	४९,२४१
	७.२०%	६२.६३%	३७.३६%	५६.४४%	४३.५६%
३ कर्ण	९२,३९०	६९,२०५	२३,१८५	५१,७८९	४०,६०१
	५.८८%	७४.८०%	२५.०९%	५६.०५%	४३.९४%
४ हालचाल	५,६९,९४५	३,७९,७२३	१,९०,२२२	३,७४,६७१	१,९५,२७४
	३६.३१%	६६.६२%	३३.३८%	६५.७४%	३४.२६%
५ मानसिक	२,१३,२७४	१,२४,७४८	८८,५२६	१,२३,१३९	९०,१३५
	१३.५८%	५८.४९%	४१.५१%	५७.७४%	४२.२६%
एकूण	१५,६९,५८२	१०,२०,३७१	५,४९,२०१	९,३३,८६७	६,३५,७१५

अपंगत्वाचा प्रकार

महाराष्ट्रात एकूण अपंगांपैकी दृष्टीहीन, दृष्टीदोष इ. चे व हालचाल करण्यात त्रास, दोष असणाऱ्यांचे प्रमाण जास्त आहे. त्यातही पुरुषांमध्ये स्त्रियांच्या मानाने हे प्रमाण खूप जास्त आहे. इतर अपंगत्वातही पुरुषांचे प्रमाण स्त्रियांच्या मानाने जास्त आहे. ग्रामीण व नागरी समाजाचा विचार करता ग्रामीण समाजात हे प्रमाण जास्त आहे.

साक्षर निरक्षरता

ग्रामीण भागामध्ये कर्ण बधिरांचे प्रमाण लक्षणीय आहे. साक्षर, निरक्षरतेच्या प्रमाणांमध्ये स्त्रियांमध्ये निरक्षरतेचे प्रमाण जास्त आहे. त्यामुळे पुनर्वसनाचा प्रश्न गंभीर आहे. कारण या आकडेवारीत सर्व वयोगटांचा समावेश आहे.

अपंगांमध्ये एकूण निरक्षर लोकसंख्येपैकी ७२.४१% ग्रामीण लोकसंख्या आहे तर २७.५८% नागरी प्रमाण आहे. एकूण अपंग लोकसंख्येपैकी ६५% प्रमाण ग्रामीण लोकसंख्येचे आहे. तर शहरी लोकसंख्येचे प्रमाण ३५% आहे.

मानसिक अपंग व्यक्तींच्या निरक्षरतेत ग्रामीण भागात स्त्रिया व शहरी भागात पुरुषांचे प्रमाण जास्त आहे.

तक्ता क्र. ५ अपंग लोकसंख्येचे लिंग, निवास व साक्षरता यानुसार वर्गिकरण

महाराष्ट्र

अपंगत्वाचा प्रकार	साक्षरता			निरक्षरता		
	एकूण	ग्रामीण	नागरी	एकूण	ग्रामीण	नागरी
१ दृष्टी	३,३४,९३९	१,८८,१५९	१,४६,७८0	२,४५,९९१	१,८७,७२७	५८,२६४
पुरुष	२,१८,0६४	१,२४,९८९	९३,0७५	१,0२,४0२	७६,६२८	२५,७७४
	६५.१0%	६६.४३%	६३.४१%	४१.६३%	४0.८२%	४४.२४%
स्त्रिया	१,१९,८७५	६३,१७0	५३,७0५	१,४३,५८९	१,११,0८९	३२,४८0
	३५.७९%	३३.५७%	३६.५९%	५८.३७%	५९.१८%	५५.७५%
२ वाचा	४९,२0६	२५,८७९	२३,३२७	६३,८३७	४४,९३0	१८,९0७
पुरुष	३0,९६६	१६,६९0	१४,२७६	३२,८३६	२३,0३९	९,७९७
	६२.९३%	६४.४९%	६१.२0%	५१.४४%	५१.२८%	५१.८२%
स्त्रिया	१८,२४0	९,१८९	९,0५१	३१,00१	२१,८९१	९,११0
	३७.0६%	५५.0५%	३८.८0%	४८.५६%	४८.७२%	४८.१८%
३ कर्ण	४७,२00	३१,९३३	१५,२६७	४५,१९0	३७,२७२	७,९१८
पुरुष	३३,२६९	२३,५११	९,७५८	१८,४२0	१५,४९६	३,0२४
	७0.४८%	७३.६३%	६३.९१%	४0.९८%	४१.५८%	३८.१९%
स्त्रिया	१३,९३१	८,४२२	५,५0९	२६,६७0	२१,७७६	४,८९४
	२९.५१%	२६.३७%	३६.0८%	५९.0१%	५८.४२%	६१.८0%
४ हालचाल	३,८५,४६६	२,४३,६७९	१,४१,७८७	१८,४४९	१,३६,0४४	४८,४३५
पुरुष	२,८0,७२७	१,८0,८६२	९९,८६५	९३,९४४	६८,६६६	२५,२७८
	७२.८२%	७४.२२%	७0.४३%	५0.९२%	५0.४७%	५२.१९%
स्त्रिया	१,0४,७३९	६२,८१७	४१,९२२	९0,५३५	६७,३७८	२३,१५७
	२७.१७%	२५.७८%	२९.५६%	४९.0८%	४९.५३%	४७.८१%
५ मानसिक	८९,0९९	५0,११८	३८,९८१	१,२४,१७५	७४,६३0	४९,५४५
पुरुष	५९,५३५	३३,८४४	२५,६९१	६३,६0४	३६,८७८	२६,७२६
	६६.८२%	६५.४३%	६५.९१%	५१.२२%	४९.४४%	५३.९४%
स्त्रिया	२९,५६४	१६,२७४	१३,२९0	६0,५७१	३७,७५२	२२,८१९
	३३.१८%	३२.४७%	३४.0९%	४८.७८%	५0.५८%	४६.0६%

संदर्भ : सेन्सस ऑफ इंडिया २00१

कामानुसार वर्गीकरण

काम करणाऱ्या व न करणाऱ्या व्यक्तींमध्येही ग्रामीण भागातील लोकसंख्येचा विचार करणे अगत्याचे आहे. त्याची आकडेवारी पुढे देत आहोत. शहरी भागात रहाणाऱ्या व्यक्तीला वेगवेगळ्या प्रकारचे उपचार व व्यवसाय यांची सोय असते परंतु ग्रामीण भागातील परिस्थिती बिकट आहे.

तक्ता क्र. ६ अपंग व्यक्तींचे अपंगत्व व काम यानुसार वर्गीकरण.

महाराष्ट्र (ग्रामीण)

अपंगत्वाचे प्रकार		काम करणारे					काम न करणारे
		एकूण	शेतकरी उद्योग	शेतमजूर करणारे	कौटुंबिक	इतर काम	
१ दृष्टी	एकूण	१,५९,८६७	६५,८३६	६४,२८९	४,०४२	२५,७००	२,१६,०१९
	पुरुष	१,००,९९६	४३,३१०	३३,८५१	२,३६२	२१,४७३	१,००,६२१
		६३.१७%	६५.७८%	५२.६५%	५८.४४%	८३.५५%	४६.५८%
	स्त्रिया	५८,८७१	२२,५२६	३०,४३८	१,६८०	४,२२७	१,१५,३९८
		३६.८२%	३४.२१%	४७.३४%	४१.५६%	१६.४४%	५३.४२%
२ वाचा	एकूण	२८,९७८	११,३११	१२,९६३	७६२	३,९२२	४१,८३१
	पुरुष	१८,०८४	७,६७१	६,७१८	४८२	३,२१३	२१,६४५
		६२.४१%	६७.८२%	५१.९३%	६३.२५%	८१.९२%	५१.७४%
	स्त्रिया	१०,८९४	३,६४०	६,२६५	२८०	७०९	२०,१८६
		३५.५९%	४७.४५%	९३.२५%	३६.७४%	२२.०६%	४८.२६%
३ कर्ण	एकूण	३२,३८०	१३,४३९	१४,१४२	९९०	३,६९९	३६,८२५
	पुरुष	२१,०५५	९,६१७	७,६७५	६६३	३,१००	१७,९५२
		६५.०२%	७१.०३%	५४.२३%	६६.९७%	८३.८१%	४८.७५%
	स्त्रिया	११,३२५	३,९२२	६,४७७	३२७	५९९	१८,८७३
		३४.९८%	२८.९७%	४५.७७%	३३.०३%	१६.१९%	५१.२५%
४ हालचाल	एकूण	१,२७,७८८	४५,०१५	४४,४९२	५,१९०	३३,०९१	२,४१,९३५
	पुरुष	९८,१४२	३६,३३०	२९,६६२	३,७१४	२८,४३६	१,४१,३८६
		७६.८०%	८०.७१%	६६.६७%	७१.५६%	८५.९३%	६०.०९%
	स्त्रिया	२९,६४६	८,६८५	१४,८३०	१,३७६	४,६५५	१,००,५४९
		२३.२०%	१९.२९%	३३.३३%	२८.४४%	१४.०७%	३९.९१%
५ मानसिक	एकूण	२९,१६९	१२,२६१	१२,३७५	६५४	३,८७९	९५,५७९
	पुरुष	१८६५४	८३१२	६७५३	३९९	३१९०	५२०६८
		६३.९५%	६७.७९%	५४.५७%	६१.०१%	८२.२४%	५४.४८%
	स्त्रिया	१०५१५	३९४९	५६२२	२५५	६८९	४३५११
		३६.०५%	३२.२१%	४५.४३%	३८.९९%	१७.७६%	४५.५२%

संदर्भ : सेन्सस ऑफ इंडीया २००१

प्रॉव्हिडंट फंड वेळेवर हातात मिळणे यामुळेही कुटूंबाचा गाडा सुरू राहतो व मानसिक खच्चीकरण काही प्रमाणात टाळता येते. अतिरेकी अंमली पदार्थांचे सेवन, मद्यपान यातूनही एक प्रकारचे अपंगत्व येत असते. यासाठी प्रतिबंधात्मक उपाय केले गेले पाहिजेत. अशा व्यक्तींना वेळीच पुनर्वसन केंद्रात दाखल केले गेले पाहिजे. मतिमंद व्यक्तींच्या पालकांना आपल्या पश्चात मुलाचा सांभाळ कोण करणार ही चिंता जास्त भेडसावत असते यासाठी निवासी व व्यावसायिक अशा संस्था निर्माण होणे ही त्यांची गरज आहे. समाजानेही अशा संस्थाकडून उत्पादीत केलेल्या उत्पादनांची खरेदी केल्यास पुनर्वसन, आर्थिक स्थैर्य याला मदत होईल.

मतिमंद व्यक्तींची, मुलंची वाढ होतांना त्यांना अनेकदा कुटूंबात राहून विशेष शाळांमधून शिक्षण दिले जाणे आवश्यक आहे त्यातही मुलींच्याबाबतीत या समस्येवरील उपाय म्हणजे घरात राहून त्या मुलीला भावनिक स्थैर्य देणे, वयात आलेल्या मुलीची काळजी घेणे, विशेष शाळेत तिला शिक्षण देतांना नेण्या-आणण्याची सोय घरच्यांनी करणे अत्यंत गरजेचे आहे. बरेचवेळा कुटूंब अशा व्यक्तीची जबाबदारी नाकारून अशा व्यक्तिस एखाद्या संस्थेत ठेवण्याकडे कल दिसतो, किंवा अशा व्यक्तीला सतत घरातच बसवून ठेवणे अशी ही प्रवृत्ती दिसते. परंतु यामुळे भावनांचा उद्रेक होण्याची शक्यता जास्त असते.

वयात आलेल्या मुला-मुलींच्या लैंगिक भावना विकृत पद्धतीने बाहेर पडण्याची भीतीही असते. यासाठी कुटूंबातील व्यक्तींचे, शिक्षकांचे योग्य प्रशिक्षण होणे गरजेचे आहे.

तसेच ग्रामीण भागात मूल गर्भावस्थेत असतांना नियमितपणे सर्व तपासण्या करण्याची गरज आहे, घरी होणारी बाळंतपणे, अपुऱ्या सुविधा यातून असा धोका वाढत जातो. औषधोपचार करतांना योग्य ती काळजी घेणे यासाठी लोकशिक्षण व्हायला हवे. समाजातही जागरूकता निर्माण व्हायला पाहिजे.

शारिरीकदृष्ट्या अपंग व्यक्ती, अपघाताने अपंगत्व आलेल्या व्यक्तींना नुकसान भरपाई वेळेवर मिळणे, अपघात विमा यासारख्या सुविधेतून शस्त्रक्रिया, रुग्णालयात राहणे, कृत्रिम अवयव या खर्चातून आर्थिक बोजा हलका झाल्यास उपचार करणे सोयीचे होते. त्याचप्रमाणे चाकाच्या खुर्च्या, बसण्यासाठी विशिष्ट प्रकारच्या खुर्च्या उपलब्ध झाल्यास सर्वसामान्य व्यक्तीप्रमाणे ते काम करू शकतात. कारखान्यात यंत्रावर काम करतांना झालेल्या अपघातामुळे अपंगत्व आल्यास उपचाराचा खर्च व त्यानंतरही व्यक्तीला त्याच्या योग्य काम मिळणे गरजेचे आहे.

कुष्ठरोग

कुष्ठरोगी व्यक्तीची घृणा केली जाते. शहरातील रस्त्यांवरून फिरतांना त्यांच्याकडे हीन दृष्टीने पाहिले जाते. त्यासाठी प्रत्येक रुग्ण शोधून योग्य पुनर्वसन केले पाहिजे. ग्रामीण भागातील आरोग्य कार्यकर्त्यांची भूमिका याबाबत खूप महत्वाची आहे.

इतर समाजाची अंध, मतिमंद, अपंग इ. रुग्णांकडे बघण्याची वृत्ती सामाजिक जबाबदारी या दृष्टीने बघण्याची असावी. घरातील कमावती व्यक्ती अपंग झाली तर कुटूंबातील इतर व्यक्तीला

नोकरी देणे, अर्थसहाय्य करणे हे शासनाकडूनही केले गेले पाहिजे. व्यक्तीला अशा कारणांमुळे नोकरीतून निवृत्त व्हावे लागले तर वेळेवर निवृत्तीवेतन मिळणे आवश्यक आहे.

कुष्ठरोग निर्मूलनासाठी राष्ट्रीय कुष्ठरोग निर्मूलन कार्यक्रम राबविण्यात येतो जो १००% केंद्रशासन पुरस्कृत आहे. महाराष्ट्रात हा कार्यक्रम राज्यशासन, जिल्हा परिषद, महानगरपालिका, नगरपालिका आणि ४३ स्वयंसेवी संस्थांमार्फत राबविण्यात येतो.

आजची स्थिती

महाराष्ट्रात जून २००७ ते मे २००८ या बारा महिन्यात १२,५५२ नवे रुग्ण शोधले गेले. पैकी मे महिन्यात २३१६ रुग्ण शोधले एकूण क्रियाशील रुग्ण ८१५१ आहेत. यात मुलांचे प्रमाण २४२ आहे.

नव्याने शोधले गेलेल्या २३१६ रुग्णांपैकी १०२३ असांसर्गिक रुग्ण आहेत तर १२९३ सांसर्गिक रुग्ण आहेत. मुलांमधील २४२ रुग्णांपैकी १६३ असांसर्गिक व ७९ सांसर्गिक रुग्ण आहेत.

या २३१६ रुग्णांपैकी ९२६ महिला आहेत पैकी ४७२ असांसर्गिक व ४५४ सांसर्गिक रुग्ण आहेत. राज्यातील रुग्णांशी हे प्रमाण ३९.९८% आहे.

महिला रुग्णांचे जिल्हा व नगरपालिकेतील प्रमाण.

अ.नं.	जिल्हा	नव्या रुग्णांपैकी महिलांचे प्रमाण %	अ. नं.	नगरपालिका	नव्या रुग्णांपैकी महिलांचे प्रमाण %
१)	सोलापूर	२५.९३	१)	अहमदनगर	0.00
२)	हिंगोली	२६.६७	२)	नवी मुंबई	२५.00
३)	जालना	२९.०३	३)	औरंगाबाद	२६.८७
४)	वर्धा	३२.२६	४)	बृहन्मुंबई	२९.६३
५)	गडचिरोली	३३.३३	५)	अमरावती	३0.00
६)	कोल्हापूर	३५.१४	६)	पुणे	३३.३३
७)	यवतमाळ	३५.२९	७)	धुळे	३३.३३
८)	धुळे	३५.७१	८)	कल्याण	३६.00
९)	नाशिक	३५.८७	९)	अकोला	३७.५0
१०)	अमरावती	३६.५९	१०)	ठाणे	३८.१0
११)	रत्नागिरी	३६.८४	११)	मीराभाईंदर	३८.४६
१२)	बुलढाणा	३७.५०	१२)	नागपूर	३८.७८
१३)	बीड	३७.५०			
१४)	लातूर	३९.१३			
१५)	सातारा	३९.५३			
१६)	चंद्रपूर	३९.६०			

धुळे आणि अमरावती येथे शहरी व ग्रामीण अशा दोन्हीकडे स्त्रीरुग्णांचे प्रमाण आढळते. जिल्ह्यातील प्रमाणाचा विचार करता लातूर, सातारा, चंद्रपूर येथे हे प्रमाण जास्त आहे. तर महानगरपालिका क्षेत्रात ठाणे, मीराभाईंदर व नागपूर येथे हे प्रमाण ३८% पेक्षा जास्त आहे.

१२९३ सांसर्गिक रुग्णांपैकी १२१४ प्रौढ व ७९ मुले आहेत.

पुनर्वसन

कुष्ठरोग्यांचे सामाजिक व आर्थिक पुनर्वसन करण्यासाठी शासनाने काही योजना आखल्या आहेत. संजय गांधी निराधार योजना, इंदिरा आवास योजना, स्वत: व्यवसाय, धंदा, उद्योग, शेती, पूरक उद्योग सुरू करण्यासाठी राष्ट्रीय बँकामार्फत अर्थसहाय्य, स्वतःचा व्यवसाय सुरू करण्यासाठी आर्थिक सहाय्य साधन सामग्रीच्या स्वरूपात दिले जाते. त्यांना व्यवसायाभिमुख प्रशिक्षण दिले जाते. काहींना जोडधंदे करायचे असतील तर त्यांना जागा उपलब्ध करून दिली जाते.

कुष्ठरोगासंबंधी समाजात अजूनही गैरसमज आहेत. त्यामुळे आरोग्य शिक्षण होणे गरजेचे आहे. तसेच एखाद्या घरात रुग्ण असेल तर अंगारे, धुपारे, अंधश्रद्धा बाळगण्यापेक्षा वैद्यकीय उपचार करणे आवश्यक आहे हे कळायला हवे. कुष्ठरोगाचे लक्षण दिसताच लगेच जवळच्या आरोग्य केंद्रात जाणे गरजेचे आहे. बहुतेक सर्व कुष्ठरोगी स्वत:च्या घरी राहून उपचार घेतात याची कल्पना रुग्णांना नसते. तसेच विकृती आलेल्यांना पुनर्रचनात्मक शस्त्रक्रिया करून अवयव पूर्ववत केले जातात.

कुष्ठरोग निर्मूलनासाठी राबविल्या जाणाऱ्या कार्यक्रमाला विशेषत: कुष्ठरोग्यांचे प्रमाण कमी करण्याच्या प्रयत्नाला हळूहळू यश येत आहे.

अनुकंपा तत्वावर अंध, अपंग व्यक्तींना नोकरीत सामावून घेण्याची तरतूद आहे त्याची पूर्तताही वेळेवर केली गेल्यास कुटुंबाचे आर्थिक प्रश्न सुटतील. अशा व्यक्तीला समाजात मानाने वावरता येईल.

कोणत्याही प्रकारचे अपंगत्व असलेल्या व्यक्तीला व त्यांच्या कुटुंबियांना समुपदेशन, प्रश्न सोडविण्यासाठी उपाय, प्रश्नाची तीव्रता, कुटुंबियांची भूमिका, उपलब्ध पर्याय यांची माहिती देणे ही सर्वात पहिली व महत्त्वाची गरज आहे.

यासाठी काम करणाऱ्या स्वयंसेवी संस्थांना वेळेवर आर्थिक मदत उपलब्ध करून दिली जाणे, इतर आवश्यक सहाय्य दिले जाणे आवश्यक आहे. पुनर्वसनासाठी केलेल्या योजनेतील मदत, वस्तू स्वरूपात असो की पैशाच्या रुपात तिचा लाभ जास्तीत जास्त लोकांना मिळाला पाहिजे. कुष्ठरोगी व्यक्तीचे रोग बरा झाल्यानंतरही कुटुंबात रहाणे अशक्य असेल तर अशा एकेकट्या व्यक्तींसाठी निवासिगृह होणे आवश्यक आहे. व्यावसायिक प्रशिक्षण देऊन विविध उद्योगात व्यस्त ठेवल्याने न्यूनगंड रहात नाही.

(Disaster and disaster relief)

आपत्ती व आपत्ती व्यवस्थापन

वादळे, भूकंप, पूर यांसारख्या आपत्ती मानवी समाजावर फार पूर्वीपासून येत आहेत. या आपत्तीचे दूरगामी परिणामही मानवी समाजाने भोगलेले आहेत. नैसर्गिक आपत्ती येऊच नयेत यासाठी काही करणे हे माणसाच्या हातात नाही. परंतु त्यातून कमीत कमी हानी कशी होईल, हानी होऊ नये, यासाठी कोणत्या आपत्तीत काय पूर्वतयारी करता येईल हे माणूस ठरवू शकतो.

आपत्ती व्यवस्थापनाची आपल्याला गरज भासू लागली कारण देशात नैसर्गिक आपत्ती, मानवनिर्मित आपत्ती वारंवार येऊ लागल्या. अशा दोन्ही प्रकारच्या आपत्तीत माणसाला धक्का बसतो, त्यातून सावरणे कठीण असते.

संयुक्त राष्ट्रसंघाने 'आपत्ती म्हणजे अशी घटना की, ज्यामुळे अगदी आकस्मिकपणे प्रचंड जीवितहानी व अन्य प्रकारची हानी संभवते' अशी आपत्तीची व्याख्या केली आहे. आपत्ती या शब्दातूनच त्याच्या अचानकपणाची कल्पना येते.

पूर्वीच्या काळात नैसर्गिक संकटे येत असत. परंतु मानवाने प्रगती केली, तंत्रज्ञानाचा विकास होऊ लागला, तशी संकटे वाढू लागली. यातून मानवनिर्मित व निसर्गनिर्मित संकटे निर्माण होऊ लागली. मानवाच्या विकासाच्या प्रयत्नात निसर्गाचा समतोल ढासळला.

लोकसंख्येची घनता वाढली याचा परिणाम म्हणजे छोट्या भूप्रदेशावर जास्तीत जास्त लोक राहतात अशा ठिकाणी धोकेही वाढतात. याचा प्रत्यय नागरी भागामध्ये अधिक येतो. याउलट तुरळक लोकवस्तीच्या ठिकाणी अशा प्रकारचे धोके तुलनेने कमी असतात.

शहरी भागात नद्यांच्या पात्राची रुंदी कमी करून, त्यावर भराव टाकून बांधकामे केली जातात यामुळेही धोके वाढतात. तसेच अगदी नदीकिनाऱ्यालगत, खालपट भागात वस्ती करून राहिल्याने त्यातही अगदी जवळ जवळ घरे असल्याने पावसाळ्यात धोका असतो, आगी लागतात व लवकर पसरतात.

कारखान्यांमुळे आपत्ती येतात. भोपाळमध्ये झालेली वायुगळती, जुन्या यंत्रांमुळे किंवा इतर कारणांनी होणारे अपघात, स्फोट, विजेच्या तारांमधील बिघाडामुळे होणारे अपघात, यामुळे मनुष्यहानी होत असते.

आपत्तींचा विचार करता त्या दोन प्रकारांत मोडतात १. नैसर्गिक आपत्ती २. मानवनिर्मित आपत्ती.

१) नैसर्गिक आपत्ती

यामध्ये वादळे, अतिवृष्टी, भूकंप, ढगफुटी, सुनामी लाटा, वणवा, दुष्काळ, ज्वालामुखी,

त्सुनामी, दरडी कोसळणे, जमीन खचणे, पूर, हिमपात, हिमवादळे, उल्कापात इ. येतात.

२) मानवनिर्मित आपत्ती

विविध कारणांमुळे लागणाऱ्या आगी व औद्योगिक क्षेत्रात वायुगळती होणे, इमारती पडणे (जुन्या अवस्थेतील किंवा बांधकाम अवस्थेतील), रेल्वे, विमाने, रस्ते व बोटी यातील अपघात, अणुभट्ट्यांमधील किरणोत्सर्ग, जैविक संहार, पारंपरिक व अपारंपरिक कथा, याखेरीज वाढलेली गुन्हेगारी व दहशतवाद व त्यामुळे होणारे बॉम्बस्फोट शिवाय अपहरण, खून, सामूहिक हत्याकांड, पर्यावरणाच्या ऱ्हासातून ओढवलेली संकटे, आधुनिक तंत्रज्ञान, माहिती तंत्रज्ञान याच्या गैरवापरामुळे येणारी संकटे, घडणारे गुन्हे.

आपत्तींचे तीन भाग नागरिकांच्या दृष्टीने महत्त्वाचे असतात. यात –

१) आणीबाणीचा काळ

आपत्ती घडून गेल्यावर याच काळात वेगाने हालचाली करून जास्तीत जास्त लोकांचे प्राण वाचविले जाऊ शकतात. यात शोध कार्य व बचाव कार्य, प्रथमोपचार, वैद्यकीय मदत, भूकंप झाल्यानंतर पुन्हा बसणाऱ्या छोट्या-छोट्या धक्क्यांमधूनही पडझड होऊ शकते. त्यामुळे स्थलांतर करणे, संपर्क व दळणवळण व्यवस्था पूर्ववत करणे.

२) तात्पुरते स्थलांतर

आपत्ती ओसरल्यानंतर निवारण किंवा पुनर्वसनाचे काम सुरू होते. यात भूकंपानंतर, पडझडीनंतर मातीचे ढिगारे हलवणे, पूर ओसरल्यावर तात्पुरते निवारे, तंबू इ. निर्माण करणे, जरुरीपुरते सामान, सामूहिक स्वयंपाकघरे यांची सोय करणे. अशा नागरिकांना, आपद्ग्रस्त व्यक्तींना मिळकतीचे उद्योग, आर्थिक मदत उपलब्ध करून देणे.

३) पुनर्निर्माण अवस्था

या स्थितीत माणसे आपले आयुष्य मूळपदावर आणण्याचा प्रयत्न करतात. तात्पुरते स्थलांतर, आर्थिक मदत यामुळे ते मानसिक धक्क्यातून सावरत असतात व या प्रक्रियेला सुरुवात होते. यात रस्ते, पाणीपुरवठा, शेती, उद्योग पूर्वीप्रमाणे सुरू होत असतो. इमारतींची पुनर्बांधणी होते.

नैसर्गिक आपत्ती टाळणे शक्य नसले तरी त्यामुळे होणारे नुकसान कमी कसे होईल हे नक्की करता येते.

आपत्ती व्यवस्थापन

भारत सरकारने २००५ साली कायद्याद्वारे आपत्ती व्यवस्थापनासाठी शासकीय संरचना अस्तित्वात आणली.

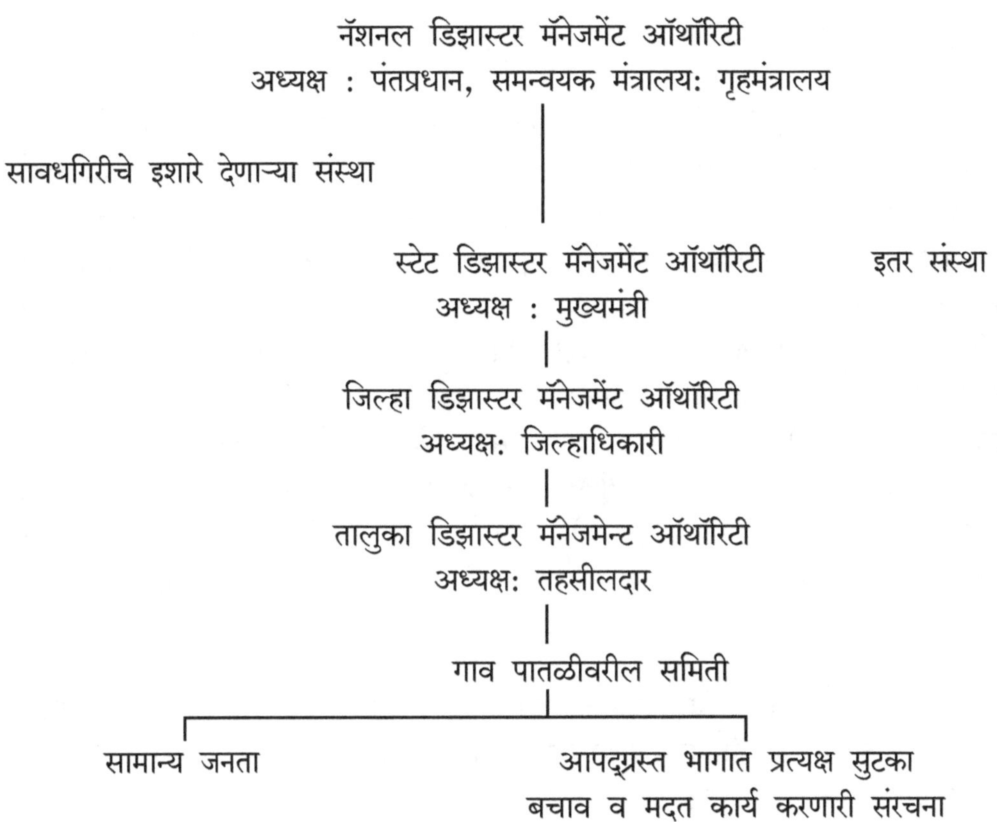

कोणत्याही आपत्तीत घाबरून न जाण्याने, ऐनवेळी काय करायचे हे न सुचल्याने जास्त जीवित हानी, वित्त हानी होते. यात्रेच्या प्रसंगी होणारी चेंगराचेंगरी, अपघात झाल्यावर जीव वाचविण्यासाठी केली जाणारी घाई यामुळेही हानी होते.

घ्यावयाची काळजी पूर व भूकंपानंतर

● भूकंपाची जाणीव झाल्यास घाबरून न जाता आहे तिथेच शांत उभे राहून टेबल, बाकडे यांच्या खाली बसावे. रस्त्यात असल्यास विजेच्या तारा, विजेचे दिवे, इमारती यापासून दूर मोकळ्या जागेत शक्यतो उभे राहावे. वाहन चालवत असल्यास वाहन सुरक्षित ठिकाणी थांबवून गाडीत असल्यास गाडीतून बाहेर येणे टाळावे. इमारती, झाडे, विजेच्या तारा, पूल याच्याजवळ थांबणे टाळावे.

भूकंप झाल्यानंतर छोटे धक्के बसतील यासाठी सज्ज राहावे लागते. यानंतर आगी लागण्याची शक्यता असते. यासाठी मेन स्विच बंद करून ठेवणे व अशा प्रसंगी बॅटरीचाच वापर करणे सुरक्षित असते.

● समुद्रकिनाऱ्यालगतच्या देशांना २००४ रोजी त्सुनामीचा धक्का बसला. त्यामुळेही मोठी हानी झाली. समुद्रात झालेल्या भूकंपामुळे हे होत असल्याने उसळणाऱ्या लाटा महाकाय असतात.

त्सुनामी येण्याची शक्यता शासनाकडून, तज्ज्ञ व्यक्तींकडून वर्तविल्या जात असतात. असा अधिकृत इशारा मिळाल्यावर स्थलांतर करणे; तेही तातडीने करणे, किनाऱ्यापासून उंचावर राहणे चांगले असते. अशा वेळी घरातली सर्व विद्युत उपकरणे बंद करून ठेवणे आवश्यक असते.

पुराची आपत्ती ही नैसर्गिक, अतिवृष्टी होणे, धरण फुटल्याने होते वा मानवी चुकांमुळे होते. परंतु पावसाची संततधार असेल तर पाण्याची उंची किती वाढत आहे, धोक्याच्या पातळीपर्यंत यायला किती वेळ आहे याच्या सूचना वेळोवेळी मिळत असतात. अफवांवर विश्वास न ठेवता, अधिकृत सूचना मिळाल्यावर सामानाची आवराआवर करणे, सामान हलवावे लागेल असे वाटत असल्यास आधीच हलवणे, मदतीची गरज असल्यास आधीच तजवीज करून ठेवणे.

पूर येऊन गेल्यानंतर पाणीपुरवठा दूषित होतो, प्राणी, माणसे बुडून मृत्यू पावतात. ती प्रेते गाळात रुतून बसतात. त्यावरील विषाणूंमुळे आजार निर्माण होतात. जमीन खचण्याचे प्रकार होतात.

घरे शक्यतो सखल भागात असू नये असल्यास त्याची उंची जास्त ठेवावी.

आग लागल्यावर

● आग ही मानव व निसर्गनिर्मित आपत्ती आहे. आग जास्त वेगाने पसरत असते, जीवघेणी असते, त्यामुळे आगीपासून वाचण्यापेक्षा आग लागणे टाळता कसे येईल, त्यापासून नुकसान कमीत कमी व्हावे, यासाठी प्रयत्न करणे योग्य आहे.

मानवनिर्मित आगी या रसायने, पेट्रोलियम, रासायनिक पदार्थ, गॅसची टाकी याची अयोग्य हाताळणी केल्याने, निष्काळजीपणाने हाताळल्याने आगी लागतात. विद्युतउभारणी अयोग्य असल्यास, फार जुने वायरिंग असल्यास शॉर्ट सर्किटने आगी लागतात.

गावात शेती उत्पादने, गवताचे भारे, जळणाचे लाकूड याची साठवण करतांना योग्य ती खबरदारी न घेतल्यास असे धोके संभवतात.

जंगलात नैसर्गिक आगी लागतात व माणसाच्या निष्काळजीपणामुळेही आगी लागतात. अशा आगीला वणवा म्हणतात. यामुळे नैसर्गिक संपत्तीचे बरेच नुकसान होते.

वस्त्यांमध्ये स्टोव्हमुळे लागलेल्या आगी, पेट्रोल, रॉकेल यासारख्या ज्वालाग्राही पदार्थांचा योग्य पद्धतीने वापर न केल्याने ही आगी लागतात.

दाट लोकवस्तीच्या ठिकाणी, वस्त्यांमध्ये अशा आगी लागल्या तर बाहेर पडण्याचा मार्ग दुष्कर असतो. जवळजवळ घरे, प्रवेशद्वार लहान, स्वयंपाक व इतर सामान एकाच ठिकाणी असल्याने आग लवकर भडकते, घर बांधताना त्यात रेक्झीन, प्लॅस्टिक कागद यांचा वापर केलेला असल्याने वस्त्यांमध्ये आग लवकर फैलावते. यामुळे आग छोटी असतानाच तातडीने मदत मागवून विझवली गेली पाहिजे. आग जर एकदम मोठीच लागली, लगेच भडकली तर त्यातून जीव

वाचवून पहिल्यांदा बाहेर पडणे योग्य. वस्त्यांमधल्या घरांना खिडक्या नसल्याने धूर आत कोंडतो त्यामुळे तिथे न थांबणे. ज्या खोलीत आग लागली असेल तिथून बाहेर पडून त्या खोलीचे दरवाजे बंद करणे.

स्वयंपाक करताना घालायचे कपडेही सुती असावेत. जर स्वत:च्या कपड्यांनी पेट घेतला, तर तोंड झाकून गडाबडा लोळणे व दुसऱ्या व्यक्तीला आग लागली तर ब्लॅंकेटने लपेटून आग विझविणे.

रेल्वे प्रवासातही ज्वालाग्राही पदार्थ डब्यात न ठेवणे कारण अशा वेळी मदत मिळायला, आग विझवायला उशीर लागतो व यातून जीवितहानीचा धोका असतो.

आगीचा बंब, वैद्यकीय सुविधा, पोलीस स्टेशन, रक्तपेढ्या, समाजसेवी संस्था यांचे दूरध्वनी क्रमांक जवळ असायलाच पाहिजेत.

औद्योगिक अपघत

● औद्योगिक अपघातामुळे रासायनिक धोके, आण्विक धोके येतात. त्यामुळे कायमचे आजार, रोग निर्माण होतात. वापरल्या जाणाऱ्या रसायनांपासून काय दुर्घटना घडू शकतात याची जाणीव संबंधित व्यक्तींना देणे आवश्यक आहे. तांत्रिक बिघाड लगेच दुरुस्त करून घेणे. धोकादायक परिस्थितीची पूर्वसूचना देणारे यंत्र बसविणे.

औद्योगिक परिसरात वस्त्या असतात अशा वेळी उपयोग केल्यावर उरलेल्या, टाकून दिलेल्या रसायनातूनही अपघात होतात. त्यासाठी त्याची योग्य प्रकारे विल्हेवाट लावणे गरजेचे आहे. त्यामुळे संभावित अपघात टळतात. भंगार मालातून स्फोट होतात. त्याचीही काळजी घ्यावी लागते.

यात्रेच्या ठिकाणी

● यात्रेच्या ठिकाणी योग्य नियोजन केले जाणे गरजेचे आहे. पोलीस यंत्रणा, स्वयंसेवी संस्था, वैद्यकीय मदत या त्या ठिकाणी तयार ठेवल्या गेल्या पाहिजेत. डोंगर उतारावर मंदिरे असल्यास जाण्यायेण्याच्या मार्गांवर धरून चढण्यासाठी दोर, रेलिंग असायला पाहिजे. अफवांवर विश्वास ठेवल्याने नुकतीच एक मोठी दुर्घटना राजस्थानमध्ये घडली.

आपत्ती व्यवस्थापनाचे प्रशिक्षण शासकीय संस्था, खाजगी, स्वयंसेवी संस्था येथील कर्मचारी, स्वयंसेवक यांना दिले गेले पाहिजे. लोकांनीही रांगेची शिस्त पाळली पाहिजे.

नियंत्रण कक्षाकडे लगेच संपर्क साधून आवश्यक ती मदत घेणे, केवळ यात्रांमध्येच नाही तर उत्सव, मिरवणुका अशा प्रसंगीही दुर्घटना घडतात, त्यासाठीही आवश्यक ती यंत्रणा, लागणारी मदत बरोबर असावी. अशा वेळी फटाके उडवताना काळजी घ्यायला पाहिजे. मिरवणूक एखाद्या मोटारीतून जात असेल तर त्यात क्षमतेपेक्षा जास्त लोकांनी न बसणे. अशा प्रसंगी वाहतूक अडून राहते व अपघात होतात, त्यासाठी वेगवेगळ्या इतर रस्त्यांनी वाहतूक चालू ठेवावी. चेंगराचेंगरी होऊ नये यासाठी मिरवणूक शिस्तबद्ध असावी. प्रथमोपचारपेटी जवळ असावी.

प्रवास करतांना

● प्रवासातले अपघात हे तर नित्य परिचयाचेच आहेत. त्यात वेग मर्यादा न ठेवणे, वाहतुकीचे नियम न पाळणे, हेल्मेट न वापरणे, शिवाय खाजगी वाहतूक क्षमतेत जीप असो की होडी त्यात क्षमतेपेक्षा जास्त प्रवासी ठेवणे, त्याची देखभाल वेळेवर न करणे, रात्रीच्या वेळी गाड्या चालवणे, ड्रायव्हरने दारू पिऊन वाहन चालविणे. वाहनांचे ब्रेक्स तपासणे, प्रवाशाकडे ज्वालाग्राही पदार्थ नाही ना याची खात्री करणे, ड्रायव्हरला जर कामाचा ताण जास्त झाला असेल तर रात्रीच्या वेळी वाहन चालवायला न लावणे.

वाहन चालवताना मोबाईलवर बोलणे, वाहन रस्त्यात मध्येच थांबवणे, रस्त्यावर मोकाट जनावरे असल्यानेही अपघात होतात. त्याचीही प्रशासकीय यंत्रणांकडून योग्य काळजी घेतली गेली पाहिजे. रेल्वे, जीप, बस यांच्या पायऱ्यांवर उभे राहून, वाहनावर बसून प्रवास करायला बंदी केली पाहिजे.

रात्रीच्या वेळी प्रवास करताना सर्व वाहनांचे दिवे नीट अवस्थेत असलेच पाहिजेत. पुलावरून पाणी वाहत असल्यास वाहन नेऊ नये. पावसाळ्याच्या दिवसात रस्त्यावरील खड्डे टाळून गाडी चालवणे. ट्रक क्षमतेपेक्षा जास्त न भरणे हितकारक असते. जीप गाड्या, सहा आसनी रिक्षा इ. प्रकारच्या वाहनात फायद्याचा विचार करून क्षमतेपेक्षा जास्त लोक भरले जातात याचा परिणाम वाहनातील यंत्रांवर, मशिनरीवर होतो. वाहन नादुरुस्त असले तरीही वापरले जाते यातूनही दुर्घटना घडतात.

● शाळांमध्येही खाद्यपदार्थ शिजवले जातात अशा वेळी मुलांना दुसऱ्या खोलीत बसवणे. त्यांना चुलीजवळ फिरकू न देणे हितकारक असते. शाळेच्या जिन्यांना कठडे, बाल्कनीला पुरेशी उंच भिंत, विहीर असल्यास ती बंद असायला पाहिजे.

उपाय

आपत्ती व्यवस्थापनाचे शिक्षण नागरिकांना देणे गरजेचे आहे. कारण जोवर आपत्ती येत नाही तोवर त्या शिक्षणाचे महत्त्व वाटत नाही. यासाठी विविध माध्यमांमधून, शाळा, महाविद्यालय, वेगवेगळ्या संस्था अशा सर्व ठिकाणी ते दिले गेले पाहिजे. कारण आपत्ती नैसर्गिक असो की मानवनिर्मित असो कुठे ना कुठे येतच असतात. बँकांवर दरोडे, ग्राहक तिथे असतांनाच, पडतात अशा वेळी त्यांना स्वसंरक्षणाची गरज असते.

वेगवेगळ्या प्रकारच्या आपत्तीत योग्य व्यवस्थापन न केल्याने लोकांचे फार नुकसान होते. याविषयी लोकांना उदाहरणासह माहिती देऊन प्रशिक्षण देले गेले पाहिजे. ज्येष्ठ नागरिकही याकामात हातभार लावू शकतात.

(Divorce)

घटस्फोट

विवाहसंस्था अस्तित्वात आली त्याला काही महत्त्वाची कारणे आहेत. व्यक्तीच्या मूलभूत गरजांची पूर्तता करण्यासाठी विविध सामाजिक संस्था निर्माण झाल्या, अस्तित्वात आल्या त्यांपैकीच विवाहसंस्था, कुटुंबसंस्था होय. अन्न, वस्त्र, निवारा या जशा मानवाच्या मूलभूत गरजा समजल्या जातात. तशीच कामवासनापूर्ती ही गरजही मूलभूत आहे.

विवाहाचे उद्देश

विवाह ही प्राचीन काळापासून अस्तित्वात असलेली सामाजिक संस्था आहे आणि ती जगात सर्वत्र आढळते. विवाह संस्था नसेल तर कामवासनेच्या पूर्तीसाठी एकत्र आलेल्या स्त्री-पुरुषांच्या संबंधातून जन्माला येणाऱ्या संततीचा प्रश्न निर्माण होईल अशा संबंधांवर बंधन नसेल तर समाजात अनैतिकता निर्माण होईल. विवाहाचे उद्देश अनेक समाजशास्त्रज्ञांनी अनेक सांगितले आहेत. ज्यात कामतृप्ती, प्रजोत्पादन, वंशसातत्य, कुटुंबाची निर्मिती, मानसिक समाधान, आर्थिक सहयोग, अपत्यांचे पोषण व संवर्धन इ. विवाहाला हिंदूशास्त्रात संस्कार असे मानले गेले आहे.

कायदेशीर तरतुदी

परंतु १९५५ च्या हिंदूविवाह कायद्यानुसार घटस्फोट कायदेशीर झाला. त्यानुसार स्त्रीला स्वतःच्या इच्छेविरुद्ध लावला गेलेला विवाह मोडता येऊ लागला. तसेच पती व्यसनी, बदफैली किंवा विकृत असल्यास त्यापासून सुटका करता येऊ लागलो.

स्त्रियांचे अर्थार्जनाचा कुटुंबावर परिणाम

ज्यावेळी स्त्रिया अर्थार्जन करीत नव्हत्या त्यावेळेस अडीअडणीच्या काळात त्यांना स्वयंपाकी, पोळ्या करणे इ. कामे करावी लागत. शिक्षणाचा प्रसार झाला, स्त्रिया शिकू लागल्या व स्त्रियांनी नोकऱ्या करणे, अर्थार्जन करणे हा विचार १९५० नंतर रुजला. दुसऱ्या महायुद्धानंतर झालेल्या प्रचंड महागाईने कौटुंबिक जीवन ढवळून निघाले. व त्यात स्त्रिया पारंपारिक व्यवसायाबरोबर इतर नोकऱ्या, व्यवसायही पत्करू लागल्या. शहरातील विविध सोयी, सुविधा व संधी यामुळे स्त्रिया उच्च शिक्षण घेऊ लागल्या. पाश्चात्य विचारसरणीमुळे आलेली व्यक्तिस्वातंत्र्याची कल्पना तसेच स्त्री मुक्ती, स्त्री स्वातंत्र्याची रुजत असलेली बीजे, स्त्री शिक्षणाचा वाढता प्रसार, आर्थिक स्वावलंबनामुळे स्त्रीच्या दर्जात झालेला बदल या गोष्टीही घडून आल्या.

औद्योगीकरण, शहरीकरण याचा परिणाम कुटुंब व विवाहसंस्थेवर झाला. विवाहसंस्थेचे स्वरूप बदलत्या काळात अनेक घटकांमुळे बदलले आहे. विवाह पद्धतीत परिवर्तन झाले,

जोडीदाराच्या निवडीबाबत कल्पना बदलल्या, विवाहाचे वय वाढले, विवाहविषयक नियमांमध्ये बदल झाले. विवाहविच्छेदन, घटस्फोटाला कायद्याने मान्यता मिळाली.

कुटुंबात बदल

कुटुंबाच्या अंतर्गत रचनेत बदल झाले आहेत. कुटुंबाचा आकार लहान झाला. पितृसत्ताक अधिकारात पित्याकडे निर्णय स्वातंत्र्य असे. परंतु स्त्रीच्या बदलत्या स्थानामुळे स्त्रीच्या निर्णयाचे, मताचे महत्त्व वाढले आहे. व्यक्तिस्वातंत्र्य आल्याने कुटुंबापेक्षा स्वत:च्या प्रगतीला व्यक्ती महत्त्व देते. स्त्रीचे स्थान व कार्य यात बदल झाले. कौटुंबिक कार्यात परिवर्तन झाले. विवाह विच्छेदनाचे प्रमाणही वाढले.

आजच्या समाजात स्त्रीनं आर्थिकदृष्ट्या सक्षम, स्वायत्त व आत्मनिर्भर होणं ही गरज आहे. यामुळे स्त्री घराचा उंबरा ओलांडून बाहेर पडली. तज्ञांच्या मते आर्थिक स्वातंत्र्य आल्यानंतर मताचं स्वातंत्र्य आलं व याच कारणामुळे कुटुंब संस्थेत बदल झाले. कमावती स्त्री कौटुंबिक व आर्थिक अशा दोन्ही जबाबदाऱ्या पार पाडते. या जबाबदाऱ्या वाढतच आहेत. परंतु त्या प्रमाणात कुटुंबातील इतर व्यक्तींची मानसिकता मात्र बदलली गेली नाही. व यातून विवाह विच्छेदनाचे प्रमाण वाढले.

वास्तविक विवाहसंस्था, कुटुंबसंस्था जगात सर्वत्र आढळते. परंतु भारतीय विवाहसंस्था जगात सर्वात बळकट मानली जाते. त्यामुळे घटस्फोट घेणाऱ्या जोडप्यांची संख्या भारतात कमी आहे. परंतु तरीही घटस्फोट होत आहेत याची कारणेही अनेक आहेत. यात पहिले लग्न लपवून दुसरे लग्न करणे, विवाह बाह्य संबंध, काही कारणासाठी शारीरिक व मानसिक छळ, असाध्य रोग किंवा शारीरिक दुर्बलता इ. आहेत. घटस्फोटाचा अर्ज दाखल करण्यात पूर्वी पुरुषांची संख्या मोठी होती आता स्त्रियांची संख्याही वाढू लागली आहे.

यात भारतातील काही महानगरांमधील आकडे व परिस्थिती खालीलप्रमाणे दिसते ह

मुंबई व ठाणे

येथे २००२ ते २००७ या काळात या जिल्ह्यांत एक लाख चार हजार दोनशे सत्त्याऐंशी विवाहांची नोंद करण्यात आली व त्यातील चव्वेचाळीस हजार नऊशे बावीस जोडप्यांनी विभक्त होण्यासाठी विनंती कुटुंब न्यायालयाकडे केला आहे. २००७ मध्ये हे प्रमाण खूप वाढले. या वर्षात या दोन जिल्ह्यात सतरा हजार दोनशेएकवीस विवाहांची नोंद करण्यात आली व विवाहाला वर्ष पूर्ण व्हायच्या आधीच सात हजार आठशे तेरा जणांनी विवाह विच्छेदनासाठी अर्ज केले.

चंदीगड

१९९७ मध्ये घटस्फोटासाठी दोनशे सोळा अर्ज दाखल करण्यात आले. २००५ मध्ये एक हजार अर्ज दाखल झाले आहेत.

दिल्ली

राजधानीत देशातील सर्वाधिक घटस्फोटाचे प्रमाण आहे. येथे दरवर्षी सुमारे आठ ते नऊ हजार घटस्फोट होतात. ही संख्या गेल्या चार वर्षात दुप्पट झाली आहे.

संमतीने घटस्फोट घेणाऱ्यांची संख्या वाढत आहे.

पुण्यातील चित्र असे आहे ह्ह

पुणे (महापालिका क्षेत्र)

वर्ष	दांपत्यापैकी एकाने दाखल केलेला अर्ज	दोघांच्या संमतीने दाखल अर्ज	समुपदेशानंतर अर्ज परत घेणारी दांपत्य
२००४	८९६	६६४	११६
२००५	१०२९	७२९	१६४
२००६	१०६९	७९७	१७०
२००७	११९७	८२२	१७५
२००८ (जाने. ते मे अखेर)	५१३	२७४	६७

कारणे

यात घटस्फोटासाठी अर्ज दाखल केल्यावर पती–पत्नींना त्यावर विचार करण्यासाठी वेळ दिला जातो. समुपदेशन केले जाते. ज्याचा मुख्य उद्देश घटस्फोटापूर्वी परत परिस्थितीचा विचार करून निर्णय मागे घेता यावा. मुख्यत: जोडप्याला जर मुले असतील तर त्यांचा प्रश्न निर्माण होतो. कारण व्यक्तिमत्वाची निकोप वाढ होण्यासाठी मुलाला आई व वडील दोघांचे प्रेम मिळणे आवश्यक आहे. विवाहानंतर एक वर्षाच्या आतच घटस्फोट घेणाऱ्यांचे प्रमाणही कमी नाही. प्रेमविवाह केलेल्या व्यक्तिमध्येही घटस्फोट होत आहेत. यात सगळ्यांचेच विवाहबाह्यसंबंध, शारीरिक आजार यामुळे घटस्फोट होत नाहीत हे नक्कीच. त्याचबरोबर अगदी क्षुल्लक कारणांमुळे घटस्फोट होतात असेही नाही. जेव्हा गोष्टी टोकाला जातात, असह्य हातात तेव्हाच घटस्फोट होतात. स्त्री जेव्हा अर्थार्जन करत नव्हती तेव्हा तिला त्यातून बाहेर पडण्याची इच्छा असली तरीही बाहेर पडता येत नसे. समाजात अशा स्त्रीला तिचाच दोष आहे असे म्हणून वाईट वागवले जायचे. विवाह धार्मिक संस्कार आहे, देवा ब्राह्मणांच्या साक्षीनं झालेला आहे अशा वेळी घटस्फोट हा शब्द सुद्धा उच्चारण पाप मानलं जाई. अशा परिस्थितीत स्त्रीला परिस्थिती आहे तशी स्वीकारणे याशिवाय पर्याय नसायचा. आज स्त्री कमावती असल्यामुळे ती यातून बाहेर पडून स्वतंत्र राहू शकते. समाजाचे बंधन फारसे मानले जात नाही.

जीवनशैलीत बदल झाल्यामुळे घटस्फोट होतात असेही तज्ज्ञांचे मत आहे. सर्वस्वी भिन्न

कुटुंबातून ज्यात राहणीमान, वाढ, विचार, आदर्श, मूल्य यांच्यात तफावत असते. अशा वेळी विवाहानंतर जे ताण जाणवतात त्यातूनही घटस्फोट होतात.

घटस्फोटासाठी अर्ज दाखल केल्यानंतर समुपदेशन करण्यापेक्षा विवाहाच्या पूर्वीच पती-पत्नीचं नातं, सहजीवन, आई-वडीलांची भूमिका, परस्परांच्या महत्वाकांक्षा, ध्येय, करियर बदलचे विचार या गोष्टींवर भर देऊन चर्चा व्हायला हव्यात. केवळ ज्यांचं लग्न होणार आहे त्यांच्यातच नाही तर एका कुटुंबाचं दुसऱ्या कुटुंबाशी नातं जुळणार आहे हे लक्षात घेऊन एकमेकांशी स्पष्टपणे बोललं गेलं पाहिजे. मुलाचं लग्न झालं की त्याचे आई-वडील सासू-सासरे व कालांतराने आजी-आजोबा या भूमिकेत जातात. अशा वेळी भूमिका बदल्या की जबाबदाऱ्या बदलल्या जाणार हे उघड आहे. याची जाणीव व त्या पेलण्याचा समजूतदारपणा यायला हवा. कारण शहरातील घरांच्या वाढत्या किंमतीमुळे आजही काही एकत्र कुटुंबे दिसतात व एकत्र रहाणे अपरिहार्य आहे. स्पष्टपणे बोलल्याने मानसिक कोंडी टाळता येते.

शहरीकरण, औद्योगीकरणात व्यक्तीला बाहेरचे ताण-तणाव जाणवत असतात. अशा वेळी कुटुंबात चांगले वातावरण राहिल्यास ताण-तणाव सहन करता येतात. विशेष म्हणजे आजच्या काळातही स्वभाव जुळण्यापेक्षा ग्रह, तारे, जुळण्यावर समाजात भर दिला जातो. घटस्फोटाचे आणखी एक कारण म्हणजे कुटुंबात मूल वाढताना आई-वडीलांचे संबंध कसे आहेत त्यावर त्याची वाढ कशी होते हे अवलंबून असते. आई-वडील परस्परांना समजून घेणारे, सहकार्य देणारे, स्वतंत्र अस्तित्व मान्य करणारे असतील तर मुले-मुली ही याच विचारातून वाढतात व त्यांचे व्यक्तिमत्व निकोप होते.

मानसिकतेत बदल आवश्यक

घटस्फोटाच्या वाढत्या प्रमाणामुळे एकपालकत्व (Single Parentship) ही संकल्पना रुजत चालली आहे. परंतु कुटुंबसंस्थाही प्रत्येकाच्या वाढीसाठी आवश्यक आहे व ती टिकून रहाणे गरजेचे आहे.

परित्यक्ता स्त्रियांचा प्रश्नही फार बिकट आहे. ग्रामीण भागात हे प्रमाण जास्त दिसून येते. आणि अनेक कारणांमुळे कायदेशीरपणे ते विभक्त होऊ शकत नाहीत. कारण विवाहाची नोंदणी होणे आवश्यक असते, बंधनकारक आहे तरीही ती करीत नाहीत. विवाहाचे वेळी मुलीचे वय अठरावर्षांपिक्षा कमी असण्याचे प्रमाण जास्त असते. अशा वेळी तो विवाह बेकायदेशीर ठरेल असे वाटते. परंतु यामुळे त्या मुलीचे नुक्सान होते. तिला शासकीय योजनांचा लाभ मिळत नाही, पोटगी मिळत नाही त्यामुळे हे टाळले गेले पाहिजे. विवाह नोंदणी व विवाहाचे वय अठरा वर्षे याचे महत्व ग्रामीण भागातील लोकांना पटवून दिले पाहिजे.

याशिवाय स्त्रीला मूल होत नाही म्हणून तिचा त्याग केला जातो. काही वेळा दुसरा विवाह करून दुसरी पत्नी घरात आणली जाते. अशा वेळी पहिली पत्नी ते मुकाट्याने सहन करते किंवा ते घर सोडून जाते. मुलगा झाला नाही तरीही पत्नीला सोडून दिले जाते. याशिवाय हुंडा,

भेटी न दिल्यानेही किंवा नवऱ्याचा संशयी स्वभाव, यामुळेही हे उद्भवते. काही वेळा तर हे कारण अतिशय क्षुल्लक असते. पत्नीला स्वयंपाक करता येत नाही, कोणतेही काम करत नाही. मुलांची काळजी घेत नाही. पती दारू पिणारा, व्यसनी, छळ करणारा असेल तर पत्नी त्याचा त्याग करते. पती दुसऱ्या गावी काम करत असेल तर परस्परांचा सहवास कमी असतो. अशा वेळीही ते एकमेकांना सोडतात.

पतीने पहिली पत्नी हयात असतांना दुसरा विवाह करणे बेकायदेशीर आहे. परंतु प्रत्यक्षात तसे होत नाही. हे टाळून स्त्रीचे आयुष्य चांगले व्हावे यासाठी अनेक गोष्टी केल्या गेल्या पाहिजेत. यात वराचे दुसऱ्या एखाद्या मुलीवर प्रेम असेल तर ती वेगळ्या जातीची आहे, आर्थिक परिस्थिती बेताची आहे. कुटूंबांची परस्परांशी भांडणे आहेत अशा कारणांवरून हे लग्न होऊ द्यायचे नाही असे करण्यापेक्षा ते केले गेले तर यातून एखादीची सुटका होईल.

माता-पित्यांनी मुलीला आवडणाऱ्या वा मुलाला आवडणाऱ्याशीच विवाह करून दिला पाहिजे. परित्यक्ता स्त्रीला समाजात चांगले वागवले पाहिजे. तिच्या आर्थिक स्वावलंबनासाठी प्रयत्न केले गेले पाहिजेत. म्हणजे अशा स्त्रियांना न्यूनगंड वाटत नाही.

अलिकडच्या काळात बचत गटाच्या चळवळीमुळे अनेक परित्यक्तांना इतरांच्यात आत्मविश्वासाने मिसळणे, गटाचे नेतृत्व करणे, व्यवसाय सुरू करणे या संधी मिळत आहेत ही समाधानकारक बाब आहे. कारण समाज अशा स्त्रीचा यापूर्वी स्वीकार करत नसे. त्यामुळे इतरांच्यात न मिसळणे, संपर्क न ठेवणे हे करत असत. त्याचप्रमाणे अशा स्त्रीवर शारिरीक अत्याचार होण्याची शक्यता जास्त असते. त्यावरही बचत गटामुळे थोडाफार वचक बसला आहे.

एकूणच या प्रश्नात स्त्रीचा एक स्त्री म्हणून विचार करणे आवश्यक आहे. तिही एक माणूस आहे. तिच्याकडून अवाजवी अपेक्षा ठेवणं, अपेक्षांचं ओझं लादणं हे चुकीचंच आहे. यातून नात्यांमध्ये दुरावा येत जातो. कुटुंबातील सर्व व्यक्तींना कामांची जबाबदारी वाटून घेणं, स्त्रीला जे प्रश्न असतात ते समजून घेणं. हे आवश्यक आहे.

हे होऊ नये, कायदेशीर कटकटी निर्माण होऊ नयेत म्हणून विवाहाशिवाय एकत्र राहणे हा पर्याय शहरी भागात युवकांकडून स्विकारला जात आहे. परंतु त्यातही काही धोके आहेतच. विशेषत: यात असुरक्षिततेची भावना असतेच. जीवनालां, नात्याला स्थैर्य नाही यातूनही प्रश्न निर्माण होतात, ताण-तणाव निर्माण होतात. त्यासाठी कोणताही टोकाचा मार्ग स्वीकारण्यापेक्षा पुरुषांनी आपला अहंकार बाजूला ठेवणे, कुटुंबातील सर्व व्यक्तींनी स्वत:च्या जबाबदाऱ्या ओळखून वागणे. परस्पर संवाद साधणे. नात्यांमध्ये अधिक स्पष्टता व मोकळेपणा असला पाहिजे. केवळ पैसा, सोनं, भेटवस्तू इ. गोष्टींना महत्त्व देण्यापेक्षा भावनिक नात्याला महत्त्व दिले गेले पाहिजे. शक्य तेवढे घटस्फोट टाळता आले तर समाज स्वास्थासाठी चांगले आहे.

(Dowry)

हुंडा

समाजातील आजही प्रचलित असलेली अनिष्ट प्रथा. हुंडा म्हणजे विवाहप्रसंगी वधुपिता नियोजित वराला रोख रकमेच्या स्वरूपात किंवा भेटवस्तू घेऊन देतो त्याला 'हुंडा' म्हणतात. हा हुंडा वधूचे पालक खुशीने देतात किंवा वरातर्फे किंवा त्याच्या कुटुंबियांकडून हुंड्याबद्दल मागणी करण्यात येते. ही प्रथा दुष्ट सामाजिक रूढी आहे. ही वरासाठी लावलेली किंमत, द्यावयाची किंमत असे त्याचे स्वरूप आहे.

१९६१ साली हुंडा प्रतिबंधक कायदा संमत झाला. त्यानुसार हुंडा म्हणजे विवाह निश्चितीसाठी हमी म्हणून घेतली जाणारी रक्कम अशी व्याख्या केली आहे. सामाजिक सक्तीमुळे वधूचा नव्या घरी छळ होऊ नये म्हणून किंवा वराकडील मंडळींनी बोलून दाखविल्या नसल्या तरी त्यांच्या अपेक्षा असतातच म्हणून जी रक्कम किंवा भेटवस्तू दिल्या जातात त्यांचा समावेश या कायद्यानुसार हुंडा या संज्ञेत होत नाही.

कायद्यानुसार हुंड्याची व्याख्या

विवाहापूर्वी, विवाहाच्या वेळी किंवा विवाहानंतर एका पक्षाने दुसऱ्या पक्षाला, कोणत्याही पक्षाच्या, वधू किंवा वर, माता-पित्यांनी किंवा इतर व्यक्तींनी कोणत्याही पक्षाला किंवा इतर कोणा व्यक्तीला दिलेली अथवा देण्याचे मान्य केलेली रक्कम, मालमत्ता किंवा अन्य मौल्यवान वस्तूंचे स्वरूपातील विसार रक्कम. अशी व्याख्या केली आहे. यात विवाहाच्या वेळी देण्यात येणाऱ्या लहान-मोठ्या रकमा वा भेटवस्तू यांचा समावेश नसल्याने हरियाणामध्ये या कायद्यात दुरुस्ती करून इतर भेट वस्तू, रोख रक्कम, दागिने, कपडे, अन्न खर्च आणि इतर खर्चाचा समावेश हुंड्यातच केला आहे. शिवाय विवाहाच्या वेळी हुंडा म्हणून देण्यात येणाऱ्या भेटवस्तूंचे प्रदर्शन मांडण्यास व लग्न खर्च पाच हजार रुपयांपेक्षा अधिक करण्यास बंदी केली आहे. विवाहप्रसंगी पंचवीसपेक्षा अधिक व्यक्तींना बोलावण्यास व बँडच्या ताफ्यास मनाई केली आहे.

समाजाच्या वृत्तीत बदल नाही

अलीकडे ध्वनी प्रदूषणामुळे बँडची प्रथा बऱ्याच प्रमाणात कमी झाली आहे. परंतु विवाहप्रसंगी वधूला दिल्या जाणाऱ्या भेटवस्तूंचे प्रदर्शन मात्र आजही सर्वत्र, सुशिक्षित समाजातही दुर्दैवाने मांडले जाते. संसारासाठी लागणाऱ्या भांड्यांबरोबरच महागडी इलेक्ट्रॉनिक्सची उपकरणे देण्याची पद्धतही हळूहळू रूढ होऊ लागली आहे. विशेष म्हणजे या देण्या-घेण्यात एक प्रकारची स्पर्धाच लागलेली दिसते. त्यामुळे जास्तीत जास्त भेटवस्तू वराकडील मंडळींना देऊन खुष करणे,

इतरांना मोठेपणा दाखवणे हे घडत आहे. सुशिक्षित, उच्च शिक्षित वधू-वरांचाही याला आक्षेप नसतो.

प्राचीन हिंदू कायद्यात विवाहाच्या वेळी वधूला तिच्या आई-वडिलांकडून किंवा भावाकडून मिळणारे दागिने वा इतर भेटवस्तू या खास तिच्या मालकीच्या मानल्या जात. आर्थिक संकट काळात तिचा आधार मानला जाई.

कमावती स्त्री असेल तर तिला नोकरी, व्यवसाय हा मोठा आधार असतो. त्यामुळे सामाजिक परिस्थिती पाहता दागिने, सोने, चांदी यावर खर्च तोही अवाच्या सवा करणे, व त्याचे संरक्षण हे जोखीम आहे.

काही समाजांमध्ये ही प्रथा अस्तित्वात नव्हती; परंतु इतरांचे अनुकरण करण्याने हाही पायंडा पडत चालला आहे.

हुंड्याच्या प्रथेचे विकृत स्वरूप

ही प्रथा ग्रामीण व नागरी दोन्ही भागात दिसते. ग्रामीण भागात मुलगा जेवढा जास्त शिकलेला तेवढा हुंडा अधिक. विशेष म्हणजे वधू आणि वर यांचे शिक्षण जरी सारखे असले, वर वधूपेक्षा कमी शिकलेला असला तरीही हुंडा द्यावा लागतो. हुंडा ही समाजात प्रतिष्ठेची बाब समजली जाते व या प्रथेला समाजात मान्यता आहे. वधू पक्षही वर पक्ष जर आर्थिक परिस्थितीत वरचढ असेल तर आम्हीही कमी नाही हे दाखवत असतो. याशिवाय वधूचा माहेरच्या संपत्तीतला तिचा वाटा तिला दिला जातो. सासरच्यांकडून छळ होऊ नये म्हणून तो दिला जातो.

परंतु यातही एकदा वधूकडून पैसे मिळत गेले की, वरपक्षाची हाव वाढत जाते असे बरेच वेळा आढळून आले आहे व यातूनच कधी व्यवसाय सुरू करण्यासाठी, कधी घर घेण्यासाठी, कधी परदेशात जाण्यासाठी, कधी मोटारगाडी घेण्यासाठी म्हणून सतत रकमेची मागणी केली जाते. ही मानसिकता शहरी व ग्रामीण अशा दोन्ही भागात दिसून येते. वराकडील मंडळींना तो आपला हक्कच आहे असे वाटते.

स्त्रीचे स्थान समाजात दुय्यम मानले जाते या मनोवृत्तीत आजही बदल न झाल्याचे दिसून येते. कागदोपत्री समानता आली किंवा नोकरी, शिक्षण, पोषाख याबाबतीत पुरुषांची बरोबरी स्त्रिया करतात. परंतु विवाहाबाबत जागरुकता नाही.

हुंडा पद्धतीला प्रतिबंध घालण्यासाठी कायदेशीर उपाय

हुंड्याची अनिष्ट प्रथा नष्ट व्हावी यासाठी भारत सरकारने १९६१ मध्ये हुंडाप्रतिबंधक कायदा केला. यापूर्वीही यासाठी प्रयत्न करण्यात आले. १९५० व १९५८ मध्ये कायदे करण्यात आले. परंतु केन्द्राच्या कायद्याच्या कलम १० प्रमाणे ते रद्द ठरले.

या कायद्यानुसार हुंडा देणाऱ्याला वा घेणाऱ्याला किंवा त्यास मदत करणाऱ्याला किंवा प्रत्यक्ष मदत करणाऱ्याला किंवा प्रत्यक्ष वा अप्रत्यक्षपणे हुंड्याची मागणी करणाऱ्याला जास्तीत जास्त सहा महिने कारावासाची व पाच हजार रुपयांपर्यंत दंडाची शिक्षा देण्याची तरतूद आहे. या

कायद्यानुसार होणारे गुन्हे दखलपात्र नाहीत. यातील आरोपी जामिनावर सुटू शकतो. मात्र पंजाब, हिमाचल प्रदेश व बिहार राज्यांनी या कायद्यात सुधारणा करून हुंड्यासंबंधीचे गुन्हे दखलपात्र ठरविले आहेत. कायद्यातील कलम ७ सी प्रमाणे गुन्हा घडल्यापासून एक वर्षाच्या आत त्याबद्दलची तक्रार नोंदविता येते.

हुंड्याच्या प्रथेमुळे विवाहितेला त्रास देण्याच्या घटना जसजशा वाढत गेल्या. तस तसा हा कायदा अधिकाधिक कडक करावा यासाठी त्यात सुधारणा सुचवल्या गेल्या ज्यात आंतरजातीय विवाहांना उत्तेजन, विवाहनोंदणी सक्तीची, या कायद्याखालील गुन्हे दखलपात्र व्हावेत. भपकेबाज विवाह करणाऱ्यांवर बहिष्कार टाकणे इ.

परंतु यात समाजाची मानसिकता कशी आहे ते महत्त्वाचे आहे. मुळातच राजकीय पुढारी, उद्योगपती, इ. कडचे भपकेबाज लग्न समारंभ विविध वाहिन्यांवरून दाखविले जातात. त्याचा परिणाम सामान्य लोकांवर नक्कीच होतो. मोठ्या प्रमाणात विवाहसोहळा करणे हे प्रतिष्ठेचे लक्षण मानले जाऊ लागले आहे.

आंतरजातीय विवाह करणाऱ्या जोडप्यांना, ग्रामीण भागात, आजही वेगवेगळ्या प्रश्नांना सामोरे जावे लागते. क्वचितप्रसंगी त्यांचे खून करणे, त्यांनीच आत्महत्या करून आयुष्य संपविणे हे प्रकार घडतात. गावात त्यांच्यावर बहिष्कार टाकला जातो.

हुंड्याच्या छळाबाबतही सासरची मंडळी सुधारतील याची वाट बघून गुन्हा नोंदवला जात नाही. सासरच्या त्रासाला कंटाळून माहेरी आलेल्या मुलीला आजही तेच घर तुझं आहे म्हणून परत सासरी पाठवलं जातं त्यामुळे त्यानंतर होणारा छळ ती मुकाट्याने सहन करते किंवा स्वतःला संपविते.

विवाह नोंदणी न केली जाणं ह्याचे प्रमाण ग्रामीण भागात खूप मोठे आहे. कारण मुलीचे लग्न अठरा वर्षे पूर्ण व्हायच्या आत केले जाते. विवाहाची नोंदणीच नसल्याने परित्यक्तांचे आयुष्य हलाखीचे जाते. त्यांना पोटगी मिळत नाही, रीतसर घटस्फोट होत नाही, मालमत्तेत अधिकार मिळत नाही व पती दुसरे लग्न राजरोसपणे करतो.

हुंडाबंदीच्या कायद्यात १९८६ साली सुधारणा करून तो कायदा अधिक कडक करण्यात आला. त्याचप्रमाणे भारतीय दंड विधानाच्या कलम ३०४ मध्ये कलम ३०४ (ब) चा नव्याने समावेश करण्यात आला, ज्यानुसार जाळून मारण्याच्या व छळून मारण्याच्या कृत्यातील आरोपीला कडक शिक्षेची तरतूद करण्यात आली. तसेच विवाहानंतर ७ वर्षांच्या आत जर घरातील सुनांचा संशयास्पद मृत्यू झाला असेल तर तो हुंडाबळीच आहे असे गृहीत धरून ते प्रकरण हाताळले जावे. अशीही तरतूद या कायद्यांत करण्यांत आली आहे.

एवढे असूनही यात पोलिसांनी योग्य पुरावे गोळा न करणे, गुन्हा नोंदविण्यात चालढकल केली जात असल्याने अशा केसेसमधले आरोपी सुटतात. यावरही आळा बसला पाहिजे.

केंद्रसरकारच्या गृहमंत्रालयांतर्गत 'राष्ट्रीय गुन्हे' नोंदणी कार्यालयाकडून प्रकाशित केलेली आकडेवारी पुढीलप्रमाणे आहे –

अ. क्र.	वर्ष	हुंडाबळींची संख्या
१	१९८७	१९१२
२	१९८९	४२१५
३	१९९०	४८३६
४	१९९१	५१५७
५	१९९२	४९६२
६	१९९३	५८१७
७	१९९४	४९४५

समाजाची भूमिका व प्रथा निर्मूलन

हुंडाबळी किंवा हुंड्यासाठी छळ हे समाजाला लांछनास्पद आहे. आत्ताच्या काळात शेजारी परस्परांशी जेवढ्यास तेवढेच संबंध ठेवतात, त्यामुळे अशा वेळी त्या सुनेची मदत करणे, सासरच्या मंडळीविरुद्ध पोलिसात तक्रार करणे किंवा सुनेच्या माहेरच्या व्यक्तीला कळविणे या आवश्यक गोष्टीही होऊ शकत नाहीत.

जनतेच्या सहकार्याशिवाय व पाठिंब्याशिवाय या प्रथेचे निर्मूलन, विवाह समारंभातील उधळपट्टी हे थांबणार नाही. आर्थिकदृष्ट्या दुर्बल घटकातील व्यक्तीच्या मुला मुलींसाठी ग्रामपंचायतीने सामूहिक विवाह पद्धतीने विवाह घडवून आणणे ज्यातून अशा प्रथांना आळा बसावा हाच हेतू आहे. काही स्वयंसेवी संस्थाही याला उत्तेजन देण्यासाठी आंतरजातीय विवाह केलेल्या जोडप्यांचा, साधेपणाने लग्न केलेल्या जोडप्यांचा सत्कार करतात.

हुंड्याच्या वेळी काही पालक असाही विचार करतात की, मुलीच्या लग्नात खर्च केलेले मुलाच्या लग्नात वसूल करू. यामुळेही या प्रथेला पायबंद बसत नाही. यात शिक्षित युवक, युवतीही मागे नाहीत. ही बाब दुर्दैवी आहे. अनेकदा घरातील ज्येष्ठ व्यक्ती मुला मुलींना न विचारता या गोष्टी परस्पर ठरवतात. प्रेमविवाहातही हुंडा घेतला गेल्याची उदाहरणे पाहायला मिळतात. यात मुलीचे पालक लग्न मोडलं तर मुलीची बदनामी होईल या भीतीने हुंडा देतात.

त्यामुळे समाजाची मानसिकताच बदलणे गरजेचे आहे. शिवाय ज्या कुटुंबात हुंडाबळी झाला आहे, अशा कुटुंबावर सामाजिक बहिष्कार टाकला गेला पाहिजे. त्या कुटुंबाशी सर्व व्यवहार तोडले गेले पाहिजेत. अशा वराचा पुन्हा विवाह ठरण्याची कुणकुण जरी लागली तरी वधूकडील मंडळींना सावध करणे गरजेचे आहे. यामुळेही जागृती होऊ शकते.

शिवाय माध्यमांचा जबरदस्त परिणाम व समाजाची बौद्धिक पातळी यातून चैनीची, छानछोकीची राहणी असावी ही अपेक्षा व त्यासाठी पैसा मात्र कष्ट न करता मिळावा ही अपेक्षा, पैशाला आलेले अतिरेकी महत्त्व या गोष्टीही कारणीभूत आहेत. यासाठी स्वयंसेवी संस्था अनेक वर्षे प्रयत्न करत आहेत; परंतु समाजाकडूनही अपेक्षित प्रतिसाद मिळायला पाहिजे.

(Drought)

दुष्काळ

दुष्काळ म्हणजे काय

दुष्काळ म्हणजे एकूण अन्नधान्याच्या प्रदीर्घ व तीव्र तुटवड्यामुळे उद्भवणारी परिस्थिती ज्यात मोठ्या प्रमाणावर उपासमार, बहुसंख्य लोकांची कृश व क्षीण प्रकृती होणे व लोकसंख्येच्या मृत्यू दरात मोठ्या प्रमाणात वाढ होणे, हे घडते. निसर्गनिर्मित दुष्काळामुळे मनुष्य, गुरेढोरे व वित्त यांची मोठ्या प्रमाणावर हानी होते. दुष्काळामुळे किंमती वाढतात, बेकारी निर्माण होते व बाजारपेठेत धान्य असूनही केवळ गरीबीमुळे बहुजनांना धान्य मिळत नाही.

दुष्काळाची कारणे मुख्यत: अन्नधान्यांच्या पिकांचा अपुरेपणा, लढाया किंवा अंतर्गत अशांतता त्यामुळे शेती कामात येणारे अडथळे, अवर्षणे व महापूर, याशिवाय पिकांवर पडणारी कीड, टोळधाडीचे संकट यामुळे पिकांचे भयंकर नुकसान होते. दुष्काळ पडला की त्या भागातील अन्नधान्यांच्या किंमती भरमसाठ वाढतात आणि बाहेरून धान्य आणून ही टंचाई नाहीशी न करता आल्यास तेथील गरीब लोकांना धान्य, विकत घेणे अशक्य होते. त्यामुळे उपासमार, अर्धपोटी राहणे आणि कुपोषण हे परिणाम होतात.

याबाबत महाराष्ट्राचा विचार करता येथे १९५२-५३, १९६५-६६ व १९७०-७३, १९८५-८७ असे चार मोठे दुष्काळ पडले. १९६९ ते ७२ या काळात पाऊस पडल्याने काही भाग भीषण अवर्षण ग्रस्त झाला होता. याचा अभ्यास करण्यासाठी शासनाने सुखठणकर समिती नेमली व त्यांच्या अहवालानुसार ८७ तालुके कायमचे दुष्काळ पीडीत आहेत. हे महाराष्ट्र सरकारने जाहीर केले आहे.

दुष्काळामुळे महाराष्ट्राचे शेतीचे उत्पन्न घटले. १९७२ नंतर २००८ मध्ये जुनच्या सुरुवातीच्या काळात अपुरा पाऊस झाल्याने व जुलैच्या शेवटच्या आठवड्यापर्यंत समाधानकारक पाऊन न पडल्याने दुष्काळाचे सावट पसरले. पिण्याच्या पाण्यासाठी टँकर मोठ्या प्रमाणावर मागवले जाऊ लागले. त्यापूर्वी १९७२ च्या दुष्काळात शेतकऱ्यांची पिके करपून, जळून गेली होती.

शहरांमधेही दुष्काळामुळे पिण्याच्या पाण्याचा प्रश्न भीषण बनतो. टँकरवर अवलंबून रहावे लागते. दुभत्या जनावरांच्या पाण्याचा व चाऱ्याचा प्रश्न भीषण बनतो. त्यामुळे सरकारला जनावरांच्या छावण्या उघडून तालुकानिहाय भाकड जनावरांची सोय करावी लागते. याखेरीज शेतीला उपयुक्त असलेले बैल व दुभत्या जनावरांसाठी आवश्यकता असल्यास तगाईरुपाने जनावरांची संख्या विचारात घेऊन आर्थिक मदत द्यावी लागते.

यंदाच्या वर्षी म्हणजेच २००८ मध्ये दुष्काळसदृश परिस्थिती निर्माण झाली होती. त्याची

कारणे म्हणजे राज्यातल्या १६ जिल्ह्यांमध्ये ५० टक्क्यांपेक्षा कमी पाऊस जुलै महिन्यापर्यंत पडला. त्यामुळे २८% पेरण्याच पूर्ण होऊ शकल्या. त्यामुळे शेतकऱ्यांवर दुबार पेरणीचे व शेतीच्या उत्पन्नात मोठी घट होणे असे दुहेरी संकट आले आहे. याचा फटका तृणधान्य, कडधान्य, तेलबिया, कापूस या पिकांना बसला. त्यातही विदर्भ व मराठवाडा या भागात कमी पाऊ पडला.

शेती टिकली तर भारतासारखा कृषिप्रधान अर्थव्यवस्थेवर अवलंबून असणारा देश विकसित होईल यासाठी शेतकऱ्यांना अडचणीच्या प्रसंगी सर्वतोपरी मदत मिळणे आवश्यक आहे. यासाठी अन्नधान्याचा पुरेसा पुरवठा, पिण्याच्या पाण्याची व्यवस्था, जनावरांसाठी छावण्या तसेच चाऱ्याची, पाण्याची व दुभत्या जनावरांसाठी मदत करणे आवश्यक आहे.

ब्रिटीश काळापासून अशा परिस्थितीत काय उपाय योजना केली जावी याचा अभ्यास केला गेला आहे.

दुष्काळ निवारणाचे उपाय

महाराष्ट्रात दुष्काळ निवारण नियम काढून टाकण्यात आले आहेत व त्या ऐवजी विविध योजनांद्वारा दुष्काळ निवारण कार्य करण्यात येते. तज्ज्ञ व्यक्तींच्या समित्या नेमल्या जाऊन अहवाल मागवले जातात. दुष्काळ सुरू होण्यापूर्वी त्यावर प्रतिबंधक उपाय योजणे योग्य आहे असा अनुभव शासनालाही आला आहे. परंतु त्यावर सुचविल्या गेलेल्या उपाययोजनांची अंबलबजावणी योग्य प्रकारे होत नाही.

दुष्काळाशी सामना करताना रोजगार हमी योजनेच्या, पाणलोट क्षेत्र विकासाच्या कामाला सर्वाधिक प्राधान्य देणे अगत्याचे असते. मजुरांना स्थानिक रोजगार उपलब्ध होईल. खर्च केला जाणारा निधी विधायक कामासाठी, उत्पादक कामासाठी वापरला जावा लागतो. याची काळजी घ्यावी लागते. शेतकऱ्यांना मदत देतांना एकही गरजू सुटला जाऊ नये याची काळजी घ्यावी लागते. दुष्काळाचा फटका अल्पभूधारक, भूमिहीन शेतमजुरांना जास्त बसतो. यासाठी पाझर तलाव, बंधारे बांधणे, विहिरीतील गाळ काढणे, उपसासिंचन योजना इ. मोठ्या प्रमाणात कराव्या लागतात.

दुष्काळ निवारण व निर्मूलनासाठी शासनाने अनेक समित्या स्थापन केल्या. त्यात पाणी अडवा, पाणी जिरवा या योजनेचा कार्यक्रम हाती घेऊन त्यासाठी लोक जागृती, प्रचार व्हायला पाहिजे.

शेतीला पूरक असणाऱ्या उद्योगधंद्यांसाठी कर्ज पुरवठा, त्यांचा विकास व्हायला पाहिजे. बिगर शेती व्यवसायांचा व उद्योगाचा विकास होणे गरजेचे आहे.

शेती विषयक संशोधन करून त्याचा शेतकऱ्यांना पुरेपूर फायदा मिळायला पाहिजे.

याशिवाय लघु व मोठे जलसिंचन प्रकल्प, विद्युतीकरण, औद्योगीकरण, पिण्याच्या पाण्याचा पुरवठा, पशुपालन, दळणवळण, फळबाग, दुधव्यवसाय या उपाययोजना सुचविल्या गेल्या आहेत.

दुष्काळ पडला की शहरी भागातही पिण्याच्या पाण्याचा प्रश्न उभा राहतो. यासाठी पाण्याचा वापर काटकसरीने करणे, पाणी वाया न जाऊ देणे, बागेला, कुंड्यांना पाणी घालतांना बेताने

वापर करणे हे केले गेलेच पाहिजे.   घरातले असोत किंवा सार्वजनिक ठिकाणचे गळके नळ तातडीने बदलणे किंवा दुरुस्त करणे. नळाची चोरी झाल्याने सार्वजनिक बागा, नळकोंडाळी अशा ठिकाणी पाणी वाया जाणार नाही याची दक्षता आणि यासाठी लोकजागृती केली गेली पाहिजे. यात स्थानिक स्वराज्य संस्था व लोक सहभाग या दोन्हीची गरज आहे. नैसर्गिक साधन संपत्तीच्या वापराची व उपलब्धतेची जाणीव, जागृती सर्वांमधे केली गेली पाहिजे.

(Environment, Pollution & Hygiene)

पर्यावरण, प्रदूषण आणि मानवी आरोग्य

मानवी आरोग्याचा पर्यावरणाशी जवळचा संबंध आहे. मानवी आरोग्यावर पर्यावरणाचा परिणाम होत असतो. पर्यावरण जर प्रदूषित असेल तर मानवाला आजार होतात. पर्यावरण जर स्वच्छ असेल, प्रदूषित नसेल तर माणसांना आजार कमी होतात.

पर्यावरण, प्रदूषण हे शब्द सातत्याने सर्वत्र वापरले जातात. परंतु या संकल्पना नेमक्या काय आहेत हे जाणून घ्यायला पाहिजे. पर्यावरण म्हणजे हवा, पाणी, जमीन, वनस्पती, पशूपक्षी, कीटक, माणूस या सर्वांचे मिळून पर्यावरण बनत असते. निसर्गांमध्ये या सगळ्याचे प्रमाण व त्यांची रचना अशा विशिष्ट प्रकारे केलेली असते की, ज्यातून पृथ्वीवर संतुलित जीवन चालू राहते.

पर्यावरण म्हणजे काय ?

पर्यावरण म्हणजे आपल्या भोवतालचा परिसर असे विस्ताराने म्हणता येईल. यात अनेक घटक आहेत उदा. पाणी, हवा, डोंगर, जमीन, वृक्ष इ.

प्रदूषण म्हणजे काय ?

प्रदूषण म्हणजे हवा, पाणी आणि जमीन यांच्या भौतिक, जैविक किंवा रासायनिक द्रव्यांमध्ये झालेल्या अनिष्ट परिवर्तनामुळे जीवमात्राचे आरोग्य, सुरक्षा आणि कल्याण यांना हानी पोहोचते, यालाच प्रदूषण म्हणतात.

प्रदूषण हे नैसर्गिक व मानवनिर्मित आहे. नैसर्गिक प्रदूषणात वादळे, ज्वालामुखी, अवर्षण इत्यादींचा समावेश होतो. तर मानवनिर्मित हवा प्रदूषण हे विविध उद्योगधंदे, निर्मितीप्रक्रिया, वाहने, घरगुती वापराचे ज्वलन या सर्वातून होत असते. याशिवाय शहरीकरण, वाढते औद्योगिकीकरण, लोकसंख्येची वाढ इ. मुळेही प्रदूषण होते.

वाहतूक

यात शहरी भागात जाणवणारा सगळ्यांत महत्त्वाचा प्रश्न म्हणजे वाहनांचा अतिरेकी वापर. त्यामुळे पेट्रोल व डिझेलचा अतिरेकी वापर व प्रदूषित वातावरण. यातून ध्वनी प्रदूषण, वायू प्रदूषण होते व वेगवेगळ्या प्रकारचे आजार होतात. डोळे, नाक, कान या इंद्रियांवर परिणाम होतात. कर्णबधिरत्व, श्वसनाचे आजार, टी. बी., स्वरयंत्र, घशातील नलिका यांना संसर्ग होणे, डोळ्यांना विषारी वायूमुळे त्रास होणे. काही कायमचे आजार होतात. डोकेदुखी, शांतता न मिळाल्याने मानसिक अस्वस्थता निर्माण होते. यातील काही विषारी वायूंचे परिणाम दीर्घकालानंतर दिसून येतात.

कारखाने

उद्योग व्यवसायातील उत्पादनासाठी कच्च्या मालावर प्रक्रिया करावी लागते. उदा. गादी कारखान्यातील कापूस स्वच्छ करताना उडणारे कण इथपासून मोठ्या कारखान्यांमधून बाहेर पडणारा धूर या सर्वांचा मानवी जीवनावर विपरीत परिणाम होतो. कारखान्यातील यंत्रांचा सततचा खडखडाट यामुळेही आसपासच्या रहिवाश्यांना त्रास होतो. कारखान्याच्या धुराच्या चिमण्यांची उंची कमी असल्याने घशाचे विकार जडतात. यातही लहान मुलांना सर्दी, दमा असे आजार होतात.

कारखान्यातील रसायनमिश्रित पाणी नदीत सोडल्याने पिण्याचे पाणी, पिके यावर परिणाम होतो. भाज्या, धान्य यांचा कस राहत नाही. पोटाचे विकार, त्वचेचे प्रकार यामुळे होतात.

वाढत्या वस्त्या

लोकसंख्येच्या वाढीमुळे व उत्पादन कमी होत असल्याने ग्रामीण भागातील लोकांना मोठ्या प्रमाणावर शहरी भागात स्थलांतर करावे लागते. त्यामुळे शहरी भागात वस्त्या निर्माण झाल्या. ज्यात उघडी गटारे, स्वच्छतागृहाची गैरसोय, सांडपाण्याची सोय नसल्याने दूषित वातावरण होते. घरे जवळजवळ असल्याने पुरेशी हवा व सूर्यप्रकाश न मिळाल्याने श्वासाचे आजार होतात.

स्वच्छतेचा अभाव, कचऱ्याची अपुरी व्यवस्था यामुळे उघड्यावर कचरा टाकल्याने डासांचा प्रादुर्भाव व त्यामुळे होणाऱ्या आजारांचे प्रमाण जास्त आहे. कॅन्सर, कावीळ यांसारखे भीषण आजार होतात. बालकांना 'ड' जीवनसत्त्वाअभावी मुडदूससारखे आजारही होतात.

शहरी भागात केवळ वस्त्यांमध्येच नाही तर पूर्ण शहरातच कचऱ्याची विल्हेवाट, औद्योगिक कचरा, हॉस्पिटलमधील कचरा याचा प्रश्न गंभीर समस्या झाली आहे. याची विल्हेवाट लावताना कचरा जाळण्यामुळे हवा अधिकाधिक प्रदूषित होऊन आसपासच्या वातावरणावर त्याचा परिणाम होतो. उपाहारगृहांमधील कचरा ही समस्याही डोकेदुखी बनली आहे. त्यामुळे त्यांच्यावर कचऱ्याची विल्हेवाट लावण्याची जबाबदारी सोपवण्यांत आली.

कृषी

कृषी उत्पादनाचे प्रमाण वाढविण्यासाठी रासायनिक खते, जंतुनाशके, कीटकनाशके यांचे प्रमाण वाढविल्याने त्याचा आरोग्यावर परिणाम होतो. विशिष्ट ऋतूत विशिष्ट भाज्या, फळे उपलब्ध असायची. परंतु अलीकडच्या काळात मात्र जवळपास सर्व ऋतूत सर्व भाज्या, फळे उपलब्ध व्हावीत म्हणून रसायने वापरून ती पिकविली जातात. याचा हमखास परिणाम घसा, पचनसंस्था यावर होतो.

शेतीबरोबरच पशुपालनामुळेही किंवा मांसाहारामुळे आरोग्यावर परिणाम होतात. यात बर्ड फ्ल्यूसारखे आजार, राहत्या घराजवळ प्राण्यांची वस्ती यातूनही आरोग्यावर परिणाम होतात. साथीच्या रोगांचे प्रमाण वाढते. प्राण्यांची स्वच्छता कशी ठेवली जाते हेही महत्त्वाचे आहे. कारण प्राण्यांच्या अंगावर बसणाऱ्या किड्यांमुळेही त्वचेचे आजार होण्याची शक्यता असते.

नैसर्गिक साधनसंपत्ती

बहुराष्ट्रीय व एतद्देशीय उद्योगधंद्यांनी उत्पादनासाठी केलेली प्रचंड जंगलतोड, खनिजे, पाणी यांचा भरमसाठ वापर यामुळे निसर्गाची हानी होत आहे. माती उपसा, वाळू उपसा जरुरीपेक्षा जास्त झाल्याने हानी होते. शहरात कागद, प्लॅस्टिक, कचरा नदीच्या पाण्यात वाहून जात असल्याने पाणी प्रदूषित होते.

घरबांधणीसाठी शहरात वृक्षतोड केली जाते. त्यामुळे तापमान वाढणे, पर्जन्यमान कमी होणे हे आपोआपच घडत असते. शिवाय पूर, भूकंप, वादळे यामुळेही निसर्गाची हानी होते व नैसर्गिक साधनसंपत्तीचा ऱ्हास होतो. वातावरणातून रोगराई पसरते.

पिकांवर पडणाऱ्या रोगामुळे कीटकनाशकांचा वापर करावा लागतो व त्याचा परिणाम आरोग्यावर होतो.

धार्मिक स्थळाच्या ठिकाणी पाण्यात निर्माल्य टाकणे, त्यात स्नान करणे, तेच पाणी दूषित करतात. अनेक ठिकाणी नदीवर कपडे धुणे, भांडी घासणे, स्नान करणे, जनावरे धुणे हे होत असल्याने नदीचे पाणी प्रदूषित होते. पाण्यात जर जलपर्णी वाढल्या तर त्या ऑक्सिजन शोषून घेतात.

समुद्रातील रसायनांचा परिणाम माशांवर होतो व त्यामुळेही आरोग्य बिघडते.

ध्वनी प्रदूषण

वाहनांचे आवाज, कारखान्यातील यंत्रांचा खडखडाट, इमारत, बांधकाम, वाहतूक, समारंभ, करमणूक यातून ध्वनिक्षेपकाचा मोठ्या प्रमाणावर वापर, वाहतुकीच्या कोंडीमुळे वाहनांचे वाजणारे हॉर्न, सभांमधून भाषणांचा आवाज, गर्दी गोंगाट, विमाने, रेल्वे यांचे आवाज, कारखान्यांचे भोंगे यामुळे कमालीचे ध्वनी प्रदूषण होते व त्याचा आरोग्यावर विपरीत परिणाम होतो.

राहत्या घरांच्या जागा लहान, त्यात चालणारं संगीत, बोलण्याचे आवाज यामुळे सर्वत्र ध्वनी प्रदूषण होते. याचा परिणाम म्हणजे बहिरेपणा येणे, सततच्या आवाजामुळे चिडचिडेपणा येणे, मानसिक शांतता न मिळणे व त्यासाठी व्यसनांच्या आहारी जाणे असे टोकापर्यंतचे परिणाम होतात.

उपाय

नैसर्गिक साधनसंपत्तीचा अमाप वापर टाळण्यासाठी भारत सरकारने ४२ व्या घटना दुरुस्तीअंतर्गत पर्यावरण संरक्षण कलम समाविष्ट केले आहे. त्यानुसार राष्ट्रीय पर्यावरण नियोजन समितीची स्थापना केली आहे. १९८६ मध्ये 'पर्यावरण संरक्षण' हा कायदा भारतात अस्तित्वात आला.

शहरी भागातील वाहतुकीची समस्या सोडविण्याची गरज आहे. रस्त्यांची अपुरी व्यवस्था,

जुनी वाहने, याविषयीचे धोरण अधिक कडक केले गेले पाहिजे. वृक्ष तोडणी कमी झाली पाहिजे. नव्याने वृक्षलागवड केल्याने प्रदूषण नियंत्रण काही प्रमाणात होऊ शकेल.

नदीत सोडले जाणारे रसायन मिश्रितपाणी, टाकले जाणारे निर्माल्य, प्लॉस्टिक कचरा याबाबत लोकजागृती होणे आवश्यक आहे. जलपर्णी काढून टाकून पुन्हा वाढणार नाही याची खबरदारी घेतली जाणे गरजेचे आहे.

पिकांसाठी सेंद्रिय खतांचा वापर रासायनिक खतांपेक्षा जास्त करणे यावर भर दिला गेला पाहिजे.

मानवी राहणीमान उंचावयाचे असेल, तर लोकसंख्या नियंत्रित ठेवणे ही पहिली गरज आहे. कुटुंबनियोजनाचा कार्यक्रम प्रभावीपणे राबवला गेला पाहिजे. कारण सरासरी वयोमान वाढलेले आहे. ज्यामुळे प्रत्येकाला पुरेशा प्रमाणात नागरी सुविधा मिळणे अवघड झाले आहे.

शहरात सार्वजनिक वाहतूक सुरळीत केली गेली, तर खाजगी वाहनांचा वापर तुलनेने कमी होईल व काही प्रमाणात प्रदूषणाला आळा बसेल.

आरोग्य सुविधा योग्य प्रकारे पुरवल्या गेल्या पाहिजेत. सार्वजनिक स्वच्छतेबाबत नागरिकांनी जबाबदारी घेऊन, नियम पाळून शासकीय यंत्रणांना साहाय्य केले पाहिजे.

सौर ऊर्जेचा वापर वाढविणे हा ऊर्जा बचत व प्रदूषण टाळणे या दोन्हीसाठी प्रभावी उपाय आहे.

कचरा व सांडपाणी याचे योग्य नियोजन करून ग्रामीण व नागरी लोकांना याच्या दुष्परिणामाबाबत जागृत केले पाहिजे. याची विल्हेवाट बंदिस्त गटारातून केली गेली पाहिजे. शहरी भागात कचरा कुंडीतच टाकला गेला पाहिजे, याबाबत शिक्षित लोकांमध्येही जागृती झाली पाहिजे. भाजी मार्केटमध्ये कचरा साचून कुजतो त्याची दिवसात जितक्या वेळा गरज असेल तितक्या वेळा सफाई केली जाणे आवश्यक आहे.

नैसर्गिक साधनसंपत्तीच्या मर्यादित वापरात पाणी वापर काटकसरीने करण्यासाठी शहरीभागात पुढाकार घेतला गेला पाहिजे. समारंभ, उत्सव यातून पाण्याची उधळपट्टी होते व पाणी वाया घालवले जाते. यावर नियंत्रण ठेवले गेले पाहिजे. शुद्ध पाणी शुद्ध राहील याची काळजी सर्वांनी घेतली पाहिजे. रोगप्रसार होऊ नये त्यासाठी आरोग्यतपासणी वेळच्या वेळी केली गेली पाहिजे.

मानव व त्याच्या सभोवतालचे नैसर्गिक पर्यावरण या संबंधातून मानवनिर्मित पर्यावरण अस्तित्वात येत असते. या दोन्हीतील बदलांचा परिणाम मानवी जीवनावर होतो.

पर्यावरण रक्षणासाठी व त्याचा समतोल टिकविण्यासाठी परदेशात चांगले काम केले जाते. पर्यावरणाचा समतोल टिकून राहणे हे मानव व प्राणी या दोन्हींसाठी आवश्यक आहे. पर्यावरण जागृतीविषयक कामे भारतातही होत आहेत, आंदोलने केली जातात, चळवळी होतात. परंतु एकीकडे वाढते औद्योगिकीकरण, कारखान्यांची निर्मिती त्यामुळे वाढणारे प्रदूषण, वाढती घरबांधणी यामुळे निसर्गाचा ढासळणारा समतोल याचा मेळ घातला जाणे गरजेचे आहे. शहरात

एखाद्या दिवशी वाहने बंद ठेवून प्रदूषण नियंत्रण करणे गरजेचे आहे.

टाकाऊ पदार्थांपासून उपयोगी पदार्थ तयार केले जाणे याची गरज आहे. ग्रामीण भागात डोंगर उतारावर झाडे लावून मातीची झीज रोखणे, सामाजिक वनीकरण विभागांतर्गत अनेक उपक्रम राबविले जाणे गरजेचे आहे.

वाढत्या पर्यटनामुळे रस्त्याच्या दोन्ही बाजूला झाडे लावणे व वातावरणातील प्रदूषण रोखणे याला मदत होते. परंतु याचा विचार गांभीर्याने व्हायला पाहिजे हे नक्कीच !

(Suicide of Farmers)

शेतकऱ्यांच्या आत्महत्या

भारत देश शेती प्रधान देश म्हणून ओळखला जातो. परंतु त्याच देशात शेतकऱ्यांना आयुष्य संपविण्याशिवाय मार्ग उरत नाही. गेल्या दहा वर्षात जवळ जवळ दीड लाख शेतकऱ्यांनी आत्महत्या केल्या. महाराष्ट्रात सर्वाधिक आत्महत्या यवतमाळमध्ये झाल्या. २००७ मध्ये विदर्भात १२०० आत्महत्या झाल्या. मराठवाड्यात या काळात २९९ आत्महत्या झाल्या.

ह्या घटनांना काही कारणे आहेत; तीही एक दोन वर्षातली नाहीत. शेती व्यवसाय हा सुरुवातीला जगण्याचा आधार समजला जात असे. परंतु १९४७ नंतर औद्योगीकरणाचा पाया घट्ट होऊ लागला. औद्योगीकरण वाढू लागले, मोठे उद्योग उभे राहू लागले व त्यांना लागणारा कच्चा माल शेतीत तयार होऊ लागला. त्यामुळे शेती व्यवसायात उत्पादन वाढू लागले, उत्पादनावर खर्च वाढू लागला. नंतर यात सुधारित तंत्रज्ञान आले. लोखंडी अवजारे, रसायने, वीज त्यावर चालणारे पंप इ. परंतु त्याप्रमाणात उत्पन्नात वाढ झाली नाही. उत्पादन खर्च वाढू लागला. परंतु त्यामानाने उत्पन्न वाढेना त्यामुळे कर्जाशिवाय पर्याय उरला नाही. बियाणे खरेदी करण्याची क्षमताही उरली नाही. पुरेसे उत्पन्न नाही त्यामुळे कर्ज फेडीची क्षमता नाही. त्यामुळे आत्महत्येशिवाय पर्याय नाही.

ग्रामीण भागात खाजगी सावकाराकडून कर्ज घेण्याशिवाय पर्याय उरत नाही. शिवाय बँका, पतसंस्था यांची कर्जेही आहेतच. याखेरीज कौटुंबिक जबाबदाऱ्या, शेतीचे अनियमित उत्पन्न. शेती पूर्णपणे पावसावर अवलंबून असणाऱ्यांची परिस्थिती तर अधिकच बिकट आहे. त्यांना इतरांच्या शेतात मजुरी करून या सर्वांचा मेळ बसवणे अशक्य होते.

शेतीकडे दुर्लक्ष

शेती क्षेत्राला वेगवेगळ्या आर्थिक कार्यक्रमात गौण स्थान दिले गेले. वास्तविक देशातील सुमारे सत्तर टक्के जनतेचा तो जगण्याचा आधार आहे. त्यामुळे त्याकडे दुर्लक्ष करून चालणार नाही. शेती मालाला हमी भाव पुरेसा योग्य मिळत नाही. कारण शेतीमालाचे भाव शेतकऱ्यांऐवजी खरेदीदारच ठरवितात. ही खरेदी अर्थातच कमी भावात केली गेल्याने शेतकरी कर्जबाजारी झाला. रासायनिक खते व त्याच प्रकारच्या रसायनांचा मोठ्या प्रमाणात वापर केला गेल्याने जमिनीचा कस गेला. देशातल्या एकूण जमिनीपैकी सुमारे ८५ टक्के जमीन कोरडवाहू आहे परंतु सिंचन सुविधा मात्र त्याप्रमाणात मुबलक नाहीत. त्यामुळे अनियमित असलेल्या पाऊस पाण्यावर अवलंबून रहावे लागते. अलिकडे सुपीक जमिनींचा वापर विशेष आर्थिक क्षेत्र म्हणून औद्योगिकीकरणासाठी करून शेतकऱ्यांचा आधार काढून घेण्यात येतो. यामुळे शेतकऱ्यांचे शोषण केले जाते.

अर्थसंकल्पीय तरतुद

देशातील जास्तीत जास्त म्हणजे ७०% जनता शेतीवर अवलंबून असतांना पहिल्यांदा उद्योग व सेवाक्षेत्राचा विचार केला जातो व नंतर शेतीचा विचार केला जातो. अर्थसंकल्पामध्येही हेच दिसून येते वास्तविक अर्थसंकल्प शेतीला केंद्रस्थानी धरून असणे गरजेचे आहे. अर्थसंकल्पातून शेती व ग्रामीण क्षेत्र यांचा कायापालट व्हायला हवा. परंतु अर्थसंकल्प करतानाही उद्योगक्षेत्राला सवलती, त्यासाठी घसघशीत तरतूद केली जाते. शेतकऱ्यांचे प्रश्न मुळापासून सोडवता येतील यासाठी काहीतरी केले जाणे आवश्यक आहे.

अर्थसंकल्प व विविध क्षेत्रांसाठी तरतूद

	क्षेत्र	२००५-०६ (कोटी रु.)	२००६-२००७ (कोटी रु.)
१.	ऊर्जा निर्मिती व वितरण	५३,७२०	६९,५९३
२.	सामाजिक सुधारणा		
	(ग्रामीण गृहयोजना वगळून)	५१,२७१	६३,३१३
३.	परिवहन उद्योग	४०,४१२	४८,६१४
४.	दळणवळण	१७,५२५	१९,८८४
५.	शेतीक्षेत्र	५,९०७	७,३८५
६.	ग्रामीण सुधारणा	१६,७१६	१८,२६९

शेतीसाठीची तरतूद ही अतिशय तुटपुंजी आहे. तसेच यातील सामाजिक सुधारणांचा फायदा सर्वच क्षेत्रासाठी असल्याने फक्त शेतीसाठी खर्च आहे असे म्हणता येणार नाही. शेतीचे अर्थशास्त्र तुटीचे असल्याने बरेच शेतकरी शेती विकून शहरात जातात. शेतकऱ्याच्या हातात खर्च जाऊन काही शिल्लक राहिले तर तो आत्महत्या करणार नाही. सरकारने ग्रामीण विकासाच्या गुंतवणुकीवर घट केल्याने शेतीविकास, पूरनियंत्रण, ग्रामीण उद्योग, जलपुरवठा योजना यात नकारात्मक प्रगती झाली. शेती व्यतिरिक्त इतर प्रकारचे उत्पन्न देऊ शकणाऱ्या संधीचा तुटवडा आहे. नगदी पिके घेऊन त्या माध्यमातून लवकर श्रीमंत होऊ या विचाराने कर्ज काढले जाते यातून कर्जबाजारीपणा येतो.

छोट्या व पावसाच्या पाण्यावर शेती अवलंबून असणाऱ्या शेतकऱ्यांना मजुरी करावी लागते तीही वर्षातून जवळपास आठ महिने. अशांना रोजगार हमी योजनेतही व्यवस्थित काम उपलब्ध होऊ शकत नाही.

शेतकऱ्यांच्या आत्महत्यांमुळे त्यांची कुटूंबे उध्वस्त झाली, त्यांचे स्वतःचे जीवन संपले. परंतु शेतकऱ्याची पत्नी जी त्याच्या पश्चात शेतीची देखभाल करत असे तिलाही या आर्थिक ओढाताणीमुळे शेती करणे शक्य न झाल्याने त्यांनीही आत्महत्या केल्याच्या घटना घडल्या आहेत.

शेतकऱ्यांनी शेतीसाठी केवळ बँकांमधून, सावकाराकडूनच कर्जे घेतली आहेत असे नाही.

महिला बचत गटाच्या सदस्य असलेल्या महिलांनी शेतीसाठी बचत गटातून कर्ज उचलले आहे. शेतीचे उत्पन्नच नाही तर या महिला बचत गटाच्या कर्जाची फेड कशी करणार हाही एक प्रश्न आहे.

वास्तव

बँकांकडून कर्ज माफी झाली म्हणून कर्ज काढायचे म्हटले तर तारण काय व बचत गटाकडून कर्ज घ्यायचे झाले तर पहिल्या कर्जाची परतफेड केली नसल्याने नवे कर्ज कसे मिळणार हा प्रश्न गटातील अनेक महिलांचा आहे. यासाठीही काही उपाय योजना केली जाणे आवश्यक आहे. शेतकऱ्यांच्या आत्महत्या थांबविण्यासाठी वेगवेगळी पॅकेजेस जाहीर केली गेली. महाराष्ट्रात यांच्या अंमलबजावणीसाठी वसंतराव नाईक शेती स्वावलंबन मिशनची स्थापना केली गेली. अमरावती येथे जून २००८ पर्यंत पंतप्रधान पॅकेजमधील ऐशी टक्के निधी खर्च होऊनही विदर्भातील सहा जिल्ह्यात आत्महत्या थांबल्या नव्हत्या. खरीपाचा हंगाम सुरू असतानाच खते, बियाण्यांची भीषण टंचाई, नव्या कर्जाचा अभाव यामुळे परिस्थिती अधिकच खालावली आहे.

नापिकी व कर्ज बाजारीपणामुळे आत्महत्येला प्रवृत्त झालेल्या शेतकऱ्यांना दिलासा देण्यासाठी राज्य शासनाने २००५ च्या डिसेंबर महिन्यात १०७५ कोटी रुपयांचे पॅकेज जाहीर केले; जे बहु आयामी होते. त्याच वर्षापासून कापूस उत्पादक शेतकऱ्यांचा बोनस बंद झाला. त्यानंतर केंद्राने पावणेचार हजार कोटी रुपयांचे पॅकेज जाहीर केले. या पॅकेजमध्ये अल्पकालीन व दीर्घकालीन उपाय योजनांचा समावेश केला आहे. या पॅकेजला दोन वर्षे पूर्ण झाली व त्यातील तीन हजार कोटी रुपये म्हणजे ऐशी टक्के निधी खर्च झाला परंतु आत्महत्या थांबल्या नाहीत.

२००१ पासून साडेचार हजार आत्महत्या झाल्या. जानेवारी २००८ पासून पाचशे शेतकऱ्यांनी आत्महत्या केल्या. पंतप्रधान पॅकेजमध्ये आश्वासित सिंचन या प्रमुख दीर्घकालीन घटकांचा समावेश आहे. या घटकांसाठी सुमारे दोन हजार एकशे सत्त्याहत्तर कोटी रुपयांची तरतूद करताना तीन वर्षात सुमारे १०५९ लाख हेक्टर जमीन सिंचनाखाली आणण्याची घोषणा फोल ठरली. या योजनेत आठ मोठे, नऊ मध्यम व सुमारे पाचशे सत्तावन्न लघुसिंचन प्रकल्पांचा समावेश आहे.

प्रकल्पांचा मंजुरीत दसरदिरंगाई व निधीसाठी लागलेल्या कालावधीतील विलंबामुळे सिंचनाच्या दृष्टीने पहिले वर्ष वाया गेले. भरमसाठ निधीचा खर्च व दोन वर्षाचा काळ उलटून ही फक्त २५% उद्दिष्ट साध्य करण्यात यश आले आहे. योजनेची आखणी व अंमलबजावणी योग्य झालेली नाही असे दिसून येते. चेक डॅमसाठीच्या योजनेत १८० कोटीपैकी फक्त पन्नास टक्के निधी खर्च झाला. २२५ कोटींच्या राष्ट्रीय फलोत्पादन मिशन कार्यक्रमात जेमतेम ७० कोटी रुपये खर्च झाल्याचे दाखविण्यात आले. पन्नास टक्के अनुदानावर बियाणे वाटपाच्या कार्यक्रमासाठी १८० कोटी रुपयांची तरतूद असूनही नियोजनाविना योजना रखडली आहे, दोन वर्षात ६९ कोटी रुपयेच खर्च झाले आहेत.

हे पॅकेज जाहीर करूनही आत्महत्या थांबल्या नाहीत याचा अर्थ पॅकेज हा आत्महत्या थांबविण्यासाठीचा पर्याय होऊ शकत नाही. परंतु त्यांना शेतीचे शिक्षण देणे, सिंचन योजनांचा त्यांना लाभ मिळणे, शेतीविषयक योग्य मार्गदर्शन मिळणे गरजेचे आहे. औद्योगिकरण, कारखाने यामध्ये काम करणाऱ्या व्यक्ती, त्यांची कुटुंबे एक विशिष्ट प्रकारची सुरक्षित जीवनशैली जगत असतात. तशाच प्रकारचे सुरक्षित आयुष्य शेतकऱ्यांनाही मिळायला हवे.

शेतीबरोबरचे जोडधंदेही विशेष उत्पन्न मिळवून देऊ शकत नाहीत. कारण त्या मालालाही बाजारपेठ उपलब्ध होणं व योग्य भाव मिळण आवश्यक आहे. तज्ञांच्या मतानुसार यासाठी काय केले पाहिजे

१. उत्पादन खर्चावर आधारित शेतमालाला भावाची हमी द्यावी आणि त्यासाठी सरकारने कायदे करून याची संपूर्ण जबाबदारी घेतली पाहिजे.

२. आत्ताची बँकिंग पद्धत शेतीक्षेत्रासाठीच्या गरजा ताबडतोबीने पूर्ण करणारी नाही त्यामुळे त्यात बदल होऊन खाजगी सावकारी नाहीशी झाली पाहिजे.

३. सगळ्या लहान शेतकऱ्यांची कर्जे मग ती सावकारी असोत की बँकांची ती पूर्णपणे माफ केली गेली पाहिजेत.

४. शेती उद्योगासाठी सवलती दिल्या गेल्या पाहिजेत. यात शेतीची उत्पादकता वाढ, उत्पादनाला योग्य असलेल्या सर्वच घटकांचा जास्तीत जास्त उपयोग, यथायोग्य राहणीमान उपलब्ध करून देणे, बाजारात आवश्यक असलेली स्थिरता, सर्व प्रकारच्या शेतमालाची समाजासाठी उपलब्धता याचा अंतर्भाव असला पाहिजे.

५. शेती निसर्गावर अवलंबून असल्याने शेतीच्या उत्पादनासाठी सरकारने विमा संरक्षण द्यावे.

६. शेतीला इतर उद्योगाप्रमाणे समजून पाणी, वीज इ. सर्व सुविधा उपलब्ध करून द्याव्यात. भार नियमन ग्रामीण भागात मोठ्या प्रमाणावर होते त्यामुळे उद्योगांच्या मानाने शेतीला जास्त फटका बसतो.

७. कर्ज माफ करतांना पाच एकरापेक्षा जास्त जमीन असणाऱ्या थकबाकीदार शेतकऱ्यांची कर्जे बँक माफ करणार नाही. परंतु विदर्भातील शेतकऱ्यांचा विचार करता बहुसंख्य शेतकरी कोरडवाहू जमीनधारक असून त्यांचे क्षेत्र पाच एकरापेक्षा जास्त आहे. त्यामुळे बागायती व जिरायतीला वेगळे निकष लावले गेले पाहिजेत.

कर्जमाफी करताना महत्वाचा मुद्दा लक्षात घ्यायला हवा की, जवळपास ७५% शेतकरी स्थानिक सावकारांकडून कर्जे घेतात. कर्जमाफी करताना अधिकृत कर्ज तर माफ करावेच परंतु सावकाराकडचे कर्जही माफ करावे.

पूर्वीची कर्ज माफ केली गेली तरी नवीन कर्ज शेतकऱ्यांना कशी मिळतील याची तरतूदही केली पाहिजे.

इतर सुधारणा

शेती क्षेत्राला सिंचन, रस्ते, वीज, शाळा, दळणवळण इ. सुविधा मिळाल्या पाहिजेत. शेतकऱ्यांनी शेतमाल प्रकिया केंद्र उभे केले पाहिजे. ही प्रकिया केंद्रे प्रत्येक जिल्हा-जिल्ह्यात उभी करून प्रक्रिया उद्योग सुरू केला गेला पाहिजे. यासाठी यंत्रसामग्रीही साधी लागेल. यासाठी शेतकऱ्यांनीच पुढाकार घेणे आवश्यक आहे. व यातून उत्पादीत केलेली वस्तू शेतकऱ्यांच्या हातून थेट ग्राहकाच्या हातात गेल्यावर त्याची किंमतही वाजवी असेल.

योजनांचे मूल्यमापन

शेतकऱ्यांसाठी वेळोवेळी जाहीर केल्या गेलेल्या योजना, सिंचन प्रकल्प, विविध सवलती या शेतकऱ्यांपर्यंत खरोखरच किती पोचतात. त्याचा त्यांना किती उपयोग होतो. त्यांचे नेमके प्रश्न काय आहेत व त्यावर काय उपाय योजना केली जावी अशी त्यांची अपेक्षा आहे. सध्या चालू असलेल्या योजनांमध्ये त्यांना काय त्रुटी वाटतात, त्या कशा तऱ्हेने भरून काढता येतील. योजना आखली जातांना कोणते घटक विचारात घेतले पाहिजेत.

शेतकऱ्यांसाठी राबवल्या जाणाऱ्या विविध प्रकल्पांमध्ये ते स्वत: कशा प्रकारे सहभाग घेऊ शकतील, इ. मुद्यांचे तटस्थपणे मूल्यमापन केले जाणे गरजेचे आहे व त्यातील शिफारशी अंमलात आणल्या गेल्या पाहिजेत.

(Family Planning)

कुटुंबनियोजन

कुटुंबाची व पर्यायाने लोकसंख्येची अमर्यादीत वाढ ही देशाच्या विकासात अडथळा आणणारी ठरू शकते. हे टाळण्यासाठी कुटुंबातील संततीच्या संख्येवर जाणून बुजून मर्यादा आणल्या गेल्या, आणाव्या लागल्या. आर्थिक विकासात अडथळा आल्यास दरडोई उत्पन्नाची वाढ मंदगतीने होते. अन्न धान्य अपुरे पडते, नागरी सुविधा अपुन्या पडतात. लोकसंख्येतील अनुत्पादक वयोगटातील व्यक्तींचे आणि बेकारीचे प्रमाण वाढत जाते. र. धों. कर्वे या समाजसुधारकाने याची गरज ओळखून संतती नियमनाचा प्रचार केला. कारण संतती नियमन हे कुटुंबनियोजनाचे मुख्य साधन आहे.

वंशसातत्याची कल्पना

भारताला स्वातंत्र्य मिळाल्यानंतर लोकसंख्या नियंत्रणाची जास्त आवश्यकता भासू लागली. व त्यानुसार त्यासाठी विविध पंचवार्षिक योजनांमध्ये तरतूद केली गेली. परंतु हिंदु धर्माचा विचार करता पुत्रप्राप्ती ही धार्मिक जबाबदारी मानली जाते. तसेच पितृसत्ताक कुटुंबपद्धतीत मुलगा पित्याचे नाव लावत असल्याने वंशसातत्य मुलामुळेच होते हे मानले जात असल्याने मुलगा हवाच ही प्रवृत्ती आजही दिसते. त्यामुळे मुलगा झाल्याशिवाय कुटुंब नियोजन न करणे व मुलगा होईपर्यंत मुलींना जन्म देत रहाणे ही प्रवृत्ती आहे.

शासनाकडून आर्थिक तरतूद

भारताच्या वाढत्या लोकसंख्येचा विचार करता ब्रिटिश काळापासूनच या प्रश्नाचा विचार व्हायला पाहिजे होता. पाश्चात्य देशांमधून कुटुंबनियोजनाचे महत्त्व तेथील जनतेला उत्स्फूर्तपणे पटले कारण तेथील शिक्षण प्रसार व आर्थिक उन्नती. भारतात आजही साक्षरतेचे प्रमाण कमी आहे. त्यामुळे याचा प्रचार सरकारी पातळीवरून करावा लागला. प्रत्येक पंचवार्षिक योजनेत यासाठी तरतूद करण्यात आली. गावोगाव नसबंदीची शस्त्रक्रिया शिबिरे भरवण्यात आली.

स्वातंत्र्यानंतर या कार्यक्रमासाठी खर्चाची केलेली तरतूद व प्रत्यक्ष खर्च खालीलप्रमाणे आहेत

योजना	तरतूद (कोटी)	प्रत्यक्ष खर्च (कोटी)
१९५१–५६ (१ली योजना)	०.६५	०.१६
१९५६–६१ (२री योजना)	५.००	२.३०
१९६१–६६ (३री योजना)	२७.००	२४.८६
१९६६–६९ (वार्षिक योजना)	८०.००	७५.२३
१९६९–७४ (४ थी योजना)	३३०.००	२७६.००

वरील आकडेवारी नुसार या कामाला प्रतिसाद फारसा मिळत नव्हता. त्यामुळे चौथ्या पंचवार्षिक योजनेत ग्रामीण व शहरी भागात कुटुंब नियोजन केंद्रे उघडण्यासाठी तरतूद केली गेली तसेच प्रशिक्षण, संशोधन, प्रचार यासाठी ही खर्च केला गेला. या मोहिमेचा खर्च केंद्र सरकार करत असले तरीही याची प्रत्यक्ष कार्यवाही राज्य सरकार करते.

या योजनांतर्गत १९६६ ते १९७५ ह्या काळात या कामाला विशेष गती मिळाली. ग्रामीण भागात भरवण्यात आलेल्या नसबंदी शिबिरांना चांगला प्रतिसाद मिळाला. १९७४ ते १९७९ या काळातील पाचव्या योजनेअंतर्गत लोकसंख्या वाढीचा दर १९९१ पर्यंत २.५ पर्यंत आणण्याचे ठरविले गेले. म्हणून या योजनेअंतर्गत ५१६ कोटी रुपयांची तरतूद केली गेली. १९७७–१९७८ या काळात कुटुंब नियोजनाच्या 10 लाख शस्त्रक्रिया करण्यात आल्या. हे जरी असलं तरी आजची परिस्थिती फार चांगली आहे असं नाही. १९९१ च्या व २००१ च्या जनगणनेनंतर महाराष्ट्राच्या लोकसंख्येची घनता, वाढ ही आकडेवारी विचार करण्याजोगी आहे.

तक्ता क्र. ७

१९९१ ते २००१ मधील लोकसंख्येची वाढ, घनता (महाराष्ट्र)

क्र.	जिल्हा	लोकसंख्या	१९९१–२००१ मधील वाढ	घनता	लिंग दर	लिंग दर 0–६
१	नंदुरबार	१३,११,७०९	२३.४५	२२०	९७७	९६१
२	धुळे	१७,०७,९४७	१५.९४	२३७	९४४	९०७
३	जळगाव	३६,८२,६९०	१५.५३	३१३	९३३	८८०
४	बुलढाणा	२२,३२,४८०	१८.३५	२१३	९४६	९०८
५	अकोला	१६,३०,२३९	२०.५८	२८७	९३८	९३३
६	वाशिम	१०,२०,२१६	१८.३१	२०८	९३९	९१८
७	अमरावती	२६,०७,१६०	१८.५०	२१४	९३८	९४१
८	वर्धा	१२,३६,७३६	१५.८७	१९६	९३५	९२८
९	नागपूर	४०,६७,६३७	२३.४७	४११	९३२	९४२
10	भंडारा	११,३६,१४६	११.२३	२७८	९८१	९५६
११	गोंदीया	१२,००,७०७	10.५४	२२९	100५	९५८
१२	गडचिरोली	९,७०,२९४	२३.२९	६७	९७६	९६६
१३	चंद्रपूर	२०,७१,१०१	१६.८८	१८१	९४८	९३९
१४	यवतमाळ	२४,५८,२७१	१८.३५	१८१	९४२	९३३
१५	नांदेड	२८,७६,२५९	२३.४२	२७३	९४२	९२९
१६	हिंगोली	९,८७,१६०	१९.८१	२०४	९४३	९२७
१७	परभणी	१५,२७,७१५	१८.१४	२४६	९४८	९२३

क्र.	जिल्हा	लोकसंख्या	१९९१-२००१ मधील वाढ	घनता	लिंग दर	लिंग दर 0-६
१८	जालना	१६,१२,९८०	१८.२२	२०९	९५१	९०३
१९	औरंगाबाद	२८,९७,०१३	३०.८६	२८७	९२४	८९०
२०	नाशिक	४९,९३,७९६	२९.६६	३२२	९२७	९२०
२१	ठाणे	८१,३१,८४९	५४.९२	८५१	८५८	९३१
२२	मुंबई (उपनगर)	८६,४०,४१९	२८.0	१९३७३	८२२	९२३
२३	मुंबई	३३,३८,०३१	५.१	२१२६१	७७७	९२२
२४	रायगड	२२,०७,९२९	२०.९९	३०९	९७६	९३७
२५	पुणे	७२,३२,५५५	३०.७३	४६२	९१९	९०२
२६	अहमदनगर	४०,४०,६४२	१९.८0	२३७	९४0	८८४
२७	बीड	२१,६१,२५०	१८.६१	२०२	९३६	८९४
२८	लातूर	२0,८०,२८५	२४.0७	२९१	९३५	९१८
२९	उस्मानाबाद	१४,८६,५८६	१६.४७	१९६	९३२	८९४
३०	सोलापूर	३८,४९,५४३	१९.१४	२५८	९३५	८९५
३१	सातारा	२८,०८,९९४	१४.५९	२६८	९९५	८७८
३२	रत्नागिरी	१६,९६,७७७	९.८९	२०७	११३६	९५२
३३	सिंधुदुर्ग	८,६८,८२५	४.४१	१६७	१0७९	९४४
३४	कोल्हापूर	३५,२३,१६२	१७.८५	४५८	९६२	८३९
३५	सांगली	२५,८३,५२४	१६.९३	३०१	९५७	८५१

संदर्भ : ॲडमिनीस्ट्रेटीव्ह ॲटलास डायरेक्टरेट ऑफ सेन्सस ऑपरेशन महाराष्ट्र.

गेल्या दहा वर्षात फक्त सिंधुदुर्ग जिल्ह्यात लोकसंख्येची वाढ कमी झाली आहे व रत्नागिरीत कमी झाली आहे असे दिसते. परंतु रत्नागिरीपासून सिंधुदुर्ग जिल्हा वेगळा केल्यानंतरचे हे प्रमाण आहे. ठाणे, औरंगाबाद व पुणे येथे अनुक्रमे ५४,३०,३०% इतकी वाढ झाली आहे. गोंदीया व मुंबई (उपनगरे सोडून) हे प्रमाण अनुक्रमे १० व ५ टक्क्यांवर सिमीत आहे. गोंदीयामधील, रत्नागिरीमधील व सिंधुदुर्गमधील लिंग दरात पुरुषांपेक्षा स्त्रियांचे प्रमाण जास्त आहे. यात कदाचित जनगणनेच्या वेळी कामाच्या निमित्ताने रत्नागिरी, सिंधुदुर्ग येथून मुंबईत स्थलांतरीत झालेल्या पुरुषांची गणना नसेल. कारण 0 ते ६ या वयोगटातील लिंग दरात इतर जिल्हे व या जिल्ह्यांमध्ये फारसा फरक नाही. ज्या ठिकाणी लोकसंख्या वाढली आहे, म्हणजे टक्केवारी जरा जास्त दिसतेय तिथे स्थलांतरामुळे वाढ झाली असण्याची शक्यता आहे.

यानंतरचा महत्त्वाचा प्रश्न म्हणजे कुटुंब नियोजनाला जनतेकडून मिळणारा प्रतिसाद, कारण वरील आकडेवारी पहाता लोकसंख्या वाढीचा वेग फार आहे. तो कमी होणं आवश्यक आहे. एक काळ असा होता की, या विषयी उघडपणे बोलले जात नव्हते, ते निषिद्ध मानले जायचे. परंतु नंतरच्या काळात या वाढीवर नियंत्रण ठेवण्यासाठी प्रचार, जाहिराती, प्रोत्साहनपर योजना हे सर्व केले गेले.

कुटुंबनियोजनासाठी, संतती नियमनासाठी शस्त्रक्रिया, संततीप्रतिबंधासाठी तांबी, संतती प्रतिबंधक गोळ्या इ. मोफत देणे, शस्त्रक्रिया केल्यावर मोबदला देणे यात पुरुषांना व स्त्रियांना मोबदला दिला जातो. महाराष्ट्रात जननक्षम जोडप्यांपैकी ६१% जोडप्यांनी कुटुंब नियोजन पद्धतीचा स्वीकार केला आहे. १ एप्रिल २००१ रोजी राज्यातील १.२१ कोटी पात्र जोडप्यांपैकी ६६ लाख जोडप्यांनी कुटुंब नियोजन पद्धतीचा अवलंब केला होता. प्रत्येक जिल्हा, महानगरपालिका व सर्कल यामधील २००७ ते २००८ या आर्थिक वर्षातील शस्त्रक्रियांचे आकडे पुढे दिले आहेत.

तक्ता क्र. ८

एप्रिल २००७ ते मार्च २००८ या कालावधीतील कुटुंबनियोजन शस्त्रक्रिया केलेल्यांची आकडेवारी (प्रत्यक्ष संख्या)

		स्त्रिया (कुटुंब नियोजन शस्त्रक्रिया)		पुरुष (नसबंदी शस्त्रक्रिया)	
क्र.	जिल्ह्याचे नाव	अपेक्षित कामाची पातळी	प्रत्यक्षातील काम	अपेक्षित कामाची पातळी	प्रत्यक्षातील काम
१	ठाणे	२२,८७०	१४,८७७	२,२८७	२१६
२	रायगड	१२,५००	१०,९२१	१,२५०	९८
३	रत्नागिरी	८,०७०	७,३८२	८०७	३९३
४	सिंधुदुर्ग	३,५००	३,५०६	३५०	९६
५	नाशिक	२८,६००	२६,४४२	२,८६०	१,५०६
६	धुळे	११,६१५	१०,४६७	१,१६२	९९०
७	नंदुरबार	१२,०००	८,७३८	१,२००	१,३५५
८	जळगाव	२३,८३२	२१,९८२	२,३८३	६४८
९	अहमदनगर	२९,१६२	२२,७३०	२,९१६	९२
१०	पुणे	३०,०००	३०,४४२	३,०००	७७५
११	सोलापूर	२०,०००	१८,६३२	२,०००	४९०
१२	सातारा	२३,२५१	२३,२५१	२,३२५	१६०
१३	कोल्हापूर	२१,०००	२०,४४७	२,१००	३७३

		स्त्रिया (कुटुंब नियोजन शस्त्रक्रिया)		पुरुष (नसबंदी शस्त्रक्रिया)	
क्र.	जिल्ह्याचे नाव	अपेक्षित कामाची पातळी	प्रत्यक्षातील काम	अपेक्षित कामाची पातळी	प्रत्यक्षातील काम
१४	सांगली	१७,४००	१४,८१२	१,७४०	२३२
१५	औरंगाबाद	११,८५४	११,८६०	१,१८५	४०
१६	जालना	११,७५०	१०,१६६	१,१७५	१८
१७	परभणी	११,५००	८,८१२	१,१५०	६१
१८	हिंगोली	८,०००	६,४८७	८००	२१
१९	लातूर	१६,९३५	१६,९४३	१,६९४	१२२
२०	उस्मानाबाद	१०,१६१	८,७९९	१,०१६	२७
२१	बीड	१५,६५९	१३,२००	१,५६६	४३
२२	नांदेड	१६,११६	१६,२०५	१,६१२	१६०
२३	अकोला	७,३३८	७,१४३	७३४	१,२३६
२४	वाशिम	९,२००	५,४६८	९२०	७५
२५	अमरावती	११,८५४	११,८७१	१,१८५	२,६२०
२६	यवतमाळ	१७,९२९	१६,६४६	१,७९३	१,३७०
२७	बुलढाणा	१५,४५५	१२,५८३	१,५४६	२८०
२८	नागपूर	१५,५००	१२,३७४	१,५५०	६०३
२९	वर्धा	८,०७०	६,९४२	८०७	३३५
३०	भंडारा	८,४६७	६,४६१	८४७	१,४१६
३१	गोंदीया	८,५००	८,०४२	८५०	२,०८४
३२	चंद्रपूर	११,७२१	१२,३०४	१,१७२	२,४०१
३३	गडचिरोली	५,९८४	५,९८९	५९८	२,८४०
	एकूण (जिल्हा)	४८,५७९३	४,३२,९३४	४८,५८०	२३,१८६

तक्ता क्र. ९

महानगरपालिका क्षेत्रातील एप्रिल २००७ ते मार्च २००८ मधील
कुटुंबनियोजन शस्त्रक्रिया केलेल्यांची आकडेवारी

		महिला (कुटुंब नियोजन शस्त्रक्रिया)		पुरुष (नसबंदी शस्त्रक्रिया)	
क्र.	महानगरपालिका	अपेक्षित कामाची पातळी	प्रत्यक्ष काम	अपेक्षित कामाची पातळी	प्रत्यक्ष काम
१	बृहन मुंबई	३८,०००	२९,१४१	३,८००	१,०७६
२	ठाणे	६,५००	६,३६४	६५०	३
३	भिवंडी	२,३००	१,८२८	२३०	७
४	कल्याण डोंबिवली	६,८००	६,९०४	६८०	१०
५	मीरा भाईंदर	२,५००	९९१	२५०	१
६	नवी मुंबई	३,०००	३,१६८	३००	१२
७	उल्हासनगर	२,४३३	१,८३७	२४३	५
८	नाशिक	५,६९६	५,१८९	५७०	१७
९	मालेगाव	१,५५२	१,२७९	१५५	१८
१०	धुळे	२,२५८	१,७०९	२२५	२
११	जळगाव	२,६००	२,०४९	२६०	७२
१२	अहमदनगर	२,४००	२,०८२	२४०	६
१३	पुणे	१५,०००	१५,१८४	१,५००	२२७
१४	पिंपरी चिंचवड	६,२००	६,२३७	६२०	१०३
१५	सोलापूर	६,८००	६,४४०	६८०	५
१६	कोल्हापूर	३,७७८	३,३५३	३७८	१
१७	सांगली	३,२००	३,६९४	३२०	३६६
१८	औरंगाबाद	८,१९०	८,२३८	८१९	१६
१९	नांदेड	३,४००	२,६५७	३४०	६
२०	अकोला	३,३००	२,१४०	३३०	१८६
२१	अमरावती	३,३००	२,८४३	३३०	५९
२२	नागपूर	१०,०००	७,९९३	१,०००	२२७
	एकूण	१,३९,२०७	१,२१,३५०	१३,९२०	२,४२५
	(महानगरपालिका)				

तक्ता क्र. ९ अ
दोन मुलानंतर कुटुंबनियोजन शस्त्रक्रिया केलेल्यांची जिल्हावार आकडेवारी
एप्रिल २००७ ते मार्च २००८

क्र.	जिल्हा	अपेक्षित कामाची पातळी	प्रत्यक्ष काम	दोन्हीतील फरक	%
१	ठाणे	१३७२०	६०६१	७६५९	५५.८२
२	रायगड	७५००	६८२०	६८०	९.०६
३	रत्नागिरी	४८४०	४७९२	४८	१.००
४	सिंधुदुर्ग	२१००	२२७७	+१७७	–
५	नाशिक	१७१६०	१३८७८	३२८२	१९.१२
६	धुळे	६९७०	३७९९	३१७१	४५.४९
७	नंदूरबार	७२००	३२७०	३९३०	५४.५८
८	जळगाव	१४३००	१०५२८	३७७२	२६.३८
९	अहमदनगर	१७४९०	१४९३४	२२५६	१४.६१
१०	पुणे	१८०००	२०३४०	+२३४०	–
११	सोलापूर	१२०००	१०१४५	१८५५	१५.४६
१२	सातारा	१३९५०	१६०६६	२११६	१५.१६
१३	कोल्हापूर	१२६००	१४९३४	+२३३४	–
१४	सांगली	१०४४०	९८८९	५५१	५.२७
१५	औरंगाबाद	७११०	५०८६	२०२४	२८.४६
१६	जालना	७०५०	४७५९	२२९१	३२.५०
१७	परभणी	६९००	४२२५	२६७५	३८.७७
१८	हिंगोली	४८००	३४६४	१३३६	२७.८३
१९	लातूर	१०१६०	७५१८	२६४२	२६.००
२०	उस्मानाबाद	६०९०	४३८०	१७१०	२८.०७
२१	बीड	९३९०	६२२०	३१७०	३३.७६
२२	नांदेड	९६७०	७९८५	१६८५	१७.४२
२३	अकोला	४४००	३९११	४८९	११.११
२४	वाशिम	५५२०	२९८९	२५३१	४५.८५
२५	अमरावती	७११०	६१७८	९३२	१३.१०
२६	यवतमाळ	१०७५०	१०८१५	+६५	–
२७	बुलढाणा	९२७०	६०९५	३१७५	३४.२५
२८	नागपूर	९३००	७८८१	१४१९	१५.२६
२९	वर्धा	४८४०	५६.७८	+८६८	–
३०	भंडारा	५०८०	४८२८	२५२	४.९६
३१	गोंदीया	५१००	५३१६	+२१६	–
३२	चंद्रपूर	७०३०	९३९२	+२३५२	–
३३	गडचिरोली	३६९०	३६५१	३९	१.०५

तक्ता क्र. ९ अ

दोन मुलांनंतर कुटुंब नियोजन शस्त्रक्रिया केलेल्यांची महानगरपालिका क्षेत्रातील आकडेवारी

क्र.	महानगरपालिका	अपेक्षित कामाची पातळी	प्रत्यक्ष काम	दोन्हीतील फरक	%
१	बृहनमुंबई	२२८००	१६६१८	६१८२	२७.११
२	ठाणे	३९००	२९३५	९६५	२४.७४
३	भिवंडी	१३८०	७९३	५८७	४२.५३
४	कल्याण डोंबिवली	४०८०	४३४८	+२६८	–
५	मीराभाईंदर	१५००	४८७	१०१३	६७.५३
६	नवी मुंबई	१८००	१९२८	+१२८	–
७	उल्हासनगर	१४६५	११३२	३३३	२२.७३
८	नाशिक	३४१०	३३१४	९६	२.८१
९	मालेगाव	९३०	४२२	५०८	५४.६२
१०	धुळे	१३५५	८८२	४७३	३४.९१
११	जळगाव	१५६०	११५६	४०४	२५.८९
१२	अहमदनगर	१४४०	१४००	४०	२.७८
१३	पुणे	९०००	९११३	+११३	–
१४	पिंपरी चिंचवड	३७२०	३८३४	+११४	–
१५	सोलापूर	४०८०	३१९२	८८८	२१.७६
१६	कोल्हापूर	२२६०	२५१३	+२५३	–
१७	सांगली	१९२०	२३२९	+४०९	–
१८	औरंगाबाद	४९१०	३३५२	१५५८	३१.७३
१९	नांदेड	२०४०	१७०६	३३४	१६.३७
२०	अकोला	१९६०	१०६५	८९५	४५.६६
२१	अमरावती	१९६०	१९३१	२९	१.४८
२२	नागपूर	६०००	५५१७	४८३	८.०५

संदर्भ : राज्य कुटुंब कल्याण कार्यक्रम पुणे, महाराष्ट्र राज्य.

ठाणे, धुळे, नंदूरबार, वाशिम या जिल्ह्यांमध्ये अपेक्षेपेक्षा फार कमी ५० टक्क्यांच्या आसपास प्रत्यक्ष काम झाले आहे.

महानगरपालिका क्षेत्रात भिवंडी, मीरा भाईंदर, मालेगाव, अकोला येथे अपेक्षेपेक्षा कमी काम झाले आहे.

पुणे, कोल्हापूर या जिल्ह्यात व महानगरपालिका क्षेत्रात अपेक्षेहून जास्त काम झाले आहे.

यात विशेष म्हणजे जिल्ह्यातील ग्रामीण भागात २ मुलांच्या नंतर कुटुंब नियोजन शस्त्रक्रिया करण्याचे प्रमाण बरेच आहे. ही स्त्रियांचे आरोग्य, निरोगी बालके, मुलांचे शिक्षण यावर चांगले परिणाम करणारी आहे.

अपेक्षित कामाची पातळी व प्रत्यक्षात झालेले काम यात महिलांच्या कुटुंब नियोजनाशस्त्रक्रियेचे जिल्हा व महानगरपालिकेच्या क्षेत्रातील फरकाचे प्रमाण अनुक्रमे १०.८८ व १२.८२ आहे तर पुरुषांमध्ये या प्रमाणात जिल्ह्यात ५२.२७% व शहरात ८२.५८% इतका फरक आहे. पुरुषांची शस्त्रक्रिया करण्याची प्रवृत्ती एकूणातच कमी आहे कारण याविषयी अज्ञानच अधिक आहे. अनेक वेळा स्त्रियाच याला विरोध करतात. पुरुषांचे पौरुषत्व जाईल. ताकद कमी होईल, काम करू शकणार नाही असे वाटते म्हणूनही हे प्रमाण कमी आहे. हे अज्ञान दूर होण्यासाठी प्रयत्न केले गेले पाहिजेत. अपेक्षित कामाची पातळी पूर्ण होणं गरजेच आहे. या शस्त्रक्रिया पुरुषांनी केल्या किंवा स्त्रियांनी केल्या तरी त्यांना आर्थिक लाभ मिळतो. तसेच दारिद्र्यरेषेखालील कुटुंबांना दोन मुलींवर शस्त्रक्रिया केल्यास सावित्रीबाई फुले कल्याण योजना राबविली जाते.

एप्रिल २००७ ते २००८ या कालावधीतील सर्कलनुसार प्रत्यक्ष आकडेवारी

		महिला (कुटुंब नियोजन शस्त्रक्रिया)		पुरुष (नसबंदी शस्त्रक्रिया)	
क्र.	सर्कल	अपेक्षित	प्रत्यक्ष	अपेक्षित	प्रत्यक्ष
१	ठाणे	१,०८,४७३	८६,९११	१०,८४७	१,९१७
२	नाशिक	१,१९,७१५	१,०२,६६७	११,९७१	४,७०६
३	पुणे	१,४६,६२९	१,४२,४९२	१४,६६३	२,७३२
४	औरंगाबाद	५१,२९४	४५,५६३	५,१२९	१५६
५	लातूर	६२,२७१	५७,८०४	६,२२८	३५८
६	अकोला	६८,३७६	५८,७३४	६,८३८	५,८२६
७	नागपूर	६८,२४२	६०,१०५	६,८२४	९,९१६
	एकूण (राज्य)	६,२५,०००	५,५४,२८४	६२,५००	२५,६११

संदर्भ - राज्य कुटुंब कार्यक्रम पुणे.

राज्यभरातील प्रमाण पाहता महिलांच्या बाबतीत बऱ्याच प्रमाणात अपेक्षित कामाची पातळी पूर्ण झाली आहे. पुरुषांच्या बाबतीत मात्र अपेक्षेपेक्षा ५९% शस्त्रक्रिया कमी झाल्या. अपेक्षित पातळी ठरवतांनाच पुरुषांचे प्रमाण स्त्रियांपेक्षा १० पटीने कमी धरण्यात आले आहे.

जन्मप्रमाण व मृत्यूप्रमाणही यावर परिणाम करत असतात. पुरुष नसबंदी शस्त्रक्रियेचे प्रमाण वाढण्यासाठी राज्यातील प्रत्येक आरोग्य केंद्रात १०/१५ पुरुषांना नसबंदी शस्त्रक्रियेसाठी प्रवृत्त करून शस्त्रक्रिया केल्या तरीही अपेक्षित पातळी गाठण्यास मदत होईल. महापालिका

क्षेत्रातील लक्ष्यही वाढवले गेले पाहिजे. कुटुंब नियोजनाच्या जाहिरातींवर, प्रसारावर खूप भर दिला गेला पाहिजे.

यासाठी बऱ्याच ठिकाणी शिबिरेही आयोजित केली जातात.

जन्म प्रमाण

एका वर्षामध्ये दर हजारी व्यक्तींमागे जन्माला येणाऱ्यांची संख्या म्हणजे 'जन्म प्रमाण' होय. एखाद्या देशातील किंवा गावातील एकूण लोकसंख्या आणि एका वर्षामध्ये नोंदलेल्या जन्मांची संख्या यांचे गुणोत्तर म्हणजे जन्म प्रमाण असेही म्हणता येते. साधारणपणे १० पेक्षा कमी जन्म प्रमाण हे 'कमी' जन्म दर तर २५ पेक्षा जास्त हे प्रमाण 'उच्च' मानले जाते. त्या दरम्यान असेल तर 'मध्यम' मानले जाते. साधारणपणे आर्थिक प्रगती व देशातील जन्म प्रमाण यांच्यात ढोबळ मानाने व्यस्त संबंध असतो असे आढळते. विवाहाचे वय, संततिनियमन साधनांचा प्रसार, लोकसंख्येची वयोरचना, आर्थिक-सांस्कृतिक घटकांचा प्रभाव याचा परिणाम जन्म प्रमाणावर होतो.

वाढत्या लोकसंख्येवर नियंत्रण ठेवण्यासाठी २००० सालापासून राज्याने सर्वंकष लोकसंख्या धोरण जाहीर केले. त्यात जनन दर कमी करण्यास प्राधान्य देण्यात आले आहे. १९१९ मध्ये जन्म दर २.५ होता. तो सध्या २.१ पर्यंत कमी करण्यात यश आले आहे.

गरीबी, अंधश्रद्धेचा पगडा व लोकसंख्या नियंत्रणाच्या कार्यक्रमांना नागरिकांकडून मर्यादीत प्रतिसाद मिळतो. त्यामुळे लोकसंख्या नियंत्रणाचा वेग अपेक्षेनुसार यापूर्वी नियंत्रित झाला नाही. १९०१ ते १९६१ या साठ वर्षात राज्यातील लोकसंख्या दुप्पट झाली. त्यानंतरच्या तीस वर्षात १९६१ ते १९९१ यात ही लोकसंख्या वाढीचा वेग दुप्पट राहिला.

ग्रामीण भागात १९९१ मध्ये प्रत्येक हजार मुलांमागे मुलींच्या जन्माचे प्रमाण ९७२ होते. २००१ च्या जनगणनेनुसार हे प्रमाण ९५९ पर्यंत खाली आले आहे. हेच प्रमाण शहरात १९९१ मध्ये ८७५ होते. ते आता ८७४ आहे. स्त्रीभ्रूण हत्येवर नियंत्रण ठेवण्यासाठी प्रसुतीपूर्व निदानावर २००३ पासून बंदी घालण्यात आली आहे.

सर्व साधारण जन्म प्रमाण २०१० पर्यंत १०८ पर्यंत कमी करण्याचे लक्ष्य निश्चित करण्यात आले आहे. जन्म दर कमी झाला असला तरी मुलाला जन्म देण्याकडे नागरिकांचा कल जास्त आहे. सोनोग्राफी या अत्याधुनिक वैद्यकीय उपकरणाच्या मदतीने हे गर्भलिंग निदान केले जाते. या कायद्यांतर्गत सहा हजार पाचशे चोवीस सोनोग्राफी केंद्रांची नोंदणी झाली आहे. या कायद्याचे उल्लंघन केल्यामुळे ११२ सोनोग्राफी केंद्रधारकांच्या विरोधात खटला दाखल केला आहे. त्यापैकी २५ प्रकरणांचा निकाल लागला असून सत्त्याऐंशी प्रकरणे न्यायप्रविष्ट आहेत.

बालमृत्यू

बालक जन्मल्यापासून काही तासांच्या आत, काही दिवसांच्या आत आणि पहिल्या महिन्यात मृत्यू पावण्याचा संभव अधिक असतो. शिवाय एक महिन्याच्या आत होणारे मृत्यू व

एक महिन्यानंतर होणारे मृत्यू याकरिता असणारी कारणं देखील भिन्न प्रकारची असतात. म्हणून असा अर्भक मृत्यू दर काढला जातो त्याला नवजात अर्भक मृत्यू दर (Neonatal Infant Death Rate) म्हणतात. एक महिन्यानंतर झालेले अर्भकमृत्यू अंश स्थानी घेऊन व छेदस्थानी वर्षातील एकूण जीवित जन्मांची संख्या घेऊन जो अर्भक मृत्यू दर निश्चित करतात. त्याला उत्तरकालीन नवजात अर्भक मृत्यू दर (Post Neonatal Infant Death Rate) असे म्हणतात.

बालमृत्यूला अनेक घटक कारणीभूत आहेत – १. मातेचे वय २. बाळंतपणाची खेप ३. जुळेपणा ४. स्तनपानाची कमरतता ५. सामाजिक चालीरीती, रुढीपरंपरा, अंधश्रद्धा ६. दूषित पर्यावरण या व अशा घटकांचा परिणाम होत असतो.

अर्भक मृत्यूच्या प्रमाणावरून राज्यातील सार्वजनिक स्वच्छता व आरोग्य सेवा यांचा दर्जा कळतो. स्त्रियांची प्रसूतीपूर्व काळातील निगा, उत्कृष्ट प्रसूतीव्यवस्था, प्रसूतीच्या वेळचे मातेचे वय, दोन मुलांमधील अंतर, सर्वसामान्य राहणीमान याचा जन्म दरावर परिणाम होतो.

स्वातंत्र्यानंतरच्या काळात कुटुंबनियोजन कार्यक्रम हा कुटुंब कल्याण कार्यक्रमाचा भाग बनला. १९७७ मध्ये या कार्यक्रमाला कुटुंब नियोजन ऐवजी कुटुंब कल्याण हा शब्द वापरण्यात आला व विविध कार्यक्रमांवर भर देऊन लोकांनी स्वत:हून याला प्रवृत्त व्हावे अशा योजना तयार केल्या. परंतु आजही, स्वातंत्र्यानंतर ६० वर्षांनंतरही हा प्रश्न भेडसावतो आहे. याला अनेक कारणे आहेत.

कारणे

- समाजात आजही स्त्रीचे स्थान दुय्यम आहे. त्यामुळे अर्थातच तिला निर्णय स्वातंत्र्य नाही. म्हणून तिच्या आरोग्याचा, शारीरिक क्षमतेचा विचार न करता मुलाचा हट्ट धरायचा व मुलगा होईपर्यंत मुलींना जन्म देत रहायते.

- मुले ही देवाची देणगी आहे. हा धार्मिक पगडा आजही आहे. त्यामुळे संतती नियमन केले जात नाही. प्रत्येक धर्मातील समजुती वेगळ्या असल्याने गर्भपात न करणे, संतती नियमन हे पाप समजले जाते.

- स्त्रियांमध्ये साक्षरतेचे प्रमार कमी त्यामुळे ती स्वत:चे मत मांडू शकत नाही. त्यामुळे तिच्यावर अपत्य जन्म लादला जातो. मुलगा नसलेल्या स्त्रीच्या स्वत:च्या मनातच न्यूनगंड असल्यामुळे ती कशालाच विरोध करू शकत नाही.

- कुटुंब नियोजनाच्या साधनांबाबत गैरसमज, अज्ञान यामुळे बिकट आर्थिक परिस्थिती असतानाही याचा स्वीकार केला जात नाही.
  शासनाने ८ मार्च २००० रोजी महाराष्ट्र राज्याचे लोकसंख्या धोरण जाहीर केले त्यातील काही ठळक बाबी अशा आहेत.

- मुलीच्या विवाहाचे वय कायद्यानुसार योग्य मानलेल्या वयातच मुलीचे लग्न १८व्या वर्षीच केले गेले पाहिजे ते बंधनकारक आहे. यासाठी कायद्याचे उल्लंघन करण्याच्याला

कडक शासन केले गेले पाहिजे.

● बालविवाह प्रतिबंधक कायदा व मुलींसाठी मोफत शिक्षणाचे धोरण याची कडक अंमलबजावणी.

● शासनाकडून सबसिडी
छोटे कुटुंब या संकल्पनेचा स्वीकार करणाऱ्यांना विविध शासकीय योजनांखाली मिळणाऱ्या सबसिडीसाठी पात्र धरले जाईल.
घर बांधणे, वाहन खरेदी यासाठी मदत मिळणे.

● सेवांच्या उपलब्धतेत वाढ
पदव्युत्तर वैद्यकीय प्रशिक्षणानंतर दोन वर्षे सक्तीची ग्रामीण सेवा केली जाईल.

● नेमणुका व बदल्यांबाबतच्या धोरणाचीच काटेकोर अंमल बजावणी केली जाईल.

● दुर्गम भागातील वैद्यकीय सेवेची गरज असणाऱ्या महिला व बालकांसाठी विशेष योजना राबविली जाईल.

● बिनटाक्याच्या शस्त्रक्रियेच्या सुविधांमध्ये वाढ केली जाईल.

● स्वयंसेवी संस्था, साखर कारखाने, उद्योग व्यवसाय, खाजगी वैद्यकीय व्यवसाय करणाऱ्यांचा यात सहभाग घेतला जाईल.

● गर्भजल चिकित्सा कायदा, महिला धोरण, बालविवाह प्रतिबंध कायदा, जन्म मृत्यू दर व विवाह नोंदणी कायदा या कायद्यांची अंमलबजावणी केली जाईल.

● राज्यातील निवडणुकांसाठी पात्रता ठरवितांना छोटे कुटुंब स्वीकारण्याची अट घालण्यात येईल. महामंडळे व समिती यांच्यावर नेमणुका करतांना छोट्या कुटुंबांचा निकष लावला जाईल.

● पंचायतराज संस्थांचा ७३ व्या घटना दुरुस्तीच्या अनुषंगाने कार्यक्रम अंमलबजावणीतील सहभाग वाढविण्यात येईल.

● विविध समित्यांची जिल्हा, राज्य, महानगरपालिका स्तरावर नेमणूक करण्यात येईल.

वरील उपायांशिवाय उत्कृष्ट काम करणाऱ्यां आरोग्य संस्थांना पारितोषिक, दाईंना प्रशिक्षण, नागरी भागात रोग निदान शिबिरे आयोजित करणे व ग्रामीण भागात माता बाल संगोपन सेवा केंद्राची निर्मिती करणे इ.

याची योग्य प्रकारे अंमलबजावणी केली गेल्यास उद्दिष्ट साध्य करता येईल. हा कार्यक्रम शासन व समाज यांच्या परस्पर सहकार्याने राबविणे गरजेचे आहे. समाजात जाणीव जागृती निर्माण होणे, स्त्रीचे स्थान सुधारणे, साक्षरतेचे प्रमाण वाढणे, यासाठीही प्रयत्न केले पाहिजेत.

(Family System)

कुटुंबसंस्था

व्यक्ति कुटुंबात जन्माला येते व वाढते. आपल्या आयुष्यातील विविध गरजा व्यक्ती कुटुंबात पूर्ण करत असते. व्यक्तीच्या जीवनात कुटुंब संस्थेचे स्थान महत्त्वाचे आहे. कुटुंबांची निर्मिती विवाहाद्वारे होते. कुटुंबसंस्था ही प्रत्येक समाजात अस्तित्वात आहे. कुटुंब ही अतिप्राचीन, अकृत्रिम अशी सामाजिक संस्था आहे. कुटुंबसंस्था ही मानवी जीवनाचा मूलाधार आहे.

कुटुंब म्हणजे काय ?

वेगवेगळ्या समाजशास्त्रज्ञांनी कुटुंबाच्या वेगवेगळ्या व्याख्या केल्या आहेत हृद्द

मॅक आयव्हर व पेज यांनी 'लैंगिक संबंधांवर आधारीत असा प्रजोत्पादन व बालसंगोपन करण्यास सिद्ध असलेला मर्यादीत गट म्हणजे कुटुंब होय' अशी व्याख्या केली.

ऑगबर्न व निमकॉफ यांनी 'अपत्य असलेली किंवा अपत्य नसलेली पति पत्नी, अपत्य आणि फक्त वडील किंवा अपत्य आणि फक्त आई असा गट म्हणजे कुटुंब होय.' असे प्रतिपादन केले.

बर्जेस व लॉक यांनी 'कुटुंब म्हणजे विवाह, रक्तसंबंध किंवा दत्तक संबंध ह्याच्याशी संबंधित असलेला समूह होय. ह्या समूहात पति-पत्नी, आई-वडील, मुले-मुली, भावंडे इत्यादी नात्यांच्या रुपाने आपली सामाजिक कर्तव्ये पार पाडली जातात. एक सामाजिक संस्कृती निर्माण केली जाते व तिचे रक्षण केले जाते.' असे आपल्या प्रतिपादनांत म्हटले आहे.

किम्बाल यंग 'ज्या समुहात एक वा अधिक पुरुष आणि एक किंवा अधिक स्त्रिया आपल्या अगर दत्तक घेतलेल्या मुलांसह, निदान मुले मोठी होईपर्यंत एकाच घरात राहतात त्या सामाजिक समूहाला कुटुंब असे म्हणतात.' अशी कुटुंबाची व्याख्या करतात.

कुटुंबाचे प्रकार

केंद्र किंवा प्राथमिक कुटुंब व संयुक्त कुटुंब तसेच मातृसत्ताक कुटुंब व पितृसत्ताक कुटूंब असे प्रकार आहेत.

केंद्र किंवा प्राथमिक कुटुंब – आई-वडील आणि त्यांची अविवाहित मुले यांना केंद्र कुटुंब म्हणतात.

मरडॉफ – केंद्र कुटुंब हे विवाहित स्त्री-पुरुष आणि त्यांची मुले मिळून तयार होते. अपवादात्मक परिस्थितीत सुद्धा दुसरी कुणी व्यक्ती त्यांच्याबरोबर राहू शकत नाही. असे प्रतिपादन करतात.

संयुक्त किंवा एकत्र कुटुंब –

संयुक्त कुटुंब हा सदस्य संख्येवर आधारित कुटुंब प्रकार आहे. कारण या कुटुंब प्रकारात आई-वडिल, त्यांची विवाहित व अविवाहित मुले, नातवंडे इत्यादींचा समावेश होतो.

डॉ. इरावती कर्वे – 'एकाच निवासस्थानात राहणाऱ्या, एकाच स्वयंपाक घरातील अन्नग्रहण करणाऱ्या, संपत्तीमध्ये समान मालकी असणाऱ्या, धार्मिक कृत्यात सामूहिकरित्या भाग घेणाऱ्या रक्तसंबंधीयांच्या समूहास संयुक्त कुटुंब म्हणतात.

डॉ. आय. पी. देसाई – 'ज्यात केंद्र कुटुंबापेक्षा अधिक पिढ्यांचे सदस्य एकत्र असतात आणि जे सदस्य संपत्ती, उत्पन्न व परस्पर अधिकार व कर्तव्यांनी परस्परांना जोडलेले असतात.' त्यांना कुटुंबाला संयुक्त कुटुंब मानतात.

मातृसत्ताक कुटुंब

वंश व अधिसत्ता या आधारे मातृसत्ताक कुटुंब हा प्रकार अस्तित्वात आला. या कुटुंब पद्धतीची वैशिष्ट्ये म्हणजे मातेची अधिसत्ता, वंशपरंपरा आणि वारसा मातेकडून मुलीकडे जातो. कारण यात स्थावर – जंगम मालमत्तेवर मातेचा अधिकार असतो. मातृस्थानीय निवास म्हणजेच विवाह झाल्यानंतर स्त्री-पुरुषांचे निवासस्थान हे स्त्रीच्या मातेचे स्थान आहे. हा रक्तसंबंधावर आधारीत गट आहे. अशा कुटुंबातील जवळपास सर्वच व्यक्ती परस्परांशी रक्ताच्या नात्यांनी जोडलेल्या असतात.

या कुटुंबपद्धतीत पित्याचे स्थान दुय्यम असते. भारतातील आसाममधील 'खासी', गारो या जमातींमध्ये तर केरळमधील 'मधुवन' 'मन्जन' व 'नायर' या जमातीत ही प्रथा आहे.

पितृसत्ताक कुटुंब

आधुनिक काळात हीच कुटुंब पद्धती प्रचलीत आहे. या कुटुंबपद्धतीत सर्व सत्ता पित्याच्या म्हणजेच पुरुषाच्या हातात असते. यात वंशपरंपरा व वारसाहक्क पित्याकडून मुलांकडे जातो. यात विवाहानंतर वधू-वर वराच्या पित्याकडे रहातात. अशा कुटुंबात स्त्रियांचे स्थान दुय्यम असते. यात वंशपरंपरा पित्याच्या नावाने चालते, मुलांना वडीलांचे नाव लावले जाते. मातेकडच्या कुटुंबातील संपत्तीवर मुलांचा हक्क नसतो.

कुटुंबाची कार्ये

व्यक्तीच्या घडणीत कुटुंबाचा वाटा फार मोठा असतो. लैंगिक गरजांची पूर्तता, प्रजोत्पादन, संरक्षण ही कुटुंबाची महत्वाची कार्ये आहेत. त्यातही प्राथमिक कार्ये व दुय्यम कार्ये असे दोन प्रकार आहेत.

● प्राथमिक कार्यांमध्ये कामपूर्ती, प्रजनन, संगोपन, सामाजीकरण, दर्जा देणे यांचा समावेश होतो.

● दुय्यम कार्यामध्ये शैक्षणिक कार्ये, भूमिका प्रदान करणे, आर्थिक व सामाजिक नियंत्रण ठेवणे, सामाजिक संस्कृती हस्तांतरण, राजकीय व मनोरंजनात्मक कार्ये यांचा समावेश होतो.

या कार्याविषयीही समाजशास्त्रज्ञांनी सखोल विचार करून या कार्याची पुढील प्रमाणे मांडणी केलीद्वद्व

डेव्हिस – १. प्रजोत्पादन २. शिशुसंगोपन ३. स्थानव्यवस्था ४. सामाजीकरण.

लुंडबर्ग – १. लैंगिक व्यवहाराचे नियमन व प्रजोत्पादन २. मुलांची काळजी घेणे आणि त्यांचे पालन पोषण ३. सहकार्य व श्रमविभाजन.

ऑगबर्न – १. स्नेहविषयक कार्ये २. आर्थिक ३. मनोरंजनात्मक ४. सुरक्षात्मक ५. धार्मिक ६. शैक्षणिक कार्य.

रिंड – १. प्रजातींची निरंतरता २. सामाजिकरण ३. लैंगिक आवश्यकतांची पूर्तता व नियमन ४. आर्थिक कार्य.

मॅक आयव्हर यांच्या मतानुसार कुटुंबाच्या कार्याचे १. अनिवार्य व २. ऐच्छिक असे प्रकार आहेत.

यावरून कुटुंबात पहिल्यांदा मूल प्रेम, स्नेह या भावना मातेकडून शिकते. आई वडील मुलांना वाढविण्यासाठी, त्यांना सुविधा मिळाव्यात म्हणून मेहनत करतात. स्वतःच्या आवडी, अपेक्षांचा त्याग करतात ही भावनाही व्यक्ती कुटुंबातच शिकते.

तडजोड करणे, सहनशीलता, इतरांना आदर दाखवणे, आज्ञा पालन करणे, वादाच्या प्रसंगी, भांडणाच्या प्रसंगी नमते घेणे, सुसंवाद राखण्याचा प्रयत्न करणे हे ही कुटुंबातच शिकविले जाते. कुटुंबातील घटक परस्परांना प्रत्यक्ष व अप्रत्यक्ष सहकार्य प्रत्येक बाबीत करत असतात त्यामुळे व्यक्तीत समाजात वावरतानाही सहकार्याची भावना निर्माण होते. व्यक्तीला संरक्षण मिळाल्याने, मानसिक सुरक्षितता मिळाल्याने व्यक्ती वैयक्तिक आयुष्यात प्रगती करू शकते.

एकत्र कुटूंब

एकत्र कुटुंब किंवा संयुक्त कुटुंब हे भारतीय समाजरचनेचे वैशिष्ट्य आहे. यात पती-पत्नी त्यांची विवाहित व अविवाहित मुले व विवाहित मुलाची पत्नी व मुले यांचा समावेश होतो. घरातील कर्ता पुरुष सर्व निर्णय घेत असे. संपत्ती सर्वांची सामायिक असते. सर्व आर्थिक व्यवहारांवर घरातील कर्त्या पुरुषाचे नियंत्रण असते. अशा कुटुंबपद्धतीमुळे नातेसंबंधांचा परस्पर परिचय, सहवास होत असे. धार्मिक कार्ये, सण कुटुंब एकत्रितपणे साजरी करतात.

वृद्ध व्यक्ती, अपंग व्यक्ती, निराधार, विधवा, परित्यक्ता यांना अशा कुटुंबात संरक्षण व आश्रय मिळतो. एकत्र कुटुंबात कठीण प्रसंगात, संकट काळात एकमेकांना मदत करतात.

अनेक व्यक्ती एकत्र रहात असल्याने खर्च आपोआपच कमी होतो. वस्तूंची खरेदी मोठ्या प्रमाणात करावी लागत असल्याने कमी किमंतीत मिळतात. संपत्ती सामायिक असल्याने सर्वांना

समान वाटा असतो. त्यामुळे यावरून होणारे संघर्ष टाळता येऊ शकतात. कुटुंबाच्या व्यवसायात सर्व व्यक्ती मदत करीत असल्याने उत्पादन चांगले होऊन त्याला कमी खर्च येतो.

विशेष करून शेती व्यवसाय करणाऱ्या कुटुंबांमध्ये ही पद्धत आजही आहे. कारण शेती कुटुंबाच्या मालकीची असते. घराची राहती जागा सुद्धा कुटुंबाच्या मालकीची असते. शिवाय शेती, जमीन कमी असेल तर त्याचे वाटे ही प्रत्येकाला कमी येतात. अशा वेळी शेती करणे अवघड होते.

परंतु या कुटुंब पद्धतीचे काही तोटेही आहेत. त्यामुळे आळशी माणसांचे फावते. कारण इतर व्यक्ती कामे करत असल्याने चरितार्थ चालतो. कुटुंब प्रमुखाच्या ताब्यात सर्व आर्थिक व्यवहार असल्याने इतरांना अधिकार नाहीत.

सामुदायिक संपत्तीच काही वेळा भांडणाचे कारण ठरते. कर्तबगार व्यक्तीला स्वतःचे अस्तित्व सिद्ध करण्यासाठी, स्वतंत्र उद्योग व्यवसाय सुरू करण्यासाठी आर्थिक पाठबळ लागते व त्यावरून संघर्ष होतात.

वडिलधाऱ्या व्यक्ती निर्णय घेणे, जबाबदाऱ्या घेणे हे करत असल्याने इतरांना याची सवयच लागत नाही.

स्त्रियांचा दर्जा

स्त्रियांचे स्थान दुय्यम असल्याने त्यांच्या मताला महत्त्व नाही. त्यांना अधिकार नाहीत. निर्णय स्वातंत्र्य नाही. त्यामुळे स्त्रियांची कुचंबना होते. स्त्रियांना कौटुंबिक जबाबदारी, कुटुंबाच्या व्यवसायात हातभार अशा दोन्ही जबाबदाऱ्या पेलाव्या लागतात. यामुळे नफा वाढला तरी स्त्रियांच्या हातात प्रत्यक्ष लाभ मिळत नाही. कुटुंबांतर्गत कुरबुरी, नाराजी, असंतोष असतातच. त्यामुळे अशा कुटुंबात काही वेळा व्यक्ती नाराजीने रहात असते. एकत्र कुटुंबे आजही आहेत. काही ठिकाणी ४-५ पिढ्याही गुण्यागोविंदाने परस्परांबरोबर रहात आहेत.

कुटुंब संस्थेचे नवे स्वरूप

बदलत्या काळात कुटुंब संस्थेचे स्वरूप बदलले. औद्योगिकीकरण व नागरीकरणाचा त्यावर परिणाम झाला. कुटुंबाच्या अंतर्गत रचनेत बदल झाला. कुटुंबाचा आकार लहान झाला. पितृसत्ताक अधिकाराचा त्रास झाला. कारण स्त्रीचे स्थान पूर्वी दुय्यम, गौण होते त्यात बदल झाला. परंतु स्त्रीच्या बदलत्या स्थानामुळे स्त्रीच्या निर्णयाचे, मताचे महत्त्व वाढले आहे. स्त्रीच्या कार्यात बदल झाला.

कौटुंबिक कार्यात बदल झाले. पूर्वी मुलांच्या संगोपनाची जबाबदारी कुटुंबात होती ती पाळणाघरांनी घेतली. नोकरी, व्यवसायासाठी स्त्रियाही बाहेर पडू लागल्याने आर्थिक कार्यात परिवर्तन झाले. सामाजिक नियंत्रण कायद्याद्वारे केले जाऊ लागले. शिक्षणाचे कार्य अनौपचारिकरित्या कुटुंबात होत असे ते औपचारिकरित्या शिक्षण संस्थांकडून होऊ लागले.

आधुनिक काळात मनोरंजनाची साधनेही बदलली. स्त्रियांना समान दर्जा मिळाला. पूर्वी विवाह हा धार्मिक संस्कार मानला जायचा. परंतु या धार्मिक आधाराचे महत्त्व कमी झाले. यामुळे कुटुंब संस्थेतही परिवर्तन झाले.

व्यक्ती स्वातंत्र्य आल्याने कुटुंबापेक्षा स्वत:च्या प्रगतीला व्यक्ती महत्त्व देते. सामाजिक संरक्षण पूर्वी कुटुंबात होत असे परंतु नंतर ते विमा, प्रॉव्हिडंट फंड, निवृत्तीवेतन यामार्फत होऊ लागले. कुटुंबातील सदस्यांमध्ये सहकार्य आणि कुटुंबाचे हित याला पूर्वी प्राधान्य होते. आधुनिक कुटुंबात व्यक्ती स्वत:च्या सुखाचा, आनंदाचा, आयुष्याचा विचार जास्त करते.

त्याचप्रमाणे आताच्या काळात कुटुंब हे नोकरी व्यवसायाच्या निमित्ताने वेगवेगळ्या ठिकाणी फिरत असते. स्थायिक नसते.

स्त्रियांमध्ये आर्थिक स्वातंत्र्य वाढले व त्यामुळे कुटुंब संस्थेत बदल झाले. घटस्फोट व कुटुंब विघटनाचे प्रमाणही वाढले.

कुटुंब संस्थेचे अस्तित्व ह्ह

कुटुंबसंस्था समाजात टिकून राहिलीच पाहिजे. कारण समाज स्वास्थ्यासाठी ही त्याची गरज आहे. एकट्या रहाणाऱ्या व्यक्तीला मानसिक समस्या उद्भवतात. एकटेपणात नैराश्य येणे, त्यातून आत्महत्या होते.

कौटुंबिक विघटन झाल्यामुळेही व्यसनाधीनता, गुन्हेगारी इ. समस्या वाढत आहेत. यासाठी समुपेशन, कुटुंबातील प्रत्येक व्यक्तीची भूमिका व कर्तव्ये प्रत्येकाला कळली पाहिजेत. संघर्षात टोकाचे पाऊल उचलण्यापूर्वी दूरदृष्टीने विचार केला गेला पाहिजे.

पाश्चात्यीकरणाचा अतिरेकी प्रभाव, बदलत्या जीवन शैलीमुळे वाढणारे ताणतणाव अशा काळात कुटुंबातील व्यक्तींचा मानसिक, भावनिक आधार मिळत असतो. व्यक्तीच्या निकोप व्यक्तिमत्त्वासाठी कुटुंबाची आवश्यकता तर आहेच. परंतु त्यात सुसंवाद असणे गरजेचे आहे. पैसा हे साधन आहे. परंतु तेच साधन साध्य झाल्यामुळे कुटुंबसंस्थेवर दुष्परिणाम झाले. अनैतिकता आली, चैनीकडे वाढता कल ते मिळविण्यासाठी वाटेल ते करण्याची तयारी ठेवणे या कारणांमुळे कुटुंबातील नातेसंबंधांवर परिणाम झाला.

(Family Planning Association of India)

फॅमिली प्लॅनिंग असोसिएशन ऑफ इंडिया

१९४९ मध्ये काही डॉक्टर व समाजकार्यकर्ते यांनी फॅमिली प्लॅनिंग कमिटीची सुरुवात केली व हे कार्य पुढे वाढत गेले. या असोसिएशनने १९५० मध्ये कुटुंब नियोजन कार्यक्रमाला सुरुवात केली. लोकसंख्या नियंत्रित करणे व त्यासाठी कुटुंब नियोजनाच्या साधनांचा वापर समाजाने करावा म्हणून त्याविषयीच्या माहितीचे प्रसारण करणे, शिक्षण देणे हे कार्य केले जाईल व जात आहे. त्यानंतर १९६० मध्ये लोकसंख्या शिक्षणाचे कार्य सुरू केले गेले. लोकसंख्येचा जीवनस्तर उंचावण्यासाठी, गुणात्मक दर्जा उंचावण्यासाठी, लोकांची अपेक्षापूर्ती होण्यासाठी काम सुरू केले. लैंगिक शिक्षण समाजाला विशेषत: युवक युवतींना देण्याची गरज भासल्याने १९७० साली हा नवा उपक्रम सुरू झाला. अर्भकाचा जन्म, बालमृत्यू, कमी वजनाच्या बाळांचा प्रश्न इ. ची माहिती दिली जाते. तर १९८० मध्ये स्त्रियांचे सबलीकरण व आरोग्य विषयक कामात समूह सहभागाचा उपक्रम सुरू केला गेला. एच. आय. व्ही.चे वाढते प्रमाण, स्त्रिया व बालके यांना त्याचा संसर्ग होणे, मृत्यू ओढवणे या रुग्णांची संख्या दिवसेंदिवस वाढत चालल्याने १९९० पासून एच. आय. व्ही. चा प्रतिबंध करण्याचे उपाय सुरू झाले. २००० मध्ये एच. आय. व्ही. व सेक्शुअल रिप्रॉडक्टिव्ह हेल्थ यासाठी एकात्मिक कार्य सुरू झाले.

चिरस्थायी विकास साधण्यासाठी दारिद्र्य निर्मुलन, लोकसंख्या स्थिर ठेवणे, लिंगसमभाव ठेवून विषमता नष्ट करणे, सामाजिक विषमता नष्ट करणे याची गरज असल्याने ही उद्दिष्टे अधिकाधिक व्यापक बनत गेली.

आज फॅमिली प्लॅनिंग असोसिएशन ऑफ इंडियाच्या भारतात ४० शाखा आहेत. रिप्रॉडक्टिव्ह हेल्थ अँड फॅमिली प्लॅनिंग सेंटर ३९ आहेत. अर्बन फॅमिली वेल्फेअर सेंटर २३ आहेत. तर ३८ आऊट रिच सर्व्हिस युनिटस् आहेत.

केंद्र सरकारला कुटुंब नियोजन कार्यक्रम राबविण्यासाठी फॅमिली प्लॅनिंग असोसिएशन साहाय्य करते. असोसिएशन दरवर्षी वार्षिक अहवाल प्रसिद्ध करते व इतरही प्रकाशने आहेत.

या कार्यासाठी भारत सरकार, इंटरनॅशनल प्लॅनड् पेरेंट फेडरेशन, जपान ट्रस्ट फंड, फोर्ड फाऊंडेशन, हाऊसिंग डेव्हलपमेंट फायनान्स कॉर्पोरेशन, फॅमिली हेल्थ इंटरनॅशनल, पॉप्युलेशन फाऊंडेशन ऑफ इंडिया या व अशा राष्ट्रीय व आंतरराष्ट्रीय संस्थांकडून अर्थसाहाय्य मिळते.

(Gadgemaharaj)

गाडगेमहाराज (१८७६-१९५६)

ते आधुनिक मराठी संत व समाजसुधारक होते. त्यांचे नाव डेबूजी होते. लहान वयातच गुरे चारायला न्यायचे व त्यावेळेस भजने म्हणत असत. त्यांनी भजनीमंडळेही स्थापन केली, ती मुलांची होती. लहानपणापासूनच ते जातीभेद मानत नसत व गोरगरीबांना मदत करीत असत. लहान वयातच त्यांचे लग्न झाले. परंतु संसारात मन रमत नसल्याने त्यांनी घर सोडले व तीर्थयात्रा करीत फिरू लागले. त्यावेळेस समाजातील कमालीचे अज्ञान, अनिष्ट चालीरीती व अंधश्रद्धा पाहून त्यांनी लोकसेवेचे व लोकशिक्षणाचे व्रत घेतले.

कित्तेनातून लोकशिक्षण

समाज सुधारणेसाठी व लोकशिक्षणासाठी त्यांनी कीर्तनाचे माध्यम प्रभावीपणे वापरले. ते निरक्षर होते परंतु त्यांची भाषा सुबोध व सर्वसामान्यांच्या हृदयाला भिडणारी होती. महाराष्ट्रात सर्व ठिकाणी व गुजराथ, कर्नाटक व आंध्रप्रदेशाच्या काही भागात त्यांनी गावोगावी कीर्तनाद्वारे लोक जागृती केली. दारू पिऊ नये, कर्ज काढून चैन करू नये, देवापुढे पशुबळी देऊ नये असा ते सोप्या भाषेत उपदेश करत असत. व्यावहारिक व नैतिक विषयांचाही त्यांनी लोकजागृतीसाठी कित्तेनातून उपयोग केला. ते देवळात जाऊन देवदर्शन न घेता मंदीराबाहेर थांबून यात्रेकरूंची सेवा करीत असत. स्वच्छता, प्रामाणिकपणा व भूतदया यावर त्यांचा भर होता. शिक्षणावाचून तरणोपाय नाही असेही ते सांगत असत.

जनसेवा

लहानपणापासून ते जातिभेद मानीत नसत. ते नष्ट व्हावेत असे त्यांना मनापासून वाटत होते. यात्रेच्या ठिकाणी यात्रेकरूंचे हाल होत असत म्हणून त्यांनी धर्मशाळा बांधल्या. तसेच अनेक ठिकाणी गोरक्षण संस्थाही उभारल्या. अनाथ व अपंगांसाठीही त्यांनी कार्य केले. समाजसेवा करणाऱ्या संस्थांना देणगीच्या रुपाने आर्थिक मदत केली.

त्यांना दारू पिणे, कोंबडा-बकरा बळी देऊन त्याचे मांस खाणे याविषयी चीड होती. गावात गेले की पहिल्यांदा ते गावाची सफाई करीत. सामाजिक ढोंगावर ते कडक टीका करीत असत. लोकांची त्यांच्यावर श्रद्धा होती. त्यामुळे लोकांनी त्यांना पैसा दिला. तो पैसा त्यांनी लोकोपयोगासाठी खर्च केला. त्यांनी संस्था उभारल्या परंतु त्याचा कारभार विश्वस्त मंडळाकडे सोपवला.

त्यांचे आडनाव जाणोरकर होते. परंतु त्यांचा वेष म्हणजे अंगावर फाटकी गोधडी व

हातात गाडगे असा असल्याने त्यांना गाडगेमहाराज किंवा गोधडेमहाराज म्हणत असत.

त्यांच्या भक्तांनी गाडगेमहाराज मिशनची स्थापना केली. संत तुकाराम महाराज यांना ते आपले गुरु मानीत असत व माझा कोणीही शिष्य नाही असे म्हणत. त्यांनी म्हटल्याप्रमाणे त्यांची गादी किंवा मठ कोठेही निर्माण झाला नाही.

(Maharaja Sayajirao Gaykwad)

महाराजा सयाजीराव गायकवाड (१८६३–१९३९)

हे अतिशय पुरोगामी वृत्तीचे होते. स्वतःच्या कारकिर्दीत त्यांनी प्रजेसाठी शैक्षणिक व सामाजिक सुधारणा केल्या. त्यांनी गादीवर आल्याबरोबर आर्थिकदृष्ट्या राज्याची स्थिती सुधारण्यासाठी उपाय केले. शैक्षणिक सुधारणा करताना त्यांनी साहित्यविषयक व ग्रंथप्रसाराच्या चळवळीला प्रोत्साहन देऊन इंग्रजी भाषेतील उत्तम ग्रंथांचे मराठीत भाषांतर करून ते प्रकाशित केले.

शिक्षणविषयक कार्य

त्यांनी सल्लागार नेमून कल्याणकारी योजना अंमलात आणल्या. न्यायव्यवस्थेत सुधारणा केल्या त्याचप्रमाणे ग्रामपंचायतींचे पुनरुज्जीवन केले. त्यांनी सक्तीच्या प्राथमिक शिक्षणाची योजना सुरू केली व थोड्याच काळात राज्यभर लागू केली. त्यांनी ग्रामपंचायती स्थापन करून स्थानिक कारभार त्यांच्याकडे दिला. गरीब व गरजू विद्यार्थ्यांना शिष्यवृत्त्या देऊन उच्च शिक्षणाची सोय केली. औद्योगिक कला शिक्षणाकरिता 'कला भुवन' ही संस्था स्थापन केली.

प्राच्य विद्यामंदिर या संस्थेच्या द्वारा प्राचीन संस्कृत ग्रंथांचे संशोधन व प्रकाशन करण्यास उत्तेजन दिले. त्यांनी श्री सयाजी साहित्यमाला व श्री सयाजी बाल ज्ञानमाला या दोन मालांमधून उत्तम ग्रंथांची भाषांतरं प्रसिद्ध केली. आपल्या संस्थांनात त्यांनी गावोगावी ग्रंथालये, वाचनालये, फिरतीवाचनालये स्थापन करून छोट्या गावांपर्यंत पुस्तके पोचविली.

सामाजिक कार्य

सामाजिक क्षेत्रांत त्यांनी केलेली कामगिरी ही महत्त्वपूर्ण आहे ह्व पडदा पद्धती बंदी, बालविवाहाला बंदी, मिश्रविवाह, स्त्रियांना वारसा, कन्या विक्रयबंदी, या सुधारणा प्रत्यक्षात आणल्या. घटस्फोटासंबंधीचा कायदा संपूर्ण भारतात पहिल्यांदा त्यांनी जारी केला.

त्यांच्या कार्याचे विशेष म्हणजे त्यांनी स्वतः जाऊन अस्पृश्य, गुन्हेगार व जंगलवासी लोकांची पाहणी करून त्यांच्यासाठी सुधारणा केल्या. हरिजनांसाठी त्यांनी अठरा शाळा काढल्या. त्यांनी मुलामुलींसाठी वसतीगृहासह शाळा काढल्या. तसेच अस्पृश्यांच्या शिक्षणासाठी मोफत शाळा उघडल्या.

रोजगार

त्यांना केवळ शिक्षण देऊन सयाजीराव थांबले नाहीत तर १९११ साली शिक्षण खात्यात २००, लष्करात १९, म्युनिसिपालीटीत ३०, पोलिसात ७ व इतर खात्यात २४२ अस्पृश्य व्यक्ती नोकरीत सामावून घेतल्या.

वसतीगृहात रहाणाऱ्या मुलींना शिवणाचे व गृहउपयोग शिक्षण दिले जात असे. तेथील विद्यार्थ्यांना त्यांनी स्वखर्चनि उच्च शिक्षण दिले. त्यांनी प्राथमिक शिक्षण जेव्हा सक्तीचे केले तेव्हा संस्थानात १५०० विद्यार्थी होते. त्यानंतरच्या १५ वर्षाच्या काळात संस्थेची प्रगती झाली.

त्यांचा दृष्टीकोन व्यापक होता. त्यांनी समाजातील इतर भेदाभेद नष्ट करण्यासाठी ही प्रयत्न केले. त्यांचे वर्णन करतांना 'हिंदुस्थानातील शेवटचा आदर्श राजा' असे केले जाते. त्यांनी केलेल्या सुधारणांमुळे त्यांना 'राष्ट्रीय सामाजिक परिषदे'च्या अध्यक्षपदाचा मान १९०४ साली मिळालां. लंडन येथे भरलेल्या पहिल्या दोन गोलमेज परिषदांना ते हजर होते. जगभर प्रवास करून त्यातील चांगल्या गोष्टींचा आपल्या संस्थानात अंतर्भाव केला व बडोदा प्रेक्षणीय केले.

(Globalisation)

जागतिकीकरण

सध्या सर्वच क्षेत्रांत वापरला जाणारा शब्द म्हणजे 'जागतिकीकरण' नव्या आर्थिक धोरणांचा हा महत्त्वाचा पैलू आहे. परंतु मुळातच हे जागतिकीकरण म्हणजे काय, याचा अर्थ जाणून घेणं गरजेचं आहे.

जागतिकीकरण म्हणजे काय?

उदारीकरण म्हणजेच बंधने कमी करून सरकारी हस्तक्षेपाचे प्रमाण कमी करून खाजगी क्षेत्राला अधिकाधिक वाव देणे होय.

जागतिकीकरणाची संकल्पना ही विशेषत: परदेशात व्यापार करण्यावर म्हणजेच मुक्त व्यापार, भांडवल हस्तांतरण, तंत्रहस्तांतरण यावर आधारित आहे. ही संकल्पना किंवा तिचा गाभा आर्थिक आधारावर असला तरी त्याची व्याप्ती मोठी आहे. त्याचा संबंध सामाजिक, राजकीय, सांस्कृतिक घटकांशी आहे.

जागतिकीकरणामुळे अनेक क्षेत्रांपुढे आव्हाने उभी राहिली आहेत. याचे परिणाम विविध क्षेत्रांवर झालेले आहेत.

औद्योगिक क्षेत्र

भारतातील १९९०-९१ च्या आर्थिक संकटामुळे खाजगीकरण, उदारीकरण, जागतिकीकरण या धोरणांची अंमलबजावणी नवीन आर्थिक धोरण म्हणून सुरू झाली. याचा परिणाम म्हणजे औद्योगिक धोरण आमूलाग्र बदलले. सरकारचे अर्थव्यवस्थेवरील नियंत्रण कमी झाले, सरकारने सार्वजनिक क्षेत्रातील सहभाग निर्गुंतवणुकीच्या मार्गाने कमी केला, कामगारविषयक कायदे शिथिल केले गेले, परकीय गुंतवणुकीसाठी उद्योगाची अनेक क्षेत्रे खुली करण्यांत आली आहेत.

जागतिकीकरणाच्या धोरणानुसार काही उद्योग वगळता बहुतेक सर्व उद्योग परवानामुक्त करण्यात आले. निर्गुंतवणूक करताना शस्त्रास्त्रे व दारूगोळा, अणुऊर्जा व रेल्वे वाहतूक ही क्षेत्रे वगळून इतर सर्व उद्योग खाजगी क्षेत्रासाठी मुक्त करण्यात आले. प्रत्यक्ष परकीय गुंतवणुकीवरील निर्बंध काढून टाकण्यात आले.

जागतिकीकरणाच्या या प्रक्रियेमध्ये बहुराष्ट्रीय कंपन्यांची भूमिका महत्त्वाची आहे. त्यानुसार कृषी व लागवड यात परकीय प्रत्यक्ष गुंतवणुकीला प्रोत्साहन दिले गेले आहे. त्यातही पुष्पोत्पादन, फलोत्पादन, पशुपालन, भाजीपाला इ. कृषीसंबंधित सेवा व पूरक क्षेत्रात १००% पर्यंत प्रत्यक्ष परकीय गुंतवणूक करता येते.

यामुळे भारताच्या आयात-निर्यातीत लक्षणीय वाढ झाली. परंतु परदेशांतील बहुराष्ट्रीय कंपन्या भारतात आल्या व त्यांनी भारतातील उद्योगांशी स्पर्धा सुरू केली. त्यामुळे उत्पादनप्रक्रिया बदलली गेली, बदलावी लागली व ज्या लघुउद्योगांना ही प्रक्रिया बदलता आली नाही ते अडचणीत आले किंवा बंद पडले. यामुळे कुटीरोद्योग, परंपरागत उद्योग यांना फटका बसला.

दुसऱ्या बाजूने जागतिकीकरणाच्या प्रक्रियेत आपले उत्पादन टिकावे म्हणून जागतिक दर्जाची गुणवत्ता व त्यासाठी उत्तम दर्जाचे आधुनिक तंत्रज्ञान यांचा आग्रह झाला. त्याचबरोबर संघटित क्षेत्रातील रोजगार कमी झाले. उत्पादनप्रक्रियेत भांडवलावर जास्त लक्ष ठेवले जाऊ लागले. उत्पादनखर्चावर नियंत्रण ठेवण्यासाठी प्रयत्न सुरू झाले.

मनुष्यबळाची कार्यक्षमता वाढविण्यासाठी प्रयत्न सुरू झाले व कुशल कर्मचारी वर्ग ही कारखान्यांची गरज बनली. त्याचबरोबर कंत्राटी कामगारांचे प्रमाण वाढले. यामुळे भारतातील अनेक लोक दारिद्र्यरेषेखाली आले.

बहुराष्ट्रीय कंपन्या प्रचंड जाहिरातीमधून आपल्या मालाचा ठसा उमटवत आहेत. त्यामुळे माध्यमांवरही त्यांचा प्रभाव आहे. भारतीय कंपन्यांचा ताबा बहुराष्ट्रीय कंपन्यांकडे जाण्याचे प्रमाण वाढले आहे.

विकसित देशांतील अति-उत्पादनामुळे विदेशी उत्पादक मोठ्या प्रमाणावर भारतीय बाजारपेठेत स्वस्त दराच्या मालाचा भडिमार करत आहेत. या कारणानेही अनेक उद्योगधंदे बंद पडत आहेत. त्यामुळे लघुउद्योग बंद पडून बेकारीचे प्रमाण वाढले. यात रोजगारनिर्मितीचे प्रमाण कमी व नष्ट होण्याचे प्रमाण जास्त आहे.

सहकारी चळवळ टिकून राहणार की नाही हा प्रश्नही निर्माण झाला आहे. सहकारी संस्था ही स्वयंशासित संस्था असल्याने त्यांनी त्यांच्याच पायावर उभे राहिले पाहिजे. या संस्थांच्या विकासासाठी सर्व स्तरातील घटकांचा त्यात समावेश केला जाणे गरजेचे आहे. नव्या मुक्त औद्योगिक धोरणांचा लाभ सहकारी चळवळीनेही घेतला पाहिजे.

विविध क्षेत्रांत खुली स्पर्धा आल्याने नागरी सहकारी बँकांचे अस्तित्वही धोक्यात आले. रिझर्व्ह बँक ऑफ इंडियाला देशातील आर्थिक धोरण आंतरराष्ट्रीय नाणे निधी, जागतिक बँक व जागतिक व्यापार संघटना यांच्या दबावाखाली ठरवावे लागते. नागरी सहकारी बँकांपुढे अनेक कारणांमुळे आव्हान उभे राहिले आहे.

बहुराष्ट्रीय कंपन्या शेतीत उतरल्याने व त्यांनी पंजाब व गुजराथच्या सरकारबरोबर करार केल्यामुळे ते शेतकऱ्यांबरोबर कंत्राटी पद्धतीने शेती करू शकतात. विकसित देशांतर्फे देण्यात येणाऱ्या अनुदानात भारताचे प्रमाण ०३% आहे. तर जपानमध्ये सर्वांत जास्त म्हणजे ७२.५% आहे. भारत हा कृषिप्रधान देश आहे मात्र जागतिकीकरणानंतर शेतीच्या समस्या वाढल्या. शेतमाल बाहेरून येऊ लागला.

भारतातील शेती क्षेत्राचा वार्षिक वाढीचा दर ८५-९० मध्ये ३.२% होता, तर २००४-०५ मध्ये तो १.१% इतका झाला. जागतिकीकरणानंतरच्या काळात अन्नधान्य उत्पादनवाढीचा वेग

सातत्याने घटत आहे. अन्नधान्य उत्पादनवाढीचा दर १९९८-९९ ते २००१-०२ मध्ये १% इतका झाला आहे. शेतकऱ्यांच्या आत्महत्याही घडू लागल्या. याची भारतीय शेती, समाजातील आर्थिक व सामाजिक विषमता, राजकीय उदासीनता, बँकांची अकार्यक्षमता आणि कृषी बाजारातील स्पर्धा ही कारणे आहेत. कृषी बाजारपेठेत दलाल व श्रीमंत शेतकऱ्यांचे वाढते वर्चस्व, सावकारी, त्यांचे व्याजाचे वाढते दर यांच्या वाढत्या वर्चस्वामुळे शेतकरी आत्महत्या करू लागले.

स्त्रियांविषयी

औद्योगिकीकरणामुळे व आर्थिक विकासामुळे स्त्रिया मुख्य प्रवाहाच्या बाहेर फेकल्या जातात, असे मत काही विचारवंतांनी मांडले. तंत्रज्ञान व शिक्षण याची संधी पुरुषांना विशेषत्वाने मिळत असल्याने स्त्रिया व पुरुष यांच्यात उत्पादनक्षमतेचे वाढते असंतुलन होऊ शकते. परकीय भांडवल व व्यापाराचे उदारीकरण यांनी निर्माण केलेल्या धोक्यामुळे असंघटित क्षेत्रातील स्त्रियांच्या रोजगार उपलब्धतेच्या संधीवर परिणाम होतो. शेती प्रक्रियेच्या उद्योगांमध्ये स्त्रियांची संख्या खूप असते आणि तेथे बहुराष्ट्रीय कंपन्यांना प्रवेश मिळाल्याने स्त्री कामगारांवर परिणाम होतो.

उदारीकरणाच्या काळात नागरी व ग्रामीण भागातील स्त्रिया व पुरुष यांच्या कामगार वर्गातील सहभागाचे प्रमाण पाहिल्यास पुरुषांच्या सहभागाचे प्रमाण वाढलेले दिसून येते. नागरी भागातही स्त्रियांचे प्रमाण खूप कमी झाले आहे. उत्पादनक्षेत्रात पुरुषांच्या सहभागात घट आढळून येते. उत्पादनक्षेत्रामध्ये स्त्रियांची संख्या जास्त असण्याचे कारण त्या कमी वेतनावर काम करण्यास तयार असतात.

राष्ट्रीय नमुना पाहणीनुसार ग्रामीण स्त्रियांची किरकोळ कामातील टक्केवारी ३९.६% इतकी आहे. किरकोळ कामे करण्याचे प्रमाण पुरुषांपेक्षा स्त्रियांमध्ये अधिक आहे. कारण स्त्रियांची किरकोळ कामात भरती केल्यामुळे मालक बाळंतपणाची रजा, सामाजिक, आर्थिक आणि इतर लाभ देणे टाळू शकतात. दुसरे कारण म्हणजे उत्पादनप्रक्रिया आणि सर्वसाधारण रोजगार विशेषत: स्त्रियांचा रोजगार यांच्या उपकंत्राटदारीमध्ये वाढ झाल्याकारणाने स्त्रियांचे काम संघटित क्षेत्राकडून असंघटित क्षेत्राकडे हस्तांतरित होत आहे.

स्त्री कामगारांची संख्या जरी वाढली असली तरी रोजगाराच्या संधी असमाधानकारक आहेत. त्यांना असुरक्षिततेत व कमी वेतनावर काम करावे लागते. राष्ट्रीय नमुना सर्वेक्षण संघटनेच्या माहितीनुसार नागरी स्त्रियांचा कामगार सहभागाचा चढा कल १९८७ ते २००० मध्ये घटला आहे. ग्रामीण स्त्रियांच्या बाबतीत, १९८३ मध्ये सहभागाचे प्रमाण घटले; पण १९८७ ते २००० या काळात त्याने परत वाढता कल दाखविला आहे.

रोजगाराच्या प्रकाराच्या बदलाच्या बाबतीत, माहिती असे दाखवते की, शेती पक्क्या मालाचे कारखाने किंवा सेवाक्षेत्रामध्ये स्त्रिया ढकलल्या गेल्या आहेत. रोजगाराची स्थिती असे सूचित करते की, किरकोळ कामामध्ये स्त्री कामगारांची वाढ झाली आहे आणि नागरी स्त्रियांमध्ये बेरोजगारीचे भयावह प्रमाण आहे. स्त्रियांना उपेक्षित व्यवसायाकडे ढकलले आहे.

अनौपचारिक क्षेत्रामध्ये स्त्रियांना जर कामगार संघटनांमध्ये सहभागी करून घ्यायचे असेल, तर सामुदायिक स्वयंपाकघरे व बालवाड्या काढाव्या लागतील. ज्यामुळे स्त्रियांना पारंपरिक कामातून मोकळीक मिळेल.

जागतिकीकरणात आरोग्य व्यवस्थेत घसरण झाली, असे मत काही विचारवंतांनी मांडले आहे. संसर्गजन्य रोग व दारिद्रय यामुळे निर्माण झालेली रोगट मनोवृत्ती व विकृती वाढत चालल्या आहेत. मलेरिया, क्षय व महारोग यांचा प्रसार पुन्हा सुरू झाला आहे. आरोग्यसेवांचे खाजगीकरण झाल्यामुळे गरिबांना आरोग्यसेवा मिळणे मुश्कील झाले आहे.

जागतिकीकरणाने सेवाक्षेत्रात विशेषत: पर्यटन, इलेक्ट्रॉनिक्स, दळणवळण यात नवीन संधी खुल्या केल्या आहेत. परंतु या कामात, रोजगार असुरक्षित असल्यामुळे स्त्रियांची पीछेहाट झाली. यामुळे स्त्रिया देहविक्रयाच्या व्यापारात ढकलल्या जातात. कॉल सेंटर्समध्ये सहज पैसा उपलब्ध होण्याची संधी देतात; परंतु रात्रपाळीवरील कामामुळे सामाजिक पातळीवर संशयास्पद परिणाम होतात.

स्त्रियांच्या सक्षमीकरणाने 'स्व-साहाय्य गटांचे' रूप घेतले. त्यात छोट्या बचत योजना आल्या.

माध्यमांचा अतिरेकी परिणाम त्यात जाहिरातींमधून उत्पादनाशी संबंध नसताना स्त्री देहाचे प्रदर्शन, उपभोग्यवस्तू म्हणून सर्रास वापर, सौंदर्य स्पर्धांचा अतिरेक, मालिका, चित्रपट यातूनही स्त्रियांचा दुय्यम दर्जा दाखवला जातो. सौंदर्य प्रसाधनांचे अतिरेकी प्रदर्शन, स्त्रीच्या केवळ बाह्य रूपावर तिचे अस्तित्व ठरविणे. यामुळे अतिरेकी अश्लीतता आली. सौंदर्य स्पर्धांमुळे बहुराष्ट्रीय कंपन्यांना भारतात यायला उत्तेजन मिळाले. कार्यक्रमापेक्षा जाहिरातींना महत्त्व आले. परदेशी उत्पादने विशेषत: सौंदर्य प्रसाधने यांच्या परदेशी मॉडेल्सना घेऊन अश्लील जाहिरातीही केल्या जातात.

सामाजिक-सांस्कृतिक परिणाम

जागतिकीकरणामुळे विविध संस्कृती, धर्म, भाषा, आचार-विचार, खाद्य पदार्थ यांची मोठ्या प्रमाणात देवाण घेवाण सुरू झाली. आयात-निर्यातीबरोबरच संस्कृतीचाही प्रसार होतो. त्यामुळे जुनी मूल्ये जाऊन नवी मूल्ये येतात. परदेशी पदार्थ भारतात लोकप्रिय होत आहेत. पाश्चात्यीकरणाचे प्रमाण पोशाख, राहणी, भाषा, नातेसंबंध यात वाढले आहे. चंगळवाद, स्त्री-पुरुष संबंधातील नको इतका मोकळेपणा, मूल्यांचा ऱ्हास, व्यक्तिस्वातंत्र्याचा अतिरेक, कुटुंबसंस्थेचे महत्त्व कमी होणे, कुटुंबातील प्रत्येक व्यक्तीच्या पारंपरिक भूमिकेत बदल, नैतिकतेचा ऱ्हास अशा अनेक गोष्टी घडून येत आहेत.

पाश्चात्त्य शिक्षण, परदेशात स्थायिक होण्याचे प्रमाण वाढते आहे. विविध वाहिन्यांद्वारे जास्तीत जास्त पाश्चात्त्य संस्कृतीचे आक्रमण एतद्देशीय संस्कृतीवर होत आहे. वाढती व्यसनाधीनता, पालक व मुले यांच्यात निकोप संबंध नसणे, परस्परांविषयी आस्था नसणे, स्वार्थीपणा हे दुष्परिणाम झाले आहेत. अतिरेकी व्यक्तिस्वातंत्र्यामुळे वृद्धांच्या समस्या वाढत आहेत. जीवघेण्या स्पर्धेमुळे

मानसिक आजार वाढत आहेत.

चंगळवादामुळे, माध्यमांच्या प्रभावामुळे जीवनाचे, जगण्याचे फसवे चित्र डोळ्यांसमोर उभे केले जात असल्याने गुन्हेगारीचे प्रमाण वाढत आहे.

पर्यावरण

बहुराष्ट्रीय कंपन्यांमुळे वाढते प्रदूषण व त्याचा पर्यावरणावर होणारा परिणाम गंभीर स्वरूपाचा आहे. भारताची संपत्ती जमीन, वने, खनिज, पशुधन, प्राणी इ. आहे व त्याचे संरक्षण व संवर्धन करणे आवश्यक आहे. परंतु 'विशेष आर्थिक क्षेत्र' (सेझ) मुळे या नैसर्गिक साधनसंपत्तीचे अस्तित्व धोक्यात आले आहे. बहुराष्ट्रीय कंपन्यांच्या गुंतवणुकीमुळे त्यांना कच्चा माल वनातून पुरवला जातो. यामुळे पर्जन्यमान कमी झाले आहे.

वाहननिर्मितीचे प्रमाण वाढून पेट्रोल, डिझेलचा वापर वाढला आहे. ज्यामुळे प्रदूषण, वनस्पतींची हानी, मानवी आरोग्य धोक्यात आले आहे. औद्योगिक कारणांसाठी प्रगत देशांनीच पर्यावरणाला धोका निर्माण झाला आहे.

जागतिकीकरणाच्या माध्यमातून भारताचा आर्थिक विकास करण्यासाठी, पर्यावरणाचे संतुलन कायम राखण्यासाठी, नैसर्गिक साधन संपदेचे अस्तित्व दीर्घकाळ टिकवून ठेवण्यासाठी, जीवनस्तर उंचावण्यासाठी शाश्वत विकास करणे गरजेचे आहे.

यासाठी बहुराष्ट्रीय कंपन्यांच्या नैसर्गिक साधनसंपत्तीच्या वापरावर कडक निर्बंध घातले पाहिजेत. वने, जंगले, जमीन यांची मालकी व व्यवस्थापन यात स्पष्टता असावी.

(Human Rights Commission)
मानवी हक्क आयोग

प्रत्येक जण जन्मतःच काही हक्क बरोबर घेऊन जन्माला येत असतो. बन्याच सामाजिक व राजकीय गटांकडून मानवी हक्क ही संकल्पना वापरली जाते. अशा मानवी हक्कांशिवाय व्यक्ती अस्तित्वातच राहू शकणार नाही. या अधिकारांची राज्याकडून पायमल्ली होऊ नये. उदा. प्रत्येक व्यक्तीला काम करण्याचा अधिकार आहे, अन्नाचा हक्क आहे परंतु बहुसंख्य लोकांना उपासमार सहन करावी लागते, बेकारांची संख्याही कमी नाही.

कायदा

भारतातल्या 'मानवी हक्क संरक्षण कायदा १९९३'च्या नुसार मानवी हक्क म्हणजे 'स्वातंत्र्य, समानता, जीवन व व्यक्तीचा सन्मानाने जगण्याचा अधिकार होय. घटनेने हा हक्क भारतीय नागरिकाला प्रदान केला आहे. या हक्कांचे आंतरराष्ट्रीय पातळीवर मूल्य राखले जाते. मानवी हक्कांचे संरक्षण करणे ही जागतिक स्तरावरची जबाबदारी आहे. या हक्कांना भारतात कायद्याने संरक्षण दिले जाते. यात अभिव्यक्ती स्वातंत्र्य, धर्माचरणाचे स्वातंत्र्य, समूहाचे स्वातंत्र्य, कायद्यासमोर समानता इ. चा अंतर्भाव असलेले नागरिकांचे मूलभूत हक्क व शिक्षणाचा अधिकार, समान वेतनाचा अधिकार, व्यक्तीच्या आत्मसन्मानाचा अधिकार, कायद्याकडे दाद मागण्याचा अधिकार इ. चा समावेश घटनेच्या मार्गदर्शक तत्त्वांमध्ये करण्यात आला आहे. अन्न, वस्त्र व निवारा या मूलभूत गरजांचा समावेश घटनेतील २१ व्या अनुच्छेदात केला आहे. तो जीवन जगण्याच्या अधिकारातून केला आहे. जीवन जगण्याच्या अधिकारामध्ये सन्मानाने जीवन जगणे आणि त्यासाठी आवश्यक त्या सर्व गोष्टींचा समावेश करावा लागतो. या आवश्यक गोष्टींमध्ये पुरेसा आहार, लज्जा रक्षणापुरते वस्त्र व निवारा यांचा समावेश आहे.

स्वातंत्र्यपूर्व काळात सुमाजसुधारणेच्या चळवळी आणि विविध गटांच्या राजकीय चळवळींबरोबर 'मानवी हक्कां'च्या मागणीसाठी काँग्रेसने उपलब्ध करून दिलेले देशव्यापी व्यासपीठ याच प्रेरणेतून उभे राहिले. यात समाजसुधारकांचा, कायद्यासमोर सर्व समान असल्याच्या मागणीसाठी ब्रिटीशांशी भांडणारे उदारमतवादी राजकीय नेतृत्व व आर्थिक कारणातून उदयाला आलेल्या नेतृत्वाचा समावेश होता. समाजसुधारकांनी समाजातल्या स्त्रिया व दलित वर्गाच्या उद्धारासाठी रूढी व परंपरा यांच्यात सुधारणा घडवून आणण्याचे काम या चळवळींमधून केले.

सिताराम काकराला यांनी याविषयी म्हटले आहे की, मूलभूत मानवी हक्कांची जाणीव समाजातल्या कष्टकरी आणि मध्यमवर्गाच्या अस्तित्वाबरोबरच वाढीला लागली. तोपर्यंत 'नागरी स्वातंत्र्य' ही संकल्पना समाजातल्या केवळ पुढारलेल्या वर्गापुरतीच मर्यादित होती. दुसऱ्या शब्दात 'अधिकार' म्हणजे भारतातल्या पुढारलेल्या वर्गावर वसाहत राज्याने केलेली उपकारांची खैरात होती.

याच दृष्टीकोनाचा पाठपुरावा भारतीय राष्ट्रीय काँग्रेसच्या नेतृत्वाने आपल्या पहिल्या तीन वर्षाच्या कार्य काळात केला.

स्वातंत्र्यानंतरची मूलभूत हक्कांसाठीची चळवळ प्रामुख्याने दोन भागात विभागली गेली. आणिबाणीपूर्वीचा आणि आणिबाणीनंतरचा कालखंड. मूलभूत हक्कांची चळवळ १९६० च्या उत्तरार्धात खऱ्या अर्थाने सुरू झाली. समाजातल्या दलित गटाच्या न्याय आणि समानतेच्या मागणीतून निर्माण झालेल्या 'लोकशाही हक्कांचा' पुरस्कार या चळवळीने सातत्याने केला.

संस्था, संघटनांचे कार्य

देशात सध्या मानवी हक्कांसंदर्भात कार्यरत असणाऱ्या अनेक संस्था व संघटना आहेत. त्यापैकी 'पिपल्स युनियन फॉर सिव्हिल लिबर्टीज' आणि 'पिपल्स युनियन फॉर डेमोक्रेटिक राइटस' या त्यातल्या महत्त्वाच्या संस्था आहेत. बऱ्याच राज्यांमध्ये यांच्या शाखा व उपशाखा आहेत. त्यांचे कार्य मात्र स्वतंत्रपणे चालते. महाराष्ट्रातील 'कमिटी फॉर द प्रोटेक्शन ऑफ डेमोक्रॅटिक राइट' ही त्यापैकीच एक आहे. तर दिल्ली, मुंबईसारख्या ठिकाणी 'सिटीझन्स फॉर डेमोक्रसी' ही संस्था कार्यरत आहे. अशा संघटनांमध्ये बरेचदा शिक्षक, पत्रकार, साहित्यिक, कलाकार व कायदेपंडित अशा व्यक्ती असतात.

१९७६ मध्ये जयप्रकाश नारायण यांच्या नेतृत्वाखाली 'पिपल्स युनियन फॉर सिव्हिल लिबर्टीज अॅण्ड डेमोक्रॅटिक राइटस्' या संघटनेची स्थापना झाली. सामाजिक, आर्थिक व राजकीय हक्क वेगळे करता येत नाही असे या संघटनेचे म्हणणे आहे. सामाजिकदृष्ट्या पददलितांशी संबंधित विषयांवर चळवळ घडवून आणत असतांना यांची आवश्यकता असते.

मानवी हक्क दडपले जाऊ नयेत म्हणून चळवळीतल्या कार्यकर्त्यांना करावा लागणारा संघर्ष व दुसऱ्या बाजूला राज्याकडून दिली जाणारी हिन वागणूक अशी परिस्थिती या चळवळीची असते. परंतु आजही लोकांच्या हक्काची पायमल्ली होत असते. याविषयी या संघटना उपोषण, मोर्चे, काढून, पत्रके वाटून लोकांना जाणीव करून देत असतात. यात काहीजण वर्षानुवर्षे न्यायालयीन लढाया देतात व न्याय मिळवतात. सरकार अशा चळवळींचे मानसिक खच्चीकरण करत असते. अशा लढाया, संघर्ष होऊ नये म्हणून सरकार अशा लढायांमध्ये फूट पाडण्याचा प्रयत्न करते.

याविषयी ए. आर. देसाई यांनी १९६० ते १९८० या काळातील गरीबांच्या विरोधातील मानवी हक्कांच्या उल्लंघनाविषयीच्या काही घटनांचा अभ्यास केला. तर काहींनी मानवी हक्कांच्या पायमल्लीच्याबाबतीत घडलेल्या घटनांचे विश्लेषण केले. यात शेतजमीन व शेतमजूरांमधील वाद, पोलिसांकडून कायद्याचा – बळाचा वापर, अभिव्यक्तीवरील बंधने, शहरातील घरबांधणी, शैक्षणिक स्वातंत्र्य, जातीय किंवा प्रादेशिक संघर्ष, महिलांना दिली जाणारी वागणूक इ.

नंदिता हक्सर यांनी मानवी हक्कांची चार प्रकारात विभागणी करून ते खालीलप्रमाणे मांडले आहेत ह

१) कैद्यांशी संबंधित विषय. यात कच्च्या कैद्यांचा चुकीच्या पद्धतीने तपास आणि तुरुंगातल्या वातावरणाचा अंतर्भाव आहे.

२) पोलिसांकडून करण्यात येणारी हिंसा ज्यात लॉकअपमधील छळ, बेकायदेशीर गोळीबार, घडवून आणलेल्या बनावट चकमकी यांचा समावेश आहे.

३) व्यक्ती विरोधातील कायदे, एखाद्या भूभागात प्रवेशबंदी, टाडा / मिसा / पोटा व शोषितांच्या विरोधात वापरले जाणारे कायदे जसे वन कायदा.

१९९३ मध्ये भारतीय संसदेने मानवी हक्क विधेयक मांडले. १९९४ मध्ये याचे रुपांतर कायद्यात झाले व या कायद्यामुळे राष्ट्रीय मानवी हक्क आयोग अस्तित्वात आला. शोषित व मानवी हक्क संघटनांकडून आयोगाकडे तक्रारी दाखल केल्या जातात. त्याचप्रमाणे वृत्तपत्रातील बातम्यांच्या आधारे स्वत: आयोग पुढाकार घेऊन तक्रार दाखल करून घेतो. सध्या दृश्यमाध्यमेही याबाबत महत्त्वाची भूमिका बजावत आहेत. त्यावर दाखवलेल्या वृत्ताच्या आधारेही काही तक्रारी दाखल करून घेतल्या जातात. यात त्यांच्या वार्ताहरांकडून जाती-जातींमधील संघर्ष, अस्पृश्यतेची प्रथा, नक्षलवाद्यांकडून पोलीसांचा खबऱ्या म्हणून होणारे अत्याचार, शासनाकडे मदतीसाठी केलेल्या अर्जाची दखल घेतली न जाणे, महिलांवरचे अत्याचार, बालमजुरी अशा अनेक विषयांचा समावेश असतो. माणसाच्या मूलभूत हक्कांचे उल्लंघन केले जाणे हे प्रकार सतत घडत असतात. अस्पृश्यता पाळणे, त्यांच्यावर अन्याय करणे, सक्तीने दंड आकारणे, वसुली करणे इ. कित्येक प्रकरणे अशीही आहेत की ज्याबाबत दादही मागितली जात नाही. चिपको आंदोलन, नर्मदा आंदोलन या केवळ पर्यावरणवादी चळवळी नाहीत तर यात मानवी हक्कांचाही समावेश आहे.

राज्यातील स्थिती

राज्य मानवी हक्क आयोगाकडे दाखल झालेल्या तक्रारी त्यांचे स्वरूप व निवारण पाहता. शासकीय अधिकारी व कर्मचाऱ्यांकडून अन्याय व अपमानास्पद वागणूक मिळालेले राज्यातील साडेचार हजारांवर सामान्य नागरिक न्याय मिळण्याच्या प्रतीक्षेत आहेत. राज्य मानवी हक्क आयोगाकडे विविध खात्यांशी संबंधित तक्रारी प्रलंबित आहेत. आयोगाचा कारभार संथगतीचा असल्याने बऱ्याच तक्रारी प्रलंबित आहेत. गेल्या वर्षभरात सर्वाधिक तक्रारी निकालात काढण्यात आल्या.

राज्यात आठ वर्षांपूर्वी अस्तित्वात आलेल्या आयोगाकडे एप्रिल अखेरपर्यंत राज्यभरातून २६ हजारांवर तक्रारी आल्या आहेत. त्यापैकी सुमारे २२ हजार अर्ज निकालात काढले आहेत. प्रलंबित प्रकरणांमध्ये सर्वाधिक दोन हजारांवर तक्रारी गृह खात्याबद्दल आहेत. त्याखालोखाल महसूल विभागाचा क्रमांक आहे.

गेल्या काही वर्षांपासून महाराष्ट्रात शासकीय अधिकाऱ्यांकडून आपल्या अधिकाराचा गैरवापर, तसेच कनिष्ठ सहकारी, कर्मचारी आणि सामान्य नागरिकांवर अन्याय करण्याच्या घटना वाढू लागल्या आहेत. त्याबद्दल शासनाविरुद्ध नाराजी प्रकट होऊ लागल्यानंतर मानवी हक्काच्या

पायमल्लीला प्रतिबंध करणारा कायदा १९९३ मध्ये मंजूर करण्यात आला. त्यातील तरतुदींनुसार राज्यात २००१ मध्ये मानवी हक्क आयोगाची स्थापना झाली. उच्च न्यायालयातील निवृत्त मुख्य न्यायाधीशांकडे पदसिद्ध अध्यक्षपद देण्यात आले. उर्वरित तीन सदस्यांमध्ये एक उच्च न्यायालयातील निवृत्त न्यायाधीश, तर प्रत्येकी एक जण निवृत्त आयएएस व आयपीएस अधिकाऱ्यांचा समावेश आहे. त्यांच्याकडे कार्यालयीन कर्मचाऱ्यांसह ५४ जणांचा कर्मचारीवर्ग आहे. आयोगाकडे आलेल्या तक्रारींच्या तपासासाठी विशेष पोलीस महानिरीक्षक दर्जाचा अधिकारी आणि त्यांच्या नेतृत्वाखाली पोलीस अधीक्षक, दोन निरीक्षक व सहा पोलीस कॉन्स्टेबलचे पथक आहे. दिवाणी, न्यायप्रविष्ट प्रकरणे व व्यक्तिगत वादाव्यतिरिक्त शासनाकडून झालेल्या अन्यायाचे निवारण करण्यासाठी बनविलेल्या आयोगाकडे सुरुवातीपासून तक्रार अर्जांचा भडिमार झाला असून, प्रतिवर्षी त्याच्या संख्येत वाढ होत आहे. आयोगाकडे पहिल्या वर्षी राज्यभरातून तब्बल १४५४ तक्रारी आल्या. त्यापैकी केवळ ५३८ अर्ज निकालात काढण्यात आले, तर ९१६ प्रलंबित राहिले. त्यानंतर गेल्या सात वर्षांत सातत्याने तक्रार अर्जाबरोबरच प्रलंबित प्रकरणाचा आलेख उंचावत राहिला आहे. गेल्या आठ वर्षांत एकूण २६,३८३ अर्ज आले असून, त्यापैकी २१,८४६ अर्ज निकालात काढले आहेत. यामध्ये जवळपास १६ हजारांवर तक्रारी पोलिसांशी संबंधित आहेत. सध्या प्रलंबित असलेल्या ४५३७ प्रकरणांमध्येही गृह खाते आघाडीवर आहे. पोलिसांकडून झालेल्या अन्यायाबद्दल दोन हजारांवर अर्ज आहेत, तर त्यानंतर सर्वाधिक अर्ज महसूल विभागातील अधिकाऱ्यांकडून अपमानास्पद वागणूक, अन्यायी कारवाई झाल्याबद्दल आहेत. प्रलंबित प्रकरणांची संख्या वाढत आहे.

वर्षभरात ६९७५ तक्रारींचा तपास पूर्ण केला असून, हे प्रमाण आतापर्यंत सर्वाधिक आहे. विभागवार सुनावणी घेऊन प्रलंबित प्रकरणे निकालात काढण्याच्या दृष्टीने प्रयत्न सुरू आहेत."

वर्ष	दाखल तक्रारी	निकालात	प्रलंबित
२००१–०२	१४५४	५३८	९१६
२००२–०३	२१५३	१६४५	१४१४
२००३–०४	२५२०	१३६१	२५७३
२००४–०५	३३९४	३०३४	२९३३
२००५–०६	५१८५	२८५३	५२६५
२००६–०७	५२३६	५४८०	५०६१
२००७–०८	६४४१	६९७५	४५३७

समारोप

आयोगाकडे तक्रारी दाखल करणाऱ्यांचे प्रमाण दिवसेंदिवस वाढतच आहे. २००१ मध्ये आयोगाची स्थापना करण्यात आली तेव्हापासून हे प्रमाण सुमारे चार ते पाचपटीने वाढले आहे.

आयोगाच्या कामाची गती पाहता, कदाचित इतर अनेकांना तक्रारी दाखलही करायच्या असतीलही परंतु या संथगतीमुळे तक्रारी नोंदवत नसतील.

एकूणच तक्रारीमध्ये शासकीय अधिकाऱ्यांविरुद्ध, कर्मचाऱ्यांविरुद्धच्या तक्रारी जास्त आहेत. भविष्यात या तक्रारी येऊ नयेत याचीच तरतूद करणे गरजेचे आहे. पोलिसांविरुद्धच्या तक्रारी यात बऱ्याच आहेत त्या पार्श्वभूमीवर व्यवस्थेतील पोलीसांची भूमिका, समाजातील त्यांची प्रतिमा, तक्रारींचे नेमके स्वरूप व कारणे जाणून घेणे गरजेचे आहे व समाज संरक्षणासाठीच्या पोलीसांच्या भूमिकेचा विश्वास वाटला पाहिजे. शासकीय कार्यालयामध्ये कामे उत्तम प्रकारे पार पडण्यासाठी अधिकारी व कर्मचारी यांच्यात समन्वय असणे आवश्यक आहे. परस्परसंबंध चांगले असले पाहिजेत. दाखल केली गेलेली सर्व प्रकारे योग्य प्रकारे व न्याय्य पद्धतीने हाताळली गेली पाहिजेत.

(Industrialisation, Trade Unions and Labour Welfare)

औद्योगिकीकरण, कामगार संघटना व कामगार कल्याण

औद्योगिकरण ही अशी प्रक्रिया आहे की, ज्यामध्ये उत्पादनकार्याच्या तंत्रात किंवा व्यूहरचनेत सतत परिवर्तन घडून येते. यामध्ये उपक्रमांचे यांत्रिकीकरण, नवीन उद्योगांची उभारणी, नवीन बाजारपेठांचा शोध इत्यादींचा समावेश होतो. औद्योगिकरणामध्ये भांडवलाचा अधिक विस्तृत व सढळ वापर करणे महत्त्वाचे आहे. औद्योगिकीकरणाचा व्यापक अर्थने विचार करता उद्योगांच्या स्थापनेबरोबरच अर्थव्यवस्थेच्या रचनेत व समाजरचनेत परिवर्तन घडवून आणणे अपेक्षित असते. हा बदल घडवून आणण्यासाठी मोठ्या प्रमाणात औद्योगिक उत्पादन वाढवून राष्ट्रीय उत्पन्न वाढविता येते. यामुळे आर्थिक व सामाजिक परिवर्तनाला उत्तेजन मिळते. औद्योगिकीकरणामध्ये खालील मुद्दे महत्त्वाचे ठरतात.

१) औद्योगिकीकरण व रोजगारनिर्मिती २) औद्योगिकीकरण व शेतीविकास ३) औद्योगिकीकरण आणि निर्यातवाढ ४) औद्योगिकीकरण व नैसर्गिक साधनसंपत्तीचा वापर ५) औद्योगिकीकरण व सामजिक बदल ६) औद्योगिकीकरण व सेवाक्षेत्रांचा विकास ७) औद्योगिकीकरण व देशाचे सार्वभौमत्व ८) औद्योगिकीकरण व लोकांचे राहणीमान ९) औद्योगिकीकरण व राष्ट्रीय उत्पन्न.

औद्योगिकीकरण ही अशी एक प्रक्रिया आहे की, ज्यात कृषी व हस्तकला उत्पादनाचे प्रभुत्व किंवा वर्चस्व असलेल्या समाजाचे व अर्थव्यवस्थेचे रुपांतर हे यंत्रावर आधारित उत्पादनाचे प्रभुत्व निर्माण होणाऱ्या समाजात वा अर्थव्यवस्थेत करणे होय. औद्योगिकीकरण प्रक्रियेची सुरुवात प्रथम इंग्लंड (U.K.) मध्ये औद्योगिक क्रांतीनंतर झाली व नंतर त्याचा प्रसार हा पश्चिमेकडील युरोपमधील समाजात झाला. हस्तोद्योगाच्या ऐवजी यंत्रोत्पादन हे औद्योगिकीकरण प्रक्रियेचे प्रमुख वैशिष्ट्य असून औद्योगिकीकरण प्रक्रिया हे खालील प्रक्रियांशी मोठ्या प्रमाणात दुवा साधते – अ) समाजाच्या एकूण आधुनिकीकरणाची प्रक्रिया ब) समाजाच्या नागरिकरणाची प्रक्रिया क) विज्ञान आणि तंत्रज्ञान यांच्या विकासाची प्रक्रिया इत्यादी. औद्योगिकीकरणाची प्रक्रिया समाजाच्या विकासाचे द्योतक मानली जाते.

भारतात १९ व्या शतकाच्या उत्तरार्धात औद्योगिकीकरणाच्या प्रक्रियेला प्रारंभ जरी झाला असला, तरी त्या प्रक्रियेला गती प्राप्त झाली ती स्वातंत्र्य प्राप्तीनंतरच.

कामगार संघटना

औद्योगिकरणानंतर कारखान्यांची वाढ होऊन कामगार संघटना व त्यांच्या चळवळीचा उदय झाला. कामगार चळवळींनी कामगारांना योग्य ते वेतन मिळावे, त्यांच्या कामाची परिस्थिती सुधारावी

यासाठी संघटीतरीत्या प्रयत्न केले. कामगार संघटना ही कामगार चळवळीचा आधार आहे. कामगारांच्या प्रगतीसाठी संघटीतरीत्या प्रयत्न केले गेले तर ते उपयोगी ठरू शकतील असे जाणवले. यामुळे उद्योजक व कामगार यांच्यात चांगले संबंध निर्माण होऊ लागले. उद्योगधंद्यात शांतता प्रस्थापित करण्यासाठी कामगार संघटनांची गरज वाटू लागली.

१८ व्या शतकात इंग्लंडमधील औद्योगिक क्रांतीनंतर जगभर झपाट्याने औद्योगिकीकरणाची लाट पसरली. कारखान्यांचे क्षेत्र वाढले. कामगरांची स्थिती, कामाच्या ठिकाणची स्वच्छता, सुविधा, वेतन यासाठी सर्वत्र प्रयत्न सुरू झाले. त्याला कामगार चळवळीचे स्वरूप आले. त्याचा आधार होता कामगार संघटना.

व्यक्तिमत्व आणि वर्तन याचा समाजातल्या वातावरणाशी जवळचा संबंध आहे. या तत्त्वावर दृढ विश्वास असणाऱ्या रॉबर्ट ओवेन (१७७१-१८५४) या इंग्रज विचारवंताने कामगारांच्या संघटनेसाठी इ. स. १८०० मध्ये स्कॉटलंड येथे जवळजवळ ३००० लोकांना एकत्र आणण्याचा प्रयत्न केला. आणखी काही मालक त्यात सहभागी झाले. रॉबर्ट ओवेनने इ. स. १८३४ मध्ये मध्यवर्ती कामगार संघटना स्थापन करण्याचा प्रयत्न केला. अखेर वैयक्तिक पातळीवरच्या प्रयत्नानंतर संघटित प्रयत्न सुरू झाले. या प्रयत्नांनी लवकरच मोठा आकार घेतला. आज औद्योगिक क्षेत्राचे महत्त्वाचे अंग असलेल्या कामगार संघटना जागतिक पातळीवर काम करीत आहेत.

इंग्लंडमध्ये या संघटना पहिल्या महायुद्धानंतर बलवान झाल्या. १८५० पासून कामगार संघटनांची सुरुवात झाली.

इ. स. १८९२ मध्ये एक स्वतंत्र कामगार पार्लमेन्टमध्ये निवडूनही गेला. इ. स. १८६८ मध्ये ट्रेड युनियनची स्थापना, त्यानंतर लेबर पार्टीची स्थापना, राजकीय चळवळीत भाग घेण्याची कामगार संघटांना मिळालेली परवानगी, यामुळे इंग्लंडमध्ये कामगार चळवळीला चांगलाच आकार आला व कामगार संघटना वाढीस लागल्या. भारतात इ. स. १९१८ मध्ये 'मद्रास लेबर युनियन' ही पहिली कामगार संघटना स्थापन झाली. मात्र इ. स. १८८५ पासूनच भारतात कामगार चळवळीस प्रारंभ झाला होता असे म्हणता येईल. मुंबईतील एक कामगार नारायण मेघाजी लोखंडे यांनी इ. स. १८८४ व इ. स. १८९० मध्ये कामगारांच्या मागण्यांची सविस्तर टिपणे तयार केली व सरकाराला सादर केली. कामगार चळवळीचा तो आरंभ होता असे म्हणता येईल. लोकमान्यांच्या शिक्षेच्या निषेधार्थ गिरणीकामगारांनी इ. स. १९०८ मध्ये केलेला सार्वत्रिक संप, स्वातंत्र्य लढ्याच्या इतिहासात महत्त्वाची नोंद करणारा ठरला.

पहिल्या महायुद्धाचे सावट, महात्मा गांधींची इ. स. १९२० सालची असहकार चळवळ, इ. स. १९१७ च्या रशियन क्रांतीचे पडसाद यामुळे कामगार संघटनांसाठी अनुकूल वातावरण तयार झाले. (All India Trade Union Congress) म्हणजे 'आयटक'ची स्थापना इ. स. १९२० मध्ये झाली. त्यापूर्वी आंतरराष्ट्रीय कामगार संघटनेची स्थापना झाली होती. इ. स. १९१९ मध्ये ना. म. जोशी यांची कामगार प्रतिनिधी म्हणून मध्यवर्ती कायदेमंडळात नेमणूक झाली होती. त्यांच्या प्रयत्नाने इ. स. १९२६ मध्ये कामगार संघाचा कायदा मंजूर झाला. कामगारांना बऱ्याच सवलतीही मिळाल्या.

मात्र जहाल आणि नेमस्त पुढाऱ्यांच्यातले मतभेद, इ. स. १९२६ पासून कम्युनिस्ट पार्टीचा सहभाग यामुळे ट्रेड युनियन काँग्रेसमध्ये फूट पडली. इ. स. १९३१ ते इ. स. १९३६ हा काळ कामगार चळवळीसाठी कठीण होता. जागतिक मंदीची लाट, कामगार कपात, सरकारी दडपशाही, कम्युनिस्टांच्या अतिरेकी कारवाया यांनी चळवळीचे बरेच नुकसान झाले.

इ. स. १९४० मध्ये म. गांधींच्या विचारसरणीच्या तत्त्वावर इंडियन नॅशनल ट्रेड युनियन काँग्रेसची (इंटक) स्थापना झाली. त्यानंतर डिसेंबर १९४८ मध्ये प्रजासमाजवादींपक्षाच्या प्रभावी नेतृत्वाखाली हिंद मजदूर सभेची स्थापना झाली. युनायटेड ट्रेड युनियन काँग्रेसची स्थापना झाली. कोणत्याही संघटनेत राजकीय पक्षाचा प्रभाव नसावा यावर भर दिला गेला. कालांतराने चार संघटनांच्या दहा झाल्या. इ. स. १९७७ पासून शासनाने त्यांना मान्यता दिली. पक्षीय राजकारणाचा प्रभाव मात्र राहिलाच. गांधीवादी विचारसरणीच्या अहमदाबादेतील 'मजूर महाजन' ह्या चळवळीने स्वतःला राजकारणापासून अलिप्त ठेवले होते. इंटकच्या स्थापनेनंतर त्यांनी सहकार्याचा हात पुढे केला.

राष्ट्रव्यापी संघटना म्हणून अस्तित्वात आलेल्या जनसंघाने इ. स. १९६६ मध्ये 'भारतीय मजदूर संघाची' स्थापना केली. प्रजासमाजवादी पक्षाने 'हिंदू मजदूर पंचायत' ही कामगार संघटना काढली. फाटाफूट, विघटन यांनी कामगार संघटना यांना घेरले. कामगार संघ भारतात सामर्थ्यशाली बनले नाहीत. उद्योग धंद्याची खूप वेगाने अपेक्षित असलेली पण संथ, असमान झालेली वाढ व प्रचंड कामगार पुरवठा ही कामगार संघटना बलवान न बनण्याची कामगार संघटना बलवान न बनण्याची कारणे असावीत. प्रभावी कामगार नेतृत्वाचा अभाव, असंघटित, अंधश्रद्धाळू कामगार, राजकीय वर्चस्व यामुळे कामगार संघाचा मार्ग खडतर ठरला. लोकशाहीच्या व्यापक चौकटीत कामगार संघाचे कार्य या पुढील भावी काळात अधिक जोमाने सुरू होईल असा आशावाद प्रकट करता येईल.

श्रमिक संघटना म्हणजे उद्योगातील श्रमिकांनी प्रस्थापित केलेले असे समूह जे आपल्या सदस्यांकरिता, त्यांच्या हक्कांकरिता आणि सोयीसवलतींकरिता लढा देतात व सर्व प्राथमिक गरजा पूर्ण करण्यासाठी प्रयत्न करतात.

श्रमिक संघटना एक सातत्याने चालणारी स्वयंसेवी संस्था असते. उद्देश्य सफल करण्यासाठी एकत्रित लढा देणे हे या संघटनांचे उद्देश असतात.

साधारणपणे श्रमिक संघटनेच्या कार्याला संरक्षणात्मक कार्ये आणि विकासात्मक कार्ये अशा दोन भागात विभागले जाते. भारतामध्ये 'इंडियन नॅशनल ट्रेड युनियन काँग्रेस (INTUC) ऑल इंडिया ट्रेड युनियन काँग्रेस (AITUC), हिंद मजदूर सभा (HMS), युनायटेड ट्रेड युनियन काँग्रेस (UTUC) या महत्त्वाच्या श्रमिक संघटना आहेत. कामगार संघटनेला औद्योगिक समाजात वेगळेच स्थान आहे. जगातील विकसनशील राष्ट्रांमध्ये त्यांचा झपाट्याने विकास होत आहे. औद्योगिक क्षेत्रात कामगार वर्ग, मजूर वर्ग निर्माण झाला. शहरे अस्ताव्यस्त वाढली. गरजेपोटी वसाहती, चाळी निर्माण झाल्या. उत्पादन पद्धतीमध्ये तांत्रिक बदल झाले त्यामुळे बेकारी वाढली. आधुनिक उत्पादन

वाढले तसे या समस्या अधिकच उग्र रूप धारण करू लागल्या. या उत्पादन क्षेत्रात सहभागी असणारा कामगार वर्ग असहाय्य ठरू लागला. कारण आधुनिक काम करणाऱ्या ठिकाणांवर असलेली यंत्रसामुग्री साधने असे सर्व असल्यामुळे त्यापासून निर्माण होणारे धोके, त्यापासून निर्माण होणाऱ्या इजा यासाठी कामगारांचे संरक्षण ही बाब अपरिहार्य ठरली. त्यामुळेच सर्व विकसित देशांमध्ये औद्योगिकीकरणाबरोबर कामगारांच्या हितासाठी संघटना निर्माण झाल्या व त्यांचा विकास होत गेला. तोच आदर्श घेवून विकसनशील देशातही कामगार संघटना निर्माण झाल्या.

कारखान्यात तयार होणाऱ्या उत्पादनात आरोग्यास बाधक होणाऱ्या वातावरणाची निर्मिती व परिस्थिती, पिळवणूक, अल्पवेतन, परिवार, प्रपंच, अल्प अन्न, उपासमार, दारिद्रच या परिस्थितीत दिवस ढकलणे कठीण झाल्यामुळे स्वहितासाठी कामगार संघटनांचा उदय झाला. कामगार संघटना निर्माण होण्यामागे कामगार वर्गाच्या विरुद्ध भांडवलदार, कारखानदार, असा एक प्रकारचा आर्थिक भेद होता. सामाजिक विषमता होती. मजुरांच्या श्रमाने होणारे उत्पादन व भरपूर नफा यामुळे कारखानदार धनाढ्य बनले. कामगारांची पिळवणूक होवून यातून आर्थिक दरी वाढत गेली. कामगारांच्या समस्या सोडविण्यासाठी कामगार संघटनांची निर्मिती झाली. औद्योगिक क्रांतीपूर्वी कामगार संघटना नव्हत्या. कारण रोजंदारीवर काम करणाऱ्या कामगारांचा पुरवठा करणारे ठेकेदार होते. परंतु नंतर ही पद्धत रद्द होऊन रोजगाराचे केंद्रीकरण झाले. कामगारांच्यो समस्या एकच आहेत हे कळले.

कामगार संघटनांची कार्ये

कामगारांच्या हितसंबंधांचे संरक्षण करण्यासाठी कामगार संघटना प्रयत्न करीत आहेत.

भांडवलशाही व्यवस्थेत मालक व मजूर यांच्यातील संघर्ष अटळ आहे.

या संघर्षात कामगार संघटना नसत्या तर कामगारांची स्थिती दीनवाणी झाली असती.

कामगारांचे हित साधण्यासाठी केल्या जाणाऱ्या कामात त्यांचे संरक्षण, कामगारांची स्थिती सुधारणे ही कामे केली जातात.

कामगारांना अधिक वेतन मिळावे, त्यांच्या कामाची स्थिती सुधारावी, कामाचे तास योग्य असावेत, त्यांना आर्थिक सुरक्षितता मिळावी, उद्योग, व्यवसायात मान व प्रतिष्ठा मिळावी यासाठी प्रयत्न करणे अशी कार्येही संघटना करतात.

अलीकडच्या काळात उद्योगधंद्याच्या व्यवस्थापनात सहभाग व मिळणाऱ्या नफ्यामध्ये वाटा व हिस्सा असावा यासाठी ही या संघटना कार्य करतात. या कार्याला ताकदीची गरज असते. चर्चा करणे, वाटाघाटी करणे, सामूहिक करार करणे अशा प्रकारचे मार्ग जर अयशस्वी ठरले तर कामगार संप, बंद, हरताळ या प्रकारचा लढावू मार्ग अवलंबतात.

कामगार संघटना कामगारांमध्ये बंधुभाव निर्माण करण्यासाठी कार्ये करीत असतात.

कामगारांच्या आपत्ती स्थितीत त्यांना मदतीचा हात देणे.

त्यांची कार्यक्षमता वाढवणे व आपापसात सहकार्याची भावना वाढविणे.

त्यांची शारिरीक वा आर्थिक स्थिती बिकट असताना त्यांना मानसिक व आर्थिक सहाय्यता करणे.

गरजू होतकरू कामगारांच्या मुलांना ही आर्थिक सहाय्य करतात. आर्थिक सहाय्यासाठी वर्गणी किंवा सामूहिक निधी गोळा करून आपत्कालीन स्थितीतही मदत करतात.

कामगारांच्या कुटूंबात शिक्षणाचा प्रसार करणे. त्यांच्या पत्नी व मुलांना सांस्कृतिक कार्यक्रमात सहभागी करून घेणे.

कामगारांच्या कुटूंबांसाठी कामगार कल्याण केंद्रे उभारणे व कामगार कल्याण कार्यक्रम तयार करणे.

कामगारांच्या मुलांसाठी शाळा चालवणे, पौष्टिक खाद्य वाटप करणे, स्त्रियांचा कुटुंबास आर्थिक हातभार लागेल अशा उपाययोजना हाती घेणे, सांस्कृतिक केंद्रे उभारणे, वाचनालय, गृहउद्योग, क्रीडागृहे, करमणुकीची साधने उपलब्ध करून देणे, वृद्धांसाठी मनोरंजनाचे, तरुणांसाठी व्यायामशाळा उभारणे इ. कार्ये ही संघटनांच्या माध्यमातून केली जातात.

कामगार कुटुंबियांसाठी आरोग्य सुविधा, प्रसुतीगृहे, दवाखाने शिवाय जगातील घडामोडींचे ज्ञान व्हावे म्हणून व्याख्याने, दूरदर्शन संच, वर्तमानपत्रे या सुविधा उपलब्ध करून देण्यासाठी प्रयत्नशील असतात.

कामगारांच्या परिवारांतील महिला सुशिक्षित व्हाव्यात, स्वत:च्या पायावर उभ्या रहाव्यात यासाठी त्यांच्या मुलींसाठी शिक्षणास हातभार, गृहउद्योग यासारखे प्रकल्प घेतले जातात.

या सर्व कामामुळे कामगार व त्यांचे कुटुंबिय एक जुटीने रहावेत, एकमेकांबद्दल प्रेम, बंधूभाव निर्माण व्हावा, परस्परांत सहकार्याची भावना निर्माण व्हावी, संकटकाळी एकमेकांनी परस्पर सहाय्य करावे. प्रत्येकाच्या सुखदु:खात सहभागी व्हावे. व खेळीमेळीने रहावे या गोष्टीची जोपासना केली जाते.

नव्या युगात कामगार संघटना राजकीय प्रवाहांत आल्या. उद्योग व्यवसायात कामगारांना स्थान व महत्व निर्माण करण्यासाठी राजकीय सत्ता असायला हवी त्यामुळे कामगार संघटनांना राजकीय प्रवाहांत महत्वाचे स्थान आहे. कामगारांसाठी कायदे करण्यात आले ज्यात वेतनपद्धती, वेतन निश्चिती करण्यात आली. त्यानुसार किमान वेतन (Minimum wages), वास्तव वेतन (Real wages), उपजीविका वेतन (Iiving wages) त्याशिवाय नफ्यातील भागीदारी, बोनस या इतर स्वरूपातील मोबदल्याचाही समावेश केला जातो.

कामगार संघटनांच्या प्रयत्नामुळे कामगारांच्या सोयी, कामाचे तास यामध्ये सुधारणा होत गेल्या. अविकसित देशातून कामाचे तास अधिक आढळतात. भारतात आठवड्याला सहा दिवस काम व पगारी सुट्टी असते व दिवसाला आठ तास काम व मध्यंतरी भोजनाची सुट्टी असते. कायम स्वरूपी कामगारांना आजारपणाची रजा मिळते.

औद्योगिक विवादाच्या अनेक रुपांपैकी एक संप, म्हणजे अन्यायाविरुद्ध सामूहिक प्रतिक्रिया व्यक्त करण्यासाठी काही काळ उत्पादन थांबवणे. संपाचे वेगवेगळे प्रकार असतात जसे – कामावर

गैरहजर राहणे, संथपणे काम करणे, बसून राहणे, लेखणी बंद ठेवणे इ. जगातील बहुतेक सर्व लोकशाही देशातून संप करण्याचा कायदेशीर हक्क मान्य करण्यात आला आहे.

कारखान्यात काम करतांना कामगाराला अपघात झाला तर त्याला आर्थिक सहाय्याची जरूरी असते. भारतातही वाढते औद्योगिकीकरण, यांत्रिकीकरण यामुळे अपघात होतात. १९२३ मध्ये कामगार नुकसान भरपाईचा कायदा मंजूर झाला व १९२४ पासून अंमलात आला.

१९४८ साली कामगार राज्य विमा कायदा लागू झाला व त्यात १९५९, १९६२, १९६७ मध्ये त्यावेळच्या परिस्थितीनुसार सुधारणा होत गेल्या. परंतु 'कामगार राज्य विमा कायदा – १९४८' हा सर्वांसाठी लागू होत नाही.

कायदे केलेले असले तरी त्याची अंमलबजावणी ही काटेकोरपणे केली गेली पाहिजे. बेकारी, वाढती महागाई, कारखान्यांची बदलती धोरणे यामुळे कंत्राटी कामेही कामगार स्विकारतात.

औद्योगिक संघर्ष अधिनियमाच्या कलम ७ नुसार सरकार औद्योगिक संघर्षाचा निवाडा देण्यासाठी एक किंवा अधिक औद्योगिक न्यायालयांची नियुक्ती करू शकते. न्यायाधीशाची नियुक्ती सरकारद्वारेच केली जाते. या न्यायालयात पुढील बाबतींत निर्णय दिले जातात.

१) मजुरी, ती देण्याचा अवधी व त्याच्या धोरणासंबंधी खटले (दावे), २) क्षतिपूर्ती (नुकसान भरपाई) व इतर भत्त्यांसंबंधी, ३) बोनस, लाभविभाजन, प्रॉव्हिडंट फंड, इत्यादी संबंधीचे खटले (दावे), ४) कामाचे तास, मध्यंतर व विश्रांतीसंबंधी, ५) सवेतन रजा व सार्वजनिक सुट्ट्यांसंबंधी, ६) श्रमिकांची कपात व उपक्रम बंद करण्यासंबंधी, ७) विवेकीकरणासंबंधी, ८) अनुशासन व शिस्तीच्या नियमांसंबंधी, ९) इतर बाबींसंबंधी.

केंद्र सरकार औद्योगिक अधिकरण आणि श्रम न्यायालये या संस्थांच्या (Central Government Industrial Tribunals And Labour Court) मार्फत औद्योगिक विवादाच्या घटनांची दखल घेते आणि मागवते. भारतात श्रम न्यायालये, औद्योगिक लवाद, औद्योगिक न्यायालय समकक्ष औद्योगिक लवादांची एकूण संख्या ३३१ आहे. यामध्ये महाराष्ट्रात सर्वांत जास्त ६८ तर गुजरातेत ५६ औद्योगिक न्यायालये आहेत व त्याद्वारा कामगार हिताचे रक्षण करण्याचे काम चालते.

(Insurance & Life Insurance)

विमा व आयुर्विमा

विमा म्हणजे काय

व्यक्तीला अथवा संघटनेला भावी काळात संभवू शकणारे अनिश्चित स्वरूपाचे मोठे वित्तीय नुकसान ठरावीक विमित (Insured) रकमेइतके भरून मिळण्यासंबंधीचा कायदेशीर करार (Policy) म्हणजेच विमा होय. मात्र, अशा प्रकारे नुकसानभरपाई मिळण्यासाठी करारानुसार ठरलेली रक्कम (विम्याचे हप्ते) संबंधित व्यक्तीने अथवा संघटनेने भरलेले असावे लागतात.

नुकसान वाटून घेण्याच्या तत्त्वावर विम्याचे काम चालते. विमाधारकांपैकी ज्यांचे नुकसान होण्याचे टळते, अशा बहुसंख्य विमाधारकांकडून ज्या थोड्यांचे नुकसान झालेले असते, त्यांचे नुकसान अप्रत्यक्षपणे भरून दिले जाते. विमा कंपन्या विमाधारकाला बचत करण्याला एकप्रकारे प्रवृत्त करतात. विशिष्ट प्रकारच्या हानीपासून विम्याचे संरक्षण मागू इच्छिणाऱ्याला नियमितपणे जी ठरावीक रक्कम विमा कंपनीला द्यावी लागते, तिला विम्याचा हप्ता (Premium) असे म्हणतात. विमेदार व विमा कंपनी यांच्यात जो करार होतो त्याला विमा-पत्र (Policy) असे म्हणतात. या करारानुसार विमा कंपनीकडून विमेदाराला जी रक्कम नुकसानभरपाईपोटी येणे असते तिला विम्याची रक्कम (Claim) असे म्हणतात.

भारतात सुरुवात

भारतात आयुर्विम्याचा व्यवसाय १९ व्या शतकापासून युरोपीय कंपन्या करीत असत. कालांतराने भारतीय कंपन्या या क्षेत्रात उतरू लागल्या. विमा व्यवसायाची वाढ होत असतानाच त्यात काही अनिष्ट प्रवृत्ती शिरल्याने विमा व्यवसायाचे नियमन करणारे कायदे सर्व देशांत लागू करण्यात आले. भारतात १९५६ मध्ये आयुर्विमा कंपन्यांचे राष्ट्रीयीकरण करण्यात येऊन भारतीय आयुर्विमा निगमची (LIC) स्थापना करण्यात आली. विमा उतरवणाऱ्या व्यक्तीने विमित वस्तूविषयी संपूर्ण माहिती उघड करणे, हे तिच्यावर बंधनकारक आहे.

जोखीम स्वीकारावयाची की नाही आणि स्वीकारावयाची झाल्यास किती हप्ता आकारावा आणि कोणत्या शर्तींवर वा अटींवर तो स्वीकारावा, हे विमा कंपनीला त्यायोगे ठरविता आले पाहिजे. पॉलिसी दिली जाण्याआधी संपूर्ण माहिती उघड करण्याची जबाबदारी विम्याचा प्रस्ताव करणाऱ्यावर असते. जर ह्या संबंधात केलेली विधाने चुकीची ठरली किंवा फसविण्याच्या हेतूने विमा प्रस्ताव केला असे सिद्ध झाले, तर विमा कंपनी आपले उत्तरदायित्व नाकारू शकते.

विमा व्यवसायाचे एक महत्त्वाचे अंग म्हणजे पुनर्विमा होय. विमाग्राहकांचा संबंध ह्या संकल्पनेशी पोहोचत नाही. विम्याच्या जोखमीचा भार एकाच कंपनीवर न पडता, तो दोन वा

अनेक कंपन्यांत विभागला जावा, म्हणून पुनर्विम्याची संकल्पना अस्तित्वात आली. त्यात अपेक्षित नुकसान अनेक जणांत विभागण्याचे विम्याचे मूलतत्त्व परत एकदा राबविले जाते. ह्या पद्धतीचा अवलंब केल्याने कंपनी आपल्या आर्थिक कुवतीबाहेरचा विमाही स्वीकारू शकते. प्रत्येक कंपनी आपल्या आर्थिक क्षमतेचा अंदाज घेऊन किती जोखीम स्वत:कडे ठेवावयाची, किती दुसऱ्या कंपनीकडे सोपवावयाची, हे ठरविते. अर्थात मिळणारा विमा हप्ताही त्या प्रमाणात दुसऱ्या कंपनीकडे पाठवावा लागतो. आयुर्विमा व्यवसायात पुनर्विमा संकल्पना जोरदारपणे राबविली जात नाही. कारण व्यक्तिगत विमा पॉलिसींची संख्या ही जास्त असते म्हणजेच व्यक्तिगत विमा रक्कम जास्त असते, यामुळे कंपनीची जोखीम वाढते. सर्वसाधारण विमा (General Insurance) प्रकारात मात्र ही संकल्पना फार मोठ्या प्रमाणावर राबविली जाते.

सर्वसाधारण विमा मंडळाची (General Insurnce Corporation) स्थापना १९७३ मध्ये झाली. तिच्या चार उपकंपन्या आहेत. महामंडळ हे विमानांचा विमा, पीक विमा आणि पुनर्विमा व्यवसाय करते. बाकी सर्व व्यवसाय चार उपकंपन्या करतात. ह्या महामंडळाचे मुख्यालय मुंबई येथे असून 'ओरिएंटल', 'न्यू इंडिया', 'नॅशनल' आणि 'युनायटेड इंडिया' ह्यांची मुख्यालये अनुक्रमे दिल्ली, मुंबई, कोलकात्ता आणि चेन्नई येथे आहेत.

भारतात आयुर्विमा महामंडळाची स्थापना झाल्यापासून, महामंडळ सामाजिक विकासाच्या क्षेत्रात मोठ्या प्रमाणावर गुंतवणूक करीत आहे. भारत सरकारने खाजगीकरण आणि उदारीकरण धोरण स्विकारल्यानंतर अनेक खाजगी कंपन्या या क्षेत्रामध्ये आपला कार्यविस्तार करीत आहेत. उदा. एसबीआय लाइफ इन्शुरन्स, आयसीआयसीआय प्रुडेन्शियल, मॅक्स न्यूयॉर्क, बजाज अलियान्झ इ.

भारतीय आयुर्विमा निगम

भारतीय आयुर्विमा निगम ही कायद्याने प्रस्थापित झालेली कायम स्वरूपाची संस्था आहे. भारतातील आयुर्विमा व्यवसायाचे राष्ट्रीयीकरण झाल्यानंतर आयुर्विमाविषयक सर्व व्यवहार अर्थखात्याच्या देखरेखिखाली करणारी देशातील सर्वांत मोठी वित्तीय संस्था आहे. भारत सरकारने १९ जानेवारी १९५६ रोजी आयुर्विमा विषयक वटहुकूम जारी करून १५४ भारतीय मालकीच्या व १६ परदेशी अशा एकूण १७० आयुर्विमा कंपन्या आणि ७५ (आयुर्विमा व्यवसाय करणाऱ्या) भविष्य-निर्वाह निधी संस्था ताब्यात घेतल्या. हा ताबा तात्पुरत्या स्वरूपाचा होता. लोकसभेत १८ जून १९६५ रोजी मंजूर झालेल्या विधेयकानुसार आयुर्विमा निगम १ सप्टेंबर १९५६ रोजी स्थापन झाले. खाजगी विमा कंपन्यांचे व्यवहार बंद करण्यात आले व सर्व विम्याचे काम आयुर्विमा निगमकडे सुपूर्त करण्यात आले. एप्रिल १९६४ पासून विमा व्यवहारास प्रारंभ झाला. ह्या कायद्याने प्रस्थापित झालेल्या संस्थेस मालमत्ता खरेदी-विक्री करण्याचे हक्क आहेत. निगमचे कार्यकारी व गुंतवणूक समिती असे भाग असतात. आर्थिक गुंतवणूक करण्याचा सल्ला गुंतवणूक समिती देते. त्यात अध्यक्ष, कार्यकारी संचालक व इतर पाच सभासद असतात. या निगमची मुख्य कचेरी

मुंबई येथे आहे. त्याचे पाच विभाग पाडण्यात आले आहेत. मुंबई, कोलकाता, मद्रास, दिल्ली व कानपूर अशी मंडळे आहेत. विभागीय गृहनिर्माण, जलविकास, सहकारी कारखाने, पाणीपुरवठा, औद्योगिक वसाहती, राज्य वीज मंडळे यांसारख्या योजनांसाठी निगमने प्रचंड रकमा कर्जाऊ दिल्या आहेत. गेल्या काही वर्षांत निगम आर्थिक विकासात मोलाची कामगिरी बजावत आहे.

आयुर्विमा पॉलिसी

प्रत्येक व्यक्ती आपल्या जीवनाचा विमा काढू शकते, त्यास आयुर्विमा असे म्हणतात. विशिष्ट कालावधीसाठी आणि विशिष्ट रक्कमेसाठी आयुर्विमा काढला जातो. विमाधारकाला विशिष्ट मुदत संपेपर्यंत नियमितपणे हप्ते भरावे लागतात. मुदतीनंतर विमा कंपनीकडून विमाधारकाला त्याच्या विम्याची रक्कम मिळते. विमा प्रस्तावात तसा उल्लेख असला, तर बोनस मिळत असतो. कर मुदतीच्या अगोदरच विमाधारकाचा मृत्यू झाला, तर वारसदाराला विम्याची सर्व रक्कम मिळते. विमा कंपनीकडे विमा भरल्यानंतर विमेदाराला कंपनीकडून विमापत्र दिले जाते. विमापत्र म्हणजे विमा कंपनीबरोबर केलेला करार होय. थोडक्यात, पॉलिसी किंवा विमापत्र म्हणजे मालकी हक्काचा दस्तऐवज होय. यामध्ये त्यासंबंधी सर्व तपशील दिलेला असतो. हा तपशील म्हणजे विमाधारकाचे नाव... पत्ता... विमापत्र वेळीचे वय... निर्धारित रक्कम.... हप्ता रक्कम .... मासिक/ त्रैमासिक, सहामाही/वार्षिक लाभ धारकास मिळणारे फायदे व विमापत्राच्या अटी. विमाधारकाच्या वारसाचे नाव.

भविष्याची तरतूद

आयुर्विम्यात मुख्यत: मृत्यूची जोखीम स्विकारलेली असते. आयुर्विमा हा बचतीसाठी, अकाली मृत्यूने होणारी आर्थिक हानी भरून काढण्यासाठी, वृद्धापकाळासाठी तरतूद म्हणून व करसवलत मिळविण्यासाठी घेतला जातो. दोन भागीदार किंवा पती-पत्नी यांच्या आयुष्यावरील संयुक्त विमा, संघटनेतील अतिमहत्त्वाच्या व्यक्तींच्या आयुष्याचा विमा, विवाहित स्त्रियांच्या मालमत्ता कायद्यान्वये घेतला जाणारा विमा असे अनेक पर्याय आहेत. आयुर्विमा पॉलिसीवर घरबांधणीसाठी कर्ज मिळू शकते. पॉलिसीच्या सोडकिमतीच्या ८५ ते ९० टक्क्यांपर्यंत कर्ज महामंडळाकडून दिले जाते.

मृत्यूची संभाव्यता देणारी मृत्यू-सारणी हा आयुर्विमा व्यवसायाचा पाया आहे. व्याजाचा दर व प्रशासन खर्च ह्यांचा समावेश हप्ता निर्धारित करताना होतो. भारतात ओरिएंटल विमा कंपनीने १९२५ ते ३५ ह्या कालावधीत अभ्यास करून आयुर्विमा हप्ता सारणी बनविली होती. १९५४ मध्ये यात सुधारणा झाली. भारतीय आयुर्विमा महामंडळाने (१९६१-६४, १९७०-७२, १९७५-७९) अशा सारखी बनवून त्यानुसार विमा हप्त्याच्या दरात बदल केले. मृत्यू प्रमाणात सातत्याने सुधारणा होत आहे. त्याचा लाभ वाढीव बोनसच्या रूपाने विमेदारांना देण्यात येतो.

विमा स्विकारण्यासाठी शारीरिक, व्यावसायिक व नैतिक अशा भविष्यकालीन मृत्यूच्या

संभाव्यतेवर परिणाम करणाऱ्या कोणत्याही घटकांचा अभ्यास करून विम्यावर काही अटी लादल्या जातात. शारीरिक व्यंग असलेल्या व्यक्तींचा विमाही काही अटींवर स्विकारला जातो. विमा-करार हा भारतीय करार कायदा १८७२ च्या अनुसार नियंत्रित होतो. कराराच्या अटींचा भंग झाला, तर विमा-कंपनी हा करार रद्द करू शकते. आयकर कायद्याच्या कलम ८८ नुसार विमा हप्त्यांवर काही प्रमाणात कर सवलत मिळते.

विम्याचे हयातीतील विमा, हयातीनंतरचा विमा व या दोन्ही प्रकारांचे एकीकरण असे वर्गीकरण केले जाते.

सर्वसाधारण विमा-पॉलिसी सामान्यत: कायद्यातील तरतुदीनुसार घेतल्या जातात. मोटार वाहन कायदा, विमान-वाहन कायदा, कामगार-नुकसानभरपाई कायदा अशा अनेक कायद्यातील तरतुदीनुसार इष्ट वस्तूचा विमा उतरवावा लागतो.

परदेशी कंपन्यांना विमा क्षेत्रात थेट प्रवेश दिल्याने स्पर्धा वाढली आहे व यात सगळ्याच कंपन्या पाय रोवू पाहत आहे. त्यामुळे जास्तीत जास्त ग्राहकांपर्यंत पोहोचणे हे सगळ्यांचेच उद्दिष्ट आहे. ग्रामीण भागात विम्याचा प्रसार होऊ लागला आहे व त्यानुसार अनेक गावे विमा ग्राम बनली आहेत.

विद्यार्थ्यांनाही करियर म्हणूनही या व्यवसायाची निवड करता यावी, यासाठी १२ वी नंतर प्रशिक्षण चालू केले आहे. अनेकांना यातून रोजगार मिळाला आहे. ग्रामीण भागातील सामाजिक व आर्थिक मागासलेल्या घटकांसाठी, मृत्यूंनतर आर्थिक आधार मिळावा म्हणून विमा उतरवण्याजोग्या व्यक्तींना योजनेचा लाभ देणे हा जीवन विम्याचा हेतू आहे.

बदलत्या सामाजिक व आर्थिक वातावरणात उद्भवणाऱ्या गरजा आयुर्विम्याद्वारे पूर्ण करणे.

याशिवाय व्यक्ती व कुटुंब यांच्या विविध गरजांसाठी बेसिक लाइफ इन्शुरन्स प्लॅन, टर्म ॲशुरन्स प्लॅन, मुलांसाठी खास योजना, पेन्शन प्लॅन, युनिट लिंक प्लॅन, मायक्रो इन्शुरन्स प्लॅन, परावलंबी व्यक्तींसाठीही योजना अशा विविध योजना आहेत.

ज्या व्यक्तींचे उत्पन्न अनियमित आहे त्यांच्यासाठी न्यु जन रक्षा ही योजना आहे. शिवाय जीवन अनुराग, मनीबॅक प्लॅन्स, जीवन सुरभी, जीवन सरल, बिमा निवेश अशा इतरही योजना आहेत.

याशिवाय जनश्री बिमा योजना आहे. जिचे वैशिष्ट्य म्हणजे ग्रामीण व नागरी भागातील दारिद्र्य रेषेखाली राहणाऱ्या किंवा त्यापेक्षा थोड्या वरच्या पातळीवरच्या लोकांना विमा संरक्षण देणे. यात १८ ते ५९ या वयोगटातील व्यक्तीला या योजनेअंतर्गत ३० हजारांपर्यंत संरक्षण मिळते. अपघात झाला; त्यात अपंगत्व आले तर अशा व्यक्तीला आर्थिक लाभ मिळतो.

तसेच या योजनेचे सदस्य असलेल्या पालकांना त्यांच्या मुलांच्या शिक्षणासाठी 'शिक्षा सहयोग योजना २००१' ही योजना आहे. या योजनेअंतर्गत ९ वी ते १२ वीत शिकणाऱ्या मुलांना तसेच आय. टी. आय. मध्ये शिकणाऱ्या मुलांनाही दर तीन महिन्यांनी रु. ३०० दिले जातात.

या योजना 'सामाजिक सुरक्षा योजनेअंतर्गत' राबविल्या जातात. आयुर्विम्याद्वारे समाजाचा

पैसा समाजकल्याणासाठी वापरला जातो. हे खालील आकडेवारीतून दिसते.

(रुपये कोटींत)

गुंतवणुकीचा प्रकार पायाभूत सुविधा व सामाजिक क्षेत्रातील गुंतवणूक	३१-३-०५	३१-३-०६	३१-३-०७
अ) गृह	१६५७०	१९८०७	२२४५१
ब) ऊर्जा	२२४३९	२९७४०	३७८८१
क) पाटबंधारे/पाणी			
पुरवठा व स्वच्छता	८२६	७२५	१५१६
ड) रस्ते, रेल्वे, बंदरे व पूल	४२७२	३९५४	४३९८
इ) इतर			

बदलती जीवनपद्धती, महागडे शिक्षण, आयुष्याची अनिश्चितता याचा विचार करता आयुर्विमा ही जीवनाची गरज बनली आहे. असंघटित क्षेत्रातील कामगारांनाही याचा लाभ मिळावा. कारण या क्षेत्रात सर्वांत जास्त अनिश्चितता आहे.

ग्रामीण भागात मोठ्या प्रमाणावर रोजगार उपलब्ध करून देण्याची संधी यात आहे.

(Islamic Reform Movements in India)

भारतातील मुस्लिम सुधारणा चळवळी

भारतात ब्रिटिशांची सत्ता प्रस्थापित झाल्यानंतर ज्याप्रमाणे हिंदू धर्म व हिंदू समाजामध्ये सामाजिक - धार्मिक सुधारणांना प्रारंभ झाला त्याचप्रमाणे इस्लाम धर्मीयांमध्येही सुधारणा चळवळींना सुरुवात झाली. मात्र तुलनेने मुस्लिमांमधील सुधारणेचा वेग कमी होता, सुधारणेची आवश्यकता मात्र विचारवंतांना तीव्रतेने जाणवत होती. या कालखंडातील काही महत्त्वाच्या सुधारणा चळवळी म्हणजे (१) अंजुमन-इ-हिमायत-इ-इस्लाम - मुहमद शफी व शहा दिन यांनी १८६६ मध्ये लाहोर येथे या संस्थेची स्थापना केली. अलिगड चळवळीची स्थापना करणाऱ्या सय्यद अहमद खान यांचे हे दोघेही शिष्य होते. मुसलमांना पाश्चात्य शिक्षण देण्यासाठी या संस्थेने शाळा सुरू केल्या. स्त्री-शिक्षणाचा पुरस्कार केला. लाहोरमध्ये मुस्लिम युवकांना इस्लाम धर्माच्या तत्त्वांचे शिक्षण देत असतानाच पाश्चात्य शिक्षण देण्याचीही व्यवस्था करण्यात आली. या संघटनेने भारतीय राष्ट्रीय काँग्रेसला विरोध केला व ब्रिटिश शासनाशी एकनिष्ठ राहण्याचा निर्णय घेतला. (२) अल्-इ-हदिथ - भारतात वहाबी चळवळीला प्रारंभ सय्यद अहमद रायबरेल्वी यांनी केला होता. त्यांच्या मृत्यूनंतर अनुयायांमध्ये दोन गट पडले. एका गटाने त्यांना इमाम-इ-महदी मानले. मुस्लिमांना मार्गदर्शन करण्यासाठी ते पुन्हा जन्म घेतील असे यांना वाटत होते. सय्यद नझीर यांच्या नेतृत्वाखालील दुसऱ्या गटाने सय्यद अहमदना महदी मानले नाही. त्यांची जिहादची कल्पना न स्वीकारता अल्-इ-हदिथची स्थापना केली. तारिक-इ-मुहमदीची ही एक शाखा होती. या संघटनेच्या नेत्यांनी सुफीवादाचा त्याग केला. अनेकेश्वर नाकारला. सामाजिक सुधारणेच्या बाबतीत या पंथाने विधवा विवाहाचा पुरस्कार व प्रचार केला. हुंडापद्धती विरुद्ध मोहीम उघडली.

सय्यद अहमद रायबरेल्वी यांचा आणखी एक शिष्य म्हणजे मीर नितहर अली (१७८२-१८३१). हा टिटू मीर या नावाने ओळखला जातो. इस्लामच्या मूलतत्त्वांची शिकवण त्याने दिली, हिंदू धर्माला विरोध केला. पश्चिम बंगालमध्ये शेतमालकांविरुद्ध व ब्रिटिश शासनाविरुद्ध बंड करण्यासाठी शेतमजुरांची संघटना तयार केली. शेतकऱ्यांचे आंदोलन सुरू केले. त्याच्या आयुष्याच्या उत्तरार्धात त्याने ब्रिटिशांविरुद्ध संघर्ष सुरू केला. १८३१ मध्ये एका लष्करी तुकडीने त्याची हत्या केली.

हाजी शरियत उल्लाह याने बंगालमध्ये फराइदी (Fara'idi) चळवळ सुरू केली. शहावली उल्लाह यांची शिकवण व सौदी अरेबियातील अल-वहाबची तत्त्वे यांचा बराच प्रभाव हाजी उल्लाहवर पडलेला होता. त्याची चळवळ पारंपरिक इस्लाम धर्मतत्त्वांचे पालन करणारी होती. बंगाली मुस्लिमांमध्ये धार्मिक शुद्धीकरणाची प्रक्रिया याने सुरू केली. इस्लामप्रणीत कर्तव्यांचे पालन करण्याची शिकवण त्याने सुरू केली. या कर्तव्यांनाच फराइद म्हणतात. या कर्तव्यात दैनंदिन नमाज,

रमझान उपवास, जकात देणे, मक्केची (हाडा) यात्रा करणे इत्यादींचा समावेश होता. हळूहळू १८३० पासून या चळवळीने आर्थिक क्षेत्रात लक्ष घालण्यास प्रारंभ केला. तरी १०४० पर्यंत ही चळवळ प्राय: धार्मिक व सामाजिक राहिली. १८०० नंतर मात्र क्रांतिकारी झाली. दुदुमियाने ग्रामपातळीपासून प्रांतिक पातळीपर्यंत संघटनेची बांधणी केली. प्रत्येक स्तरावर खलिफांची नेमणूक केली. जवळजवळ प्रतिसरकारची स्थापना केली. निमलष्करी दल उभारले. १८६२ मध्ये त्याच्या मृत्यूनंतर केवळ एक धार्मिक चळवळ म्हणून ही संघटना अस्तित्वात राहिली.

मौलाना करामत अली यांनी वहाबी चळवळीची एक शाखा म्हणून तायुनी (Ta'aiyuni) चळवळ सुरू केली. फाराइदी चळवळ व तायुनी चळवळ यांच्यात काही मुद्द्यांबाबत मतभेद होते. उदा. ब्रिटिशांची सत्ता असलेला हिंदुस्थान एक शत्रुप्रदेश आहे (दार-उल-हर्ब) ही फराइदीची भूमिका तायुनींना मान्य नव्हती. ब्रिटिश भारत दार-उल्-इस्लाम (इस्लाम प्रदेश) नसला तरी दार-उल्-हर्बही (इस्लामच्या शत्रूचा प्रदेश) नाही. किमान दार-उल्-अमन (शांतता किंवा तटस्थ प्रदेश, आहे. १८३९ - पासून पुढे जवळजवळ वीस वर्षे या दोन संघटनांमध्येच संघर्ष झाला.

सय्यद अहमद खान यांच्या अलिगड चळवळीने मुस्लिम सुधारणा प्रयत्नात मोलाची भर टाकली. धार्मिक शिकवणूक व तत्त्वे यांचे पुनर्विश्लेषण, सामाजिक सुधारणा आणि शैक्षणिक विकास या तीन क्षेत्रांकडे त्याने विशेष लक्ष पुरविले. त्यानंतरची महत्त्वाची मुस्लिम सुधारणा चळवळ म्हणजे १८६७ मधील देवबंद चळवळ. या चळवळीतील नेत्यांनी आणि कार्यकर्त्यांनी शिक्षण, चारित्र्य घडण आणि राष्ट्रीय काँग्रेसला साथ यावर आपले लक्ष केंद्रित केले.

मुस्लिम महिलांची स्थिती

मुस्लीम समाजातील 'तलाक' ही घटस्फोटाची पद्धत इतर समाजापेक्षा फार वेगळी आहे. पतीने 'तलाक' असे तीन वेळा म्हटले की, त्यांचे वैवाहिक जीवन संपुष्टात येते. विवाहाच्या बंधनातून ते मुक्त होतात. तलाकच्या सुरुवातीचा काळ हा तीन महिन्यांचा मानला आहे. परंतु प्रत्यक्षात मात्र तसे आढळत नाही. वास्तविक हा कालावधी पती-पत्नींनी घटस्फोटाचा पुनर्विचार करावा यासाठी असावा. परंतु ही पद्धत पाळली जात नसल्याने घटस्फोट सोपा झाला व यामुळे स्त्रीला कायद्याचे संरक्षण मिळत नाही. स्त्री निराधार होते. मुस्लिम समाजात अस्तित्वात असलेल्या बहुपत्नीत्वाच्या पद्धतीमुळे घटस्फोटाला, तलाक घेण्यासाठी उत्तेजन मिळते.

मुस्लीम महिलांवरील हा अन्याय दूर व्हावा यासाठी हमीद दलवाई यांनी मोलाचे कार्य केले. १९७० मध्ये त्यांनी मुस्लिम सत्यशोधक समाजाची स्थापना केली. त्याद्वारे त्यांनी मुस्लिम समाजातील बहुविवाह पद्धतीमुळे स्त्रियांवर जो अन्याय चालू आहे. यासाठी त्यांनी समाजजागृतीचे काम केले. मुसलमान समाजात विवाहित पुरुषाला आपल्या पत्नीला केव्हाही तलाक देण्याची पद्धत अन्यायकारक आहे. यामुळे मुस्लीम महिलांचे जीवन अतिशय असुरक्षित बनले आहे. याला वाचा फोडण्यासाठी त्यांनी १९७५ मध्ये तलाकपीडीत मुस्लिम महिलांची परिषद भरवली. यावेळी भारतीय राज्यघटनेच्या ४४ व्या कलमात निर्दिष्ट केल्याप्रमाणे धर्माचा विचार न करता सार्‍या भारतीय

जनतेला समान नागरी कायदा लागू करण्यात यावा अशीही मागणी करण्यात आली.

तलाक बाबत त्यांनी केलेल्या कार्याला यश मिळाले. केवळ तीन वेळा तलाका म्हणून घटस्फोट देणाऱ्या पतीला महिला विरोध करू लागल्या. महिलांनी कायद्याचा आधार घ्यावा यासाठी त्यांना फौजदारी कायद्याची माहिती करून देण्यात आली.

पडदा पद्धत

परक्या पुरुषांच्या नजरेला पडू नये म्हणून कुलीन स्त्रियांनी आपल्या चेहऱ्यापासून सर्व शरीर झाकून घेण्याच्या पद्धतीला पडदा पद्धती किंवा गोषा पद्धत असे म्हटले जाते. ही पद्धती आजच्या काळातही प्रचलित आहे.

मुस्लिम समाजातील प्रथेनुसार मुस्लिम स्त्रियांनी घरात आणि घराबाहेरही नात्यातील व इतर पुरुषांशी संपर्क ठेवणे गैर मानले जाते. ज्या कुटूंबामध्ये किंवा समाजगटामध्ये पडदा पद्धती काटेकोरपणे पाळण्यात येते त्या कुटूंबातील अथवा समाजातील मुलगी ऋतुमती झाल्याबरोबर किंवा त्यापूर्वी ही तिला घराबाहेर पडदा वापरणे सक्तीचे असते.

मुलगी पडदा वापरण्याच्या वयात आली की, तिचे बाहेर जाणे कमी केले जाते. यामुळे काही ग्रामीण भागात ३ री ४ थी नंतर अशा मुलींचे शिक्षण बंद केले जाते हे फार मोठे नुकसान आहे. कारण शहरी भागात उर्दू माध्यमाच्या शाळा आहेत. अशा ठिकाणी मुलींना अभ्यासाची गोडी लवकर लागते. पुढे शिकावेसे वाटते. शहरातील वातावरणही वेगळे असते. ग्रामीण भागात मात्र मराठी माध्यमातून शिक्षण व ते समजून लिहा – वाचायला यायला लागायच्या आतच शाळा बंद केली जात असल्याने अशा मुली जवळपास निरक्षरच रहातात.

शिवाय या पद्धतीमुळे त्यांचा इतर पुरुषांशी संपर्क येत नाही. त्यांच्याशी मोकळेपणाने बोलणे होत नाही. बाहेर जाणे, शिक्षण बंद झाल्याने केवळ घरकाम हे एकच साधन त्यांना उरते.

या स्त्रियांना सतत पडद्याआड व घरातल्या घरात वावरावे लागते व त्याचे त्यांच्या आरोग्यावर दुष्परिणाम होतात. मोकळी हवा व सूर्यप्रकाश मिळत नाही त्यामुळे आजार, व्याधी जडतात.

सुधारणेचे कार्य

मुस्लिम समाजातील अनिष्ट रूढी व परंपरा नष्ट करण्यासाठीच हमीद दलवाई यांनी मुस्लिम सत्यशोधक समाजाची स्थापना केली मुस्लिमांच्यात वैज्ञानिक दृष्टीकोन विकसित व्हावा, धर्म निरपेक्षता यावी हाही सत्यशोधक समाजाचा हेतू होता.

मुस्लिमांनी आपल्या प्रदेशाची भाषा शिकावी, आत्मसात करावी, असे त्यांचे म्हणणे होते. उर्दू भाषेच्या आग्रहामुळे समाजात वेगळेपणाची भावना निर्माण होते. याउलट प्रादेशिक भाषा शिकल्या मुख्य त्या प्रवाहात मिळसता येते. त्या त्या राज्यात नोकऱ्याही मिळतात. कारण शासकीय नोकऱ्या मिळण्यासाठी मराठी, हिंदी वाचता, लिहिता येणे आवश्यक आहे. स्वभाषेच्या आग्रहामुळे

याकडे दुर्लक्ष होते. तरीही अलिकडच्या काळात शहरी भागात इंग्रजी माध्यमाकडे कल वाढता असल्याने बरेच पालक इंग्रजी माध्यमातून शिक्षण देणे पसंत करतात.

स्वयंसेवी संस्था व समाज कार्यकर्तेही यासाठी काम करत आहेत त्यात मुस्लीम महिलांच्या स्थितीत सुधारणा होणे, त्यांच्या अंगी असलेल्या कौशल्यातून त्यांना रोजगार मिळणे. त्यांना कायद्याची मदत मिळवून देणे. आरोग्यविषयक मार्गदर्शन देणे. इ. उपक्रम राबविले जातात.

इस्लाम धर्मीयांच्या या ज्या सुधारणा चळवळी सुरू झाल्या, त्याचा परिणाम मुस्लिम समाजावर बराच झाला. शहरी भागातील मुसलमान लोकांनी पाश्चात्य पद्धतीचे आधुनिक शिक्षण घेऊन नवीन जीवनशैली आत्मसात करण्यास सुरुवात केली. बहुपत्नीत्वाची पद्धती कमी होऊ लागली, विधवा विवाहाला उत्तेजन मिळू लागले. इंग्रजी भाषेवर प्रभुत्व मिळविलेले मुस्लिम लोक पुढे येऊ लागले. थोडक्यात मुस्लिम समाजात सामाजिक – राजकीय – शैक्षणिक – धार्मिक सुधारणा होऊन मंदगतीने प्रबोधनाला प्रारंभ झाला.

(Jalaswaraj)

जलस्वराज्य

दूषित पाणी प्यायल्याने व त्यामुळे होणाऱ्या आजारांमध्ये माणसे दगावल्याच्या किंवा साथीचे आजार पसरल्याच्या बातम्या वाचनात येतात. असे दूषित पाणी अन्न शिजविण्यासाठी वापरल्यास त्यामुळेही रोग होतात. जागतिक आरोग्य संघटनेच्या आकडेवारीनुसार जगभरातील रोगराईपैकी ४.१ टक्का अतिसारसदृश रोग दूषित पाण्यामुळे उद्भवलेले असतात आणि यासारख्या रोगांमुळे दरवर्षी जगभरात १८ लाख लोकांचा मृत्यू होतो. त्यांपैकी ८८ टक्के मृत्यूंचे कारण दूषित पाणी व स्वच्छतेच्या सुविधांच्या अभावात असते. त्यात विकसनशील देशातील मुलांचे प्रमाण सर्वाधिक असते. शुद्ध पाणी नाही. त्यामुळे होणारे आजार तसेच स्वच्छतेचा अभाव त्याचा आरोग्यावर होणारा परिणाम हे लक्षात घेऊन जलस्वराज्य हा प्रकल्प देशात राबवला जात आहे. प्रकल्पाचे उद्देश खालील आहेत –

- गावातल्या प्रत्येकाने शुद्ध व पुरेसे पाणी सातत्याने मिळविणे व स्वच्छता सुविधा मिळविणे.

- प्रत्येकाचे म्हणणे ऐकले जाईल अशा समित्या गावामध्ये विकसित करणे व प्रत्येकाला आणि खास करून गरीब लोकांना निर्णयप्रक्रियेत सहभागी करून घेणे.

- या संस्थांमध्ये महिलांना सम्मिलित करून त्यांचे समक्षीकरण करणे, स्वतःचे विचार मांडण्यासाठी, गावातील इतर अडचणी सोडविण्यासाठी महिलांचा क्षमताविकास करणे.

- वैयक्तिक, घरगुती व परिसर स्वच्छता सवयींमध्ये बदल करून गावातील लोकांचे आरोग्य सुधारणे.

- गावपातळीवरील यंत्रणा चांगल्या रीतीने कार्य करतील (खास करून ग्रामपंचायत) व गावातील लोकांच्या गरजा काय आहेत त्याकडे जास्त लक्ष देतील अशी परिस्थिती निर्माण करणे. गावातील लोकांशी संवाद व निधीचा योग्य वापर करणे यातून हे साध्य होईल.

- पाड्यावरील लोकांना पाणी आणि स्वच्छतासुविधा व इतर विकासाच्या संधी मिळविण्यासाठी सक्षम करणे.

गरज

महाराष्ट्र शासन प्रयत्न करत असूनही ग्रामीण लोकसंख्येपैकी अनेकांना पाण्याची समस्या आहे. आदिवासी पाड्यांवरही पाण्याची समस्या भीषण आहे. या प्रकल्पासाठी जिल्ह्यांची निवड

करतांना जिल्ह्याला या प्रकल्पाची किती गरज आहे, जिल्ह्याची सामाजिक आर्थिक परिस्थिती व जिल्ह्याची क्षमता यानुसार केली गेली. जलस्वराज्याच्या पहिल्या चरणात ११ जिल्हे ज्यांत आदिवासी लोकसंख्या प्रामुख्याने आहे हे विशेष महत्त्वाचे ठरवले गेले.

आदिवासी विकास प्रकल्पात १७०० पाडे (५६६ आदिवासी ग्रामपंचायत) पाणीपुरवठा व स्वच्छतेच्या सुविधा लोकांनी लोकांसाठी लोकांच्या माध्यमातून राबविण्याचे उद्दिष्ट आहे. यात सुरुवातीला नाशिक, ठाणे, सातारा, सांगली, उस्मानाबाद, बुलढाणा, यवतमाळ, नागपूर, चंद्रपूर, भंडारा, गडचिरोली या जिल्ह्यांत प्रकल्प राबविला गेला.

नंतरच्या टप्प्यात नंदुरबार, जळगाव, जालना, बीड, परभणी, लातूर, रत्नागिरी, कोल्हापूर, सिंधुदुर्ग, हिंगोली, वाशिम, अकोला, वर्धा, गोंदिया, भंडारा, गडचिरोली. काही जिल्ह्यांमध्ये पूर्वी प्रकल्प चालू होते तिथे क्षेत्रसुधारणा प्रकल्पासाठी धुळे रायगड, अमरावती, नांदेड यांची निवड केली गेली.

नुकताच राज्य सरकारने दलित वस्ती पाणी योजनेसाठी निधी मंजूर केला. यात धुळे, जळगाव, पुणे, सातारा, अमरावती, वर्धा, गडचिरोली, जालना, उस्मानाबाद, बीड, परभणी, या जिल्ह्यांचा समावेश आहे.

प्रकल्पाची अंमलबजावणी करतांना कशी केली जावी यासाठी काही नियम घातले आहेत–

- निर्णयप्रक्रियेत गावातील प्रत्येकाचा क्रियाशील सहभाग असेल.
- प्रकल्पनिधी सर्वांचा असल्याने त्यात पारदर्शकता ठेवणे.
- प्रकल्पाचे नियोजन, व्यवस्थापन, अंमलबजावणी व देखरेख, निरीक्षण करणे व निधीचे योग्य व्यवस्थापन करण्याची सर्व जबाबदारी गावाची आहे.
- महिला, गरीब, पीडित व अपंग लोकांच्या गरजांचा विचार केला जाईल.
- कोणताही व्यवहार करताना आर्थिक नोंदी करणे व तपासणीसाठी उपलब्ध करून देणे.
- प्रकल्पाचा कालावधी ठरवताना उपक्रमांची अंमलबजावणी एका ठरावीक क्रमानुसार व टप्प्याटप्प्याने होऊन त्यासाठी कालावधी ठरवला गेला आहे. त्यात प्रकल्पनियोजनासाठी सहा महिने, अंमलबजावणी ९ महिने, अंमलबजावणीनंतर तीन महिने मूल्यमापन.
- या प्रकल्पाचा हेतू प्रत्येकाला चाळीस लिटर पाणी पुढील पंधरा वर्षांच्या प्रस्तावित लोकसंख्येला देण्यासाठी शासन सहकार्य करेल. परंतु चाळीसपेक्षा जास्त लिटर पाणी हवे असेल तर अतिरिक्त खर्च गावाला करावा लागेल.

प्रकल्पात लोकवाटा किती असावा यासाठीही नियम ठरवलेत. आदिवासांना ५% लोक वाट्यापैकी ४% श्रमदान व फक्त १% रोख लोकवाटा द्यायचा. आपल्या गरजांना लागणारे पुरेसे पाणी व स्वच्छतेच्या सोयी व सुविधा निवडण्याचे स्वातंत्र्य गावकऱ्यांना असेल.

आदिवासींच्या खर्चाचे विवरण

- पाणीपुरवठा भांडवली खर्च ९५% महाराष्ट्र शासन

  ५% पाडा पाणीपुरवठा व स्वच्छतासमिती

  (१% रोख ४% श्रमदान)

- देखभाल, दुरुस्ती, पाणीपट्टी १००% खर्च पाडा समिती

- स्वच्छता सार्वजनिक, पर्यावरण भांडवली खर्च ९५% महाराष्ट्र शासन

  ५% पाडा समिती

- देखभाल दुरुस्ती १००% पाडासमिती

- वैयक्तिक शौचालय

  बांधकाम व वापर १००% पाडा पाणीपुरवठा व स्वच्छतासमिती

यात सहभागी असलेल्या समित्यांनी काय काम करावे व या प्रकल्पात त्यांची भूमिका काय असेल हे स्पष्ट केले गेले आहे.

१) ग्रामसभा - गावपातळीवरील निर्णय घेणारी सर्वोच्च यंत्रणा.

२) महिला ग्रामसभा - गावातील सर्व महिला मतदारांची निर्णय घेणारी यंत्रणा असेल.

३ अ) पाडासभा - पाड्यावरील / वस्तीवरील सर्व कुटुंबांची निर्णय घेणारी संस्था

   ब) पाडा समिती - पाडा सभेने निवडलेली समिती.

४) ग्रामपंचायत - प्रकल्पाचे काम सुरळीत पार पाडण्यासाठी व ते शाश्वतरीत्या टिकण्यासाठी दक्ष असणारी संस्था.

५) ग्रामीण पाणीपुरवठा व स्वच्छतासमिती - पाणी पुरवठा व स्वच्छतासुविधांचा आराखडा तयार करणे. अंमलबजावणी व देखभाल दुरुस्ती करणे.

६) महिला विकास समिती - निर्णयप्रक्रियेमध्ये भाग घेण्यास महिलांना प्रवृत्त करणे व महिला सक्षमीकरण आराखडा तयार करणे.

७) सामाजिक लेखा परीक्षण समिती - काम नियमानुसार होत आहे की नाही याची खात्री करण्यासाठी प्रकल्पप्रक्रियेवर देखरेख करणे.

८) ग्रामपाणी पुरवठा - सामूहिक खरेदी, देखरेख.

९) स्वच्छतासमितीच्या उपसमित्या - आर्थिक व्यवस्थापनाशी संबंधित कामे या समितीने करणे.

समारोप

एकंदरीत लोकसहभाग व शासन यांच्या समन्वयातून हा प्रकल्प राबविण्याची रूपरेखा आहे. यात लोकांना आपली भूमिका, कार्ये हे स्पष्ट होणे गरजेचे आहे. तसेच यात ग्रामसभा, ग्रामपंचायत यांच्या भूमिका अतिशय महत्त्वाच्या आहेत. यासाठी गरज आहे ती राजकीय नेत्यांनी अत्यंत पारदर्शकतेने काम करण्याची कारण अशा प्रकल्पात लोकांची अडवणूक करणे, त्यांच्या

निर्णयाला मागणीला पुरेसे महत्त्व न देणे यातून लोकांचा रस कमी होत जातो.

अनेक जिल्ह्यांमध्ये या प्रकल्पाचे जवळपास ७० टक्क्यांहून जास्त काम पूर्ण झालेले आहे. यामध्ये पाण्याचे नवे स्त्रोतही शोधले गेले पाहिजेत. या सर्व प्रकल्पातून आरोग्यसुविधेवरील खर्च कमी व्हायला हवा व गावाचे निर्णय गावकऱ्यांनी घेणे त्याप्रमाणे अंमलबजावणी करणे ही खऱ्या अर्थाने लोकशाही व सक्षमीकरण होईल.

(Balshastri Jambhekar)

बाळशास्त्री जांभेकर (१८१०-१८४६)

एकोणिसाव्या शतकात महाराष्ट्रात झालेल्या समाजप्रबोधनाचे मुख्य. ते मराठी वृत्तपत्रव्यवसायाचे जनक होते. त्यांनी लेखक, पत्रकार, समाजसुधारक, इतिहास संशोधक, शिक्षणप्रसारक असे विविध प्रकारे कार्य केले. लोकशिक्षण व ज्ञानप्रसार या हेतूने त्यांनी १८३२ मध्ये 'दर्पण' हे वृत्तपत्र काढले आणि मराठी वृत्तपत्र व्यवसायाचा पाया घातला. त्यांचे हिंदी, कन्नड, तेलगु, गुजराथी, लॅटीन, फ्रेंच, इंग्रजी, संस्कृत, बंगाली या भाषांवर प्रभूत्व होते.

शिक्षणाचे महत्त्व

त्यांनी पाश्चात्य विद्येचे महत्त्व ओळखले होते. ते म्हणत हिंदुस्थानच्या परिस्थितीतबदल घडवून आणायचा असेल तर ज्ञानाचा प्रसार होणे जरूरीचे आहे. त्यांनी दर्पण मध्ये लिहिले 'विद्या हे बळ आहे. आधुनिक विज्ञानाचे पुस्तकी शिक्षण तर हवेच, पण तंत्रज्ञान शिकविणाऱ्या शाळा सुद्धा असायला हव्यात. त्याखेरीज समाजाच्या सुखवृद्धीच्या दृष्टीने विज्ञानाचा उपयोग करून घेता येणार नाही.'

दर्पणच्या एका अंकात त्यांनी लिहिले की 'हिंदुस्थानातील लोकांमध्ये विलायतेतील विद्यांचा अभ्यास जास्त व्हावा आणि या देशाची समृद्धी व इथल्या लोकांचे कल्याण याबद्दल स्वतंत्रपणे विचार करण्यासाठी वृत्तपत्र सुरू करावे अशी इथल्या लोकांची इच्छा आहे.' त्याच प्रमाणे त्यांनी शास्त्रीय पुस्तकांचे मराठी भाषेत भाषांतर केले – १. इंग्लंड देशाची बखर भाग १, २. इंग्लंड देशाची बखर : भाग २, ३. बालकल्याण, ४. नीतीकथा, ५. भूगोल विद्येची मूलतत्वे, ६. गणितशास्त्राच्या उपयोगाविषयीचे तत्वज्ञान, ७. हिंदुस्थानचा इतिहास, ८. पुनर्विवाह प्रकरण, ९. शून्यलब्धि व मूलपरिणीत गणित इ.

स्त्रियांविषयीचे विचार

स्त्रियांना शिक्षण देऊ नये याकडे समाजाचा कल होता. त्या काळातील बालविवाहाच्या प्रथा, स्त्री-शिक्षण, विधवाविवाह याबद्दल त्यांचे विचार पुरोगामी होते. स्त्रियांना शिक्षण दिले तर त्या बिघडतात या समाज कल्पनेला त्यांचा विरोध होता. ते म्हणत 'युरोपीय देशात सर्व स्त्रियांना पुरुषांप्रमाणे विद्याभ्यास करता येतो. परंतु त्यामुळे त्या कोणत्या बिघडल्या ?' समाजातील विचारवंत लोकांनी पुनर्विवाह विधी चालवावा त्याशिवाय हा दुराचार मिटणार नाही असे त्यांचे मत होते.

धर्मपरिवर्तनाचे कार्य

ख्रिस्ती व्यक्तीच्या घरात राहिल्याने वाळीत टाकलेल्या हिंदू मुलाला पुन्हा हिंदू धर्मात

घेण्यासाठी त्यांनी व्यवस्था केली. यामुळे त्यांना बहिष्काराला तोंड द्यावे लागले. परंतु ते न जुमानता त्यांनी या कामासाठी कठोर परिश्रम केले.

समाज प्रबोधन व सामाजिक परिवर्तनात वृत्तपत्रांनी महत्वाची भूमिका बजावली व त्याची सुरुवात जांभेकरांनी केली. अध्यापन शाळा (नॉर्मल स्कूल)चा पाया त्यांनी घातला. त्यांनी स्त्रियांच्या समस्या मांडल्या. इतिहासाकडे बघण्याची त्यांची दृष्टी प्रागतिक होती. त्यांनी आपल्या लेखणीद्वारे समाजप्रबोधनाचे कार्य केले.

(Juvenile Delinquence)

बाल गुन्हेगारी

बालगुन्हेगार कोण

बाल गुन्हेगारीची समस्या सर्व देशांत व सर्व सामाजिक, आर्थिक स्तरांत आढळते. ही आधुनिक काळातील एक गंभीर समस्या आहे. वयाच्या अकराव्या वर्षांपासून अठराव्या वर्षांपर्यंत गुन्हे करणारा बालगुन्हेगार ठरतो. बाल गुन्हेगारांच्या वयोमर्यादा वेगवेगळ्या देशांत वेगवेगळ्या आहेत. भारतात सर्व राज्यांतील पंधरा वर्षांखालील, महाराष्ट्रात १६ वर्षांखालील मुलगा आणि १८ वर्षांखालील मुलगी बाल गुन्हेगार समजली जाते. अमेरिकेत ही मर्यादा ७ ते १६ वर्षांपर्यंत आहे. जगातील काही देशांत तर १८ वर्षांपर्यंतच्या गुन्हेगारांना बाल गुन्हेगार समजले जाते. बाल गुन्हेगारांना इतर गुन्हेगारांप्रमाणे शिक्षा करण्यात येत नाही. कारण ज्याची बुद्धी परिपक्व नाही, जो सारासार विचार करू शकत नाही, अशा मुलाने कायदाबाह्य वर्तन केल्यास त्याला बालगुन्हेगार समजले जाते.

बाल गुन्हेगारांमध्ये मुलींपेक्षा मुलांचे प्रमाण अधिक आढळते. साधारणत: चार ते पाच मुलांमागे एक मुलगी असे हे प्रमाण आहे. कनिष्ठ वर्गातील मुले गुन्ह्यांकडे अधिक प्रवृत्त होतात. मध्यमवर्गीय व उच्चवर्गातील मुलेही गुन्हे करताना आढळतात.

भारतात समाजात प्रचलित असलेल्या रूढी व कायद्यांविरुद्ध वर्तन करणारी मुले रेल्वेस्टेशन, बसस्थानके, चित्रपटगृहे, हॉटेले, रस्त्यांवर भीक मागतांना, छोट्या मोठ्या चोऱ्या करणे, पाकीट मारणे, विडी, सिगरेट ओढतांना पाहण्यात येतात. वस्त्यांमधून हे प्रमाण अधिक आढळते. मुलींची, महिलांची छेड काढणारे तर सगळीकडेच दिसतात.

सामाजिक वर्गाच्या संदर्भात गुन्हेगारीविषयक सिद्धान्त मांडले गेले आहेत. कामगार वर्गातील बाल गुन्हेगारी हा शाळेत निराशाजनक अनुभव आल्याचा परिणाम आहे. शाळेत योग्य परिस्थितीअभावी पुरेसे शिक्षण घेऊ न शकणारी, यश न मिळवू शकणारी मुले आपले अपयश विघातक मार्गांनी भरून काढतात. समाजात प्रतिष्ठा मिळवू न शकणारी मुले गुन्ह्यांकडे वळतात.

बाल गुन्हेगारीची कारणे

मुले गुन्हेगार का बनतात? याची अनेक शास्त्रज्ञांनी अनेक कारणे सांगितली आहेत. अनेक विचार मांडले आहेत. मुलांच्या गुन्हेगारीला आई-वडीलच जबाबदार असतात. शारीरिक दोष असलेली मुले गुन्हेगार होतात. मानसिक दोष असलेली मुले जन्मत:च गुन्हेगार बनतात. बिकट आर्थिक परिस्थिती हे महत्त्वाचे कारण आहे, असे मानले जाते. तरीही द्रारिद्र्यात राहणारी सर्व मुले गुन्हेगार होत नाहीत तसेच आर्थिक परिस्थिती चांगली असलेली मुलेही गुन्ह्याकडे वळतात.

१) बिकट आर्थिक स्थिती

दारिद्र्य, बेकारी यामुळे पुरेसे अन्न मिळत नाही. अपुऱ्या उत्पन्नामुळे, घरात खाणारी तोंडे जास्त असल्याने पोटभर अन्न मिळत नाही. घरात कमावती व्यक्ती एखादीच असते. त्याच्या तुटपुंज्या मिळकतीत चरितार्थ चालवता येत नाही. काही वेळा काम करायची इच्छा असूनही काम मिळत नाही. अशा वेळी पोटासाठी अशी मुले गुन्हेगारीकडे वळतात.

२) अनैतिकता

मुलांच्या जीवनात आई-वडिलांचे स्थान महत्त्वाचे असते. मुले आई-वडिलांचे अनुकरण करतात. मात्या-पित्यांपैकी कुणीही किंवा दोघेही अनैतिक वर्तन करत असतील, तर मुलांच्या मनावर त्याचा वाईट परिणाम घडतो. यातूनही गुन्हे करण्याकडे कल होतो.

यात उच्च आर्थिक स्तरातील पालकही अनैतिक मार्गाने पैसा मिळवत असतील, तर मुलांपुढे तेच आदर्श असतात.

३) आई-वडिलांचे नातेसंबंध

आई-वडिलांना एकमेकांविषयी प्रेम नसेल, सतत भांडणे, वादावादी होत असेल तर मुलांमध्ये असुरक्षिततेची भावना निर्माण होते. असे पालक मुलांमध्ये दुसऱ्याविषयी द्वेष निर्माण करण्याचा प्रयत्न करतात. स्वत:कडे मुलाला आकर्षित करण्यासाठी पैसे दिले जातात. यामुळेही मुलांना वाईट सवयी लागतात.

४) व्यसनी पालक

पालक व्यसनाधीन असतील तर त्याचा परिणाम मुलांवर होतो. यात सिगरेट, विडी, मद्यपान अशी व्यसने येतात. मुले अनुकरणप्रिय असतात. त्यामुळे तेही गंमत म्हणून तसे करतात. परंतु त्याने व्यसन लागते व पैसे मिळाले नाही तर मुले चोऱ्या करतात. शिवाय व्यसनाधीन माणसाचे घरात पटत नाही. त्यामुळे संघर्ष होतो. त्यात मुलांचे मानसिक संतुलन बिघडते व गुन्हे घडतात.

५) मुलांचा त्याग

अनैतिक संबंधातून जन्माला आलेले मूल, अतिशय गरिबी असल्याने, आई-वडील सावत्र असणे. अशा प्रसंगी मुलांचा त्याग पालक करतात. अशी मुले वाईट संगतीला लागतात.

६) अपुरा निवारा

शहरातील घरे लहान असतात व लहान मुलांना नको ती दृश्ये दिसली की, मुलांच्या मनावर विपरीत परिणाम होतो. अगदी लहान मुलांच्या नाही पण वाढीच्या वयातल्या मुलांच्या

मनावर वाईट परिणाम होतो.

७) दुष्ट वागणूक

बिकट आर्थिक परिस्थितीतील आई-वडील सदैव कावलेले, चिडलेले असतात. त्यामुळे मुलांना आपुलकी, प्रेम मिळत नाही. सावत्र आई किंवा वडील यांच्याकडून हिडीस-फीडीस करणे, तुसडेपणाची वागणूक मिळते. अशी वागणूक मिळाल्यास मुलींच्या मनात न्यूनगंड निर्माण होतो. मुले सतत घराबाहेर राहतात. आई वडीलांच्या मृत्यूमुळे एखाद्या नातेवाईकाकडे रहाणाऱ्या मुलाला दुजाभावाने वागविले गेले तर त्याच्या मनात राग, द्वेष, वैफल्य या भावना निर्माण होतात. त्यामुळे सुद्धा मुले गुन्हेगारीकडे वळतात.

८) वाईट संगत

गुन्हेगार बनण्यामागे मुले कुणाच्या संगतीत असतात तेही महत्त्वाचे आहे. बरोबरीच्या मुलांच्या संगतीमुळे मुले चांगल्या-वाईट गोष्टी करतात. योग्य व्यक्ती सहवासात न आल्याने वाईट प्रवृत्ती वाढीस लागतात.

९) माध्यमांचा परिणाम

सध्या विविध माध्यमांमधून मुलांसमोर अनेक गोष्टी येत असतात. देशी, परदेशी चित्रपट त्यातील गुन्हे, हिंसा, चित्रपटातील हीरोला त्यामुळे मिळणारी लोकप्रियता, यश याचा विपरीत परिणाम होऊन मुले गुन्ह्याकडे वळतात.

यात महाविद्यालयीन मुले वेगाने वाहन चालवणे, मद्यपान करून वाहन चालवणे, मारामाऱ्या करणे, धमक्या देणे, दमदाटी करणे, अपहरण करणे याचे अनुकरण करतात. यात शाळकरी मुले, मध्यम किंवा उच्च आर्थिक परिस्थितीतील मुले, सतत दूरचित्रवाणी संचासमोर बसतात किंवा संगणकासमोर बसून अश्लील वेबसाइट पाहणे, अश्लील नृत्य पाहणे व यातून नको ती कृत्ये करतात.

१०) अतिशिस्त

मुलांना जर अतिशिस्त असेल तर ती मुले त्यातून सुटण्याचा प्रयत्न करतात किंवा त्यांच्या हातून नकळत एखादी चूक झाली तरी मार बसेल या भीतीने खोटे बोलतात, बनवाबनवी करतात, चोऱ्या करतात, बेफाम वर्तन करतात. हीच सवय पुढे चालू रहाते.

११) वयात येण्याचा काळ

यालाच पौगंडावस्था असे म्हणतात. या काळात मुलांच्या शारीरिक व मानसिक अवस्थेत बदल होत असतो. या वयात कुतूहल जागे होते. मुला-मुलींमध्ये परस्पर आकर्षण निर्माण होते. अशा वेळी योग्य प्रकारे मार्गदर्शन न मिळाल्यास मुलांच्या हातून नको त्या गोष्टी घडतात व यातून

पुढे अपराध होण्याचीही शक्यता असते.

१२) कुटुंब विघटन

पालकांपैकी एखाद्याचा मृत्यू, कुटुंबापासून दूर जाणे, कामानिमित्त पालक परदेशात जातात. दुसऱ्या ठिकाणी जातात. यामुळेही मुले भरकटण्याची शक्यता असते.

१३) भोवतालची परिस्थिती

भोवतालची परिस्थिती व वातावरणाचा मुलांच्या वाढीवर व मानसिकतेवर परिणाम होतो. शेजार, आसपासची परिस्थितीसुद्धा बाल गुन्हेगारीला कारण असते.

१४) वाईट प्रवृत्तींना प्रोत्साहन मिळणे, पाश्चात्यीकरण, चित्रपट, माध्यमे यांचा अतिरेकी प्रभाव यामुळे समाजात गुन्ह्यांचे प्रमाण वाढले व स्वरूप बदलले.

बाल न्यायालये

१९६० च्या कायद्यानुसार बाल न्यायालयाची निर्मिती झाली. ही न्यायालये बाल गुन्हेगाराच्या वर्तनाची पार्श्वभूमी लक्षात घेऊन त्याला सुधारावयाचे आहे, त्याचे पुनर्वसन करावयाचे आहे की त्याला शिक्षा करावयाची आहे, या धोरणाने न्यायदानाचे कार्य अनौपचारिक पद्धतीने खेळीमेळीच्या वातावरणात पार पाडतात.

बालनिरीक्षण गृह

सोळा वर्षांखालील जी मुले गुन्हे करतात त्यांना पोलीस चौकी किंवा तुरुंग अशा ठिकाणी न ठेवता बाल निरीक्षण गृहात ठेवले जाते. अशा ठिकाणी मुलांना फार काळ ठेवले जात नाही. वर्तनात सुधारणा दिसून आली तर लवकर सोडले जाते.

याशिवाय प्रमाणित शाळा, साहाय्यकारी गृहे, पालक गृहे, सेवाभावी संस्था, अनाथ बालकाश्रम याची सोय करण्यात आलेली आहे.

१९५८ साली परिविक्षा पद्धती अस्तित्वात आली व त्यानुसार काही अटींवर मुलाला घरी सोडण्यात येते. या काळात त्याच्यावर घातलेले निर्बंध त्याला पाळावे लागतात.

सुधार शाळा, किशोर सुधारालय, बालग्राम योजना याही योजना आहेत.

बाल गुन्हेगारीवरील उपाययोजना

मुले ही भावी नागरिक आहेत, पुढची पिढी आहे व समाज सुधारणा व्हायची असेल तर मुलांची योग्य, निकोप वाढ होणे हा उपाय आहे. सध्याच्या काळात भूकंप, बॉम्बस्फोट, अपघात अशातून मुले अनाथ, बेघर होतात. अशा मुलांना वाढीसाठी योग्य निवारा, मानसिक आधार मिळायला हवा.

गुन्हेगार आई-वडील असलेल्या मुलांची पुढील वाढ होताना समाज त्यांना स्विकारत नाही. त्यांच्याशी योग्य वर्तन करत नाही यातूनही गुन्हेगारीचा जन्म होतो.

शाळेत शिक्षकांनी अकारण मारणे, अपमान करणे, सतत इतरांशी तुलना करणे, यामुळेही मुले आक्रमक वृत्तीची बनतात व गुन्ह्याकडे वळतात. बाल गुन्हेगारी टाळायची असेल तर प्रतिबंधात्मक उपाय करणे गरजेचे आहे.

१) बाल गुन्हेगारी ज्या कारणांमुळे निर्माण होते त्या कारणांचे निर्मूलन व्हायला पाहिजे. यासाठी राजकीय व सामाजिक उपाययोजना केल्या गेल्या पाहिजेत.
   मुलांना शाळेत, वस्त्यांमध्ये योग्य समुपदेशन मिळायला हवे. ज्यातून त्यांची निकोप वाढ होऊ शकते.

२) काम नसलेल्या व्यक्तींना काम मिळवून देऊन त्यांच्या कुटुंबांचे योग्य पालनपोषण होऊन मुले गुन्ह्याकडे वळणार नाहीत हे पहायला हवे.

३) ग्रामीण व नागरी अशा दोन्ही भागांमध्ये शाळांमधील गळतीचे प्रमाण जास्त आहे. यातून शाळेत परत न जाणाऱ्यांचे प्रमाणही जास्त आहे. अशा वेळी त्यांना पुन्हा शिकण्यासाठी प्रवृत्त करणे, योग्य ते काम देणे हे प्रामुख्याने व्हायला हवे.

४) मुलांची वाढ कशी करावी याचे पालकांना योग्य शिक्षण, मनोविकास, पालकांची भूमिका याचे शिक्षण मिळायला हवे. यातून मुलांचे योग्य सामाजिकीकरण होते. त्यांची शारीरिक वाढ ही योग्य तो आहार देऊन व्हायला पाहिजे. कारण निरक्षरता, दारिद्र्य, अज्ञान व अंधश्रद्धा अशा परिस्थितीत कुटुंब कल्याण योजना प्रभावीपणे राबवल्या गेल्या पाहिजेत.

५) गलिच्छवस्ती नियंत्रण – यात नागरी जीवनासाठी लागणाऱ्या आवश्यक गोष्टीही मिळत नाहीत. तसेच दारूचे अड्डे, जुगारीवृत्तीची माणसे, भिकारी यांच्या सततच्या सहवासामुळे मुले बिघडतात. त्यामुळे त्याला आळा घातला गेला पाहिजे. चांगली करमणुकीची साधने, आरोग्यविषयक सोयी उपलब्ध झाल्या पाहिजेत. युवक मंडळे, रात्रीच्या शाळा, सामाजिक, एकात्मता झाल्याने गुन्हेगारीला बराच आळा बसेल.

६) जनजागृती – अज्ञानाने, नकळत एखाद्याच्या हातून गुन्हा घडला, तर त्या मुलाला त्यावरून डिवचणे टाळले गेले पाहिजे. नागरिकांनीही गैरवर्तनापासून मुले अलिप्त राहतील यासाठी त्यांना मार्गदर्शन केले पाहिजे.

७) झटपट पैसा पाहिजे म्हणून तिकिटांचा काळा बाजार करणारी मुले जास्त आढळतात. अशा मुलांचा पोलिसांनी शोध घेतला पाहिजे व योग्य त्यांनाच शिक्षा व्हायला पाहिजे.

(Maharshi Dhondo Keshav Karve)

महर्षि धोंडो केशव कर्वे (१८५८-१९६२)

आधुनिक भारतातील ते श्रेष्ठ समाजसुधारक होते. १८८१ मध्ये त्यांनी 'शारदा सदन'मधील विधवेशी पुनर्विवाह करून समाजापुढे नवा आदर्श ठेवला. या पुनर्विवाहामुळे तत्कालीन ब्राह्मण समाजाने त्यांना वाळीत टाकले. परंतु तरीही त्यांनी विधवांच्या उद्धाराचे कार्य चालूच ठेवले. १८९३ साली त्यांनी 'विधवाविवाह प्रतिबंध निवारक मंडळ' काढले व पुनर्विवाह केलेल्यांच्या कुटुंबांचे मेळेही भरविले.

विधवांसाठी कार्य

१८९९ मध्ये त्यांनी विधवांच्या शिक्षणासाठी अनाथ बालिकाश्रमची स्थापना केली. १९०० सालापासून हिंगणे येथे हा आश्रम सुरू आहे व याच संस्थेचे पुढे पहिल्या महिला विद्यापीठात रुपांतर झाले. या विद्यापीठाला ठाकरसी यांच्या कुटुंबाने आर्थिक मदत केली. या विद्यापीठात 'गृहशास्त्र' हा विषय गृहिणींच्या दिशेने योग्य म्हणून शिकविला जातो, याचे पदवी पर्यंतचे शिक्षण दिले जाते. हजारो स्त्रियांनी आपले शिक्षण अनाथ बालिकाश्रम व महिला विद्यापीठ या संस्थांमधून पूर्ण केले. कारण पूर्वीपासूनच मुलींच्या शिक्षणाची आबाळ होत असे व वैधव्यानंतर तर त्यांची अवस्था फारच बिकट होत असे. मुली शिक्षण घेऊ लागल्या की विवाहाचे वय वाढते.

महिलांच्या शिक्षणासाठी कार्य

महर्षिंना महिला विद्यापीठ उभे करण्यासाठी रविंद्रनाथ टागोर, ॲनी बेझंट, न. चिं. केळकर इ. चा पाठींबा मिळाला. या विद्यापीठासाठी वेगवेगळ्या ठिकाणी हिंडून त्यांनी खूप देणग्या मिळविल्या. त्यांनी १९२९ व १९३२ या कालावधीत अमेरिका, युरोप, आफ्रिका इ. ठिकाणी दौरा करून अनेक व्याख्याने दिली हे त्यांनी २२ देशांमध्ये केले, व महिला विद्यापीठासाठी निधी जमवला. त्यांनी मातृभाषेतून शिक्षण देण्याचा कटाक्ष ठेवला. विद्यापीठात गृहशास्त्र, आरोग्यशास्त्र, बालमानसशास्त्र, शरीरविज्ञानशास्त्र इ. विषय शिकविले जातात. नंतर या महिला विद्यापीठाशी महाविद्यालये, विद्यालये जोडली गेली. १९३६ मध्ये महिला विद्यापीठाचे स्थलांतर मुंबईला झाले.

त्यापूर्वी १८८६ मध्ये त्यांनी मुरुडफंड नावाची संस्था स्थापन केली होती. निष्काम मठाची स्थापना स्त्रियांच्या उद्धारासाठी कार्य करणारे कार्यकर्ते निर्माण व्हावेत म्हणून त्यांनी केली. महिला विद्यापीठाची कल्पना त्यांना जपानमधील महिला विद्यापीठावरून सुचली. स्त्रीला स्वत:ची कर्तव्ये पार पाडण्यासाठी, समर्थ बनविण्यासाठी खास शिक्षण आवश्यक आहे हे जपानी विचारवंताचे मत त्यांना पटले.

ग्रामीण भागात शैक्षणिक कार्य

नंतर १९३६ साली त्यांनी ग्रामीण शिक्षणासाठी महाराष्ट्र ग्राम प्राथमिक शिक्षण मंडळाची स्थापना केली. व त्याद्वारे ग्रामीण भागात प्राथमिक शाळा चालविण्यासाठी आर्थिक मदत करण्याचे कार्य सुरू केले. त्यानंतरच्या ११ वर्षाच्या कालखंडात या मंडळाने आजूबाजूच्या परिसरातील ५० शाळा चालविल्या. जातिभेद व अस्पृश्यता निर्मूलनासाठी त्यांनी १९४४ मध्ये समता-संघाची स्थापना केली. स्वातंत्र्याची खरी गोडी चाखण्यासाठी समतेची गरज आहे असे त्यांचे मत होते.

महाराष्ट्रातील स्त्रियांच्या उन्नतीसाठी त्यांनी आयुष्य वेचले. ते क्रियाशील समाजसुधारक होते. त्यांनी शिक्षण क्षेत्रात नवा प्रवाह आणला, क्रांती केली त्यामुळे स्त्रियांना शिक्षणाचे दरवाजे खुले झाले. स्त्री शिक्षण, विधवा विवाह या बाबतीत त्यांनी स्वतःचा आदर्श निर्माण केला. त्याबद्दल भारत सरकारने त्यांचा 'भारतरत्न' सन्मान देऊन गौरव केला.

(R. D. Karve)

र. धों. कर्वे (१८८२–१९५३)

महाराष्ट्रातील दूरदृष्टी असलेले ते एक समाजसुधारक होते. समाज स्वास्थ्यासाठी संततीनियमन व लैंगिक शिक्षणाची गरज आहे हे जाणून त्यांनी प्रत्यक्ष कार्य केले. लोक संख्येची प्रचंड वाढ ही देशातील पुढील काळातील समस्या असेल हे ओळखून त्यांनी कुटुंबनियोजनाचा प्रचार केला. आपली महाविद्यालयातील नोकरी सांभाळून संततीप्रतिबंधक व लैंगिक रोगप्रतिबंधक साधने ते पुरवित असत. ज्या काळात त्यांनी हे कार्य केले त्या काळात समाज कर्मठ होता त्यामुळे त्यांच्यावर टीका होत असे व त्यांना आपल्या उपजीविकेचे साधनही यामुळे गमवावे लागले.

लोकशिक्षण

१९२१ पासून ते आपल्या पत्नीच्या मालतीबाईंच्या सहकार्याने राइट एजन्सी या नावाने संततीनियमनाचे केंद्र चालवित होते. या विषयावर त्यांनी पुस्तिकाही लिहिली परंतु हा विषय समाजाला वर्ज्य असल्याने ते पुस्तक कुणीच प्रसिद्ध करायला तयार होत नव्हते त्यामुळे त्यांनीच ते प्रसिद्ध केले. त्यानंतर १९२३ मध्ये त्यांनी याच विषयावर मराठीत पुस्तक लिहिले व त्याच्या बऱ्याच आवृत्त्या निघाल्या.

लैंगिक शिक्षण, संततीनियमन या विषयांबरोबरच इतर सांस्कृतिक, सामाजिक विषयांकडे वैज्ञानिक व चिकित्सक दृष्टीने समाजाने पाहिले पाहिजे. त्यांच्या दृष्टीने संततीनियमनाचे व्यापक उद्दिष्ट समाजस्वास्थ्य हे आहे व ते निकोप स्त्री पुरुष संबंधावर आधारलेले आहे असे त्यांचे मत होते. लोकशिक्षणाचा पुरस्कार त्यांनी केला.

कुटुंब नियोजनाचा जाणीवपूर्वक विचार करून लोकसंख्येला आळा बसू शकेल याविषयी त्यांनी चिंतन करून संतती नियमनाची गरज जाणली व त्याचा प्रसार करण्यासाठी 'समाज स्वास्थ' नावाचे मासिक काढले. त्यांचे विचार अतिशय पुरोगामी होते. त्यांनी कोणत्याही आर्थिक पाठबळाशिवाय सतत २५ वर्षे हे मासिक चालविले. या मासिकातील लेखांमुळे त्यांच्यावर टीका केली जात असे. कारण त्यांचे लेखन प्रस्थापित धर्मविषयक नीतीविषयीच्या कल्पनांना धक्का देणारे होते. याबद्दल ज्या गोष्टींची माहिती व्यक्ती व समाज यांच्या हिताच्या दृष्टीने आवश्यक आहे ती माहिती पुढे आलीच पाहिजे अशी त्यांची भूमिका होती. त्यांच्या लिखाणासाठी त्यांच्यावर तीन वेळा खटले भरले गेले त्यांना दंडाची शिक्षा झाली. समाजस्वास्थ्य हे मासिक त्यांनी १९२७ ते १९५३ पर्यंत चालविले.

त्याखेरीज त्यांनी १९२३ मध्ये संतती नियमन विचार व आचार, १९२७ मध्ये गुप्त रोगापासून बचाव, १९४० मध्ये वेश्याव्यवसाय, १९३८ मध्ये आधुनिक आहारशास्त्र, १९३४ मध्ये

आधुनिक कामशास्त्र ही पुस्तके लिहिली.

त्यांनी आपले आयुष्य संततीनियमनाच्या चळवळीला व जनजागरण करण्यासाठी वाहून घेतले.

वाढत्या लोकसंख्येमुळे आजही अनेक प्रश्न, समस्या आहेत. र. धों. कर्वे यांचे विचार गांभीर्याने घेऊन मुले ही देवाची देणगीपेक्षा त्याकडे वैज्ञानिक दृष्टीकोनातून पाहिले जाण्याची गरज आजही आहे.

(Labour Welfare in unorganised sector)

असंघटित क्षेत्रातील कामगारांचे कल्याण

या क्षेत्रातील कामगार म्हणजे शेतमजूर, बांधकाम मजूर, हॉटेलमध्ये काम करणारे, कारखान्यांमध्ये रोजंदारीवर, कंत्राटी पद्धतीने काम करणारे इ. होत.

ब्रिटिशकालीन परिस्थिती

कारखान्यात काम करणाऱ्या मजुरांची स्थिती इंग्रज भांडवलदार असताना अतिशय वाईट होती. अतिशय तुटपुंजे वेतन, मजुरीचे दर कमी, कामाच्या तासांवर बंधन नाही. यामुळे त्यांचे राहणीमान अतिशय निकृष्ट दर्जाचे बनले. १८५१ रोजी पहिली कापड गिरणी सुरू झाली त्यावेळेस शेतमजूर ज्यांची परिस्थिती तुटपुंज्या उत्पन्नामुळे बिकट बनली होती त्यांनी मुंबईकडे धाव घेतली. त्यावेळी स्त्रियांना बारा ते पंधरा तास काम करावे लागे. त्यांनी केव्हा यायचे त्याची वेळ ठरलेली होती. परंतु परत जाण्याची वेळ ठरलेली नसे. जेवणाची सुट्टी मिळत नसे, पूर्ण आठवडाभर काम, साप्ताहिक सुटीचा अभाव, सणावाराची सुट्टी अर्धा दिवसच मिळत असे. त्या दिवशीही यंत्राची देखभाल करावी लागायची. शिवाय कामगार परवानगी न घेता गैरहजर राहिल्यास त्या दिवसाचा पगार दंड म्हणून कापत. कामावर उशिरा आल्यास अर्धा किंवा पूर्ण दिवसाचा पगार दंड केला जाई. मशिन काही कारणाने बंद राहिल्यास मजुराला पगार मिळत नसे. कधी कधी वर्षातून तीस दिवस अशी परिस्थिती येत असे.

या पिळवणुकीविरुद्ध आवाज उठविण्यासाठी सामूहिक शक्तीला पर्याय नाही हे लक्षात येऊन कामगार संघटना स्थापन झाल्या व त्यात सुटी, कामाचे तास, जेवणाची सुटी, मजुरी संरक्षण यांसारख्या मागण्या मान्य होऊन शिवाय बढती, पगारवाढ, रहाण्याची चांगली सोय या मागण्यांचाही विचार झाला. आरोग्यसुविधा, करमणूक केंद्र या सुविधा कालांतराने मिळत गेल्या. याचा परिणाम म्हणजे औद्योगिक कामगाराची नोकरी, मिळणारे इतर लाभ यामुळे त्यांच्या जीवनाला स्थैर्य आले. यानंतरही नवे कारखाने झाले. औद्योगिक वसाहती उभ्या राहिल्या कामगारांना हक्क, संरक्षण मिळत गेले.

नंतरच्या काळात उत्पादन वाढले, स्पर्धा वाढली आणि कारखान्यांना कायम नोकरीवर कामगार घेऊन त्यांना इतर सवलती देणे शक्य न झाल्याने काही कामगारांना कंत्राटी पद्धतीने तात्पुरते कामावर घेण्याची पद्धत सुरू झाली.

असंघटित क्षेत्रात काम करणाऱ्या महिलांची संख्याही मोठी आहे. यात घरगुती उद्योगात काम करणाऱ्या, मोलाने घरकाम करणाऱ्या, शेतमजुरी करणाऱ्या इ. अनेक आहेत.

बांधकाम मजूर

शहरी भागात स्त्रिया व पुरुष बांधकाम मजूर म्हणून काम करतात. त्यांना कोणत्याही प्रकारचे विमा संरक्षण नाही. मजुरी सर्वांना सारखी नाही, निवृत्ति वेतन, प्रॉव्हिडंट फंड याची सोय नाही. स्त्रियांना मजुरी कमी मिळणे, कामाचे तास ठरावीक नाहीत. जादा तास काम केले तरी त्याचा मोबदला नाही. कामावर असतांना त्यांच्या लहान मुलांना सांभाळण्याची सोय नाही. स्त्रीला प्रसूतीनंतर पुरेसा कालावधी विश्रांती न मिळता कामावर यावे लागते. सतत कामाच्या शोधात भटकत रहावे लागल्याने आयुष्याला स्थैर्य नाही. त्यामुळे मुलांच्यात शिक्षणाचा अभाव व त्यांचे भवितव्य ठरलेले असते. या मजुरांना बरेच वेळा बांधकामावर रहावे लागत असल्याने निवाराही व्यवस्थित नसतो त्याचा परिणामही आरोग्यावर होतो. बांधकाम करताना अपघात झाले तर त्याची भरपाई तर मिळतच नाही उलट काम जाण्याची शक्यता जास्त. शिवाय पूर्ण वर्षभर काम नसल्याने इतर कामे शोधावीच लागतात.

गृहयोजना

बांधकाम मजुरांना चांगले आयुष्य जगता यावे यासाठी 'महाराष्ट्र इमारत आणि इतर बांधकाम कामगार कल्याण मंडळ' यांनी योजना आखली आहे. त्यानुसार मजुरांच्या सुरक्षिततेसाठी अंमलात आलेल्या इमारत व इतर बांधकाम रोजगार व सेवाशर्ती अधिनियमात बांधकाम कंपनी वा आस्थापनेची नोंद बंधनकारक राहील. तसेच अशा नोंदणीकृत आस्थापनांकडून इमारत उभारणी खर्चाच्या एक टक्का सेस वसूल करण्यात येणार आहे. सेसच्या रूपाने गोळा होणारा हा निधी कल्याण मंडळाला देऊन त्या माध्यमातून बांधकाम मजुरांना सुविधा दिल्या जाणार आहेत.

बांधकाम कंपन्या किंवा आस्थापनांकडून सेस गोळा करण्यासाठी यंत्रणेचीही निश्चिती झाली आहे. सेसगोळा करण्यासाठी शासकीय, औद्योगिक विकासक्षेत्रासारखे सार्वजनिक क्षेत्र, खाजगी बांधकाम व्यावसायिक, महापालिका, नगरपालिका व ग्रामपंचायत स्तरावर यांची स्वतंत्र रचना करण्यात आली आहे. १ जानेवारी २००८ पासून सेस गोळा करण्याची अंमलबजावणी करण्यात आली आहे.

या कल्याण मंडळामध्ये शासन, मालक व कामगार प्रतिनिधी असणार आहेत. कल्याण- मंडळाच्या माध्यमातून या मजुरांना निवृत्तिवेतन, विमा संरक्षण, मुलांना शिक्षण, रहायला चांगले घर, बाळंतपणासाठी मदत, दुर्धर रोगांवर उपचारासाठी आर्थिक मदत दिली जाणार आहे.

कल्याण मंडळातून मदत मिळण्यासाठी काही गोष्टी अनिवार्य आहेत. त्यात बांधकाम मजुरांची नोंदणी करणे आवश्यक आहे. नोंदणी केलेल्या बांधकाम मजुराने किमान ९० दिवस काम केले असले पाहिजे व असे काम केल्याची नोंद असलेले प्रमाणपत्र ठेकेदार किंवा आस्थापनाकडून घेतले पाहिजे अशी अट आहे.

योजनेची अंमलबजावणी करून मिळविलेला पैसा त्याच उद्दिष्टासाठी खर्च होणे व योग्य लाभार्थीपर्यंत पोचणे गरजेचे आहे. स्वतंत्रपणे काम करणाऱ्या मजुरांनाही लाभ दिला गेला पाहिजे.

आपल्यासाठी अशी योजना आहे त्यात आपल्या कल्याणासाठी काही गोष्टी करण्यात येणार आहेत ही माहिती बांधकाम मजुरांपर्यंत पोचली पाहिजे. योजनेत हे काम कोणती यंत्रणा करणार हेही ठरवले गेले पाहिजे. तर खरोखरच दुर्लक्षित बांधकाम मजुरांना चांगले आयुष्य जगता येईल.

नागरी भागात बांधकामाचे प्रमाण दिवसेंदिवस वाढत चालले आहे व शेतीवर पूर्णत: अवलंबून रहाता येत नसल्याने शहरात कामाला येणारे बांधकामावर मजुरीचे काम करतात. कारण ते लगेच मिळते व अकुशल कामगारालाही ते मिळू शकते.

शेतमजूर

अल्पभूधारक शेतकरी ज्याला शेतीतून पुरेसे उत्पन्न नाही त्याला शेतमजुरीशिवाय दुसरा पर्यायच उरत नाही हा एक वर्ग झाला. आणखी एक वर्ग म्हणजे ज्याची शेती फक्त पावसाच्या पाण्यावर अवलंबून आहे त्यांनाही पूर्ण वर्षभर शेती करता येत नाही. त्यांनाही मजुरी करणे भाग पडते व एक वर्ग असा आहे की जो कायम फक्त शेतमजुरीच करतो त्याच्या मालकीची शेती नाही.

स्वातंत्र्य मिळून साठ वर्षे झाली. परंतु आजही असंख्य लोक शेतीवरच अवलंबून आहेत व त्यांच्यासाठी शेतीसुधारणेचे ठोस धोरण नाही. शेतमजुरांना कमी मजुरी मिळत असल्याने सगळ्या कुटुंबालाच हे काम करावे लागते. तेव्हा थोडीफार कमाई होते. शेतीचा हंगाम असला की यांना भरपूर मागणी असते. परंतु हंगाम संपला की त्यातही विशेषत: उन्हाळ्याच्या दिवसात कामाच्या शोधार्थ लांब जावे लागते. त्या काळात मिळेल ते काम करावे लागते. मंगल कार्यालयात काम त्यावेळी उपलब्ध असते. परंतु ते सर्व कुटुंबाला मिळत नाही.

इतर वेळीही कामांचे तास निश्चित नसल्याने सूर्यास्त होईपर्यंत काम करावे लागते. भाजी तोडण्याच्या कामात भाजी, धान्याच्या वेळी धान्य मिळाल्याने हातात थोडेफार रोख पैसे रहातात. बागायती शेतीत काम मिळाल्यास मजुरी तरी चांगली मिळते. यामुळे काही दिवस काम नाही मिळाले तरी जेवणाची भ्रांत नसते.

स्त्रियांना सतत उन्हात काम करावे लागल्याने आरोग्य बिघडते. अतिकष्ट, कुपोषण याचा प्रकृतीवर ताण पडतो. पिळवणूक तर चालूच असते. कामाला वेळेवर पोचले नाही तर आर्थिक नुकसान होते.

या पार्श्वभूमीवर कऱ्हाड तालुक्यातील कोपर्डे हवेली या गावाने शेतमजुरांच्या कामाची आचारसंहिता ठरवून एक नवा पायंडा पाडला आहे. भारत देश शेतीप्रधान म्हणून ओळखला जातो परंतु शेतमजुरीचे दर मात्र अद्याप ठरलेले नाहीत. कोपर्डे हवेली या गावात गावकरी व शेतमजूर यांच्यात झालेल्या बैठकीत केवळ दिवसाची योग्य मजुरीच नाही तर ओव्हर टाइम देण्याविषयी निर्णय झाला. शेतकरी व मजूर यांनी परस्परांची अडवणूक व पिळवणूक करू नये, मिळणाऱ्या मोबदल्यात त्यांनी योग्य काम करावे यासाठी हे केले गेले.

मजुरीचे सर्वसाधारण दर

	मजुरी पुरुषांना (रु.)	स्त्रियांना (रु.)
जावळी, वाई, महाबळेश्वर	५० ते ६०	३० ते ४०
माण, खटाव	८० ते १००	४० ते ५०
सातारा कोरेगाव	६० ते ८०	४० ते ५०
पाटण	६० ते ७०	३० ते ५०

कामाची वेळ सकाळी दहा ते सायंकाळी साडेपाच ठरवून महिलेला पन्नास व पुरुषाला ७० रुपये असा मजुरीचा दर ठरविला गेला व साडेपाचनंतर मजुरांना कामाला लावले तर त्याचा मजुरीच्या प्रमाणात जादा मोबदला दिला जाण्याचे ठरले. मजुरांना वेळेवर कामावर येता यावे तसेच कामाची वेळ संपल्याचे समजावे म्हणून ग्रामपंचायत कार्यालयात भोंगा बसविण्याची व्यवस्था करण्याचे ठरवले गेले. ठरविलेले नियम पाळणे हे दोन्ही शेतकरी व मजूर यांच्यावर बंधनकारक आहे. परंतु यामुळे त्यांच्यात निर्माण होणारी तेढ व संघर्षाचे प्रसंग टाळता येऊ शकतात. इतर ठिकाणी ही अशी पद्धत राबवली गेली पाहिजे.

खाणकामगार

दगडखाणीत काम करणाऱ्यांची स्थिती फारशी वेगळी नाही. दुष्काळी भागातून किंवा शेतमजुरी करत असलेल्या व्यक्ती कामाच्या शोधात शहरांच्या आसपास, काम मिळेल त्या ठिकाणी येतात व तिथेच रहातात. दगडखाणीत काम करणाऱ्या किंवा इतर खाणींमध्ये काम करणाऱ्या व्यक्ती खाणीच्या आसपास रहातात. ही जागा अतिक्रमण केलेलीही असते. आर्थिक परिस्थिती बिकट असल्याने कच्ची घरे, मुलभूत सुविधांचा अभाव यामुळे आजारांचा प्रादुर्भाव व दगडखाणीत काम करणाऱ्यांना जड दगड उचलणे, घण मारणे यांमुळे कायमचे विकार जडतात, वाळूचे कण सतत उडत असल्याने श्वसनाचे विकार, घशाचे विकार, क्षयासारखे आजार होतात. खाणकामगारांच्या आरोग्याचा प्रश्न गंभीर आहे व त्यांच्यात या गोष्टीची जाणीवजागृती नाही. मद्याचे व्यसन त्यामुळे आरोग्याचा प्रश्न अधिकच बिकट बनला आहे. त्यांना सकस आहाराची जरुरी आहे. त्यांना त्यांच्या सुरक्षिततेसाठी हेल्मेटची जरुरी आहे व धुळीसाठी मास्क दिले गेले पाहिजेत.

सफाई कामगार

राज्यात अंदाजे ३५ लाख सफाई कामगार आहेत. त्यापैकी केवळ मुंबईत पंधरा लाखांपेक्षा जास्त सफाई कामगार असंघटित आहेत. त्यांच्या सामाजिक सुरक्षेसाठी 'सफाई कर्मचारी कल्याण बोर्ड' स्थापन केले जाणे आवश्यक आहे असे त्यांचे मत आहे.

नुकताच राज्य सरकारने सफाई कामगारांना ते रहात असलेल्या घरांची मालकी देण्याची मागणी मान्य केली आहे. परंतु ठेकेदारी पद्धत बंद करावी अशी त्यांची मागणी अजूनही प्रलंबित आहेत.

नागरी भागात अनेक आस्थापना आहेत ज्यांत बऱ्याच व्यक्ती काम करत असतात. त्यांना प्रॉव्हिडंट फंड, रजा, स्त्रियांना प्रसूतिकाळात रजा, वैद्यकीय खर्च इतकेच काय ठरवून दिलेल्या सार्वजनिक सुट्ट्या, बोनस, नियमित पगारवाढ या सुविधा मिळत नाहीत. स्त्रियांना प्रसूतिकाळात रजेवर गेल्यास नोकरी राहीलच याची खात्री नसते. तातडीचे काम असल्यास जास्त वेळ थांबावे लागते परंतु त्याचा मोबदला मिळत नाही. घरगुती उद्योगात काम करणाऱ्या स्त्रियांची परिस्थितीसुद्धा तीच आहे.

इतर असंघटीत

कुटुंबात घरकाम करणाऱ्या स्त्रियांची संख्याही खूप आहे. काही नागरी भागांत मोलकरणींची संघटना स्थापन होऊन त्यांच्या हक्कासाठी मोर्चे काढले जात आहेत. संघटनेच्या सभासद असलेल्या स्त्रियांना त्याचा फायदा मिळतो. अंगणवाडी सेविकाही असंघटित क्षेत्रात येतात. त्यामुळे त्यांना सवलती मिळत नाहीत. याबद्दलही मागण्यांसाठी त्यांची आंदोलने सतत चालू आहेत.

संपूर्ण भारतातील रोजगाराच्या दर्जांचे लिंगनिहाय वर्गीकरण (टक्केवारी)

रोजगाराचा दर्जा	ग्रामीण		नागरी		एकूण	
व वर्ष	पुरुष	स्त्री	पुरुष	स्त्री	पुरुष	स्त्री
स्वयंरोजगार						
१९८३	६०.५	६१.९	४०.९	४५.८	५५.९	६०
१९८७-८८	५८.६	६०.८	४१.७	४७.१	५४.३	५८.९
१९९३-९४	५७.९	५८.५	४१.७	४५.४	५२.९	५६.६
१९९९-२०००	५५	५७.३	४१.५	४५.३	५२.८	५५.६
नियमित कामगार						
१९८३	१०.२	२.८	४३.७	२५.८	१८.२	५.६
१९८७-८८	१०	३.७	४३.७	२७.५	१८.६	६.९
१९९३-९४	८.३	२.८	४२.१	२८.६	१७	६.५
१९९९-२०००	८.८	३.१	४१.७	३३.३	१४	७.३
किरकोळ कामगार						
१९८३	२९.२	३५.३	१५.४	२८.४	२५.९	३४.४
१९८७-८८	३१.४	३५.५	१.६	२५.४	२७.१	३४.२
१९९३-९४	३३.८	३८.७	१६.२	२६	२९.३	३६.९
१९९९-२०००	३६.२	३९.६	१६.८	२१.४	३२.२	३७.१

मूलस्रोत : राष्ट्रीय नुमना पाहणी ३८ वी, ४३ वी, ५० वी व ५५ वी फेरी.

संदर्भ : समकालीन भारतातील नागरी स्त्रिया. संपा. रेहाना घडीयाली.

किरकोळ कामगारात नागरी व ग्रामीण दोन्ही भागात स्त्रियांचे प्रमाण जास्त आहे. नियमित कामगारांमध्ये नागरी भागात हे प्रमाण पुरुषांच्या तुलनेत फार कमी आहे. स्वयंरोजगार करणाऱ्या स्त्रियांची संख्या मात्र ग्रामीण व नागरी दोन्ही भागांत जास्त आहे.

ज्या स्त्रिया किरकोळ कामगार आहेत त्यांना इतर सवलती, आर्थिक लाभ न मिळण्याची शक्यताच जास्त. एकूणच असंघटित क्षेत्रात काम करणाऱ्या स्त्रियांची संख्या जास्त आहे. यात इतर लाभ, सुविधा मिळाव्यात यापेक्षा नोकरी टिकून रहावी याकडे कल जास्त असतो. आर्थिक लाभ द्यावे लागू नयेत म्हणून नोकरीत कायम केले जात नाही. २००१ च्या जनगणनेनुसार काम करणाऱ्या एकूण स्त्रियांपैकी ९६% स्त्रिया असंघटित क्षेत्रात काम करतात. ही परिस्थिती अतिशय दुर्दैवी आहे.

समारोप

नागरी भागातील स्त्रियांना संघटित करून कामाचा योग्य मोबदला, जादा तास काम केल्यास ओव्हरटाइम, नियमित पगारवाढ या गोष्टी मिळणे गरजेचे आहे. अर्धवेळ काम व या सुविधा मिळाल्यातर स्त्रिया दोन्ही जबाबदाऱ्या व्यवस्थितपणे पार पाडू शकतील. नोकरीच्या अस्थिरतेची टांगती तलवार डोक्यावर रहाणार नाही.

स्वयंरोजगारात स्त्रियांचे प्रमाण वाढले म्हणजेच उत्पादनक्षेत्रात त्यांचे योगदान असले तरीही स्वयंरोजगार छोट्या प्रमाणावर करणाऱ्यामागे कामाचे तास लवचीक असतात व कुटुंबाला गरज लागेल तेव्हा त्या कामाला प्राधान्य दिले जाते.

असंघटित क्षेत्रातील स्त्रियांचे उत्पन्न तुटपुंजे असते व ते कौटुंबिक खर्चासाठीच वापरावे लागते. निवृत्ति वेतन नाही त्यामुळे निवृत्तीनंतर या स्त्रियांना कुटुंबातील व्यक्तींवर अवलंबून रहावे लागते.

अलीकडे सरकारी नोकऱ्यांमध्येही कंत्राटी पद्धतीवर कामगार नेमले जातात, कार्यालयीन कर्मचारी नेमले जातात. ही नेमणूक साधारणपणे अकरा महिन्यांच्या करारावर करतात व गरज असेल तर प्रतिवर्षी त्याच व्यक्तीला करारपत्र देऊन नेमले जाते. अशामधे शिक्षकांच्या नेमणुका कंत्राटी पद्धतीवर काही ठिकाणी केल्या गेल्या आहेत. हे टाळून कायमच्या नोकऱ्यांमध्ये घेतले गेले पाहिजे.

(Lions International)

लायन्स इंटरनॅशनल

विविध व्यवसायातील आणि उद्योगधंद्यातील लोकांनी परस्पर सहकार्य व मानवतेच्या सेवाभावी कार्यासाठी स्थापन केलेल्या मंडळाची ही जगातली सर्वात मोठी संघटना. इंटरनॅशनल असोसिएशन ऑफ लायन्स क्लब्ज असे अधिकृत नाव आहे. परंतु ती लायन इंटरनॅशनल या नावाने प्रसिद्ध आहे.

टेक्सास राज्यातील डॉलस येथे मेल्व्हीन जोन्स यांनी १९१७ मध्ये स्थापना केली. भारतात या संस्थेची सुरुवात १९५६ साली झाली. सुरुवातीला मुंबई व दिल्ली येथे या संस्थेच्या शाखा उघडण्यात आल्या.

लायन्स इंटरनॅशनलने कृषी, पर्यावरणाचे रक्षण, युवकांसाठी कार्य, नागरिकत्व व देशभक्तीची जाणीव, समाजसुधारणा, शिक्षण, आरोग्य, समाजकल्याण, आंतरराष्ट्रीय संबंध व सुरक्षितता, वृद्ध व अपंग यांच्या कार्यावर लक्ष केंद्रित केले आहे. दवाखाने व रुग्णालये उभारणे ते चालविणे, अंधांना सहाय्य करणे, अपंगांना वैद्यकीय उपचार तसेच त्यांचे पुनर्वसन, शैक्षणिक, आरोग्यविषयक व सामाजिक सेवाकार्य, आंतरराष्ट्रीय सहकार्य व सामंजस्य वाढविणे. लायन्स क्लबच्या काही शाखांनी तरुणांसाठी 'लिओ क्लब' आणि तरुणींसाठी लायनेस क्लब सुरू केले.

ही संस्था संयुक्त राष्ट्रांच्या केअर (care) को-ऑपरेटिव्ह फॉर अमेरिकन रिलीफ एव्हरीव्हेअर) ह्या विभागाचा एक सदस्य म्हणूनही कार्य करते. लायन (lion) हे संक्षिप्त नाव आहे. एल = लिबर्टी, आय = इंटेलिजन्स, ओ = अवर, एन् = नेशन्स, एस् = सेफ्टी.

संघटनेचे द लायन हे मासिक मुखपत्र आहे. ते इंग्रजीतून तसेच जगातील इतर प्रमुख अशा अठरा भाषातून प्रसिद्ध होते. संघटनेचे दरवर्षी आंतरराष्ट्रीय अधिवेशन होते.

(Live in Relationship)

विवाहाविना एकत्र रहाणे

स्त्रीची पारंपारिक भूमिका

पाश्चात्य समाजातील विवाहाविना एकत्र रहाणे ही संकल्पना आपल्या समाजातील अलीकडच्या काही वर्षांत रुजू लागली आहे. विवाह न करता स्त्री पुरुषांनी एकत्र रहाणे. यात स्त्री मुक्ती, स्त्रियांचे स्वातंत्र्य या बाबींना विशेष महत्त्व आहे. अशा नात्यांमध्ये स्त्रीचे सर्व प्रकारचे स्वातंत्र्य अबाधित रहावे, तिच्यावर कोणत्याही प्रकारची बंधने लादली जाऊ नयेत, तिला ज्या प्रकारचे आयुष्य जगायचे तसे जगता यावे हा हेतू. वैवाहिक जीवनात, कुटुंबात स्त्रीची भूमिका, तिची कर्तव्ये परंपरेने ठरलेली असतात. तसेच विवाह म्हणजे एका कुटुंबाचा दुसऱ्या कुटुंबाशी संबंध त्यामुळे स्त्रीवर कुटुंबातील इतर व्यक्तींची बंधने, त्यांच्या अपेक्षा असतात. अशा परिस्थितीत तिला स्वतःचे अस्तित्व उरत नाही. करियर करणाऱ्या स्त्रीची तर अशा कुटुंबात फारच कोंडी होते. पुढे शिक्षण घेणे, आवडीचे कार्यक्षेत्र निवडणे, निवडलेल्या कार्यक्षेत्रात पुढेपुढे जात रहाणे शक्य होत नाही. स्त्रीला समानतेचा हक्क जो कायद्याने दिला त्यानुसार पुरुषाप्रमाणे तिलाही सर्व क्षेत्रात समान संधी आहे. परंतु विवाह, कुटुंब, मातृत्व यातील जबाबदाऱ्यांमुळे ती या संधींचा लाभ उठवू शकत नाही. याचे अगदी साधे उदाहरण म्हणजे १० ते ६ या वेळेतली नोकरीचे तिला करावी लागते. कारण नवरा, मुले यांचं सगळं करून नोकरीला जायचं व ते घरी परत येतील तेव्हा आपण घरात असायचं. यामुळे नोकरीत वरची जागा, बदली व त्यातून येणारी नवी जबाबदारी ती घेऊ शकत नाही.

पारंपारिक भूमिकेला छेद

याउलट विवाहाशिवाय एकत्र रहाण्यात ही बंधने नाहीत. स्त्रीच्या पारंपारिक भूमिकेला छेद दिल्याने ती स्वमताने निर्णय घेऊ शकते. अशा नात्याला कायदेशीर दर्जा (Legal Status) नसल्याने स्त्री-पुरुष दोघेही आर्थिक बाबी, नैतिकबाबी स्वतःच्या स्वतः ठरविण्यास मोकळे असतात. यात एकत्र रहाणं का तर निसर्गाने मानवाला अन्न, वस्त्र, निवारा याबरोबरच लैंगिक गरजाही दिल्या आहेत. पूर्वीच्या काळी विवाहाविना लैंगिक संबंध हे पाप समजले जायचे इतकेच काय नियोजित वधू-वरांनी विवाहपूर्व लैंगिक संबंध केलेलेही चालत नसे. कारण विवाहबंधन हा संस्कार मानला जायचा. व्यक्तीवर समाजाचे बंधन असायचे परंतु व्यक्ती स्वातंत्र्याची संकल्पना रुजू लागली, व समाजबंधनांचे महत्व कमी झाले. स्त्रियांच्या नोकरी व्यवसायाचे क्षेत्र बदलले जसे - पत्रकार, अभिनेत्री, हवाई सुंदरी, कॉल सेंटर, आयटीक्षेत्र यामुळे कामाच्या वेळा वेगवेगळ्या, शिफ्टच्या वेळा, पुरुष सहकाऱ्यांबरोबर काम करणे, उशीरापर्यंत काम करावे लागणे याचा कौटुंबिक जीवन, वैवाहिक

जीवन यावर परिणाम होतो. परंतु अशा नात्यामध्ये पूर्ण लक्ष करियरवर केंद्रीत करता येत असल्याने वैवाहिक जीवनासारखे ताण जाणवत नाहीत. नको असलेली संतती टाळण्यासाठी अनेक साधनेही बाजारात उपलब्ध आहेत. माध्यमांमधून स्त्री-पुरुष संबंध, नाते संबंध याविषयी मोकळेपणाने बोलले जाते; काही वेळा चुकीच्या गोष्टीही दाखवल्या जातात. त्याचे परिणाम तरुणांवर होत असतात. शिवाय समाजात घटस्फोटाचे प्रमाणही फार वाढत असल्याने नंतरच्या कायदेशीर कटकटी टाळण्यासाठी असे नाते संबंध पसंत केले जातात. विवाहानंतर संतती जन्माला आल्यावर घटस्फोट घेतला तर मुलांचा प्रश्न निर्माण होतो. पती-पत्नींमध्ये कमालीचा कडवटपणाही येऊ शकतो. अपत्यांची वाढ निकोप होऊ शकत नाही.

फायदे तोटे

प्रत्येक गोष्टीचे जसे फायदे तोटे असतात तसेच याचेही आहेत. अशा प्रकारच्या नाते संबंधातून उच्च रक्तदाब, मधुमेह या व्याधी तरुण वयातच जडतात असा काही डॉक्टरांचा अनुभव आहे. याचे कारण अशा संबंधांमुळे व्यक्तीला मानसिक ताण जाणवत असतात. विवाहाविना एकत्र रहाण्यात भावनिक गुंतवणूक नसते. बरेचदा तर हे फक्त शारीरिक आकर्षण असते. जबाबदारी न स्वीकारण्यासाठीही हे नाते जोडलेले असते.

या व्यक्ती समाजात फारशा मिसळत नाहीत. इतर रक्तसंबंधी नातेवाईकही व समाजही लक्ष देत नाही त्यामुळे एकटेपणाची भावना येते. ताण-तणावाच्या प्रसंगी मानसिक आधार मिळणं कठीण होतं. भावनिक असुरक्षिततेतून समस्या निर्माण होतात. त्या व्यक्तीच्या वागण्यातून दिसतात. मानसिक संतुलन रहात नाही. नैराश्य, चिडचिडेपणा येतो.

स्त्रीची व पुरुषाची मानसिकता वेगळ्या प्रकारची असते. स्त्रीला मुळातच मातृत्वाची ओढ असते. कौटुंबिक वातावरणात वाढलेल्या स्त्री-पुरुषांना कुटुंबसंस्थेचे महत्व माहित असते. पुरुषाची वृत्ती स्वच्छंदी असेल तर या नाते संबंधातही स्त्री ला त्रास होतो. सततच्या सहवासामुळे ओढ निर्माण झालेली असते.

गर्भनिरोधक साधने स्त्रीने जर वारंवार वापरली तर त्याचा तिच्या शरीरावर परिणाम होतो. त्यानंतर गर्भधारणा होण्यास काही वेळा त्रास होतो. अशा संबंधानंतर लग्न केल्यावर पती आणि पत्नीमध्ये भावनिक गुंतवणूक होणेही कठीण असते. समाजातील उच्च आर्थिक स्तरात अशी जोडपी दिसतात. काही जोडपी तर वर्षानुवर्षे व्यवस्थितपणे रहातातही. परंतु अशी उदाहरणे अर्थातच तुरळक आहेत. केवळ स्वातंत्र्य म्हणून किंवा पाश्चात्यांचे अंधानुकरण म्हणून हे होऊ नये. यातूनही संतती जन्माला घालायची इच्छा स्त्री-पुरुषांना होते.

अशा एकत्र रहाण्यातून निर्माण झालेल्या महत्वाच्या प्रश्नावर कोर्टाने ऐतिहासिक निर्णय दिला त्यात एक म्हणजे काही वर्ष एकत्र राहून पुरुष जर यातून बाहेर पडला तर त्याने त्या स्त्रीला पोटगी द्यावी व संतती असेल तर त्याचा पालनपोषणाचा खर्चही करावा.

असे एकत्र रहाणे हे एक प्रकारे अधांतरीच आहे. कारण करियर, पुढचे शिक्षण, स्वत:ची

प्रगती या सगळ्याला एक मर्यादा असते. ठराविक वयानंतर आधाराची गरजही वाटू शकते. त्यामुळे हा पर्याय निवडतांना सर्व बाजूंनी, सर्व शक्यता पडताळून निर्णय घेणे, समस्या सोडविणे, नवा पर्याय स्वीकारणे ही मानसिक तयारी ठेवावी लागते. काही वर्षे एकत्र राहिल्यानंतर अशा स्त्री-पुरुषांना वैफल्यही येऊ शकतं आणि विवाहाविना एकत्र रहातांनासुद्धा बौद्धीक चर्चेनंतर स्त्रीलाच स्वैपाकाचे काम करावे लागणार असेल तर या पर्यायाला तरी काय अर्थ आहे. कारण यामुळे तिचे स्थान दुय्यमच राहत.

विवाहाविना एकत्र रहाणारे स्त्री-पुरुष मानसिक दृष्ट्या परिपक्व असणे आवश्यक असते. हे कशासाठी याबाबत त्यांची भूमिका स्पष्ट असावी, आयुष्याबाबतच्या कल्पना स्पष्ट असाव्यात. तरच असे संबंध टिकून राहतील.

(Lokhitwadi)

लोकहितवादी (१८२३–१८९५)

गोपाळ हरी देशमुख हे त्यांचे नाव. त्यांनी विविध नियतकालिकांतून क्रांतिकारक विचार मांडले. तसेच समाजसुधारणाविषयक विचार पुस्तकातून मांडले. त्यांनी राजकारण, अर्थशास्त्र, इतिहास, धर्म व समाजकारण इ. विषयांवर लिखाण केले. त्यांनी स्वतःचे 'लोकहितवादी' नावाचे नियतकालिक चालविले. १८४८ ते १८५० या काळात त्यांनी 'प्रभाकर' या साप्ताहिकातून पत्रे लिहिली जी शतपत्रे म्हणून प्रसिद्ध आहेत. लोकहितवादींना समाजसुधारक म्हणून ओळखले जाते. जातिसंस्था व धर्मसंस्था यांच्यामुळे समाजाची अधोगती झाली असे त्यांचे मत होते.

विद्येचे महत्त्व

विद्या हा समाजपरिवर्तनाचा मूलाधार आहे. आपण नव्या नव्या विद्या व भाषा शिकाव्यात, इंग्रजी भाषा शिकण्याची, इंग्रजी राज्यामुळे मिळालेली संधी घेऊन आपण इंग्रजी ग्रंथांमधील ज्ञान आत्मसात केले पाहिजे कारण इंग्रजी विद्या फार सुधारलेली आहे, नवे ज्ञान तिच्यात आहे आणि ती विद्या सतत विकास पावत आहे. असा लोकहितवादीचा दृष्टिकोन होता.

विद्यावृद्धी आणि ग्रंथनिर्मिती यांच्यातील नाते अतूट आहे. म्हणूनच उत्तम शिक्षक व दर्जेदार ग्रंथ निर्माण व्हायला पाहिजेत. मराठी पंतोजी तयार करण्याची एक शाळा केली पाहिजे. तसेच चांगले ग्रंथ तयार करण्याकरिता तर्जुमे करणाऱ्यांची एक मंडळी बसविली पाहिजे. भारतासारख्या बहुभाषी देशात सर्वत्र विद्या प्रसार व्हायचा असेल तर विविध प्रादेशिक भाषांतून ग्रंथनिर्मिती होणे आवश्यक आहे. त्या त्या प्रादेशिक भाषातून ग्रंथनिर्मिती होणे आवश्यक आहे, त्या त्या प्रादेशिक भाषेत लोक लिहू लागले पाहिजेत.

अर्थविषयक विचार

त्यांनी 'लक्ष्मीज्ञान' हा अर्थशास्त्रविषयक ग्रंथ लिहीला. या ग्रंथात त्यांनी श्रम हेच संपत्तीच्या उत्पादनाचे एकमेव कारण आहे, त्यांचा आग्रह असे. ब्रिटिश करत असलेले आर्थिक शोषण म्हणजे अनुत्पादक वर्गाने, सत्ताधारी वर्गाने केलेले शोषण आहे असे म्हटले आहे व अशा अर्थव्यवस्थेवर हल्ला चढविला आहे. ते महाराष्ट्र व गुजराथमध्ये काही काळ नोकरी निमित्ताने राहिले. त्यामुळे त्यांना सामाजिक व आर्थिक परिस्थिती जवळून पाहता आली. आपल्या ग्रंथात त्यांनी यंत्रयुगीन औद्योगिक भांडवलदारीचा मार्ग योग्य आहे, त्याचे अनुकरण करावे हे सुचविले.

परखड धार्मिक विचार

समाजातील अंधश्रद्धा, रूढी, निष्क्रियता, दैववादी विचार, जातिभेद, धार्मिक कर्मकांड इ. प्रश्नांसंबंधी व्यापक विचार करून लोकहितवादींनी आपले निर्भीड विचार नि:संदिग्धपणे समाजापुढे मांडले. सामाजिक जीवनात जे दोष वाढले होते त्यामागे लोकांची रूढीनिष्ठा स्पष्ट होती. त्यावरच लोकहितवादींनी प्रहार केला.

आपले धार्मिक आचार विचार हे काळाप्रमाणे बदला, त्यात सुधारणा करा, शतपत्रांमध्ये त्यांनी हाच विचार मांडला. मंदिरे व दानधर्माऐवजी छापखाने उभारण्याचा आग्रह त्यांनी धरला. व्यक्तिस्वातंत्र्य व सामाजिक समतेचा पुरस्कार करून आताच्या प्रश्नांची उत्तरे धर्मग्रंथात नाहीत ती स्वत:च शोधावी लागतील असेही त्यांनी ठामपणे सांगितले. लोकहितवादींनी सुरू केलेला समाजप्रबोधनाचा विचारप्रवाह पुढच्या काळात सार्वजनिक जागृतीसाठी उपयोगी पडला. त्यानंतरच्या समाजसुधारकांनाही तो विचार मार्गदर्शक ठरला. अनिष्ट समाजप्रवृत्तींची निर्भयपणे चिकित्सा करणे आणि लोकांना नव्या विचाराचा प्रकाश दाखविणे हेच त्यांनी आपले जीवितकार्य मानले.

१९४४ मध्ये नोकरीला लागल्यावर ते नोकरी सांभाळून सार्वजनिक कामेही करत असत. पुण्यात सार्वजनिक वाचनालय स्थापन करावे, यासाठी ते प्रयत्नशील होते. अहमदाबाद येथे दहा वर्षे नोकरी करत असताना त्यांनी गुजरातमध्ये शाळा व वाचनालये उभारली.

विधवा विवाहाला मान्यता व प्रतिष्ठा मिळण्यासाठी 'पुनर्विवाहोत्तेजक मंडळी' या संस्थेची स्थापना करण्यात लोकहितवादींचा मोलाचा वाटा होता.

विविध मार्गाने समाज परिवर्तन

समाजपरिवर्तनासंबंधी विचार मांडताना त्यांनी दैववादी वृत्ती जावी, कर्मकांडांपासून लोकांनी दूर राहवे, कार्यप्रवण व्हावे असे म्हटले. जो उद्योग करतो त्यालाच ईश्वर मदत करतो असे ते म्हणत. लोक मूर्खात राहून भिकारी होत चालले आहेत व अज्ञान रोगाने ग्रस्त होऊन मरावयास टेकले आहेत, असे त्यांनी शिक्षणाचे महत्त्व पटवताना म्हटले.

स्त्री-पुरुष समानता असावी असा विचार त्यांनी समाजापुढे मांडला. समाजातील जाचक रूढी या स्त्रियांचा कोंडमारा करणाऱ्या आहेत. त्या नष्ट व्हायला पाहिजेत. त्यामुळे ते बालविवाह, सती, केशवपन याचा सतत धिक्कार करीत असत.

शेतकऱ्यांची परिस्थिती ब्रिटिश राजवटीतही बिकट होती. त्यांच्या दयनीय स्थितीचे, शेतमजुरांची पिळवणूक व शोषण याचे तसेच भरमसाठ शेतसारा व कर यांचे चित्रण आपल्या 'ग्रामरचना' या पुस्तकात केले.

ब्रिटिशकालीन सामाजिक व आर्थिक परिस्थितीबाबत लोकांना जागरूक करण्यासाठी त्यांनी अभिनव पद्धत सुचविली होती. त्या काळात कथेकरी, पुराणिक यांचा समाजमनावर पगडा होता. अशा परिस्थितीत कथेकऱ्यांनी पुराणातल्या भाकड कथा न सांगता जीवनोपयोगी ज्ञानाचा प्रसार

करावा, लोकांनी प्रयत्नवादी व ज्ञानी व्हावे यासाठी उपदेश करावा, असा त्यांचा आग्रह असे. कारण लोकहितवादींना निरर्थक आयुष्य घालविण्याचा तिटकारा होता.

सर्व वर्ण-जाती धर्मातील लोकांनी एकत्र येऊन ब्रिटिशांकडे स्वतंत्र पार्लमेंटची मागणी करावी, असे त्यांचे मत होते. कारण जातीय व्यवस्था व वर्णव्यवस्था यातील उच्च-नीचतेच्या कल्पना ही हिंदुस्थानातील प्रगतीच्या मार्गातील मोठी धोंड आहे, असे त्यांनी प्रतिपादन केले.

सामाजिक प्रबोधनाचे एक युग लोकहितवादींनी सुरू केले. नवविचारांचा एक प्रवाहच त्यांनी या काळात सुरू केला. त्यांनी 'प्रभाकर', 'इंदुप्रकाश', 'वृत्तवैभव', 'सुबोधपत्रिका' या नियतकालिकांमधून नवविचारांचा पुरस्कार केला.

पुनर्विवाहाचा पुरस्कार करणाऱ्या समाजसुधारकांनी सभा स्थापन करून आपल्या चळवळीचा व्याप देशभर वाढवावा असा विचार केला व १४ डिसेंबर १८६५ मधील सभेत पुनर्विवाहोत्तेजक मंडळीची स्थापना झाली. त्याचे उपाध्यक्ष लोकहितवादी होते. महाराष्ट्रप्रमाणेच अहमदाबाद येथे १८६६ साली पुनर्विवाहोत्तेजक मंडळाची शाखा लोकहितवादींनी स्थापन केली. यामुळे हळूहळू सर्वत्र पुनर्विवाह होऊ लागले. परंतु त्याला समाजाचा फार मोठा विरोध होता. लोकहितवादी म्हटले की 'शतपत्रे' हा ग्रंथ लक्षात येतो. त्यातील त्यांचे काही विचार -

धर्मशास्त्र हा केवळ कायदा आहे. शास्त्रवचन मनुष्याने केले आहे, तर विशिष्ट परिस्थितीत त्याला मुरड घातली किंवा झिडकारून दिले तरी काही बिघडत नाही असे ते सांगत असत.

जातिव्यवस्थेविषयी बोलताना ते म्हणत, आपल्या कर्मावरून आपला वर्ण व जाती ठराव्यात. ब्राह्मण असून जर नीच कर्मे केले, तर तो ब्राह्मण नाही तसेच क्षत्रिय व्यक्तीने ब्राह्मण कर्मे केले, तर तो ब्राह्मण व्हावा इतके व्यावहारिक विचार मांडले.

स्त्रीला समाजात पुरुषासारखी प्रतिष्ठा प्राप्त झाल्याशिवाय तिचा विकास होणार नाही व पर्यायाने समाजाचा विकास होणार नाही. असे त्यांचे मत होते. स्त्रियांच्या विवाहाच्या वयाबाबत ते म्हणतात, ''मुलीचे लहानपण विद्येत घालवावे व पुढे सरासरी वीस वर्षांच्या आत तिला कळू लागले म्हणजे तिच्या आई-वडिलांच्या संमतीने लग्न करावे.'' स्त्रियांना समान हक्क व अधिकार मिळावेत असे त्यांचे मत होते.

त्यांनी त्यावेळची राजकीय परिस्थिती, हिंदुस्थानातील लोकांची निष्क्रियता व स्वातंत्र्याबद्दलची उदासीनता यावरही टीका केली. इंग्रजांच्या हाताखाली आपला मूर्खपणा नाहीसा होईल व राज्य करण्यास आपण समर्थ होऊ, असे त्यांना वाटत होते. राज्य करण्यास गरीब-मातब्बर, नीच जातीचे व उच्च जातीचे लोक समान मानावे हे सर्वांना कळू लागेल. मात्र, अशा सभेत जातीवर निवड होऊ नये. तर जे फार विद्वान व चांगले चालीचे लोक आहेत तेच नेमले पाहिजेत मग त्यांची जात कोणतीही असो असे परखड मत त्यांचे होते.

आर्थिक विचारात भारतातील दारिद्र्याबाबत ते म्हणत, ''तूर्त दारिद्र्य मोडण्यास उपाय असा की, ब्राह्मण लोकांनी आपल्या मूर्खपणाच्या समजुती सोडाव्यात व केवळ कारकून आणि भट हे दोनच रोजगार आम्ही करू असे म्हणू नये. या देशात पुष्कळ रोजगार आपल्या लोकांनी

करावे, शिकावे. येथे जो माल खपणार नाही तो दुसऱ्या देशास घेऊन जावा आणि विकावा. पुष्कळ देश आहेत, त्यांचा शोध घ्यावा, इंग्रजांचे सामान बंद करावे. किंबहुना आपले सामान त्यास द्यावे. विलायती कापड घेऊ नये. त्यासाठी आपल्याला जाडी, मोठी कापडे नेसावयास लागली तर काय चिंता आहे? परंतु आपल्या देशाचे रक्षण करावे. या लोकांनी विलायतेस जावे तेथे वस्ती करावी. तिकडचे ज्ञान, कौशल्य इकडे आणावे.''

(Malbari Beheramji)

मलबारी बेहरामजी

हिंदू विधवांच्या दयनीय स्थितीबद्दल कळकळ वाटणारे बेहेरामजी मलबारी गेल्या शतकातील प्रसिद्ध समाजसुधारक होते. मिशनरी शाळेत शिक्षण घेतल्यामुळे रेव्हरंड डॉ. विल्सन यांचा त्यांच्यावर विशेष प्रभाव पडला होता. १८८० मध्ये त्यांनी 'इंडियन स्पेक्टेटर' या नावाचे सामाहिक सुरू केले. त्या काळात ते मुंबईतील प्रमुख नियतकालीक होते. या नियतकालीकातून त्यांनी सामाजिक सुधारणेचा प्रसार हिरीरीने केला. व्हॉइस ऑफ इंडिया' ईस्ट ॲण्ड बेस्ट या नियतकालीचेही ते संपादक होते.

त्यांच्या मनात हिंदू विधवांबद्दल अतिशय कणव होती. सामाजिक सुधारणेची आवश्यकता जास्त महत्वाची आहे. या मताचे ते होते. त्यांनी बालविवाहाविरुद्ध १८८२ व १८८३ मध्ये चळवळ सुरू केली. ही पद्धत कायद्याने बंद व्हावी यासाठी शासनाला सूचना केल्या. बालविवाहाची पद्धत बंद करण्यासाठी १. विवाहीत विद्यार्थ्यांना विद्यापीठाच्या परीक्षेला बसू देऊ नये. २. सरकारी खात्यात नोकरी देतांना अविवाहित उमेदवाराला प्राधान्य देण्यात यावे. ३. बालविवाहाचे दुष्परिणाम स्पष्ट करणाऱ्या पाठाचा शालेय पाठ्यपुस्तकात समावेश करावा. या सूचनांचा त्यांत समावेश होता.

विधवांची स्थिती सुधारण्यासाठी बेहरामजींनी आणखीही काही गोष्टी सुचवल्या. १. १८५० च्या कायद्याने विधवांना पुनर्विवाहाचा हक्क दिलाय त्या विशेष हक्काची जाणीव करून देण्यासाठी खास योजना आखावी. २. विधवा विवाह लावणाऱ्या पुरोहिताला वाळीत टाकण्याची जी शिक्षा दिली जाते त्याला कायद्याने बंदी आणावी.

समाज सुधारणेसाठी देशभरात एकच संस्था असावी. त्यात शासनातील व्यक्ती ही असाव्यात असा विचार त्यांनी मांडला. १८८४ साली त्यांनी 'बालविवाह व सक्तीचे वैधव्य, हा लेख प्रसिद्ध केला. व त्यात त्यांनी हिंदू समाजातील बालवैधव्य व असंमत वैधव्य यावर कायद्याने बंदी घालावी असे मत मांडले. त्यामुळे हिंदू समाजात खळबळ माजली. परंतु या विचाराचा त्यांनी पाठपुरावा केला. याचा परिणाम म्हणजे याबाबत आवश्यक तो कायदा करण्यासाठी ब्रिटनमधील प्रभावशाली व्यक्तींची एक समितीही स्थापन करण्यात आली व या समितीने मुलीच्या विवाहाने वय किमान बारा वर्षे असले पाहिजे अशी सूचना केली. भारत सरकारने संमती वयाचे विधेयक मंजूर करून घेतले. या विधेयकाला महाराष्ट्रात विरोध झाला.

१९०१ मध्ये सुरू झालेल्या 'ईस्ट ॲण्ड वेस्ट' या नियतकालीकाचे ते संपादक होते. यातून त्यांनी सतत सामाजिक सुधारणेचा विचार केला.

(Malnutrition)

कुपोषण

जगाला भेडसावणाऱ्या अनेक समस्यांपैकी कुपोषणाचा प्रश्न सर्वात महत्त्वाचा असल्याचे कोपनहेगन कॉन्सेन्सस मध्ये मांडले गेले. विकसनशील आणि गरीब देशातील १४ कोटींपैकी ८०% मुले कुपोषण ग्रस्त आहेत. यासाठी 'अ' जीवनसत्व आणि जस्त यांचा समावेश असलेला पोषक आहार या मुलांना दिला जाणे आवश्यक आहे. लोह व आयोडीनयुक्त मिठाचाही पोषक आहारात समावेश करण्याचे या समिती ने सुचविले. यामुळे मृत्यु दर कमी होईल व भविष्यात सशक्त पिढी उपलब्ध होईल.

वस्तुस्थिती

महाराष्ट्रातील परिस्थिती पहाता डॉ. अभय बंग यांची समिती राज्याने नियुक्त केली होती व या समितीने आपला पहिला अहवाल डिसेंबर २००४ मध्ये सादर केला व अंतिम अहवाल सादर केला. त्या समितीने आपल्या अहवालात पुढील निरीक्षणे मांडली ह्र

१. महाराष्ट्रात जन्मतः मृत व बालमृत्यू यामुळे सुमारे दोन लाख जीव मरतात.

२. यापैकी ८०% मृत्यू न्यूमोनिया, कुपोषण व हगवण या कारणांमुळे होतात.

३. बालमृत्यू व अर्भक मृत्यू यांच्या १००% नोंदी होत नाहीत व माहिती कळविली जात नाही.

४. बालमृत्यू दर कमी करण्याचे प्रयत्न चालू आहेत. परंतु उद्दीष्ट गाठण्यासाठी बराच काळ लागेल.

५. राज्यात आठ लाख म्हणजेच ५.४% बालके तीव्र कुपोषित व २१% म्हणजे बत्तीस लाख मुले मध्यम कुपोषित आहेत. राज्यात आदिवासी तालुके, नागरी भागात झोपडपट्ट्या, बेघर, शेतमजूर यामध्ये कुपोषणाचे प्रमाण जास्त आहे.

६. एकात्मिक बाल विकास हा कार्यक्रम राज्यात राबवला जातो. यातून मिळणारी आकडेवारी तितकीशी विश्वसनीय नाही.

महाराष्ट्रात अमरावती, ठाणे, रायगड, नाशिक, धुळे, नंदूरबार, गडचिरोली, भंडारा, गोंदीया या जिल्ह्यांमध्ये बालमृत्यूचे प्रमाण मोठे आहे.

बालमृत्यूचे प्रमाण ९६-९७ मध्ये १०५०, ९७-९८ मध्ये ७०६, ९८-९९ मध्ये ७२०, ९९-०० मध्ये ५१९, ००-०१ मध्ये ५००, ०१-०२ मध्ये ५००, ०२-०३ मध्ये ४९१, ०३-०४ मध्ये ४९५,

०४-०५ मध्ये ४६८, ०५-०६ मध्ये ५०४
व २००६-०७ मध्ये ४९०
सरकारी आकडे मात्र यापेक्षा खूप कमी आहेत.

कुपोषण म्हणजे काय ?

आहार आपल्याला पुरेशा प्रमाणात मिळाला तर आपल्या शरीराचे पोषणही योग्य प्रकारे होते. परंतु पुरेसा आहार न मिळाल्यास कुपोषणाची सुरुवात होते. आदिवासी क्षेत्रामध्ये मुख्यत: स्त्रिया व लहान मुले कुपोषणाचे बळी ठरतात. त्यामुळे गर्भवती स्त्रीचे पोषण ती गर्भवती असताना योग्य प्रकारे व्हायला पाहिजे.

नुकत्याच एका वृत्तानुसार पाच महिन्यात अमरावतीतील मेळघाटमध्ये २५९ बालमृत्यू झाले आहेत. याचा परिणाम माता व बालक या दोघांच्याही आरोग्यावर होत असतो.

मूल जन्माला आल्याबरोबर त्याला जंतुसंसर्ग होऊ नये म्हणून योग्य ती काळजी घेतली गेली पाहिजे. बाळ जर कमी वजनाचे जन्माला आले तर जन्मल्याबरोबर त्याच्यावर योग्य उपचार करून पुढचे दुष्परिणाम टाळता येऊ शकतात.

उपलब्ध साधनांचा वापर करून रोगाचा प्रादुर्भाव टाळणे याबद्दल योग्य मार्गदर्शन दिले गेले तर त्याचा उपयोग होतो.

शरीराला पोषक असणारे पोषक घटक योग्य प्रमाणात न मिळाल्याने शरीराची जी अवस्था होते त्याला कुपोषण असे म्हणतात. कुपोषणाचे सौम्य, मध्यम व गंभीर असे तीन प्रकार आहेत. कुपोषण कोणत्या प्रकारचे आहे, त्याचे निदान पुढे दिलेल्या लक्षणांवरून करता येते ꣏

१) सुकटी – एक वर्षाच्या आतील मुलांमध्ये याचे प्रमाण जास्त दिसते. यामुळे मूल बारीक होते. मुलांची फक्त हाडं व त्वचाच दिसते. चेहरा म्हाताऱ्या माणसासारखा सुरकुत्या पडलेला व हाडे वर आलेला दिसतो व असे मूल नेहमी भुकेलेले असते.

२) सुजवटी – १ ते ३ वर्षाच्या मुलामध्ये हे कुपोषण दिसून येते. पायावर सूज असणे, केसांचा रंग फिकट असणे, केस बारीक विरळ व सरळ होणे, त्वचेचा रंग बदलणे, मुल निस्तेज होणे व त्याला फारशी भूक नसणे.

३) वजनात वाढ न होणे हे कुपोषणाचे पहिले लक्षण आहे, तर वजन कमी होणे ही गंभीर कुपोषणाची समस्या आहे.

संसर्गजन्य आजार उदा. अतिसार, गोवर व श्वसन संस्थेचे आजार तीव्र व जास्त कालावधीसाठी राहिल्यामुळे मुलांच्या पोषणावर त्याचा वाईट परिणाम होतो. कुपोषित मुलांमध्ये संसर्गजन्य आजाराची तीव्रता व कालावधी जास्त असतो.

जन्मत: कमी वजनाचे बालक या समस्येची तीव्रता जागतिक स्तरावर आणि भारताच्या दृष्टीनेही गंभीर आहे. भारताचा विचार करता येथे ३३ टक्के बालके कमी वजनाची जन्माला येतात. ५० टक्के बालके पूर्ण दिवसाची जन्माला येतात. परंतु ती जन्मत:च कमी वजनाची

असतात.

या समस्येचा विचर करतांना तीन घटकांवर ही समस्या अवलंबून असते. त्या घटकांचा विचार केला पाहिजे ह्ह

१) कुपोषण २) जंतु संसर्ग ३) अमर्यादीत प्रजनन क्षमता

बालक अपुऱ्या वाढीचे जन्माला येण्याची कारणे ह्ह

अ) मातेशी निगडीत कारणे ह्ह

१) कुपोषण २) रक्तक्षय ३) वारंवार व कमी अंतराची बाळंतपणे ४) पौगंडावस्थेतील गरोदरपणा ५) गरोदरपणात जास्त शारीरिक श्रम ६) गरोदरपणात जास्त रक्तदाब ७) तंबाखूचे सेवन ८) कमी उंचीची माता ९) जुळ्या मुलांचा जन्म.

ब) बाळाशी निगडीत कारणे ह्ह

१) गर्भावस्थेतील विकृती २) गर्भावस्थेत जंतुसंसर्ग ३) अनुवंशिक दोष

क) वारेशी निगडीत कारणे ह्ह

१) वारेतून प्राणवायूचा अपुरा पुरवठा २) वारेतील विकृती

जी बाळे जन्मतःच कमी वजनाची असतात त्यांच्यात आरोग्याच्या समस्या आढळतात –

कुपोषणाचे जास्त प्रमाण असते. मातेच्या पोटात वाढ कमी झाल्यामुळे ती अशक्त असतात ही मुले जास्त दूध ओढू शकत नाहीत. लवकर थकून झोपतात त्यामुळे त्यांना प्रथिने व एकंदर पोषण गरजेपेक्षा कमी मिळते.

मतिमंदत्व येणे. गर्भाशयात वाढ खुंटल्यामुळे त्यांची शारीरिक वाढ तर कमी होतेच पण मेंदूची वाढ अपुरी होते. त्यामुळे अशा बालकांमध्ये मतिमंदत्वाचे प्रमाण जास्त आढळून येते.

वरचेवर होणारा जंतुसंसर्ग –कुपोषित मुलांची रोग प्रतिकारक शक्ती सर्वसाधारण बालकांच्या तुलनेत कमी असते. त्यामुळे अशी बालके वारंवार जंतुसंसर्गला बळी पडतात.

जन्मतः कमी वजन असणाऱ्या बालकांमध्ये अर्भक मृत्यू दर हा सर्वसाधारण वजनाच्या बालकांच्या तुलनेत २० पटीने जास्त असतो.

कुपोषणाचे वेगवेगळे प्रकार आहेत ह्ह

१) सुजवटी व सुकटी – प्रथिने व उष्मांकाच्या अभावी आढळून येणारा आजार.

२) जीवनसत्त्व 'अ'चा अभाव – रातआंधळेपण,

३) रक्तक्षय – आहारामध्ये लोहाचा अभाव असल्यास होतो.

४) आयोडीनचा अभाव – शारीरिक, मानसिक व बौद्धीक विकास खुंटण्याची प्रक्रिया यामुळे होते.

५) याशिवाय अतिसार, उलटी, सतत ताप व श्वसनक्रिया मंदावणे, खोकला व भूक मंदावणे.

कुपोषणाची कारणे

दारिद्र्य, अंधश्रद्धा, निरक्षरता, अज्ञान, चुकीच्या रुढी व कल्पना, दुर्गम भागात वस्ती असल्याने अपुच्या वैद्यकीय सुविधा, बालविवाह, आधुनिक उपचार पद्धतीचा लाभ न घेता पारंपारिक वैदू / भगत यांच्याकडून उपचार करून घेणे, अस्वच्छता, पाणी टंचाई अशी अनेक कारणे आहेत.

बालकाच्या जन्मानंतर लगेचच चीक दूध दिले जात नाही. तसेच बालकाला पहिले किमान एक वर्ष आईचे दूध योग्य प्रमाणात मिळणे बालकाचे पोषण होण्यासाठी आवश्यक आहे. परंतु माता जर कुपोषित असेल तर हे होत नाही व पर्यायाने बालकाच्या प्रकृतीवर त्याचा परिणाम होतो.

कुपोषणावर काही आहारविषयक प्रतिबंधात्मक उपाय होऊ शकतात. कुपोषणाची सुरुवात गरोदर मातेच्या आहारापासून होते. गरोदर असताना मातेने नेहमीच्या आहारापेक्षा जास्त व जीवनसत्व युक्त आहार घेणे आवश्यक आहे. म्हणजे कमी वजनाचे मूल जन्माला येण्याची शक्यता नसते. आहारातून बाळाच्या वाढीसाठी लागणारी प्रथिने व उष्मांक मिळणे गरजेचे असते.

माता मृत्यूचे प्रमाण

विभागनिहाय माता मृत्यूचे प्रमाण

विभाग	२००५	२००६	२००७
ठाणे	१४२	१३६	१५६
नाशिक	१८१	२०५	२०७
पुणे	८१	११०	१५८
कोल्हापूर	५०	६४	५४
औरंगाबाद	४९	५२	२६५
लातूर	५९	५०	४७
अकोला	१३१	१२२	१४७
नागपूर	१७२	१८४	२६३
एकूण	८६५	९२३	१२९७

लातूर, कोल्हापूर वगळता हे प्रमाण सर्व ठिकाणी वाढले आहे. पैकी नागपूर विभागात तीन वर्षात सर्वाधिक मृत्यू झाले आहेत. गेल्या दोन वर्षात हे प्रमाण खूप वाढले आहे. या प्रश्नाचाही गांभीर्याने विचार केला पाहिजे. गरोदर मातेने पूरक आहार घेणे आवश्यक आहे.

उपाय योजना

मृत्यूचे प्रमाण ग्रामीण व दुर्गम भागात जास्त आहे. नागरी भागात दारिद्र्य रेषेखाली

जीवन जगणाऱ्या कुटुंबांमध्ये जास्त आहे. याची कारणेही दुर्गम भागातून अडलेल्या महिलेला बाळंतपणासाठी दवाखान्यात न्यायचे की नाही हा निर्णय लवकर होत नाही. निर्णय घेतला गेला तर वाहनांची कमतरता असल्यामुळे ते लवकर मिळणे शक्य होत नाही. वाहन मिळाले तर दवाखान्यात पोचल्यावर भूलतज्ज्ञ (ॲनास्थोटिस्ट) लवकर उपलब्ध न झाल्यास मातेचा मृत्यू होतो. ही व अशी इतर कारणेही आहेत. यासाठी शासन 'पाथ' हा लोक जागृती विषयक कार्यक्रम राबणार आहे.

एकात्मिक बाल विकास कार्यक्रम

याशिवाय शासनामार्फत ग्रामीण भागात व नागरी भागात एकात्मिक बालविकास कार्यक्रम राबविण्यात येतो. ज्या अंतर्गत गरोदर स्त्रिया, बाळंतिणी व सहा वर्षे वयापर्यंतची मुले यांना लाभ मिळतो. यात १५ ते ४४ या वयोगटातील महिलांसाठी (मातांसाठी) +पूरक आहार, आरोग्यविषयक तपासणी, पोषक आरोग्य शिक्षण या सेवा पुरविल्या जातात. यात केंद्र शासनाने विनामूल्य पुरविलेल्या गव्हापासून तयार केलेले पूरक आहार, कॉर्न, सोया, दूध पावडर व सॅलड तेलापासून तयार केलेला सुखदा, उपलब्ध स्थानिक धान्य व कडधान्यापासून तयार केलेला पूरक आहार मिळतो.

महाराष्ट्र को-ऑपरेटिव्ह मार्केटींग फेडरेशनकडून पौष्टीक आहार उत्पादन करून तो त्यांच्या अधिपत्याखालील जिल्हास्तरीय यंत्रणेमार्फत अंगणवाड्यांपर्यंत पोहोचविण्यात येतो. १०० ग्रॅम वजनाच्या पौष्टीक आहारात पोषण मूल्यांमध्ये १० ते १२ ग्रॅम प्रथिने व ३५० ते ४०० उष्मांक समाविष्ट असतात. प्रत्येक बालकाला दर दिवशी सुमारे ७५ ग्रॅम पौष्टीक आहार दिला जातो. गरोदर स्त्रिया, स्तनदा माता व अतिकुपोषित बालके यांना दर दिवशी जास्त प्रमाणात म्हणजे १५० ग्रॅम पौष्टीक आहार देण्यात येतो.

नागरी भागातील गलिच्छ वस्तीतील सहा वर्षे वयोगटातील मुलांना आणि गरोदर स्त्रिया व लेकुरवाळ्या माता यांच्या कुपोषणास प्रतिरोध करणे हे कार्यक्रमाचे मुख्य उद्दिष्ट आहे. विशेष पोषण आहार कार्यक्रमानुसार १० ते १२ ग्रॅम प्रोटीन्स व ३५० ते ४०० कॅलरीजयुक्त असे १०० ग्रॅम वजनाचे गोड पाव लाभार्थींना वाटण्यात येतात. त्याचबरोबर लाभार्थींना लोह आणि फॉलीक ॲसिडयुक्त गोळ्या तसेच जीवनसत्त्व 'अ'चे डोस देण्यात येतात. हा कार्यक्रम १९७१ नंतर एक लाखापेक्षा जास्त लोकसंख्या असलेल्या ठिकाणीही सुरू केला गेला.

१९८२-८३ पासून विशेष पोषण आहार केंद्राचे रुपांतर एकात्मिक बालविकास योजनेमध्ये करण्यात आले. सध्या या कार्यक्रमांतर्गत जवळजवळ ९.०१ लाख लाभार्थी आहेत. या योजनेअंतर्गत ३०० दिवस आहार पुरविण्यात येतो.

बालमृत्यू मूल्यमापन समितीच्या शिफारशीनुसार राज्यातील कुपोषण व बालमृत्यू कमी करण्यासाठी उपाययोजना केल्या जात आहेत. म्हणून २००५ मध्ये राजमाता जिजाऊ माताबाल आरोग्य मिशनची स्थापना करण्यात आली. १५ आदिवासी जिल्ह्यांमध्ये २००६ ते मार्च २००७

या कालावधीत एकूण १७२ भरारी पथके नेमण्यात आली आहेत. ही पथके ० ते ६ वर्षाच्या बालकांची, कुपोषित बालकांची तपासणी औषधोपचार व संदर्भ सेवा पुरविणे. गरोदर माता, स्तनदा मातांची तपासणी, औषधोपचार सेवा पुरविणे. याशिवाय मातृत्व अनुदान, दाई बैठक योजना, नवजात अर्भक अतिदक्षता विभाग, तज्ञांची सेवा, आरोग्य शिबिरे इ. अनेक योजना आहेत. जन्मानंतर तर बाळाला बीसीजीचा डोस, पोलिओ डोस, डी. पी. टी., गोवर इ. लसी दिल्या गेल्या.

समारोप

एवढे प्रयत्न करूनही बालमृत्यू व कुपोषित बालके यांचे प्रमाण कमी झालेले नाही. याला अनेक कारणे आहेत. दारिद्रय, अज्ञान, अंधश्रद्धा, बेरोजगारी, बालविवाह, जन्मप्रमाण जास्त ही कारणे आहेतच.

जो आहार पूरक आहार म्हणून दिला जातो तो पूरक न होता तेवढाच आहार गरीबीमुळे मिळतो. त्यामुळे पुरेसे पोषण होत नाही. आहाराचे प्रमाण वाढवणे गरजेचे आहे.

आहारासाठी वापरल्या जाणाऱ्या धान्याचा दर्जा चांगलाच असायला पाहिजे ज्यातून शरीराचे खरोखरच पोषण होईल. प्रतिकार शक्ती वाढेल असे असावे.

आदिवासी, दुर्गम भागात कायमचे रोजगार उपलब्ध होतील अशी सोय केली गेली पाहिजे. जंगलात उपलब्ध असणाऱ्या औषधी वनस्पती, मध, डिंक हे गोळा करायला लावून त्याला चांगला दर दिला गेला पाहिजे. सध्या आयुर्वेदीक औषधांना महत्व आले आहे.

वैद्यकीय सेवांचा अभाव दूर केला गेला पाहिजे. स्थानिक मुलींना अगदी प्राथमिक उपचाराच्या आवश्यक गोष्टीबाबत प्रशिक्षण दिले गेले पाहिजे.

प्रसुती घरी न होता डॉक्टरांच्या देखरेखीखालीच व्हायला पाहिजे. दुर्गम भागातून दवाखान्यात ऐनवेळी येणे आई व बाळ दोघांच्या दृष्टीने धोक्याचे असते. यासाठी प्रसुतीच्या तारखेपूर्वीच २ दिवस दवाखान्यात राहणे इतर उपचारांसाठीही सोयीचे होईल.

स्वयंसेवी संस्था या आदिवासी भागात काम करत आहेत त्यांच्या मदतीने या सेवा सुधारता येतील. यासाठी स्वयंसेवी संस्थांचे प्रश्न ही सोडवले गेले पाहिजेत. त्यांच्याकडून सादर केल्या गेलेल्या अहवालांवर, सूचनांवर विचार करणे, अंमलबजावणी करणे आवश्यक आहे. त्यांना आर्थिक मदत दिली गेली पाहिजे.

दळणवळणाच्या सोयी, वाहतुक साधने यांची उपलब्धता असली पाहिजे. चांगले रस्ते केले गेले पाहिजेत.

अंधश्रद्धा नाहीशा होण्यासाठी शिक्षण प्रसार केला गेला पाहिजे. ज्यामुळे बालविवाहाचे प्रमाण कमी होईल व कुटुंबनियोजनाच्या साधनांचा अवलंब केला जाईल. अंधश्रद्धांबाबत कठोर कारवाई केली जाणे गरजेचे आहे.

गरोदर स्त्रिया, स्तनदा माता यांना दिल्या जाणाऱ्या आहाराचे प्रमाणही वाढवले गेले पाहिजे.

त्यांना जर तेवढाच आहार मिळत असेल तर कुपोषणाचे प्रमाण कमी होणार नाही.

पुरक आहार म्हणून दिले जाणारे धान्य, पदार्थ यांचा ग्रामीण भागात २-४ महिन्यांचा पुरवठा एकदम केला जातो. अशा वेळी ते पदार्थ व्यवस्थितपणे टिकतील याची काळजी घेतली जाऊन तशी सोय उपलब्ध करून दिली गेली पाहिजे.

जन्म-मृत्यू नोंदणीचे महत्त्व ओळखून त्याची नोंद केली गेली पाहिजे. या उपचारांमधून माता मृत्यूचे प्रमाण कमी करण्यासही मदत होईल. मात्र अंमलबजावणी करतांना ती व्यवस्थितपणे केली जाणे गरजेचे आहे.

(Media)

माध्यमे

समाजामध्ये माध्यमांना विशेष महत्त्व आहे. माध्यमांच्याद्वारा शिक्षण, मनोरंजन साधता येते. जागतिक घडामोडी कळतात. विविध क्षेत्रांची माहिती मिळते. काही वर्षांपूर्वी ही माध्यमे फक्त वृत्तपत्र (तीही ठरावीक) व आकाशवाणी यांच्यापुरतीच मर्यादित होती. परंतु आधुनिक तंत्रज्ञान आलं त्यामुळे दूर चित्रवाणी आली. रेडिओ हे केवळ श्राव्य माध्यम होते. दूरचित्रवाणी दृक् श्राव्य माध्यम असल्याने त्याकडे लोक जास्त आकर्षित झाले. पुस्तके, नियतकालिके यांचीही निर्मिती होत आहे.

दूरचित्रवाणी

दूरदर्शन जेव्हा सुरू झाले त्यावेळी म्हणजेच १९७२ साली या माध्यमाचा हेतू समाजाच्या सर्व स्तरांतील लोकांना ज्ञान, मनोरंजन व्हावे हा होता. यात कोणत्या कार्यक्रमांचा समावेश करायचा याचे निश्चित धोरण ठरविले गेले. बातम्या कोणत्या दाखवायच्या यावर बंधने होती. परंतु सोळा वर्षांपूर्वी खाजगी वाहिन्या आल्या आणि मनोरंजनाच्या क्षेत्रात प्रचंड क्रांती झाली. दिवसाला नवी वाहिनी व नवे वृत्तपत्र निघते असे म्हटले तरी चालेल. मुळातच वाचनसंस्कृती कमी असल्याने या वाहिन्यांना मोठ्या प्रमाणावर प्रेक्षकवर्ग मिळाला व हे पीक फारच फोफावत गेले. केबलमुळे देशी-विदेशी अशा अनेक वाहिन्यांचे कार्यक्रम बघायला मिळतात. त्यांत केवळ बातम्यांसाठी वाहिन्या, बालकांसाठी मनोरंजनाचे कार्यक्रम असलेल्या, विदेशी चित्रपटांच्या क्रीडाकार्यक्रमांच्या असे अनेक प्रकार आहेत. या वाहिन्या व्यावसायिक असल्यामुळे केवळ नफा मिळविणे हाच त्यांचा उद्देश असल्याने कार्यक्रम प्रायोजित करणं अपरिहार्य झालं त्याशिवाय केलेला खर्च वसूल होऊन फायदा होण्याची शक्यताच नव्हती. त्यात विविध प्रादेशिक भाषांच्या वाहिन्या आल्या. याचा परिणाम म्हणजे करमणुकीसाठी अनेकविध पर्याय उपलब्ध झाले. आज कदाचित २०० पेक्षा जास्त वाहिन्या दिसत असतील.

दैनिके व नियतकालिके

रोज सकाळी पेपर वाचणे, चाळणे हा आपल्या दैनंदिन जगण्याचा एक भागच बनून गेला आहे. त्याशिवाय आपल्याला चैन पडत नाही. महाराष्ट्रात विविध भाषिक शेकडो दैनिके, साप्ताहिके, पाक्षिके निघतात, ज्यातून ही माहिती, शिक्षण, मनोरंजन यांचे एक मोठे विश्व उभे केले गेले. दैनिके, नियतकालिके यांची संख्या वाढल्याने स्पर्धा आली, व्यावसायिकता येथेही आली. काही वृत्तपत्रे राजकीय पक्षाचे मुखपत्र म्हणून काढली जाऊ लागली. तर काही वृत्तपत्रे अगदी पक्षाची मुखपत्रे नसली तरी सत्ताधारी किंवा विरोधी पक्षाच्या बाजूने बातम्या देणारी झाली.

वृत्तपत्रातील बातम्यांवरून आपली मते बनविणारे व त्यावर विश्वास ठेवणारे, तेच खरं मानून चालणारे वाचक असतात. त्यामुळे वृत्तपत्रांची जबाबदारी तटस्थपणे खरे वृत्त देण्याची असते. एखादी बातमी दोन वृत्तपत्रांमध्ये इतक्या भिन्नतेने मांडलेली असते की ही घटना नेमकी काय घडलीय हे वाचकांना कळत नाही. एकूणच बुचकळ्यात टाकणारी परिस्थिती असते. नको त्या बातम्या ठळकपणे दिलेल्या असतात किंवा अतिरंजित केलेल्या असतात. माहिती तंत्रज्ञान, संगणकाचे युग आले त्यामुळे संस्कृती बदलत गेली तसे वृत्तपत्रांनाही बदलावे लागले. सर्व वयोगटांतील विशेषत: युवागटातील वाचक मिळावा म्हणून युवकांना आवडतील अशी सदरे समाविष्ट केली गेली. नव्या तंत्रज्ञानाच्या युगात बाजारात येणाऱ्या वस्तू ग्राहकांना आकर्षित करतात त्यांची माहिती देणे. शहराच्या वाढत्या पसाऱ्यात एका टोकाला बसून दुसऱ्या टोकावर काय घडामोडी चालल्यात, तिथली वैशिष्ट्ये लोकांना वृत्तपत्रातून कळतात. शिवाय नव्या शिक्षणक्रमाची, करियरची ओळख, नोकरीच्या संधी यांचा समावेश करावा लागल्याने त्याचा चेहरा मोहराच बदलला. टेलिव्हिजनच्या युगातही वृत्तपत्रे टिकून आहेत. काही वृत्तपत्रांना यासाठी चकचकीत रंगीत आकर्षक बनावे लागले. अनेक विषय हाताळावे लागले. वेगवेगळ्या आवृत्त्या, उत्तम छपाई, पानांची संख्या, अगदी ताज्या बातम्या वाचकांपर्यंत पोचाव्यात यासाठी आवश्यक ती यंत्रणा उभारणे, वाचक एखाद्या भौगोलिक क्षेत्रापुरताच मर्यादित न ठेवण्यासाठी विविध प्रांत, शहरे यांची वैशिष्ट्ये वाचकांपर्यंत पोहोचवावी लागली. वाचकांना वृत्तपत्रात नेमके काय वाचायला आवडते, कोणत्या प्रकारच्या बातम्या, लेख वाचले जातात यासाठी सर्वेक्षणे केली जाऊ लागली व त्यातील निष्कर्षांचा समावेश होऊ लागला. गावोगावी स्थानिक वैशिष्ट्यांसह आवृत्त्या निघू लागल्या.

साप्ताहिके, पाक्षिके, क्रीडा, चित्रपट, अध्यात्म, उच्चभ्रू समाजातील वाचकांसाठी इ. एकाच विषयाला वाहिलेली प्रकाशित होऊ लागली. तर काही साप्ताहिके सर्वांसाठी निघू लागली. त्यातही कालानुरूप बदल होत आहेत.

रेडिओ

दूरचित्रवाणी येण्यापूर्वी वाचन व रेडिओ ऐकणे, चित्रपट पाहणे इ. साधने ज्ञान, करमणूक यासाठी उपलब्ध होती. त्यावेळी आकाशवाणीवरील कार्यक्रमांचे विशिष्ट स्वरूप ठरलेले होते. ज्यात स्त्रिया, शेतकरी, विद्यार्थी या सर्वांसाठी कार्यक्रम असत. दूरदर्शन सुरू झाले तेव्हाही व आजही दूरदर्शनचे कार्यक्रम व आकाशवाणीच्या कार्यक्रमांचे स्वरूप थोडेफार सारखेच आहे.

भारतात आज २१५ रेडिओ केंद्रे आहेत. त्यापैकी २१ केंद्रे महाराष्ट्रात आहेत. मुंबईत एफ्. एम्. केंद्रही सुरू झाले असून खाजगी रेडिओ केंद्रे आपले प्रसारण एफ्. एम्. वरून प्रसारण करतात. या खाजगी रेडिओ केंद्रांचा भर व्यावसायिकतेवर असल्याने त्यावरून केवळ मनोरंजनाचे कार्यक्रम होतात. त्यावर जाहिराती, प्रायोजित कार्यक्रम सादर केले जातात. १९६७ मध्ये मुंबई केंद्रावर प्रथम व्यापारविभाग सुरू केला त्यावरही अशाच प्रकारचे कार्यक्रम सादर केले जातात.

चित्रपट

चित्रपटनिर्मितीचे केंद्र मुंबई झाले आहे. कोलकाता, हैद्राबाद इ. ठिकाणीं चित्रपटनिर्मिती होत असली तरी ती प्रादेशिक चित्रपटांची जास्त होते. चित्रपटांचे विषय सुरुवातीच्या काळात धार्मिक, पौराणिक होते. ते काळानुसार बदलत गेले. सामाजिक, राजकीय विषयांवरील चित्रपट निघू लागले. नंतरच्या काळात केवळ धंदेवाईक चित्रपट निघू लागले. व्यावसायिकतेचा अतिरेक झाला.

चित्रपटातील राहणी, पोशाख यांचे अनुकरण समाजात होऊ लागले. इंग्रजी चित्रपटांची नक्कल होऊ लागली.

इंटरनेट

हे माध्यम साऱ्या माध्यमांपेक्षा पुढे आहे. तरुणांमध्ये विशेष लोकप्रिय आहे. यातून विश्वभराची माहिती मिळते. आजच्या काळातल्या मानवी गरजांच्या पूर्तींचं हे साधन आहे. या माध्यमाद्वारे अधिक ताजी बातमी मिळते. माणसाला माहिती व मनोरंजन एकाच ठिकाणी मिळते. यात अफाट माहितीचा साठा आहे. १५ ते ३४ वयोगटातला वाचकही याकडे वळू लागला आहे.

इंटरनेटचा उपयोग स्त्रियांनाही घरबसल्या माहिती मिळविणे, त्यातून एखादा उद्योगव्यवसाय सुरू करणे यासाठीही होतो. माहितीचा अधिकार जनतेला असल्याने बहुतेक सर्व शासकीय विभागांची वेबसाइट आहे. ज्यातून त्यांच्या कामाची प्रगती कळते. इंटरनेटमुळे एखाद्या कलेचे प्रशिक्षण घेता येते. याद्वारे परीक्षा देऊन पुढील शिक्षणाची संधी सर्वांनाच खुली झाली आहे. स्वयम्अध्ययन करता येते.

माध्यमांचे परिणाम

ही अनेकविध माध्यमे समाजावर परिणाम करत असतात. त्यांपैकी दूरचित्रवाणी हे अनेक वर्षांपासून घराघरात पोचलेले माध्यम आहे. खाजगी वाहिन्यांचे पेव फुटल्याने स्पर्धा वाढली. लोकांना आवडतेच्या नावाखाली सवंग कार्यक्रम आले. मालिकांनी विचित्र गोष्टींचा पायंडा पाडला. कुटुंब जीवनात द्वेष, मत्सर, पतीच्या आयुष्यात दुसरी स्त्री हेच आयुष्य असतं असं सर्रास दाखवतात. अंधश्रद्धा पसरवणं, स्त्रीचे चित्रण तर अतिशय वाईट पद्धतीने केलेले असते. बलात्काराचे चित्रण दाखवले जाते. ज्याचा परिणाम, कौटुंबिक माध्यम, असल्याने मुलांच्या मनावर होतो. स्त्रीची भूमिका, स्थान कुटुंबात, समाजात कायम दुय्यम दाखवले जाते. स्त्री-पुरुष नात्यांविषयी समानता दाखवली जात नाही. पुरुषांनी स्त्रियांचा छळ करणे, वाईट वागणूक देणे, पती वा सासरच्या लोकांनी केलेला छळ स्त्रीने सहन करावयाचा असतो. स्त्रीने सतत देवपूजा करणे, इतरांची सेवा करणे, त्याग करणे हेच तिचे विशेषत: नायिकेचे आयुष्य असते किंबहुना असे करणारी स्त्रीच नायिका असते. हे मनावर ठसवले जाते. कुटुंबाचे गुन्हेगारी जगताशी संबंध, श्रीमंती घरे, चैनीची राहणी हेच प्रत्येक मालिकेतून दाखवले जाते.

भुताखेतांविषयीच्या मालिकांमधून अंधश्रद्धा तर पसरतातच. परंतु बहुसंख्य मालिकांमध्ये स्त्रीलाच भूत म्हणून दाखवले जाते. जाहिरातींमधूनही उत्पादनाशी काही संबंध नसला तरी स्त्री दाखवणे. देहप्रदर्शन करणे. चित्रपटांमधून तर अत्यंत हिडीस प्रदर्शन केलेले असते. मालिकांना सेन्सॉर लावावे. याविषयी फक्त चर्चा झाल्या प्रत्यक्षात मात्र काही नाही. जास्तीत जास्त स्त्रिया या माध्यमात आल्या त्यांतल्या बहुसंख्य स्त्रिया झटपट पैसा, प्रसिद्धी मिळविण्यासाठीच आल्यात.

या वाहिन्यांवरून घडलेले गुन्हे, पोलिसकथा दाखवल्या जातात विशेषत: बातम्या देणाऱ्या वाहिन्यांवरून दाखवल्या जातात त्यात प्रादेशिक वाहिन्यांवरील नाही परंतु इतर वृत्तवाहिन्यांवरून ते मनोरंजक कार्यक्रम म्हणूनच दाखवले जाते. सनसनाटी कार्यक्रम म्हणून दाखवले जातात. गुन्हेगारी वृत्तांना, गुन्हेगारांना नको इतकी प्रसिद्धी, गुन्हेगारांना वलयांकित करणे आणि त्यामुळे युवकांच्या मनाचा गोंधळ उडवून देणे किंवा चुकीच्या गोष्टीच मनात रुजवणे. अशा गोष्टींमुळे पालकांच्या मनातही मुलांवर विश्वास ठेवावा की ठेवू नये, याविषयी शंका निर्माण होते. समाजात चुकीची मूल्ये रुजविली जातात.

इंटरनेटचासुद्धा गैरवापर करून सायबर क्राइम घडत असतात. त्यावरून मैत्रीसंबंध जुळतात. जीवनात विशेषत: शहरी जीवनात जो एकाकीपणा निर्माण झाला आहे. तो घालविण्याठी इंटरनेटचा वापर केला जातो. त्यातूनही स्त्रियांची बदनामी करणे, अश्लील फोटो, संदेश देणे अशाच वेबसाइटचा जास्त वापर करणे हे सर्रास घडते. असे अनेक गुन्हे उजेडातही येत नाहीत.

दूरचित्रवाणीवरही काही वाहिन्या विज्ञान, तंत्रज्ञान, नवे प्रदेश, प्राणी जगत यावरची सखोल माहिती देतात परंतु तुलनेने त्याला वर्ग कमी आहे. मालिका किंवा तत्सम इतर कार्यक्रम बघण्याने विचार करणे, निर्मितिक्षमता या गोष्टीच कमी व्हायला लागल्या आहेत.

ग्रामीण भागातही केबलचे जाळे आता पसरू लागले आहे. त्यामुळे तिथली राहणी, संस्कृती वेगाने बदलत जाईल यात शंकाच नाही.

त्यामुळे माध्यमांच्या द्वारा बातम्या वस्तुस्थितीचे यथार्थ चित्रण करणाऱ्या असाव्यात, अतिरंजित नसाव्यात. मालिकांच्याद्वारे सर्व भाषातले उत्तमोत्तम साहित्य लोकांपुढे आहे तसेच आले पाहिजे. म्हणजेच या माध्यमांवरील कार्यक्रमांचा सकारात्मक परिणाम होईल.

(Mental Health)

मानसिक आरोग्य

मनोरुग्ण म्हणजे मानसिक आजारी रुग्ण. या आजाराचे समाजातील प्रमाण सुमारे दोन टक्के एवढे आहे. म्हणजेच एकूण १०० लोकांच्या गटात दोन रुग्ण हे मानसिक रुग्ण असू शकतात. मानसिक रुग्णांची सद्य:स्थिती व संख्या तसेच ताणतणाव, स्पर्धा, शहरीकरण, नातेसंबंध अशा विविध कारणांमुळे ही संख्या वाढतच राहणार आहे. सुमारे दोन टक्के लोक ज्याचा उल्लेख वर आलेला आहे, त्यांची एकूण संख्या किती तरी लाखांत असणार व ही समस्या दिवसेंदिवस वाढतच जाणार आहे. यात कोणतीही शंका नाही.

मानसिक आजाराची कारणे

मानसिक आजार अनेक कारणांमुळे होत असतात. व्यक्तिमत्व विकास होतांना तो कशा प्रकारे होतो. बालपणी वाढ कशी झाली आहे यावरही अवलंबून असते. बालपणात आईवडिलांचे प्रेम, सान्निध्य, मृदूस्पर्श, आपुलकी मिळाल्यास व्यक्तिमत्वाची वाढ अर्थातच निकोप होते. परंतु यातील बालपणात मिळणारे लाड, कौतुक यांचा अतिरेक झाल्यास व्यक्तिमत्व विकास सुरळीत होत नाही. कारण अति संरक्षण दिले तर बाहेरच्या जगाची कल्पना येत नाही. काही वेळा मुलं अति हट्टी, बेशिस्त होतात. यात मुलाचे सगळे हट्ट पुरविले जाणं, त्याला शिक्षा न करणं ही कारणेही असतात. कुमार वयात अहंभावनेची वाढ होऊन आत्मप्रतिमा साकार होत असते. हा व्यक्तिमत्व विकासाचा आधार असतो. पालक व पाल्य यांचे संबंध जर बिघडलेले असतील स्व-प्रतिमा कच्ची, कमजोर राहू शकते.

मूल किशोरावस्थेत असतांना शिक्षक, पालक, मित्र, मोठी भावंडे, इतर नातेवाईक यांच्याकडून उद्योगप्रियता, शिस्तबद्धता शिकते. यानंतरची अवस्था म्हणजे कुमारावस्था. यामध्ये मानसिक बदलाबरोबर शारीरिक बदलही होत असतात. मानसिक बदलात आत्मविश्वास, आक्रमक वृत्ती, बंडखोर वृत्ती वाढत असते. स्वत:च्या आवडीनिवडी, विचार साकार होत असतात. शारीरिक बदलात लैंगिक बदलांविषयी माहिती नसल्याने मुलं गोंधळतात अशा वेळी पालक, शिक्षक यांची भूमिका महत्त्वाची आहे. याविषयी योग्य मार्गदर्शन न मिळाल्यास न्यूनगंड येण्याची शक्यता असते. या वयात दिवास्वप्न बघण्याची सवय असते. परंतु वास्तव आणि दिवास्वप्ने यातील फरक समजून घेतल्यास स्वभावातील दोष दूर करता येतात. वाढत्या स्पर्धेमुळे वाढलेला अभ्यास, त्यात टिकून रहात येईल की नाही ही साशंकता, वाढत्या जबाबदाऱ्या यामुळे ताण निर्माण होतात. याबद्दल योग्य मार्गदर्शन मिळाले नाही तर मानसिक विकृती निर्माण होऊ शकतात. बहुतेक मनोविकार या वयात ह्याच कारणांमुळे पहिल्यांदा उद्भवतात. याउलट या वयात मिळालेल्या शिक्षण, कला यातील

यशामुळे स्वविकास, आत्मसाफल्य भावना वाढीस लागतात. परंतु हे न झाल्यास सामाजिक वातावरण, जीवनाशी समायोजन करणे कठीण असते.

शहरी जीवनात अनेक प्रकारचे ताण तणाव, संघर्ष व स्पर्धा आढळते त्यामुळेही मानसिक आजार वाढत जातात. बदलती जीवनशैली, आत्मकेंद्रीपणा यातून सहकार्याची भावना निर्माण होत नाही. सध्याच्या काळात नात्यांमध्ये आलेला कोरडेपणा, आपुलकीची भावना नाही याचा परिणाम म्हणजे जाणवणारा एकटेपणा व मानसिक आजार. सतत, सर्वत्र जाणवणाऱ्या, असणाऱ्या स्पर्धेत मागे पडू नये म्हणून धावत रहाणे याचा परिणाम कौटुंबिक, जीवन, आरोग्य यावर नक्कीच होतो. व्यसनाधीनता येण्याचीही शक्यता असते.

वृद्ध व्यक्तींमध्येही अनेक कारणांमुळे मानसिक आजार आढळतात. परंतु विशेषत: वास्तव व दिवास्वप्न यातील फरक समजून न घेतल्यामुळे, बदलत्या परिस्थितीशी स्वत:ला सामावून घेता न आल्याने हे आजार आढळतात. कुटुंबियांशी संवाद नसल्याने, पिढीच्या अंतरामुळे संभाषण नाही यातून येणारे एकटेपण, दिवसभराचा रिकामा वेळ ही कारणे सुद्धा आहेत.

समस्या व उपचार

मनोरुग्णांची समस्या व उपचार करण्यासाठी समाजाने मनोरुग्णालये स्थापन केलेली आहेत. पूर्वी मनोरुग्णांना सैतानाचे रूप म्हणून जाळले जात असे किंवा एखाद्या निर्जन बेटावर सोडून देण्यात येत असे. तेव्हा मनोरुग्णालयाची भूमिका फार महत्त्वाची होती. सद्य परिस्थितीचा विचार केला, तर मनोरुग्णालये कालबाह्य व्हायला हवी होती; पण तसे झालेले नाही. कदाचित होणार नाही. त्याला जबाबदार आहे समाज व शासन त्यांची असंवेदनशीलता. मनोरुग्णाच्या उपचार पद्धतीत आमूलाग्र व क्रांतिकारक बदल झालेले आहेत; पण त्यांना स्वीकारण्याची मानसिकता समाज व शासन दाखवायला तयार नाही.

मनोरुग्णाच्या उपचार पद्धतीत गोळ्या-औषधे व ई. सी. टी. (शॉक ट्रीटमेंट) या व्यतिरिक्त अनेक नवीन उपचार पद्धतींचा समावेश झालेला आहे. या उपचार पद्धतीत पुढील उपचारप्रणालीचा प्रामुख्याने उपयोग होतो.

१) समुपदेशन (कौन्सिलिंग)

मनोरुग्णांसाठी समुपदेशन हे टप्प्याटप्प्याने करावे लागते. त्यासाठी समुपदेशकाकडे व्यावसायिक कौशल्य असणे महत्त्वाचे आहे. समुपदेशनाच्या माध्यमातून रुग्ण स्वत:ची कौशल्ये व उणिवांचा अभ्यास करून आजारादम्यान गमावलेली कौशल्ये विकसित करण्याचा प्रयत्न करीत असतो.

२) (गटविकास कार्यक्रम)ग्रुप थेरपी : ग्रुप थेरपीदरम्यान संभाषणकौशल्य, व्यवहारकौशल्य, आत्मविश्वास तसेच जबाबदाऱ्या घेण्याची वृत्ती रुग्णांमध्ये वाढते. ग्रुप थेरपी ही फार महत्त्वाची ठरते. ग्रुप थेरपीमुळे आपण रुग्ण आहोत; पण तरीसुद्धा समाजात काय करू शकतो ही सांघिक भावना प्रत्येक रुग्णामध्ये ग्रुप थेरपीमुळे निर्माण होते.

३) कुटुंब शिक्षण (फॅमिली सायकोएज्युकेशन) : मानसिक आजारी रुग्ण असलेल्या कुटुंबाला आजाराबाबत पूर्ण कल्पना नसते. आजारामुळे व्यक्तीच्या कौशल्याचा ऱ्हास होतो हे स्वीकारण्याची मानसिकता रुग्णाच्या कुटुंबात नसते. मानसिक आजारी व्यक्तीचा औषधोपचार दीर्घकालीन असल्यामुळे या रुग्णासाठी निर्माण झालेली कौटुंबिक सपोर्ट सिस्टीम केव्हाच कोलमडून पडते. रुग्णाचे नातेवाईक व रुग्ण यामध्ये होणारे संभाषण, व्यवहार हे वेगवेगळ्या व रोगट माध्यमाचे बनते. वरील सर्व बाबींचा परिणाम रुग्णाच्या आजारपणातून बाहेर पडण्याच्या प्रगतीवर होतो आणि म्हणूनच प्रत्येक कुटुंबाला समुपदेशनातून आजाराचे शिक्षण व त्यातील कुटुंबाची भूमिका समजून सांगणे गरजेचे असते.

४) सोशल वर्क ट्रीटमेंट : डे केअर हाफ वे होम, व्यावसायिक प्रशिक्षण, स्व-निगा प्रशिक्षण, औषधोपचारांचे महत्त्व हे सर्व प्रशिक्षण देऊन रुग्णाला समाजात पाठविण्यासाठी सज्ज करण्याची भूमिका सायकॅंट्रिक सोशल वर्क विभागाची असते. रुग्णाला कुटुंबात व समाजात राहण्यासाठी ज्या काही अडचणी येतात. त्याच्यासाठी वरील उपचार पद्धत फार महत्त्वाची असते.

५) व्यावसायिक प्रशिक्षण (व्होकेशनल ट्रेनिंग) : आजारपणामुळे पूर्वी करीत असलेली कामे रुग्ण गमावून बसतात व दीर्घकालीन आजाराच्या उपचारांतर समाजात परत काम मिळणे कठीण असते आणि म्हणूनच लघु प्रमाणेच हस्त उद्योग मनोरुग्णाला शिकविणे महत्त्वाचे वाटते. या व्यावसायिक प्रशिक्षणात मेणबत्त्या बनविणे, अगरबत्त्या बनवणे, लिक्वीड सोप बनविणे अशा लहान व घरगुती उद्योगांचा समावेश होतो.

६) सायको थेरपी : दीर्घकालीन चुकीचे विचार व व्यवहार पद्धत बदलण्यासाठी सायको थेरपीचा उपयोग करणे गरजेचे आहे. आजारपणामुळे व इतर कारणांमुळे रुग्ण चुकीचे वर्तन व विचारप्रणाली निर्माण करतो. त्या बदलणे गरजेचे असते आणि नंतरच तो रुग्ण समाजात सामावून घेता येतो. ही उपचार पद्धत फार कौशल्य असलेली व्यक्तीच करू शकते.

वरील सर्व उपचार पद्धती जर रुग्णावर वापरल्या गेल्या, तर रुग्णाला मनोरुग्णालयाची गरज न लागता समाजाची दारे त्याच्यासाठी आपोआप उघडतील; पण परत प्रश्न येतो, आपल्या समाजातील असंवेदनशीलता आजही उपचार पद्धतीतील मोठा अडथळा आहे. समाजातील प्रत्येक मनोरुग्ण व त्याच्या कुटुंबांच्या पुनर्वसन प्रक्रियेसाठी संस्था सर्वोतपरी तयार आहेत. गरज आहे समाज, कुटुंब व राष्ट्राने संवेदनशील बनण्याची. मनोरुग्णांचे पुनर्वसन ही स्वप्नातील संकल्पना नसून वास्तविक, सांघिक व सामाजिक कृती आहे.

शासकीय तरतूद

भारतात १७९५ मध्ये मद्रास येथे पहिले मनोरुग्णाश्रम सुरू झाले. त्यानंतर १८०९ मध्ये दुसरे मानसचिकीत्सालय स्थापन झाले. त्यानंतरच्या काळात धारवाड, बरेली, नागपूर, आग्रा, हैद्राबाद, बडोदा येथे ही असे मनोरुग्णाश्रम स्थापन केले गेले. आज यांची संख्या खूप जास्त आहे. याखेरीज मनोविकार तज्ञही भरपूर आहेत. शासनाने जिल्हास्तरावर मानसिक आरोग्य

चिकित्सालये, व्यसनमुक्ती केंद्रे उघडली आहेत.

राज्य स्तरावर मानसिक आरोग्यासाठी संशोधन व प्रशिक्षण संस्था सुरू केली आहे. आठव्या पंचवार्षिक योजनेत यासाठी २.२७ कोटी रुपयांची तरतूद होती. परंतु नवव्या योजनेत मात्र ८.५ कोटी इतक्या रक्मेची तरतूद केली आहे. दहाव्या पंचवार्षिक योजनेत हा खर्च कमी करून ७ कोटी रुपये इतका गृहित धरण्यात आला आहे.

समस्या

मानसिक आजारांबाबत जाणवणाऱ्या समस्या वेगळ्याच आहेत –

१. मानसिक दृष्ट्या आजारी असलेली व्यक्ती शारिरीक दृष्ट्या निरोगी असते. त्यामुळे अशा व्यक्तीला रोगी किंवा पेशंट म्हणून कुटुंबिय मानत नाहीत. व त्या व्यक्तीशी त्या पद्धतीने वर्तन केले जात नाही. आजाराचे नाटक करतो असे शेरे ही मारले जातात.

२. व्यावसायिक समुपदेशकाच्या मदतीनेही काही समस्या सुटण्याजोग्या असतात. परंतु हा उपाय कशासाठी, पेशंट वेडा आहे का असे अज्ञान कुटुंबियांकडून दाखविले जाते व आजार वाढतो. वास्तविक मनोविकार तज्ञाकडे उपचार घेणारे सर्व रुग्ण वेडे नसतात. परंतु सुशिक्षित समाजातही याबद्दल गैरसमज आहेत.

३. कुटुंबातले वातावरण खेळीमेळीचे, मोकळेपणाचे असेल तर सर्वच व्यक्ती निकोप मनोवृत्तीच्या होतात. अन्यथा सतत दडपणाखाली असलेली व्यक्ती अशा आजारांना बळी पडण्याची, निराश होण्याची शक्यता असते.

४. व्यक्तीने स्वत:च्या क्षमता न ओळखता अवास्तव अपेक्षा केल्या की, त्यातल्या अपयशामुळेही मानसिक आरोग्य बिघडण्याची शक्यता असते.

५. आसपासच्या सामाजिक परिस्थितीमुळे, होणाऱ्या मानसिक धक्क्यांमुळेही आजार उद्भवतात.

अशा कोणत्याही विचलित वर्तनासाठी पूर्णत: वैज्ञानिक, शास्त्रीय उपाय केले गेले पाहिजेत. कारण पूर्वजांचा त्रास, विशिष्ट धार्मिक विधी न केल्याने त्रास, ग्रहदशा अशा अंधश्रद्धेत अडकल्याने योग्य उपचारांकडे दुर्लक्ष होते व त्यातून नवे प्रश्न निर्माण होतात.

मनोरुग्णांचे प्रमाण कमी आहे परंतु अशा व्यक्तीबरोबर तिच्या कुटुंबियांच्या जीवनावरही परिणाम होत असतो. या व्यक्तींचे पुनर्वसन करणे हेही एक आव्हान आहे. म्हणून या प्रश्नाचा सर्व बाजूंनी विचार करणे आवश्यक आहे.

(Tarabai Modak)

ताराबाई मोडक (१८९२–१९७३)

ब्रिटिश पारंपरिक चौकटीच्या पलिकडे जाऊन शिक्षण देण्याचा प्रयत्न केला. १९२० मध्ये त्यांची राजकोट येथील बार्टन फिमेल ट्रेनिंग कॉलेजच्या प्राचार्या म्हणून नेमणूक झाली. तिथेच त्यांनी डॉ. रखमाबाई यांच्या मदतीने किंटर गार्डन पद्धतीचा अभ्यास व गुजराथी भाषेचा अभ्यास केला.

१९२२ मध्ये त्यांचा गजूभाईंशी परिचय झाला त्या त्यांच्या माँटेसरी पद्धतीने प्रभावित झाल्या व त्यांच्या संस्थेतच कामासाठी रुजू झाल्या. त्यांच्या संस्थेत शिकवत असतानाच १९२३ ते १९३२ याकाळात त्यांनी गीता नावाच्या भारतीय वातावरणासाठी योग्य अशा माँटेसरी पद्धतीवर आधारीत शिक्षण पद्धतीचा शोध घेतला. दादर येथील भगिनी समाजाच्या मदतीने १९३९ मध्ये शिशु विहारची स्थापना केली.

महात्मा गांधींच्या खेड्याकडे चला या आदेशानुसार १९४५ मध्ये त्यांनी ठाणे जिल्ह्यातील बोर्डी येथे खेड्यातील मुलांसाठी शिक्षण केंद्र चालू केले. निसर्गरम्य परिसरात ग्रामीण बाल शिक्षणाचे प्रयोग यशस्वी केले. १९५९ साली कोसबाड येथील ‘वारली’ आदिवासींच्या मुलांसाठी शैक्षणिक संस्थेची स्थापना केली. त्यांनी देशी शैक्षणिक संकल्पनांना प्राधान्य दिले.

त्या राज्य विधान सभेच्या सदस्या होत्या. त्यांनी बाल साहित्याची निर्मिती केली. अनेक पुस्तके लिहिली. नियतकालिकांचे संपादन व त्यात लेखन केले. त्यांनी बालवाडीत शिकविणाऱ्या शिक्षिकांचे प्रबोधन व प्रशिक्षण केले. शैक्षणिक संशोधन केले.

तसेच त्यांनी अंगणवाडी, कुरणशाळा, विकासवाडी अशा नवीन कल्पना रुजवल्या. त्यांच्या या कार्याचा गौरव म्हणून केंद्र शासनाने १९६२ साली त्यांना पद्‌मभूषण सन्मानाने गौरविले होते.

(National association for the blind)

नॅशनल असोसिएशन फॉर द ब्लाइंड

१९५२ मध्ये मुंबईत नॅशनल असोसिएशन फॉर द ब्लाइंड ही संस्था स्थापन झाली व १९५४ मध्ये सोसायटी रजिस्ट्रेशन ॲक्ट १८६० च्या अंतर्गत नोंदणीकृत झाली. या संस्थेचे मुख्य कार्य म्हणजे अंध कल्याणाचे कार्य करणाऱ्या विविध संस्थांना एकत्र आणणे, हे कार्य करणाऱ्या देशातील विविध संस्थांना परस्पर सहकार्यासाठी प्रोत्साहन देणे, अंध व्यक्तींना शिक्षण देणे, अंधत्व प्रतिबंधक उपाय करणे, डोळ्यांच्या उपचारासाठी क्लिनिक उघडणे, नेत्रपेढी सुरू करणे, अंधांच्या पुनर्वसनासाठी संस्था सुरू करणे. ब्रेल लिपीत सर्व काम करणे, प्रिंटिंग प्रेस इ. सुरू करणे, ही कामे केली जातात.

येथे अंध व्यक्तींना शेती कामाचे व उद्योग धंद्याचे शिक्षण दिले जाते. टाटा ॲग्रिकल्चर ॲण्ड रुरल ट्रेनिंग सेंटर फॉर द ब्लाइंड ही संस्था फलोत्पादन, डेअरी, कुक्कुटपालन, भाजीपाला लावणे इ. चे प्रशिक्षण देते.

नॅबकडून वेगवेगळ्या प्रशिक्षण संस्था चालवल्या जातात. शिवणकाम, खडू तयार करणे, वेताचे काम, विणकाम इ. शिकविले जाते.

या कामासाठी रोटरी क्लब, लायन्स क्लब इ. राष्ट्रीय व आंतरराष्ट्रीय संस्था आर्थिक सहाय्य करतात.

(National Service Scheme)

राष्ट्रीय सेवा योजना

ही योजना २४ सप्टेंबर १९६९ रोजी लागू करण्यात आली. आजमितीस ही योजना भारतातील सर्व विद्यापीठातून कार्यान्वित आहे.

विद्यार्थ्यांना राष्ट्रीय सेवा कार्यात सामील करून घ्यावे असे महात्मा गांधींना वाटत होते. समाजाचे दायित्त्व चुकवण्याकरिता तयारी करण्याचा हा काळ आहे. शिक्षक आणि विद्यार्थी तसेच विद्यार्थी आणि समाज यांच्यात संबंध प्रस्थापित करण्यासाठी राष्ट्रीय सेवा हा विषय अभ्यासक्रमात अंतर्भूत करावा असे विद्यापीठ मंडळाचे अध्यक्ष डॉ. राधाकृष्णन् यांनीही सुचविले होते. १९५२ मध्ये प्रथम पंचवार्षिक योजनेत हा आराखडा स्वीकारण्यात आला.

९१६७ साली विद्यापीठांमध्ये ही योजना चालू केली. सुरुवातीला ३७ विद्यापीठांमध्ये ती सुरू केली. १९६० मध्ये प्रा. के. जी सैदीयन यांनी जगातील विविध देशातील राष्ट्रीय सेवा योजनांचा अभ्यास करून. व्ही. के. आर. व्ही. राव यांनी ३७ विद्यापीठात ही योजना चालू केल्याचे घोषित केले. हे वर्ष महात्मा गांधीचे जन्मशताब्दी वर्ष असल्याने या घोषणेस अधिक महत्त्व प्राप्त झाले.

या योजनेचा हेतू

राष्ट्रीय सेवा योजनेचा मुख्य हेतू महाविद्यालयीन विद्यार्थ्यांमध्ये राष्ट्रीयत्वाची जाणीव निर्माण करून त्यांना सामाजिक कार्याचा सराव करण्यास वाव देणे हा आहे. महाविद्यालयाचा परिसर स्वच्छ करणे, क्रीडांगणे तयार करणे, ग्रामीण विभागात रस्ते बांधणे इ. कार्यक्रमांचा समावेश आहे. यासाठी महाविद्यालयाची निवड करतांना काही निकष लावले आहेत. ज्या संस्थेत समाजकार्य करण्याची प्रथा आहे व ज्या संस्था ग्रामीण विभागातील विकासकार्ये करण्याच्या दृष्टीने ग्रामीण विभागाजवळ आहेत. अशी महाविद्यालये निवडली जातात. प्रत्येक महाविद्यालयातून २०० पर्यंत विद्यार्थ्यांची निवड करण्यात येते. प्रत्येक महाविद्यालयास कार्यक्रमाची निवड करण्याचे स्वातंत्र्य असते.

विद्यार्थ्यांनी शिक्षण घेताना समाजसेवा करावी हाच हेतू होता. या योजनेमुळे विद्यार्थ्यांमध्ये सामाजिक जबाबदारीची जाणीव निर्माण होईल आणि शिक्षणसंस्थेच्या भोवतालच्या जगाशी समरस होऊन त्याला काम करण्याची संधी मिळेल. समाजसेवा करताना विद्यार्थ्यांच्या व्यक्तिमत्वाचा विकास होईल म्हणून 'समाजसेवेद्वारा विद्यार्थ्यांच्या व्यक्तिमत्वाचा विकास साधणे' हे राष्ट्रीय सेवा योजनेचे प्रमुख उद्दिष्य आहे. हे उद्दिष्य साध्य करण्यासाठी विद्यार्थ्यांनी पुढील गोष्टी शिकणे, प्राप्त करणे आवश्यक आहे.

१) समाजाच्या संदर्भात स्वत:ला जाणणे.

२) समाजाच्या गरजा व समस्यांची जाणीव आणि त्या सोडवण्यात सक्रिय सहभाग.

३) सामाजिक आणि नागरिक जबाबदारीची जाणीव स्वत: निर्माण करणे.

४) ज्या समाजात ते काम करतात त्या समाजाला समजून घेणे.

५) समाजाचा सहभाग प्राप्त करण्याचे कौशल्य स्वत:त निर्माण करणे.

६) समूहात राहणे आणि जबाबदाऱ्या स्वीकारणे याकरिता स्वत:ची मानसिक तयारी करणे.

७) स्वत:च्या शिक्षणाचा, समाज व व्यक्तीचे प्रश्न सोडविण्यासाठी उपयोग करून घेणे.

८) नेतृत्व गुण आणि लोकशाही धारणा स्वत:त निर्माण करणे.

९) राष्ट्रीय एकात्मता स्वत: आचरणात आणणे.

१०) नैसर्गिक आपत्ती व इतर संकटांना सामोरे जाण्याचे सामर्थ्य निर्माण करणे.

बोधवाक्य

राष्ट्रीय सेवा योजनेचे बोधवाक्य आहे - मी नाही, तर तू (Not Me but you) या वाक्यातून लोकशाही जीवनप्रणाली आणि इतरांच्या भावनांची कदर करणे या गोष्टींकडे आपले लक्ष वेधले जाते. व्यक्तीचे कल्याण हे समाजाच्या कल्याणावर अवलंबून आहे हेच या घोषवाक्यातून ध्वनित केले जाते.

राष्ट्रीय सेवा योजनेचे प्रतिक चिन्ह (Symbol) व बिल्ला (Badge) आहे रथाचे चाक. ओरिसातील कोणार्क सूर्य मंदिरातील रथांच्या चाकापासून हे प्रतिकचिन्ह धारण केले. या चक्राचा अर्थ आहे, सतत प्रगतीकडे झेपावणे, समाज परिवर्तन आणि समाज उत्थान. हे प्रतिक चिन्ह बिल्ल्यावर असते. या चक्रास आठ लगडी (bars) असतात, याचा अर्थ दिवसाचे चोवीस तास. हा बिल्ला विद्यार्थ्यांस चोवीस तास राष्ट्राचे सेवेस सज्ज रहा असे सुचवितो. बिल्ला लाल व निळ्या रंगाचा मिळून आहे. त्यातील लाल रंग रक्ताचा आहे व तो राष्ट्रीय सेवा योजनेचे स्वयंसेवक हे सतत कार्यरत राहतील असे सुचवतो. निळा रंग ब्रह्मांडाचा आहे व तो ही योजना त्या ब्रह्मांडाचा एक छोटा भाग असून तो मानवी कल्याणाकरिता सतत प्रयत्नशील असेल हेच सांगतो.

योजनेचे कार्यक्षेत्र

सुरवातीला राष्ट्रीय सेवा योजनेचे कार्यक्षेत्र मर्यादित होते. विद्यार्थ्यांमध्ये सामाजिक जबाबदारीची जाणीव निर्माण करणे, त्यांना श्रमांचे माहात्म्य समजावून देणे आणि समाजातील विविध प्रश्नांची त्यांना जाणीव निर्माण करून देणे या हेतूने १९६९ मध्ये चालू झालेली ही योजना पुढे आपले कार्यक्षेत्र विस्तारित गेली. या योजनेचे अनेक राज्यांमार्फत परिक्षण झाले. १९८४ मध्ये पुनर्विचार समिती (Review Committee) मार्फत या योजनेचे मूल्यमापन करण्यात आले. जे महाविद्यालयीन विद्यार्थी राष्ट्रीय सेवा योजनेत सहभागी होतात. त्यांना सातत्याने दोन वर्षे त्यात सहभाग घ्यावा लागतो. दरवर्षी किमान १२० तास सामाजिक सेवा करावी लागते.

राष्ट्रीय सेवा योजनेच्या कार्यक्रमांचे स्वरूप पहाता. विद्यार्थ्यांना सामजिक प्रश्न, समस्या यांचे

भान येणे व ते सोडविण्यासाठी त्यांनी सक्रीय सहभाग घेणे असे आहे.

यातून गटाने काम करण्याची वृत्ती वाढते. परस्पर सहकार्य व प्रत्यक्ष सहभाग या वृत्तीने काम केले जाते. समाजातील सर्व घटकांविषयी आपुलकीची, आस्थेची भावना निर्माण होणे. प्रत्यक्ष विकासात भाग घेतल्याने कामाचे समाधान मिळणे. शिवाय ग्रामीण भागातील कार्यक्रम पाहता खेडी स्वयंपूर्ण करणे, महिला सबलीकरण, साक्षरता यातून प्रगती करणे. पर्यावरणाचा समतोल व दुष्काळी परिस्थितीला, आपत्तीला तोंड देण्यासाठी तरतूद करणे. आरोग्याचे महत्व लोकांना पटवून देणे.

हा उपक्रम दोन प्रकारच्या कार्यक्रमाने करण्याची संधि विद्यार्थ्यांना दिली जाते.

१) नित्य राष्ट्रीय सेवा योजना कार्यक्रम : यात विद्यार्थी आठवड्याच्या सुट्टीचे दिवशी व कॉलेजचे तासानंतर दत्तक गाव, कॉलेजचे आवार आणि शहरातील झोपडपट्टीत विविध प्रकारची कामे करतात.

२) विशेष निवास कार्यक्रम : यात सुट्टीचे काळात दत्तक गावात वा शहरातील झोपडपट्टीत दहा दिवसांचा निवासी कार्यक्रम हाती घेतला जातो. विद्यार्थी व स्थानिक लोक यांच्या साहाय्याने रस्ता करणे, गटारे साफ करणे, वगैरे कार्यक्रम केले जातात.

या दोन्ही कार्यक्रमातून पुढील चार बाबी साध्य करण्याचा प्रयत्न होत असतो.

अ) संस्थामधील कामे : विद्यार्थ्यांस महाविद्यालयाच्या आवाराबाहेरील कल्याणकारी संस्थेत स्वयंसेवक म्हणून काम करण्यास पाठवण्यात येते.

ब) संस्थेतील प्रकल्प : कॉलेजच्या आवारात सुधारणा, क्रीडांगण तयार करणे, पोहण्याचा तलाव बांधणे, आवारात बगीचा करणे, अशा संस्थेच्या विविध प्रकल्पात विद्यार्थ्यांना सामावून घेण्यात येते.

क) ग्रामीण प्रकल्प : एखाद्या दत्तक खेडेगावात निरक्षरता निर्मूलन, छोटे जलसिंचन प्रकल्प, शेतीची कामे, ग्रामीण आरोग्य व स्वच्छता मोहिम, ग्रामीण भागात सहकारी संस्थांची निर्मिती. बचत मोहिम या आणि अशासारख्या कार्यक्रमात विद्यार्थ्यांना काम करावे लागते.

ड) शहरी प्रकल्प : शहरात प्रौढ शिक्षण, हॉस्पिटलात कामे, झोपडपट्ट्यांच्या सुधारणा या व अशांसारखा कार्यक्रमांत भाग घेता येतो.

महाविद्यालयीन राष्ट्रीय सेवा योजने अंतर्गत कोणते विविध कार्यक्रम हाती घेता येतात ते पुढे दिले आहेत.

१) पर्यावरण संरक्षण व लोकजागृती

अ) झाडे लावणे, त्याची निगा राखणे.

ब) झाडांबद्दल लोकजागृती घडवून आणणे.

क) रस्ते, गटारे बांधणे व परिसर स्वच्छ ठेवणे.

ड) संडास व मुताऱ्या बांधणे.

    इ) खेड्यातील तळी व विहिरी साफ करणे.

    फ) गोबरगॅसचा प्रचार व बांधणी.

    ग) पर्यावरण स्वच्छ राखणे व केरकचरा नष्ट करणे.

    ह) भूमिचा नाश टाळून भूसंधारण (Soil Conservation) करणे.

    र) पुराणवस्तूंचे संरक्षण आणि निगा राखणे.

२) आरोग्य कुटुंबकल्याण व पोषण कार्यक्रम

    अ) स्वयंसेवकामार्फत रक्तदान, संभाव्य रक्तदात्याची यादी करणे व रोगप्रतिबंधक लसी टोचण्याचा कार्यक्रम.

    ब) पोषक कार्यक्रमांत लोकांबरोबर सहभाग.

    क) शुद्ध व स्वच्छ पिण्याच्या पाण्याची सोय करणे.

    ड) बालविकास कार्यक्रम हाती घेणे.

    इ) मलेरिया रोग्यांचा शोध, स्वास्थ्य शिक्षण व प्राथमिक स्वास्थ्य रक्षण कार्यक्रम.

    फ) लोकसंख्या शिक्षण व कुटुंब कल्याण.

३) महिलांचा दर्जा सुधारण्याबाबत जागृती निर्माण करण्याचे कार्यक्रम

    अ) महिलांचे शिक्षण

    ब) महिलांची भूमिका (कौटुंबिक, सामाजिक जीवनात)

    क) महिलांना स्वत:च्या कौशल्याची जाणीव करून देणे.

४) सामाजिक सेवा कार्यक्रम

    अ) हॉस्पिटलात रुग्णांना भेटून सहानुभूती दर्शवणे, त्याच्या नातेवाईकांना हॉस्पिटलातील नियमांची कल्पना देणे. रुग्णांची पत्रे लिहिणे. त्यांना औषधे आणून देणे वगैरे कामे करणे.

    ब) बालकल्याण संस्थांमधे कामे करणे.

    क) शारीरिक विकलांग व मंदबुद्धी रुग्णांच्या संस्थांत कामे करणे.

    ड) वृद्धाश्रम, अनाथालयात कामे करणे.

    इ) महिला कल्याण संस्थांत कामे करणे.

५) उत्पादनकेंद्रीत कार्यक्रम

    अ) सुधारित शेतीची कामे लोकांना समजावणे, शिकवणे आणि करणे.

    ब) शेतीची अवजारे दुरुस्त करण्यात सहाय्य.

    क) तण नियंत्रण व कीटकनाशकांचा वापर.

    ड) भू परीक्षण व भूसंधारण.

    फ) ग्रामीण भागात सहकारी संस्थांची निर्मिती व विकास करणे.

    इ) कुक्कुटपालन, पशुचिकित्सा कामात मदत आणि मार्गदर्शन.

    ग) अल्पबचत मोहिम व अन्नवाचवा मोहिम हाती घेणे.

६) नैसर्गिक आपत्तीच्या काळातील कार्यक्रम

या कार्यक्रमामुळे विद्यार्थ्यांना पूर, भूकंप वादळ यांच्यामुळे बाधीत झालेल्या लोकांच्या वेदना समजतील, आपदग्रस्तांना मदतीच्या कामात त्यांनी सहभाग घ्यावा अशी अपेक्षा आहे. यात विद्यार्थी पुढील गोष्टी करू शकतात.

अ) अधिकाऱ्यांना औषधे, कपडे व धान्यवाटपात साहाय्य करणे.

ब) रोगप्रतिबंधक लसी टोचण्यात व औषध वाटपात अधिकाऱ्यांना साहाय्य करणे.

क) झोपड्या बांधणे, विहिरी स्वच्छ करणे, रस्ते बांधणे या कामात स्थानिक लोकांबरोबर कष्ट करणे.

ड) स्थानिक अधिकाऱ्यांना स्थिती पूर्वपदावर आणण्यास मदत करणे.

इ) कपडे, भांडीकुंडी गोळा करून आपदग्रस्त भागास घुरविणे.

७) शिक्षण

अ) शाळापूर्व शिक्षण

ब) आर्थिकदृष्ट्या गरीब व शाळा सोडलेल्या मुलांना शिकविणे.

क) बालवाड्यात काम करणे.

ड) प्रौढ शिक्षण कार्यक्रम व प्रौढांना शिक्षण घेण्यासाठी प्रोत्साहन देणे.

इ) तरुणांसाठी मंडळे काढणे, नेहरू युवा केंद्राच्या सहकायनि ग्रामीण व पारंपारिक खेळांचे आयोजन करणे.

ग) जातीयवाद, प्रांतवाद, भ्रष्टाचार, अस्पृश्यता, व्यसनाधिनता याबाबत चर्चेचे कार्यक्रम आयोजित करणे.

ह) ग्रामीण तरुणांना अनौपचारिक शिक्षण देणे.

या किंवा अशा प्रकारच्या कार्यक्रमांचा अंतर्भाव राष्ट्रीय सेवा योजनेत करता येतो. या कार्यक्रमांची यादी पाहिल्यावर आपल्याला एक गोष्ट लक्षात येईल, की अशा कार्यक्रमांत वर्षभर कॉलेजच्या विद्यार्थ्यांनी काम केल्यास त्यांचे व्यक्तिमत्त्व तर उंचावेलच पण समाजाचे खूपसे प्रश्न आपोआपच संपतील. राष्ट्रीय सेवा योजनेनी आत्तापर्यंत 'दुष्काळाविरुद्ध तरुण' रोगराई व अस्वच्छतेविरुद्ध तरुण 'वृक्षारोपण व जंगलवृद्धीसाठी तरुण' 'ग्रामीण विकासासाठी तरुण' अशा अनेक मोहिमा हाती घेतल्या होत्या. १९८८ पासून तर 'विकासाकरिता तरुण' ही मोहिम या योजनेने हाती घेतली आहे.

राष्ट्रीय सेवा योजनेची ठळक वैशिष्ट्ये

१) सामाजिक सेवा करताना येणाऱ्या अनेक अनुभवांमुळे विद्यार्थ्यांचे व्यक्तिमत्व उंचावते.

२) विद्यार्थ्यांच्या सामाजिक सेवेमुळे अनेक सामाजिक व आर्थिक प्रश्न सुटण्यास हातभार लागतो. विद्यार्थ्यांचा प्रत्यक्ष कार्यात सहभाग राहतो.

३) विद्यार्थ्यांनी सामाजिक समस्या सोडवण्यासाठी शारीरिक कष्ट करावेत अशी अपेक्षा आहे

त्यामुळे विद्यार्थ्यांच्या मनांत शारीरिक कष्टाबद्दल आदर निर्माण होईल.

४) विद्यार्थी आणि सर्वसामान्य जनता यांच्यात संबंध आल्याने दोनही घटकांमध्ये आपुलकी निर्माण करणे. यामुळे विद्यार्थ्यांना भोवतालच्या विविध प्रश्नात रस निर्माण होतो आणि सर्वसामान्य जनतेस विद्यार्थ्यांच्याबद्दल, शिक्षणाबद्दल आस्था निर्माण होते.

५) महाविद्यालयीन विद्यार्थ्यांच्यात सामाजिक जबाबदारीची जाणीव निर्माण करून शिक्षण काळात दोन वर्षे त्यांना सामाजिक समस्या सोडवण्यास तयार करणे.

६) विद्यार्थ्यांस शिक्षण संपल्यावर रोजगारासाठी या सामाजिक सेवेचा उपयोग होईल. त्यांना अनेक स्वयंरोजगार क्षेत्रे खुली असतील.

थोडक्यात, सुदृढ युवा वर्ग, जबाबदार युवा वर्ग, हे राष्ट्रीय सेवा योजनेचे प्रमुख वैशिष्ट्य ठरेल.

या उपक्रमात शहरीपेक्षा ग्रामीण भागातील विद्यार्थ्यांचा ओढा जास्त आहे. यासाठी कार्यक्रम अधिकाऱ्यांनी महाविद्यालयीन स्तरावर नियमित कार्यक्रम घेणे, त्याची जास्तीत जास्त जबाबदारी विद्यार्थ्यांवर टाकणे हे केले पाहिजे. तसेच राष्ट्रीय सेवा योजनेचे काम चांगले करणाऱ्या विद्यार्थ्यांचा सत्कार केला पाहिजे. विविध प्रकल्पांना भेटी देणे. तालुका, जिल्हा व राज्य स्तरावर शिबिरे घेणे.

सध्या अशा प्रकल्पात सहभागी होणाऱ्यांचे प्रमाण कमी आहे. कारण युवकांपुढे वेगळेच आदर्श आहेत. परंतु या उपक्रमातून स्वतःची ओळख, स्वतःची जाणीव निर्माण झाली की त्याचा उपयोग करियर निवडतांनाही होतो. नोकरी, व्यवसाय सांभाळूनही नंतरच्या काळात समाजसेवा करता येते. या कामांमध्ये कामाचे समाधान मिळते.

समाजकार्य या विषयात करिअर करायचे असेल किंवा स्वतःला स्वयंसेवी संस्था काढून त्याद्वारे विकास कामात सहभागी व्हायचे असेल तर ती संधीही या उपक्रमामुळे मिळते. समुपदेशक, सल्लागार इ. प्रकारची कामे करता येतात.

(Non-Govt. Organisation)

स्वयंसेवी संस्था

स्वयंसेवी संस्था म्हणजे काय, त्या नेमके काय काम करतात, या सगळ्याची सुरुवात कशी झाली, आज या कामाची स्थिती काय आहे या संस्थांचे समाजात काय स्थान आहे, त्यांची भूमिका नेमकी काय आहे याबद्दल अनेकांना कल्पना नाही.

स्वातंत्र्यपूर्व काल

समाजसेवेच्या कार्याची सुरुवात स्वातंत्र्यपूर्व काळापासून झाली. त्यावेळी भारतात ब्रिटिश राजवट होती त्यामुळे स्वातंत्र्य मिळविण्यासाठी लढा एकीकडे व दुसरीकडे समाजातील जातीभेद, अज्ञान, अंधश्रद्धा, जाचक रुढी, बंधने यांच्याविरुद्ध लढा चालू होता. त्यावेळेस राजा राममोहन रॉय यांचा ब्राह्मोसमाज, दयानंद सरस्वतींचा आर्यसमाज, महात्मा फुले यांचा सत्यशोधक समाज इत्यादींनी आपल्या संस्था, संघटना याद्वारे समाजसुधारणेचे कार्य केले.

त्या पूर्वीच्या काळात एखाद्या नैसर्गिक आपत्ती झाली तर त्यात सापडलेल्या लोकांना मदत केली जाईल व त्या काळासाठी तात्पुरते लोक एकत्र येत व काम करत असत.

ब्राह्मोसमाज, आर्यसमाज, सत्यशोधक समाज यांनी समाज प्रबोधनाचे, नवी मूल्ये रुजवण्याचे काम केले. जातीभेद, स्पृश्य-अस्पृश्यता नष्ट करणे, समान संधी, समान अधिकार, सर्वांना शिक्षणाची दारे खुली करून देणे इ. सुधारणा समाज जागृती, कायदे यांच्याद्वारे केली. यात प्रभावी व जहाल लेखनाचा वाटाही होता.

स्वातंत्र्यानंतरचा काल

सामाजिक, आर्थिक विकासाला चालना देण्यासाठी कायदे केले गेले. योजना तयार केल्या. त्यांची अंमलबजावणी करण्यासाठी यंत्रणा उभी केली गेली. परंतु या योजनांची अंमलबजावणी कार्यक्षमतेने होण्याऐवजी त्यात भ्रष्टाचार झाला व दारिद्र्यरेषेखालील व्यक्ती, उपेक्षित घटक लाभापासून वंचित राहिले. याचा परिणाम म्हणजे १९६० मध्ये स्वयंसेवी संस्थांचा उदय झाला.

आजच्या घडीला कार्य करत असलेल्या स्वयंसेवी संस्था इंडियन सोसायटीज रजिस्ट्रेशन ऑक्ट, १८६०, मुंबई सार्वजनिक न्यास अधिनियम, १९५० च्या कायद्यान्वये नोंदणी झालेल्या आहेत. प्राप्तीवर कायद्यांतर्गत ही स्वयंसेवी संस्था नफा न मिळविणारी म्हणून नोंदविता येते. संस्थेचे कार्य सुरू होण्यापूर्वी घटना तयार करून त्यानुसार कार्य करावे लागते. संस्थेचा कामावर नियंत्रण विश्वस्त ठेवतात.

अशासकीय संस्था

या संस्थांवर मुख्यत्वे करून हिशेब व कार्यपद्धती एवढ्यापुरतेच शासकीय नियंत्रण असते. म्हणून त्यांना अशासकीय संस्था म्हणतात. अशा संस्थांपैकी काही संस्था शासकीय योजनांमध्ये सहभाग घेऊन काम करतात.

या संस्थांच्या कामाचा उद्देश लोकांना त्यांचे हक्क मिळवून देणे, त्यांना रोजगार उपलब्ध करून देऊन जीवनस्तर उंचावणे, विकास घडवणे इ. आहेत. १९८५ मध्ये स्वयंसेवी संस्थांचे विकास कामात सहभागाचे नवे पर्व सुरू झाले. शासनाच्या विकास कार्यक्रमात सहभाग वाढू लागला. यामध्ये काही जणांनी स्वयंरोजगार म्हणून या संधीकडे पाहिले.

स्वयंसेवी संस्थांचे प्रकार

स्वयंसेवी संस्थांमध्ये काही संस्था जाणीव-जागृती निर्माण करण्याचे कार्य करतात. यामध्ये सध्याचे पर्यावरण, प्रदूषण, अंधश्रद्धा, लिंगसमभाव इ. विषयांवर भाषणे, चर्चासत्रे, प्रदर्शनी, पथनाट्ये, स्पर्धा यातून लोकांना या विषयाची माहिती देणे, संभाव्य धोक्याची जाणीव करून देणे, त्यावर साहित्य प्रकाशित करणे या द्वारा काम केले जाते.

तर दुसऱ्या प्रकारच्या संस्था संशोधन अभ्यास करतात. यात काही योजनांची अंमलबजावणी करण्यापूर्वी त्याचा अभ्यास करणे अंमलबजावणी नेमकी कशी व्हावी, योजनेसाठी निवडलेले क्षेत्र योग्य आहे का इ. योजना राबवल्यानंतर त्याच्या मूल्यमापनाचे अभ्यास करणे, योजनेत काही त्रुटी असल्यास सूचना करणे. यात धरणाच्या लाभक्षेत्रातील शेतकऱ्यांचा अभ्यास, वनीकरणाच्या योजना, पाणलोट क्षेत्र विकासाचे कार्यक्रम, महिलांविषयक योजनांचे इ. मूल्यमापन केले जाते. शासकीय योजनात, विकास कार्यक्रमात लोक सहभागाचे महत्त्व आल्याने त्याचा अभ्यासही स्वयंसेवी संस्था करतात.

काही संस्था प्रत्यक्ष अंमलबजावणीचे काम करतात. यात पाणलोटक्षेत्र विकासाचा कार्यक्रम राबवणे, वनीकरणाचा कार्यक्रम राबवणे, बचत गट स्थापन करणे व दारिद्र्यरेषेखालच्या महिलांना लाभ मिळवून देणे ही कामे करतात. व्यवसाय प्रशिक्षण देणे, पशुधन वाटप, शेतीविषयी मार्गदर्शन करतात.

लोकांच्या प्रश्नांची जाणीव शासनाला करून देण्यासाठी काही संस्था संघर्ष करतात. याच मोर्चे, घोषणा, निदर्शने, रास्ता रोको, उपोषण, जनसुनवाई हे मार्ग अवलंबितात. शिवाय अदिवासींचे हक्क डावलणे, बालमजुरीच्या कायद्याची अंमल बजावणी न करणे, अत्याचाराचा विरोध करणे यासाठी लोकांना सोबत घेऊन आवाज उठविणे अशा प्रश्नांबाबत दबाव गट म्हणून ही काम करतात. सध्या एच. आय. व्ही. एडस्बाबत जागरुकता, उपाय इ. कार्य करतात.

स्वयंसेवी संस्थांचे स्वतःचे प्रश्न आहेत. विकास कार्यक्रमांना वेळेवर आर्थिक सहाय्य न मिळणे ज्यामुळे कर्मचाऱ्यांचे पगार करता न येणे, विकास कामे अर्धवट थांबवावी लागणे,

कर्मचाऱ्यांना सतत काम न देता आल्याने प्रत्येक वेळी नवीन भरती करणे, प्रशिक्षण देणे यासाठी जास्त वेळ द्यावा लागतो.

संशोधन करणाऱ्या संस्थांनी सुचविलेल्या गोष्टी शासनाकडून अंमलात आणल्या गेल्या पाहिजेत.

राजकारणी लोकांनी संस्था काही ठिकाणी सुरू केल्या आहेत. तर काही संस्था केवळ पैसे मिळविण्यासाठी स्थापन केल्या गेल्यात.

स्वयंसेवी संस्थांचा योग्य विकास होणे आवश्यक आहे. मोठे उद्योग समाजकार्यासाठी निधी उपलब्ध करून देत असल्याने काही स्वयंसेवी संस्था त्या अर्थसहाय्यावर काम करतात. सामाजिक आर्थिक परिवर्तनात स्वयंसेवी संस्थांचे योगदान मोठे आहे. हे विसरून चालणार नाही.

(Panchayat Raj)

पंचायत राज

पंचायत राज पद्धती

पंचायती राज म्हणजे खऱ्या अर्थाने लोकशाही होय. महाराष्ट्रात १ मे १९६२ पासून पंचायती राजपद्धती कायद्यानुसार तीन स्तरावर आणली – यात जिल्हास्तरावर जिल्हा परिषद, तालुकास्तरावर पंचायत समिती व गावस्तरावर ग्रामपंचायत. मुंबई ग्रामपंचायत अधिनियम १९५८ नुसार राज्यातील ग्रामपंचायतीचा कारभार चालवला जातो. गावपातळीवर असलेल्या पंचायती राज्य व्यवस्थेतील ग्रामपंचायत हा सगळ्यात तळाचा घटक आहे.

जिल्हा परिषद ही जिल्हा पातळीवरील संस्था. याचा कालावधी पाच वर्षांचा असतो. जिल्हापरिषद समित्या स्थापन करते. त्यापैकी स्थायी समिती ही सर्वात महत्त्वाची असते. त्याचप्रमाणे समाजकल्याण, सहकार, शिक्षण, शेती, बांधकाम, महिला व बालकल्याण, पशुसंवर्धन, जलसंधारण इत्यादींसाठी विषय समित्या असतात. जिल्हा परिषदेच्या प्रशासकीय बाजूचा सर्वोच्च अधिकारी म्हणजे मुख्य कार्यकारी अधिकारी होय. जिल्हा परिषदेचे मुख्य काम म्हणजे शेती, शिक्षण, पशुपालन, समाजकल्याण, बांधकाम इत्यादी बाबतीत निर्णय घेणे व त्यांची अंमलबजावणी करणे. आज राज्यात तेहतीस जिल्हा परिषदा आहेत.

पंचायत समिती ही गट किंवा तालुका पातळीवर काम करते. ७५ ते १७५ गावांचा गट म्हणजे तालुका. ही जिल्हा परिषदेची कार्यकारी शाखा मानली जाते. तालुक्यातील आरोग्य, शिक्षण, शेती, पाणी पुरवठा, सहकार, रस्ते, वस्त्रोद्योग यामधील विकासाची कामे करणे व ग्रामपंचायतीच्या कामावर लक्ष ठेवणे.

पाच वर्षांकरिता गावातील मतदारांकडून निवडून दिलेल्या पंचांची संस्था म्हणजे ग्रामपंचायत. या निर्वाचित पंचांमधून सरपंच, उप-सरपंच निवडले जातात. आणि ते गावाचा कारभार चालवितात. अशा प्रकारे ग्रामपंचायत अस्तित्वात येऊन लोकशाहीला सुरुवात होते. सभासद (पंच) किमान सात व जास्तीत जास्त सतरा प्रतिनिधी असतात. राज्य निवडणूक आयोग गावात लोकसंख्येनुसार वॉर्ड तयार करून ग्रामपंचायतीकरिता निवडणूक घेतली जाते. महिलांना व मागासवर्गातील व्यक्तींनासुद्धा गावविकासात संधी मिळावी, त्यांचा सामाजिक दर्जा उंचावण्यासाठी अनुसूचित जाती, जमाती व महिला याच्यासाठी ३०% जागा राखीव आहेत.

कामकाज

प्रत्येक पंचायतीने, ग्रामपंचायतीचा कारभार चालविण्याकरिता आपल्या निवडून आलेल्या सदस्यांमधून एक व्यक्ती सरपंच व दुसरी व्यक्ती उपसरपंच म्हणून निवडायची असते. सरपंच

पंचायतीच्या अध्यक्षस्थानी असतो. सरपंचाच्या अनुपस्थितीत उपसरपंच काम पहातात. यातही फिरत्या पद्धतीने नेमणूक करण्याची पद्धत आहे व अनुसूचित जाती, जमाती व महिला यांचेसाठी ३०% जागा राखीव आहेत.

ग्रामसेवक, ग्राम विकास अधिकारी हा ग्रामपंचायतीचा सचिव असतो. गावाचा विस्तार व लोकसंख्या यांचा विचार करून प्रत्येक ग्रामपंचायतीकरिता ग्रामसेवक / ग्राम विकास अधिकारी यांची नियुक्ती जिल्हा परिषदेच्या मुख्य कार्यकारी अधिकारी यांचेकडून होते. ग्रामपंचायतीच्या बैठका कशा व्हाव्यात याविषयीही नियम ठरवले गेले आहेत. प्रत्येक महिन्याला एक सभा घेतली गेलीच पाहिजे आणि सभेत मागील सभेचे इतिवृत्त वाचणे, ग्रामपंचायतीच्या खर्चास मान्यता, पुढच्या महिन्यात घ्यायची कामे निश्चित करणे शिवाय जिल्हा परिषद, जिल्हा ग्रामीण विकास यंत्रणा यांचेकडून निर्देशित झालेले विषय घेणे.

ग्रामसभा

वर्षातून किमान चार ग्रामसभा घेणे. त्या एप्रिल, मे व ऑक्टोबर, नोव्हेंबरमध्ये घेणे बंधनकारक आहे. ग्रामसभा ही गावातील एकूण मतदारांची मिळून बनते. गणपूर्तीसाठी एकूण मतदार संख्येच्या १५% किंवा १०० सदस्यांची आवश्यकता असते. याचा उद्देश गावकऱ्यांना ग्रामपंचायतीच्या कामात प्रत्यक्ष सहभाग घेता यावा. आपण निवडून दिलेल्या व्यक्तींच्या कामावर अप्रत्यक्षपणे देखरेख ठेवणे व गावाच्या विकासाच्या नियोजनात सहभागी होणे, हा आहे. म्हणून ग्रामसभेत वार्षिक लेखा विवरण, मागील वित्तीय वर्षाचा प्रशासन अहवाल, चालू वित्तीय वर्षात करावयाच्या योजनेचा विकास व इतर कार्यक्रम, मागील लेखा परीक्षेचे टिपण व त्याला दिलेली उत्तरे, व मुख्य कार्यकारी अधिकारी, ग्रामीण विकास यंत्रणा यांचेकडून निर्देशित केलेले विषय घेतले जावेत.

आर्थिक तरतूद

ग्रामपंचायतीने अंतर्गत समित्या आपल्या सदस्यांमधून पंचायत सदस्यांच्या संख्येच्या प्रमाणात नेमायच्या असतात. ग्रामपंचायतीची आर्थिक बाजू भक्कम रहाण्यासाठी ग्रामपंचायतीला कर व फी आकारणे. शासनाकडून वित्तीय साहाय्य, जिल्हा परिषदेकडून कर्ज, जिल्हा ग्रामविकास निधी, पाणी कर, लघुपाटबंधारे इ. मुद्रांक शुल्क, कोंडवाड्याचे उत्पन्न, देणग्या व अंशदाने स्वीकारणे, जवाहर रोजगार योजना, आश्वासित रोजगार योजना, रोजगार हमी योजना इ. योजनांतर्गत मिळणारा निधी, गावाच्या हद्दीतील वाढलेल्या, तोडण्यायोग्य झाडांच्या विक्रीतून आलेला निधी वापरणे, शासनाने वेळोवेळी निर्देशित केल्याप्रमाणे मिळणारे उत्पन्न ही साधने आहेत.

१९९२ मध्ये ७३ वी घटना दुरुस्ती करण्यात आली व त्यानुसार ग्रामसभेला विधिमंडळाच्या कायद्यानुसार अधिकार व सत्ता दिली. आवश्यक ते स्थानिक कर गोळा करण्याचे

व ते खर्च करण्याचे अधिकार ग्रामपंचायतीला असतील. राज्य सरकार, आर्थिक विकास व सामाजिक न्याय यासाठी कृषि विकास, जमीन सुधारणा, जलसिंचन व्यवस्थापन, पशुसंवर्धन, मासेमारी, वन व शेती विकास इ. ग्रामीण आरोग्य व स्वच्छता, कुटुंबकल्याण, महिला व बालकल्याण, दुर्बल घटकांचे कल्याण, शिक्षणाबाबत प्राथमिक व माध्यमिक शिक्षण, तांत्रिक प्रशिक्षण व व्यवसाय प्रशिक्षण, प्रौढ शिक्षण व अनौपचारिक शिक्षण, वाचनालय या व अशा अनेक ग्रामविकासाच्या योजना आहेत. या योजनांविषयी अधिक तपशिलानेही मार्गदर्शन केले गेले आहे.

ग्रामपंचायत हा लोकशाहीचा केंद्रबिंदू आहे. लोकांचे, लोकांनी, लोकांकरिता चालविलेले राज्य म्हणजे लोकशाही. पंचायत राज हा खराखुरा लोकसहभागातून ग्रामविकासाचा पाया आहे. सध्या महाराष्ट्रात २७, ९४६ ग्रामपंचायती आहेत. ग्रामसेवक हा पंचायत समिती आणि ग्रामपंचायत यांच्यातील दुवा असतो. पंचायतीने संमत केलेल्या ठरावांची अंमलबजावणी करणे, सर्व पत्रव्यवहार संभाळणे, दप्तर आणि नोंदी संभाळणे, गावातील जन्म-मृत्यूची नोंद ठेवणे अशी कामे ग्रामसेवक करतो. ग्रामीण भागात कायदा व सुव्यवस्था राखण्यासाठी पोलीस पाटील व कोतवाल यांची नेमणूक केली जाते. गावातील आरोग्य व्यवस्थेसंबंधीचा अहवाल पोलीस पाटील वरिष्ठांना देत असतात.

समस्या

पंचायत राज्याच्या स्वतःच्या काही समस्या आहेत. त्यांच्याकडे साधनसंपत्ती पुरेशी नसते. त्यामुळे त्यांना राज्य सरकारच्या अनुदानावर अवलंबून राहावे लागते. ते अनुदान वेळेवर व पुरेसे मिळणे गरजेचे असते. तरच ठरविलेल्या योजना, कार्यक्रम व्यवस्थित पार पडू शकतात.

ग्रामीण भागात आजही निरक्षरतेचे प्रमाण जास्त आहे. दारिद्र्यरेषेखाली राहाणाऱ्या लोकांचे प्रमाण जास्त आहे. अशा वेळी पंचायतीच्या उत्पन्नाचा एक भाग जो करवसुली आहे तो शंभर टक्के पूर्ण होत नसल्याने विकासाच्या योजना, गावसुधारणा करणे अवघड असते.

जातींची उच्चनीचता अजूनही मानली जात असल्याने गावात जातीय तणाव असतात. हे वातावरण विकासाला नक्कीच पोषक नाही. अशा वातावरणात सर्वांना घेऊन काम करणे ही कसरत असते.

पंचायत राज्याचे अधिकारी, पदाधिकारी, सरपंच, ग्रामसेवक, गटविकास अधिकारी, सभापती व परिषदेचा अध्यक्ष या सर्वांचे परस्परांशी संबंध कसे आहेत यावरही ग्रामपंचायतीचा कारभार अवलंबून असतो. त्यासाठी या सर्वांमध्ये समन्वय व सलोखा असला पाहिजे. पंचायत सदस्यांना आवश्यक असणारे प्रशिक्षण दिले गेले पाहिजे, यासाठी प्रशिक्षण वर्ग आयोजित करून सभेत बोलावे कसे, गावकऱ्यांशी संवाद कसा साधावा, वरिष्ठांकडे अर्ज कसा करावा, लोकांना योजना कशा समजावून सांगायच्या या सगळ्याचा समावेश केला जाणे आवश्यक आहे.

पंचायतीने करायच्या गोष्टी

ग्रामसभेचा अधिकार लोकांना सांगणे गरजेचे आहे. ग्रामसभा वेळेवर व ठरल्या दिवशी घेणे गरजेचे आहे. उपस्थितीबाबतही काटेकोर असले पाहिजे. विशेषत: महिलांची उपस्थिती घेतलीच पाहिजे. त्यांच्या मागण्यांचा विचार केला पाहिजे. ग्रामसभेची सूचना गावात दिली गेली पाहिजे.

पंचायतीला वेगवेगळ्या स्रोतातून मिळणारे उत्पन्न, केलेले खर्च याचा तपशील जाहीर केला पाहिजे. कारभारात पारदर्शकता असायला हवी ज्यामुळे लोकांचा विश्वास बसेल.

योजनेचा लाभ मिळण्यासाठी लाभार्थी निवडतांना योग्य तेच व गरजू निवडले गेले पाहिजेत. त्यासाठी पाठपुरावा केला गेला पाहिजे. कारण अशा योजनांमध्ये भ्रष्टाचार होण्याची शक्यताच जास्त असते.

शेती, आरोग्य, शिक्षण याविषयीच्या योजना राबविणे गरजेचे आहे. त्याला प्राधान्य दिले गेले पाहिजे. प्रौढ साक्षरता वर्ग चालविणाऱ्या पंचायतीचे प्रमाणही कमी आहे.

(Godavari Parulekar)

गोदावरी परुळेकर

१९४२ च्या लढ्यात त्यांना तुरुंगावास घडला व तेथून बाहेर पडल्यावर त्यांनी व त्यांचे पती कॉ. शामराव परुळेकर यांनी महाराष्ट्रातील शेतकऱ्यांमध्ये काम करायचे ठरविले. त्यासाठी कॉ. शामराव परुळेकरांनी शेतकऱ्यांच्या प्रश्नांचा सखोल अभ्यास केला होता व त्यांच्या मतानुसार शेतकरी राजकीय दृष्ट्या जागृत झाल्याशिवाय, शेतकऱ्यांची लढाऊ संघटना उभारल्याशिवाय समाजवादी क्रांती अशक्य आहे. त्यामुळे त्या उभयतांनी ठाणे जिल्ह्यातील शेतकऱ्यांमध्ये कामाला सुरुवात केली. जानेवारी १९४५ मध्ये टिटवाळा येथे महाराष्ट्र प्रांतिक किसान सभेचे पहिले अधिवेशन भरविले. या अधिवेशनाचा प्रचार ठाणे जिल्ह्यातील सर्व तालुक्यातील गावांमधून करायचे ठरविले. त्या प्रचारासाठी प्रामुख्याने आदीवासी वस्तीच्या तलासरी, डहाणू या भागात ते हिंडले. तिथल्या आदीवासींचे भुके कंगाल, परस्वाधीन, गुलामीचे जगणे पाहून पुढे त्यांनी तेथेच काम करायचे ठरवले.

वारली जमातीसाठी

ठाणे जिल्ह्याच्या उंबरगाव, डहाणू, पालघर इ. ठिकाणी आदीवासी लोकांच्या संख्येत वारली जमात मोठी आहे. १९४५ मध्ये त्यांनी जेव्हा या भागात काम करायचे ठरविले, त्यावेळी मुंबईपासून सुमारे साठ मैलांच्या अंतरावर सुमारे एक हजार चौरस मैलांच्या प्रदेशात या आदीवासींचे स्वतःपुरते जग होते. उंबरगाव, डहाणू, पालघर या तालुक्यांमधील जंगलात, दऱ्याखोऱ्यात ते वस्ती करून होते. ते अर्ध नग्न, अर्ध पोटी परिस्थितीत जीवन जगत होते. बाहेरच्या जगाची त्यांना ओळख नव्हती व त्याची त्यांना गरजही वाटत नव्हती. त्या काळात त्या भागात कोणतीही सुविधा नव्हती. रस्ते, शाळा, दवाखाने नव्हते. या आदीवासींच्या, वारलींच्या जगात भयानक दारिद्र्य, हालअपेष्टा, दुःख, रोगराई, अज्ञान होते. त्यांचे जीवन गुलामांपेक्षाही हलक्या प्रतीचे होते.

वेठबिगारी अस्तित्वात होती. जमिनदार – सावकारांची सारी कामे अंग मेहनतीने, जाड्याभरड्या तांदळाच्या घासभर भातासाठी, पैचाही मोबदला न घेता करून देण्याची पद्धत होती. जमिनदार त्यांच्या कुळांना आपल्या कामासाठी केव्हाही बोलवत असत. सावकार लोकही पाऊस पडण्यापूर्वीच वारल्यांना स्वतःच्या जमिनी सोडून सावकारांच्या जमिनीवर राबायला लावत. त्यामुळे वारली कुळांच्या जमिनीतील भाताचे नुकसान होत असे.,

त्यावेळी 'लग्न गडी' ही पद्धतही प्रचलीत होती. वास्तविक हे कर्जगडी. परंतु हे कर्ज लग्नासाठी काढले जात असल्याने त्यांना लग्नगडी म्हणत. या कर्जाच्या पोटी भरमसाठ व्याज आकारले जाई. आदीवासींना लग्न करण्यासाठी कमीत कमी शंभर दोनशे रुपयांचा खर्च येत असे.

आदीवासी जमातीत अविवाहित व्यक्तीला कमी लेखण्यात येत असल्याने विवाहाला विशेष महत्त्व होते. या विवाहीत जोडप्याला हजारो कामे फुकट करावी लागत.

गोदावरी परुळेकर यांनी लग्नगड्यांना मुक्त करण्यासाठी डहाणू तालुक्यात सभा घेतल्या. जमीनदारांच्या घरावर मिरवणुका नेऊन घोषणा देत असत. यातून अनेक लग्नगड्यांची मुक्तता झाली. या चळवळींमधून आदीवासींमधला माणूस जागा झाला. जमीनदार व सावकार यांची दडपशाही सहन करायची नाही याची त्यांना जाणीव झाली. केवळ संघटना हेच सामर्थ्य आहे. हे या आदीवासींच्या मनावर बिंबविण्याचे मोठे काम परुळेकरांनी केले. किसान सभेत आदीवासी बोलू लागले. आपल्या मागण्या मांडू लागले.

यासाठी कॉ. शामराव व गोदावरी परुळेकर यांनी अथक प्रयत्न केले. त्या स्वत: आदीवासींबरोबर राहिल्या, त्यांच्याशी संवाद साधला. त्यांच्या संघटना उभ्या केल्या व अनिष्ट प्रथांमधून त्यांची मुक्तता केली. हे कार्य करत असतांना त्यांना हद्दपारी, तुरुंगवास याला सामोरे जावे लागले. यामुळे आदिवासांच्या आर्थिक परिस्थितीत थोडी फार सुधारणा झाली. परंतु मुख्य बदल म्हणजे आदीवासींची अस्मिता जागी झाली.

(Karmveer Bhurao Patil)

कर्मवीर भाऊराव पाटील (१८८७–१९५९)

ते महात्मा फुल्यांच्या सत्यशोधक चळवळीचे क्रियाशील कार्यकर्ते होते. त्यांची तत्त्वप्रणाली शिक्षणातून पोषण, बुद्धिवादाने रूढीवादाचा पराभव, समतेच्या आचरणाने विषमतेचे निर्दालन व श्रमाला प्रतिष्ठा. प्रत्येक खेड्यात शाळा असली पाहिजे. विना शाळेचे एकही गाव महाराष्ट्रात असू नये. प्रत्येक नांगरापाठीमागे एक पदवीधर मनुष्य उभा राहिला पाहिजे, असे त्यांचे स्वप्न होते.

त्यांनी विविध प्रकारची कामे केली, जसे शिकवण्या घेणे, जवाहिऱ्याकडे काम करणे. ओगले व किर्लोस्कर या उद्योजकांचे विक्री प्रतिनिधी म्हणून काम करीत असता त्यांनी महाराष्ट्राचे खरेखुरे दर्शन घेतले. त्यावेळी त्यांना प्रकर्षनि जाणवले व त्यानुसार त्यांनी दुधगाव येथे 'दुधगाव विद्यार्थी आश्रम' स्थापून काले व नेर्ले येथे विद्यार्थी वसतिगृहे सुरू केली. त्यानंतर १९१९ मध्ये कराडमधील 'काले' येथे रयत शिक्षण संस्थेची स्थापना केली.

शिक्षणाविषयची तळमळ

याचा उद्देश मागासलेल्या वर्गात शिक्षणाची अभिरुची उत्पन्न करणे हा होता. तसेच मागासवर्गातील अत्यंत गरीब विद्यार्थ्यांना मोफत शिक्षण देण्याचा प्रयत्न करणे. सामान्य आर्थिक स्थिती असलेल्या विद्यार्थ्यांना त्यांच्या खर्चाने किंवा निम्म्या खर्चाने संस्थेत शिक्षण घेण्याकरिता ठेवणे. त्याचप्रमाणे ज्यांची सांपत्तिक स्थिती समाधानकारक आहे, अशा परगावच्या मागासलेल्या विद्यार्थ्यांची त्यांच्याच खर्चाने संस्थेत सोय करणे, अंधश्रद्धांना, पारंपरिक रूढींना फाटा देणे. विद्यार्थ्यांमध्ये उद्यमशीलता, उत्साह, स्वावलंबन या गुणांची वाढ करणे.

ते घराघरांतून मूठभर धान्य मिळवून विद्यार्थ्यांच्या शिक्षणाचा खर्च, राहण्याचा खर्च भागवित असत. यासाठी त्यांनी मुष्टिफंड योजना काढली. वसतिगृहात राहणारा विद्यार्थी हा सर्व दृष्टीने आदर्श विद्यार्थी व्हावा, स्वाभिमानी असावा असे त्यांचे तत्त्व होते. या कामाचा विस्तारित भाग म्हणून १९२४ मध्ये छत्रपती शाहू बोर्डिंग हाऊस सुरू करण्यात आले. शिक्षणानेच ग्रामीण भागात परिवर्तन, कायापालट होईल, यावर त्यांचा विश्वास होता. सातारा येथे रयत शिक्षण संस्थेचे मुख्य कार्यालय आहे व सातारा, कोल्हापूर, कऱ्हाड, सांगली या भागात त्यांनी शैक्षणिक जाळे विणले. 'कमवा आणि शिका' हा विचार त्यांनी आणला.

शिक्षक प्रशिक्षण

१९३५ मध्ये त्यांनी 'सिल्व्हर ज्युबिली ट्रेनिंग कॉलेज' सुरू केले. ज्याचा उद्देश प्राथमिक शिक्षकांच्या प्रशिक्षणासाठी वर्ग हा होता. १९३८ ते ५० च्या बारा वर्षांच्या काळात रयतच्या प्राथमिक शिक्षण संस्थांची संख्या ६१ वरून ५७८ वर गेली. महाराजा सयाजीराव हायस्कूल ही

सातारा येथील पहिली माध्यमिक शाळा. १९७७ पर्यंत या माध्यमिक शाळा ३१ झाल्या होत्या. १९४७ मध्ये सातारा येथे 'छत्रपती शिवाजी कॉलेज' या नावाने पहिले महाविद्यालय सुरू झाले. कर्मवीर यांचे 'शिक्षक प्रशिक्षित असावेत' असे ठाम मत होते. कारण शिकविणे ही एक कला आहे. म्हणून त्यांनी देशातले पहिले ग्रामीण अध्यापक विद्यालय काढायचे ठरविले.

संस्थेचा उद्देश व्यापक होता. सातारा जिल्ह्यातील तरुण व येणारी पिढी यांना शारीरिक, औद्योगिक, तांत्रिक, कला, शास्त्र, शेती व व्यापारविषयक शिक्षण देणे, या शिक्षणासाठी शिक्षक तयार करणे. ग्रामीण भागात काम करण्यास योग्य सेवक तयार करणे ज्यातून ग्रामविकास होईल. भारतात व सातारा शहरातही मोफत ग्रंथालये, वाचनालये, वसतिगृहे अशा इतर योजना आखणे, विद्यार्थ्यांना श्रमाची प्रतिष्ठा कळेल, जातिभेदांना, धर्मभेदांना स्थान उरणार नाही. रयत शिक्षण संस्थेचे कार्य पुढील काळात फोफावत गेले.

शैक्षणिक कार्याबरोबरच त्यांनी रयत सेवक को-ऑपरेटिव्ह बँक, रयत सेवा को-ऑपरेटिव्ह स्टोअर्स फंड, पंचायत राज्य प्रशिक्षण केंद्र, या उपक्रमाचा प्रारंभ केला. पुढे रयत शिक्षण कर्मवीर विद्याप्रबोधिनी ही संस्था महाराष्ट्रात नव्या समाजरचनेला पोषक बनली.

महात्मा गांधींनी त्यांच्या सातारा येथील वसतिगृहास भेट दिली तेव्हापासून ते खादी वापरू लागले. त्यांनी राजकारणापासून स्वतःला दूर ठेवून शिक्षण कार्यास पूर्णपणे वाहून घेतले. गोरगरीब मुलांना त्यांनी वसतिगृहात ठेवून घेऊन सांभाळले व त्यातल्याच काही विद्यार्थ्यांना परदेशी शिक्षणाची संधी उपलब्ध करून दिली.

भाऊराव पाटील यांचा सत्यशोधक चळवळीशी जवळचा संबंध आला व त्यातून ते बहुजन समाजाच्या शैक्षणिक उद्धाराकडे वळले. कारण सत्यशोधक चळवळीशी त्यांचा संबंध संस्कारक्षम वयात आला. या चळवळीतून बहुजन समाजाच्या सर्वांगीण प्रगतीला चालना मिळावयाची तर शिक्षण प्रसारातून त्या समाजातील अनिष्ट रूढी व अंधश्रद्धा नष्ट व्हायला पाहिजेत. अशी त्यांची धारणा होती.

गांधीवधानंतर झालेल्या उद्रेकात १९४८ साली संस्थेचे सरकारी अनुदान काही काळाकरता स्थगित केले होते; परंतु त्या परिस्थितीतही न डगमगता त्यांनी लोकाश्रयावर संस्था पुढे चालविली.

सर्व जाती-धर्माच्या गरीब ग्रामीण जनतेला आपल्या अथक प्रयत्नांनी त्यांनी आधुनिक शिक्षणाची कवाडे खुली करून दिली. म्हणून अनेक विद्वान व बहुजन समाज आदराने व प्रेमाने त्यांना कर्मवीर म्हणू लागला.

पुणे विद्यापीठाने त्यांना सन्माननीय डी. लीट्. पदवी अर्पण केली होती. रयत शिक्षण संस्थेच्या बोधचिन्हाप्रमाणे, वटवृक्षाप्रमाणेच त्याचा विस्तार वाढत गेला.

(Indutai Patwardhan)

इंदूताई पटवर्धन

त्यांनी आनंदग्रामची कुष्ठरोगींच्या निवारणासाठी स्थापना केली. त्यांचा जन्म जमखिंडीच्या राजघराण्यातला परंतु त्यांना राजवैभवाचे आकर्षण नव्हते. अहमदाबाद येथे जाऊन त्यांनी बालवाडी कोर्स पूर्ण केला व त्यासाठी शिकवण्याकरून पैसे उभे केले. रेडक्रॉसच्या आर्मी फिल्ड ॲम्ब्युलन्समध्येही त्यांनी काम केले. आयुर्वेद व होमिओपथी चिकित्सेचा त्यांनी अभ्यास केला. त्या पुण्यात वैद्यकीय व्यवसाय व समाजकार्य क्रीत असत. कुष्ठरोग्यांना सल्ला देणे, आर्थिक सहाय्य करणे हे काम त्या करत असत.

भीक मागणाऱ्या कुष्ठरोग्यांचे पुनर्वसन करायचे ठरवून पुण्यापासून १३ मैलावर असलेल्या डुड्ळगाव येथे त्यांनी आनंदग्रामची स्थापना केली. १९६४ पासून त्या आनंदग्रामचा कारभार पाहू लागल्या. त्यात सुमारे अडीचशे कुष्ठरोगी वसाहत करून आहेत. या वसाहतीत रुग्णांच्या मुलांसाठी शाळा चालवली जाते, ती सातवीपर्यंत आहे.

१९७६ मध्ये त्यांना 'दलीत मित्र' हा पुरस्कार मिळाला. १९४३ ते १९४७ या काळात त्यांनी मिलीटरी हॉस्पिटलमध्ये काम केले. कर्नाटक राज्यातील होमिओपथी बोर्डने १९७९ मध्ये ताम्रपट देऊन त्यांचा गौरव केला.

नॅशनल वुमेन्स कौन्सील ऑफ इंडिया, इंडीयन कौन्सील ऑफ चाइल्ड वेल्फेअर या व अशा इतर स्वयंसेवी संस्थांशी त्यांचा संबंध होता. त्या अनेक राज्य व राष्ट्रीय समित्या व आयोगांवरही होत्या.

(Dr. Shivajirao Patwardhan)

डॉ. शिवाजीराव पटवर्धन (१८९२–१९८६)

त्यांचा जन्म कर्नाटकातील आसंगी गावचा. त्यांचे उच्चशिक्षण कलकत्ता येथे झाले. त्यांनी तेथे बी. एच. एम्. एस. ही पदवी संपादन केली. १९३० मध्ये गांधीजींनी सुरू केलेल्या सविनय कायदेभंगाच्या चळवळीत भाग घेतला होता. मीठाचा सत्याग्रह झाला त्यातही त्यांनी नेतृत्व केले. १९४२ च्या चलेजाव आंदोलनात त्यांना अटक झाली होती.

त्यांनी राजकीय व सामाजिक क्षेत्रात बहुमोल कार्य केले. अमरावती येथे त्यांनी व्यायाम शाळा सुरू केली. स्वातंत्र्यप्राप्तीनंतर मात्र त्यांनी कुष्ठरोग्यांच्या सेवेसाठी व कल्याणासाठी स्वत:ला वाहून घेतले. १८९८ मधील कुष्ठरोग्यांवर अन्याय करणारा कायदा रद्द व्हावा यासाठी त्यांनी बरेच प्रयत्न केले.

१९५० मध्ये त्यांनी अमरावतीला कुष्ठरोग्यांच्या पुनर्वसनासाठी तपोवन कुष्ठधामाची स्थापना केली. तपोवनात एक हजारपेक्षा अधिक रुग्ण रहातात व त्यातील चारशेहून अधिक रुग्णांचे पुनर्वसन झाले आहे. रुग्ण व्यक्तींना पुनर्वसनानंतर तपोवनात रहाता यावे, उदरनिर्वाहासाठी कमाई करता यावी म्हणून विविध व्यवसायांचे प्रशिक्षण दिले जाते. कुष्ठरोग्यांच्या संस्थेमार्फत तयार केलेला माल, वस्तू शासनाने खरेदी कराव्यात म्हणून त्यांनी खूप प्रयत्न केले. तपोवनमध्ये कुमारी मातांच्या मुलांचाही सांभाळ केला जातो.

ते विदर्भातील थोर सामाजिक कार्यकर्ते व काँग्रेसचे निष्ठावंत सेवक होते. त्यांच्या कार्यासाठी त्यांना भारत सरकारने 'पद्मश्री' हा सन्मान देऊन गौरविले.

(Mahatma Jyotirao Phule)

महात्मा जोतीराव फुले (१८२७–१८९०)

थॉमस पेन यांच्या विचारांचा प्रभाव महात्मा फुले यांच्यावर होता. ते स्वातंत्र्य, समता, लोकशाही, विज्ञान व इहवादाचा पुरस्कार करणारे समाज क्रांतिकारक होते. भारतात पहिल्यांदा त्यांनी अस्पृश्यांसाठी शाळा उघडली. त्यांनी 'गुलामगिरी', 'शेतकऱ्यांचा आसूड', 'इशारा', 'सत्सार' अंक १ व २, 'सार्वजनिक सत्यधर्म' हे ग्रंथ लिहिले. त्यांनी 'सत्यशोधक समाजा'ची स्थापना केली. त्याचा उद्देश समाजातील उपेक्षितांना नव्या प्रवाहात आणणे हा होता.

मिशनरी तत्त्वज्ञानाचा त्यांच्यावर प्रभाव होता. समाजात ब्राह्मणांच्या वर्चस्वाची व शूद्रातिशूद्रांच्या गुलामगिरीची त्यांना जाणीव झाली. त्यामुळे त्यांनी त्यांच्या उद्धारासाठी कार्य करायचे ठरवले. कारण या गुलामगिरीचे कारण शिक्षणाचा अभाव हे आहे, असे त्यांच्या लक्षात आले. स्त्रियांना शिक्षणासाठी प्रवृत्त करण्यासाठी त्याची सुरुवात त्यांनी स्वत:च्या घरापासून केली. मुलींची शाळा काढून सावित्रीबाईंना शिकविण्यास प्रवृत्त केले. त्यांनी आपल्या घरातील हौद अस्पृश्यांना खुला करून दिला. त्यामुळे त्यांना समाजाचा रोष पत्करावा लागला.

१८६५ नंतर अखेरपर्यंत सत्यशोधक समाजाचे कार्य केले, त्याचा प्रसार केला. त्याचबरोबर समाजातील समस्यांवर 'ब्राह्मणांचे कसब' (१८६८), 'गुलामगिरी' (१८७३), 'शेतकऱ्यांचा आसूड' (१८८३) 'इशारा' (१८८५), 'सार्वजनिक सत्यधर्म पुस्तक' (१८८५) ही पुस्तके लिहिली. त्यांनी आपल्या विचारसरणीचा प्रसार करण्यासाठी १८७३ रोजी सत्यशोधक समाजाची स्थापना केली. याचा मुख्य उद्देश शूद्र व अतिशूद्र यांना मानवी हक्काची व अधिकाराची शिकवण देणे.

सत्यशोधक समाज

त्यांनी स्थापन केलेल्या सत्यशोधक समाजातून ब्राह्मणेतर राजकीय चळवळ उभी राहिली. ज्यांना प्रगतीची, विकासाची संधी नाकारली गेली होती. अशांना संधी उपलब्ध करून देणे, शिक्षणाची सोय, ग्रंथालये, स्त्रियांना आधार देणे, स्त्री शिक्षणास चालना देऊन शिक्षिका तयार करणे या कार्याचा पाया घातला. त्यांनी मुलींसाठी १८५४ मध्ये पहिली रात्रशाळा सुरू केली. यातून त्यांनी सत्यशोधक विवाह पद्धतीही सुरू केली. ती पद्धती विवाहातील अनिष्ट रूढी, अपमानास्पद विधी, हुंडा यांना नकार देऊन स्त्री-पुरुष समानतेवर आधारित होती. हे विवाह आप्त-मित्र यांच्या साक्षीने होत असत.

तरीही त्यांचा जास्त भर शिक्षणावर होता. संघर्ष केल्याशिवाय कनिष्ठ वर्गातील व्यक्तीला कोणतेच हक्क मिळणार नाहीत याची त्यांना जाणीव होती. सत्यशोधक समाजाच्या ठरावात त्यांनी तीन तत्त्वे आणली –

१) सर्वजण एकाच देवाची लेकरे आहेत व देव त्यांचा आई-बाप आहे.

२) आईला किंवा बापाला भेटण्यास, प्रसन्न करण्यास जशी मध्यस्थाची जरूरी नसते त्याप्रमाणे देवाची प्रार्थना करण्यास पुरोहित किंवा गुरू यांची आवश्यकता नाही.

३) ही तत्त्वे मंजूर असणाऱ्याला सभासदत्व मिळत असे.

सत्यशोधक समाजाचे सदस्यत्व सर्व जातींतील लोकांना खुले होते. परंतु त्यातील सभासदांना प्रतिज्ञा घ्यावी लागे. ज्यात बंधुत्वाने वागणे व इतरांना तसे वागण्यास प्रवृत्त करण्याचा समावेश होता. मुला-मुलींना सुशिक्षित करणे, यातून स्त्री-पुरुष समानता व शिक्षणाचे महत्त्व पटवून देण्याचे कार्य त्यांनी केले. सुरुवातीच्या काळात समाजाच्या बैठका दर आठवड्याला होत. यात जातिभेद, मूर्तिपूजा याला विरोध व बंधुत्वावर भर दिला जाई. तसेच सामाजिक प्रश्नांवर जसे दारूबंदी, कमी खर्चात लग्न, इ. विषयांवर चर्चा होत असत. या काळात सभासदांना प्रचंड विरोध झाला.

या समाजाचा केंद्रबिंदू शेतकरी वर्ग होता. त्यांच्याशी संवाद साधण्यासाठी शेतावर, मळणीच्या ठिकाणी चर्चा, सभा होत असत. यात सावकारी पाशातून शेतकऱ्याला मुक्त करणे हाही एक हेतू होता. सामाजिक गुलामगिरीला विरोध करून सामाजिक न्याय व पुनर्रचनेची समाजाने मागणी केली. समाजाच्या माध्यमातून पुरोहिताशिवाय पहिला विवाह घडवून आणला.

सत्यशोधक समाजाने १० विद्यार्थ्यांना शिष्यवृत्ती देऊन शिक्षणाला प्रोत्साहन दिले. समाजाच्या कार्याला श्रीमंत लोकांनी शिक्षणासाठी मदत द्यायला सुरुवात केली. त्यांना अनेक सहकारी मिळाले होते. याशिवाय समाजाने आपत्ती काळात आपद्ग्रस्तांना मदतही केली. त्यासाठी निधी उभा केला. कनिष्ठ वर्गातील मुलांनी रिकामे भटकू नये म्हणून एका शिपायाची नेमणूक सत्यशोधक समाजाने केली. अशा मुलांना शाळेत नेण्याची सोय केली. १८७७ च्या दुष्काळात 'बालाश्रम' उघडून लोकांना मदत केली.

त्यांनी बालहत्या प्रतिबंधक गृहाची स्थापना करून मुलांचे जीव वाचविले व विधवा पुनर्विवाहास मदत केली. घरचा हौद खुला करून अस्पृश्यांच्या पिण्याच्या पाण्याचा प्रश्न सोडविण्यासाठी घरचा हौद खुला केला.

शेतकऱ्यांचे प्रश्न

१८८३ साली त्यांनी 'शेतकऱ्याचा आसूड' हा ग्रंथ लिहिला आणि त्यात शेतकऱ्याचे दारिद्र्य, कर्जबाजारीपणा, अन्याय व आर्थिक दुरवस्थेची कारणे यावर चर्चा करून उपाय सुचविले. शेतकऱ्यांचे उत्पन्न, दैन्यावस्थेची कारणे, यातून शेतकऱ्याची सुटका झाल्याखेरीज देशाचा विकास होणार नाही, असे मत महात्मा फुले यांनी मांडले. इंग्लंडमधील आयात केलेल्या वस्तूंचा दर्जा, उपयुक्तता याबाबतीत सरस ठरल्या. जकात माफ असल्यामुळे किमतीशी भारतीय माल स्पर्धा करणे शक्य नव्हते. महसुलासाठी सावकाराकडे जमिनी गहाण टाकाव्या लागत व सावकार त्या परत करत नसत. त्यात त्यांचे अज्ञान, निरक्षरत्व, दुष्काळ, चक्रवाढ व्याज, चारा, बैल यांचा अभाव यामुळे

उत्पन्न होत नसे.

त्यांनी शेतकऱ्यांची परिस्थिती सुधारण्यासाठी काही उपाय सुचवले. त्यात पाणी अडवा, तलाव, धरणे, विहिरी बांधण्यावर भर द्या, सरकारी कुरणे मोफत उपलब्ध करून देणे, कृषी शिक्षण, कमी दराने कर्जपुरवठा, सावकारांवर लक्ष ठेवणे अशा सूचनाही केल्या. शेतकरी सुखी तर देश सुखी ही त्यांची विचारप्रणाली होती.

परंतु एकुणातच या सूचना, उपाय गांभीर्याने न घेतले गेल्याने शेतकऱ्यांची परिस्थिती आजही 'जैसे थे' आहे. त्यामुळे आत्महत्यांचे प्रमाण दिवसेंदिवस वाढतच आहे.

(Savitribai Phule)

सावित्रीबाई फुले (१८३१-१८९८)

१९ व्या शतकात स्त्रियांची स्थिती अतिशय बिकट होती. बालविवाहाची प्रथा अस्तित्वात होती. मुलामुलींची लग्ने ते पाळण्यात असतानाच लावली जात होती. बालवयात विवाह झालेल्या मुलींना लग्नाचा अर्थ कळण्याआधीच नवऱ्याचा मृत्यू झाला तर तिचे आयुष्य कष्ट करणे, अपमान – अवहेलना सहन करणे यातच जायचे. अशा परिस्थितीत एखाद्या पुरुषाच्या वासनेला बळी पडून तिला गर्भ राहिला तर तिला आयुष्य संपविण्याशिवाय दुसरा मार्गच उरत नसे. या बालविधवांचे केशवपनही केले जायचे. शूद्रांची स्थितीही भयानक होती. आपल्या सावलीचाही विटाळ होऊ नये म्हणून ते स्वत:चे अंग दुमडून चालत असत; व पावलांचे ठसे पुसून टाकण्यासाठी झाडाची फांदी जवळ ठेवत असत. उपासमार व अज्ञान तर होतेच.

स्त्री शिक्षण

अशा प्रतिकूल परिस्थितीत जोतिबा व सावित्रीबाई फुले यांनी १८४८ मध्ये मुलींसाठी व शूद्रांसाठी पहिली शाळा काढली आणि या शाळेत सावित्रीबाई शिक्षिका म्हणून काम पाहू लागल्या. त्यांचे हे कार्य समाजाने स्वीकारले नाही. त्या स्त्रियांना शिक्षण देताहेत म्हणजे काहीतरी पातक करत आहेत असे समजून त्यांना त्रास दिला जाई. शाळेत येणाऱ्या मुलींनाही असाच त्रास दिला जात असे. परंतु तशातही सावित्रीबाई पालकांची भेट घेऊन त्यांची समजूत काढत असत. यामुळे शाळेत येणाऱ्या मुलींच्या संख्येत वाढ होऊ लागली. या शाळेत मुलींची प्रगती समाधानकारक झाल्याने मुलांनाही शाळेत पाठवण्यात येऊ लागले. त्यानंतरच्या काळात म्हणजे १८५२ पर्यंत या दाम्पत्याने पुणे व त्याच्या आसपासच्या भागात १८ शाळा उघडल्या. या शाळांमध्ये सावित्रीबाईंनी केवळ शिक्षिकेचे काम न करता आपल्या अनुभवावरून शिक्षणशास्त्रातले अनेक मूलगामी विचार मांडले.

कुमारी मातांची, वाट चुकलेल्या बालविधवांची वाईट स्थिती होती म्हणून १८५३ मध्ये त्यांनी बालहत्या प्रतिबंधक गृहाची स्थापना केली. ते महाराष्ट्रातले पहिले बालहत्या प्रतिबंधक गृह होय. या बालहत्या प्रतिबंधक गृहातील मुलांचे लालन पालन सावित्रीबाई अतिशय मायेने व आपुलकीने करत असत.

शिक्षिकेचे काम करीत असताना त्यांनी स्वत:च्या निरीक्षण व अनुभवातून शिक्षणविषयक निष्कर्ष काढले. त्यांच्या मताने 'शूद्र अतिशूद्रांच्या मुलांचा शैक्षणिक विकास होण्यासाठी त्याच समाजातले शिक्षक असणे आवश्यक आहे.' परंतु त्या काळी असे शिक्षण मिळणे हे केवळ अशक्य होतं. यासाठी त्यांनी शूद्रातिशूद्रांसाठी काढलेल्या शाळेत शिकविण्याचे काम स्वत: केले.

उच्च वर्गातील मुलींची शैक्षणिक प्रगती पाहून त्यांनी 'ज्या परिस्थितीतून, ज्या समाजातून मुले–मुली येतात त्याचा चांगला-वाईट परिणाम त्या मुलामुलींच्या शिक्षणावर होतो. शिक्षिकांना प्रशिक्षण असणे आवश्यक आहे हे जाणून त्यांनी नॉर्मल स्कूलची स्थापना केली.

बालहत्या प्रतिबंधक गृहातील स्त्रियांना स्वावलंबी करण्यासाठी लहान लहान कामेसुद्धा सुरू केली. स्त्रीची जर स्थिती सुधारायची असेल तर तिला स्वावलंबी बनवले पाहिजे असा विचार करणाऱ्या सावित्रीबाई या स्त्री मुक्तीच्या आद्य प्रणेत्या आहेत.

महात्मा फुले यांच्या मृत्यूनंतर सत्यशोधक समाजाचा सगळा भार त्यांनी समर्थपणे सांभाळलां. त्यांनी उभ्या केलेल्या संस्थांचे कामही सांभाळले. सत्यशोधक समाजाच्या परिषदांमध्ये अध्यक्षपदावरून त्यांनी भाषणे ही केली.

समाजकार्याविषयी त्यांना असलेली तळमळ, आत्मीयता त्यांच्या साहित्यातूनही दिसते. १८५४ मध्ये प्रसिद्ध झालेला त्यांचा पहिला काव्यसंग्रह ज्यात सामाजिक अन्यायाची जाणीव करून देणारी काव्य होती. त्यानंतर १८९२ मध्ये 'बावनकशी सुबोध रत्नाकर' या काव्यात त्यांनी देशाचा सामाजिक इतिहास वर्णन केला व ज्योतिबांनी केलेल्या कार्याविषयी लिहिले आहे.

शिक्षण व ज्ञान याविषयी त्यांचे विचार 'विद्या हे धन आहे रे, श्रेष्ठ साऱ्या धनाहून । तिचा साठा जयापाशी, ज्ञानी मानिती ते जन' असे होते.

त्यांचे स्मरण म्हणून ३ जानेवारी हा दिवस बालिका दिन म्हणून साजरा केला जातो.

(Population and Population Education)

लोकसंख्या व लोकसंख्या शिक्षण

येत्या काही वर्षांतच भारत हा सर्वाधिक लोकसंख्येचा देश ठरणार आहे. भारताच्या लोकसंख्या वाढीचा दर २.१०% इतका असल्याने ही समस्या गंभीर बनली आहे.

२००१ च्या जनगणनेनुसार भारताची लोकसंख्या १०,२८,६१०,३२८ इतकी आहे. पैकी पुरुष ५३,२१,५६,७७२ (५१.७३%) व ४९,६४,५३,५५६ (४८.२६%) स्त्रिया आहेत.

लोकसंख्येची घनता २००१ च्या जनगणनेनुसार सर्व राज्ये व केंद्रशासित प्रदेशात वाढली आहे. १९९१ ते २००१ च्या दशकात पश्चिम बंगाल हे दाट लोकवस्तीचे राज्य ज्यात लोकसंख्येची घनता ९०३ इतकी आहे. यात दुसरा नंबर बिहारचा व तिसरा नंबर केरळचा लागतो.

लिंग दर

तक्ता क्र. १०

भारतातील १९०१–२००१ या शतकातील लिंग दर

जनगणना वर्ष	एकूण	ग्रामीण	नागरी
१९०१	९७२	९७९	९१०
१९११	९६४	९७५	८७२
१९२१	९५५	९७०	८४६
१९३१	९५०	९६६	८३८
१९४१	९४५	९६५	८३१
१९५१	९४६	९६५	८६०
१९६१	९४१	९६३	८४५
१९७१	९३०	९४९	८५८
१९८१	९३४	९५१	८७९
१९९१	९२७	९३८	८९१
२००१	९३३	९४६	९०१

संदर्भ : सेन्सस ऑफ इंडीया २००१.

१९५१ ते २००१ या काळात लिंगदरात घट होत गेली आहे. नागरी भागात तर हे प्रमाण

चिंताजनक आहे. तरीही एकंदर पाहता १९९१ ते २००१ या काळात ग्रामीण, नागरी व एकूण दरात वाढ झाली आहे.

१९९१ ते २००१ या काळात भारताची एकूण लोकसंख्या २१.५४% नी वाढली, ज्यात दिल्ली व चंदीगड येथे अनुक्रमे ४७.०२% व ४०.२८% इतकी वाढली. तर सर्वांत जास्त लोकसंख्या दमण, दीव व दादरा, नगरहवेली येथे अनुक्रमे ५५.७३% व ५९.७२% इतकी वाढली. सर्वांत कमी लोकसंख्या केरळमध्ये ९.४३% इतकी वाढली. नागालँडमध्ये दमण, दीव व दादरा नगरहवेलीपेक्षाही जास्त म्हणजे ६४.५३% इतकी वाढ झाली. महाराष्ट्रात ही लोकसंख्या २२.३३% इतकी वाढली. गुजराथची लोकसंख्याही महाराष्ट्रइतकीच वाढली. तामिळनाडू व आंध्र प्रदेश येथेही लोकसंख्येची वाढ कमी झाली आहे.

साक्षरता

२००१ च्या जनगणनेनुसार केरळमध्ये सर्वांत जास्त म्हणजे ९०.८६% इतकी साक्षरता आहे. त्याखालोखाल मिझोराममध्ये हे प्रमाण ८८.८०% आहे. महाराष्ट्रात साक्षरतेचे प्रमाण ७६.८८% आहे व सर्व राज्यांमध्ये महाराष्ट्राचा नंबर दहावा लागतो. बिहारमध्ये सर्वांत कमी म्हणजे ४७% साक्षरता आहे. झारखंडमध्ये हे प्रमाण ५३.५६% आहे. १४ राज्यांमध्ये हे प्रमाण ६० ते ७० टक्के इतके आहे. ८१ टक्के ते ९० टक्क्यांमध्ये ८ राज्ये आहेत.

पुरुषांच्या साक्षरतेच्या प्रमाणात केरळ व मिझोराम आघाडीवर आहेत. तेथे अनुक्रमे ९४% व ९२% इतके प्रमाण आहे. त्या तुलनेत महिला साक्षरतेत ९०% किंवा त्यापेक्षा जास्त प्रमाण कुठेच नाही. बिहारमध्ये एकंदर साक्षरतेचे प्रमाण कमी आहे व त्यातही स्त्रियांचे प्रमाण अतिशय कमी म्हणजे ३३% आहे. महाराष्ट्रात स्त्रियांचे प्रमाण ६७% आहे. केरळ, मिझोराम व लक्षद्वीप या राज्यांत अनुक्रमे ८७.७२%, ८६.७५% व ८०.४७% इतके आहे. स्त्री साक्षरतेत केवळ १७ राज्यांमध्येच ६०% व त्यापेक्षा जास्त प्रमाण आहे.

तक्ता क्र. ११

भारतातील साक्षरतेचे प्रमाण १९५१–२००१

जनगणनेचे वर्ष	व्यक्ती	पुरुष	स्त्रिया
१९५१	१८.३३	२७.१६	८.८६
१९६१	२८.३	४०.४०	१५.३५
१९७१	३४.४५	४५.९६	२१.९७
१९८१	४३.५७	५६.३८	२९.७६
१९९१	५२.२१	६४.१३	३९.२९
२००१	६४.८४	७५.२६	५३.६७

संदर्भ : इंडिया २००८

    महिला साक्षरतेचे प्रमाण पहिल्यापासूनच म्हणजे १९५१ पासूनच कमी आहे व हे प्रमाण वाढत जाऊन ५३.६७% इतके झाले आहे. महिला साक्षरतेच्या प्रमाणात ठळकपणे १९९१ ते २००१ च्या दशकात १४% इतकी वाढ झाली आहे. १९८१, १९९१ व २००१ च्या जनगणनेत ७ वर्षे व त्यावरील लोकसंख्येची गणती केली आहे. वयोगटानुसार साक्षरतेचे प्रमाण खालीलप्रमाणे आहे –

तक्ता क्र. १२

७ ते ३९ वयोगटानुसार भारतातील साक्षरतेचे प्रमाण

वयोगट	एकूण	निरक्षर पुरुष	%	निरक्षर स्त्रिया	%
७	२३०८५०२८	४१९९१८४६	१८.१९	४५२८५४३४	१९.६५
८	३१०३१०७४	४२३२९८१	१३.६४	४९५१६३६	१५.९५
९	२०८६८२३८	१६५४७५७	७.९	२१८५५४३१	१०.४७
१०	३३८५५३७८	३२३४३२३	९.५	४२६०३११	१२.५८
११	१८०७८९४९	९२२९९७	५.१०	१४०९८४०	७.८०
१२	३०४२७४२९	२४५८३५७	८.०८	३५७६६४३	११.७५
१३	१९८९७०५१	१०८८६५७	५.४७	१८९५४३२	९.४२
१४	२२५८८०५१	१५०६१७५	६.६७	२४७८२७३	१०.९७
१५	२२५२१०५१	१९६८५४३	८.७४	२७०१३११	११.९९
१६	२१७७७८१०	१७७०६७१	८.१३	२६८७५७७	१२.३४
१७	१४८९८८६२	९३३८१५	६.२७	१४९६६६५	१०.०४
१८	२७६८६९०२	२६२२७६५	९.४७	४०७६३९३	१४.७२
१९	१३३३१२५७	८०६८५९	६.०५	१६८९२६७	१२.६७
२०–२४	८९७६५१३२	७७४६५८३	८.६३	१६२८६१९५	१८.१४
२५–२९	८३४२२३९३	८९६३५८८	१०.७४	१८७९६८५६	२२.४३
३०–३४	७४२७४०४४	९४१३३७५	१२.६७	१९०४७६६९	२५.६४
३५–३९	७०५७८०८५	१०३९५५८४	१४.७३	१९९०५९९५	२७.०२

संदर्भ : सेन्सस ऑफ इंडिया २००१

    वय वर्षे १० व त्यापुढील लोकसंख्येत असलेले निरक्षरतेचे प्रमाण चिंताजनक आहे. कारण निरक्षरता व अज्ञान याचे इतरही सामाजिक परिणाम घडून येतात. स्त्रियांमध्ये तर हे प्रमाण खूपच जास्त आहे. अशा विद्यार्थ्यांसाठी शालाबाह्य शिक्षणाच्या योजना प्रभावीपणे राबवल्या गेल्या पाहिजेत. या योजना तिथपर्यंत पोहोचल्या पाहिजेत.

तक्ता क्र. १३

कामकरी लोकसंख्येचे वर्गीकरण

भारत

(आकडे कोटीत)

	ग्रामीण	नागरी	एकूण
२००१ जनगणना			
एकूण लोकसंख्या	७४.२५	२८.६१	१०२.८६
एकूण काम करणारे	३१.००	९.२३	४०.२२
अल्पकालीन काम करणारे	८.०८	०.८५	८.९२
दीर्घकाल काम करणारे	२२.९२	८.३८	३१.३०
एकूण काम करणाऱ्यांचे वर्गीकरण			
१) शेतकरी	१२.४७	०.२६	१२.७३
२) शेतमजूर	१०.२४	०.४३	१०.६८
३) घरगुती उद्योगात काम करणारे	१.२१	०.४८	१.७०
४) इतर काम करणारे	७.०७	८.०५	१५.१२

संदर्भ : इंडिया २००८

तक्ता क्र. १४

कामकरी लोकसंख्येचे वर्गीकरण

महाराष्ट्र

	ग्रामीण	नागरी	एकूण	%	
				ग्रामीण	नागरी
एकूण लोकसंख्या	५,५७,७७,६४७	४,११,००,९८०	९,६८,७८,६२७	५७.५७	४२.४२
एकूण काम करणारे	२,७२,६१,४३१	१,३९,११,९२०	४,११,७३,३५१	६६.२१	३३.७९
अल्पकालीन काम करणारे	५४,०७,६२७	१०,१७,६७१	६४,२५,२९८	८४.१६	१५.८४
दीर्घकाल काम करणारे	२,१८,५३,८०४	१,२८,९४,२४९	३,४७,४८,०५३	६२.८९	३७.११
कामाच्या शोधात असलेले	२५,३६,९७५	२१,०१,३१३	४६,३८,२८८	५४.७०	४५.३०
काम न करणारे	२,८५,१६,२१६	२,७१,८८,०६०	५,५७,०५,२७६	५१.१९	४८.८०

संदर्भ : सेन्सस ऑफ इंडिया २००१

कामाच्या शोधात असलेल्या व कामासाठी उपलब्ध असलेल्या व्यक्तींमध्ये ५ वर्षांपासून १९ वर्षांपर्यंतच्या व्यक्तींचाही समावेश केला आहे. कामाच्या शोधात असलेले व काम न करणारे यांच्यात ग्रामीण भागातील प्रमाण खूप जास्त आहे. एकूण काम करणाऱ्यांपैकी ६६% ग्रामीण भागातील आहेत.

तक्ता क्र. १५

भारतातील लोकसंख्येची वयोगटानुसार रचना

वर्ष	० ते १४ वयोगट (%)	१५ ते ६० वयोगट (%)	६० पेक्षा अधिक वयोगट (%)	६० वर्षांवरील लोकसंख्या वाढ
१९११	३८.८	६०.२	१.०	
१९२१	३९.२	५९.६	१.२	+ ०.२
१९३१	३८.३	६०.२	१.५	+ ०.३
१९४१	३७.४	५७.१	५.५	+ ४.०
१९५१	४१.०	५३.३	५.७	+ ०.२
१९६१	४१.४	५३.४	५.२	− ०.५
१९७१	३९.५	५४.१	६.४	+ १.२
१९८१	४०.०	४३.०	७.०	+ ०.६
१९९१	३२.०	६०.०	८.०	+ १.०
२००१	३५.६	५७.६	६.८	− १.२

संदर्भ : IAMR Fact book on manpower P. 12 and census of India series - 1 India paper 2 of 1983 (1911 to 1981).

६० वर्षे व अधिक वयोगटातील वाढ लक्षात घेण्याजोगी आहे. कामासाठी बरेच मनुष्यबळ उपलब्ध आहे असे १५ ते ६० या वयोगटावरून दिसते.

वरील सर्व परिस्थितीवरून लोकसंख्या शिक्षणाची भारतात गरज आहे असे स्पष्ट दिसते.

लोकसंख्या शिक्षण

लोकसंख्या शिक्षण हे व्यापक अर्थाने खालीलप्रमाणे सांगता येईल –

लोकसंख्या शिक्षण म्हणजे लोकसंख्येच्या आकडेवारीचे शिक्षण नसून लोकसंख्येच्या जीवनमानाचा व गुणात्मक दर्जा उंचावण्यासाठी आवश्यक असलेल्या सर्व गोष्टींचा चांगल्या प्रकारे सुसंस्कार करणारे शिक्षण होय.

लोकसंख्येचे जीवनमान व राहणीमान यांचा दर्जा सुधारण्यासाठी लोकसंख्येची स्थिती, सामाजिक व सांस्कृतिक स्थिती, आर्थिक स्थिती यामध्ये समतोल असणे गरजेचे आहे.

सामाजिक व सांस्कृतिक स्थिती व समस्या

ज्या समाजातील जास्तीत जास्त लोक सुखी आहेत. त्या समाजाचा सामाजिक व सांस्कृतिक दर्जा वरचा आहे असे समजले जाते. साधारणपणे भौतिक सुखाची इच्छा लोकांना जास्त असते कारण त्यावर मानसिक सुख अवलंबून असते. भारतीय समाजाचा विचार करता खालील बाबींचा विचार करावा लागेल– १) आर्थिक विषमता २) व्यसनाधीनता ३) प्रगतीसाठी समान संधींचा अभाव ४) सामाजिक विषमता ५) स्त्री व पुरुष दर्जातील विषमता ६) भ्रष्टाचार.

ज्यात जातिव्यवस्था, आरोग्य, आर्थिक परिस्थिती, स्त्रीचे समाजातील स्थान, भ्रष्टाचार व त्यामुळे नागरिकांमध्ये येणारे वैफल्य या सर्वांचा विचार होणे गरजेचे आहे.

आर्थिक विकास व समस्या

देशाचा विकास हा आर्थिक स्थिती व उपलब्ध साधनसामग्री यावर अवलंबून असतो. आर्थिक विकास साधनसंपत्ती व औद्योगिक प्रगतीवर अवलंबून असतो. भारतासारख्या विकसित राष्ट्राच्या बाबतीत साधनसंपत्ती, औद्योगिक प्रगती व आर्थिक विकास या बाबी परस्परावलंबी आहेत. औद्योगिक विकासासाठी १) यंत्रसामग्री व तंत्रज्ञानाची उपलब्धता २) ऊर्जेची व पाण्याची आवश्यकता ३) तयार मालाच्या विक्रीसाठीची बाजारपेठ ४) तयार मालासाठी बाजारात मागणी ५) उद्योगधंद्यासाठी जागेची गरज ६) दळणवळणाच्या साधनांची गरज ७) उद्योगांना आवश्यक ते अर्थसाहाय्य याची पूर्तता झाल्याशिवाय होत नाही.

शिवाय अलीकडच्या काळात अनेक संस्थांमध्ये करार तत्त्वावर नोकरभरती केली जात असल्याने कामाची शाश्वती नाही. उद्योगांमध्ये रोजंदारीवर मजूर घेत असल्याने त्यांना कौशल्ये शिकण्यासाठी सातत्याने तेच काम मिळत नाही. आर्थिक अस्थिरतेमुळे कुटुंबाच्या माफक गरजाही प्रत्येक वेळी पूर्ण होत नाहीत.

परिस्थिती सुधारण्यासाठी

भारतात आज कुपोषणाचा प्रश्न गंभीर आहे. लोकांचे राहणीमान सुधारण्यासाठी शेतीच्या उत्पन्नाबरोबरच लोकांची विकत घेण्याची क्षमताही वाढली पाहिजे. साक्षरतेचे प्रमाण वाढले पाहिजे, ज्यामुळे आपोआपच अंधश्रद्धा, वाईट प्रथा मागे पडून कुटुंबनियोजनाचा स्वीकार केला जाईल. कुटुंब कल्याण ही संकल्पना प्रभावीपणे राबवता येईल.

शिक्षित स्त्री कुटुंबाचा गुणात्मक दर्जा वाढविण्यासाठी प्रयत्न करते. तिचे स्थान कुटुंबात, समाजात उंचावले की विकास कार्यक्रमात तिचा सहभाग पुरुषांच्या बरोबरीने राहील. स्त्रियांवरचे अत्याचार थांबले की ती समाजात अधिक मोकळेपणाने वावरू शकेल.

नैसर्गिक साधनसामग्रीचा विपुल वापर व निसर्गाचा ढासळणारा समतोल, अवर्षण, याचाही मानवाच्या राहणीवर परिणाम होतो.

या साऱ्यासाठी पथनाट्ये, विविध माध्यमांचा वापर, त्यांत स्त्रिया, शाळकरी विद्यार्थी या सर्व घटकांचा सहभाग आवश्यक आहे. नागरी भागातील लोकसंख्येचे प्रश्नही सोडवले गेले पाहिजेत. यात मानसिकता बदलणे, जागरुकता, भेदाभेद नष्ट होणे या गुणात्मक बाबींसाठी ही प्रयत्न केले गेले पाहिजेत.

(Poverty)

दारिद्र्य

द्रारिद्र्य म्हणजे काय

भारतात आजही ४०% पेक्षा जास्त लोक दारिद्र्यरेषेखाली आयुष्य जगत आहेत. दारिद्र्य म्हणजे काय, तर व्यक्तीला मूलभूत गरजा भागविणेही ज्या परिस्थितीत शक्य होत नाही त्या अवस्थेला दारिद्र्यावस्था असे म्हणतात. आत्ताच्या काळात राहणीमानाच्या दर्जानुसार वर्गीकरण करण्यात येते ज्यात अपुरे उत्पन्न, उपजीविकेपुरते उत्पन्न, मध्यमवर्गीय जीवन जगता येईल इतके उत्पन्न, चैनीत जगता येईल इतके उत्पन्न यांचा समावेश होतो. परंतु अशा वर्गीकरणाचे घटक सापेक्ष असतात. त्यामुळे ते गणिताच्या भाषेत निश्चित ठरविता येत नाहीत. उत्पन्नाबरोबर सामाजिक परिस्थितीही बदलत असते व चैनीत जीवन जगण्याकडे कल दिसून येतो.

दारिद्र्याचा व्यक्तीवर व समाजावर परिणाम होतो. दरिद्री लोकांच्या आयुष्यात सामाजिक सांस्कृतिक दारिद्र्य, अस्थिर कौटुंबिक जीवन, मानसिक-भावनिक समस्या, गुन्हेगारी प्रवृत्ती ही त्यांची प्रमुख लक्षणे होत. असे लोक दैववादी बनतात. त्यांचे कौटुंबिक जीवन कष्टदायक असल्याने त्यांच्यात कडवटपणा असतो. अशा परिस्थितीत वाढलेली व मोठी झालेली मुलेही आई-वडिलांप्रमाणेच आयुष्य जगतात.

उद्योगेतर समाजात निसर्गाची अवकृपा झाल्याने मूलभूत गरजा भागविता येत नाहीत. कारण अशा वेळी अन्नधान्याचे उत्पन्नच पुरेसे येत नाही. अशा परिस्थितीत उपलब्ध असलेल्या अन्नधान्याचे योग्य नियोजन करून सर्वांच्या गरजा पूर्ण होतील. याकडे लक्ष द्यावे लागते.

कारणे

औद्योगिकी करणाच्या काळात समाजातील अनेक घटकांना काम मिळते. परंतु जागतिक बाजारपेठेतील उलाढालींचा त्यावर परिणाम होतो. यात मोठे कारखाने बंद पडले की, त्यावर अवलंबून असलेले लघुउद्योग, संबंधित उद्योग बंद पडतात व अशा परिस्थितीत उत्पन्नच नाही, त्यामुळे जीवनस्तर एकदम खाली येतो. त्यातही अकुशल कामगारांना काम मिळण्याचा प्रश्न जास्त बिकट बनतो. जागतिकीकरणात असे प्रश्न जास्त निर्माण होतात.

औद्योगिकरण झालेल्या व संपन्नावस्थेत असणाऱ्या अनेक राष्ट्रांमध्ये काही समाजातील विशिष्ट गट दीर्घकाळपर्यंत दारिद्र्यावस्थेत राहतात. उद्योगधंदे नसलेल्या प्रदेशात शेतीची परिस्थिती फारशी चांगली व फायदेशीर नसलेल्या प्रदेशात अशी परिस्थिती दिसते.

दारिद्र्याची आणखीही कारणे दिसतात. यात तांत्रिक प्रशिक्षणाचा अभाव, शारीरिक किंवा

मानसिकदृष्ट्या अपंग, काम न करण्याची वृत्ती, काम करण्यासाठी लागणारे बळ, शक्ती नसणे इ. याशिवाय काम करण्याची इच्छा असूनही नैसर्गिक साधनसंपत्तीचा अभाव, प्रतिकूल हवामान यामुळे काही करता येत नाही. अशा परिस्थितीतही दारिद्र्य येते.

कारखान्यांमध्ये अचानक झालेला संप, टाळेबंदीमुळे, आर्थिक मंदीमुळे दारिद्र्य येते. अविकसित देशांमध्ये शेतीमालाला भाव कमी, निसर्गावर अवलंबून असल्याने त्यात अनियमितता, त्यामुळे उत्पन्न कमी. शेतमजूर त्यातही भूमिहीन शेतमजूर, अल्पभूधारक यांनाही कायम दरिद्री अवस्थेत राहावे लागते.

दुष्काळ, नापिकी यामुळे ग्रामीण भागातून नागरिक शहरांत स्थलांतरित होतात व त्यांना काम मिळताना तात्पुरते, अकुशल काम मिळते, त्यामुळे गरजा भागविणे, त्यातही शहरांतील महागाईच्या राहणीत, अशक्य होते. घरातल्या कमावत्या व्यक्तीचा अचानक मृत्यू, औद्योगिक अपघाताने कायमचे अपंगत्व येणे, यामुळेही कुटुंबाला दारिद्र्यावस्थेला तोंड द्यावे लागते.

यानुसार दारिद्र्याचे तात्पुरते दारिद्र्य व कायमचे दारिद्र्य असे दोन प्रकार पडतात. व्यक्तीला जगण्यासाठी आवश्यक वाटणाऱ्या किमान कॅलरी (उष्मांक) या संख्येवर आधारित असतात आणि यानुसार निश्चित केलेल्या दारिद्र्य रेषा निरपेक्ष दारिद्र्य दाखवितात. कमालीची विपन्नावस्था हे त्याचे वैशिष्ट्य. तिला निरपेक्ष दारिद्र्य म्हटले जाते. परंतु व्यक्तीला फक्त किमान कॅलरीची गरज नसते तर इतरही गरजा असतात. जसे अन्न, वस्त्र, निवारा, शिक्षण याचीही गरज असते. या किमान गरजा लक्षात घेऊन दारिद्र्याचा जो अंदाज केला जातो त्याला सापेक्ष दारिद्र्य असे म्हणतात. परंतु केवळ निरपेक्षतेच्या रेषेवर दारिद्र्य पीडित कुटुंबे ठरविली गेली, तर व्याप्ती कमी होईल.

उपाय

गरिबी दूर करण्यासाठी आजही रोजगार हमी योजना राबविली जात आहे. याचा उद्देश ग्रामीण भागातील बेकारी, दारिद्र्य यांच्यावर मात करणे आहे. शिवाय ६५ वर्षांवरील व्यक्तीला दरमहा रु. ७५ निर्वाहनिधी म्हणून दिला जात असे. हा भत्ता वाढवून रु. २०० करण्यात आला आहे. मुलांना माध्यान्ह भोजन पुरविले जाते.

ग्रामीण भागातील एकूणच परिस्थिती बिकट आहे. लोक दारिद्र्य, निर्धन अवस्थेत आहेत. यासाठी मूलभूत क्षमता म्हणजेच साक्षरता, आरोग्य, रोजगाराची उपलब्धी, सामाजिक सहभाग हे आजवर मिळाले नाही. त्याचप्रमाणे पायाभूत सुविधा, रस्ते, पाणी, वीज मिळाल्यावर आर्थिक संधी मिळू शकते.

या भागातील कमकुवत गटातील व्यक्तींना कर्जपुरवठा करून, उत्पादनाला बाजारपेठ देऊन विकासाच्या संधी उपलब्ध करून दिल्या पाहिजेत. लघुउद्योगांना प्रोत्साहन देण्यासाठी चालना दिली पाहिजे.

वस्तुस्थिती

दारिद्र्यामुळे आर्थिक विषमता निर्माण होते. भरमसाठ वाढलेल्या महागाईत मध्यमवर्गीयांनासुद्धा भागवणे कठीण होऊन बसले आहे. भारतासारख्या गरीब आणि उष्ण हवामान असलेल्या देशात माणसाला जगण्यासाठी दर दिवशी किमान २२५० उष्मांक मिळवून देणारे अन्न-धान्य, डाळी, दूध, भाज्या इत्यादी लागते व देशभराचा विचार करता या किमती सर्वत्र वेगळ्या असतात.

दारिद्र्य रेषेखालील लोकांबाबत खालीलप्रमाणे म्हणता येईल :

१) दारिद्र्य रेषेखालील बहुसंख्य लोक ग्रामीण भागात राहतात. त्यात प्रामुख्याने छोटे शेतकरी, भूमिहीन मजूर जास्त असतात.

२) ग्रामीण भागातील गरिबांचा मुख्य प्रश्न बेकारीपेक्षा कमी उत्पादनक्षम व्यवसाय हा असतो. त्यामुळे रोजगार असूनही पोटभर अन्न मिळत नाही.

३) खेड्यातील लोक शहरात गेल्याने तिथे बेकारीचा प्रश्न निर्माण होतो शिवाय असंघटित क्षेत्रातील व्यक्तींना नियमित काम नसते.

याला कारण म्हणजे तुटपुंज्या जमिनीवर शेतकरी कुटुंबे घरातील मुलांना मजुरी करायला लावतात. त्यामुळे पुढच्या पिढ्यात दारिद्र्य वाढते. एकरी उत्पादन वाढत नाही. त्यासाठी खते, सुधारित बी-बियाणे, कर्जपुरवठा यांची गरज असते. आवश्यक तो तांत्रिक सल्ला मिळायला हवा. सिंचनाची सोय व्हायला हवी. नैसर्गिक साधनसामग्रीचा अतिरेकी वापर झाल्याने त्याचा हवामानावर परिणाम झाला. पर्यायाने शेतीवर परिणाम झाला.

नैसर्गिक आपत्ती व संकटांमुळेही वित्तहानी होते. कुटुंबांना आपले सर्वस्व गमवावे लागते. त्यातूनही दारिद्र्य येते. अशा वेळी शासकीय किंवा स्वयंसेवी संस्थांकडून मिळणारी मदत तुटपुंजी असते.

शासकीय योजना

सन २००७ मध्ये शहरात दारिद्र्याचे प्रमाण १५.१%, तर ग्रामीण भागात २१.१% आहे व भारतात हे प्रमाण १९.३% आहे. भारत सरकारने विविध पंचवार्षिक योजनांतर्गत अनेक विकास व रोजगार कार्यक्रम सुरू केले आहेत. यात काही प्रमुख कार्यक्रम लागू करण्यात आले आहेत.

१) अधिक उत्पन्न देणाऱ्या वाणांचा कार्यक्रम

२) प्रधानमंत्री रोजगार योजना

३) महिला समृद्धी योजना

४) इंदिरा महिला योजना

५) राष्ट्रीय सामाजिक साहाय्यता योजना

६) गंगा कल्याण योजना

७) जवाहर समृद्धी योजना

८) प्रधानमंत्री समन्वित शहरी गरिबी निर्मूलन योजना

९) स्वर्णजयंती ग्रामीण स्वयंरोजगार योजना

१0) अन्नपूर्णा योजना (२000)

११) अंत्योदय अन्न योजना (२00१)

१२) संपूर्ण ग्रामीण रोजगार योजना (२00१)

१३) स्वर्णजयंती शहरी रोजगार योजना (१९९७)

१४) प्रधानमंत्री ग्रामोदय योजना (२000-0१)

अ) प्रधानमंत्री ग्रामोदय योजना

ब) प्रधानमंत्री ग्राम सडक योजना

या योजना घर, पिण्याचे पाणी, रस्ता या सुविधा पुरविण्यासाठी आहेत.

१५) कृषी श्रमिक सामाजिक सुरक्षा योजना (२00१)

१६) कामाच्या बदल्यात अन्न धान्य कार्यक्रम (२00१)

१७) जयप्रकाश नारायण अन्न गॅरंटी योजना (२00२)

१८) स्व-जलधारा योजना (२00२)

१९) राष्ट्रीय जननी सुरक्षा योजना (२00३)

२0) वरिष्ठ नागरिक बचत योजना (२00४)

याशिवाय जनश्री विमा योजना ही समाजातील गरीब वर्गांना सामाजिक सुरक्षा प्रदान करण्याकरिता सुरू झाली. १८ ते ६0 वर्षे वयोगटांतील वृद्ध लोकांना पेन्शन मिळते.

शहरात गलिच्छ वस्त्यांमध्ये दारिद्र्य रेषेखाली जीवन जगणाऱ्या लोकांसाठी निवासी गाळ्यांची निर्मिती करणे, शहरातील पर्यावरण स्वच्छ राहावे यासाठी सामुदायिक शौचालये बांधणे.

जयप्रकाश नारायण रोजगार गॅरंटी योजना व राष्ट्रीय अपंगत्व कोष योजना सुरू करण्यात आल्या. वरिष्ठ नागरीक बचत योजना २00४ ला सुरू करण्यात आली व त्यावर ९% व्याज देण्यात येते.

समारोप

शासनाकडून दिला जाणारा निर्वाह भत्ता वेळेवर न मिळणे, त्यात भ्रष्टाचाराची शक्यता. मुळातच तो तुटपुंजा आहे. त्यामुळे अशा प्रकारच्या उपायांनी दारिद्र्य निर्मूलन करता येणे अवघड आहे.

ग्रामीण भागात बचत गटाच्या रूपाने संघटित शक्ती उभी केली आहे. व्यावसायिक

प्रशिक्षण देऊन कुटुंबाला हातभार लावण्याचे उपाय सुरू आहेत. परंतु त्या उत्पादनालाही बाजारपेठ न मिळाल्याने तोच प्रश्न पुन्हा आहे. त्यामुळे त्यांना नवीन व्यवसाय करता येत नाही.

आदिवासी क्षेत्रातही सुधारणा झाली नाही. ज्या ठिकाणी झूम पद्धतीने शेती केली जाते तिथे आर्थिक वाढीची प्रक्रिया अशक्य आहे.

भारताची भरमसाठ वाढणारी लोकसंख्या त्यामुळे अन्न, वस्त्र, निवारा, सार्वजनिक आरोग्य, शैक्षणिक सोयी याची परिस्थिती गंभीर होत चालली आहे. बालमृत्यूचे प्रमाण जोवर कमी होणार नाही तोवर जनन दर कमी होणार नाही व सक्षम, निरोगी प्रजा असेल तेव्हा काम करणारी लोकसंख्या जास्त असेल. यासाठी समाजातील स्त्रियांचा दर्जा उंचावणे, स्त्री-शिक्षण दिले गेले पाहिजे. स्त्री शिक्षणाचा प्रसार व प्रचार झाला पाहिजे. स्त्रियांना रोजगाराची संधी उपलब्ध करून दिल्यास दारिद्र्य निर्मूलनाच्या दृष्टीने ते उपयुक्त ठरते.

परंतु योजनांची अंमलबजावणी योग्य प्रकारे व योग्य वेळेत होणे गरजेचे आहे. योजनेचा लाभ योग्य त्या व्यक्तींनाच मिळायला पाहिजे.

(Prison and Prison reforms)

तुरुंग व तुरुंग सुधारणा

समाजात सुव्यवस्था व शिस्त राहावी आणि आज्ञापालन व्हावे, यासाठी प्रस्थापित कायद्याच्या दृष्टीने अयोग्य व समाजबाह्य ठरणारे वर्तन करणाऱ्याला शिक्षा देण्याची तरतूद आहे. यात गुन्ह्याच्या स्वरूपानुसार गंभीर गुन्हे करणाऱ्याला अंधार कोठडी, सश्रम कारावास किंवा फाशीसारख्या शिक्षा दिल्या जातात.

भारतातील कारागृह व्यवस्था

कारागृह व्यवस्था म्हणजेच तुरुंग व्यवस्था. ही गुन्हेगारांना शिक्षा देणारी व्यवस्था आहे. यात गुन्हेगारांना सोयी मिळतात. परंतु कुटुंब, घर, समाज यांच्यापासून दूर राहणे हीसुद्धा एक प्रकारची शिक्षाच आहे. तसेच तिथे राहिल्याने गुन्ह्याची जाणीव होणे, त्यांच्यात सुधारणा व्हावी हा तिथे ठेवण्याचा हेतू असतो. येथे गुन्हेगारांना स्थायी किंवा अस्थावी स्वरूपातून बंदिस्त केले जाते.

कारागृहाची किंवा तुरुंगाची मुख्य तत्त्वे

गुन्हेगाराला न्यायालयाने जेवढी शिक्षा ठोठाविली आहे तेवढा काळ तुरुंगात राहावे लागते. कारागृह ही एक प्रकारची व्यवस्था असते. येथे व्यक्ती समूहात राहते. यात कुटुंबासारखीच कामाची वाटणी केलेली असते. यात कैद्याला झेपेल इतकेच काम दिले जाते. तेथे त्यांची परस्परांशी बंधूत्वाची नाती निर्माण होतात ते मानसिक दिलासा देण्यासाठी एकाकीपणा घालवण्यासाठी निश्चित गरजेचे आहे. यात स्त्री कैद्यांना वेगळ्या व पुरुष कैद्यांना वेगळ्या तुरुंगात ठेवले जाते.

कारागृहाचा मुख्य जेलर असतो. ज्याला तुरुंगाधिकारी असेही म्हटले जाते. तुरुंगातच यांचे कार्यालय असते. त्यांचे कार्यालयीन कर्मचारी व पोलीस शिपाई स्वतंत्र असतात. ते कैद्यांची देखभाल करतात. तुरुंगातच कैद्यांच्यात त्यांची जेवण्याची व राहण्याची सोय असते. दवाखान्याची व्यवस्थाही असते.

प्रत्येक गुन्हेगाराचा शिक्षेचा कालावधी ठरलेला असतो. जन्मठेपेचा कैदी जास्त काळ शिक्षा भोगत असतो. तुरुंगात राहणे ही दंडात्मक स्वरूपाची कारवाई असते. याचा उद्देश गुन्हेगाराने पुन्हा गुन्ह्याकडे वळू नये असा असतो.

तुरुंग सुधारणा

भारतात स्वातंत्र्य मिळाल्यानंतर तुरुंग सुधारणेच्या बाबतीत सक्रिय कार्यवाही सुरू झाली. ते करताना अनेक बाबींचा विचार केला गेला आहे.

प्रारंभीच्या काळात कैद्यांचे वय, लिंग, या गोष्टी लक्षात घेऊन वर्गीकरण केले जात नव्हते. परंतु आता त्यांचे या आधारावर वर्गीकरण केले जाऊन त्यांना एकमेकांपासून वेगळे ठेवले जाते. बालगुन्हेगार आणि वयोवृद्ध गुन्हेगार यांना वेगळे ठेवले जाते.

स्त्री-पुरुष गुन्हेगारांना वेगवेगळ्या कारागृहांत तर बालगुन्हेगारांना सुधारगृहांत ठेवले जाते. सुधारगृहांत मुलांचा अभ्यास केला जातो व त्यानुसार त्यांना वागणूक दिली जाते.

कैद्यांचे मनोवैज्ञानिक निरीक्षण करून त्यांना सल्ला देणे, त्यांचे तणाव व्यवस्थापन करणे, त्यासाठी मानसोपचारतज्ज्ञांची नेमणूक करणे व उपाययोजना करणे. या गोष्टी तुरुंगात होत असतात.

सामाजिक कार्यकर्त्यांची तुरुंगात नेमणूक होऊ लागल्यावर कैदी आपल्या भूतकाळातील व सध्याच्या समस्या मांडू शकतात. हे कार्यकर्ते ते कैद्यांचे मानसिक परिवर्तन करण्यासाठी प्रयत्न करतात. यातून तुरुंग सुधारण्यासाठी प्रयत्न केले जातात.

महात्मा गांधींचा कैद्यांकडे बघण्याचा दृष्टिकोन मानवतावादी होता. तुरुंग कारागृह न राहता सुधारगृहे व्हावीत अशी त्यांची धारणा होती. महात्मा गांधींच्या विचारांचा आधुनिक तुरुंग सुधारणेशी जवळचा संबंध आहे.

विविध विभागांत काम करणाऱ्या कैद्यांचे परस्पर सहकार्य असायला पाहिजे, तरच कामाचा उत्साह निर्माण होऊ शकतो.

तुरुंगात शिक्षा भोगत असलेला कैदी सतत रिकामा राहिला, तर त्याचे मानसिक संतुलन बिघडण्याची शक्यता असते. शिवाय त्याला येणारी कौशल्ये जर त्याने वापरात आणली नाहीत, तर त्याच्या तुरुंगाबाहेर गेल्यावर पुनर्वसनाचा प्रश्न अधिक अवघड होईल. यासाठी तुरुंगात फर्निचर बनवणे, छपाई, बाइंडिंग, खडू, मेणबत्त्या बनवणे याचे प्रशिक्षण दिले जाते. तसेच त्यांच्या अंगी जे कला गुण आहेत चित्रकला, पेंटिंग, लेखन यासारख्या कलांना प्रोत्साहन दिले जाते. काही कैद्यांनी येथे राहून उच्च शिक्षण, शिक्षण घ्यायचे ठरवले तरीही तशी सोय त्यांना करून दिली जाते.

त्यांच्यासाठी सांस्कृतिक कार्यक्रम आयोजित केले जातात. वाचनालय, व्यायामशाळा, प्राणायाम, योगासने यांचीही सोय करण्यात आलेली आहे. तुरुंगात त्यांना वैद्यकीय सुविधाही पुरविल्या जातात

तुरुंगातील अपुऱ्या सोयी, सुविधांविरुद्ध कैदी उठावही करतात. त्यात अपुरा अधिकारी वर्ग, काही गुन्हेगारांना राजाश्रय यामुळेही भांडणे, संघर्ष होत असतात. समुपदेशक, समाजकार्यकर्ते यांच्यात वरचेवर कैद्यांशी संपर्क असायला हवा.

अलीकडे तुरुंगांची संख्या वाढवली जाईल, असे राज्यसरकारने ठरवले आहे. परंतु हे कोणत्याही समाजाच्या प्रगतीचे लक्षण अर्थातच नाही. खटले वर्षानुवर्षे चालवले गेल्याने कैदी तुरुंगात असतात. त्यामुळे खटल्यांचा निकाल लवकर लावणे हा त्यावर उपाय होऊ शकतो.

दिवसेंदिवस कैद्यांची संख्या तुरुंगातील अपुऱ्या सोयींमुळे गुन्हेगार रोगांचे बळी ठरतात. त्यांना वैद्यकीय मदतीची अतिशय गरज असते. शारीरीक दुर्बलतेबरोबरच त्यांत मानसिक रुग्णही असतात. त्यांच्यात समलिंगी कामवासनेची भावना, विकृती मोठ्या प्रमाणात आढळते.

बालगुन्हेगारांसाठी शाळा चालवल्या जातात. त्यांनी गुन्ह्यांकडे वळू नये, समाजात त्यांना चांगली वागणूक मिळावी, त्यांना समाजाने स्वीकारावे यासाठी त्यांना मानसिकदृष्ट्या सक्षम केले जाते.

निरक्षर कैद्यांसाठी साक्षरतेचे वर्ग चालवले जातात. शिवाय त्यांना माळीकाम, शेतीकाम शिकवून त्यातून उत्पादन काढले जाते. शिवणकाम शिकवून शासकीय खात्यांसाठी गणवेश शिवून देण्याचे काम त्यांच्याकडून करून घेतले जाते.

गुन्हेगारांना सतत गुन्हेगार समजून हेटाळणी, तिरस्काराची वागणूक मिळू नये, यासाठी कारागृहातील संबंधित अधिकाऱ्यांना प्रशिक्षण दिले जाते. यामुळे त्यांचे मानसिक खच्चीकरण होत नाही. तसेच कारागृह ही गुन्हेगारांचे शिक्षेचे स्थान म्हणून नाही तर सुधारण्याची संधी आहे, असे मानूनच त्याकडे बघायला हवे. या सुधारणेचाच एक भाग म्हणून परीविक्षेची सोय करण्यात आली आहे. शिवाय कुटुंबातील व्यक्तींना तुरुंगात जाऊन कैद्याची भेट घेता येते.

तरीही आताच्या काळात हे उद्देश किती प्रमाणात साध्य होतात हा प्रश्नच आहे. शिक्षण घेतलेल्या काही कैद्यांचे अनुभव, त्यांच्या कलेचे दर्शन कधीतरी होत असते.

लोक अदालतची सोय १९८७ पासून करण्यात आली. ज्या योगे वाद, केस लवकर मिटवता यावी. परस्पर सलोख्याने ते मिटावेत हा हेतू आहे.

(Probation and Parole)

परीविक्षा आणि अभिवचन

परीविक्षा म्हणजे काय

गुन्हेगारी शास्त्रात गुन्हेगाराला सुधारण्यासाठी त्याची चाचणी घेणे या संदर्भाने परीविक्षा शब्दाचा वापर केला जातो. कायद्याने दोषी ठरलेल्या गुन्हेगारावर उपचार करणारी परीविक्षा ही पद्धत आहे. न्यायालय अथवा त्या दर्जाच्या अधिकाऱ्यांनी घातलेल्या अटींच्या आधीन राहून गुन्हेगार असलेली व्यक्ती समुदायात राहत असते. या काळात त्या व्यक्तीवर परीविक्षा अधिकारी देखरेख करीत असतो. त्यामुळे याची व्यवस्था करताना 'चांगल्या वागणुकीच्या अटीवर गुन्हेगाराची शिक्षा तात्पुरती स्थगित करून त्याला मोकळे सोडणे म्हणजे परीविक्षा होय. या काळात गुन्हेगारावर वैयक्तिक देखरेख ठेवून त्याला चांगले वागता यावे म्हणून राज्यसरकार मदत करीत असते.' या मागे गुन्हेगार सुद्धा माणूस आहे व त्याला कठोर शिक्षा दिली, तर तो पुन्हा गुन्हेगारीकडे वळण्याची शक्यता असते. हे टाळण्यासाठी त्याला सुधारण्याची संधी दिली, तर तो समाजाला साहाय्यभूत होईल, असे वर्तन करेल व त्याचा विकास होईल अशी शासनाची भूमिका असते.

भारतातील परीविक्षा पद्धत

भारतात सर्वप्रथम फौजदारी कार्यप्रणाली संहिता १८९८ च्या कलम ५६२ नुसार परीविक्षेला कायदेशीर मान्यता प्राप्त झाली. सुरुवातीला भारतीय दंडविधान संहितेनुसार ज्या गुन्ह्यांच्या साठी दोन वर्षांची शिक्षा होऊ शकते, अशा गुन्ह्यातील प्रथम गुन्हेगार परीविक्षेवर सोडण्याचे न्यायालयीन अधिकार देण्यात आले. १९५८ पासून अपराध्यांचा परीविक्षा कायदा अस्तित्वात आला. या कायद्याने गुन्हेगारांना सुधारण्याची संधी प्राप्त झाली.

याचा उद्देश असा की, हे गुन्हेगार निर्ढावलेले नसतात, त्यांनी जाणून बुजून गुन्हा केलेला नसतो आणि असे गुन्हेगार जर तुरुंगात गेले, तर त्यांना सुधारण्याची संधी मिळत नाही. त्याचे समाज, कुटुंब यांच्याशी संबंध सुधारणे आवश्यक असते. हे संबंध दृढ असले पाहिजेत. त्याला समाजात पुन्हा प्रतिष्ठा मिळाली पाहिजे. त्याचा विकास झाला पाहिजे. परंतु अशा शिक्षेसाठी गुन्हेगाराची निवड करताना काळजीपूर्वक करावी लागते.

प्रोबेशन ऑफ ऑफेंडर्स अॅक्ट १९५८ नुसार एकवीस वर्षांखालील कोणत्याही व्यक्तीने कारावास शिक्षा प्राप्त गुन्हा केला असेल, तर न्यायालय त्याला कारावासाची शिक्षा ठोठावणार नाही. परंतु जन्मठेप व देहदंड यांसारख्या शिक्षा पात्र गुन्हे केल्यास गुन्हेगाराला परीविक्षेचा लाभ मिळत नाही. तरीही न्यायालयाने कारावासाची शिक्षा ठोठावली तर त्याला कारणे द्यावी लागतात.

यातील अटींमध्ये गुन्हेगाराला सक्त ताकीद दिली जाते, चांगल्या वर्तणुकीची हमी द्यावी

लागते. अन्यायग्रस्त व्यक्तीला नुकसानभरपाई देणे, खटल्याचा खर्च देणे, परीविक्षेवर मुक्त करताना त्याने केलेल्या गुन्ह्याचे स्वरूप व प्रकार, ज्या परिस्थितीत गुन्हा घडला ती परिस्थिती याचा विचार करावा लागतो.

परीविक्षेवर सोडल्यावर गुन्हेगाराने त्यातील अटींप्रमाणे वागायचे असते. या दरम्यानच्या काळात जर त्याच्या हातून गुन्हा घडला, तर न्यायालय त्याला शिक्षा देऊ शकते. त्याला तात्पुरते किंवा कायम स्वरूपाचे स्थलांतर करायचे असेल, तर परीविक्षा अधिकाऱ्याला सूचना देऊन जावे लागते. अशा व्यक्तीला परीविक्षा अधिकाऱ्यासमोर हजेरी द्यावी लागते. एकवीस वर्षांवरील प्रौढ गुन्हेगाराला परीविक्षेवर सोडायचे असेल, तर परीविक्षा अधिकाऱ्याकडून त्यांच्या पूर्वशिक्षेबद्दलचा अहवाल मागवून त्याचा विचार करून जर न्यायालयाला योग्य वाटत असेल, तर ते गुन्हेगाराला परीविक्षेवर मुक्त करून सुधारण्याची संधी उपलब्ध करून देऊ शकते.

परीविक्षा पद्धतीचे महत्त्व

व्यक्तीला न्यायालयाने गुन्हेगार ठरविल्यानंतर त्याला शिक्षा होऊ शकते. समाज अशा व्यक्तीचा स्वीकार करत नाही. परंतु या पद्धतीने मात्र त्याला माणूस म्हणून जगण्याची संधी मिळते.

१) तुरुंगापासून दूर

तुरुंगात गेलेली व्यक्ती गुन्हेगारांच्या सहवासात राहते व त्यातून तिचे जीवन उद्ध्वस्त होण्याची शक्यता असते. परंतु परीविक्षेमुळे गुन्हेगारी जगापासून दूर राहिल्याने त्या सुधारणा होते. न्यायाधीशांचे नियम पाळण्याचे त्या व्यक्तिवर बंधन असते.

२) मानसिक दडपण

ज्या अटींवर तुरुंगातून मुक्त केले त्या अटी पाळल्या नाहीत किंवा त्या काळात हातून गुन्हा घडला, तर तुरुंगात जावे लागेल ही भीती असते. सतत मानसिक दडपण असते. अशा वेळी हातून पुन्हा गुन्हा घडण्याची शक्यता कमी असते. कारण तुरुंगात जावे लागेल हे दडपण असते.

३) सामाजिकीकरण

परीविक्षेमुळे गुन्हेगाराचे सामाजिकीकरण घडून येत असते. आपण आदर्शवत जीवन जगावे असे त्यांना वाटते.

४) कौटुंबिक संबंध

परीविक्षेमुळे गुन्हेगाराचे आपल्या कुटुंबीयांशी असलेले संबंध अबाधित असतात. त्यामुळे कुटुंबातील व्यक्तींनी स्वीकार न करणे हा प्रश्नच उद्भवत नाही.

५) स्वयंसुधारणेला संधी

या पद्धतीमुळे गुन्हेगाराला स्वयंसुधारणेला भरपूर वाव, संधी मिळते. कारण त्याला आपल्या मनाप्रमाणे काम करता येते. जीवनोपयोगी व्यवसाय, काम तो करू शकतो.

६) सामाजिक स्वास्थ्य

परीविक्षा पद्धतीमुळे गुन्हेगार व्यक्ती सामाजिक स्वास्थ टिकविण्याचा प्रयत्न करते. कारण

गुन्हेगारांमुळे समाजाचे स्वास्थ्य बिघडते याची त्यांना कल्पना असते.

परीविक्षा अधिकाऱ्यांना काही कामे नेमून दिलेली असतात. त्यात नियंत्रण प्रमुख अन्वेषण निर्णय इ. असतात. ज्यात परीविक्षा अधिकाऱ्याने ज्याला परीविक्षेवर मुक्त करायचे असते त्याचे चारित्र्य, पूर्व इतिहास याचे अन्वेषण करावे लागते. तसेच परीविक्षा अधिकाऱ्याने गुन्हेगाराचे प्रोबेशन रद्द करणे, गैरवर्तनाचा अहवाल संबंधित प्रशासनाकडे पाठविणे, गुन्हेगारांच्या घरी भेटी देणे, नियमभंग केल्यास शिक्षा देण्याची शिफारस करणे याचा समावेश असतो. परीविक्षा अधिकाऱ्याच्या निर्णयाची भूमिका महत्त्वाची असते कारण त्यामुळे गुन्हेगार व्यक्तीच्या स्वातंत्र्यावर बंधने घालणे व समाजाला सुरक्षितता मिळवून देणे ही कामे साध्य होतात म्हणून त्याचा निर्णय महत्त्वाचा असतो.

अभिवचन

'गुन्हेगाराने आपल्या शिक्षेचा अधिकाधिक भाग पूर्ण केल्यानंतर राज्याने पुरस्कारीलेल्या एखाद्या संस्थेमार्फत चांगल्या वर्तनाची हमी देऊन अंतिम सुटका होईपर्यंत त्याला मुक्त करण्याच्या पद्धतीला अभिवचन पद्धती असे म्हटले जाते.'

कैद्याने शिक्षेचा काही भाग पूर्ण केल्यानंतर त्याला काही विशिष्ट अटींवर मुक्त करण्यात येते. अभिवचनावर मुक्त करण्याचे काम 'अभिवचन कार्यकारी मंडळ' किंवा 'कारावास सुधार समिती' करीत असते. अभिवचनावर सुटका झालेल्या कैद्यांवर शासकीय अधिकारी लक्ष ठेवतात. या पद्धतीने सुटका होते पण स्वातंत्र्य असत नाही. तुरुंगाच्या गजाआड न राहता तुरुंगाच्या भिंतीबाहेर फिरण्याची परवानगी असते. बाहेरच्या जगातच शिक्षेचा काही काळ सशर्त पद्धतीने संपवायचा असतो. कैद्याची वागणूक चांगली असेल व तो पुन्हा गुन्हा करणार नाही अशी खात्री पटली, तर राज्यसरकार अशा स्वरूपाच्या कैद्याला अभिवचनावर सोडण्यास तयार असते.

अभिवचनाचा उद्देश

परीविक्षा व अभिवचन या दोन्ही पद्धती गुन्हेगारांचे पुनर्वसन करण्याच्या अभिनव पद्धती समजल्या जातात.

१) सुधारण्याची संधी – या पद्धतीत कैद्याला कारागृहाबाहेर राहण्याची संधी मिळते. काही काळ का होईना व्यक्ती आपल्या जवळच्या माणसांत राहू शकते. या काळात त्याने आणखी चांगल्या पद्धतीने जगावे हा हेतू आहे.

२) समाजसमायोजन – सर्व शिक्षा भोगून बाहेर आलेला कैदी परत आपल्या कुटुंबात, समूहात किंवा समाजात गेला तर तेथे त्याचे मनापासून स्वागत केले जात नाही. म्हणून अंतिम सुटका होण्याआधीपासूनच त्याला त्याच्या समाजात राहता येत असल्याने त्याचा स्वीकार होईल की नाही हा प्रश्न राहत नाही.

३) लैंगिक संबंधास संधी न मिळाल्याने कैद्यांचे मानसिक संतुलन बिघडण्याची शक्यता असते. यातून विकृतीही जन्माला येण्याची शक्यता असते. विवाहित व्यक्ती स्त्री असो

किंवा पुरुष हे आपल्या नैसर्गिक भावनांचा निचरा करू शकतात.

४) काही अटींवर बाहेर आलेल्या कैद्यांना ही जाणीव असल्याने ते आपले वर्तन जास्तीत जास्त चांगले ठेवण्याचा प्रयत्न करतात व पुन्हा तुरुंगात गेल्यावर आपले अनुभव इतरांना सांगतात. याचा प्रभाव इतरांवर पडतो, तसेच कुटुंबावर लक्ष राहते.

भारतातील अभिवचन पद्धती

इंग्रजांच्या काळात तयार करण्यात आलेल्या १८९४ च्या तुरुंग कायद्यात १९५३ साली काही सुधारणा करण्यात आल्या. या नुसार दीर्घकाळ शिक्षा भोगणाऱ्या कैद्यांना काही काळ त्यांच्या कुटुंबीयांसोबत राहण्याची संधी मिळते. यात ज्या गुन्हेगारांनी त्यांच्या शिक्षेतील म्हणजे जे जवळपास तिसरा हिस्सा शिक्षा भोगली असेल अशांच्या मुक्ततेसाठी विचार केला जातो. तसेच त्याची पुन्हा अपराध करण्याची क्षमता, त्याच्या रोजगाराचा प्रश्न, अशा अनेक प्रश्नांचा विचार करून त्या गुन्हेगाराला मुक्त करायचे की नाही याचा विचार केला जातो. अभिवचनामधील अटी अभिवचन समिती म्हणजे पॅरोल बोर्ड ठरवते. त्यात अशा गुन्हेगाराने कोणत्याही परिस्थितीत व्यसने, अंमली पदार्थांपासून दूर राहिलेच पाहिजे, नाहीतर ते कृत्य गुन्हा समजले जाते.

या काळात व्यक्तीने स्वतःजवळ शस्त्रास्त्र न बाळगणे कारण यातून सूडाची भावना निर्माण होऊ शकते. अभिवचनावर बाहेर पडलेल्या कैद्याने तुरुंगातील कैद्यांबरोबर लेखी वा इतर प्रकारे संपर्क ठेवायचा नाही. अशा कैद्याने घरी केव्हा पोहोचावे याविषयीही निर्बंध आहेत. त्याने रात्री दहाला घरी पोहोचावे. वैद्यकीय इलाज करायचा आदेश असेल तर करून घ्यावा. या कैद्याने दारू पिणे, जुगाराच्या अड्ड्यावर जाणे टाळावे लागते. हे कृत्य गुन्हा पात्र होऊ शकते. तसेच त्याने परवानगीशिवाय प्रवास वा राज्याबाहेर जाऊ नये. अशी ही बंधने त्यांवर असतात.

यातही अलीकडे सुधारणा केली आहे. त्याची मर्यादा वाढवली आहे व अशा कैद्यावर पर्यवेक्षक सतत लक्ष ठेवून असतात. या संबंधीचा अहवाल अभिवचन समितीला सादर करत असतो. यातून अभिवचन समिती, अभिवचन सुपरवायझर व सामाजिक अन्वेषक पुनर्वसनाचे कार्य करीत असतात आणि अशी व्यक्ती जर पुन्हा गुन्ह्यात सापडली तर तिला अटक करून तुरुंगात पाठवले जाते.

समारोप

या पुनर्वसन व सुधारणा पद्धती चांगल्या असल्या तरीही वाढत्या गुन्हेगारीच्या काळात याचा गैरफायदा घेतला जातोय असे दिसते. अभिवचन (Parole) मिळावे, यासाठी वेगवेगळ्या दबाव तंत्राचा वापर करणे, गंभीर स्वरूपाच्या काही गुन्ह्यांसाठी याचा वापर केला जातो. मुलींना फसवून वेश्याव्यवसाय करण्यास भाग पाडण्यासारख्या गुन्ह्यात अभिवचन मिळाल्यावर व्यक्ती पुन्हा तसेच काही करत नाही ना याकडे बारीक लक्ष दिले गेले पाहिजे. कारण शहरांचा पसारा वाढत आहे. त्यामुळे व्यक्ति वेगवेगळ्या ठिकाणी जाऊन परत तेच करण्याची शक्यता असते.

धमकी देणे, खंडणी मागणे अशा गुन्ह्यांतही समज देऊन सोडलेला गुन्हेगार परत त्याच गुन्ह्यात सापडण्याची शक्यताही नाकारता येत नाही. त्यामुळे यातील नियमांचे काटेकोर पालन झाले पाहिजे.

कारण अभिवचन ही पद्धती किचकट आहे. गुन्हेगारांना रजा देणे ही अभिवन पद्धतही निघाली आहे. काही कैदी असे असतात की, ज्यांना काही काळ रजेवर सोडले तर ते समाजाला घातक ठरणार नाहीत. अशांना रजेवर सोडले जाते. परंतु प्रत्यक्षात मात्र यातील सर्व कैदी रजेचा काळ संपल्यावर परत येत नाहीत असे निदर्शनास येते. या पद्धतीद्वारे कैद्यांना सुधारण्याची संधी द्यावी असा दृष्टिकोन आहे.

(Problems among youth)

युवकांचे प्रश्र व उपाय

युवा शक्तीचा वापर हा विधायक कार्यासाठी केला जाणे आवश्यक आहे. परंतु तरीही हीच युवाशक्ती बहकली आहे का, त्याची कारणे काय आहेत. यापासून दूर रहाण्यासाठी काय केले पाहिजे. याचा विचार करणे आवश्यक आहे.

व्यसनाधीनता – युवकांमध्ये सिगारेट व दारू या व्यसनांचं प्रमाण जास्त आहे. या व्यसनांची सुरुवात युवकांमध्ये सिगारेट पासून होते. कारण माध्यमांमधून ते पौरुषत्वाचं लक्षण असल्याची जाहिरात केली जाते. तसेच आपल्याकडे चैनीची संस्कृती आली. त्यामुळे आनंद व्यक्त करण्यासाठी मद्यप्राशन आले. पूर्वी वडीलधाऱ्यांच्या भीतीमुळे धाक होता. सध्या तशी परिस्थितीही उरली नाही. घरातल्या व्यक्तींचे मुलांवर नियंत्रण राहिले नाही. धुम्रपान करण्यात युवतीही मागे नाहीत त्यांनाही त्यात काहीतरी थ्रिल वाटत असावं. तर काहीवेळा इतरांचं लक्ष वेधून घेण्यासाठीही अशा गोष्टी केल्या जातात.

या व्यसनांमुळे उमेदीच्या वयातच मनाचं खच्चीकरण होतं. कार्यशक्तीच नाहीशी होते. एक तऱ्हेने व्यसनांनी मानसिक गुलामगिरीच येते. व्यसनांचा परिणाम फक्त मुलांवरच न राहता त्या कुटुंबावर होतो. कुटुंबाचीही नासाडी होते.

यातून बाहेर पडण्यासाठी किंवा व्यसने लागूच नयेत म्हणून इतर छंद जोपासणे, ट्रेकिंगला जाणे, स्वतःची कौशल्ये विकसित करणे आवश्यक आहे. निसर्गाच्या जवळ जाणे, ज्ञान मिळविणे हे केले पाहिजे. असे तज्ञ म्हणतात. दारू न पिणारे, सिगारेट न ओढणारेही या व्यसनात ओढले जातात त्यांनी हिंमतीने व्यसनांना नाही म्हटले पाहिजे. त्यांनी व्यसनांची घातकता दाखवली पाहिजे. माध्यमांमधून व्यसनांचं ग्लॅमर दाखवलं जातं ते होऊ नये. व्यसनांचे दुष्परिणाम टाळण्यासाठी पथनाट्ये दाखविली गेली पाहिजेत. याचे चित्रणही दाखवले पाहिजे.

रॅगिंग – महाविद्यालये सुरू झाली की बहुतेक सर्व महाविद्यालयात हे प्रकार होत असतात. अगदी टोकाच्या परिस्थितीत काही विद्यार्थ्यांनी आत्महत्या केल्या आहेत. काहींनी यामुळे उच्च शिक्षण सोडून दिले. रॅगिंग नव्या विद्यार्थ्यांना करणारी मुले या अनुभवातून गेलेली असतात. त्या अन्यायाचे निराकरण ते चुकीच्या मार्गाने करतात. इतरांना रॅगिंग करून ते बदला घेतात. तसेच काही विद्यार्थी मुळातच आक्रमक असतात त्यांच्यात अधिकार गाजविण्याची वृत्ती जास्त असते. सिनियर विद्यार्थ्यांना स्वतःची सत्ता व वर्चस्व सिद्ध करावेसे वाटते. त्यासाठी हे मार्ग अवलंबिले जातात. वास्तविक पाहता ही सिनियर विद्यार्थ्यांच्या व्यक्तिमत्वातील उणीव आहे. याशिवाय स्वतःकडे इतरांना आकर्षित करून घेणं, स्वतःची नोंद घ्यायला लावणं असेही व्यक्तिमत्वाचे पैलू असतात. ही मानसिक विकृती तर आहेच. परंतु या मागे क्रूरपणाची भावना असते. यामध्ये व्यक्ती

योग्य-अयोग्य वागण्याचं तारतम्य घालवून बसते. दुसऱ्याला दुःख दिल्याने आनंद होणं ही पाशवी वृत्ती आहे. तारुण्यातील जोम, तडफ यामुळेही हे केले जाते.

ज्यांना रॅगिंग केलं गेलंय अशा मुलांच्या भावना गोठून जातात. प्रचंड मानसिक खच्चीकरण होतं व पाल्याच्या अशा अवस्थेमुळे कुटुंबही निराशेच्या गर्तेत जाण्याची शक्यता असते. याची तीव्रता ही मानसिक खुनाचा गुन्हा अशी आहे.

यासाठी प्राध्यापक व विद्यार्थी यांनी मिळून अॅक्शन घेणं, याविरुद्ध सामाजिक आवाज उठवणं आवश्यक आहे. अॅन्टी रॅगिंग स्क्वाड तयार केले पाहिजे. रॅगिंग केले म्हणून एका महाविद्यालयातून विद्यार्थ्यांना काढले तर इतर महाविद्यालयात अशा मुलांना प्रवेश मिळू नये म्हणजे दहशत बसले. रॅगिंग करणाऱ्या विद्यार्थ्यांची मानसिकता बदलली पाहिजे.

आत्महत्या - परीक्षेत आलेल्या अपयशामुळे, वैफल्यामुळे, प्रेमभंगामुळे, इतर कौटुंबिक कारणांमुळे तरुणांमध्ये आत्महत्या घडतात. त्यामुळे पूर्वीपिक्षा या पिढीत आत्महत्येचे प्रमाण नक्कीच वाढले आहे. याचे मुख्य कारण म्हणजे तीव्र स्पर्धा होय. शिक्षण, नोकरी यात संधीची कमतरता त्यामुळे निराशा येते. हल्लीच्या वाढत्या शैक्षणिक खर्चासाठी कर्जही कधीकधी घ्यावे लागते. अशावेळी ते कर्ज फेडता येईल की नाही, नोकरी मिळेल की नाही याची खात्री नाही. यामुळे ताण वाढतात. तर दुसऱ्या बाजूने केलेली गुंतवणूक आणि तिचे मिळणारे रिटर्नस् याबद्दल असमाधानी वृत्ती आहे. शैक्षणिक दर्जा आणि गुणवत्ता यांचा शिक्षणासाठी केलेल्या खर्चात कुठे ताळमेळच बसत नाही. अपेक्षा आकांक्षा सतत वाढत असतात व त्यांचे मनावर दडपण येते, भीती वाटते त्यामुळे आत्महत्या होतात. परंतु याला केवळ बाह्य घटकच कारणीभूत असतात असं नाही. तर मूल वाढवताना त्याला आपल्या भावनांवर नियंत्रण ठेवायला शिकविले पाहिजे. तसेच पालकांनीही मार्कांचा बागुलबुवा मुलांपुढे उभा केला असल्याने मुलांनाही कमी मार्क मिळाले की आभाळ कोसळलं असं वाटत. मुलांचे लाड करताना पालकही हवी ती गोष्ट मुलांना देतात. त्यामुळे त्यांना नकार पचवणं अवघड वाटतं. यासाठी पौगंडावस्थेतच आपल्या मूडवर, लहरीवर ताबा मिळवणं शिकायला हवं. मनात एखादी गोष्ट आली किंवा काही नवीन घ्यावसं वाटलं तर अशावेळी ती लहर पुरी करणं पुढं ढकलायला शिकणं आवश्यक आहे. यातूनच भावनांवर ताबा मिळवणं सोपं जाईल. स्वत: निर्णय घेणे, त्यानुसार वर्तन ठेवणे आणि निर्णयाची जबाबदारी घेणे याची जाणीवपूर्वक जोपासना करता आली पाहिजे.

महाविद्यालयीन पातळीवर, शाळेच्या पातळीवर समुपदेशन वाढले पाहिजे. विद्यार्थ्यांच्या मनात आत्महत्येचा विचार आल्यावर त्याने तसा प्रयत्न केला तरीही तातडीने मदत पुरवू शकेल. अशा मानसोपचारांची सोय असायला हवी.

अकाली आत्महत्यांमुळे त्या युवकाचे आयुष्य तर संपतेच परंतु कुटुंबालाही तीव्र धक्का बसतो. कुटुंबातील व्यक्तींना अपराधी वाटतं.

गुन्हेगारी - युवकांमध्ये गुन्हेगारीचे प्रमाण वाढत आहे. हे गुन्हेही अनेक प्रकारचे आहेत. यात खोटी प्रमाणपत्रे, मार्कलिस्ट तयार करणे, खोट्या सह्या करणे यापासून ते मोटारगाड्या, मोटार

सायकल, संगणक यांची चोरी करणे, अपहरण करणे इतरांच्या केडीट कार्डवरून पैसे काढणे असे अनेक गुन्हे घडत आहेत. याची कारणेही मनातल्या उर्मींवर ताबा मिळविता न येणे, सहज पैसा मिळावा, बेकारीमुळे चोऱ्या होतात, आपल्याला हवं ते मिळवायचचं मग ते मिळविण्यासाठी काहीही करावं लागलं तरी ते गैर नाही, अशी वृत्ती. चुकीच्या गोष्टींना समाजातही मान मिळतो. पाश्चिमात्यांचे अनुकरण करण्याचे प्रमाण वाढले त्यामुळे पब संस्कृती आली व गुन्ह्यांचे प्रमाण वाढले. पाप-पुण्याची भीतीही समाजात राहिलेली नाही.

लहान मुलांचे अपहरण करणे, स्वत:च्या मित्राचे अपहरण करणे वेळप्रसंगी त्याचा खूनही करणे. यातून माणुसकी नसल्याचे दिसते, स्वार्थ, बळाचा वापर करणे या वृत्ती दिसतात. गुन्हे उघडकीला येऊन शिक्षा तर होतेच यात त्या व्यक्तीचे व कुटुंबाचे आयुष्य उध्वस्त करते. प्रेम, मैत्री या भावनांचे अर्थ न उमगल्याने मुलींचे खून ही केले जातात.

महाविद्यालयामध्ये गट आणि गटबाजी करणे यातून गटांमध्ये परस्पर द्वेष, वैमनस्य निर्माण होते व असे गुन्हे वाढीला लागतात आणि असे करणारी व्यक्ती पुन्हा गुन्ह्याकडे वळली नाही तरीही समाजात तिला स्थान मिळणे अवघड जाते. दुसऱ्याची वस्तू हिसकावून घेतांना, चोरतांना आपल्या बाबतीत असं झालं तर, कसं वाटेल याचा विचार करायला शिकवलं पाहिजे. दुसऱ्याच्या मालकीच्या वस्तू या त्याच्याच राहिल्या पाहिजेत. त्या चोरून मिळवणे गैर आहे. चोऱ्या करून पैसा मिळविणे, त्यावर चैन करणे हे किती काळ टिकणारे आहे याचाही योग्य तो विचार करायला पाहिजे. कुटुंबातील वातावरण चांगले असायला पाहिजे. पालकांमध्ये विसंवाद असला तरीही मुले अशा गोष्टी करतात. लहान वयात जर मुलात अशी सवय दिसली तर समुपदेशकाकडे न्यावे त्याच्याशी संवाद साधावा.

जे गुन्हे बेकारीतून घडतात. अशी व्यक्ती त्या परिस्थितीत गुन्हा करते म्हणून त्या व्यक्तीची गरज लक्षात घेऊन त्या व्यक्तीला समाजमान्य मार्ग मिळवून देणे हे केले गेले पाहिजे. खूप वेळा काही जण एकदाच चोरी करू असे म्हणून चोरी करतात परंतु त्या गर्तेत कधी ओढले जातात ते कळत नाही व यात आयुष्य भरकटते. स्वत:ला जे पाहिजे ते दुसऱ्याच्या हक्कावर गदा आणून मिळवायचे ही वृत्ती, दुसऱ्याचं ओरबाडून घ्यायचं. युवामन घडणीच्या अवस्थेत असते. अशा वेळी चांगल्या प्रवृत्ती जोपासण्याचा फायदा आयुष्यभर मिळेल.

चंगळवादी वृत्ती – गरज आणि चंगळ यांच्यात एक सीमारेषा असते. ती अर्थातच पुसट असते. युवकांच्या हातात महागडे मोबाईल असतात ते वाटेल तशा गाड्या उडवत असतात. हॉटेलमध्ये जाणं, मद्यपान करणं, पार्ट्यांना जाणं, पबमध्ये जाणं याचं प्रमाण खूप वाढलयं. या गोष्टीला काही प्रमाणात पालकच जबाबदार असतात. वडील आपल्या सुस इच्छा मुलाकडून पूर्ण करून घेतात. त्याचप्रमाणे स्वत:ला ज्या गोष्टी मिळाल्या नाहीत. त्या सगळ्या मुलांना मिळाव्यात म्हणून आटापिटा करतात. मुलांच्या वयाचा विचार केला तर १९ ते २३ हे वय असं असतं की या वयात सत्तेच्या संकल्पना बदलत आहेत. आईवडलांनी आपल्याला हवं ते दिलं म्हणजे त्यांचे आपल्यावर प्रेम आहे. ग्रुपमध्ये इतर मुले पार्ट्या देतात मग आपणही द्यावी असे मुलांना वाटते.

आपणही काही कमी नाही हे दाखवावेसे वाटते. इतकेच नाही तर पालक पैसे भरून मुलांना पास करवून घेणे, परीक्षेचे पेपर आणून देणे हे करतात व याचा परिणाम म्हणून गाड्या वेगात चालवून अपघात करणे, भांडणे, रँगिंग करणे हे यातूनच घडते कारण काहीही केलं तरी पालक त्यातून बाहेर काढतील ही खात्री असते. पालक पैसे चारून मुलांना पास करणं हे करतात परंतु अशी मुले संघर्षाच्या प्रसंगी, स्वत:ला प्रेझेंट करतांना कमी पडतात व हव्या त्या गोष्टी मिळाल्या नाही की निराशा येते. यासाठी माध्यमेही जबाबदार आहेत. त्यावरून सतत उंची राहणी, उंची फर्निचर कष्टविनी सुखसोयी मिळणं यांचं दर्शन होतं, हेच जीवन असतं किंवा हे आपल्याला मिळावं अशी मनोधारणा होच चालली आहे.

युवकांमधला जोश, उत्साह, उर्जा याचा उपयोग काही जण देशविरोधी कारवायांसाठी करून घेतात. गुन्हेगारी गटांमध्ये सामील करून घेतात. यामुळे या युवकांचे आयुष्य तर उध्वस्त होतेच परंतु त्याची कुटुंबे ही देशोधडीला लागतात.

महाविद्यालयीन पातळीवरही युवकांशी संवाद साधणाऱ्या व्यक्तीच पुढे यायला पाहिजेत. तरुण जेव्हा खुल्या दिल्याने चर्चा करतील, बोलतील तेव्हाच निरोगी समाज होईल. यासाठी तरुणांनी आनंदी राहणे, त्यांना आनंदी ठेवणे गरजेचे आहे.

परिस्थितीच्या रेट्यामुळे मुलांवर असलेली दडपणे, करियरमधील स्पर्धा या सगळ्यामुळे एकल कोंडेपणा सतत ई-मेल, संगणक, कॉलेज, क्लास यामुळे इतरांशी संपर्क कमी असतो, आत्मकेंद्रीपणा येतो, पैसे खर्च केल्यामुळे आई-वडीलांच्याही मुलांकडून अपेक्षा असतात. त्यामुळे परदेशात जाणार नाही ना, खर्च केलेले पैसे परत मिळतील का यामुळे व्यावहारिकपणा, कोरडेपणा येतो. त्यामुळे विवाहानंतरही एखादी भावना, समस्या तीव्र होते व घटस्फोटात रुपांतर होते.

ग्रामीण युवकांचे प्रश्न

ग्रामीण भागातील युवकांचे प्रश्न थोडे वेगळे आहेत. व्यसनांबाबत तंबाखु, गुटका खाण्याचे प्रमाण त्यांच्यातही आहे. ग्रामीण भागात महाविद्यालये आहेत. परंतु शिक्षण पूर्ण झाल्यावर स्थानिक ठिकाणी सगळ्यांना नोकऱ्या मिळत नाहीत. त्यामुळे शहरात यावे लागते. अशा वेळी इंग्रजी बोलता येत नाही. त्याचा न्यूनगंड असतो. ग्रामीण व शहरी भागातील राहणीमध्ये खूप फरक असल्याने ते जुळवून घेता येणे अवघड जाते. शिक्षणा योग्य नोकरी मिळेलच याची खात्री नाही अशा वेळी मिळेल ते काम पदरात पाडून घेणे एवढात पर्याय उरतो. कुटुंबापासून एकटे, लांब राहणे, शहरी चकचकीत आयुष्य यातून वाईट सवयी लागायची शक्यता असते. बहुतेक वेळा परत गावी जायची इच्छाही होत नाही. यातून कौटुंबिक संघर्ष ही होतात. बाहेरच्या राज्यातून आलेल्या युवकांचे प्रश्नही अनेक आहेत.

तक्ता क्र. १६

१८ ते ३४ या वयोगटातील स्त्री पुरुषांची लोकसंख्या व एकूण लोकसंख्येशी त्याचे प्रमाण –

महाराष्ट्र

वयोगट	नागरी			ग्रामीण		
	एकूण	पुरुष	स्त्रिया	एकूण	पुरुष	स्त्रिया
१८	११११३६६	६३९५८५	४७९७८१	१३४४४४१	७४६१७४	५९८२६७
१९	६९४१२६	३८४९०२	३०९२२४	७९७१०५	४२९५५९	३७५५४६
२०–२४	४२८२३९८	२३७९५९५	१९०२८०३	४५७४२६२	२४०९७२७	२१७२५३५
२५–२९	३९७८३९९	२१०४८४४	१८७३५४७	४२३९९७३	२०८२४०३	२१५७५७०
३०–३४	३४४८५७३	१८५५८४९	१५९२७३२	३९४४१४७	१९४४७१०	१९९९४३७
	१३५१४८५४	७३६४७६७	६१५००८७	१४८९९९२८	७५९६५७३	७३०३३५५

संदर्भ : सेन्सस ऑफ इंडीया २००१.

महाराष्ट्राच्या एकूण लोकसंख्येशी हे प्रमाण २९.३३% इतके आहे. अशा या युवाशक्तीचा विधायक कामासाठी उपयोग व्हायला हवा. महाविद्यालयीन जीवनात राष्ट्रीय सेवा योजना, एनसीसी, वाङ्मय मंडळ अशा उपक्रमातून स्वतःची आवड, कल ओळखता येतो. कौशल्ये विकसित करता येतात. वेगवेगळ्या स्पर्धांमधून भाग घेऊन स्वतःचा कस लावता येतो. आताच्या काळात महाविद्यालया बाहेरच्या जगातही अनेक उपक्रम चालू आहेत ज्यात सहभागी होता येते. या वयोगटांपैकी विशेषतः २१ ते ३४ या गटातील व्यक्ती सार्वजनिक विकास कामाला हातभार लावू शकतात. बेकारीच्या प्रमाणाचा विचार करून रोजगार, स्वयंरोजगारासाठीही काही तरी ठोस केले जाण्याची गरज आहे.

तक्ता क्र. १७

२० ते ३४ या वयोगटातील काम न करणाऱ्यांची व कामाच्या शोधात असणाऱ्यांची लोकसंख्या

(महाराष्ट्र)

वय	काम न करणारे						कामाच्या शोधात असणारे					
	व्यक्ती	पुरुष		स्त्री			व्यक्ती	पुरुष		स्त्री		
२०–२४	३८१९५०७	१४१७०९७	३७%	२४०२४१०	६३%		१२९३४१४	८५११७३	६५%	४४२२४१	३५%	
२५–२९	२४८९२७९	३८२९३६	१५%	२१०६३४३	८५%		७३२९४२	४०६३६८	५५%	३२६५७४	४५%	
३०–३४	१७६७६५९	१२२०७४	७%	१६४५५८५	९३%		४०३६७६	१९६४७९	४९%	२०७१९७	५१%	
	८०७६४४५	१९२२१०७		६१५४३४८			२४३००३२	१४५४०२०		९७६०१२		

या आकडेवारीवरून कामाच्या शोधात असणाऱ्या व्यक्तींची संख्याही विचार करण्याजोगी आहे. साहजिकच या हातांना काम मिळाले तर गुन्हेगारी कडे वळणार नाहीत. भ्रष्टाचार, बॉम्बस्फोट, वाईट राजकीय परिस्थिती यामुळे आलेल्या वैफल्यातूनही अनेक प्रश्न निर्माण होतात.

कौटुंबिक वातावरण चांगले ठेवणे हे सर्वस्वी कुटुंबातील सदस्यांच्या वागणुकीवर अवलंबून असते. नोकरीचे आमीष दाखवून फसवणे, प्रवेश मिळवून देतो या कारणांवरून पैसे उकळणे, लुबाडणे यातूनही मानसिक अस्वस्थता निर्माण होते. ठोशाला ठोशयानेच उत्तर द्यावं अशी मानसिकता बनते यामुळे गुन्हे घडतात. पुढच्या काळासाठी, मुलांच्या शिक्षणासाठी राखून ठेवलेले पैसे बँका, पतसंस्थाकडून मिळण्याची शक्यता संपली किंवा पैसे बुडले या भावनेतूनही वैफल्य येते. भविष्य संपल्याची भावना ताण-तणाव निर्माण करते. यातून कौटुंबिक कलह निर्माण होतात.

माध्यमांनी आपली जबाबदारी ओळखायला पाहिजे. कोणत्या गोष्टी विशेषत्वाने दाखवायच्या व नाही दाखवायच्या याचे तारतम्य ठेवले गेले पाहिजे. मूल्य व्यवस्था ढासळत चालली आहे. गुन्हेगारांना मिळणारी प्रतिष्ठा ही चिंतेची बाब आहे. कोणत्याही मार्गाने प्रसिद्धी मिळविण्यासाठी नको ते मार्ग अवलंबिणे ही प्रवृत्ती वाढत आहे. झटपट श्रीमंत होण्याच्या जाहिराती, आमिषे या गोष्टी मनाचा झटकन ताबा घेतात.

यासाठी कौटुंबिक, सामाजिक, राजकीय परिस्थितीही सुधारली पाहिजे. युवकांना निर्मिमीक्षम कामात गुंतवून ठेवले गेले पाहिजे. महाविद्यालयीन उपक्रमात जास्तीत जास्त विद्यार्थ्यांचा सहभाग घेतला गेला पाहिजे.

आर्थिक दृष्ट्या दुर्बल घटकातील युवकांना परदेशात जाऊन उच्च शिक्षण घेण्याची संधी मिळावी यासाठी शिष्यवृत्ती जाहीर केली आहे. ज्यातून त्यांना ही संधी न मिळाल्याने वैफल्य येऊ

नये यासाठी.

माहिती तंत्रज्ञानाच्या युगात या क्षेत्रात काम करणाऱ्यंना कामाचा ताण सहन न होऊन आत्महत्या होत आहेत. याशिवाय सतत संगणकासमोर बसून काम केल्याने शारीरिक समस्या निर्माण होतात. यावर समुपदेशन, वैद्यकीय उपाय केले गेले पाहिजेत.

करियरच्या सर्व संधी युवकांना माहिती करून दिल्या पाहिजेत. अन्यथा करियर म्हणजे फक्त माहिती तंत्रज्ञान असंच चित्र त्यांच्यापुढे आहे. निर्मितीक्षम काम उत्तम समाधान देऊन जाते परंतु फक्त पैसा म्हणजेच मोठेपणा, प्रतिष्ठा झाल्याने अशी कामे मागे पडतात.

युवकांची ऊर्जा जी नको त्या गोष्टींकडे वळते ती वळू नये म्हणून त्यांना मैदानी खेळ, निर्मितीक्षम काम याकडे वळवायला पाहिजे. कारण युवक कोणाला म्हटलं जात, युवा वृत्ती म्हणजे काय तर सतत काही तरी नवीन करण्याची धडपड, वेगळेपणाचा ध्यास, धाडसाचे आकर्षण, प्रचंड उत्साह व चैतन्याने रसरसलेले व ज्यांच्या हातात भविष्य घडविण्याची क्षमता आहे. म्हणून तरुणांमधील ऊर्जेला योग्य दिशा मिळाली पाहिजे.

१२ ऑगस्ट हा दिवस आंतरराष्ट्रीय युवा दिन म्हणून साजरा होतो. भारतात मात्र १२ जानेवारी हा दिवस राष्ट्रीय युवादिन म्हणून साजरा केला जातो. कारण हा दिवस स्वामी विवेकानंदांचा जन्मदिवस आहे.

(Prostitution)

वेश्यावृत्ती

नागरीकरण व औद्योगिकरणातून ही समस्या उद्भवते. शहरी भागात ग्रामीण भागातून होणारे स्थलांतर हे काम मिळण्याच्या आशेने केले जाते. अशा वेळी काही काम न मिळाल्यास चरितार्थासाठी हे काम करावे लागते. पैसा किंवा वस्तू यांच्या मोबदल्यात शरीर विक्रय करणे म्हणजे वेश्या व्यवसाय.

पूर्वीपासूनच वेश्या व्यवसाय हा जगात आर्थिक फायदा मिळवून देणारा व्यवसाय म्हणून अस्तित्वात होता. मात्र समाजात त्याला मान्यता नाही. विवाह आणि कुटुंब या संस्थांमुळे मनुष्याच्या शारीरिक संबंधांवर नियंत्रण व नियमन करण्यात आले. परंतु यामुळे वेश्याव्यवसाय संपुष्टात आला नाही. स्त्रियांसारखे पुरुष वेश्याही समाजात आजही आहेत.

देवदासीची प्रथा भारतात अस्तित्वात आहे. याचा अर्थ जरी देवदासी म्हणजे देवाची दासी असा असला तरीही नंतरच्या काळात त्या वेश्याच झाल्या.

वेश्याव्यवसायाची कारणे

वेश्या व्यवसायाची कारणे अनेक आहेत. कामवासना ही नैसर्गिक आहे. प्रत्येक मानवाची ती गरज आहे. परंतु ही भावना जर जास्त असेल व मनुष्य त्यावर नियंत्रण ठेवू शकत नसेल. या भावनेची पूर्तता जर समाजमान्य मार्गाने होत नसेल तर मनुष्य अनैतिक मार्गांचा अवलंब करतो. गरीबी हेही एक कारण यामागे आहे. एखादी स्त्री जर स्वतःच्या कुटुंबाचे पालन पोषण करण्यास असमर्थ असेल तर ती या व्यवसायात येते.

समाजात स्त्री-पुरुषांचे प्रमाण व्यस्त झाले. सामाजिक नियंत्रणाचा अभाव असल्याने नैतिकतेचा ऱ्हास झाला आहे. मद्यपानांचे वाढते प्रमाण, डान्सबार यामुळेही वेश्यांचे प्रमाण वाढत आहे.

पुरुषांमध्ये वेश्यावृत्ती निर्माण होण्यास अनेक कारणे आहेत. अविवाहीत पुरुष आपल्या शारीरिक गरजांची पूर्तता करण्यासाठी वेश्यांकडे जातो. विवाहीत व्यक्तींमध्ये अनेक प्रकारच्या समस्या असतात. जसेद्धद्ध वैवाहिक जीवनात पुरुष समाधानी नसेल तर, स्त्री-पुरुष या दोघांची याबाबत समान रुची नसेल तर समस्या निर्माण होतात. पती-पत्नी एकमेकांना पसंत नसतील तरीही त्यांच्यातील लैंगिक संबंध निकोप नसतात. म्हणून पुरुष वेश्यागमन करतो. पुरुषाची लालसा, स्वच्छंदीवृत्ती, यामुळे त्यांच्यात ही वृत्ती निर्माण होते. घटस्फोटीत पुरुष किंवा विधुर पुरुष एकाकी होतो. आपल्या कामवासनांवर नियंत्रण ठेवणे अशक्य झाल्यावर ते वेश्यांकडे जातात. लहान जागेत कुटुंबे रहात असल्याने घरात माणसे जास्त त्यामुळे नवरा-बायकोना एकांत मिळत नाही त्यातून

मानसिक कोंडी होते. पुरुष आपल्या वासनापूर्तीसाठी वेश्यागमन करतो.

स्त्रियांच्यात वेश्यावृत्ती निर्माण होण्यास विविध कारणे आहेत. यात सर्वात महत्त्वाचा घटक आर्थिक आहे. उत्पन्नाचे दुसरे कुठलेच साधन नसल्यामुळे स्त्रिया या व्यवसायाकडे वळतात. काही वेळा त्यांच्या कामातून त्यांना मिळणारे उत्पन्न अपुरे असल्याने त्या हे करतात. गरीबीमुळे आई-वडील मुलींची लग्ने वेळेवर करून देऊ शकत नाहीत. त्यामुळेही त्या नैसर्गिक भावनांमुळे वेश्या बनतात. माध्यमांच्या परिणामामुळे फॅशन, दागिने याला अतिरेकी महत्त्व तरुण वर्गात आले आहे. ही हौस पुरी करण्यासाठी या मार्गाने पैसे मिळवले जातात.

ग्रामीण भागातून मुलिच्या आई-वडीलांना पैसे देऊन त्या मुलीला शहरात आणले जाते व कुंटणखान्यात विकले जाते. जबरदस्तीने वेश्या बनवले जाते.

ग्रामीण भागातल्या एखाद्या मुलीशी खोटं लग्न लावून शहरात आणून तिला हा व्यवसाय करायला भाग पाडायचं. अशा वेळी ती मुलगीही कुठे जाऊ शकत नाही.

नोकरी मिळवून देण्याच्या आमिषाने खेड्यातून शहरात आणायचे. मुली व त्यांचे कुटुंबियही अशा आमिषाला दारिद्र्यामुळे बळी पडतात.

अलिकडच्या काळात सिनेमात काम करण्याच्या हेतूने घरातून पळून गेलेल्या मुलींना रेल्वे स्टेशन, एस्. टी. स्टँडवर अशा मुलींना बरोबर हेरले जाते व सिनेमात काम देतो सांगून हा व्यवसाय करायला भाग पाडले जाते.

गावातलाच एखादा मुलगा लग्नाचे आमिष दाखवून शारीरिक संबंध प्रस्थापित करतो व त्यातून नको तो प्रसंग उद्भवला की मुलगी गाव सोडून पळून जाते व शहरातल्या दुष्ट चक्रात सापडते. कारण तिने पाप केले, घराण्याची अब्रू घालवली अशी दूषणे दिली जातात. स्त्रीच्या चारित्र्यासंबंधी समाजात आजही चुकीच्या कल्पना आहेत.

नात्यातल्या, गावातल्या एखाद्या व्यक्तीने जर एखाद्या मुलीवर बलात्कार केला तर तिला स्वतःचा काही दोष नसतानाही तोंड दाखवायला जागा रहात नाही. अशा मुलीचा इतर लोकही गैरफायदा घेतात.

पती-पत्नीचे लैंगिक संबंध निकोप नसतील. पती योग्य वागणूक देत नाही म्हणून पत्नीला जर शारीरिक सुख मिळत नसेल तरी ही ती हा व्यवसाय स्वीकारते.

हा व्यवसाय फायदेशीर आहे. कमी श्रमात पैसा मिळवून देणारा आहे. त्यामुळे यात स्त्रिया येतात. शिवाय हा व्यवसाय संघटीत पद्धतीने चालवणाऱ्या अनेक व्यक्ती आहेत व मुलीही या व्यवसायात यामुळे शिरतात.

विधवा, परित्यक्ता, घटस्फोटीता या जर कमावणाऱ्या नसतील तर त्यांना चरितार्थासाठी हाच मार्ग पत्करावा लागतो.

कुटुंबातले वातावरण चांगले नसेल, माता-पित्यांचा अति धाक किंवा पूर्ण दुर्लक्ष यामुळेही मुली घरातून पळून जातात कारण त्यांना प्रेम मिळत नाही.

वेश्यांच्या मुलींना परंपरागत व्यवसाय म्हणून हा व्यवसाय करावा लागतो. आसपासचे वाईट वातावरण, शिक्षणाचा अभाव, कशाची माहिती नसणे यातून वेश्यांच्या मुली त्या व्यवसायात येतात.

शहरी शिकलेल्या मुली नवीन अनुभव घेण्यासाठी किंवा थ्रिल वाटते म्हणून शारीरिक संबंध करतात व यात ओढल्या जातात. कुटुंबापासून लांब राहिलेल्या मुली एकटेपणाच्या भावनेतून ते करतात.

काही विवाहीत स्त्रियांना अति चैन व सुखासीनतेची आवड असते व यासाठी काहीही करायची तयारी असते. समाजाला न जुमानता धाडस करण्याची वृत्ती असते. पैशाला अतिरेकी महत्त्व आल्याने नीतीमूल्ये ढासळत आहेत. अशा व्यक्तींना केवळ पैसा असल्याने समाजात प्रतिष्ठा मिळते, मिळविता येते. पती, विवाह, याविषयी नावड असली तरीही स्त्रिया हे करतात.

डान्सबार मध्ये काम करणाऱ्या, नृत्य करणाऱ्या काही मुलीही हा व्यवसाय करत असतात.

ग्रामीण भागात केवळ शेतीवर चालणारी कुटुंबे आहेत अशा वेळी जर भीषण व सतत दुष्काळ पडला तर घरातल्या तरुण स्त्रियांना या व्यवसायात येणे भाग पडते. कुटुंबाची जबाबदारी जर कुटुंबातील मोठ्या मुलीवर असेल तर ती यातून पैसे उभे करून सर्व जबाबदाऱ्या पार पाडते.

वेश्या व्यवसाय राजरोसपणे चालतो असे विशिष्ट भाग शहरात, गावात असतात. त्या ठिकाणी धंदेवाईक वेश्या व कुंटणखाने असतात. यातील काहीजणी इतर कामे करून हा धंदा करतात. तर काही स्त्रिया छुप्या रीतीने वेश्या व्यवसाय करतात व त्यांच्या या व्यवसायाची माहिती ठराविक लोकांनाच असते व तेवढ्या लोकांशीच त्या शारीरिक संबंध ठेवतात. या स्त्रिया गुप्तपणे असा व्यवसाय करत असल्याने सभ्य स्त्री म्हणून समाजात वावरतात. यातील काही स्त्रिया अधून मधून गरज लागेल तसा देहविक्रय करत असतात.

कॉल गर्ल्स

याशिवाय कॉल गर्ल्सही हा व्यवसाय करत असतात. त्या केवळ चंगळ करण्यासाठी, अधिकाधिक पैसे मिळविण्यासाठी हे करतात. त्यामुळे या तरुण मुली, स्त्रिया संबंध प्रस्थापित करतांना उद्योजक, राजकीय पुढारी, उच्चभ्रू व्यापारी, व्यावसायिक अशांशीच करत असतात. सभ्यतेच्या बुरख्या आड हे सर्व केले जाते. दलालांकडे अशा स्त्रिया, मुलींची नावे असतात. अशा स्त्रियांना पैसे देतांना त्यांच्या वय – रुपाबरोबर त्यांचा दर्जा लक्षात घेतला जातो.

सध्या विविध ठिकाणांहून वाहिन्यांवरील मालिकांमधून काम मिळावे म्हणून शिकलेल्या, चांगल्या कौटुंबिक परिस्थितीतल्या मुली येतात. सगळ्यांना काम मिळतेच असे नाही किंवा सतत काम मिळते असेही नाही. अशा वेळी त्या कॉल गर्ल्स म्हणून काम करून पैसे मिळवितात. हा व्यवसाय महानगरांमध्ये खूप मोठ्या प्रमाणात चालतो.

महाविद्यालयात शिकणाऱ्या मुलींही पालकांकडून ठराविक पैसे पॉकेटमनी मिळतात. परंतु क्लबमध्ये जाण्यासाठी, पबमध्ये जाण्यासाठी लागणारे पैसे मिळविण्यासाठी त्या मार्गाने पैसे

मिळवितात. यात चैन करणे हा एकमेव उद्देश असतो.

इंटरनेटसारख्या माध्यमांचा उपयोग करून मुली स्वत:चे फोटो, माहिती देऊन वेश्याव्यवसाय करतात. कॉल गर्ल्सच्या व्यवसायात हॉटेल, लॉजवालेही सामील असतात. या मार्गनि ते झटपट पैसे कमवत असतात.

या व्यवसायात अनेक पुरुष दलाली करत असतात. शहरी भागात ब्युटीपार्लर, मसाज पार्लरच्या नावाखालीही सभ्य वस्त्यांमधून वेश्याव्यवसाय चालतो. यासाठीही काही व्यक्ती छुपी दलाली करत असतात.

वय झाल्यामुळे किंवा आजारामुळे ज्या स्त्रिया धंदा करत नाहीत. त्याच पुढे दलाल, कुंटणखान्याच्या मालकीण म्हणून काम करतात. या स्त्रिया धंद्यासाठी आलेल्या मुलींची काळजी घेतात. त्यांच्या आर्थिक गरजा भागवणे, त्यांना आसरा देणे, वेळ पडल्यास त्यांची वैद्यकीय तपासणी करणे व यासाठी ती या मुलींना मिळणाऱ्या पैशातून निम्मा वाटा घेत असते.

समारोप

परंतु या स्त्रियांमध्ये सध्या एडस्चे प्रमाण खूप वाढले आहे व त्याचा परिणाम त्यांच्या मुलांवरही होतो. तसेच मुलांमध्ये शिक्षणाचा अभाव असेल तर योग्य काम मिळत नाही. लहान वयापासून नको त्या गोष्टी बघाव्या लागणं, त्यांचं विश्वही तेवढंच राहतं व हेच आयुष्य असतं, असं त्यांना वाटतं. या नरकातून वेश्यांना बाहेर काढण्यासाठी त्यांना इतर उद्योग व्यवसाय देणं, उत्पन्नाची साधने देणं गरजेचे आहे. स्वखुषीने हा व्यवसाय करणाऱ्या स्त्रिया, मुली यांची गोष्ट वेगळी आहे. परंतु परिस्थितीमुळे, फसवणुकीमुळे ज्यांना यात आणलं त्यांना यातून बाहेर काढणं गरजेचं आहे.

या स्त्रियांच्या आरोग्यासाठी, मुलांचा सांभाळ, शिक्षण यासाठी स्वयंसेवी संस्था काम करत आहेत. त्यांचा समस्या जशा जागेचा प्रश्न, कमी अनुदान, ते वेळेवर न मिळणं, अपुऱ्या सुविधा, मनुष्यबळ कमी असणं या सोडवल्या गेल्या पाहिजेत.

ग्रामीण भागातून, वेगळ्या राज्यातून मुलींना पळवून आणणारे व यात ढकलणाऱ्यांना कडक शासन असले पाहिजे. डान्सबार बंद होऊन एक वर्ष, कागदोपत्री, लोटले. तरीही अनेक ठिकाणी ते आजही चालू आहेत. त्यामुळे याबाबतीतला भ्रष्टाचार थांबवला गेला जाणे आवश्यक आहे.

स्त्रियांचे शोषण अजूनही चालू आहे. कमी उत्पन्नामुळे स्त्रिया कुटुंबाची जबाबदारी पार पाडण्यासाठी हा व्यवसाय करतात हे टाळण्यासाठी पुरेशा, कमी खर्चाच्या वैद्यकीय सुविधा, शैक्षणिक सुविधा, नियमित उत्पन्न उपलब्ध झाले पाहिजे. यातूनच एडस्सारख्या भस्मासुराला रोखता येईल.

(Public Health)

सार्वजनिक आरोग्य

सार्वजनिक आरोग्य हे प्रत्येक शहराच्या, गावाच्या स्वच्छता व त्या अनुषंगाने येणाऱ्या इतर घटकांवर अवलंबून असते. सार्वजनिक आरोग्याचा विचार करतांना पर्यावरण, आरोग्यशास्त्र, नागरिकशास्त्र या सर्वांचा विचार केला पाहिजे. सार्वजनिक आरोग्य अनेक कारणांमुळे बिघडत असते.

शहरी भागात वाढलेले प्रदूषण. यात इंधनांचे धूर ज्यामुळे नाक, घसा, डोळे यांचे आजार होतात. त्वचेचे आजार होतात. वाटेल तेथे कचरा टाकणे. रस्ते, सार्वजनिक इमारती, बागा या ठिकाणी कचरा करणे. नदी नाल्यात कचरा टाकणे किंवा गटारे सोडणे यामुळे पाणी प्रदूषित होते. कचऱ्यामुळे डासांची निर्मिती होते. कारखान्यातून बाहेर पडणारा धूर व इतर जे पदार्थ हानिकारक असतात त्यांची योग्य विल्हेवाट न लावणे.

नैसर्गिक साधन संपत्ती किंवा तेलाच्या अतिरेकी वापरामुळे वातावरणाचा समतोल बिघडतो. निसर्गात असंतुलन होऊन त्याचा त्रास मनुष्याला भोगावा लागतो. नैसर्गिक साधनांचा अति, प्रमाणाबाहेर वापर केल्याने वातावरणातील उष्णता वाढते त्यामुळे आरोग्य बिघडते.

सार्वजनिक आरोग्य हे केवळ शारीरिक आरोग्याशी संबंधित नाही. माणसे आपला राग मोडतोड करून व्यक्त करत असतात. समाजात चोऱ्यामाऱ्या व अतिरेकीपणाचे प्रमाण वाढणे हे सार्वजनिक सामाजिक आरोग्य बिघडल्याचे लक्षण आहे.

नैसर्गिक घटक

सार्वजनिक आरोग्य चांगले रहावे यासाठी तीन मूलभूत नैसर्गिक घटक हवा, पाणी, जमीन हे शुद्ध असणे आवश्यक आहे. हवा दूषित झाली की श्वसनाचे विविध रोग होऊ शकतात. प्राणवायूचा पुरेसा पुरवठा न मिळाल्याने जीवनशक्ती कमी होऊ शकते. डोळ्यांना त्रास होतो. त्वचा खराब होते, हवेद्वारे विषारीवायूचा संसर्ग झाल्याने मृत्यूसुद्धा येऊ शकतो.

पिण्याचे पाणी साठविण्यासाठी सार्वजनिक ठिकाणच्या मोठ्या मोठ्या टाक्या, तळी स्वच्छ न ठेवल्याने आजार होतात. वैयक्तिक स्तरावरही प्रत्येकाने प्यायचे पाणी शुद्ध करून उकळून घ्यायला हवे. रासायनिक द्रव्यांचा वापर कमीत कमी करणे, पाण्याची अकारण नासाडी टाळली पाहिजे.

रासायनिक खतांचा जास्त वापर केल्याने नि:सत्त्व किंवा रासायनिक द्रव्यांचा अंश असणारे अन्न आरोग्याला नुकसान पोचवते. यासाठी रासायनिक खतांऐवजी नैसर्गिक खतांचा वापर केला गेला पाहिजे. प्लॅस्टिक कचरा ही एक डोकेदुखी शहरी भागात होऊन बसली आहे. उघड्या

नाल्यांमध्ये कचरा, प्लॅस्टिक कचरा व गटारे सोडल्याने हवा प्रदूषित होते.

वाहने वाहतुकीचे नियम न पाळता कशीही चालवणे, वाहतुकीचे नियम मोडणे यामुळे अपघाताला आमंत्रण व मानसिक ताप यामुळे आरोग्य बिघडते. सार्वजनिक आरोग्यात ध्वनिप्रदूषणाचा विचार करणे आवश्यक आहे. ध्वनिप्रदूषण हे अनेक रोगांचे कारण ठरू शकते. कानठळ्या बसवणाऱ्या आवाजाने खूप मानसिक ताण येतो.

प्रवासात, जत्रेत, व इतर वेळीही उघड्यावरचे अन्न खाल्ल्याने पोटाचे विकार, विषबाधा असे आजार होतात. यासाठी ताजे, झाकलेले पदार्थ खाणे, पुरेशी स्वच्छता पाळली जाते का याकडे लक्ष देणे, खाल्लेले कागद इकडे तिकडे टाकल्याने त्यावर माशा बसतात व त्याच माशा अन्नावर बसल्याने पदार्थ दूषित होतात. उपाहारगृहातील भटारखाने अस्वच्छ असतात त्याचा परिणाम अन्न पदार्थांवर होतो. अन्न पदार्थातील भेसळीमुळेही सार्वजनिक आरोग्य बिघडते.

भाजीबाजारात किडलेल्या भाज्या, पाला खाली टाकला जातो हा पाला कुजतो. या कुजलेल्या कचऱ्याने प्रदूषण होते.

शहरी भागातील परिस्थिती

शहरी भागातील झोपडपट्ट्यांमध्ये घरे पुरेशी हवेशीर नसल्याने, आसपासची हवा, उघडी गटारे, कचरा, मलमूत्र विसर्जन उघड्यावर केल्याने प्रदूषित होणारी हवा याचा परिणाम तिथल्या लोकांच्या आरोग्यावर होतो. याशिवाय अतिशय लहान घरे स्टोव्ह, शेगडीचा धूर बाहेर पडायला जागा नसल्याने घरात साठून राहिल्याने होणारे श्वसनांचे आजार. घरे जवळजवळ असल्याने आगी लागण्याचे प्रकार, गॅस सिलिंडरचे स्फोट यामुळे अनेकांना इजा होण्याची शक्यता असते.

माणसाला होणाऱ्या अनेक आजारांचे मूळ अस्वच्छतेत असते. दूषित पाण्यामुळे विषमज्वर (टॉयफॉइड), पटकी (कॉलरा), अतिसार (डिसेंट्री), पोलिओ, कावीळ यासारखे घातक आजार होऊ शकतात. शहरातील झोपडपट्ट्यांमध्ये रहाणाऱ्या साधारण १% मुलांना विषमज्वर होतो. सरकारी आकड्यानुसार २००५ मध्ये ६,५३,५८० लोकांना विषमज्वर झाला व त्यातले ४१७ लोक दगावले. प्रकृतीकडे लक्ष दिल्याने अंगात प्रतिकार शक्ती वाढते. आरोग्य व स्वच्छता चांगली नाही अशा ठिकाणी काविळीचा आजार आढळतो. हा आजार जर गंभीर स्वरूपाचा झाला तर व्यक्तीचा मृत्यू होतो. स्वच्छतेचा व स्वच्छ पिण्याच्या पाण्याचा अभाव असल्याने देशात ह्या रोगाचे प्रमाण आढळते. हे प्रमाण लहान मुलांमध्येही आहे. यासाठी स्वच्छ पाणी, ताजे अन्न व कावीळ होऊ नये म्हणून 'अ' ही कावीळ प्रतिबंधक लस टोचून घेणे हे उपाय आहेत.

ग्रामीण भागात

ग्रामीण भागात बहुतांशाने वापरल्या जाणाऱ्या चुली त्यात लाकडाचा वापर, कमी उंचीची घरे, धूर बाहेर जाण्यासाठी पुरेशी जागा नाही त्यामुळे श्वसनाचे विकार होतात. उघड्यावर मलमूत्र विसर्जनामुळे अत्यंत प्रदूषित होणारी हवा याचा परिणाम सार्वजनिक आरोग्यावर होतो. घराजवळ

गोठा असल्याने त्याची पुरेशी स्वच्छता पाण्याअभावी ठेवता येत नाही. जनावरांच्या अंगावरील किड्यांमुळे आजार होतात. जनावरे, बैलगाड्या नदीवर धुणे व त्याच ठिकाणी कपडे धुणे, पिण्याचे पाणी भरणे यामुळे सार्वजनिक आरोग्य बिघडते.

धान्य साठवले जाते त्याला, शेतात उंदीर, घुशी लागतात व त्यांना मारल्याने अस्वच्छता, दूषित हवा होते. पक्के रस्ते नसल्याने खाच खळग्यात पाणी साठणे, त्यामुळे डास होतात. जिथे पाण्याचा अभाव आहे तिथे पाणी साठवणे भाग पडते अशा वेळी साठवलेल्या पाण्यात डास होतात. यामुळे आजार पसरतात. क्षय रोगाचे प्रमाणही वाढते आहे.

उपाय

ग्रामीण भागात क्षयरोगाचे रुग्ण शोधून काढणे, क्ष-किरण परीक्षा, थुंकी तपासणे हे उपचार केले जातात. रातांधळेपणाला प्रतिबंध करण्यासाठी ५ वर्षखालील मुलांना 'अ' जीवनसत्त्वाचा पुरवठा केला जातो. नेत्र चिकित्सा शिबिरांचे आयोजन करून याद्वारे मोतीबिंदू काढून टाकण्याकरिता आणि डोळ्याच्या इतर भागांवर इलाज करण्यासाठी पुरेशा सुविधा उपलब्ध करण्यात आल्या आहेत. हिवतापाचा प्रादुर्भाव होऊ नये म्हणून घर व परिसरात डी. डी. टी. व मलेथिऑन या जंतुनाशकाची फवारणी करण्यात येते. या रुग्णांचे रक्ताचे नमुने आरोग्य सेवकांमार्फत तपासणीसाठी घेऊन प्राथमिक उपचार केले जातात. घटसर्प, डांग्या खोकला, धनुर्वात, गोवर, क्षयरोग, पोलिओ हे रोग मुलांना होऊ नयेत, यासाठी १ ते ४ वयोगटातील सर्व बालकांना बुस्टर डोस दिले जातात. ५ ते ६ वर्षे वयोगटातील ८५% बालकांना डी. पी. टी. लसने सुरक्षित केले जाते. व १० ते १६ वर्षे वयोगटातील ८५% मुलांना विशेषत: मुलींना धनुर्वाताच्या लसीने संरक्षित केले जाते.

डासांमुळे हत्तीरोग पसरतो यासाठी हत्तीरोग रुग्णांचा शोध घेण्यासाठी सहा पथके कार्यरत आहेत. सहा दिवसांच्या दोन टप्प्यात डी. ई. सी. च्या गोळ्या दिल्या जातात. दूषित पाण्यामुळे नारू होतो. १९८४ पासून नारू निर्मूलनाचा कार्यक्रम राष्ट्रीय पातळीवर राबविण्यात येतो. त्यानुसार नारूच्या रुग्णाचा शोध घेणे त्यावर उपचार करणे, दूषित पाणी पुरवठ्याची ठिकाणी जलशुद्धीकरणाची प्रक्रिया करणे, नारू रोगाच्या प्रतिबंधासाठी आरोग्यविषयक शिक्षणाचा प्रसार करणे इ. केले जाते.

सार्वजनिक आरोग्य टिकवायचे कसे ?

सार्वजनिक आरोग्य टिकवायचे असेल तर साथीचे रोग उद्भवणार नाहीत, पसरणार नाहीत याकडे लक्ष ठेवायला हवे. या दृष्टीने डास, उंदीर, पिसवा वगैरे प्राण्यांचा उपद्रव होणार नाही याची काळजी घेतली गेली पाहिजे. सार्वजनिक स्वच्छता व वैयक्तिक स्वच्छता याबद्दल जागरूक असायला हवे. घरात किंवा घराबाहेर पाणी साठून राहाणार नाही याकडे लक्ष द्यायला हवे. घराच्या भिंतींना ओल येणार नाही याची दक्षता घ्यायला हवी. इतर वेळीही परंतु प्रामुख्याने पावसाळ्यात सकाळ-संध्याकाळ धूप जाळल्याने डासांचा प्रादुर्भाव कमी होतो. कचऱ्याचे योग्य व

वेळेवर व्यवस्थापन केले गेले पाहिजे. सांसर्गिक रोगाची लागण झाल्यावर वेळेत औषधोपचार सुरू करणे व आसपासच्या लोकांना सावध करणे.

सामुदायिक पाणी पिण्याच्या सोयी आहेत. उदा. पाणपोई, रस्त्यावर भरून ठेवलेले माठ यांची नीट स्वच्छता राखली गेली पाहिजे. सिनेमागृहे, सार्वजनिक उद्याने येथील पाण्याच्या टाक्या स्वच्छ असायला पाहिजेत.

सार्वजनिक ठिकाणी पान, तंबाखू खाऊन थुंकणे, सिगरेट ओढणे याचा इतरांच्या आरोग्यावर विपरीत परिणाम होतो. यासाठी हे करणाऱ्यांना दंड आकारून शिक्षा करणे गरजेचे आहे. याची काळजी पान, तंबाखू विकणाऱ्यांनीही घेतली पाहिजे.

कचऱ्याच्या कुंड्या भरून वाहून जात असतात. २-२ दिवस कचरा उचलला जात नाही हे टाळले गेले पाहिजे. ओला कचरा, कोरडा कचरा, काच, प्लॅस्टिकच्या वस्तू हा कचरा वेगवेगळा करून टाकला गेला पाहिजे.

ध्वनी प्रदूषण होऊ नये यासाठी कारणाशिवाय हॉर्न न वाजवणे सार्वजनिक उत्सवाच्या वेळीसुद्धा गाणी लावतांना कमी आवाजात लावणे. सार्वजनिक ठिकाणी खोकतांना, शिंकताना नाका-तोंडावर रुमाल धरणे आवश्यक आहे.

राहण्याच्या जागा कशा असाव्यात याविषयी नगरपालिका, महानगरपालिका यांनी ठरवून दिलेल्या नियम व अटींचे काटेकोर पालन केले गेले पाहिजे. अतिशय जवळजवळ घरे असल्याने शुद्ध हवा, मोकळी हवा मिळत नाही.

औद्योगिक कारखान्यामुळे होणारे हवेचे प्रदूषण, पाण्यात, नदीत रासायनिक द्रव्य सोडल्याने होणारे प्रदूषण, ध्वनि प्रदूषण, भंगार, रसायन मिश्रित पदार्थबाहेर टाकल्याने होणारे प्रदूषण थांबविण्यासाठी नियमांचे पालन केले जाते की नाही हे पहाणे गरजेचे आहे.

ग्रामीण भागात व झोपडपट्ट्यांमध्ये स्वच्छतागृहे बांधली जाऊन त्यांचा वापर करायला लावला पाहिजे. गटारे करून तीही बंदिस्त गटारे करून सांडपाण्याची विल्हेवाट योग्य प्रकारे लावली गेली पाहिजे. ग्रामीण भागात स्वच्छ व शुद्ध पाणी पुरवठा केला गेला पाहिजे. प्रत्येक व्यक्तीला किमान आवश्यक असलेले ४० लिटर पाणी मिळाले पाहिजे.

यात्रा, जत्रा, सार्वजनिक सण, उत्सव या काळात आरोग्यविषयक दक्षता घेतली गेली पाहिजे. यात्रेच्या काळात प्रतिबंधक लसी टोचणे, पाणी स्वच्छ राहील याची व्यवस्था करणे आवश्यक आहे.

(Pandita Ramabai)

पंडिता रमाबाई (१८५९-१९२२)

त्यांचे नाव रमाबाई अनंतशास्त्री डोंगरे असे होते. रमाबाईंचे वडील अनंतशास्त्री डोंगरे हे पुरोगामी विचाराचे होते. त्यांनी प्रतिकूल परिस्थितीतही मुलीला शिकविले. त्या काळात त्यांनी सहकुटुंब तीर्थयात्रा काढली. या काळात त्यांनी मुलीला संस्कृत, व्याकरण, साहित्य यांचे शिक्षण दिले. मराठी, हिंदी, बंगाली, कन्नड, तुळु, हिब्रू या भाषांवर त्यांचे प्रभुत्व होते. त्यांनी कलकत्त्यातील बिपीन बिहारीदास मेधावी या वकिलाबरोबर विवाह केला. त्यांचे पती अल्पावधीतच वारले. त्यानंतर त्या कन्येसह पुण्याला आल्या.

१८७८ मध्ये त्यांना कलकत्यातील सिनेट हॉलमध्ये 'पंडिता व सरस्वती' या पदव्या देण्यात आल्या. त्यांना 'भारतवर्षीय स्त्रियांचे भूषण' अशा मानपत्रानेही गौरवण्यात आले. त्यांनी बालविवाह, पुनर्विवाह बंदी या अनिष्ट रूढींपासून स्त्रियांना मुक्त करण्यासाठी पुणे, नगर, सोलापूर, ठाणे, बार्शी, मुंबई या ठिकाणी 'आर्य महिला समाजा'ची स्थापना केली. १८८३ मध्ये त्यांनी ख्रिस्ती धर्म स्वीकारला. भारतात परत आल्यावर मुंबईत 'शारदा सदन'ची स्थापना केली. केशवपनाविरुद्ध चळवळ, संमती वयास पाठिंबा त्यांनी दिला. त्यांनी कृपासदन, प्रीती सदन, शांती सदन अशा संस्था उभारल्या. स्त्रियांना स्वतःच्या पायावर उभे राहण्याची मोलाची शिकवण दिली.

१८८३ मध्ये हंटर कमिशनसमोर स्त्री शिक्षण संदर्भात साक्ष दिली. स्त्रियांच्या प्रश्नाचा अधिक चांगला अभ्यास करण्यासाठी त्या त्यांच्या मुलीबरोबर इंग्लंडला गेल्या. तिथे त्यांनी वैद्यकीचा अभ्यास केला. अमेरिकेत जाऊन त्यांनी बालविधवांना उपयुक्त अशी 'बालोद्यान शिक्षणपद्धती' शिकून घेतली. अमेरिकेतच त्यांनी हिंदू बालविधवांच्या संदर्भात त्यांच्या प्रश्नांविषयी 'द हायकास्ट हिंदू वुमन' हे पुस्तक लिहिले. १८८९ मध्ये 'युनायटेड स्टेट्सची लोकस्थिती व प्रवासवृत्त' हे पुस्तक प्रसिद्ध केले. त्यांच्या कार्याचा व वक्तृत्वाचा अमेरिकेत एवढा प्रभाव पडला की, बोस्टन शहरात अमेरिकेतील लोकांनी 'रमाबाई असोसिएशन' संस्थेची स्थापना केली.

शारदा सदन

पंडिता रमाबाईंनी विधवांना माणुसकीचे जीवन जगता यावे, यासाठी १८८९ मध्ये ही संस्था उभारली. याची सुरुवात भाड्याच्या जागेत केली. शारदा सदनच्या सल्लागार मंडळावर न्यायमूर्ती रानडे, डॉ. रा. गो. भांडारकर, न्यायमूर्ती तेलंग, कृष्णाजी नूलकर अशा व्यक्ती होत्या. रमाबाई या मुलींना अतिशय चांगली वागणूक देत असत. सुखात ठेवत असत त्यामुळे समाजात त्यांच्यावर टीका केली जात असे. त्यांनी या विधवांना शिकविले. अमेरिकेत स्थापन झालेल्या

'रमाबाई असोसिएशन'च्या सभासदांतर्फे दहा वर्षांसाठी देणगी मिळवून आणली.

अमेरिकेहून परतल्यावर त्यांनी विधवांच्या परिस्थितीत सुधारणा करण्यासाठी मुंबईत 'शारदा सदन' सुरू केले. नंतर १८९० मध्ये शारदा सदन पुण्यात आणले; परंतु पुण्यात त्याविरुद्ध वादळ उठल्याने ते केडगावला हलविण्यात आले. १८९८ मध्ये केडगाव येथे मुक्ती सदन स्थापण्यात आले. येथे मध्य प्रदेश व गुजराथ येथील दुष्काळाची झळ बसलेल्या स्त्रियांना आश्रय दिला. नंतर त्या परत अमेरिकेला गेल्या. तेथून परतल्यावर त्यांनी आपले कार्यक्षेत्र वाढविले. प्रीती सदन, शारदा सदन, शांती सदन येथे विविध लोकांना आश्रय देऊन सर्वांच्या सोयींसाठी एक रुग्णालय बांधण्यात आले.

स्त्रियांनी स्वतःच्या पायावर उभे राहिले पाहिजे म्हणून आश्रमातील स्त्रियांना शेती, विणकाम, मुद्रणकाम अशी कामे त्यांना शिकविली. मुक्ती सदनमध्ये धान्य, भाजीपाला, फळे पिकविण्यात येत असे.

हंटर कमिशनपुढे साक्ष देताना मुलींच्या शाळेत केवळ स्त्री शिक्षिकाच नव्हे तर शालेय तपासणीस सुद्धा 'स्त्री' असणे आवश्यक आहे, असे त्यांनी प्रतिपादन केले. पुरुष डॉक्टरांकडे स्त्रिया जात नाहीत, तपासणी करून घेत नाहीत. हे इंग्लंडच्या राणीला समजताच व्हाइसरॉय लॉर्ड डफरीन यांच्या पत्नी लेडी डफरीन यांच्या नावे फंड स्थापन केला व वैद्यकीय सेवा सुरू करण्यात आली.

त्यांनी अंधांसाठी पहिली शाळा काढली व अनाथ मुलांसाठी 'सदानंद सदन' सुरू केले. तसेच शारदा सदनमधील गोदूताई जोशी या विधवेचा विवाह त्यांनी धोंडो केशव कर्वे यांच्याशी लावला. या विवाहामुळे वैधव्य म्हणजे आयुष्याचा शेवट नव्हे हे समाजाला कळले. विधवेला पुनर्विवाहानंतरही इस्टेटीत वाटा असायला हवा हे सांगण्यासाठी त्यांनी गोदूताई म्हणजे धोंडो केशव कर्वे यांच्या पत्नी त्यांच्या नावाने तीन हजार रुपयांच्या उन्नतीसाठी कार्य केले. निराधार स्त्रियांची निवासाची सोय करून त्यांच्या उदरनिर्वाहाची सोय करण्यात आली त्यांच्या कार्यावर भरपूर टीका झाल्याने सल्लागार मंडळींनी राजीनामे दिले.

(Madadev Govinda Ranade)

न्यायमूर्ती महादेव गोविंद रानडे (१८४२-१९०१)

प्राध्यापक म्हणून त्यांनी कारकिर्दीला सुरुवात केली. ते मुंबई विद्यापीठ व एलफिन्स्टन महाविद्यालयात प्राध्यापक होते. १८९३ मध्ये ते उच्च न्यायालयाचे न्यायमूर्ती झाले. परंतु सुधारणेच्या कामात ही नोकरी अडथळा ठरली नाही. त्यांनी जातीयता व बालविवाह याला विरोध केला व विधवा विवाहाचा पुरस्कार केला. त्यांनी प्रार्थना समाजाचे नेतृत्व केले.

समाजातील विविध घटकांमध्ये, विविध अंगांमध्ये एकाच वेळी प्रगती होत असते हे तत्त्व अंगिकारून त्यांनी विविध क्षेत्रांमध्ये सुधारणेसाठी प्रयत्न केले. सामाजिक सुधारणा घडविण्यासाठी व त्याविषयी लोकांमध्ये जागृती निर्माण करण्यासाठी त्यांनी अनेक संस्थांची स्थापना केली. त्यांनी सामाजिक परिषद, डेक्कन सोशल रिफॉर्म असोसिएशन इ. शैक्षणिक संस्था तसेच हुजूरपागा, न्यू इंग्लिश स्कूल व डेक्कन एज्युकेशन सोसायटी या संस्थांशी त्यांचे निकटचे संबंध होते.

प्रार्थना समाजामार्फत त्यांनी हिंदू धर्मात सुधारणा करण्याचा प्रयत्न केला. ते द्रष्टे समाजसुधारक होते. हिंदुस्थानाच्या आर्थिक प्रगतीसाठी औद्योगिकीकरण गरजेचे आहे हे लक्षात घेऊन त्यांनी औद्योगिक परिषदेची स्थापना केली. त्यांनी सार्वजनिक सभा, ईस्ट इंडिया असोसिएशन, डेक्कन सभा यांची स्थापना केली. अखिल भारतीय चळवळीच्या मुळाशी त्यांचे नेतृत्व होते.

आर्थिक समस्या व उपाय

सार्वजनिक सभेच्या माध्यमातून त्यांनी महाराष्ट्राची आर्थिक पाहणी केली. त्यांनी पुढील काही विषयांवर अहवालही तयार केले - "Famine Administration in the Bombay Presidency after the Famine 1817", "Techeck conditions in Maharashtra" (1877) "Revenue Manual of the British Empire in India (1877).

१८९० मध्ये त्यांनी पश्चिम भारतीय औद्योगिक संघटना स्थापन केली. १८८९ मध्ये भारतीय राजकीय अर्थशास्त्रावरील निबंध Essays on Indian Political Economy' या ग्रंथात प्रसिद्ध केले. त्यात त्यांनी ब्रिटिश अर्थव्यवस्थेचे परीक्षण केले. विशेष म्हणजे त्यात भारतीय उद्योगांना संरक्षण देण्याची मागणी केली.

भारतीय अर्थव्यवस्थेचा कणा शेती असल्याने त्यात जर काही चांगले करावयाचे असेल तर यांत्रिकीकरणावर भर न देता शेतीवर असलेला लोकसंख्येचा भार कमी करून उद्योगधंद्यांचा विकास करणे आवश्यक आहे. शेतकऱ्यांना बँकांच्या माध्यमातून योग्य दरात सरकारने कर्ज दिली पाहिजेत. औद्योगिक विकासासाठी सरकारने वाहतूक व दळणवळण क्षेत्रात बदल करावेत, असेही त्यांनी सुचविले होते.

ते भारत सरकारच्या १८८५ च्या आर्थिक समितीचे सदस्य होते. दारिद्र्य निर्मूलनासाठी वेळीच उपाय न केले गेल्यास अर्थव्यवस्था धोक्यात येऊ शकते, असे त्यांच्या लक्षात आले व ती सुधारण्यासाठी त्यांनी काही उपाय सुचविले. सरकारने उद्योगधंदे, शेती, अर्थव्यवस्था यांच्या विकासासाठी आर्थिक नियोजन करावे. उपलब्ध असलेल्या साधनसामग्रीचे योग्य वाटप करावे. मोठे उद्योग व लघुउद्योग यांना चालना द्यावी. भारतात भांडवलनिर्मितीस चालना द्यावी. शेती शास्त्रशुद्ध पद्धतीने करणे, खते–अवजारे इ. साठी भूविकास बँका, निर्यात वाढवणे हे उपाय केले गेले पाहिजे. लोकसंख्यावाढीच्या संदर्भात त्यांनी लोकसंख्यावाढ व त्याचे परिणाम हा लेख लिहिला. गुंतवणूक, बचत व रोजगार यांचा परस्परसंबंध आहे असे त्यांचे निदान होते. बेरोजगारीवरही असे त्यांचे प्रतिपादन होते. त्यांनी शेतीव्यतिरिक्त अन्य क्षेत्रे शोधणे गरजेचे आहे उपाय म्हणून.

भारतातील दारिद्र्य दूर करण्यासाठी लोकसंख्येचे संतुलन व स्थलांतर या मुद्द्यांवर त्यांनी भर दिला. शहरीकरण होण्यासाठी रेल्वे, कालवे यांचे जाळे असायला पाहिजे. असा त्यांचा दृष्टीकोन होता. औद्योगिक विकासाला चालना देणे, त्यासाठी ठेवी स्वीकारणे, कर्ज दिले गेले पाहिजे, असे त्यांचे मत होते. त्यांचा भर नियोजनावर होता.

१८७२ मध्ये त्यांनी स्वदेशी व्यापाराची अवस्था वर्णन करताना म्हटले की, परदेशातून येणाऱ्या पक्क्या मालामुळे हिंदी कारागिरांच्या कौशल्याचा क्षय होत असून, सर्वांची प्रवृत्ती दिवसेंदिवस विलायती जिनसा वापरण्याकडे होत आहे. देशात कारखाने उभारून येथील मालाचा दर्जा तिकडच्या मालाप्रमाणेच उत्कृष्ट राखून आपला देश समृद्ध करता येऊ शकतो. निर्वाहाच्या, सोयीच्या व चैनीच्या वस्तू आपल्या देशात का तयार होऊ नयेत, या पराधीनतेची वृत्ती त्यांना अनिष्ट वाटे.

भारतातील दारिद्र्याची त्यांनी सहा कारणे सांगितली – भारताची संपत्ती परदेशात लुटून नेली जाते हे जरी खरे असले, तरी देशाच्या दारिद्र्याचे मूळ शेतीवर अवलंबून राहणे हेच आहे. लोखंड व पोलाद यांसारख्या उद्योगांमध्ये भांडवल गुंतवणूक होत नाही. पतपद्धतीही जुनी आहे. काही भागांत कारखाने फार जास्त आहेत. उद्योग व्यवसायासाठी लागणारी धडाडी व उपक्रमशीलता यांचा अभाव व आमची परंपरागत समाजरचना गतिमान अर्थशास्त्राशी विसंगत आहे. शिवाय सरकारची आर्थिक धोरणेही याला जबाबदार आहेत. परकीय मालाला संरक्षण असल्यामुळे त्याची मोठ्या प्रमाणात आयात होते व त्यामुळे या देशातील ग्रामोद्योग बंद पडले. त्यांनी शेती व औद्योगिक विकासाची आवश्यकता प्रतिपादन केली.

त्यांच्या मतानुसार भारतात स्पर्धेपेक्षा मिरासदारी व करारापेक्षा रूढी याच गोष्टी प्रचलित आहेत. संपत्तीचे वाजवी विभाजन व्हावयाचे तर, उत्पादन साधनांना शक्य तेवढी विकासाची संधी उपलब्ध करून द्यायला हवी अशी त्यांची भूमिका होती.

१८६२ मध्ये त्यांनी 'इंदु प्रकाश' या वृत्तपत्राच्या इंग्रजी विभागात अनेक लेख लिहून समाज सुधारणेची मीमांसा केली. १८६५ मध्ये विधवा विवाहोत्तेजक मंडळाची स्थापना केली व विधवा विवाह घडवून आणला.

न्यायमूर्ती रानडे यांचा उल्लेख आधुनिक भारताचे निर्माते असा केला जातो. 'इंदु प्रकाश' या साप्ताहिकाच्या संपादक पदावर असताना त्यांनी भारतीय जनतेचे अज्ञान, स्त्रियांची दु:स्थिती, बालविवाह अशा अनिष्ट प्रथांविरुद्ध सतत टीका केली. या रूढींमध्ये सुधारणा झाल्याशिवाय भारतीय जनतेची प्रगती होणार नाही, असेही त्यांनी सुचविले.

न्यायमूर्ती रानडे यांची 'प्रेसिडेन्सी मॅजिस्ट्रेट' म्हणून १८८१ मध्ये नेमणूक झाली. त्याच वेळी त्यांच्या प्रेरणेने स्त्रीशिक्षणासाठी पुण्यात 'फिमेल हायस्कूल' सुरू झाले. वास्तविक, त्यावेळी स्त्रीशिक्षणासाठी सनातनी विचाराच्या लोकांचा विरोध होता.

सामाजिक की राजकीय सुधारणा या दोन्हीमध्ये त्यांनी सामाजिक सुधारणांना अग्रक्रम द्यावा असे मत मांडले. कारण सामाजिक पाया बळकट झाल्याशिवाय राजकीय रचना चिरकाल टिकणार नाही. आपल्या सर्व जाती बांधवांना आपण जोपर्यंत समाजात समान हक्क देत नाही, तोपर्यंत आपल्याला स्वातंत्र्याची मागणी करण्याचा हक्क नाही असे ते मानीत. यामुळेच समाज सुधारणा घडवून आणायचा त्यांचा प्रयत्न होता. त्यांच्या मतानुसार बालविवाह, विधवा विवाहाला बंदी, परदेशी प्रवासास मान्यता देणे कारण त्यावेळी परदेशी प्रवास निषिद्ध मानला जाई व प्रवासाहून परत आल्यावर प्रायश्चित घ्यावे लागत असे, स्त्रियांना मालमत्तेचा हक्क नाकारणे, स्त्रियांच्या शिक्षणाला प्रतिबंध या सामाजिक समस्या होत्या.

मूर्तिपूजा व कर्मकांड यातून मुक्त होऊन उच्च धर्माकडे मनुष्याच्या विवेक बुद्धीचे आकर्षण वाढले पाहिजे, यासाठी त्यांनी ब्राह्मो समाजाच्या धर्तीवर प्रार्थना समाजाची स्थापना केली.

१८९६ मध्ये त्यांनी पुण्यात 'डेक्कन सभा' ही नवी संस्था काढली. त्यात त्यांनी 'लोकशिक्षण' हाच राजकीय चळवळीचा उद्देश स्पष्ट केला. राजकारणाची पहिली पायरी म्हणजे स्वाभिमान व स्वावलंबन या गुणांनी युक्त नागरिकत्व निर्माण करणे, जातीपातींचा स्वाभिमान सोडून दिला पाहिजे.

भारतातील परिस्थिती इतक्या वर्षांनंतरही थोडेफार बदल वगळता तशीच आहे. ते द्रष्टे समाजसुधारक होते.

(Ramabai Ranade)

रमाबाई रानडे (१८६२–१९२४)

वयाच्या अकराव्या वर्षी त्यांचा न्यायमूर्ती रानडे यांच्याशी विवाह झाला. त्यावेळी त्यांना मुळाक्षरांची ओळखही नव्हती. त्या काळात स्त्रिया शिक्षणही घेत नसत. अशा परिस्थितीत न्यायमूर्तींनी त्यांना शिकविले; त्यांनीही प्रगती केली. विशेष म्हणजे या गोष्टीला त्यांना समाजाबरोबर घरच्या मंडळींचाही उपहास सहन करावा लागला. त्या ख्रिश्चन शिक्षिकेकडून इंग्रजी शिकल्या. त्यावेळी कडक सोवळेपणा असल्याने त्यांना निंदानालस्ती सहन करावी लागली. त्यांना विद्याभ्यासाची लालसा असल्याने त्यांनी अनेक विषयात प्राविण्य मिळविले.

स्त्रियांच्या विकासाचे कार्य

त्या स्त्री शिक्षणाच्या प्रवर्तक म्हणून ओळखल्या जातात. कारण ज्या काळात स्त्रियांना शिक्षणापासून वंचित ठेवले गेले होते त्या काळात त्या स्वत: शिकल्या व स्त्री शिक्षणासाठी कार्य केले. स्त्री शिक्षणाचा त्यांना ध्यासच लागला होता. त्यांनी सेवासदन व 'हिंदू सोशल ॲण्ड लिटरी क्लब' यासारख्या सामाजिक व शैक्षणिक संस्थांची स्थापना केली.

१८९३ पासून रमाबाईंचे कार्यक्षेत्र विस्तारत गेले. अनेक शैक्षणिक संस्थांच्या समित्यांवर त्यांची नियुक्ती झाली होती. संसारी स्त्रियांना शिक्षण घेता येत नव्हते. त्यांच्यासाठी रमाबाईंनी सर्व प्रकारचे वर्ग सुरू केले. प्रार्थना समाजाच्या महिलांसाठी असलेल्या 'आर्य महिला सभे'च्या अध्यक्षा या नात्याने त्यांनी शिक्षण प्रसाराचे काम हाती घेतले.

'हिंदू सोशल ॲण्ड लिटररी क्लब' स्थापून त्याद्वारे कला, भाषा, विज्ञान यांचे वर्ग महिलांसाठी सुरू केले. त्याला महिलांकडून चांगला प्रतिसाद मिळाला. म्हणून १९०८ मध्ये त्यांनी पुण्यात सेवासदनची स्थापना केली. तेथे त्यांनी गरज ओळखून रुग्णपरिचर्येचा व वैद्यकीय शिक्षणक्रम सुरू केला.

त्या काळात त्यांनी तेथील स्त्रियांनी तयार केलेल्या भरतकामाच्या व शिवणाच्या कला-कौशल्याच्या वस्तूंचे प्रदर्शन भरवायला सुरुवात केली त्याला अपेक्षित प्रतिसादही मिळाला.

त्यांनी महाराष्ट्रातच नाही तर इतर प्रांतांमध्येही स्वत: फिरून विविध उपक्रम सुरू केले. गुन्हेगार स्त्रियांना त्यांच्या पायावर उभे रहाता यावे, त्यांचे आयुष्य सुरळीत चालावे म्हणून व्यावसायिक प्रशिक्षण देऊन आर्थिकदृष्ट्या स्वावलंबी करून समाजात मानाचे स्थान मिळावे यासाठी त्या झटत, सतत प्रयत्न करीत असत. स्त्री गुन्हेगारांचे पुनर्वसन, बालगुन्हेगारांना सन्मार्गावर आणणे याविषयीही त्यांनी विशेष लक्ष घातले. त्यासाठी त्या येरवडा तुरुंगाला भेट देत असत.

१९०४ मध्ये भरलेल्या पहिल्या 'भारत महिला परिषदे'च्या अध्यक्षा रमाबाई होत्या.

स्त्रियांमध्ये स्वतःच्या हक्कांची, कर्तृत्वाची जाणीव निर्माण व्हावी म्हणून त्यांनी स्त्रियांना जागरूक केले.

त्या पूरग्रस्तांना, दुष्काळग्रस्तांना सेवासदनमधील स्त्रियांच्याद्वारे मदतीचे कार्य करीत. त्यांना धान्य, पैसे इ.चे वाटप करीत असत. त्याचप्रमाणे आळंदीच्या यात्रेच्या वेळी त्या स्वतः संस्थेतील इतर स्त्रियांसह व्यवस्था पहात असत.

स्त्रियांना त्या काळात मतदानाचा हक्क नव्हता. तो हक्क मिळावा म्हणून त्यांनी मागणी केली व मतदानाचे, स्वतःच्या मताचे महत्व स्त्रियांना कळावे म्हणून सभा भरविल्या, लेख लिहिले. याचा परिणाम म्हणजे विधिमंडळाच्या निवडणूकीत मर्यादित प्रमाणात स्त्रियांना मतदानाचा हक्क मिळाला.

त्यांच्या कार्याचा उद्देश स्त्रियांना स्वावलंबी, प्रतिष्ठित व माणुसकीने जीवन जगता यावे हा होता. न्यायमूर्ती रानडे यांच्या निधनानंतर त्यांनी स्त्रियांच्या कार्याला वाहून घेतले. आर्य महिला समाज, लेडी डफरिन फंड कमिटीशी त्यांचा जवळचा संबंध होता.

(Rehabilitation)

पुनर्वसन

पुनर्वसन कशासाठी

नैसर्गिक आपत्ती व शासनाचे विकास कार्यक्रम यामुळे अनेक जण विस्थापित होतात. भूकंप, पूर, महापूर, अतिवृष्टी, वीज पडणे या आपत्तीत सर्व तऱ्हेची हानी होते. जीवित हानी, वित्त हानी, शेतीचे नुकसान, घरे कोसळणे यामुळे असे संसार उघड्यावर येतात. धरणे बांधणे, रस्ते महामार्ग रुंदीकरण, विशेष आर्थिक क्षेत्र, उद्योग व्यवसायांसाठी, कारखाने, विमान तळ उभारण्यासाठी भूसंपादन करत असते. अलीकडे शेती मालाला हमीभाव न मिळाल्याने शेतकरी आत्महत्या करत आहेत. त्यांच्या पुनर्वसनाचा प्रश्नही आहे. धरणांची उंची वाढविल्याने गावेच्या गावे विस्थापित होतात व वर्षानुवर्षे पुनर्वसनाच्या प्रतीक्षेत असतात. अलीकडे झालेल्या बॉम्बस्फोटांमुळे अनेक जणांचे आयुष्य बदलले. यात अपंगत्व येणे, मृत्यू, बेशुद्धीत रहाणे यात कुटुंबातील कमावत्या व्यक्तीवर आघात झाल्याने अशा कुटुंबांना उपजीविका करणे कठीण होऊन बसते. अशा कुटुंबांचेही पुनर्वसन कमीत कमी कुटुंबांची आर्थिक घडी नीट बसवून केले गेले पाहिजे. अशा बॉम्बस्फोटात अनेकांची दुकाने, व्यवसाय उद्ध्वस्त होतात.

भूकंप, पूर, अतिवृष्टी या गोष्टी अचानक होतात. काही वेळा लगेच मदत करण्यासाठी शासकीय यंत्रणा अपुऱ्या पडतात. परंतु महामार्ग, विमानतळ, धरणे, मोठी क्रीडांगणे उभारणे या कामी भूसंपादनापूर्वींच सर्व प्रक्रिया पूर्ण केली जात नाही. या प्रक्रियेत फक्त जमीन घेतली असेल व त्या मोबदल्यात पैसे अथवा जमीन देणार असेल तर ते लगेच व्हायला पाहिजे.

संपूर्ण गाव विस्थापित होणार असेल तर त्या लोकांची पाळेमुळे जिथे असतील तिथेच त्यांचे पुनर्वसन व्हायला पाहिजे. एका प्रकल्पात हे पुनर्वसन दुसऱ्या राज्यात करायचा प्रस्ताव होता.

भूकंप जर दुसऱ्या राज्यात झाला असेल व त्याचा परिणाम सीमावर्ती भागावर झाला असेल तर अशा कुटुंबांचे पुनर्वसनही ते ज्या राज्यात रहातात तिथल्या शासनाकडून केले गेले पाहिजे.

लातूर भूकंपग्रस्त, धरण प्रकल्पग्रस्त या व इतर अशाच प्रकल्पातील बाधित व्यक्ती पुनर्वसनासाठी झगडत आहेत. स्वयंसेवी संस्था या कामात मोलाची मदत करत असतात.

बाधित व्यक्तींना अमुक इतकी मदत करणार असे त्या प्रसंगी जाहीर केले जाते. परंतु ती किती दिवसात करणार, अगदी तातडीची मदत कोणाला करणार हे जाहीर केले जात नाही किंवा कधी असेही वाचनात येत नाही की अमुक प्रकल्पातील बाधित व्यक्तींचा आकडा इतका होता. त्या सर्वांना विशिष्ट कालावधीत मदत दिली गेली आहे. या गोष्टी होत नसल्याने भूसंपादनाला

अनेकांचा विरोध असतो.

या पुनर्वसनाबाबत शासनाचे धोरण नेमके काय आहे हे जाणून घेण्यासाठी भारत सरकारच्या ग्रामीण विकास मंत्रालयाने विस्थापनापूर्वी पुनर्वसन ठरवले असून बाधित व्यक्तींना काय फायदे दिले जाणार, मुळातच हे धोरण काय आहे याविषयी तपशिलाने माहिती दिली आहे.

पुनर्वसन धोरण

राष्ट्रीय पुनर्वसन व पुनस्थार्पना धोरण २००७ हे धोरण ३१ ऑक्टोबर २००७ पासून अंमलात आले आहे. हे धोरण नेमके काय आहे, कोणासाठी आहे हे जाणून घेऊ.

- सार्वजनिक कारणाच्या प्रकल्पांसाठी जमीन घेतल्यामुळे बाधित झालेल्या व्यक्तींना व कोणत्याही कारणासाठी स्थलांतर कराव्या लागलेल्या व्यक्तींसाठी हे धोरण आहे.

- पुनर्वसन व पुनस्थार्पना धोरणाचे लाभधारक ज्यांची जमीन व मालमत्ता गेली ते आहेतच शिवाय ज्यांच्या जीवन जगण्याच्या स्रोतांवर विपरीत परिणाम झाला आहे. उदा. कोणतेही अधिकारधारक, भाडेकरू, पट्टेदार, कृषि आणि बिनकृषि कामगार, जमिनरहित व्यक्ती, ग्रामीण कारागीर, छोटे व्यावसायिक इत्यादींचा समावेश आहे.

- पुनर्वसन आणि पुनस्थार्पना समितीद्वारे पुनर्वसन आणि पुनस्थार्पनामध्ये प्रकल्प स्तरावर स्टेक होल्डरचा समावेश करणे ज्यामध्ये बाधित क्षेत्रातील एससी / एसटी आणि महिला यांच्या प्रतिनिधींचा समावेश बिनसरकारी संस्थांच्या प्रतिनिधी, बँका, पंचायतीराज प्रतिनिधी यांच्यासह करणे.

- योग्य समयी पुनर्वसन आणि पुनस्थार्पना होण्यासाठी परिणामकारक पाहणी व्यवस्था असणे.

बाधित परिवारांना पुनर्वसन आणि पुनस्थार्पना फायदे खालीलप्रमाणे दिले जातील.

१) ज्यांचे घर संपादन केले आहे किंवा ज्यांनी ते गमावले आहे अशा बाधित परिवारांना घरासाठी मोफत जागा मिळवून देणे.

२) तीन वर्षांपासून बाधित क्षेत्रात रहात असलेल्या दारिद्र्य रेषेखालील (बीपीएल) परिवार ज्यांनी घराची जमीन गमाविली आहे अशांना घरे देणे.

३) सरकारी जमीन उपलब्ध असल्यास जमिनीच्या बदल्यात जमीन देणे.

४) प्रकल्प बाधित परिवारांना जिथे जमीन किंवा रोजगार दिला जात नाही तिथे त्यांना पुनर्वसन अनुदान हे ७५० दिवसांचे कृषिवेतन दिले जाईल. ते शेअर्स किंवा डिबेंचर स्वरूपातसुद्धा असू शकेल.

५) भूविकास प्रकल्पाच्या बाबतीत विकसित जमीन किंवा बांधलेली जागा प्रकल्पबाधित परिवारांना देणे.

६) सिंचन जमीन किंवा हायडलपॉवर प्रकल्पात मोक्याची जमीन अशा बाधित परिवारांना प्राधान्याने दिली जाईल.

७) प्रकल्पबाधित परिवारांना प्राधान्याने सरोवरात मासेमारीचे अधिकार दिले जातील.

८) संपादित भूमीच्या जागी कुरणे देतांना विकास अनुदान किमान रु. १५०००/- प्रति हेक्टर असेल.

९) संपादित भूमीच्या जागी कृषि जमिनी देताना विकास अनुदान किमान रु. १०००० /- कृषि उत्पादनासाठी दिले जाईल.

१०) बाधित परिवारांना जमिनी देतांना त्याच्या नोंदणीचे शुल्क आवश्यकता असलेल्या पार्टीने करावे.

११) जमीन किंवा घर दिले जाताना ते बाधित परिवारातील पती आणि पत्नी यांच्या संयुक्त नावावर असेल.

१२) गुरांचा गोठा बांधण्यासाठी गुरे असलेल्या परिवारांना रु. १५०००/- अनुदान दिले जाईल.

१३) प्रकल्पबाधित परिवारांना त्यांचे सामान प्रकल्पबाधित ठिकाणापासून पुनर्वसन ठिकाणापर्यंत नेण्यासाठी रु. १०,००० वाहतूक खर्च म्हणून देण्यात येतील.

१४) स्वयंरोजगार असलेल्या प्रकल्पबाधित क्षेत्रातील परिवारांना एकवेळ वित्त साहाय्य म्हणून किमान रु. २५,००० शेड आणि दुकाने बांधण्यासाठी दिले जाईल.

१५) प्रकल्प कामामध्ये गरज असलेल्या बाधित क्षेत्रातील लोकांना उपजीविकेसाठी प्राधान्य दिले जाईल.

● रिक्त जागा आणि योग्यता असल्यास प्रकल्पबाधित परिवारातील किमान एका व्यक्तीस रोजगार मिळेल.

● प्रकल्पबाधित परिवारांसाठी कौशल्य विकास प्रशिक्षणाची तरतूद केली जाईल. करार देणे, कामगार कामावर ठेवणे इ. सह विविध आर्थिक संधीमध्ये बाधित परिवारांना प्राधान्य मिळेल.

● बाधित परिवारातील पात्र व्यक्तींना शिष्यवृत्ती मिळेल.

१६) प्रत्येक बाधित परिवाराला स्थलांतराच्या तारखेपासून १ वर्षापर्यंत मासिक निर्वाह भत्ता मिळेल जो किमान २५ दिवसांच्या वेतनाइतका असेल.

१७) दुबळ्या बाधित व्यक्तींना किमान रु. ५०० प्रति महिना निवृत्ती वेतन मिळेल.

१८) रेखीय प्रकल्पांच्या बाबतीत प्रकल्पबाधित परिवारांना भरपाई आणि इतर फायद्यांसह किमान रु. २०,००० अनुग्रहपूर्वक अनुदान दिले जाईल.

१९) काढून टाकलेल्या अनुसूचित जमातीच्या बाबतीत प्रकल्पबाधित परिवारांना भरपाई रकमेच्या किमान एक तृतीयांश रक्कम बाहेर काढताना दिली जाईल आणि उर्वरित रक्कम ताबा घेताना दिली जाईल. धोरणाच्या अनुरूप लँड ऑक्विझिशन ऑक्ट १८९४ मध्ये काही सुधारणा सुचवल्या आहेत. त्यानुसार कंपन्यांसाठी भूसंपादनाची तरतूद रद्द करण्यात आली आहे. जमिनीची भरपाई बाजारभावाप्रमाणे ठरविली /

मोजली जाईल. प्रत्यक्ष विस्थापनापूर्वी दिलेल्या वेळमर्यादित भरपाई देणे आवश्यक आहे. भूसंपादनाचे बाबतीत ८०% निव्वळ नफा मूळ जमीन मालक किंवा त्याच्या कायदेशीर वारसदारांमध्ये वाटला जाईल.

वस्तुस्थिती

जमीन मालकांच्या हिताचे रक्षण करण्यासाठी केलेले धोरण अतिशय आदर्श आहे व विस्थापितांचे सर्व बाजूंनी पुनर्वसन व्हावे यासाठी केले गेले आहे. परंतु विस्थापितांचे प्रश्न वर्षानुवर्षे तसेच आहेत. कारण धरणांसाठी गावकऱ्यांच्या जमिनी घेणे हे सुमारे वीसेक वर्षापासून चालू आहे. त्यातील कित्येकांना जमिनीचा मोबदला किंवा दुसरी जमीन मिळालेली नाही. काही जणांच्या चांगल्या जमिनी जाऊन माळावरच्या जमिनी मिळाल्यात.

वाहतुकीच्या समस्येवर उपाय शोधण्यासाठी गावागावांना जोडणारे मार्ग महामार्ग झाले. या रस्ता रुंदीकरणात अनेकांच्या जमिनी गेल्या त्याचाही त्यांना व्यवस्थित मोबदला मिळत नाही. वास्तविक नवे केलेले रस्ते बांधा, वापरा, हस्तांतर करा या तत्त्वावर बांधले गेले. त्यांच्यापासून व्यवस्थित उत्पन्न मिळते.

गेल्या २-३ वर्षात राज्यात अतिवृष्टीमुळेही अनेक कुटुंबे उद्ध्वस्त झाली त्यांचे पुनर्वसन करण्यापूर्वी त्यांना पत्र्याच्या शेडमधे रहाण्याची सोय केली जाते. त्यात अतिशय गैरसोयी आहेत. त्यांना चांगली घरे लवकर बांधून मिळत नाहीत.

भूकंपामुळे पडझड झाल्यानेही अनेक घरे पडतात. घरांना तडे जातात. त्यातील विस्थापितांचे पंधरासोळा वर्षानंतरही पुनर्वसन झालेले नाही. विकासकामांसाठी जमीन घेण्यापूर्वी त्या बदल्यात जमीन दिली गेली पाहिजे. विशेष आर्थिक क्षेत्रासाठीही जमीन संपादनाचे काम चालू आहे. तिथेही जमिनीला योग्य भाव, पर्यायी जमीन दिली गेली पाहिजे.

पुनर्वसनासाठी बांधल्या गेलेल्या वसाहतींमधील बांधकाम निकृष्ट दर्जाचे असते. ज्या नागरी सुविधा किमान मिळणे आवश्यक असते त्या मिळत नाहीत. त्यात पाणी, वीज, रस्ते इ. सुविधा नसल्याने मुख्य गावाशी संपर्क साधता येत नाही. उद्योग व्यवसायासाठी, रोजगारासाठी जाणे गैरसोयीचे होते. त्यामुळे पुनर्वसन करतांना या बाबींचाही विचार केला गेला पाहिजे. श्रमदानातून घरे उभी करायची असतील तर त्याचीही कल्पना देऊन कामे पूर्ण केली गेली पाहिजेत. अन्यथा नव्या नव्या आपत्ती, समस्या येत राहतील व बाधित व्यक्तींना पुनर्वसन होणार की नाही याची शंका वाटत राहील.

(Research in Socialwork)

समाजकार्य संशोधन

समाजकार्य संशोधन हे समाजाच्या वर्तनाचे व व्यक्तिमत्वाचे अध्ययन करते. साधारणपणे असे मानण्यात येते की, मानवी व्यवहाराचे मापन व भविष्य कथन करणे शक्य आहे. समाजकार्य संशोधन म्हणजे नेमके काय ? याच्या समाजकार्यशास्त्रज्ञ व विचारवंतांनी अनेक व्याख्या केल्या आहेत.

अँडरसन यांनी समाजकार्य ही एक व्यावसायिक सेवा आहे, जिचा उपयोग वैयक्तिक व सामुदायिक सहाय्य करणे हा आहे. ज्यायोगे व्यक्ती व समुदाय आपल्या विशिष्ट इच्छा व योग्यतेनुसार आणि सामाजिक इच्छा व योग्यतेनुसार समाधानकारक जीवन प्राप्त करू शकतील असे म्हटले आहे.

वॉल्टर ए. फिडलेण्डर यांच्या मते समाजकार्य व्यावसायिक सेवा, मानवी कौशल्यावर व शासकीय ज्ञान यावर आधारित आहे. समाजकार्य एकट्या व्यक्तीला किंवा समुहाला सहाय्य करते. ज्यामुळे ते सामाजिक व वैयक्तिक पूर्तता व स्वातंत्र्य प्राप्त करू शकतात.

भारतीय समाजकार्य संमेलन (Indian Conference of Social Work) मध्ये याविषयी असे म्हटले गेले की, 'समाजकार्य ही कल्याणकारी क्रिया आहे. मानवाचे हीत, तत्त्वज्ञान, शास्त्रीय ज्ञान, तांत्रिक कौशल्य हा त्याचा आधार आहे. याचा हेतू व्यक्ती समूह व समुदायाचा विकास करणे हा आहे. ज्यामुळे ते सुखी जीवन जगू शकतात.

समाजकार्य संशोधनाच्या व्याख्या

समाजकार्याचे संशोधन व प्रात्यक्षिक समिती १९५१ यांनी 'समाजकार्य संशोधन अशी प्रक्रिया आहे की, ज्याद्वारे शास्त्रीय पद्धतीचा उपयोग सामाजिक घटनांविषयी नव्या तथ्याचे (fact) ज्ञान प्राप्त करून घेता येते. व जुन्या तथ्यांचा पडताळा करता येतो. ज्यायोगे सामाजिक घटनात अंतर्भूत सामान्य नियमांचे स्पष्टीकरण करता येते. यात सर्व प्रकारच्या संशोधनाचा समावेश होतो. समाजकार्य संशोधन ह्या शीर्षकाअंतर्गत केल्या जाणाऱ्या संशोधनाचा प्रत्यक्ष संबंध समाजकार्याच्या साधनाशी येतो. जसे – समाजकार्याच्या संकल्पना, समाजकार्याचे घटक, समाजकार्याच्या व्यक्ती व समस्या युक्तव्यक्ती याला समाज कार्य संशोधन म्हणतात.

सामाजिक संशोधनाचा विकास

सामाजिक संशोधनाची सुरुवात भारतात अलिकडे झाली. शिक्षणाचा विशेष विकास देशात झाला नव्हता. त्यामुळे सामाजिक संशोधनाविषयी लोकांचा कल अगदी मर्यादीत होता.

अर्थशास्त्रात मजुरांचे व ग्रामीण लोकांच्या जीवनाशी संबंधित काही संशोधन कार्य केले जात असे.

१. ब्रिटिश कालीन भारतातील सामाजिक संशोधन – त्या काळात देशातील सामाजिक संशोधनाच्या क्षेत्रात विशेष प्रगती झाली नव्हती. त्यावेळेस झालेले कार्य सर्वेक्षण स्वरूपाचे होते आणि ते शासकीय स्तरावर प्रशासकीय नीतीच्या आधारे होत असे. ब्रिटिश काळात संशोधनाचा विषय केवळ सामाजिक समस्या हाच होता. कारण या समस्यांचा संबंध राज्याच्या राजकीय, आर्थिक इ. धोरणांशी होता. ही धोरणे निर्धारित करण्यासाठी सामाजिक जीवनाशी संबंधित विविध सूचनांची आवश्यकता होती. यासाठी वेगवेगळे आयोग नियुक्त करण्यात आले होते. या आयोगांनी सर्वेक्षण करून दुष्काळ, आरोग्य, मजुरांची स्थिती, शिक्षण, ग्रामीण भागातील समस्या या विषयावरील अहवाल सादर केले. विविध विषयाच्या संबंधात सांख्यिकीय माहिती मिळविण्यासाठी १८७० साली केंद्रीय सचिवालय स्थापन करण्यात आले. १८९१ साली भारत सरकारने पहिली जनगणना केली. सामाजिक संशोधनाच्या दृष्टीने ते महत्त्वाचे पाऊल होते. या अहवालामुळे समाजजीवनाशी संबंधित अनेक बाजू स्पष्ट झाल्या. संशोधनासाठी या अहवालातून संशोधकांना पुरेशी माहिती मिळू लागली. दर दहा वर्षांनी जनगणना करून त्याचा अहवाल प्रसिद्ध केला जातो. जनगणना अहवालातून लोकसंख्येची समग्र माहिती मिळते. याशिवाय काही मानववंश शास्त्रज्ञांनी भारतातील आदिवासी जमातींचा अभ्यास केला, त्यांचे विषयी संशोधन केले.

त्या काळात सामाजिक समस्यांविषयी संशोधन केले गेले. संशोधनाची पद्धती व तंत्रे अविकसित होती. त्यामुळे गोळा केली जाणारी माहिती गाव पातळीवर काम करणाऱ्या सरकारी कर्मचाऱ्यांच्या सूचनांच्या आधारावर प्राप्त केली गेली. तेथे गावाचा प्रमुख, चौकीदार, पटवारी, पोलीस यांच्याकडून मिळालेली माहिती सुसंगत व व्यवस्थित दिली नाही व ती माहिती संशोधनाचा आधार बनली. परंतु त्यामुळे सामाजिक समस्यांची वास्तविकता स्पष्ट झाली नाही. मानववंश शास्त्रज्ञांनी केलेले संशोधन आदिवासी व मागासलेल्या जातीपुरतेच मर्यादीत होते.

२. स्वतंत्र भारतातील सामाजिक संशोधन

स्वातंत्र्यानंतरच्या काळात सामाजिक संशोधनाच्या विकासासाठी अनेक नव-नवीन संधी मिळाल्या. स्वातंत्र्यानंतर भारतीय समाजाच्या संदर्भात अनेक समस्या होत्या. त्यामुळे कल्याणकारी राज्य ही कल्पना साकार करण्यासाठी शासनाने संशोधन कार्यास प्रोत्साहन दिले.

भारतातील विविध विद्यापीठांमध्ये सामाजिक संशोधन कार्यास सुरुवात झाली. योजना आयोगाने देशाच्या अविकसित भागातील विषयांबाबत तथ्ये मिळविण्यासाठी संशोधन कार्याला प्रोत्साहन दिले. भारतीय कृषी संस्था (Indian Institute of Agriculture) योजना आयोग (Planning Commission) नॅशनल सॅम्पल सर्व्हे (National Sample Survey) भारतीय सामुदायिक विकास संस्था (Indian Institute of Community Development) अशा शासकीय संस्था स्थापन करून त्यांच्याद्वारे विविध प्रकारचे संशोधन कार्य करण्यास सुरुवात केली गेली.

नंतरच्या काळात राष्ट्राच्या भौतिक साधनसंपत्तीबाबतच्या सर्वेक्षणा इतकेच महत्त्वाचे

लोकांच्या गरजा, मूल्ये, नियोजनावरचा विश्वास हे आहे. याचे महत्त्व जाणून १९५३ मध्ये भारतीय नियोजन मंडळाच्या अधिपत्याखालील 'संशोधन कार्यक्रम समिती'ची स्थापना केली गेली. त्याच समितीचे रुपांतर १९६९ मध्ये इंडियन कौन्सिल ऑफ सोशल सायन्स रिसर्च (Indian Council of Social Science Research - ICSSR) मध्ये करण्यात आले.

विद्यापीठ अनुदान आयोगाद्वारे (University Grants Commission) विद्यार्थ्यांना संशोधन करण्यासाठी शिष्यवृत्ती दिली जाते. याशिवाय टाटा इन्स्टिट्यूट ऑफ सोशल सायन्सेस, दिल्ली स्कूल ऑफ सोशल वर्क, इन्डियन इन्स्टिट्यूट ऑफ पब्लिक ओपिनियन या संस्थांद्वारे सामाजिक संशोधन केले जाते. आदिवासी संशोधन संस्थाही अनेक राज्यात स्थापन करण्यात आल्या. शिवाय अनेक समाजशास्त्रज्ञांनी सामाजिक संशोधनात आपले योगदान दिले. त्यात डॉ. इरावती कर्वे, डॉ. एम्. एन्. श्रीनिवासन, डॉ. जी. एस्. घुर्ये, डॉ. गोविंद गारे, डॉ. आय. पी. देसाई इ. समाजशास्त्रज्ञांचा मोठा वाटा आहे. यांचे कार्य इतरांना मार्गदर्शक ठरत आहे.

सामाजिक संशोधनाची आवश्यकता

देशात आजही अनेक सामाजिक, आर्थिक व राजकीय समस्या आहेत. त्यामुळे अर्थातच समाजाच्या विकासाची गती मंद होते. म्हणून सामाजिक संशोधनाची गरज आहे.

● सामाजिक समस्या सोडविण्यासाठी – समाजात पूर्वीपासूनच काही सामाजिक समस्या आहेत ज्यात बालगुन्हेगारी, बेकारी, दारिद्र्य, व्यसनाधीनता, धार्मिक संघर्ष इ. आहेत. बदलत्या काळातही अनेक समस्या निर्माण झाल्या आहेत. ज्यात एच. आय. व्ही., विवाह संस्थेसंबंधी घटस्फोट, विवाहाविना एकत्र रहाण्यातून प्रश्न निर्माण होतात. या व अशा सामाजिक समस्यांवर संशोधन करून त्यावर उपाय शोधून काढले जाणे गरजेचे असते. ज्यामुळे समाजात ताण तणाव निर्माण होत नाहीत. धार्मिक संघर्षामुळे सध्या असलेल्या दहशतवादाच्या समस्येमुळे जनजीवनावर विपरीत परिणाम होतो, यात मानसिक, आर्थिक परिणामही दीर्घकालीन असतात. या समस्यांविषयी वस्तुनिष्ठ ज्ञान प्राप्त करून समस्या निराकरण करता येऊ शकते.

● सामाजिक परिवर्तनाची दिशा जाणण्यासाठी – सामाजिक परिवर्तनाचे जोवर ज्ञान होत नाही तोपर्यंत प्रगतीची दिशा कोणती असावी हे सांगणे शक्य नसते. भारतासारख्या देशाचा विचार करता जुन्या रुढी, परंपरा कालबाह्य ठरल्यात त्यामुळे त्या नष्ट करण्याची आवश्यकता आहे तर दुसऱ्या बाजूने बदललेल्या परिस्थितीतील नवीन विचार, नव्या संस्था, प्रथा निर्माण होत आहेत. भारतीय समाजात परिवर्तन वेगाने होत आहे. परंतु त्याला योग्य दिशा देण्याची गरज आहे.

● अंधश्रद्धा नाहीशा करणे – सध्याच्या माहिती तंत्रज्ञान व संगणकाच्या युगात वैज्ञानिक दृष्टीकोन समाजात विकसित होण्याची गरज आहे. परंतु समाजात आजही मोठ्या प्रमाणात अंधश्रद्धा आहेत. यातून समाजात नरबळी, देवदासी यासारख्या समस्या निर्माण होतात. शिवाय जादूटोणा, मंत्रतंत्र याचा उपयोगच, रोगावर औषधोपचार करण्यापेक्षा जास्त प्रमाणात केला जातो. यातून जीवावर बेतण्याची शक्यताच जास्त असते. यासाठी यावर संशोधन करून समाजाला यांतील

फोलपणा पटवून देण्याची गरज आहे.

● **प्रभावी सामाजिक नियंत्रण** – समाजावर पूर्वी नियंत्रण जात पंचायत, रुढी, धर्म इ. चे होते. आजच्या काळात यासाठी पोलीस, कायदे यासारख्या यंत्रणा निर्माण केल्या गेल्या. परंतु त्यांचाही पुरेसा वचक समाजावर नाही. त्यामुळे या यंत्रणा प्रभावीपणे कशा राबवता येतील याबद्दल संशोधन करून त्याची योग्य प्रकारे अंमलबजावणी केल्याने समाज नियंत्रण चांगल्या प्रकारे करता येईल.

● **शासकीय योजना यशस्वी होण्यासाठी** – समाजविकासासाठी अनेक प्रकारच्या योजना राबविल्या जातात. या योजना यशस्वी होण्यासाठी लोकांचे सहकार्य असणे आवश्यक असते. अशा योजनांमध्ये लोकांचा सहभाग असावा लागतो. तरच त्या यशस्वी होतात. याबाबत लोक जागृतीचे कार्य करणे आवश्यक असते. या योजनांची माहिती लोकांपर्यंत पोचवून त्यांचा दृष्टीकोण बदलता येतो. यासाठी सामाजिक संशोधनाची मदत होऊ शकते.

राष्ट्रीय ऐक्य साधण्यासाठीही याचा उपयोग होतो. कारण भाषा, जात, प्रांत, धर्म यातून विघटनवादी वृत्ती वाढत रहाते. हा भेदभाव कमी करण्यासाठी सामाजिक संशोधनाची भूमिका महत्त्वाची आहे. यातून राष्ट्रीय ऐक्य निर्माण होईल. शासकीय योजनांची अंमलबजावणी करणे हे एकट्या शासनाला शक्य नसल्याने त्यासाठी स्वयंसेवी संस्थांची मदत घ्यावी लागते. यात योजनांची अंमलबजावणी करतांना लाभार्थी निवडणे, ते योग्य प्रकारे, गरजू व्यक्तींची निवडच केली जाणे आवश्यक असते व ती तटस्थपणे व्हावी लागते. शिवाय योजना अंमलबजावणी केल्यानंतर त्याचे मूल्यमापन होणे आवश्यक असते कारण ज्या योजनांवर कोट्यवधी रुपये खर्च केले जातात. तो खर्च योग्य प्रकारचे व्हायला पाहिजे, त्यातून लोकांचा जीवनस्तर उंचावला पाहिजे म्हणजेच योजनांची दिशा योग्य आहे की नाही, त्यात कोणत्या सुधारणा केल्या पाहिजेत ते ठरवता येईल.

कार्य करण्याचे प्रश्न

पाणलोट क्षेत्र विकास, संयुक्त वन व्यवस्थापन इ. कार्यक्रम स्वयंसेवी संस्था व गावकरी यांच्या संयुक्त प्रयत्नातून पार पडत असतात. अशा वेळी स्वयंसेवी संस्थांच्या कामाचेही मूल्यमापन करावे लागते व त्यातून खरोखरच काम करणाऱ्या संस्था निवडण्याची गरज असते. कार्यक्रम अंमलबजावणी करतांना राहिलेल्या त्रुटींची पूर्तता करण्याची गरज असते. परंतु यात मुख्य प्रश्न असा असतो की, शासकीय अधिकाऱ्यांनी अहवाल हाती आल्यावर त्यातल्या सूचना व निष्कर्षांचा विचार गांभीर्याने करावा लागतो. त्याची अंमलबजावणी करावी लागते. कार्यक्रमात आवश्यक त्या सुधारणा कराव्या लागतात. काही वेळा योजनेची अंमलबजावणी करण्यापूर्वीच त्याचे फलीत काय होईल, प्रतिसाद कसा मिळेल याचा अभ्यास करून योग्य ते बदल करता येतात.

व्यक्तिगत पातळीवर विशिष्ट भागाचे, गावांचे संशोधन अभ्यासासाठी, पदव्यांसाठी केले जाते त्याचा उपयोगही शासनाला सुधारणा करण्यासाठी करता येऊ शकतो. परंतु तसे होत नाही.

कामासाठी निवडलेल्या संस्थांमध्ये शासकीय अधिकारी, नेते यांचे लागेबांधे असतील तर

काम न करणारी संस्था निवडली जाण्याची शक्यता असते. धोरण ठरवतांना, योजना ठरवतांना शासकीय अधिकाऱ्यांनी प्रत्यक्ष त्या भागात जाऊन जनतेशी चर्चा करून तयार केल्या, ठरवल्या तर त्या जास्त प्रभावी ठरतात हे नक्कीच. उपाययोजना ज्या सुचविल्या जातात त्यांची अंमलबजावणी केली गेली पाहिजे. यामुळे स्वयंसेवी संस्था असे कार्यक्रम अधिक प्रभावीपणे राबवतील. असे कार्यक्रम राबवतांना काही वेळा दोन किंवा अधिक शासकीय विभागांचा समन्वय असणे आवश्यक असते त्यामुळे समस्या निराकरण लवकर होईल.

यासाठी क्षेत्रिय कार्य व प्रशिक्षण देऊन माहिती गोळा करावी लागते. योग्य नमुना निवड करावी लागते. या संशोधनातून समाजातील विशिष्ट घटकांच्या समस्या जसे – अंध, अपंग, मूक– बधीर व्यक्ती, वृद्ध व्यक्ती, स्थलांतरीत व्यक्ती जाणून घेतात येतात. त्यांच्या अपेक्षा जाणून घेऊन प्रश्न सोडविता येतात.

संशोधनाला अधिक महत्त्व प्राप्त होणे आवश्यक आहे यासाठी आवश्यक ते अनुदान पुरविले गेले पाहिजे. कारण पद्धतशीर संशोधनातूनच समस्या सोडविणे, शासकीय योजना यशस्वीपणे राबवणे शक्य असते.

(Rotary International)

रोटरी इंटरनॅशनल

पहिला रोटरी क्लब १९०५ मध्ये शिकागो येथे पॉलपर्सी हॅरिस या वकिलाने स्थापला. याचा उद्देश उद्योगधंद्यात प्रसिद्धी मिळविलेल्या व्यक्तींनी विविध क्षेत्रात समाजाचा सेवा करावी व अशी सेवा करणाऱ्यांना प्रोत्साहन द्यावे हा आहे.

भूतदया, मानवतावाद व शैक्षणिक प्रकल्प यांच्या माध्यमातून विविध राष्ट्रातील नागरिकांमध्ये सामंजस्य व मैत्री यांची जोपासना वृद्धी व्हावी हा हेतू आहे.

सुरुवातीच्या काळात या बैठका वेगवेगळ्या सभासदांच्या कार्यालयात, निवासी भरत व आळीपाळीने भरत म्हणून त्याला रोटरी हे नाव पडले.

महाराष्ट्रात रोटरी इंटरनॅशनल डिस्ट्रीक्ट ३१४ ची स्थापना १९७० मध्ये झाली. सुरुवातीला यात ३८ क्लब व १६६८ सभासद होते.

रोटरीच्या सभासदांना रोटेरियन असे म्हटले जाते. रोटरी इंटरनॅशनल या संस्थेद्वारे हुशार विद्यार्थ्यांना उच्च शिक्षणासाठी शिष्यवृत्ती देणे, ग्रंथालये उभारणे, उद्योगधंद्यांचे प्रशिक्षण देणे, ग्रामविकासात आर्थिक व इतर स्वरूपाची मदत करणे, अपंगांचे व आपदग्रस्तांचे पुनर्वसन करणे इ. सेवाभावी प्रकारची कामे केली जातात.

याशिवाय इंटरॅक्ट नावाची संघटना तरुणांमधील सेवा व सामंजस्य, नेतृत्व गुण विकासासाठी स्थापन करण्यात आली. तर १८ ते २८ वयोगटातील तरुण-तरुणींसाठी 'रोटरॅक्ट' ही नवी संस्था निर्माण केली गेली.

रोटेरियन व्यक्तींच्या पत्नीची संस्थेच्या विविध कार्यात सहभाग असावा या उद्देशाने 'इनरव्हील' नावाची संस्था उभारली गेली.

(Raja Rammohan Roy)

राजा राममोहन रॉय (१७७२-१८३३)

ते आधुनिक भारतातील समाजसुधारक होते. त्यांनी ब्राह्मोसमाजाची स्थापना केली. त्यांनी धर्मसुधारणा केल्या. त्यांनी श्रुति-स्मृतीपुराण, बायबल व कुराण यांचा सखोल अभ्यास केला. या साऱ्याचा त्यांनी तुलनात्मकरीत्या अभ्यास केला व त्यांच्या लक्षात आले की, देवदेवता, त्यांचे अवतार किंवा मूर्ती यांची पूजा करणे अयोग्य आहे. त्यामुळे त्यांनी मूर्ती पूजेला विरोध केला. त्यांना हिंदू समाजातील उच्च नीच हा जातीभेदही अमान्य होता. बौद्धधर्माचा अभ्यासही त्यांनी तिबेटला जाऊन केला. बौद्ध धर्म व तत्त्वज्ञानाचा त्यांनी अभ्यास केला व पुढे बौद्ध धर्मावर टीका केली. त्यामुळे बौद्ध लोक त्यांच्यावर चिडले.

सती बंदी

विविध पदांवर नोकऱ्या केल्यानंतर १८१४ साली ते कलकत्त्याला स्थायिक झाले व तेथेच त्यांनी सामाजिक व धार्मिक आंदोलनाला सुरुवात केली. त्यांनी वेदान्त सुत्रे, उपनिषदे यांचे बंगाली व इंग्रजी भाषेत भाषांतर केले. ज्या ठिकाणी एखादी स्त्री सती जात असेल तिथे आपल्या सहकाऱ्यांसह जाऊन तिला परावृत्त करण्याचा प्रयत्न ते करू लागले. त्यामुळे समाज त्यांना हिंदू धर्मविरोधी मानू लागला. सतीची प्रथा बंद व्हावी यासाठी १८१८ साली समाजातील प्रतिष्ठित लोकांच्या सह्यांचा एक अर्ज त्यांनी सरकारकडे दिला व त्यात म्हटले की या अमानुष चालीवर बंदी घालून सरकारने कायदा करावा व समाजात स्त्रियांचे होणारे हे खून थांबवावेत. त्यावेळचे गव्हर्नर जनरल लॉर्ड बेंटीग यांनी राममोहन रॉय यांच्याशी चर्चा करून १८२९ रोजी सती बंदीचा कायदा जाहीर केला.

धर्मसुधारणा

१८२१ रोजी त्यांनी 'संवाद कौमुदी' नावाचे एक साप्ताहिक बंगालमध्ये सुरू केले. सामाजिक व धार्मिक सुधारणांविषयक प्रश्नांचा आणि भारतीय लोकांच्या राजकीय मागण्यांचा व तक्रारींचा उहापोह करणारे भारतीयाने सुरू केलेले ते पहिले नियतकालिक होते. त्यानंतर १८२२ साली त्यांनी मिरात-उल्-अखबार हे फार्सी साप्ताहिकही सुरू केले. त्यातील त्यांची भाषा व विचार अतिशय परखड होते. त्याचवेळी सरकारने गव्हर्नर जनरलच्या परवान्याखेरीज कोणीही नियतकालिक काढू नये असा हुकूम काढला. हा हुकूम म्हणजे वृत्तपत्र स्वातंत्र्यावर पहिला घाला होता. राममोहन रॉय यांनी वृत्तपत्र स्वातंत्र्यासाठी सरकार दरबारी बराच काळ झगडा चालू ठेवला. याच काळांत त्यांनी शिक्षणविषयक प्रश्नांवरही विचार केला.

केवळ संस्कृत महाविद्यालय स्थापन करायला त्यांनी विरोध केला कारण त्यांच्या मतानुसार भारताची प्रगती होण्यासाठी मुलांना आधुनिक पाश्चात्य पद्धतीचे शिक्षण मिळाले पाहिजे, असा विचार त्यांनी मांडला. भौतिकी, रसायन, तंत्रज्ञान, भूगोल, अर्थशास्त्र व इतिहास या सर्वांचे शिक्षण देणारे महाविद्यालय स्थापन झाले पाहिजे. विशेष म्हणजे संस्कृत महाविद्यालयाला त्यांनी विरोध केला असला तरीही पुढे स्वतःच्या खर्चनि वेदान्त महाविद्यालयाची स्थापना त्यांनी केली.

ब्राह्मोसमाज

आपल्या धर्मविषयक व ईश्वरविषयक उदार तत्त्वज्ञानाचा व उपासना पद्धतीचा प्रसार व्हावा म्हणून १८२८ रोजी त्यांनी ब्राह्मोसमाजाची स्थापना केली. याचा मूळ सिद्धान्त असा सांगितला की, ईश्वराची पूजा म्हणजे ईश्वराच्या गुणांचे चिंतन होय. ज्यावेळी मन शांत असेल त्या वेळी चांगल्या जागी, चांगल्या वेळी त्याची पूजा करावी. या नवीन विचार प्रणालीची योग्य कल्पना देणारे सार्वत्रिक धर्म हे पुस्तक त्यांनी लिहिले.

ब्राह्मोसमाजाच्या स्थापनेने नवयुगाची प्रभात झाली. कन्याविक्रय, कन्याहत्या, बालविवाह, जरठ-कुमारी विवाह अशा अनेक अन्यायकारक चालींमधून स्त्रीला बंधमुक्त करण्यासाठी त्यांनी आंदोलने उभे केले. बुद्धीप्रामाण्य, व्यक्तिस्वातंत्र्य व मानवी समानता ही तीन मूल्ये त्यांनी समाजात रुजवली. याशिवाय विविध धर्मांचा अभ्यास करतांना त्यांनी ज्ञानचंद्रीका, द प्रीसेप्ट ऑफ जिझस, द गाइड टू पीस ॲण्ड हॅपीनेस, तसेच नव्या करारातील चारही शुभवर्तमानांचे बंगालीत भाषांतर असे ग्रंथ लिहिले.

ब्राह्मो समाजाचे उद्दिष्ट हे सार्वत्रिक एकधर्म निर्माण करणे हे होते. सर्व धर्म परस्परांमध्ये तटबंदी निर्माण करून एकमेकांचा विरोध, हेवा करतात. परंतु धर्माचे नैतिक कर्तव्य म्हणजे मानवा-मनावांमध्ये मैत्री, समता व बंधुता निर्माण करणे होय. ब्राह्मोसमाज ख्रिस्ती धर्माच्या अनुकरणातून उत्पन्न झाला. प्रत्येक सप्ताहाच्या शेवटी संध्याकाळी एकत्र जमून सामूहिक प्रार्थना, प्रवचन, ध्यान व भक्तिपर संगीत हे कार्यक्रम होत असत.

१८३० रोजी, स्वतंत्र उपासना मंदीराची आवश्यकता असल्याने, ते उभारले गेले. तेथे कोणतीही मूर्ती ठेवलेली नसे. पुजेच्या निमित्ताने किंवा आहारासाठी कोणत्याही जीवाची हत्या केली जाणार नाही. कोणत्याही धर्मावर टीका करणारी भाषणे होणार नाहीत. असे त्याच्या ट्रस्ट डीडमध्ये नमूद केले होते.

हा प्रयत्न हिंदू धर्मालाच अधिक विशुद्ध स्वरूप देणाचा होता. त्यांनी स्त्री-पुरुष समानत्त्व, स्त्री दास्यमुक्ती यासाठी आंदोलन उभारले.

त्यांनी पर्शियन, अरेबिक, बंगाली इ. भाषांचा अभ्यास केला होता.

(Rural Development)

ग्रामविकास

भारतात आजही बहुसंख्य लोक ग्रामीण भागात राहातात. महाराष्ट्रात हे प्रमाण पाहिले तर ५८% आहे. ग्रामविकासात लोकांचे राहणीमान उंचावणे, रोजगार निर्मिती करणे, आरोग्य सेवा, साक्षरता, पोषण, स्वच्छ पाणीपुरवठा या माध्यमातून जीवनस्तर उंचावणे याबरोबरच सामाजिक न्याय, पर्यावरणाचा समतोल कायम ठेवणे, जलसंवर्धन, पाणलोट क्षेत्र विकास कार्यक्रम, कृषि आधारित उद्योगांचा विकास करणे हेही ग्रामीण विकास कार्यक्रमाचे उद्देश आहेत.

लोकसहभाग

तसेच या विकास कार्यक्रमात लोकसहभाग असणे आवश्यक आहे. अशी शासनाची भूमिका आहे. कारण विकास कार्यक्रम लोकांसाठी राबविला जातो. या कार्यक्रमाची अंमलबजावणी करताना स्थानिक गरजा लक्षात घेणे गरजेचे आहे. तसेच सर्व योजनांच्या कार्यक्रमात नियोजनापासून अंमलबजावणीपर्यंत व त्यानंतरसुद्धा जास्तीत जास्त लोकांचा सहभाग मिळविण्यासाठी शासन कटीबद्ध राहणार आहे. आणि हा सहभाग केवळ श्रमदान किंवा गावपातळीवर बैठका नाही तर गावातील सर्व स्तरावर लोकांच्या सामूहिक प्रयत्नाने त्यांनीच ठरविलेले विकासाचे ध्येय साध्य करणे. लोक प्रतिनिधींना गावातील सर्व स्त्री, पुरुष, वृद्ध, दुर्बल घटकातील लोक निवडून देतात. त्यामुळे विकास प्रक्रियेत त्यांचा सहभाग असायला हवा.

विकास कार्यक्रम

शासनाने ९२-९३ मध्ये आदर्श गावविकास योजना सुरू केली. यासाठी राज्य स्तरावर आदर्श गाव संकल्प व प्रकल्प समिती स्थापन करण्यात आली असून, जिल्हा परिषदेचे मुख्य कार्यकारी अधिकारी यांच्या अध्यक्षतेखाली समिती स्थापन करण्यात आली आहे. ही योजना कोणत्या गावांमध्ये राबवायची याची निवड राज्यस्तरीय समितीकडून करण्यात येते.

या कार्यक्रमांतर्गत पाणी अडवा, पाणी जिरवा, पाणलोट क्षेत्र विकास कार्यक्रम (कुरणबंदी, कु-हाडबंदी), होतकरू कारागिरांना प्रोत्साहन व कर्ज सहाय्य, कृषिविज्ञान, अशा विविध कार्यक्रमांबरोबरच संत शिकवणुकीतून नशाबंदी, सामाजिक समता, भूतदया, लोकसेवा कार्यक्रम तसेच कुटुंबनियोजन या कार्यक्रमांचा समावेश आहे. हा कार्यक्रम आदर्श गाव संकल्प व प्रकल्प समितीने निवडलेल्या गावांमध्ये स्वयंसेवी संस्थांच्या माध्यमातून राबविण्यात येणार आहे.

कृषि हंगामात मंदी असताना ग्रामीण भागातील बेरोजगारांना १०० दिवस रोजगार उपलब्ध करून देणे हा योजनेचा प्रमुख हेतू आहे.

याखेरीज आरोग्य विकासासाठी, शिक्षण प्रसारासाठी, माता बालकल्याणासाठी, दारिद्रय निर्मूलनासाठी रोजगाराच्या योजना जसे ग्रामीण कारागिरांना हत्यार संच पुरविणे, जवाहर रोजगार योजना, सामाजिक वनीकरण, पाणलोट क्षेत्र विकास कार्यक्रम राबविण्यात येतात.

एकात्मिक ग्रामीण विकास कार्यक्रम १९८० मध्ये संपूर्ण राज्यभर लागू केला गेला. यात दारिद्रय रेषेखालील २ हेक्टरपेक्षा जास्त कोरडवाहू जमीन नाही, अशा कुटुंबांना पुरेसे अन्न मिळेल अशी व्यवस्था करणे हे या योजनेचे मुख्य उद्दिष्ट आहे. या कार्यक्रमाद्वारे कुटुंबांचा फायदा होण्यासाठी १. लघु पाटबंधारे योजना २. विहिरींचे पुनरुज्जीवन ३. दुभती जनावरे वाटणे, कुक्कुटपालन, वराहपालन, मेंढ्या व शेळ्या पाळण्याचे शिक्षण देणे ४. बैल, नांगर व बैलगाड्या पुरविणे. ५. बी-बियाणे व खते यांना पैसे पुरविणे. ६. मत्स्य व्यवसायासाठी साहाय्य करणे हे कार्यक्रम ठरविले आहेत.

एकात्मिक क्षेत्र विकास कार्यक्रम हा रत्नागिरी व सिंधुदुर्ग जिल्ह्यात राबवला जातो. कारण यात मुले व स्त्रिया यांची संख्या जास्त आहे. या कार्यक्रमांतर्गत आतापर्यंत अंदाजे २० लाख लाभार्थींना स्वच्छता, आरोग्य, बालकल्याण, पोषण, रोजगार, शिक्षण इ. योजनांचा लाभ झाला.

पश्चिम घाट एकात्मिक विकास कार्यक्रमासाठी पुणे, सातारा, सांगली, सोलापूर, ठाणे, रायगड, रत्नागिरी, सिंधुदुर्ग, नाशिक, धुळे, नंदूरबार, अहमदनगर या जिल्ह्यातील निवडक ६२ तालुक्यातील ६४२६ गावे निवडण्यात आली आहेत. यामध्ये शेती, रेशीम उत्पादन, लघु पाटबंधारे, वनउत्पादनावर आधारित व्यवसाय, मधुमक्षिका पालन इ. कार्यक्रम राबविले जातात.

ग्रामीण पाणीपुरवठा योजनेअंतर्गत जनतेला स्वच्छ व पुरेसे पाणी हे उद्दिष्ट ठेवले आहे. परंतु अजूनही ४५% गावांना पाणी नाही.

एकात्मिक ग्रामीण ऊर्जा कार्यक्रम राबवला जातो. या अंतर्गत बायोगॅस संयंत्रे, सूर्यचूल, पवनचक्क्या यांची लोकप्रियता वाढत आहे. यात आतापर्यंत २,७३,००० बायोगॅस उभारले गेले. हा कार्यक्रम सदतीस तालुक्यांमध्ये राबवला जातो. याची सुरुवात १९८२ मध्ये झाली. या अंतर्गत सूर्यशक्तीवर राज्यातील ३७ तालुक्यांमधील ४३७ खेड्यांमध्ये दिवे आहेत.

१९७९ पासून एकात्मिक ग्रामीण विकास कार्यक्रमांतर्गत ग्रामीण भागातील मनुष्यबळाचा दर्जा सुधारण्याच्या दृष्टीने तेथील युवकांना शेती व संबंधित व्यवसाय यांचे प्रशिक्षण देण्यात येते. प्रशिक्षणार्थींमधे महिलांचे प्रमाण ३३% असणे आवश्यक आहे. त्यांना दरमहा विद्यावेतन देण्याची सोय आहे.

रोजगार माहिती व संवर्धन कार्यक्रमात रोजगार पुरविण्याच्या कामी मदत, मनुष्यबळ नियोजनासाठी प्रशिक्षण, रोजगाराच्या माहितीचा संग्रह करणे, व्यवसायविषयक मार्गदर्शन करणे यासाठी आदिवासी उमेदवारांना प्रशिक्षण व मार्गदर्शन यासाठी अमरावती, जळगाव, नाशिक, नांदेड, भंडारा, चंद्रपूर व मंचर येथे केंद्रे आहेत.

ग्रामविकासात स्वयंसेवी संस्थांची भूमिका

ग्रामविकासासाठी राबवल्या जाणाऱ्या बऱ्याच योजना स्वयंसेवी संस्थांमार्फत राबवल्या जातात. तर काही स्वयंसेवी संस्था शासनावर अवलंबून न राहता ग्रामविकासाला हातभार लावत आहेत. यात वैद्यकीय क्षेत्रातील व्यक्ती प्रामुख्याने दिसतात. काही संस्था प्रत्यक्ष शासकीय योजना राबवत नाहीत, परंतु या योजनांचा फायदा गरजूंना मिळावा यासाठी प्रयत्न करतात. काही व्यक्ती स्वतःच्या अंगी असलेल्या सेवावृत्तीने ग्रामीण भागात काम करत आहेत. शेती व जोडधंद्यांविषयीचे मार्गदर्शनही काही संस्था करत आहेत. याशिवाय स्त्रिया, बालके, शेतकरी, भूमिहीन, शेतमजूर, अनुसूचित जाती, जमातीच्या लोकांसाठी संस्था काम करत आहेत. बचत गटाची चळवळ सुरू झाल्यावर स्वयंसेवी संस्थांना ग्रामीण भागात बचत गट स्थापन करून शासकीय योजनांचा फायदा गरजू महिलांना मिळवून दिला. दारिद्र्य रेषेखालील कुटुंबातील महिलांना याचा फायदा मिळवून दिला.

सध्याची परिस्थिती

भारतात एकूण लोकसंख्येपैकी २४% लोक दारिद्र्य रेषेखाली रहातात. महाराष्ट्रात हे प्रमाण २२% इतके आहे.

२००१-२००२ मध्ये ग्रामीण भागातील 0.५% व नागरी भागातील 0.१% कुटुंबांना वर्षातल्या कोणत्याही महिन्यात पुरेसे अन्न मिळत नव्हते. तर दर हजारी १६ कुटुंबांना ग्रामीण भागातल्या व दर हजारामागे ३ कुटुंबांना शहरी भागातल्या वर्षातले फक्त काही महिने पुरेसे अन्न मिळते.

दर दिवशी दरडोई

	मिळणारे	अपेक्षित
अन्नधान्य	४४१ ग्रॅम	५१८ ग्रॅम
दूध	६७ ग्रॅम	२०० ग्रॅम
कडधान्य	५0 ग्रॅम	७0 ग्रॅम

२०००-२००१ मध्ये एकूण लोकसंख्येपैकी ३०% लोक कच्च्या घरात रहात होते. तर नागरी लोकसंख्येपैकी ७% लोक कच्च्या घरात रहात होते.

स्वयंपाकासाठी एलपीजी गॅस वापरणाऱ्यांचे २०००-२००१ मध्ये ग्रामीण भागातील लोकांचे प्रमाण ७% तर शहरी भागातील लोकांचे प्रमाण ४७% आहे. याच काळातील रॉकेल वापरणाऱ्यांचे ग्रामीण भागातील प्रमाण ४८% व नागरी भागात ९% आहे.

२००१-२००३ या काळात कुपोषित लोकसंख्येचे प्रमाण २०% होते. तर १९९६ ते २००४ या काळात पाच वर्षाखालील ४९% बालके कमी वजनाची होती.

समारोप

शासनाच्या विविध योजना, समाजातील अनेक घटकांचे कार्य ग्रामविकास घडवत आहेत. परंतु आजही अनेक भागातून वाहने जाऊ शकतील असे रस्ते नाहीत, दिवे नाहीत, पिण्याच्या पाण्याच्या सोयी नाहीत. यामुळे ग्रामीण भागातील लोकांना गैरसोय सहन करावी लागते. अशा योजनांमध्ये होणारा भ्रष्टाचार, निकृष्ट प्रतीचे काम, केवळ कागदावरच राहाणाऱ्या सुधारणा हे थांबले पाहिजे. लोक स्वयंसेवी संस्थांना सहकार्य जास्त करतात. त्यामुळे त्यांचा सहभाग अधिक वाढवला गेला पाहिजे.

ग्रामविकासात लोकांचा सहभाग वाढविण्यासाठी पंचायत सदस्यांनी योजनेची पूर्ण माहिती गावातल्या लोकांना दिली पाहिजे.

तसेच अधिकाऱ्यांच्या मदतीने गावात योजना राबविल्या पाहिजेत. ग्रामसभेद्वारे लोकांना माहिती दिली पाहिजे.

गावाच्या गरजा लक्षात घेऊन ग्रामस्थांच्या मदतीने कार्यक्रम आखले गेले पाहिजेत. गावकऱ्यांच्या मदतीनेच ग्रामीण विकास होऊ शकतो याची कल्पना त्यांना दिली गेली पाहिजे.

अंधश्रद्धेचे प्रमाण आजही म्हणावे तसे कमी झालेले नाही. स्त्रियांच्या पुढाकाराने दारूबंदी जरी झाली असली तरीही ती तशीच टिकून रहाणे गरजेचे आहे. तरच ते स्त्रियांच्या प्रयत्नांना मिळालेले यश आहे.

अलीकडेच निर्मलग्राम योजना व महात्मा गांधी तंटामुक्त गाव योजना जाहीर झाल्या व निर्मलग्राम योजना कार्यान्वित झाली. सामाजिक वातावरण सलोख्याचे राहावे, संघर्षात मनुष्यबळ खर्ची होऊ नये. एकंदरीतच वातावरण ताणमुक्त राहावे हा तंटामुक्त गाव योजनेचा उद्देश आहे.

गावातल्या तंट्यांची बीजे पतसंस्था, विकास सोसायट्या, तरुण मंडळ, ग्रामपंचायती यामधील निवडणूका, गावातील यात्रा, जत्रा, उरूस, जमिनीची मालकी इ. आहेत. पूर्वीच्या काळी जाती व समूहांच्या पंचायती होत्या व या जातपंचायतींकडून तंटे मिटवले जात. आदिवासी पाड्यांवरही जात पंचायती आहेत. नंतरच्या काळात आलेल्या औपचारिक न्यायव्यवस्थेमुळे या पंचायतींचा प्रभाव कमी होत गेला. परंतु याचा परिणाम म्हणजे खटले वाढले, तंटे वाढले व हे तंटे वर्षानुवर्षे चालू राहिले. व तितकी वर्षे परस्परांमध्ये वैरभाव राहातो. वेळ, पैसा यांचा अपव्यय होतो व प्रश्न वर्षानुवर्षे सुटतच नाही. यासाठी परस्पर सामंजस्याने भांडणे मिटवून वेळ व पैसा वाचवायचा व परस्पर संबंध चांगले ठेवायचे हा यामागचा हेतू आहे. हे तंटे पिढ्या न् पिढ्या चालतात व वैर कायम रहाते हे टाळले पाहिजे.

या योजनेला काही ठिकाणी चांगले यश मिळाले आहे. समित्या स्थापन होऊन त्या आपले कार्य व्यवस्थितपणे पार पाडत आहेत. तर काही ठिकाणी तंटामुक्त समितीवर गावातल्या कोणत्या व्यक्तींनी रहावे यावरूनच तंटे झाले आहेत.

निर्मलग्राम योजनेला काही ठिकाणी उत्तम प्रतिसाद व लोकसहकार्य मिळाले. यामुळे गावकऱ्यांच्या आरोग्यावर नक्कीच चांगला परिणाम होईल. मुलांना चांगल्या सवयी लागतील. स्वच्छतागृहाअभावी स्त्रियांची होणारी कुचंबणा थांबेल. ही योजना सर्व ठिकाणी राबवून स्वच्छतेसाठी ग्रामीण भागातील लोकांना प्रोत्साहन दिले पाहिजे.

(Self Help Group)

बचतगट

आरंभ

२१ व्या शतकातील महिला सबलीकरणाच्या चळवळीला. आशिया खंडातील मागास राष्ट्र म्हणून ओळखल्या जाणाऱ्या बांग्ला देशात सुरुवात झाली. डॉ. महंमद युनूस यांनी या चळवळीची सुरुवात केली.

बांग्ला देशातील ढाक्का शहरातील चितगाव विद्यापीठाजवळ 'जोबरा' हे भूमिहीनांचे गाव आहे. गरिबीमुळे येथील बँकांनी नागरिकांना कर्ज नाकारले व प्रत्येक जण सावकारी विळख्यात अडकला. १९७६ साली सुरु झालेल्या ग्रामीण बँक संकल्पनेने १९८३ मध्ये मूर्त रूप धारण केले. त्याचा आधार असा – आठवडे बाजारात ५ ते ६ लोकांचे एक केंद्र असे. ७ ते ८ केंद्रांचा एक गट बनतो व एक केंद्र म्हणजेच ४० लोक व्यवस्थितपणे व्यवहार पार पाडू शकतात व त्यांच्या आर्थिक व्यवहाराला एक शिस्त आहे. त्यामुळे बँकिंगच्या मुख्य व्यवहारात ते येऊ शकतात. तेच आज स्वयंसाहाय्यता गट, बचतगट, लघुवित्त, शेजार गट इ. या नावाने अनेक देशात कार्यरत आहेत.

यातूनच ग्रामीण बँकेचा जन्म झाला. या बँकेत कर्जदाराला जामीन लागत नाही, कर्जफेड केली नाही तरी त्यांच्यावर खटला दाखल केला जात नाही. कायदेशीर कागदपत्रांवर सही करावी लागत नाही. कर्जफेडीची जबाबदारी गटामार्फतच घेतली जाते. या बँकेत विशेष म्हणजे भिकाऱ्यांनाही व्याजमुक्त कर्ज दिले जाते.

भारतात सुरुवात

भारतात स्वयंसाहाय्यता गटाची चळचळ म्हैसूर रिसेटलमेंट ऑण्ड डेव्हलपमेंट एजन्सी (मायराड) या संस्थेने सुरू केली. १९८० मध्ये नाबार्डने ग्रामीण बचतगट सुरू करून १९९१-९२ मध्ये वित्तीय क्षेत्रात कायदेशीर मान्यता दिली. या चळवळीत महिलांचा सहभाग वाढत गेला.

महाराष्ट्रात पूर्वी 'भिशी'च्या स्वरूपात ही कल्पना अस्तित्वात होती. आजही तुरळक ठिकाणी ही भिशी सुरू आहे.

स्वयंसेवी संस्थांचे योगदान

या एकूण चळवळीत स्वयंसेवी संस्थांचे योगदान मोठे आहे. देशात अनेक ठिकाणी स्वयंसेवी संस्थांनी बचतगट तयार करून खाजगी सावकारीची भीषण समस्या बऱ्याच प्रमाणात निपटून टाकली.

ग्रामीण भागात, शहरातील झोपडपट्ट्यांमधून महिलांची स्थिती फारशी चांगली नव्हती. दारिद्रय, अज्ञान, अंधश्रद्धा, कौटुंबिक छळ यामुळे मानसिक कोंडी, काय करायचे याविषयी मार्गदर्शन नाही. अडचणीच्या काळात गाठीशी पैसे नसल्याने खाजगी सावकारांशिवाय दुसरा पर्याय उरत नसे. एकत्र यायला काही कारण नाही, पुरेसा रोजगार नाही, व्यसनाधीनतेमुळे कुटुंबाला पुरुषाच्या कमाईचा फारसा उपयोग होत नाही. अशा वेळी बचतगटांनी महिलांना फार मोठा आधार दिला. कारण बँका तारण नाही म्हणून कर्ज देत नसत, त्यामुळे सावकारकडूनच पैसे घ्यावे लागत.

शासन महिलांसाठी विविध योजना राबवत असते; परंतु या योजना महिलांपर्यंत पोहोचत नसत. त्याबाबतीतही स्वयंसेवी संस्थांचे योगदान मोठे आहे. संघटित होऊन काम करण्याची सवय महिलांना नसल्याने ही नवीन संकल्पना रुजली. या योगे नव नवी आव्हाने व जबाबदारी पेलण्याची क्षमता महिलांमध्ये विकसित केली गेली. महिलांना स्वतःच्या अस्तित्वाची जाणीव करून देणे, निर्णय क्षमतेत त्यांचा सहभाग असणे, थोडक्यात कुटुंबात त्यांची भूमिका सायकलच्या चाकासारखी नाही, तर बैलगाडीच्या चाकासारखी आहे याची जाणीव करून देणे म्हणजेच पुरुषांच्या बरोबरीची आहे.

- बचतगट कसा स्थापन करावा, याबाबत मार्गदर्शक पुस्तिका प्रसिद्ध केल्या आहेत. एका गटात १० ते २० महिला सदस्य असाव्यात. गटात बचत किती गोळा केली जावी हे सर्व सदस्यांना विचारून एक मताने ठरवले जाते. दारिद्रय रेषेखालील महिलांचे वेगळे गट स्थापन केले आहे.

- दरमहा सर्व सदस्यांनी ठरविलेली रक्कम ठरावीक तारखेला भरायची. बँकेत खाते उघडणे, गटांतर्गत कर्जवाटप करणे, वसुली करणे, नोंदी ठेवणे यासाठी दरमहा सभा घेणे व पुढच्या सभेची तारीख ठरविणे. ही कामे गटातील साक्षर महिला करतात.

- स्वयंसाहाय्यता गट कसे काम करतात, यावरून त्यांचे मूल्यांकन केले जाते. त्यानुसार गटाचे कामकाज सुधारण्यासाठी प्रयत्न केले जातात.

- स्वयंसेवी संस्था केवळ कर्ज देतात किंवा आर्थिक व्यवहारापुरत्याच मर्यादित न राहता स्त्रियांचे आरोग्य, हक्क, कौटुंबिक समस्यांवर उपाय, कायदेविषयक माहिती देत आहेत. ज्यातून पोलिसांकडे जाऊन तक्रार नोंदविणे, वकिली सल्ला घेणे हे घडत आहे. मतदान, ग्रामसभा, ग्रामसभेतील महिलांच्या उपस्थितीचे महत्त्व सांगितले गेल्याने त्याबाबतही महिला सक्षम झाल्या. ग्रामसभेची माहिती करून घेणे, गरज पडल्यास तिची वेळ बदलायला लावणे, याबाबत महिला पुढाकार घेऊ लागल्या आहेत.

इतर माहिती

महिलांना स्वच्छता, आरोग्य, पर्यावरणविषयक जाणीव जागृती करून देणे, महिलांसाठी आरोग्यतपासणी शिबिर भरवणे, कारण कुटुंबात महिलांच्या आरोग्याकडे दुर्लक्ष होते आणि तीच कामाचा भार वाहून मजुरी करत असते. बचतगटांमुळे तिला याचीही जाणीव झाली. स्वतःचे

आरोग्यविषयक प्रश्न पुरुष डॉक्टरांपुढे मोकळेपणाने मांडणे या दृष्टीने त्यांची मानसिकता तयार झाली. मुलांचे आरोग्य, लसीकरण याबद्दल जागरूकता आली.

मानसिकतेत बदल

स्वत:च्या कुटुंबातील प्रश्न इतरांपुढे कसे मांडायचे, स्वत:ला काय वाटतं हे कसं बोलायचं हा संकोच दूर होऊन परिस्थिती थोड्या फार फरकाने सर्वांची सारखीच आहे याची जाणीव झाली. त्यामुळे सतत विचार करण्याने पडणारा ताण व आरोग्यावर होणारा परिणाम थोडाफार कमी झाला.

महिलांना छोट्या छोट्या खर्चासाठी हातउसने पैसे घ्यावे लागत असत – मुलांच्या शिक्षणासाठी, आजारपणासाठी, शेतीच्या तातडीच्या गरजा भागविण्यासाठी कर्जाची सोय होऊ लागली. त्यामुळे मुलींना शिकवण्याकडे कल वाढला.

महिलांसाठी राबवल्या जाणाऱ्या योजनांचा महिलांना थोड्याफार प्रमाणात लाभ होऊ लागला. लाभ का मिळाला नाही याची कारणे विचारण्याएवढी जागरूकता महिलांमध्ये आली.

महिलांमध्ये सहकार्याची भावना रुजली. प्रत्येकीची गरज पाहून कर्ज देणे ही पद्धत रुजल्याने परस्पर जाणिवेची भावना आली. विधवा, परित्यक्ता यांना समाजात विशेष स्थान नव्हते. परंतु बचतगटाने त्याही बाबतीत चांगले कार्य केले. समाजात त्यांचा दर्जा सुधारला. इतर महिलांमध्ये मिळून मिसळून राहणे. त्यामुळे एकाकीपणा कमी झाला.

विशिष्ट दिन साजरे करणे उदा. महिला दिन, पर्यावरण दिन इत्यादीतून महिलांच्या कला गुणांना वाव देणे, त्यानिमित्ताने फेरी आयोजित करणे, यातून लिखाण करणे, अभिनय करणे, गाणी लिहिणे, सादर करणे, कौटुंबिक जबाबदाऱ्यातून काही काळ दूर राहणे, स्वत:साठी वेळ काढणे या जाणिवा त्यांच्यात निर्माण झाल्या.

दारिद्र्यरेषेखालील कुटुंबातील महिलांचे वेगळे गट स्थापन केले जाऊन त्यांना शासनाकडून विशेष योजनांचा लाभ मिळू लागला. स्वर्णजयंती स्वयंरोजगाराअंतर्गत स्वयंसाहाय्यता गटांना अनुदान देऊन शेळीपालन, मेंढीपालन असे रोजगार सुरू केले गेले.

या सर्वांतून महिलांना बचतीची सवय झाली. सावकारी पाशातून मुक्तता झाली. बँकेतून कर्ज मिळू लागल्याने स्थिरता आली. बँकेची माहिती झाली.

बचतगटांमार्फत अनेक स्वयंरोजगारही सुरू होऊन महिलांना उत्पन्नाचे साधन मिळाले. त्यात पीठ गिरणी, शिवणकाम, कांडप मशीन, साबण, नीळ, डिटर्जंट पावडर करणे इ. व्यवसाय काही महिला गटांनी सुरू केले. शिवाय अळिंबी लागवड, उदबत्त्या, खडू, मेणबत्त्या तयार करणे हे देखील प्रशिक्षण दिले. याशिवाय दूध डेअरी, मसाले व इतर खाद्य पदार्थ तयार करणे, पापड तयार करणे, बाटीक काम, ब्युटीपार्लर यांचेही व्यावसायिक प्रशिक्षण दिले जात आहे. स्त्रियांना स्वावलंबी बनविण्याच्या प्रयत्नांना थोडे फार यश मिळाले.

आदिवासी भागातही आर्थिक क्षमतेनुसार बचत ठरवून गट सुरू केले गेलेत. वाड्या-वस्त्यांवर बरेच गट कार्यरत आहेत. त्यात विस्तारित कुटुंब (extended family) अशा स्वरूपाचेही

गट आहेत.

स्थानिक राजकारणात महिलांचा सहभाग वाढला. मतदानाचे महत्त्व, उमेदवारांपुढे समस्या मांडणे हे महिला आत्मविश्वासाने करू लागल्या.

काही भागांत स्त्री-पुरुषांचे मिश्र गटही आहेत. केवळ पुरुषांचे गटही काही ठिकाणी आहेत.

बचतगटांमुळे धरणे, आंदोलन, मोर्चे याद्वारे प्रश्न सोडविले जाऊ लागले. महिलांना स्वत:मध्ये बदल झाल्याचे जाणवू लागले.

समस्या व उपाय

बचत गटांमुळे सकारात्मक बदल निश्चित झाले आहेत. परंतु कुटुंबाला हातभार लावण्यासाठी स्त्रियांना व्यावसायिक शिक्षण दिले गेले असले तरी महिलांनी तयार केलेल्या वस्तूंना बाजारपेठ मिळणं हे आवश्यक आहे. तो प्रश्न आजही पूर्णपणे सुटलेला नाही. त्यामुळे स्वयंरोजगार निर्माण करण्यासाठी स्वयंसेवी संस्थांकडून पुढाकार घेऊन याबाबत काम केले गेले पाहिजे.

हुंडा आणि लिंगसमभाव याविषयीही अधिक जागरूकता निर्माण करणे जरुरीचे आहे. विवाह नोंदणी बद्दलचेही महत्त्व समजावून सांगणे गरजेचे आहे. कारण आजही अठरा वर्षाखालील वयातील मुलींची लग्न व लवकर मातृत्व येणे या गोष्टी घडतात.

प्रौढ साक्षरता कार्यक्रमाला गटांमध्ये म्हणावे तितके यश मिळाले नाही. मुला-मुलींनी शिकावे असे वाटणारे पालक आहेत; परंतु प्रौढ साक्षरता वर्गाला प्रतिसाद नाही.

शाळांमधील गळतीचे प्रमाणही बरेच आहे. यासाठीही किशोरवयीन मुला-मुलींना उद्योग-व्यवसायासाठी आवश्यक शिक्षण देणे, कामात गुंतवून ठेवणे, असे उपक्रम केले गेले पाहिजेत.

गटांमधून कर्ज मिळत असले तरीही ते वेळेवर फेडण्याची जबाबदारी त्यातल्या त्या सदस्याची आहे. कर्जफेड वेळेवर केली गेली नाही, तर इतरांची गैरसोय होते. या कारणास्तव गट मोडतात.

एकाच ठिकाणी दोन स्वयंसेवी संस्था काम करत असतील, तर एका संस्थेचे घेतलेले कर्ज न चुकवता दुसऱ्या स्वयंसेवी संस्थेच्या गटाचे सभासदत्व घेणे, असे काही महिला करत असल्याने याबाबत स्वयंसेवी संस्थांनीच स्पष्ट भूमिका घ्यायला पाहिजे.

कौटुंबिक बाबतीत विशेषत: मुलीचे शिक्षण, मुलीच्या लग्नाचे वय, कुटुंबात मुलीचा जन्म या सर्वांत स्त्रीच्या मनाला योग्य ती किंमत दिली गेलीच पाहिजे अन्यथा स्त्रियांवर हे जबाबदारीचे दुहेरी ओझे होईल.

महिलांचा गटांमधला रस कायम टिकून राहणे गरजेचे आहे. पहिली काही वर्षे नियमित बैठका होणे, त्यात सर्वांनी सक्रिय सहभाग घेणे हे घडते. परंतु नंतर मात्र गटांमध्ये फक्त आर्थिक व्यवहारांपुरते संबंध उरलेले असतात.

महिलांचा ग्रामविकासातील सहभाग वाढत राहणे आवश्यक आहे. सक्रिय राजकारणातील

महिलांचा सहभाग यापेक्षा अधिक असला पाहिजे.

दारुबंदी काही ठिकाणी यशस्वी झाली. परंतु ती टिकून राहिली पाहिजे. कारण हे प्रयोग जिथे फसतील तिथे महिलांचे मानसिक खच्चीकरण होईल.

स्वयंस्फूर्तीने तयार केलेले गट एखाद्या विशिष्ट प्रश्नासाठी एकत्र येतात; परंतु टिकत नाहीत असेही दिसते. बचत गट टिकून रहाण्यात उत्तम नेतृत्वाची आवश्यकता आहे ते ग्रामीण स्त्रियांमधूनच निर्माण होणे गरजेचे आहे.

(Sex Education)

लैंगिक शिक्षण

शालेय जीवनात ९ वी आणि ११ वी च्या विद्यार्थ्यांसाठी लैंगिक शिक्षण असावं असा विचार शिक्षणमंत्र्यांनी मांडला आणि या विचाराच्या चर्चेला तोंड फुटलं. त्यात हे शिक्षण शिक्षकांनी द्यावं असंही ठरलं. बदलत्या परिस्थितीत म्हणजेच प्रसारमाध्यमांचा वाढता प्रभाव, विभक्त कुटुंबे, एड्सग्रस्तांची वाढणारी संख्या यामुळे याबाबत शिक्षणाची गरज निर्माण झाली. शिवाय एकतर्फी प्रेम, लैंगिक शोषण, बलात्कार विवाहपूर्व शरीरसंबंध, विवाहपूर्व मातृत्व यासारखे सामाजिक प्रश्न याचविषयाशी संबंधीत आहेत.

आपला समाज कितीही प्रगत झाला तरी लैंगिकतेकडे पाहण्याचा आपला दृष्टीकोन फारसा निकोप नाही. ही मानसिकता आजही बदललेली नाही. सुशिक्षित पालकही आपल्या मुलांना याविषयाचे शिक्षण देत नाहीत.

पूर्वीच्या समजुतींप्रमाणे लैंगिक संबंधाची बाब गुप्त ठेवली जात असे. या संबंधाबाबतचे ज्ञान मुलामुलींना योग्य त्यावेळी आपोआप मित्रमैत्रिणींकडून मिळते असा समज होता. तथापि लैंगिक संबंधाबद्दल वेगवेगळ्या व चुकीच्या समजुती निर्माण होतात. शाळेत शिकणाऱ्या विद्यार्थ्यांना प्रजोत्पादनाबद्दलची थोडी माहिती शरीरशास्त्रात मिळते. काही वेळा शिक्षक किंवा शिक्षिका तो घटक न शिकविता पुढचा पाठ घेत असतात. सद्यपरिस्थितीत सिनेमा, दूरदर्शन, मासिके व वृत्तपत्रे यामार्फत विद्यार्थ्यांच्या याबाबत वेगळ्याच कल्पना बनतात. त्यांना प्रजोत्पादनाबाबत खरी माहिती मिळणे आवश्यक असते. परंतु ही माहिती विद्यार्थ्यांना कोणी, केव्हा व कशी द्यावी ही एक समस्या आहे. कौमार्यावस्थेतील मुलामुलींना लैंगिक बाबीसंबंधी काही माहिती स्पष्ट करून सांगणे आवश्यक आहे. मुलामुलींना याबाबत खूप उत्सुकता असते. अलीकडे कौमार्यावस्थेतील काही मुलामुलींना एड्ससारखे आजार झालेले आढळतात. महाराष्ट्रात याचा प्रसार खूप झाला आहे. म्हणून लोकसंख्या शिक्षणात आता हा नवीन घटक अंतर्भूत केला आहे. अशा आजारापासून विद्यार्थ्यांनी दूर रहावे यासंबंधीचे मार्गदर्शन डॉक्टर करू लागले आहेत.

याचा उपयोग

लैंगिक शिक्षण हा संवेदनाशील विषय आहे. हे शिक्षण दिल्याने अविकसित समाजात १) जे अज्ञानाने जन्म होतात ते टाळता येतील २) संभाव्य लैंगिक रोगांपासून संरक्षण कसे करता येते ते वेळेवर वयात येणाऱ्यांना ज्ञात करून जागृत करता येईल ३) कुटुंब नियोजन समजावणे सोपे होईल ४) गर्भावस्थेतील धोक्यांचाही इशारा देऊन योग्य ते मार्गदर्शन करता येईल. ५) इष्ट उपचारांचा प्रचार सोपा होईल व अनिष्ट जन्म टाळता येतील इत्यादी उद्देश असे शिक्षण देण्यामागे

आहेत.

नव्या दृष्टिकोनाप्रमाणे 'बाळ आईच्या पोटात कसे आले ?' या लहान मुलांच्या प्रश्नाचे उत्तर, अवघडत आईबापांनी देण्यापेक्षा, शास्त्रीय पद्धतीने अभ्यासक्रमातच समाजसेवी तज्ज्ञांनी देणे चांगले ! शिवाय आता असेही दिसून आले आहे की, लैंगिक शिक्षणाने 'मुले बिघडतील' हा आक्षेपही योग्य नाही – उलट मुले जाणकार झाल्याने जे अनिष्ट असतील त्या मोहातून (कमी अधिक प्रमाणावर तरी) सुटका करून घेतात व विवाहाचे वयही आपोआप पुढे ढकलतात ! अपवाद कोणत्याही नियमाला असतात पण त्यांचा बाऊ किती करायचा याचा विचार व्हायला हवा.

किशोरावस्थेविषयी थोडी अधिक माहिती जाणू घेणे गरजेचे आहे. हे शिक्षण देण्याचा पूर्वी प्रयत्न झाला होता.

यापूर्वी १९९६ साली स्त्री मुक्ती संघटना व मुंबई पोलीस समाजसेवा शाखा यांच्या समन्वयाने कुमार आणि किशोरवयीन विद्यार्थ्यांकरिता 'जिज्ञासा प्रकल्प' कार्यान्वित झाला. ज्यात मुलांना लैंगिक शिक्षणही दिले गेले. कारण मुलीचं लग्न १८ वर्षांच्या आत करण्यास बंदी असतानाही महाराष्ट्रात १८ वर्षांखालील मुलींच्या लग्नाचं प्रमाण ४८% आहे. काही ग्रामीण भागात मुलीच्या पहिल्या गर्भधारणेचं सरासरी वय १६ वर्षे आठ महिने इतकं कमी आहे. हे वास्तव आहे त्यामुळे लैंगिक शिक्षणाची गरज निर्माण झाली आहे. कारण महाराष्ट्रात अर्भक मृत्यूदर, बालमृत्यूदर आणि कमी वजनाच्या बाळाचा जन्म यांचं प्रमाण खूप जास्त आहे.

हे शिक्षण मुलांना दिले जावे की दिले जाऊ नये याविषयी अनेक चर्चा वाद चालू आहेत. कारण या विषयाच्या शिक्षणात शिक्षकांचा सहभाग मोठा आहे. व त्यांनाच हा विषय शिकवणे संकोचाचे वाटते. तरीही शिक्षक, डॉक्टर, समाजशास्त्रज्ञ यांनी या विषयाचे ज्ञान विद्यार्थ्यांना द्यावे हे योग्य वाटते. शिक्षकांना या विषयाचे पुरेसे ज्ञान नसेल तर डॉक्टरांनी हे शिक्षण मुलांना द्यावे असे शिक्षकांना वाटते.

प्रसारमाध्यमांद्वारे हे ज्ञान मुलांना मिळते असा सर्वत्र समज असला तरी त्याचे चित्रीकरण, सादरीकरण पाहता अतिशय ओंगळवाणे व उथळ प्रदर्शन असते व त्यातून अर्धवट ज्ञान किंवा त्याविषयीची घृणा एवढ्या दोनच गोष्टी ते होऊ शकतात. या प्रसारमाध्यमांचा वेगही इतका जबरदस्त आहे, साध्या ती आपल्या आयुष्याचा अविभाज्य भाग बनली आहेत. त्यामुळे त्यांना टाळू म्हणता त्या टळणार नाहीत. त्यामुळे यातून मार्ग काढणे आवश्यक आहे. याविषयीच्या उत्सुकतेमुळे हातून काहीतरी चुकीचे घडण्यापेक्षा हे शिक्षण अपरिहार्य आहे. असे समजून ते केले गेले पाहिजे.

याविषयीची माहिती पाल्यांना कशी द्यावी हे पालकांना कळत नसल्याने ते मुला-मुलींनी परस्परांशी बोलू नये, एकमेकात मिळून-मिसळून राहू नये, अशा तऱ्हेची बंधने घालतात व वयात आल्यावर तर त्यांच्यावर जास्तच लक्ष ठेवतात. त्यामुळे मुलांची उत्सुकता जास्तच चाळवली जाते. मुले-मुली परस्परांशी बोलतांना सामान्य (Normal) पणे बोलत नाहीत. संवाद साधू शकत नाहीत किंवा याउलटही थोडीशी मोकळीक मिळाल्यावर, होऊ शकतं. हे टाळून यांच्यात संवाद होणं

गरजेचं आहे. याचा उपयोग पुढे जोडीदार निवडताना होतो. स्त्री-पुरुष हे नाते केवळ नर व मादी असे नाही; हे शिक्षण कधीच मिळत नाही. घरातील पुरुष व्यक्तीने लैंगिक अत्याचार, अश्लील चाळे केले तरी मुली हे पालकांना सांगू शकत नाहीत. कारण या विषयावरील चर्चाच मुळात निषिद्ध मानली जाते. हे टाळले गेले पाहिजे, त्यासाठी लैंगिक शिक्षण आवश्यक आहे.

किशोरावस्थेतील लैंगिक अभिरुची व लैंगिक वर्तन

किशोरावस्थेत मुला-मुलींना लिंग व लिंगभेदाबद्दल माहिती मिळविण्याची उत्सुकता असते. पालक अगर शिक्षकांकडून ही माहिती मिळेल याची खात्री किशोरांना नसल्याने ते अन्य मार्गांचा अवलंब करतात. त्यांची लैंगिकतेबाबतची संकल्पना परिपूर्ण व पक्क असणे आवश्यकही असते. तसे असेल तर त्यांना भिन्नलिंगी व्यक्तींबरोबर सुसंवाद साधणे व लिंगानुरूप भूमिका पार पाडणे शक्य होते. भिन्नलिंगी व्यक्तींबरोबर नवीन व अधिक परिपक्व संबंध विकसित करणे आवश्यक असते. यालाच भिन्न लैंगिकत्वाचा विकास (Development of Heterosexuality) असे म्हणतात. यासाठी पूर्वानुभवस्थितीतील दोन अडचणी दूर कराव्या लागतात. एक म्हणजे बाल्यावस्थेत स्वतंत्र अभिरुची असलेल्या समलिंगी व्यक्तींचे गट असतात. गटातील स्वतंत्र अभिरूचीत बदल झाला पाहिजे. दुसरे म्हणजे पौगंडावस्थेतील भिन्नलिंगी व्यक्तीबदलची प्रतिकूल अभिवृत्ती नाहीशी केली पाहिजे. यामुळे भिन्नलिंगी किशोर – किशोरींबरोबर कामे करण्याची अभिरुची वाढू लागते. यामुळे भिन्नलिंगी व्यक्तीकडून मान्यताही मिळू शकते.

भिन्न लैंगिकत्वाचा विकास होण्यामध्ये दोन स्वतंत्र व भिन्न घटक महत्वपूर्ण भूमिका निभावतात. दोन्ही लिंगांच्या व्यक्तींचा समावेश होईल असे वर्तन प्रकार हा एक घटक आणि दुसरा म्हणजे दोन्ही लिंगांच्या व्यक्तींमधील संबंधांबाबत अभिवृत्तींचा विकास होणे. हे दोन्ही घटक परंपरेने निश्चित केले जात असत व ते समाजमान्य असत. त्याविरुद्ध वागल्यास समाजाकडून टीका व बहिष्कार टाकला जात असे. आजही भारतासारख्या देशात सामाजिक वातावरण याचप्रकारचे आहे. परंतु एकूण जागतिक पातळीवरून विचार करता भिन्नलिंगीयांकडे पाहण्याच्या अभिवृत्ती बदलत चाललेल्या आहेत. तसेच संततिप्रतिबंधक साधनांची उपलब्धता, गर्भपातास बऱ्याच देशात असलेली कायदेशीर मान्यता यामुळे किशोरांच्या लैंगिक अभिवृत्ती व लैंगिक वर्तन यात आमूलाग्र बदल होऊ लागले आहेत. भारतात मात्र ही परिस्थिती फारशी आढळत नाही.

आता सर्वत्रच किशोरांमध्ये लैंगिकत्वाबाबत काटेकोरपणा थोडा फार कमी झालेला आहे. काही नवीन प्रकार आढळू लागले आहेत. यालाच भिन्नलैंगिकत्वाबाबतचा नवा आकृतिबंध (New Patterns of Heterosexuality) असे म्हणतात. उदा. साखरपुडा होण्यापूर्वीच भावी पति-पत्नीनी एकत्र येणे, भेटणे, फिरावयास जाणे इ. याला आता पालकांचाही विरोध राहिलेला नाही. किशोरवयातील मुला-मुलींमध्ये एकत्र येणे, मोकळेपणाने गप्पा मारणे, दुचाकीवरून स्वच्छंदपणे हिंडणे इ. व्यवहारही विशेषत: शहरांमध्ये मोठ्या प्रमाणात आढळतात. पाश्चात्य देशात सहशिक्षण व मुला-मुलिंची एकत्र वसतिगृहे सुरू झालेली आहेत. यामुळे लैंगिक संबंधास वाव मिळू लागला

आहे. एकूणच लैंगिकतेकडे पाहण्याची अभिवृत्ती बदलू लागली आहे. लैंगिक वर्तनाबाबत नव्या अभिवृत्तीबंध दिसू लागल्या आहेत. यालाच 'News Attitudes Towards Sexual Behaviour' असे म्हणतात. उदा. विवाहासाठी मुलगी कुमारीच (Virgin) असली पाहिजे असे आता मुलांना वाटत नाही. मात्र तिचे लैंगिक वर्तन स्वैर असू नये एवढीच अपेक्षा असते. मुलींनाही पूर्व-लैंगिक अनुभव असलेला मुलगा त्याज्य वाटत नाही. यामुळे लैंगिक वर्तनाबाबतच्या योग्यायोग्यतेच्या कल्पनाही बदलू लागल्या आहेत. भारतात मात्र अद्याप अशी परिस्थिती आढळत नाही.

किशोरावस्थेतील समाजमान्य लैंगिक भूमिका

लैंगिक संबंध, प्रेम याबद्दलच्या किशोर-किशोरींच्या कल्पना चित्रपटात दाखवल्या जाणाऱ्या प्रसंगांमधून तयार झालेल्या असतात व मनावर पक्क्या ठसलेल्या असतात. वास्तव त्यापेक्षा खूप वेगळं आहे याची जाणीव त्यांना येण्यासाठी या शिक्षणाची आवश्यकता आहे. वाढते लैंगिक अत्याचार, बलात्कार हे स्त्री-पुरुषांच्या नात्याविषयी चुकीच्या कल्पनातून, पौरुषत्वाच्या चुकीच्या कल्पनांमधून घडतात.

स्त्री-पुरुषांमधल्या नात्यांना सहअध्यायी, सहकारी, मित्र अशा अनेक छटा असतात त्या सर्वांना कळायला हव्यात, केवळ मुलींची शाळा, केवळ मुलांची शाळा यापेक्षा सहशिक्षणाचा यासाठी उपयोग होईल.

काही स्वयंसेवी संस्थांनी किशोर-किशोरी गट स्थापन करून त्यांच्याकडून विविध उपक्रम करून घेत आहे. या परस्परांबरोबर काम करण्याचा उपयोग पती किंवा पत्नीची निवड करताना ही होऊ शकतो. यातून स्वतःची ओळख, निकोप नात्याची सुरुवात, पती किंवा पत्नीकडून अपेक्षा याबाबत स्पष्टता येईल.

(Rajarshee Shahu Maharaj)

राजर्षि शाहू महाराज (१८७४-१९२२)

शाहू महाराज प्रजावत्सल, दलितबंधू, समतेचा पुरस्कर्ता, अभ्युदयाबाबत सर्वांगीण दृष्टी असलेला समाजसुधारक म्हणून ओळखले जातात. त्यांनी राजकोट येथे आपले महाविद्यालयीन शिक्षण पूर्ण केले व नंतर धारवाड येथे सर फ्रेझर यांच्या देखरेखी खाली इंग्रजी भाषा, राज्यकारभार, जगाचा इतिहास या विषयाचे अध्ययन केले. १८९४ साली त्यांनी संस्थानाची अधिकार सूत्रे हाती घेतली. सातव्या एडवर्ड बादशहाच्या राज्यारोहण समारंभासाठी ते इंग्लंडला गेले. या प्रवासात त्यांना अनेक अनुभव मिळाले. त्या आधी त्यांनी संपूर्ण भारताचा प्रवास करून देशाच्या सामाजिक, राजकीय व धार्मिक परिस्थितीचे निरीक्षण केले. बहुजन समाजाला आपल्या सत्तेचा लाभ मिळवून देणे व त्यांची उन्नती करणे या ध्येयासाठी त्यांनी इंग्रजांना सहकार्य करण्याचे धोरण स्वीकारले.

शैक्षणिक कार्य

महात्मा फुले यांचे विचार त्यांना पटल्याने ते सत्यशोधक समाजाकडे आकृष्ट झाले. १९१८ मध्ये त्यांनी कोल्हापुरात आर्य समाजाची स्थापना केली. आर्य समाजाचे गुरुकुल निर्माण केले व त्यात विद्यार्थ्यांचे राहणे, भोजन व शिक्षण अशी सर्व सोय केली.

१९१३ मध्ये त्यांनी कोल्हापुरात सत्यशोधक समाज शाळा स्थापन केली व त्या शाळेचे प्रमुख म्हणून एका सुशिक्षित धनगर गृहस्थाची नेमणूक केली. विद्येशिवाय बहुजन समाजाचा उत्कर्ष होणार नाही म्हणून त्यांनी आपल्या राज्यात प्राथमिक शिक्षण सक्तीचे व मोफत केले. कोल्हापुरात सर्व जातींची वसतिगृहे निर्माण केली. त्यातून बहुजन समाजातील अनेक विद्यार्थी सुशिक्षित, पदवीधर झाले.

अस्पृश्यता विरोधी लढा

त्यांनी अस्पृश्यते विरोधी लढा दिला. इतरांचा विरोध न जुमानता त्यांनी शाळा, वसतिगृहे, विहिरी, पाणवठे या ठिकाणची अस्पृश्यता नष्ट व्हावी म्हणून कायदे केले. मांगाच्या मुलाला शिकवून मोठे केले. महारांना मानाच्या तलवारी दिल्या व सरकारी समारंभात सरदार व क्षत्रियांच्या बरोबरीने मान दिला. अस्पृश्यांवर परंपरेने लादली गेलेली गुन्हेगारी नष्ट केली व वेठबिगारीतूनही सुटका केली. संस्थानातील नोकऱ्यांमध्ये त्यांच्यासाठी खास जागा ठेवल्या. सुशिक्षित महार मांग व्यक्तींना वकिलीच्या सनदा दिल्या. महारांची बलुतेपद्धती बंद केली व रयतवारीने जमिनी त्यांच्या नावावर केल्या. त्यामुळे महार वतनातून त्यांची मुक्तता झाली. अस्पृश्य वर्गातील लोकांना तलाठी नेमून कुलकर्णी वतने नष्ट केली. सामाजिक ऐक्यासाठी आंतरजातीय विवाह आवश्यक आहेत या

विचाराने अशा विवाहाला मान्यता देणारा कायदा केला.

आर्थिक व औद्योगिकी विकासासाठीही त्यांनी प्रयत्न केले. त्यांनी शाहू मिलची स्थापना केली, शेती व औद्योगिक विकास यासाठी वीज निर्मिती करणारे राधानगरी धरण, गुळ व्यापाऱ्यांसाठी शाहुपुरीची उभारणी केली.

ते कला व क्रिडाप्रेमीही होते. त्यामुळे अनेक कलावंतांना त्यांच्याकडे आश्रय असे.

(**Jagannath Shankarsheth**)

जगन्नाथ शंकरशेट (१८०३–१८६५)

ते ब्रिटिश अमदानीतले एक सार्वजनिक कार्यकर्ते आणि आधुनिक मुंबईच्या आद्य शिल्पकारांपैकी एक होते. वयाच्या अठराव्या वर्षी त्यांना उद्योगधंद्याची जबाबदारी घ्यावी लागली. त्या काळात मुंबईत ख्रिस्ती मिशनऱ्यांनी शिक्षणप्रसाराचे कार्य सुरू केले होते. परंतु त्यात फारसे यश न मिळाल्याने तेथील लोकांनी स्वत: शिक्षणसंस्था काढण्यास सुरुवात केली. त्यापैकी सुरवातीच्या बहुतेक शिक्षणसंस्थांचे प्रमुखपद, जबाबदारी त्यांच्याकडे होती. यात बॉम्बे नेटिव्ह स्कूल, बुक अँड स्कूल सोसायटी, बॉम्बे नेटीव्ह एज्युकेशन सोसायटी, बोर्ड ऑफ एज्युकेशन, स्टुडंटस लिटररी ॲण्ड सायंटीफिक सोसायटी व जगन्नाथ शंकरशेट मुलींची शाळा या संस्थांचा उल्लेख करावा लागेल.

मुलींना शिक्षण दिले तर त्यांच्या नवऱ्याचे आयुष्य कमी होते असा लोकांमधे गैरसमज होता तेव्हा त्यांनी मुलींची शाळा काढली. भारतीय लोकांना कला शिक्षण मिळावे यासाठी त्यांनी खूप प्रयत्न केले व जे. जे.स्कूल ऑफ आर्ट हे महाविद्यालय उभे राहिले.

त्यांनी बॉम्बे असोसिएशनची स्थापना केली. ही संस्था नंतर राजकीय चळवळीचे केंद्र झाली. भारतीयांच्या मागण्या ब्रिटिश पार्लमेंटसमोर मांडण्यासाठी स्थापन झालेल्या या असोसिएशनमधूनच बॉम्बे प्रेसिडेन्सी असोसिएशनचा जन्म झाला, व यातूनच पुढे हिंदी राष्ट्रीय सभेचा जन्म झाला.

मुंबईच्या कायदे कौन्सीलचे सुरुवातीच्या काळात जे सभासद होते त्यापैकी ते एक होते. मुंबईत दळणवळणाची साधने निर्माण व्हावी यासाठी त्यांनी पुढाकार घेतला. बॉम्बे स्टीम नेव्हीगेशन कंपनीचे ते जनक होते. मुंबई महापालिकेचा पाया त्यांनी घातला. मुंबईतील लोकसंख्येच्या पाणी पुरवठ्यासाठी विहार तलावाची योजना त्यांनीच आखली. गॅस कंपनी सुरू होण्यासाठी त्यांनी प्रयत्न केले व त्यात त्यांना यश आले. राणीच्या बागेची कल्पनाही त्यांनीच मांडली.

मुंबईत नाट्यगृह व्हावे यासाठीही त्यांनीच प्रयत्न केले. त्यांच्या नावाने मॅट्रीकच्या परीक्षेत पहिल्या येणाऱ्या विद्यार्थ्याला शिष्यवृत्ती दिली जाते.

(Maharshi Vitthal Ramaji Shinde)

महर्षी विठ्ठल रामजी शिंदे (१८७३-१९४४)

त्यांनी सुरुवातीला शिक्षकी पेशा पत्करला व वकिलीचा अभ्यास करून इंग्लंडला उच्च शिक्षण घेतले. भारतात परत आल्यावर त्यांनी प्रार्थना समाजाच्या कार्यास वाहून घेतले. महात्मा फुले व रानडे यांच्या विचारांचा त्यांच्यावर परिणाम झाला. समाज रूढी व परंपरांच्या विळख्यातून मुक्त करण्यासाठी आणि अंधश्रद्धा, भोळ्या समजुती व कर्मकांड यापासून धर्माची सुटका करण्यासाठी त्यांनी आयुष्यभर कार्य केले. अस्पृश्य जातीच्या उद्धाराची त्यांना तळमळ होती. अस्पृश्य समाजात शिक्षणाचा प्रसार करण्यासाठी, नोकरीची संधी उपलब्ध करून देण्यासाठी, अडचणी निवारण करण्यासाठी १९०६ मध्ये 'डिप्रेस्ड क्लास मिशन'ची स्थापना केली व नंतर या मिशनच्या कामासाठी स्वतःला वाहून घेतले. मुंबईत त्यांनी १९१८ मध्ये अस्पृश्य निवारक संघटन केले. अहिल्याश्रमाची सुरुवात केली. १९३० मध्ये कायदेभंगाच्या चळवळीत सहभाग घेतला.

शेतकऱ्यांमध्ये जागरूकता निर्माण करून त्यांना संघटित करण्यासाठी शेतकरी परिषदा घेतल्या. अस्पृश्यांच्या उद्धारासाठी त्यांनी संपूर्ण आयुष्यभर प्रयत्न केले.

डिप्रेस्ड क्लास मिशन

ॲमस्टरडॅम येथे भरलेल्या उदार धर्मपरिषदेत त्यांनी 'हिंदुस्थानातील उदार धर्म' या विषयावर प्रबंध सादर केला व धर्मप्रसाराच्या कार्याला वाहून घेण्याचा निश्चय केला. त्यांनी प्रार्थना समाज, ब्राह्मोसमाज यांच्यासाठी प्रभावी कार्य केले. डिप्रेस्ड क्लास मिशनबरोबर त्यांनी राष्ट्रीय मराठा संघ, अस्पृश्यता निवारक संघ, शेतकरी परिषदांचे आयोजन ही कामे केली. मिशनचा उद्देश खालीलप्रमाणे होता –

अ) हिंदुस्थानातील महार, मांग, चांभार या जाती ज्यांना अस्पृश्य समजले जाते, अशा जातींना व निराश्रित लोकांना शिक्षण देणे, शिक्षणाचा प्रसार करणे त्यांना नोकऱ्या, रोजगार मिळवून देणे.

ब) सामाजिक समस्यांचे निवारण करणे.

क) मूल्य शिक्षण देणे.

मिशनच्या वतीने मुलांसाठी एक व मुलींसाठी एक अशा मोफत दोन दिवस शाळा, नोकरी करणाऱ्या व्यक्तींसाठी रात्रशाळा, धर्मार्थ दवाखाना, वाचनालय आणि ग्रंथालय, महिलांसाठी शिक्षणवर्ग, प्रार्थना व व्याख्याने, मुलांसाठी तालीम हे उपक्रम राबविले गेले. या शाळांना प्रतिसाद चांगला मिळाला. १९०६ मध्ये दिवस शाळेत १७२ विद्यार्थ्यांपैकी १२७

अस्पृश्य विद्यार्थी होते. अस्पृश्य महिलांसाठी त्यांनी 'निराश्रित सेवासदन' काढले.

मिशनने थोड्या कालावधीत बरेच कार्य केले. तीन वर्षांतच परळ, देवनार, मदनपुरा, कामाठीपुरा येथे शाळा सुरू केल्या. चामड्याचा कारखानाही सुरू केला. पुणे, मनमाड, इगतपुरी, इंदूर, अकोला, अमरावती, दापोली, मद्रास, मंगळूर या ठिकाणीही शाळा सुरू होत्या.

अशा प्रकारे मिशनच्या शाळांमधून त्यावेळी १०१८ विद्यार्थी शिक्षण घेत होते. विद्यार्थ्यांसाठी वसतिगृहसुद्धा सुरू केले गेले. कायदेशीर तरतुदी व सोयीसाठी १९१० मध्ये ट्रस्ट नोंदणी करण्यात आली. त्यापूर्वी १९०८ मध्ये पुण्यातील लष्कर विभागातील सेंटर स्ट्रीटमधील एका घरात पुणे शाखेची पहिली दिवस शाळा उघडण्यात आली. या शाळेत लिहिणे, वाचणे, संवाद, गाणी, चित्रकला, शिवणकाम, कसरत, स्वच्छता, नीती शिक्षण दिले जाई. शाळेचा महिन्याचा खर्च २०० रुपये होता व वर्गणी ५० रुपये जमत असे.

अस्पृश्यता निवारणाच्या कार्याला राष्ट्रीय पातळीवर मान्यता मिळण्यासाठी शिंदे यांनी राष्ट्रीय सभेच्या अधिवेशनाच्या वेळेला अस्पृश्यता निवारक परिषदेचे अधिवेशन भरवायला सुरुवात केली.

वसतिगृहाचा खर्च भागविण्यासाठी ते गहू, तांदूळ, डाळ गोळा करत. शिवाय नवे व जुने कापड, बिछाने, भांडी, साबण, औषधे गोळा करत. याखेरीज परळ येथील शाळेत बुक बाइंडिंग, शिवणकाम तर मंगळूर येथे हातमागावर विणकाम, महाबळेश्वर येथे काथ्याचे दोरखंड व वेताच्या टोपल्या विद्यार्थी तयार करीत असत. स्वतंत्र उद्योगशाळा सुरू करून त्यात सुतारकाम, चित्रकला, शिवणकाम, रंगकाम, पुस्तक बांधणी इ. कामे सुरू झाली. त्याद्वारे विद्यार्थ्यांना व्यावसायिक शिक्षण दिले.

राष्ट्रीय सभेच्या प्रत्येक अधिवेशनात अस्पृश्यता निवारणाचा ठराव मांडावा असा त्यांचा आग्रह होता. १९१७ च्या कलकत्याच्या अधिवेशनाच्या प्रमुख डॉ. ॲनी बेझंट होत्या व त्यांनी हा ठराव मंजूर करून घेतला.

धर्म व समाजसुधारणा हा महर्षी शिंदे यांच्या जीवनाचा पाया होता. त्यामुळे त्यांनी देवदासी व मुरळ्या वाहणे या प्रथेला प्रतिबंध केला. मुलांप्रमाणेच मुलींनाही सक्तीचे शिक्षण मिळावे म्हणून त्यांनी चळवळ केली. त्याचप्रमाणे शिमग्याच्या उत्सवातील अनिष्ट चाली व दारूबंदी व्हावी, यासाठीही त्यांनी प्रयत्न केले. स्त्रियांनी केवळ चूल आणि मूल करू नये त्यातून बाहेर पडावे म्हणून १९२४ मध्ये पुण्यात 'कौटुंबिक उपासना मंडळ' सुरू केले.

ब्राह्मोसमाज व प्रार्थना समाज खेड्यापाड्यात जावेत म्हणून त्यांनी प्रयत्न केले. तसेच सत्याग्रहाची चळवळ बहुजन समाजात पसरावी म्हणून ते प्रयत्नशील होते. त्यांनी वाई येथे ब्राह्मो समाजाची स्थापना केली. ते युरोपमध्ये असताना तेथील मिशनरी धर्मप्रसारक दुर्बल व निराश्रित लोकांसाठी जी विविध समाजकल्याणाची कार्ये समर्पित बुद्धीने व पद्धतशीरपणे चालवतात, ती त्यांनी पाहिली व त्यामुळे ते भारावून गेले.

व्यक्तिस्वातंत्र्य, लोकशाही, समता व स्वावलंबन हे नवधर्माचे गुण आहेत ते त्यांनी अंगीकारले. ब्राह्मणेतरात व दलितांमध्ये राष्ट्रीय वृत्ती निर्माण व्हावी म्हणून त्यांनी 'राष्ट्रीय मराठा संघ' व 'अस्पृश्यता विरोधी समिती' यांची स्थापना केली. 'भारतीय अस्पृश्यांचा प्रश्न' हा ग्रंथही त्यांनी लिहिला.

(Slum)

झोपडपट्टी

झोपडपट्ट्यांची निर्मिती

झोपडपट्ट्यांची समस्या जागतिक आहे. औद्योगिक क्रांतीमुळे कारखाना उत्पादन सुरू झाले. त्यामुळे शहरांची वाढही झपाट्याने होऊ लागली. कारण भूमिहीन शेतमजूर, कुळाने शेती करणारे शहराकडे आले. त्यांना पोटापुरते उत्पन्न मिळू लागले. परंतु त्यांच्या राहण्याचा प्रश्न निर्माण झाला व त्यातून झोपडपट्ट्यांची निर्मिती झाली.

अस्वच्छ वस्त्या, दारिद्र्य व सामाजिक बेशिस्त, बकालपणा असे झोपडपट्ट्यांचे वर्णन केले जाते. औद्योगिक विकासाबरोबरच झोपडपट्ट्यांची निर्मिती झाली. वास्तविक, स्वातंत्र्यापूर्वी १९०९ मध्ये घरबांधणी व नगरनियोजन कायदा संमत झाला. त्यानुसार माफक भाड्याची घरे व सातत्याने राबविण्यात येणारा झोपडपट्ट्या निर्मूलन कार्यक्रम याविषयीही कायदे केले गेले.

औद्योगिकीकरणामुळे शहरांचा पसारा वाढला आणि शासनाला तो न पेलवणारा झाला. त्यामुळे सामाजिक जीवनात हा प्रश्न ज्वलंत झाला. सध्या तर या प्रश्नाने उग्र स्वरूप धारण केले आहे. या झोपडपट्ट्यांमध्ये केवळ दारिद्र्यरेषेखालील लोकच राहत नाहीत, तर विविध ठिकाणी, कार्यालयात काम करणाऱ्या व्यक्तीही आहेत.

भारतातील अनेक शहरांमध्ये झोपडपट्ट्या वाढल्या आहेत. त्यात मेट्रोपॉलिटन शहरे जसे मुंबई, दिल्ली, कलकत्ता, चेन्नई. या शहरात हे प्रमाण खूपच जास्त आहे. त्यातल्या त्यात मुंबईत संपूर्ण भारतातून लोक येत असतात. त्यामुळे आज सुमारे ४०% लोक झोपडपट्ट्यातून राहतात. या शहराला आंतरराष्ट्रीय महत्त्व प्राप्त झाले आहे. झोपडपट्ट्यांच्या वाढीचे प्रमाण मुंबई येथे लक्षणीय आहे.

इतर अनेक शहरांमध्येही जसे हैद्राबाद, बंगलोर, अहमदाबाद, पुणे या ठिकाणी झोपडपट्ट्यांचे प्रमाण बरेच वाढले आहे. याच्या वाढीचा परिणाम नागरी सुविधांवर होतो. सर्व समाजाला त्या अपुऱ्या पडतात. पाणी, रस्ते, वाहतूक यांचे प्रश्न बिकट बनतात. घरे राहण्याजोगी नसल्याने आरोग्याचे प्रश्न उद्भवतात. आसपासचा परिसर चांगला नसल्याने मुलांची वाढही निरोगी होत नाही. व्यसने, अनैतिकता, जुगारी वृत्ती यामुळेही वेगळ्याच समस्या उद्भवतात. दाट लोकवस्ती, हवा-प्रकाशाचा अभाव, कचरा, सांडपाणी, स्वच्छतागृहे यांची सुविधा ही अशा वस्त्यामध्ये नसते.

प्रकार

शहरामध्ये शासनाने अधिकृत जाहिर केलेल्या व अनधिकृत अशा दोन प्रकारच्या

झोपडपट्ट्या आढळतात. शासनाने अधिकृत म्हणून जाहीर केलेल्या झोपडपट्ट्यांना नागरी सुविधा पुरविल्या जातात. परंतु अनधिकृत झोपडपट्ट्यांची स्थिती फार बिकट आहे. वस्त्यांमध्ये महाराष्ट्रातून म्हणजे राज्याच्या इतर भागातून आलेल्यांच्या वस्त्या, इतर राज्यातून आलेल्यांच्या वस्त्या असे प्रकार दिसतात.

अनेक बेकायदेशीर धंदे, बालमजूर, पाकीटमार या वस्त्यांमध्ये राहतात. या वस्त्यांमध्ये राहणारी मुलेही या चक्रात अडकली जातात. अनधिकृत वस्त्यांमध्ये राहणाऱ्यांची प्रचंड पिळवणूक केली जाते. दादागिरी, मारामारी असे गुन्हे वारंवार घडत असतात. अनधिकृतरीत्या वीज घेणे व त्यातच विजेची उपकरणे चालवणे हे का तर वस्ती अनधिकृत असेल तर कधीही उठवली जाईल ही भीती.

शहरांमध्ये चाललेल्या बांधकामावर मजूर म्हणून काम करणारे, बाजारपेठेत ओझी उचलणारे कारखान्यात मजुरीसाठी अशा विविध कारणांनी ग्रामीण भागातून माणसे शहराकडे येत असतात व जिथे जागा मिळेल तिथे झोपडी बांधतात. शहरातल्या फुटपाथवरही झोपडपट्ट्या दिसतात. काही जणांना राहायला घरे नसतात, ते दिवसभर हिंडतात व फक्त झोपण्यासाठी फुटपाथचा आसरा घेतात. कारण त्यांना त्यांच्या कमाईतून तितके भाडे देणेही शक्य नसते. एकदा शहरात आलेला माणूस सहसा परत गावी जात नाही. त्यामुळे त्याचे कायम वास्तव्य इथेच राहते.

पुनर्वसन

गलिच्छ वस्त्यांमधून किंवा झोपडपट्ट्यांमधून राहणाऱ्यांचे पुनर्वसन करण्यासाठी शासकीय पातळीवरून, महानगरपालिकांकडून प्रयत्न केले जात आहेत. पंचवार्षिक योजनांमधून यासाठी तरतूद केली जाते. पंतप्रधानांच्या वीस कलमी कार्यक्रमात लोकांसाठी घरे व गलिच्छ वस्ती सुधारणा अशी दोन महत्त्वाची कलमे आहेत. यास औद्योगिक कामगारांसाठी गाळे, गलिच्छ वस्ती निर्मूलनासाठी भूखंडाचे वाटप या योजनेत अल्प उत्पन्न गटासाठी (८०% राखीव), मध्यम उत्पन्न गटासाठी (१५% राखीव) व उच्च उत्पन्न गटासाठी गाळे याचा समावेश आहे. झोपडपट्टीसुधारणा, जुन्या इमारतींची दुरुस्ती, इमारत दुरुस्तीच्या काळातील वास्तव्यासाठी व्यवस्था, घरबांधणी योजनेसाठी उत्तेजन देणाऱ्या धोरणांची अंमलबजावणी, धारावी पुनर्विकास कार्यक्रम अशा योजनांचा समावेश आहे. परंतु ते प्रत्यक्षात येण्यात अनेक अडथळे आहेत.

महाराष्ट्रात मुंबई, पुणे, नाशिक, नागपूर इ. ठिकाणी पुनर्वसनासाठी गाळे बांधले; परंतु ते ज्या वस्त्यांच्या पुनर्वसनासाठी बांधले, त्या सर्व लोकांना त्याचा लाभ मिळाला नाही. त्यापैकी काहींनी ते गाळे विकले, काहींनी भाड्याने दिले व पुन्हा झोपडीत राहणेच पसंत केले. कामाला जावे लागणाऱ्या ठिकाणापासून ही घरे लांब असल्यामुळेही लोकांनी तेथे राहणे पसंत केले नाही. इतर राज्यांमध्येही असे प्रकल्प राबविले गेले. त्यापैकी काही प्रकल्प यशस्वी झाले.

राजकीय नेतेही अशा वस्त्यांचा मतांसाठी फायदा उठवत असतात. त्यामुळेही समस्या सुटण्यात अडथळे येतात. मुंबईसारख्या महानगरात दुसऱ्या देशातूनही स्थलांतरित होऊन लोक येतात. यातून देश विघातक कारवायाही होऊ शकतात, असे अनुभव आहेत.

झोपडपट्ट्या अधिकृत करण्यासाठी किंवा पुनर्वसनाचा लाभ मिळावा म्हणून काही नियम आखून, विशिष्ट सन ही मर्यादा ठरवून पासधारक असलेले झोपडी धारक अधिकृत केले गेले. परंतु ही मर्यादाही सतत वाढवावी लागत आहे. त्या त्या भागातले नेते या झोपडग्या अधिकृत करण्याची मागणी करत असतात. झोपडपट्टी पुनर्विकास व पुनर्बांधणी या अंतर्गत जेथे घरबांधणी मुंबईत चालू आहे, तिथे गुंडांच्या टोळ्या त्रास देत आहेत. नवीन घरे देताना अनधिकृत झोपड्यांत राहणाऱ्यांना घरे मिळू नयेत, अशीही मागणी केली जात आहे. धारावी पुनर्वसन कामातही तेथील रहिवाशांनी आंदोलन छेडले आहे.

महानगरे कोणालाच उपाशी ठेवत नाहीत असा समज असल्याने लोक येथे स्थलांतरित होतात. शहरांचे आकर्षण, जीवनाबद्दलचे चकचकीत चित्र माध्यमांमधून उभे राहत असल्याने इथे येण्याकडे लोकांचा कल जास्त असतो.

जगातील सर्व शहरांमध्ये वाढत्या झोपडपट्ट्यांचे प्रमाण आढळते. वाढते शहरीकरण हे झोपडपट्ट्यांच्या वाढत्या स्वरूपाला जबाबदार असते.

झोपडपट्ट्यांचे प्रमुख तीन भागांमध्ये विभाजन करता येते.

१) जन्मजात (Original) – यामध्ये सुरुवातीपासूनच अयोग्य प्रकारची निवासस्थाने बनलेली असतात. २) स्थानांतरित (Transfer) – एखाद्या भागातून मध्यम व उच्चवर्गीय कुटुंबे अन्य भागात स्थानांतरित झाल्यास, त्या सुरुवातीच्या भागाची पीछेहाट झाल्यामुळे या प्रकारच्या झोपडपट्ट्यांची निर्मिती होते. सुधारणा होत नाही. ३) संक्रमण (Transition) – या वस्त्या प्रामुख्याने तात्पुरत्या संक्रमणामुळे निर्माण होतात. यामध्ये प्रामुख्याने भौतिक व सामाजिक मागासलेपणा आढळून येतो. गुन्हेगारी प्रवृत्ती असणारे लोक येथे निवास करीत असतात.

भारतामध्ये निरनिराळ्या शहरांतील झोपडपट्ट्यांचे स्वरूप वेगवेगळे आहे. याचे महत्त्वाचे कारण म्हणजे भारतातील सर्वच शहरे एकाच आधारावर निर्माण झाली नाहीत. ते शहर ज्या कारणांमधून निर्माण झाले त्यातून झोपडपट्ट्या अस्तित्वात आल्या. जसे मुंबई, कोलकाता यांसारख्या औद्योगिक आधारावर निर्माण झालेल्या शहरांत, चतुर्थ श्रेणींच्या कामगारांची झोपडपट्टी आढळते. थोडक्यात, झोपडपट्ट्यांचे कारण हे त्या शहरांच्या प्रकारावर अवलंबून असते. झोपडपट्टीच्या संस्कृतीची वैशिष्ट्ये पुढीलप्रमाणे – १) झोपडपट्टीची संस्कृती ही प्रमुख समाजापासून बऱ्याच बाबतीत भिन्न असते. २) झोपडपट्टीमधील ही भिन्न संस्कृती तेथील लोकांना वाईट मार्गाकडे नेत असल्यामुळे, तेथील लोक दिशाहीन व भरकटलेले असतात. ३) झोपडपट्टीतील वस्त्या या संघटित असल्याने, कोणत्याही कायदेशीर यंत्रणेचा येथे प्रभाव नसतो. ४) संघटित वस्त्यांमुळे अनेक राजकीय पक्ष या लोकांना हाताशी धरून त्यांचा गैरवापर करतात. ५) गुन्हेगारी प्रवृत्तीचे लोक येथील लोकांचा आपल्या गुन्हेगारी कृत्यांसाठी उपयोग करून घेतात. ६) झोपडपट्टी हे शहराचे अवघड दुखणे आहे, जे आपल्याला आपल्या सामाजिक व्याधींपासून दूर करता येत नाही.

भारतातील एकूण नागरी लोकसंख्येपैकी जवळपास १५% लोक झोपडपट्ट्यांमध्ये राहतात. पैकी २२% लोकसंख्या अनुसूचित जातींची आहे व १४% लोकसंख्या अनुसूचित जमातींची

आहे. काम न करणाऱ्यांची संख्या १४.७३% एवढी आहे. घरगुती उद्योगात काम करणाऱ्यांचे प्रमाण १४.८६% इतके आहे. शून्य ते सहा वयोगटांतील १६.२५% मुले झोपडपट्ट्यांमध्ये राहतात. साक्षरतेचे प्रमाण १३.४२% इतके आहे. मुख्य काम करणाऱ्यांची टक्केवारी १५% आहे.

१९५६ च्या झोपडपट्टी विकास व निर्मूलन कायद्यातील कलम ३ च्या खाली झोपडपट्टीची व्याख्या माणसांना राहायला अयोग्य जागा अशी केली आहे. महाराष्ट्रातील नागरी लोकसंख्या व झोपडपट्टीत राहणारी लोकसंख्या यांची तपशीलवार माहिती खाली दिली आहे.

तक्ता क्र. १८

महाराष्ट्रातील नागरी व झोपडपट्टीतील लोकसंख्या

महाराष्ट्र

नं. बाब	लिंग	झोपडपट्टी	%	नागरी
१ एकूण घरे		२२,३३,३६0	२६.५८	८४,०३,२२४
२ एकूण लोकसंख्या	ए.	१,१२,०२,७६२	२७.२५	४,११,00,९८0
(संस्थात्मक बेघर धरून)	पु.	६१,३७,६२४	२७.९७	२,१९,४१,९१९
	स्त्रि.	५0,६५,१३८	२६.४३	१,९१,५९,0६१
३ 0-६ वयोगट	ए.	१५,७३,९१७	३0.0२	५२,४२,२९८
	पु.	८,१५,५९७	२९.६९	२७,४७,३४९
	स्त्रि.	७,५८,३२१	३0.३९	२४,९४,९४९
४ अनुसूचित जाती	ए.	१२,९२,३0८	३४.११	३७,८७,८२७
	पु.	६,६६,८६९	३४.१९	१९,४0,१७३
	स्त्रि.	६,२५,९३९	३४.0६	१८,३७,६५४
५ अनुसूचित जमाती	ए.	२,८४,0१0	२६.0३	१0,९0,७३९
	पु.	१,४६,६४५	२५.९६	५,६४,९0६
	स्त्रि.	१,३७,३६५	२६.१२	५,२५,८३३
६ साक्षर	ए.	७७,७३,५१९	२५.३६	३,0६,५२,६७३
	पु.	४६,६१,३८९	२६.६८	१,७४,७३,१६७
	स्त्रि.	३१,१२,१३0	२३.६१	१,३१,७९,५0६
७ एकूण काम करणारे	ए.	३९,0४,४१५	२८.0६	१,३९,११,९२0
	पु.	३२९८६४७	२८.६७	११५0३४५९
	स्त्रि.	६0५७६८	२५.१५	२४0८४६१
८ मुख्य काम करणारे	ए.	३५८९४८८	२७.८४	१२८९४२४९
	पु.	३0८३१२२	२८.३२	१0८८७८0२
	स्त्रि.	५0६३६६	२५.२४	२00६४४७

नं. बाब	लिंग	झोपडपट्टी	%	नागरी
अ) शेतकरी	ए.	१०२६७	४.७१	२१७८९७
	पु.	८०८४	४.८३	१६७११८
	स्त्रि	२१८३	४.३०	५०७७९
ब) शेतमजूर	ए.	३३०८१	९.२१	३५९१५४
	पु.	२०२५५	९.६३	२१०३६७
	स्त्रि	१२८२६	८.६२	१४८७८७
क) घरगुती उद्योगात	ए.	११९६३८	३२.३७	३६९५९१
	पु.	७८०३९	३५.९४	२१७१२३
	स्त्रि	४१५९९	२७.२८	१५२४६८
ड) इतर	ए.	३४२६५०२	२८.६८	११९४७६०७
	पु.	२९७६७४४	२८.९१	१०२९३१९४
	स्त्रि	४४९७५८	२७.१८	१६५४४१३
९ अल्पकाल काम करणारे	ए.	३१४९२७	३०.९५	१०१७६७१
	पु.	२१५५२५	३५.००	६१५६५७
	स्त्रि	९९४०२	२४.७२	४०२०१४
अ) शेतकरी	ए.	१०११	३.८७	२६०८५
	पु.	५२१	५.१७	१००७५
	स्त्रि	४९०	३.०६	१६०१०
ब) शेतमजूर	ए.	११०४८	७.८१	१४१३८८
	पु.	४१२४	८.२०	५०३१९
	स्त्रि	६९२४	७.६०	९१०६९
क) घरगुती उद्योगात असलेले	ए.	२७६६७	२७.६७	९९९८३
	पु.	८१८७	३२.८७	२४९०६
	स्त्रि	१९४८०	२५.९५	७५०७७
ड) इतर काम करणारे	ए.	२७५२०१	३६.६८	७५०२१५
	पु.	२०२६९३	३८.२२	५३०३५७
	स्त्रि	७,२५,५०८	३२.९८	२,१९,८५८
१० काम न करणारे	ए.	७२,९८,३४७	२६.८४	२,७३,८९,०६०
	पु.	२८,३८,९७७	२७.२०	१,०४,३८,४६०
	स्त्रि	४४,५९,३७०	२६.६२	१,६७,५०,६००

ए = एकूण, पु. = पुरुष, स्त्रि = स्त्रिया

संदर्भ – सेन्सस ऑफ इंडिया, ऑफिस ऑफ द रजिस्ट्रार ॲण्ड सेन्सस कमिशनर इंडिया.

वरील आकडेवारीवरून घरगुती उद्योगात असलेले व इतर काम करणारे ३०% पेक्षा जास्त आहेत. अर्थोत्पादनाच्या क्षेत्रामध्ये झोपडपट्टीवासीयांचे मोलाचे योगदान आहे. त्यांचे श्रम परवडणाऱ्या दरात मिळतात. हे प्रमाण नागरी लोकसंख्येशी आहे.

लोकसंख्येविषयी

देशात शून्य ते सहा वयोगटांतील साठ लाखांपेक्षा जास्त मुले रोगट वातावरणात राहतात. ते त्यांच्या वाढ, विकासासाठी योग्य नाही. महाराष्ट्र, आंध्र प्रदेश व हरयाना येथे नागरी भागातील दर चौथे मूल हे झोपडपट्टीत राहणारे आहे. तर मुंबई, दिल्ली व कलकत्ता येथे दर दुसरे किंवा तिसरे मूल झोपडपट्टीत राहणारे आहे. राहण्यायोगे घरे सर्वांना उपलब्ध कून दिली गेली पाहिजेत व मूलभूत नागरी सुविधा मिळाल्याच पाहिजेत. झोपडपट्ट्यांच्या पुनर्वसनाचे राजकारण केले जाऊ नये. या वस्त्या जर राहण्या योग्य झाल्या तर स्वच्छता. आरोग्य यावरचा खर्च ही आपोआपच कमी होईल. या वस्त्यांबाबत लोक प्रतिनिधींवरही काही बंधने घातली गेली पाहिजेत. तरच हा प्रश्न आटोक्यात येईल.

(Suicide)

आत्महत्या

आत्महत्या म्हणजे काय

ज्या कृतीचा शेवट आत्मनाश किंवा मृत्यूमध्ये होतो अशी कृती, व्यक्तीकडून घडणारी होकारात्मक वा नकारात्मक किंवा प्रत्यक्ष वा अप्रत्यक्ष कृती म्हणजे आत्महत्या होय. व्यक्ती जीवन जगत असताना जेव्हा असमर्थ बनते किंवा व्यक्तीच्या जीवनात वैफल्यग्रस्त परिस्थिती निर्माण होते, तेव्हा ती आत्महत्येचा अवलंब करते. व्यक्ती जेव्हा जीवनाला कंटाळते, जगण्यात काही अर्थ नाही असे तिला वाटते, तेव्हा व्यक्ती आत्महत्येचा अवलंब करते. उदा. गळफास लावून घेणे, पिस्तुलाचा चाप ओढणे, विष पिणे. आजच्या प्रगत समाजात व्यक्तिला बऱ्याच वेळा अपेक्षेप्रमाणे यश मिळत नाही. अनेक ताणतणावांना तोंड द्यावे लागते. अशा परिस्थितीला आपण तोंड देऊ शकत नाही असे वाटल्यास व्यक्ती आत्महत्या करते.

आधुनिक समाजशास्त्रज्ञांच्या मते व्यक्तिगत मूल्ये व सामाजिक मूल्ये यात विसंवाद निर्माण झाला म्हणजे व्यक्ती समाजापासून अलग पडते, एकाकी बनते व या परिस्थितीतून बाहेर पडण्यासाठी आत्महत्येला प्रवृत्त होते.

काही मानसशास्त्रज्ञांच्या मते मानसिक विकृती हे आत्महत्येचेच एक कारण आहे. स्त्रियांपेक्षा पुरुषांमध्ये आत्महत्येचे प्रमाण अधिक आहे. तसेच ग्रामीण भागापेक्षा शहरी भागात हे प्रमाण जास्त आहे.

आत्महत्येचा उद्देश पूर्वनियोजित व स्पष्ट असेल आणि तो लेखी चिठ्ठीद्वारा लिहून ठेवलेला असेल, तरच ती खऱ्या अर्थाने आत्महत्या ठरते, नाहीतर खून की आत्महत्या ही शंका असते. आपण होऊन जीवाचा अंत करणे म्हणजे आत्महत्या.

वैफल्यग्रस्त व्यक्ती असा टोकाचा निर्णय घेते. आत्महत्येचे प्रमाण सध्याच्या काळात खूप वाढले आहे. यात बहुतेक सर्व वयोगटांतील व्यक्तींचा समावेश आहे. तसेच आत्महत्येची कारणेही अनेक आहेत ज्याचा पुढे विस्ताराने विचार केला आहे. काही कारणे अशीही दिसतात की, ज्यात टोकाचे काहीच घडले नसते किंवा घडलेल्या घटनेचा, प्रसंगाचा व्यक्तीच्या जीवनाशी दुरान्वयाने संबंध असतो किंवा नसतोही. उदा. क्रिकेटची मॅच हारली, आवडत्या नटाचे लग्न झाले, आवडत्या नेत्याचा, नटाचा मृत्यू या कारणांसाठीही आत्महत्या होतात. अपमान सहन न होणे, शेजाऱ्यांच्या आपसातील भांडणांमुळे एखादी व्यक्ती आत्महत्या करते. कुटुंबातील इतर व्यक्तींना धडा शिकवायचा म्हणून आत्महत्या करणे.

आत्मकेंद्री वृत्ती वाढत असल्याने एखादी क्षुल्लक गोष्टही मनाविरुद्ध झालेली सहन न होणे.

त्याचे पर्यवसान आत्महत्येत होते. सध्याच्या बदलत्या जीवनशैलीचाही हा परिणाम आहे. आपल्या भोवतालच्या समाजात आपला निभाव लागणे कठीण आहे अशा नकारात्मक वृत्तीतूनही आत्महत्या होतात.

प्रसिद्ध तत्व चिंतक डरखीमने आत्महत्येचा सिद्धान्त मांडताना त्याचे प्रकार खालीलप्रमाणे सांगितले -

१) स्वकेंद्रित आत्महत्या – आताच्या समाजात व्यक्ती आत्मकेंद्रित झाली आहे. त्यामुळे समाज किंवा समूहापासून अलिप्त होतात. या परिस्थितीमुळे जी आत्महत्या घडून येते त्याला स्वकेंद्रित आत्महत्या म्हणतात.

२) परार्थवादी आत्महत्या – गट किंवा समाजाशी व्यक्ती एकरूप होऊन स्वत:चा विचार न करता केवळ गटाचा किंवा समाजाचाच विचार करते. यातून परार्थवादी भावना निर्माण होते. या भावनेतून लोक आत्महत्या करतात.

३) प्रमाणकशून्य आत्महत्या – अशा प्रकारच्या आत्महत्या या अचानक किंवा अस्वाभाविक परिवर्तन घडून येते तेव्हा होतात. कारण अशा अचानक झालेल्या परिवर्तनाशी समायोजन करता येत नाही.

आत्महत्येची कारणे

भारताचा विचार करता अनेक कारणांनी आत्महत्या होत असतात. स्त्रियांचा विचार केला तर हुंड्यासाठी छळावरून, बलात्कार झाला तर, पतीचा व्यभिचार, पत्नीच्या चारित्र्यावर संशय अशा अनेक कारणांनी आत्महत्या होतात.

गेल्या काही वर्षांत शेतकऱ्यांच्या आत्महत्येचे प्रमाण वाढले आहे. याची कारणे अनेक आहेत. ज्यात त्यांचा कर्जबाजारीपणा, नापीक जमीन, शेती मालाला योग्य भाव नाही, कौटुंबिक जबाबदाऱ्या, खाजगी सावकारांकडून घेतलेले कर्ज व त्यावरचे भरमसाठ व्याज न फेडता येण्याजोगी परिस्थिती, शेतीला सिंचन सुविधा नाही त्यामुळे शेती पावसाच्या पाण्यावर अवलंबून, निसर्गाच्या लहरीपणामुळे अवर्षण किंवा अतिवृष्टी दोन्हीमुळे पिकांचे नुकसान व कर्जात वाढ, हे चक्र न थांबल्याने शेतकऱ्यांनी आत्महत्येचा मार्ग पत्करला.

औद्यागिकीकरणात कारखाने, उद्योगधंदे वाढले. अनेकांना कामही मिळाले. परंतु जागतिक मंदी, आर्थिक मंदी, बाजारपेठेतील चढ-उतार, जागतिकीकरण अशा वेळी बदललेल्या परिस्थितीशी, अचानक आलेल्या बेकारीच्या संकटांमुळे व्यक्ती परिस्थितीला तोंड देण्यात असमर्थ ठरते, त्यामुळे आत्महत्या होतात.

व्यसनाधीनतेमुळेही समाजात आत्महत्या होतात. यात अंमली पदार्थ, दारू यासारख्या व्यसनांमुळे कौटुंबिक, सामाजिक जीवन उद्ध्वस्त होणे. व्यसने सोडण्याच्या प्रयत्नात यश न येणे यातूनही आत्महत्या घडतात.

वैवाहिक जीवनात निर्माण होणाऱ्या तणावांना सामोरे जाताना त्यातून मार्ग न निघणे,

यामुळेही व्यक्ती आत्महत्या करतात.

भारतात साधारणत: दरवर्षी एक लाख लोक आत्महत्या करतात. त्यात युवकांचे प्रमाण अधिक असते. पूर्वी विद्यार्थी निकाल हातात पडून तो चांगला नाही हे कळल्यावर आत्महत्या करत. आजकाल निकाल हातात पडण्यापूर्वीच आत्महत्या करतात. उच्च शिक्षित विद्यार्थीही मनाप्रमाणे निकाल लागला नाही म्हणून आत्महत्या करतात.

विद्यार्थ्यांच्या आत्महत्यांचे प्रमाण गेल्या पाच वर्षांत फार वाढले. त्याचे कारण म्हणजे विद्यार्थ्यांच्या मनावर ताणतणाव वाढत आहेत. त्यांना अनेक समस्यांना तोंड द्यावे लागते. ज्यात महाविद्यालयात होणारे रॅगिंग, प्रेमात अपयश आल्याने निराशा, पाहिजे त्या शाखेत प्रवेश मिळण्याची खात्री नाही, अभ्यासाचा ताण, शिकून नोकरी मिळण्याबाबत अस्थिरता, पैशाचे प्रश्न, कुटुंबातील प्रिय व्यक्तीचा मृत्यू, आजारपण यातून निर्माण होणारे ताण, विद्यार्थिनींसमोरील वेगळेच प्रश्न ज्यात लैंगिक छळवणूक, सायबर गुन्ह्यात सापडल्याने किंवा गैरफायदा घेतला गेल्याने ताण यामुळे आत्महत्या घडतात.

सध्याच्या काळात विभक्त कुटुंबांचे प्रमाण जास्त आहे. कमावते पालक व घरात एक किंवा दोन मुले या परिस्थितीत मुलांना हव्या त्या गोष्टी मिळतात. सर्व मनासारखे घडत असते. अशा वेळी अपयश पचविण्याची तयारी नसते. परंतु बाहेरच्या परिस्थितीत मनासारखेच घडेल असे सांगता येत नाही. यातून प्रेमाला नकार, मैत्रीला नकार अशा वेळी मुलींच्या तोंडावर ॲसिड फेक्णे, खून करणे हे प्रकार घडतात.

उद्योजकांवर भरमसाठ कर्ज होणे, त्यातून दीर्घकालीन आजार, बिकट आर्थिक परिस्थिती, यामुळे आत्महत्या होतात. शेअर बाजारामधील चढ-उतार, भाव एकदम गडगडणे, मोठा तोटा या कारणानेही आयुष्य संपवले जाते.

माहिती तंत्रज्ञान क्षेत्रात भरपूर पगार असल्याने त्या नोकऱ्यांचे तरुणांना आकर्षण वाटते. परंतु कामाच्या वेळा वेगळ्या, त्याचा तब्येतीवर पडणारा ताण, मानसिक अस्वस्थता या कारणाने ते आत्महत्या करण्याकडे वळतात.

मनोविकार असलेल्या व्यक्ती आत्महत्या करतात. अति संपन्न अवस्था व टोकाची विपन्नावस्था अशा दोन्ही कारणाने आत्महत्या होतात. नैराश्य, एकाकीपणा ही कारणेही आहेत. जीवनात रस न वाटणे यात अपत्याचा अकाली मृत्यू, अपत्याने आई-वडिलांचा त्याग करणे, खाजगी बँकांची कर्जे नोकरदार कुटुंबावर झाल्याने व ती फेडण्यास असमर्थ असल्याने अशा कुटुंबातही आत्महत्या होतात.

स्त्रियांमध्ये फक्त स्त्री अपत्येच, फक्त मुली झाल्यामुळे नवरा, सासू यांच्या जाचाला कंटाळून आत्महत्या करतात. पालकांनी स्वतःच्या अपेक्षा मुलांवर लादणे, अवाजवी अपेक्षा ठेवणे व त्या अपेक्षा आपण पुऱ्या करू शकू की नाही, या ताणाने मुले आत्महत्या करतात.

आवडत्या मुलाशी किंवा मुलीशी लग्न न झाल्याने विवाहानंतर किंवा विवाहापूर्वी आत्महत्या केली जाते. घटस्फोटित पालकांची मुले आत्महत्या करतात. दोन्ही पालकांचे अकाली

निधन, यामुळेही मुले आत्महत्या करतात.

दहशतवादी गटांमध्ये आत्मघातकी पथके असतात. तेही दहशतवादी कृत्यांमध्ये जाणीवपूर्वक आत्मघात ओढवून घेत असतात.

आत्महत्या थांबविण्यासाठी उपाय

शहरी जीवनामध्ये परस्पर आंतरक्रिया, संवाद नसतात. त्यामुळे एकाकीपण, निराशा येते यासाठी समवयस्क, समविचारी गट निर्माण झाल्यास माणूस स्वत:ला व्यक्त करू शकतो.

नात्यांमध्येही स्वत:च्या अपेक्षा मोकळेपणी बोलल्या गेल्यास त्यावर विचारविनिमय केला गेल्यास असे प्रसंग उद्भवणार नाहीत.

हुंड्याची पद्धत समूळ नष्ट व्हायलाच हवी, हुंडा किंवा भेटीच्या रूपाने वस्तू घेणे थांबायलाच पाहिजे.

सासरी वेगवेगळ्या कारणांनी होणारा छळ थांबविलाच पाहिजे. महिला सबलीकरणात अशा परिस्थितीला तोंड द्यायला महिलांना शिकविलेच गेले पाहिजे. त्यांची मानसिकता त्यासाठी तयार केली गेली पाहिजे.

लिंगसमभाव (Gender Sensitization) समाजात रुजलाच पाहिजे. त्यामुळे अनेक प्रश्न सुटतील. मुलगाच हवा व तो झाला नाही तर आत्महत्या ही वृत्ती राहणार नाही.

शेतकऱ्यांच्या आत्महत्यांमुळे अनेक कुटुंबे उद्ध्वस्त होत आहेत. या आत्महत्या थांबविण्यासाठी शेती व्यवसायात आमूलाग्र बदल होण्याची गरज आहे. शेतकऱ्यांच्या आत्महत्या थांबविण्यासाठी शेती व्यवसायात प्रगती व्हायला हवी. ज्यात आधुनिक तंत्रज्ञान, शेती व्यवसायात आमूलाग्र बदल होण्याची गरज आहे. उद्योगातील उत्पन्नाच्या तुलनेत शेतीत मिळणारे उत्पन्न कमी असल्याने शोषणाला एक प्रकारची मान्यता प्राप्त झाली आहे. त्यामुळे उद्योगाच्या बरोबरीने शेतीक्षेत्राचे स्थान उंचावले तरच शोषण बंद होईल. शेतमालाला निर्धारित मूल्य मिळावे. केवळ वेगवेगळी पॅकेजेस जाहीर करून उपयोग नाही. तर ती प्रत्यक्षात कोणत्याही प्रकारचा भ्रष्टाचार न होता शेतकऱ्यांपर्यंत पोहोचली पाहिजेत. आत्महत्येसारखा टोकाचा निर्णय न घेण्यासाठी त्यांना समुपदेशन व शेतीविषयक योग्य मार्गदर्शन दिले गेले पाहिजे. कारण अशा परिस्थितीतही वेगवेगळे प्रयोग करून काही शेतकऱ्यांनी स्वत:ची आर्थिक परिस्थिती सावरली आहे.

आपल्या विशिष्ट मागण्या शासनाने मान्य कराव्यात किंवा एखाद्या संस्थेने केलेला अन्याय दूर करावा, यासाठीही काही व्यक्ती आत्मदहन करतात तीही आत्महत्याच. यात नोकरी, एखादा खटला, फसवणूक झाली म्हणून, काही वेळेस एखाद्या समूहाच्या मागण्या मान्य केल्या जाव्यात म्हणूनही व्यक्ती आत्मदहन करतात. प्रलंबित प्रकरणे लवकर सोडवली जावीत यासाठी हे केले जाते. सैन्यातील जवानही आत्महत्या करतात. यालाही कदाचित एकटेपणा हे कारण असावे.

विद्यार्थ्यांच्या आत्महत्येत उच्चशिक्षित विद्यार्थ्यांचे प्रमाणही वाढत आहे ही बाब चिंताजनक आहे. यासाठी त्यांचे नेमके प्रश्न, याबाबत चर्चा, पर्याय योग्य मार्गदर्शन दिले गेले

पाहिजे.

याशिवाय कौटुंबिक वातावरण जर चांगले नसेल तरीही व्यक्ती आत्महत्या करते. अलीकडच्या काळात लैंगिक समस्यातूनही आत्महत्या घडत आहेत. त्यासाठी तज्ञ डॉक्टरची मदत घेऊन प्रश्न सोडवला पाहिजे.

विद्यार्थ्यांबाबत, मूल जर नापास झाले तर पालकांनी आता सगळं संपलं असा सूर न लावता त्याचे प्रश्न नेमके काय आहेत ते समजावून घेणे आवश्यक आहे. परीक्षा सुरू व्हायच्या आधीच मुलावर मार्कांचा दबाव आणणे टाळले पाहिजे. त्याच्या शिक्षणावर केलेल्या गुंतवणुकीचा पालक वारंवार उल्लेख करतात त्याचे दडपण मुलावर येते. मुलाचे अभ्यासात लक्ष लागत नसेल तर त्याची कारणं शोधली गेली पाहिजेत. आवश्यक असेल तर मुलाला मानसोपचारतज्ज्ञाकडे नेले पाहिजे.

विद्यार्थ्याला कमी मार्क मिळाले तर करियरसाठी कोणते पर्याय उपलब्ध आहेत याचा विचार, माहिती पालकांनी स्वत: करून मुलाला सांगितली पाहिजे. मूल पालकांशी काही वेळा मोकळेपणी बोलू शकत नाही म्हणून समुपदेशकाकडे न्यावे लागते. यात मुलाला वेड लागले आहे का असा समज पालक, मुले असा कोणीही करून घेतला तरी वेगळ्याच ताणांना सामोरे जावे लागते.

मुलांच्या प्रश्नांची खिल्ली उडवणे, त्यांना वेगळेच वळण देणे, नातेवाईक, ओळखीचे यांच्यात चर्चा करणे टाळले गेले पाहिजे. कुटुंबात पालक भ्रष्ट असतील, किंवा व्यभिचारी असतील तरीही वैफल्यातून मुले आत्महत्या करतात. त्यामुळे पालकांनी वर्तनावर नियंत्रण ठेवले पाहिजे. पालकांचा स्वभाव अतिशय कडक असेल, मुलांना फार धाकात ठेवत असतील, मोकळीक देत नसतील, तरीही मुले आत्महत्या करतात. म्हणून ही नाती निकोप असायला हवीत.

स्त्रियांच्या बाबतीत कायद्याचे पालन कठोरपणेच केले गेले पाहिजे. त्याशिवाय अन्याय, अत्याचार थांबणे शक्य नाही.

आत्महत्यांचे प्रमाण सर्व वयोगटांत वाढणे हे कोणत्याही प्रकारे निकोप समाजाचे लक्षण नाही.

(Superstition)

अंधश्रद्धा

जगातील बहुतेक सर्व समाजात थोड्याफार प्रमाणात अंधश्रद्धा दिसून येते. मानव आदिम अवस्थेत असताना वेगवेगळ्या ऋतुंचे, हवामानातील बदलाचे कारण उलगडले नव्हते. वादळे, पूर यामुळे नुकसान होऊ नये, निसर्गदेवता कोपू नये म्हणून तिची पूजा केली जात असे. परंतु आज सुशिक्षित समाजातही अंधश्रद्धांचे प्रमाण मोठे आहे. अंधश्रद्धा म्हणजे नेमके काय तर अमानवी, अतिनैसर्गिक शक्तीवर विश्वास ठेवणे.

महाराष्ट्रात मंत्र - तंत्र, जादूटोणा, चेटूक, भानामती या चालीरीती आजही टिकून आहेत. भूता-खेतांविषयी पूर्वापार सांगत आलेल्या अनुभवांवर विश्वास ठेवून त्या गोष्टी खऱ्या मानल्या जाऊ लागतात. मनाने दुर्बल असलेली व्यक्ती त्यावर विश्वास ठेवते.

अंगात येणे

असाध्य आजार बरे करण्यासाठी वैद्यकीय उपचार करण्यापेक्षा देवर्षिकडून उपचार करून घेणे यात अनेकदा अघोरी उपचार केले जातात. ज्यात त्या व्यक्तीचा जीवही जाऊ शकतो. एखाद्या स्त्रीच्या अंगात येते असे म्हटले जाते त्याला कारणेही खूप असतात. बाळंतपणानंतरच्या अशक्तपणामुळे तिला काही त्रास होत असतो, मूल नसलेल्या किंवा फक्त मुलीच असलेल्या एखादीला घरातील स्त्रिया छळत असतील तर अंगात येणे या कारणामुळे तिचा छळ होत नाही उलट जाच करणाऱ्या स्त्रिया तिचे पाय धरतात. आपली दहशत राहावी यासाठी याचा फायदा उठवला जातो. स्वतःची पूजा करून घेतली जाते.

भूत लागणे

भूत काढून देण्यासाठी हजारो रुपये देवर्षि उकळत असतात. यात भूत घालविण्यासाठी त्या व्यक्तीला मारलं जातं. अघोरी उपाय केले जातात. व या उपायांमुळे भूत गेलं अशी समजूत करून घेतली जाते. लोकांच्या अज्ञान व असहायतेचा फायदा उठवला जातो. भूत आहे की नाही यावर लोकांनी वैज्ञानिक दृष्टीने विचार केला पाहिजे. सध्याच्या काळात अनेक मालिकांमधून भूत दाखवून ते असतंच असं लोकांच्या मनावर बिंबवलं जातं.

नरबळी

या काळातही नरबळीसारखी अमानुष प्रथा अस्तित्वात आहे. यात गुप्तधन मिळणे, मुलगा होणे, विहिरीला पाणी येणे इत्यादीसाठीही नरबळी दिला जातो. अलीकडच्या काळात पैशाचा पाऊस पडण्यासाठी नरबळी दिले गेले. नवस बोलणे व ते फेडण्यासाठी पशुहत्या, नरबळी दिले

जातात. विशिष्ट देवतेला प्रसाद म्हणून पशूची हत्या करूनच नैवेद्य द्यावा लागतो या समजुतीनेही बळी दिले जातात. धर्माची मूळ तत्त्वे समजून न घेता व्यवहारात त्याला रूढी व कर्मकांडाचे स्वरूप येते. रूढींचे पालन केले नाही तर आपत्ती कोसळेल या भीतीने त्याचे पालन केले जाते. प्रथा, परंपरा, रुढी या अर्थ समजून न घेता अंधपणाने पाळल्या जातात.

काळी जादू

एकमेकांचा द्वेष, मत्सर, फसवणुकीचे प्रकार, सूड घेणे यासाठीही तांत्रिक लोक बाहुलीला टाचण्या टोचणे, ज्या व्यक्तीला त्रास द्यायचा तिचे केस, कपडे अशा वस्तु आणून तिचे वाईट व्हावे म्हणून प्रयोग करतात. निसर्गातील शक्तींना मंत्रांमुळे आपल्या अंकित करता येते अशी समजूत असते. त्यामुळे त्या शक्ती प्राप्त करण्यासाठी व्यक्ती प्रयत्न करत असतात.

ज्योतिषी

बदलत्या जीवनशैलीमुळे, बदलत्या आर्थिक परिस्थितीमुळे मानसिक, आर्थिक, समस्या, अडचणी येत असतात. यातून मार्ग काढण्यासाठी ज्योतिषी, भविष्यवेत्ते यांच्याकडे जाऊन त्यांनी सांगितलेले होम हवन करणे, विधी करणे, गंडे दोरे, ताईत बांधणे केले जाते. या उपायांमध्ये, ज्योतिषांकडे जाण्यात राजकारणी व्यक्ती, उद्योजक, चित्रपट-नाट्यक्षेत्रातील व्यक्ती मागे नाहीत व सामान्य माणसे तर परिस्थितीमुळे हतबल झालेली असतात. त्यामुळे ते मानसिक आधार शोधत असतात.

मानसिकतेत बदल

समाजाची मानसिकता बदलणे आवश्यक आहे. कुंभमेळ्यासारख्या ठिकाणी केलेले स्नान पापं धुवून काढते या समजुतीने हजारो लोक नदीत स्नान करतात त्यामुळे पाणी प्रदूषित होते. बऱ्याच जणांना वेगवेगळे आजार होतात. भविष्य, ज्योतिष सांगणाऱ्या व्यक्ती सामान्य माणसांच्या अगतिकतेचा फायदा उठवतात व त्यांच्याकडून पैसे उकळतात. समाजही अधिकाधिक दैववादी, निरुद्योगी बनत चालला आहे. शरणागत वृत्ती वाढत चालली आहे.

अंधश्रद्धा निर्मूलनासाठी प्रयत्न

प्रयत्नवादाचा अंगीकार केला पाहिजे, वास्तवाचा स्वीकार केला पाहिजे. प्रश्नाचे मूळ शोधून काढले पाहिजे व त्यानुसार स्वत:चे प्रश्न, समस्या सोडवल्या पाहिजेत. त्या विषयातल्या तज्ज्ञ व्यक्तीची मदत घेतली पाहिजे.

महाराष्ट्रात स्वातंत्र्यपूर्व काळापासून अंधश्रद्धा निर्मूलनासाठी प्रयत्न केले जात आहेत. गाडगे महाराजांनी कीर्तनाच्या माध्यमातून सामाजिक सुधारणा घडवून आणायचा प्रयत्न केला. कीर्तन-प्रवचनातून त्यांनी सामाजिक दांभिकता, विसंगती, अंधश्रद्धा, विषमता या दोषांवर प्रहार केले. कारण यातून भोंदू व संधीसाधू व्यक्ती समाजाचे शोषण करतात. त्यांच्यावर अन्याय करतात.

अलीकडच्या काळातही अंधश्रद्धा निर्मूलन व्हावे व दोषींना शिक्षा व्हावी यासाठी, अंधश्रद्धा निर्मूलन कायदा संमत व्हावा यासाठी अनेक जण प्रयत्नशील आहेत. या कायद्यानुसार कोणतेही अंधश्रद्धामूलक काम करणाऱ्या व्यक्तीला सात वर्षे तुरुंगवास व रुपये पन्नास हजार दंड अशी शिक्षेची तजवीज करण्यात आली आहे. हा कायदा संमत होण्यात अनेक अडचणी व अडथळे येत आहेत.

अंधश्रद्धेचे मूळ अज्ञानात आहे. अंधश्रद्धा नाहीशी करण्यासाठी समाजात वैज्ञानिक दृष्टिकोन रुजला पाहिजे. अंधश्रद्धा निर्मूलन व वैज्ञानिक दृष्टिकोन या एकाच नाण्याच्या दोन बाजू आहेत. अंधश्रद्धेमुळे वेळ, श्रम, पैसा, बुद्धी यांचे शोषण थांबवले पाहिजे.

महाराष्ट्र शासनाने जादूटोणा विरोधी कायदा केला आहे. या कायद्याप्रमाणे भूत उतरविण्यासाठी छळणे, अंगात संचार झाल्याच्या बहाण्याने दहशत निर्माण करणे, चमत्काराच्या प्रभावाने आर्थिक लुबाडणूक करणे, एखाद्या स्त्रीला डाकीण किंवा चेटकीण ठरवून जगणे नकोस करणे हे गंभीर स्वरूपाचे गुन्हे आहेत.

अंधश्रद्धा निर्मूलन समितीने आदिवासी आश्रमशाळेत विज्ञानाच्या नियमावर आधारित खेळणी दाखविणे आणि त्याच वेळी बुवाबाजीचे करणी भानामती चमत्कार समजावून सांगून प्रबोधन केले.

समारोप

सर्व शाळांमधील अगदी शहरातील शाळांमधील शिक्षकांनीही यावरून आपल्या विद्यार्थ्यांना वैज्ञानिक शिक्षण, दृष्टिकोन देणे फार गरजेचे आहे. कारण गणपतीच्या मूर्तीने दूध पिणे, समुद्राचे पाणी चमत्काराने गोड होणे व ते प्यायल्याने रोग बरे होतात असे म्हणणे असे प्रकार शहरातही मोठ्या प्रमाणात चालू असतात. बचत गटाद्वारे महिला एकत्र येतात त्यांनासुद्धा हे शिक्षण दिले गेले पाहिजे. कारण लहान मुलांच्या आजारपणात तर हमखास कोंबडं कापण्याचे नवस बोलले जातात. विहिरीच्या काठावर पोळी–भाजीचा नैवेद्य ठेवला जातो, पक्षी ते खातांना विहिरीत पाडतात, ते अन्न कुजते, त्याच विहिरीचे पाणी प्यायले जाते. त्यातून नवे आजार उद्भवतात.

ग्रामपंचायतीच्या सदस्यांनी जादूटोणा विरोधी कायद्याची व त्यातील शिक्षेच्या तरतुदीची कल्पना लोकांना द्यायला हवी. कारण अशा प्रकारात जर एखादा मृत्यू ओढवला तरच गोष्टी पोलिसांपर्यंत जातात. अन्यथा हे सर्रास चालू असते.

काळी जादू, करणी, वशीकरण करून देणाऱ्या बाबा, बुवांच्या जाहिराती शहरातील वर्तमानपत्रात दिसतात. त्यांच्याकडे जाणाऱ्यांचे प्रमाणही मोठे आहे. अशा प्रकारात फसवणूक, लुबाडणूक, स्त्रियांवर अत्याचाराइतके गंभीर प्रकार घडले तरच पोलिसात त्या व्यक्तीविरुद्ध गुन्हा दाखल केला जातो. माणसाच्या अपेक्षा वाढल्या. सगळ्या गोष्टी झटपट मिळाव्यात ही इच्छा त्यातून हे मार्ग शोधले जातात. हे थांबविण्यासाठी लोकजागृती होण्याचीही फार गरज आहे.

माध्यमांमधून अंधश्रद्धेला खतपाणी घालणाऱ्या मालिकाही बंद केल्या गेल्या पाहिजेत.

त्यामुळे सामान्य लोकांचा वैज्ञानिक दृष्टिकोन खरा की समोर बघत असलेलं खरं हा गोंधळ उडतो.

ज्योतिषांविषयीच्या खरेपणाचे अनुभव अनेकजण सांगत असतात. त्यावरून इतर लोकही भविष्य, ज्योतिषी याकडे वळतात. विविध वाहिन्यांवर तर लोकांच्या अज्ञानाचा फायदा घेण्याचे काम शनिबदल, मंगळ-शनी युती, ग्रहण काळ, आजचा दिवस अशा निमित्तानेच चालूच असते.

व्रत वैकल्यांबाबतही अनेक अंधविश्वास शिक्षित स्त्री-पुरुषांमध्ये आहेत. तेसुद्धा नाहीसे झाले पाहिजेत व त्यामागचा वैज्ञानिक दृष्टिकोन मनात रुजला पाहिजे. अमावस्या व पौर्णिमा यांचे आजार, मनोवृत्तीशी संबंध जोडून मनात भीती निर्माण केली जाते.

दैववाद सोडून प्रयत्नवाद स्वीकारला तरच महाराष्ट्रातील समाजसुधारकांच्या प्रगत विचारांचा वारसा जपला जाईल.

(Terrorism)

दहशतवाद

दहशतवादाला सुरुवात

भारतात १९९०-९१ पासून दहशतवादी आक्रमणांना सुरुवात झाली. ती पहिल्यांदा जम्मू काश्मीर येथे. त्यानंतर १२ मार्च १९९३ ला मुंबईमध्ये १३ ठिकाणी दहशतवाद्यांनी बॉम्बस्फोट घडवून आणले व त्यात कोट्यावधी रुपयांचे नुकसान होऊन मनुष्य हानी झाली. हे सत्र आजपर्यंत थांबलेले नाही. नुकतेच जयपूर, बंगलोर, अहमदाबाद येथे बॉम्बस्फोट होऊन वित्तहानी व मनुष्यहानी झाली.

दहशतवादाने देशाचे अपरिमित नुकसान झाले आहे. बॉम्बस्फोटामुळे मृत झालेल्या व्यक्तीच्या कुटूंबाला मदत द्यावी लागते ती आकडेवारीही आता कोट्यावधीच्यावर गेली आहे.

दहशतवादामागची कारणे

दहशतवाद म्हणजे मानवाधिकार व मानवता यांची निर्घृण हत्या. जगातील तत्त्ववेत्त्यांनी म्हटले आहे, की दहशतवाद म्हणजे सामान्य जनतेत वा विशिष्ट समुदायात वा देशात भयगंड निर्माण करण्याकरिता केलेली गुन्हेगारी कृत्यांची एक मालिका. ज्या योगे मानवाधिकार चिरडून बेकायदेशीर दंडुकेशाही आणि हुकूमशाही मार्गाने नागरी जनतेची प्राणहानी व वित्तहानी करणे. प्रस्थापित शासनामध्ये आणि सरकारमध्ये भयगंड निर्माण करणे जनजीवन उध्वस्त करणे. अशा दहशतवादी कारवायांमुळे केवळ प्राणहानी होत नाही. तर त्या राष्ट्रातील राजकीय, सामाजिक, सांस्कृतिक, शैक्षणिक, आर्थिक स्थैर्य नाहीसे करते. त्या राष्ट्राला अपंग करणे. शिवाय प्रत्यक्ष बॉम्ब ठेवणे, ठेवल्याची अफवा पसरविणे यातूनही जनजीवन विस्कळीत होते.

समाज व राज्यसंस्था यांच्या घडणीतून दहशतवाद अस्तित्वात आला. दहशतवादाचे मूळ कारण समाजातील असंतुष्टता हे आहे. दहशतवाद जगाच्या कानाकोपऱ्यात पोचला आहे. जगात २०० पेक्षा जास्त दहशतवादी संघटना आहेत. याला वेगवेगळी कारणे आहेत. यात सत्तेची लालसा, अधिकार नाकारले जाणे, स्वत:च्या फायद्यासाठी इतरांना वेठीला धरणे इ. राजकीय कारणे आहेत. सामाजिक कारणांमध्ये धर्मसत्ता लादणे, धर्मभेद करणे, जातीभेद, ही कारणे आढळतात. समाजात भिन्न संस्कृतीचे लोक एकमेकांबरोबर रहाण्यास तयार नसतात, एकाच राजकीय सत्तेखाली, एकाच न्याय व्यवस्थेखाली रहाण्यास नाखूष असतात. राज्यकर्ते एखाद्या भागाकडे दुर्लक्ष करतात त्यामुळे त्या भागात प्रगती होत नाही यातून असंतुष्टता निर्माण होते. याचा परिणाम म्हणजे दंगे, जाळपोळ, हिंसाचार होतात.

अतिरेकी कारवायांमध्ये सुशिक्षित युवकांचे प्रमाण चिंताजनक आहे आणि अशा

कारवायांसाठी परदेशी आर्थिक मदत मिळते किंवा देशातच चोऱ्या, दरोडे, बँका लुटणे हे केले जाते. अपहरण करून खंडणी मागणे अशी गुन्हेगारी कृत्ये केली जातात. एखाद्या गुन्हेगाराच्या मुक्ततेसाठी महत्त्वाच्या राजकीय पदावरील व्यक्तीचे अपहरण ही दहशतवादी करतात.

दहशतवाद म्हणजे काय

दहशतवाद म्हणजे काय याच्या वेगवेगळ्या व्याख्या केल्या आहेत. त्यापैकी काही अशा आहेतढ

एखाद्या विशिष्ट दाव्याचा किंवा गाऱ्हाण्याचा प्रचार करण्याकरिता सर्वसामान्य लोकांमध्ये दहशत निर्माण करण्याच्या उद्देशाने करण्यात आलेले बेकायदेशीर हिंसाचाराचे तंत्र म्हणजे दहशतवाद होय.

राजकीय उद्दिष्टे साध्य करण्यासाठी समाजाच्या किंवा त्यातील विशिष्ट स्तरात भीती व दहशत निर्माण करण्याच्या उद्देशाने केलेले हिंसात्मक वर्तन म्हणजे दहशतवाद होय.

ज्या कृत्यामुळे अतिरेक्यांचे लक्ष बनलेल्या व्यक्तीत असहाय्यता किंवा विनाशाची भीती निर्माण करून सत्ता राखणे अथवा त्यावर नियंत्रण प्रस्थापित करण्याचा प्रयत्न करणे असे कृत्य म्हणजे दहशतवादी कृत्य होय.

आपली राजकीय व सामाजिक उद्दिष्टे साध्य करण्याकरिता व्यक्तिविरुद्ध, मालमत्तेविरुद्ध शासन किंवा नागरी समुदाय किंवा त्याचा काही भाग यांच्यात दहशत निर्माण करण्याकरता किंवा त्यांच्यावर जबरदस्ती करण्याकरिता अवैध हिंसाचारात अगर बळाचा वापर म्हणजेच दहशतवाद होय.

दहशतवादाचे हे विनाशकारी स्वरूप होण्यास तंत्रज्ञान व विज्ञान क्षेत्रात होणारी प्रगती, झालेले संशोधन, जैविक, रसायन आणि आण्विक शास्त्रातील संशोधनाचा प्रसार इ. घटकही कारणीभूत आहेत. इंटरनेटद्वारा या उत्पादन तंत्राची माहिती मिळते. उच्चतांत्रिक ज्ञानामुळे ही माहिती मिळते. त्यामुळे घातपाताचे आदेश, हालचाली, योजना याविषयी संदेश संबंधित दहशतवादी गटांना सहज देता येतात.

याशिवाय वाहतूक, दळणवळण, विमान सेवा यातही प्रगती झाली आहे. जे दहशतवादी गट समविचारी असतात ते परस्परांना सहकार्य करतात. एकत्र काम करण्याची तयारी, घातपाताचे प्रशिक्षण, शस्त्रास्त्रे, दारूगोळा ते परस्परांना देतात.

संगणकीय गुन्हे (cyber crime) मोठ्या प्रमाणात वाढले आहेत. याचा फायदा दहशतवादी संघटनाही घेतात. त्यांना हे नवे कौशल्य चांगल्या प्रकारे आत्मसात झाले आहे. सध्याच्या काळात संगणकावरील माहिती विषाणूंद्वारे हल्ला करून पूर्णतः नादुरुस्त करणे व त्यातून आर्थिक हानी करणे. या माध्यमाचा वापर करून खोट्या बातम्या देणे, अपप्रचार, अराजक माजवणे हे केले जाते. कारण सामान्य माणसाला विविध वाहिन्यांवरून प्रसारीत होणारी वृत्ते खरी वाटतात. त्यावर ते विश्वास ठेवतात.

१९९३ साली मुंबई येथे बॉम्ब स्फोट झाले. ज्यामुळे त्या संपूर्ण शहराचे आयुष्यच ढवळून

निघाले. या हल्ल्यांमागचा हेतू हा की उद्योगधंद्यांचे केंद्र, आर्थिक राजधानी असलेल्या शहरात नासधूस होणे, घबराट पसरवणे, आर्थिक व्यवहार ठप्प करणे हा हेतू होता. तसेच हाही उद्देश यायागे होता. शहरात जातीय तेढ निर्माण व्हावी.

त्यानंतर २००६ मध्ये मालाड, बांद्रा, बोरिवली, मीरारोड या ठिकाणी रेल्वेच्या पहिल्या वर्गाच्या डब्यात प्रेशर कुकरमध्ये बॉम्ब ठेवून स्फोट केले गेले. यासाठी टायमर वापरण्यात आला होता.

मालेगाव येथेही साखळी बॉम्बस्फोट झाले ज्यात सायकलचा वापर केला होता. ज्यात मोठ्या प्रमाणात मुसलमान व्यक्ती मृत झाल्या.

याशिवाय राजस्थान, कर्नाटक, गुजराथ येथेही बॉम्बस्फोट केले गेले. दिल्लीतही स्फोट झाले. जम्मु-काश्मीरमध्ये दहशतवादी हल्ले झाले. बऱ्याच ठिकाणी बॉम्ब, काडतूस सापडल्याच्या घटनाही घडल्या आहेत. अजूनही काही भागात त्या घडत आहेत.

नक्षलवादी

१९६७ साली बंगालमधील नक्सलबारी या गावात नक्षलवादी या दहशतवादी संघटनेची स्थापना करण्यात आली. नक्षलवादी संघटना ही कम्युनिस्ट पक्षाचा क्रांतीकारक गट होय. भारताच्या मध्यवर्ती पट्ट्यात यांनी आपले बस्तान बसवले आहे. या भागाचा फारसा विकास झालेला नाही जसे बिहार, झारखंड, छत्तीसगड, मध्यप्रदेश, पूर्व महाराष्ट्र व आंध्रप्रदेश, तेलंगण व ओरिसा राज्याचा पश्चिम भाग. या मागील विचारसरणी म्हणजे भारतातील शोषितवर्ग, शेतकरी, आदिवासी, शेतमजूर, दलीत वर्ग यांनी माओत्सेतुंग यांची विचार प्रणाली स्वीकारून उच्चवर्गाचे व त्यांच्या शासनाचे उच्चाटन करावे. कारण शेतकऱ्यांच्या व आदीवासींच्या दुःखाला, दारिद्र्याला तेच कारणीभूत आहेत आणि यासाठी लागणारे डावपेच म्हणजे गनिमी युद्ध, लपून छपून हल्ले हे आहे. यासाठी त्यांनी उत्कृष्ट संघटना उभी केली आहे. अनेक गनिमी पथकेही तयार केली आहेत.

नक्षलवादी कारवाया थांबाव्यात म्हणून शासनाने ठोस पाऊल उचलून मेघदूत योजना आखली ज्या नुसार आदीवासी भागात रस्ते बांधणी, दळणवणळ, वाहतूक व्यवस्था करण्यात आली. जवाहर रोजगार योजना राबविली गेली. गरिबी, दारिद्र्य दूर करण्यासाठीही काही उपाय केले गेले.

आज सर्व देशात एकूण ६६२० नक्षलवादी आहेत. त्यांच्याकडे ४८०० शस्त्रास्त्रे आहेत. या शस्त्रास्त्रांवर व सर्व व्यक्तींवर माओवादी यांचे नियंत्रण आहे. त्यांच्याजवळ अतिशय प्रगत अशी संदेशवहन यंत्रणा आहे.

परिणाम

दहशतवादाचे परिणाम फार भयंकर होतात, दीर्घकालीन असतात, अनेक अंगांनी ते होतात.

● सामाजिक – भिन्न धर्मीय व्यक्ती ज्या एकाच परिसरात रहाणाऱ्या आहेत त्यांच्यात अकारण

तेढ निर्माण होते. सामाजिक सुरक्षितता रहात नाही. याचे परिणाम म्हणून भावीकाळात सूडाच्या भावनेने दंगली, हिंसाचार केले जातात.

- अनेक कुटुंबे यामुळे उध्वस्त होतात. यात घरातील तरुण मुलाचा, कमावत्या व्यक्तीचा मृत्यू तर त्या घराची वाताहत करतो. मुले अनाथ होतात. अपघातात हात-पाय गमावलेल्यांना कायमचे अपंगत्व सुद्धा येते. शिवाय मेंदूला धक्का, डोळे गमावणे यातून तर मानसिक आजार उद्भवतात तसेच कायमचे परावलंबित्व येते.

- अशा प्रसंगांमुळे मानसिक खच्चीकरण होणे, कायमचे मानसिक विकार जडण्याची शक्यता असते. सततच्या मानसिक दडपणामुळे नैराश्य येणे हे परिणामही होतात.

- नोकरी व्यवसायाच्या निमित्ताने व्यक्ती तात्पुरते स्थलांतर करत असतात. अशा व्यक्तींनाही आपल्या नोकरीला मुकावे लागते. क्वचित शहर सोडून जाण्याचा प्रसंगही येतो. यामुळे मानसिक कोंडी होते.

- प्रत्यक्ष स्फोट न होता नुसती स्फोटकं जरी सापडली तरीही समाजात भीती, दहशत, असुरक्षितता निर्माण होते. समाजात परस्परांविषयी संशयाचे वातावरण निर्माण होते. सामाजिक अस्थिरता निर्माण होते.

- शिक्षण संस्था बंद ठेवाव्या लागल्याने शैक्षणिक नुकसान होते. विद्यार्थ्यांची जबाबदारी शिक्षण संस्थांवर येत असल्याने त्यांनाही ताण जाणवतात.

- राज्यातल्या पोलीस व्यवस्थेवर अति ताण पडतो. त्यातच बॉम्बच्या अफवांमुळेही मन:स्ताप होतो व केवळ बॉम्बस्फोट झालेल्या दिवसातच नाही. पुढील काळातील धार्मिक, सार्वजनिक उत्सव समारंभात सुरक्षितता ठेवावी लागते. त्यामुळे निर्माण होणारे तणाव, अतिश्रम यामुळे पोलिसांच्या आत्महत्या घडून येतात. त्यांचे खच्चीकरण होते. समाजाचा सुरक्षा व्यवस्थेबद्दलचा रोष ओढवून घ्यावा लागतो.

- समाजातील तरुण अशा गुन्ह्यात सामील असतात, त्यांनाही भवितव्य उरत नाही. त्यांच्या कुटुंबाशी व्यवहार करायला समाजातील इतर व्यक्तीही तयार होत नाहीत.

- आर्थिक – अशा हल्ल्यामुळे आर्थिक घडी मोठ्या प्रमाणात विस्कटते. कारण यात प्रचंड आर्थिक नुकसान होते. इमारती उध्वस्त होणे, रेल्वे, बस, स्कूटर इ. वाहनांचे नुकसान होते. दुकाने उध्वस्त झाल्यानेही मालाचे नुकसान होते.

- या घटना घडून गेल्यानंतर आर्थिक व्यवहार ठप्प होतात. शेअर्सचे भाव कोसळतात. काहींचे व्यवसाय तर पूर्णत: उध्वस्त होतात.

- याशिवाय बँका लुटणे, त्यावर दरोडे टाकणे यामुळे ही आर्थिक नुकसान होते. हल्ल्यांमध्ये जखमी झालेल्या, मृत झालेल्यांच्या कुटुंबियांना आर्थिक मदत द्यावी लागते त्यामुळेही नियोजन ढासळते.

- धार्मिक – धर्मा-धर्मातील, जाती-जातींमधील वैमनस्य, तेढ वाढते. सर्व धर्मीय मिळून काही सण-समारंभ साजरे करत असतात. परंतु अशा घटनांमुळे या एकोप्यावर परिणाम होतो.

धार्मिक स्थळांची सुरक्षा वाढवावी लागते. सण-उत्सव जमावाने साजरे करण्यावर बंधने आणावी लागतात.

- यात केवळ एखाद्या मंदिरावर हल्ला होणार असा निनावी फोन किंवा पत्र जरी आले तरीही पोलिस यंत्रणेला लोकांच्या, मंदिराच्या सुरक्षिततेसाठी धावपळ करावी लागते. अनेकदा यात काही तथ्यही नसते.

- इतर धर्मीय जे या देशात रहातात. त्यांच्या मनात देशविषयी अप्रियतेची भावना निर्माण करणे, समाजातील इतर व्यक्तींमध्ये त्यांच्याविषयी अप्रियता निर्माण करणे या गोष्टी होतात.

- आदीवासी समाजातील अनेक युवक युवती नक्षलवादी चळवळीत आहेत. यात वर्षानुवर्षे अन्याय सहन करावा लागल्याने मनात असणारी चीड, संताप या रूपाने बाहेर पडत असतो. बेकारी असल्याने अनेक सुशिक्षित बेकारही यात सामील होतात. कारण स्वतःची जमीन नाही. करायला काम नाही अशा वेळी कुटुंबाच्या उदरनिर्वाहाचा प्रश्न बिकट बनतो.

शिवाय दहशतीच्या मार्गाने काही प्रश्न सुटलेत असे घडले की हाच मार्ग योग्य आहे असं जाणवू लागतं.

समाज व्यवस्था

आदीवासी भागात, ग्रामीण भागात आजही जमिनदार, धनदांडग्यांचे अत्याचार चालू आहेतच. त्यातच आदीवासी विकासाच्या प्रक्रियेचा वेग कमी त्यामुळे संधी उपलब्ध नाहीत. कर्जबाजारीपणा असल्याने मालकीची शेती असूनही गहाण पडलेली त्यामुळे उत्पन्न नाही. बिकट आर्थिक परिस्थितीमुळे सर्व सुख सोयींपासून वंचित राहिलेल्यांना दुसरा मार्ग उरत नाही.

या समस्या सोडविण्यासाठी आदीवासी भागातील विकास कार्यक्रम कोणत्याही प्रकारच्या भ्रष्टाचाराविना राबविला गेला पाहिजे. खाजगी सावकारीत ज्या आदीवासींच्या जमिनी गहाण पडल्या असतील त्यात शासनाने लक्ष घालून त्या सोडवल्या पाहिजेत किंवा यासाठी ज्या स्वयंसेवी संस्था, व्यक्ती काम करत आहेत त्यांना पूर्णतः सहकार्य करणे, आवश्यक ते संरक्षण देणे गरजेचे आहे.

बेकारीमुळे तरुण जर नक्षलवादी गटात, गुन्हेगारी टोळ्यांमध्ये सामील होत असतील तर त्यांना काम मिळणे आवश्यक आहे. वैफल्यामुळेही विध्वंसक कृत्ये करण्याकडे कल रहातो. यावरही मार्ग काढला गेला पाहिजे.

पोलीस यंत्रणेकडे आधुनिक, विकसित तंत्रज्ञान असलेले इंटरनेट, मोबाईल, लॅप टॉप, संगणक, पुरेशी वाहने असायला पाहिजे.

नागरिकांनीही काहीतरी वेगळी वस्तु दृष्टीस पडली तर पोलीसांना सांगणे, अफवा न पसरवणे व त्यावर विश्वास न ठेवणे, परस्पर सामंजस्य, सलोखा अबाधित ठेवणे आवश्यक आहे.

बॉम्ब स्फोटासारख्या गुन्ह्यात परकीय शक्तींचा हातच बरेचदा असतो अशा वेळी संपूर्ण देशानेच एकवटून त्यांचा मुकाबला करावा लागतो. राजकारण्यांनीही पक्षभेद बाजूला सारून एकत्र

यावे लागते. कारण यामुळे होणारे सर्व प्रकारचे नुकसान भरून काढायला काही वर्षांची किंमत मोजावी लागते.

आदीवासींना शिक्षण, आरोग्य, रोजगार, दळणवळण या सुविधा पुरेशा मिळाल्या पाहिजेत. ज्यातून त्यांचा इतर भागांशी संपर्क राहील व भविष्यकाळात ते अशा चळवळींपासून लांब राहतील.

(Thakkar Bappa)

ठक्कर बाप्पा (१८६९-१९५१)

त्यांचे मूळ नाव अमृतलाल विठ्ठलदास ठक्कर. समाजसेवेमुळे त्यांना 'ठक्कर बाप्पा' हे नाव पडले. ते आपल्या मिळकतीतला अर्धा भाग सार्वजनिक संस्थांना दान देत असत. भिल्ल समाजाच्या सेवेत त्यांनी आयुष्यातला बराच काळ खर्च केला. भिल्ल समाजातील अज्ञान, दारिद्र्य, गरीबी व अंधश्रद्धा दूर करण्यासाठी त्यांनी मोलाचे कार्य केले. महात्मा गांधींच्या 'हरिजन सेवक संघा'च्या कामात त्यांचे मोलाचे योगदान होते.

बाप्पा स्वत: इंजिनिअर होते. ते पोरबंदर येथे नोकरी करत असतांना एका शेतकऱ्याचे तीन मुलांचे कुटुंब उपासमारीने मरण पावले. भुकेच्या यातना काय असतात हे त्यांनी प्रत्यक्ष पाहिल्यामुळे लक्षात आले.

पीडीतांसाठी कार्य

त्यांची नामदार गोखले यांच्याशी भेट झाल्यावर व त्यांच्या प्रभावामुळे बाप्पांनी 'सर्व्हंटस् ऑफ इंडिया सोसायटी'चे आजीव सदस्यत्व स्विकारले.

मथुरा येथील दुष्काळ पीडीतांना साहाय्य करण्यासाठी 'सर्व्हंटस् ऑफ इंडिया सोसायटी' तर्फे ठक्कर बाप्पांना १९१४ मध्ये पाठविण्यात आले. त्यांनी दुष्काळ पीडीतांना चांगले साहाय्य केले.

मुंबईत असतांना त्यांनी सफाई कामगारांसाठी कार्य केले. त्यांच्या कामाच्या व राहण्याच्या परिस्थितीत सुधारणा घडवून आणली. त्यांच्या कर्जबाजारीपणा विषयी माहिती गोळा करून त्यांच्या पतपेढ्या उघडल्या.

१९१६ मध्ये त्यांनी कच्छ प्रांतात दुष्काळ निवारणाचे कार्य केले.

'मुंबई लेजिस्लेटीव्ह कौन्सील'मध्ये सक्तीच्या प्राथमिक शिक्षणाबाबतचे विधेयक सादर करण्यासाठी त्यांनी खूप परिश्रम घेतले.

टाटा आयर्न व स्टील कंपनीत जमशेटपूर येथील कारखान्यातील कामगार कल्याणाच्या कामी त्यांना नियुक्त केले गेले. तेथे त्यांनी कामगारांना रास्त भावाने वस्तू मिळाव्यात म्हणून स्वस्त कापड दुकाने उघडण्याची सूचना कंपनीला केली व ती प्रत्यक्षात आणली.

कामगारांना पठाणाकडून कर्ज घ्यावे लागे. त्याचा व्याजदर ७५ ते १५० टक्के होता. बाप्पांनी सहकारी पतपेढ्या उघडल्यामुळे कामगारांची आर्थिक स्थिती सुधारली.

नंतर १९१९ मध्ये पंचमहाल जिल्ह्यात वेगवेगळ्या अकरा केंद्रांमध्ये ठक्कर बाप्पांनी बैलगाडीतून प्रवास करून दुष्काळी भागांना भेटी दिल्या. महाविद्यालयीन विद्यार्थ्यांनी आपल्या शिक्षणकाळात दुष्काळी भागात जाऊन काम करावे यासाठी त्यांचे मन वळविले.

१९२२ मध्ये पडलेल्या दुष्काळात तर त्यांनी घरोघरी जाऊन अन्न, कपडे वाटण्याचे काम केले. १९२० साली पुरी येथे पडलेल्या दुष्काळातही त्यांनी अशाच प्रकारचे काम केले होते. १९४३ व १९४४ मध्ये अठरा महिने त्यांनी बंगाल व ओरिसा प्रांतात खूप कार्य केले.

आदिवासी कल्याणाचे कार्य

ठक्कर बाप्पा हे मूळचे लोहाना जमातीचे. या कार्याला त्यांनी पंचमहाल जिल्ह्यातील भिल्ल लोकांपासून सुरुवात केली. आदिवासींची त्यांनी प्रत्यक्ष भेट घेऊन भिरा खेरी याठिकाणी एक आश्रम उभारला. येथे अस्पृश्यांच्या कुटुंबाला त्यांनी प्रवेश मिळवून दिला.

१९२२ मध्ये दाहोद येथे भिल्ल सेवा मंडळाची स्थापना केली. या कार्याचा विस्तार सर्व विभागात केला. अत्यंतज सेवा मंडळाची स्थापना करून भिल्ल समाजातील अज्ञान व व्यसनाधीनता नष्ट करणे, त्यांच्यावरील अन्याय दूर करणे यासाठी त्यांनी कष्ट घेतले.

अस्पृश्यता निवारण

यासाठी गांधीजींनी कार्य केले. ज्यामुळे हरिजन मंदिर प्रवेश, सार्वजनिक शाळा, मंदिरे हरिजनांना खुली करून देण्यात आली. गांधीजींच्या प्रेरणेने हरिजन सेवक संघाची स्थापना करण्यात आली. त्याचे ठक्कर बाप्पा हे मुख्य कार्यवाह होते. १९३३ पासून गांधीजींनी हरिजन नावाचे साप्ताहिक सुरू केले.

भंगी समाजाविषयी त्यांना विशेष आस्था होती. त्यांच्यासाठी १२५ विहिरी त्यांनी बांधल्या.

जातीय निवाड्यातील अस्पृश्यांचे स्वतंत्र मतदारसंघ नष्ट व्हावेत यासाठी गांधीजींनी उभ्या केलेल्या चळवळीत त्यांनी मोठा वाटा उचलला.

त्यांनी आदिवासी सेवा मंडळाचीही स्थापना केली होती. १९३७ मध्ये निरनिराळ्या प्रांतातील हरिजन, आदिवासी इ. मागासलेल्या लोकांची पाहणी करण्याचे काम त्यांच्यावर सोपविले गेले. ते त्यांनी पार पाडले. त्यानंतर १९५० मध्ये देशभर हिंडून सर्व आदिवासी लोकांची माहिती गोळा केली. त्या आधारे पुढे आदिवासींचे कायदे तयार करण्यात आले. त्यांनी 'भारतीय आदिवासी' हा ग्रंथ लिहिला.

(Unemployment)

बेकारी

बेकारी म्हणजे काय

जगातील प्रत्येक राष्ट्रांमध्ये बेकारीची समस्या आहे. बेकारी म्हणजे कामाचा अभाव हा त्याचा अर्थ आहे. त्याविषयी जास्त समर्पकपणे असे म्हणता येईल की, ज्या देशात समर्थ व्यक्तींना योग्य वयात त्यांची काम करण्याची इच्छा असूनही जर चालू वेतन पातळीत काम मिळू शकत नसेल, तर अशा देशात बेकारी अस्तित्वात आहे असे समजावे.

बेकारीचे प्रकार

या बेकारीत काही प्रकार आढळून येतात – आपल्या योग्यतेपेक्षा कमी वेतनावर लोक जेव्हा काम करतात किंवा योग्यतेपेक्षा कमी प्रतीचे काम करतात, तेव्हा तो बेकारीचाच भाग समजला जातो.

- मतभेदात्मक किंवा संघर्षात्मक बेकारी – वेगवेगळ्या कारणांमुळे लोक आपली चालू राहणारी रोजगारी सोडून देतात. काही वेळा त्यांना काम पसंत नसते. वरिष्ठांशी मतभेद असतात. या कारणांमुळे तात्पुरती बेकारी येते.

- रचनाबंधात्मक बेकारी – अर्थव्यवस्थेतील विविध घटकांमध्ये समन्वय झाला नाही, तर रचनाबंधात संघर्ष निर्माण होतो. बाजारपेठेत मंदी येते. त्यामुळे चालकाचा नफा कमी होतो. अशा वेळी उत्पादन कमी करून किमती वाढविण्याचा प्रयत्न होतो. मालाला बाजारपेठ मिळाली नाही तर उत्पादन होऊ शकत नाही. त्यामुळे कारखाने बंद पडून बेकारी निर्माण होते.

- कमी मागणीमुळे बेकारी – पूर्ण रोजगारीच्या परिस्थितीत निर्माण होणारे सर्व उत्पादन विकत घेण्यास एकूणच मागणी जेव्हा कमी पडते. तेव्हा बेकारी निर्माण होते.

- अदृश्य किंवा दडलेली बेकारी – कामगाराला जेव्हा त्याच्या गुणवत्तेला योग्य अशा कामावरून काढले जाते किंवा कामगार ते काम सोडून जातो व पुढे त्याच्या कार्यक्षमतेला व कौशल्याला योग्य असे काम करू लागतो, तेव्हा ती त्याची बेकारीच असते. कारण कामगाराची कार्यक्षमता अयोग्य कामात वाया जात असते.

- अर्धवेळ बेकारी – जेव्हा कामगारांना दिवसातील तीन-चार तासच काम उपलब्ध असते किंवा वर्षातील काही महिनेच काम मिळते तेव्हा ही ती अर्धवेळ बेकारी असते. काही उद्योगांमध्ये विशिष्ट हंगामातच काम असते.

बेकारीमुळे राष्ट्रीय उत्पन्नात घट होऊन जीवनमान खालावते.

आज भारतातील बेकारी ही समस्या आहे. पूर्वी कधी नव्हती इतक्या वेगाने आजही बेकारी वाढत आहे. शेती व्यवसायात सर्वांत जास्त बेकारी आहे. प्रत्यक्ष बेकार असूनही बेकार म्हणून न नोंदलेल्या व्यक्तींची संख्यासुद्धा भरपूर आहे. रोजगार विनिमय केंद्रात नावे न नोंदवल्याने अनेक बेकार आहेत. तात्पुरत्या बेकार आहेत.

व्यक्ती व समाज यांच्या दृष्टीने अतिशय भेडसावणारी अशी ही समस्या आहे. बेकार व्यक्तींचा भार अखेर समाजावरच पडतो. त्यांच्या पोषणाची जबाबदारी अखेर समाजालाच उचलावी लागते. बेकारीमुळे देशात फार मोठी श्रमशक्ती वाया जाते. बेकार तरुण वाईट मार्गाकडे वळतात. गुंडगिरी, तस्करी व दहशतवादी संघटना ही वाढत्या बेकारीचीच अपत्ये आहेत.

बेकारीची कारणे

१) शारीरिक अथवा मानसिक अक्षमता – अंध, अपंग, मुके, बहिरे हे अर्थोत्पादक कार्य करत नाहीत. मानसिकदृष्ट्या दुर्बल व्यक्ती काम करू शकत नाही. अशा व्यक्ती बेकार असतात. याउलट आळशीपणामुळे व्यक्ती काम करत नाहीत, तर काहीजण पारंपरिक मिळकतीवर चैन करत असतात.

२) देशात बहुसंख्य लोक शेती व्यवसायावर अवलंबून आहेत. परंतु वाढत्या लोकसंख्येला सामावून घेण्याची क्षमता शेतीत नाही.

३) अज्ञान मुले व स्वत:च्याच कुटुंबांची कामे करणाऱ्या स्त्रिया व पुरुष काही आर्थिक मोबदला घेऊन काम करताना दिसत नाहीत. त्यामुळे त्यांचे कार्य अनुत्पादक असते.

४) औद्योगिकीकरणात यंत्रोत्पादन मोठ्या प्रमाणात सुरू होऊन पारंपरिक उद्योग मागे पडले म्हणून बेकारी निर्माण झाली.

५) वय – ज्या तरुणांनी आपले शिक्षण, प्रशिक्षण पूर्ण केले आहे. परंतु अनुभव नसल्यामुळे काम मिळत नाही. तसेच ४0 वर्षांवरील व्यक्ती व ५0 ते ६0 या वयोगटांतील व्यक्तींमध्ये बेकारीचे प्रमाण जास्त आढळून येते. कारण अशा व्यक्तींची उत्पादनक्षमता कमी असते, त्यांना परिस्थितीशी जुळवून घेणे कठीण असते.

६) व्यावसायिक अयोग्यता – एखाद्या विशिष्ट कामाकरिता विशिष्ट प्रशिक्षण घेतलेल्यांची गरज असते, अशा वेळी मागणीपेक्षा पुरवठा कमी असेल तरीही बेकारी असते.

७) पूर्वापार चालत आलेल्या शिक्षण पद्धतीमुळे पदवीचे शिक्षण घेतलेल्या व्यक्ती ठरावीक कामेच करू शकतात.

८) लोकसंख्येची मोठ्या प्रमाणात होत असलेली वाढ, त्यामुळेही बेकारी वाढत आहे. याखेरीज ग्रामीण भागातील बेकारी, नागरी भागातील बेकारी, सुशिक्षितांमध्ये बेकारी, अशिक्षितांमध्ये बेकारी हे प्रकारही आहेत.

ग्रामीण भागातील बेकारीही शेतीतील कामे, जसे कापणी, मळणी ही शेतमजूर करीत

असत, ती यंत्राद्वारे होऊ लागल्याने शेतमजूर बेकार झाले.

नागरी भागात बेकारीची कारणेही अनेक आहेत. येथील काही प्रक्रिया उद्योग ठरावीक कालासाठीच असतात.

व्यक्तीची वृत्ती दैवाधीन असेल तरी ही बेकारी येते. आपोआप मिळेल, चमत्कार होईल अशी अपेक्षा असते.

शिक्षण पूर्ण होऊन नोकरी मिळण्याच्या काळात बेकारी असते. शिक्षण पूर्ण झालेल्या व्यक्तीला काम जमत नाही म्हणून बेकारी येते.

सध्याच्या काळात बेकार व्यक्ती गुंडगिरीच्या मार्गाला लागणं, गुन्हे, फसवणूक, खून अशा मार्गांनी पैसा मिळवू पाहतात. काही वेळा बेकार व्यक्ती व्यसनाधीन होते, त्यामुळे कुटुंब उद्ध्वस्त होते. जागतिकीकरणाचा परिणाम म्हणूनही बेकारीचे प्रमाण वाढले आहे. तसेच श्रमाला कमी किंमत दिल्याने काम असूनही माणसे न मिळणे ही समस्या आहे.

महाराष्ट्रातील याबाबतची परिस्थिती दर्शविणारा तक्ता पुढे आहे.

तक्ता क्र. १९

२००१ च्या जनगणनेनुसार वयोगटानुसार एकूण लोकसंख्या व कामाच्या शोधात असलेल्यांची संख्या

(महाराष्ट्र)

वयोगट	एकूण लोकसंख्या			कामाच्या शोधात असलेल्यांची संख्या		
	एकूण	पुरुष	स्त्रिया	एकूण	पुरुष	स्त्रिया
५-९	१०२३००९०	५३०२५३३	४९२७५५७	४९१२९	२६३८३	२२७४६
				0.४८	0.४९	0.४६
१०-१४	११३३७४४२	५९४५९१७	५३९१५२५	१६३८७२	९४०९०	६९७८२
				१.४४	१.५८	१.६२
१५-१९	९५७०६४८	५२६२९३१	४३०७७१७	११०४३८७	७१८६७३	३८५७१४
				९.१५	९.३६	८.९५
२०-२४	८८५६६६०	४७८१३२२	४०७५३३८	१२९३४१४	८५११७३	४४२२४१
				१४.६०	१७.८०	१०.८५
२५-२९	८२१८३६४	४१८७२४७	४०३१११७	७३२९४२	४०६३६८	३२६५७४
				८.९२	९.७०	८.८०
३०-३४	७३९२६२०	३८००५५१	३५९२१६९	४०३६७६	१९६५७९	२०७१९७
				५.४६	५.१७	५.७७
३५-३९	६९५८३६०	३५४०१४८	३४१८२१२	३०५४५२	१३७२५५	१६८१९७
				४.३९	३.८८	४.९२
४०-४९	१००८९४४०	५४१४६६८	४६७४७७२	३२३३८०	१५६३७२	१६७४३८
				३.२१	२.८९	३.५८
५०-५९	६१९९३१७	३१८३४८८	२९३५८२९	१३६७१६	६५५०४	७१२१२
				२.२३	२.0६	२.४२
६०-६९	५३६३४५६	२४३३७२२	२९२९७३४	९१८८७	३७७१६	५४१७१
				१.७१	१.५५	१.८५
७०-७९	२३१२१०६	११४७२३९	११६४८६७	२५२५१	१२४६६	१२७८५
				१.0९	१.0८	१.0९
८0+	७७९१0८	३५१२४०	४२७८६८	५४२९	२६५७	२७७२
				0.६९	0.७५	0.६४
वय सांगितले नाही	११८0८३	६५७0५	५२३७८	२३२३	१३0८	१0१५
				१.९६	१.९९	१.९३

संदर्भ – सेन्सस ऑफ इंडिया २००१

तक्ता क्र. २०

२००१ च्या जनगणनेनुसार विविध वयोगटानुसार एकूण लोकसंख्या व काम न करणाऱ्यांची संख्या (महाराष्ट्र)

वयोगट	एकूण लोकसंख्या			काम न करणारे		
	एकूण	पुरुष	स्त्रिया	एकूण	पुरुष	स्त्रिया
५-९	१०२३००९०	५३०२५३३	४९२७५५७	१०१४०४८१	५२५४५८०	४८८५९०१
				९९.१२	९९.०९	९९.१५
१०-१४	११३३७४४२	५९४५९१७	५३९१५२५	१०६६२९७६	५५९५२२४	५०६७७५२
				९४.०५	९४.१०	९३.९९
१५-१९	९५७०६४८	५२६२६३१	४३०७७१७	६६८३४२१	३४४४१६८	३२३९२५३
				६९.८३	६५.४४	७५.२०
२०-२४	८८५६६६०	४७८१३२२	४०७५३३८	३८१९५०७	१४१६७०७	२४०२४१०
				४३.१२	२९.६४	५८.९५
२५-२९	८२१८३६४	४१८७२४७	४०३११९७	२४८९२७९	३८२९२६	२१०६३४३
				३०.२९	९.१४	५२.२५
३०-३४	७३९२७२०	३८००५५१	३५९२१६९	१७६७६४९	१२२०७४	१६४५५७५
				२३.९१	३.२१	४५.८१
३५-३९	६९५८३६०	३५४०१४८	३४१८२१२	१५५२७५६	७४८३५	१४७७९२१
				२२.३१	२.११	४३.२३
४०-४९	१००८९४४०	५४१४६६८	४६७४७७२	२१७५८९३	१५१०४९	२०२४८४४
				२१.५६	२.७९	४३.३१
५०-५९	६११९३१७	३१८३४८८	२९३५८२९	१७६९९०५	३१९३३५	१४५०५७०
				२८.९२	१०.०३	४९.४१
६०-६९	५३६३४५६	२४३३७२२	२९२९७३४	२७३९५७०	८५२७०८	१८८६८६२
				५१.०८	३५.०४	६४.४०
७०-७९	२३१२२०६	११४७२३९	११६४८६७	१६४६०७७	६५३६४७	९९२४३०
				७१.११	५६.९७	८५.११
८०+	७७९०९८	३५१२४०	४२७८५८	६४९३६१	२५८२६५	३९१०९६
				८३.३५	७३.५३	९१.४०
वय सांगितले नाही	११८०८३	६५७०५	५२३७८	७५५४८	३८७०८	३६८४०
				६३.९८	५८.९१	७०.३३

संदर्भ : सेन्सस ऑफ इंडिया २००१.

एकूण लोकसंख्येशी काम न करणाऱ्यांचे वरील प्रमाण आहे. २० ते २४ वयोगटांतील हे प्रमाण चिंताजनक आहे. स्त्रियांमधे विवाह होऊन गृहिणी झाल्याने हे प्रमाण जास्त असण्याची शक्यता आहे. बालमजुरी आजही अस्तित्वात आहे म्हणून सर्व वयोगटाच विचार केला आहे.

कामाच्या शोधात असलेल्या पुरुषांची २० ते ३९ वयोगटांतील टक्केवारी ३६.५५ आहे. या वयोगटातच कार्यशक्ती भरपूर असते आणि त्याच वयोगटात हे प्रमाण जास्त आहे. कामाच्या शोधात असणाऱ्या स्त्रियांमध्ये हे प्रमाण २० ते २९ वयोगटांत १८.९५ टक्के आहे. २५ ते ३९ वयोगटातही हे प्रमाण १४% आहे. काम न करण्याची प्रवृत्तीही राज्यात असल्याचे या आकडेवारीवरून दिसून येते.

राज्यातील ४५ रोजगार व स्वयंरोजगार मार्गदर्शन केंद्रात खालीलप्रमाणे नावनोंदणी केली गेली.

सन	नावनोंदणी केलेल्यांची आकडेवारी
२००३	८,१९,०८२
२००४	८,८०,२७४
२००५	६,४५,२७७
२००६	६,०८,०६४
२००७	६,१६,७२०

नावनोंदणी केलेल्यांची आकडेवारी घटत असली तरी याचा अर्थ बेकारी कमी झाली असा होत नाही. कारण नावनोंदणी न करणाऱ्यांची संख्याही वाढली असण्याचीच शक्यता जास्त आहे. उच्चशिक्षित तरुणांचा कल खाजगी क्षेत्रात काम करण्याकडे जास्त आहे.

यापैकी १५ लाख ४८ हजार ७५५ बेरोजगार व्यक्तींना कॉल पाठविले गेले व त्यापैकी ३९ हजार ६६३ जणांनाच प्रत्यक्षात नोकऱ्या मिळाल्या. यात २००३ या वर्षात सर्वाधिक म्हणजे ११,५१७ जणांना नोकऱ्या मिळाल्या.

नोंदणी केलेल्यांपैकी ११.७० लाख म्हणजेच सुमारे ७० टक्के बेरोजगार मागासवर्गीय व अल्पसंख्य समाजातील होते. ज्या ३९,६६३ जणांना नोकऱ्या मिळाल्यात त्यापैकी २९,५४३ उमेदवार या दोन समाजवर्गातील होते.

सरकारी नोकऱ्यांमधील मागासवर्गीय अनुशेष भरण्यासाठी गेल्या काही वर्षांत विशेष मोहिमा राबविल्यामुळेही कदाचित ही आकडेवारी असेल.

स्वतंत्र व्यवसाय, स्वयंरोजगार करण्याकडे कल कमी असल्यानेही नावनोंदणी केलेल्यांची संख्या जास्त असेल.

(Welfare of Vimuktajati and Nomadic Tribe)

विमुक्त जाती, भटक्या जमातींचे कल्याण

भटक्या जमाती कोणत्या

भटक्या जमाती या नावावरूनच अर्थ स्पष्ट होतो. एका जागी स्थिर, स्थायिक नसलेल्या जमातींचा यांत समावेश होतो. सुरुवातीच्या काळात मानव टोळ्या करून रहात असत व उपजीविकेसाठी निश्चित साधन नसल्याने भटकत असत. नंतरच्या काळात काहींनी चरितार्थासाठी निश्चित साधन शोधले व ज्यांना ते मिळाले नाही ते भटकत राहिले. हा भटका समाज कायमच उपेक्षित राहिला.

'भटके' (Nomadies) या शब्दाचा 'नेमो' चा अर्थ चारणे असा आहे यावरून विविध जनावरांना घेऊन जेथे चारा उपलब्ध होईल तेथे नेण्याच्या प्रवृत्तीतून एक समाज तयार झाला. नंतरच्या काळात उपजीविकेसाठी हा समाज भटकत राहिला.

उपजीविकेसाठी भटकंती

या भटक्या जमातींचे १. अन्न गोळा करत फिरणाऱ्या जमाती २. प्राणी पाळणाऱ्या जमाती ३. छोटे व्यवसाय करणाऱ्या जमाती ४. भिक्षा मागणाऱ्या जमाती हे व्यवसायानुरूप उपप्रकार होते.. नंतरच्या काळात मात्र तीन प्रकारच्या जमाती मानल्या गेल्या.

यामधे काही जमाती गावातील इतर जाती जमातींची कामे करीत असत. ज्यात बेलदार त्या गावात रहात असत ते मंदिराचे काम करीत असत व काम पूर्ण झाले की पुढच्या गावाला जात असत. घिसाडी शेती व घराला उपयुक्त विळा, कोयंडा, कोयता तयार करते गावोगावी भटकून काम करत. वडार समाज घराच्या बांधकामासाठी सगळीकडे फिरत असतो. वैदू, कैकाडी, अनुक्रमे जडीबूटी देणे, टोपल्या विणणे अशी कामे करतात त्यांनाही कामासाठी फिरावे लागते.

पूर्वी करमणुकीची साधने नसल्याने काही जमाती करमणूक करून पोट भरीत. त्यात माकडवाले, अस्वलवाले, डोंबारी, गारुडी यांचा समावेश असे अशा जमाती आजही आहेत.

काही जमाती जसे जोगी, गोसावी हे लोकांच्या भिक्षेवर जगतात. त्यात ते केवळ आपले पोट भरत असतात.

महाराष्ट्रात बाबा-बैरागी, काशीकापडी, घिसाडी, गोपाळ, हेळवे, जोशी, भराडी, नंदीवाले, रावळ, कोल्हाटी, ठकार, वासुदेव, भोई, ओतारी, भुते, चलवादी, या भटक्या जमाती आहेत. शिवाय बारड, कैकाडी, कंजारभाट, लमाण, फासेपारधी, लमाण, रामोशी, वाघरी, राजपूत, भामटा इ. यांचाही यांत समावेश होतो.

गुन्हेगार जमाती म्हणून शिक्का

ब्रिटीशांच्या काळात १८७१ मध्ये गुन्हेगार जमाती कायदा संमत झाला व त्यामुळे त्या पिढीतील किंवा पुढच्या पिढीतील व्यक्ती कितीही चांगली असली प्रामाणिकपणे काम करून चरितार्थ चालवत असली तरीही ती गुन्हेगार जमातीतील म्हणून ओळखली जात असे.

याचा परिणाम म्हणजे या जमातींचे माणूस म्हणून जगण्याचे अधिकारच हिरावून घेतले गेले. शिक्षण, सार्वजनिक जीवन यापासून त्यांना दूर ठेवले गेले. त्यामुळे ते उपेक्षित, असंघटित व मागासलेले राहिले. १८९० मध्ये या कायद्यात सुधारणा केली गेली व त्या कायद्यानुसार जमातीच्या मुलांना आई-वडीलापासून दूर ठेवून शिक्षण द्यावे असे ठरविण्यांत आले. नवीन औद्योगिक वसाहतींची निर्मिती करणे, कसण्यासाठी जमीन उपलब्ध करून देणे, या जमातीतील लोकांना अकुशल कामगार म्हणून काम मिळावे. अशा शिफारशी या कायद्यातून केल्या गेल्या, परंतु त्या प्रत्यक्षात त्या आल्या नाहीत.

१९५२ साली हा कायदा रद्द करण्यात आला. व त्यांना 'भटक्या विमुक्त जमाती' म्हणून जाहीर झाल्या. १९६० मध्ये या भटक्या व विमुक्त जमातीतील लोकांचे या जमातींची सोलापूर येथे पहिले अधिवेशन भरले व याचा परिणाम म्हणजे १९६१ मध्ये विमुक्त जमातींना चार टक्के राखीव जागांची मान्यता दिली गेली. त्यानंतरही १९७२, ७३, ७४ व १९८१-८२ मध्ये अधिवेशने भरवली गेली व याचा परिणाम म्हणजे महाराष्ट्रात वसंतराव नाईक यांनी 'विमुक्त जाती व भटक्या जमाती विकास महामंडळ' स्थापन केले.

या महामंडळाची स्थापना १९८४ रोजी झाली. याचा मुख्य उद्देश समाजातील दारिद्र्य रेषेखाली जीवनमान जगणाऱ्या विमुक्त जाती व भटक्या जमातीच्या लोकांचा विकास साधणे हा निश्चित केला गेला.

शासनाने विमुक्त जातीच्या यादीमध्ये एकूण १४ जातींचा समावेश केलेला असून भटक्या जमातीच्या यादीत एकूण २८ जातींचा समावेश आहे. याशिवायं धनगर व त्यात मोडणाऱ्या २१ पोटजातींचा तसेच वंजारी जातीचा भटक्या जमातीत समावेश केला आहे.

या जमातींनी शासनाकडे काही मागण्या केल्या होत्या.

घटनेच्या ३४० कलमानुसार भटक्या, विमुक्त जमातींची लोकसंख्येची पाहणी केली जावी.

देशात पडून असलेली जमीन या जमातींच्या लोकांना देऊन तेथेच त्यांचे पुनर्वसन करावे.

अनुसूचित जाती-जमातींप्रमाणेच या जमातींच्यासाठी कल्याणकारी कार्यक्रम राबवले जावेत.

त्यांना व्यावसायिक प्रशिक्षण देऊन उत्पन्नासाठी बाजारपेठ उपलब्ध करून द्यावी.

काटक शरीर असलेल्या जमातीच्या लोकांना सैन्यात भरती करून नोकरीची संधी लपलब्ध करून द्यावी.

भटक्या जमातीच्या लोकांना कायम निवास, आर्थिक उन्नती, रोजगार मिळण्याची व्यवस्था व्हावी त्यांना सर्व प्रकारचे शिक्षण दिले जावे.

त्यानुसार त्यांच्यासाठी काही योजना आखल्या गेल्या.

त्याच्यामार्फत बिजभांडवल कर्ज योजना, ५० टक्के अनुदान योजना, प्रशिक्षण योजना राबवल्या जातात. वसंतराव नाईक विमुक्त जाती व भटक्या जमाती विकास महामंडळाची राष्ट्रीय मागासवर्ग वित्तीय व विकास महामंडळ, नवी दिल्ली यांची अधिकृत वाहिनी म्हणून नेमणूक करण्यात आली आहे. या महामंडळाच्या मुदतीत कर्ज योजना, मार्जिन मनी कर्ज योजना, शैक्षणिक कर्ज योजना, स्वयंसक्षम कर्जयोजना, स्वर्णिमा कर्ज योजना, मायक्रो कर्ज योजना, महिला समृद्धी कर्ज योजना राबवल्या जातात.

राष्ट्रीय मागासवर्ग आयोग अधिनियम (१९९३ चा अधिनियम क्र. २७) च्या कलम ९ मधील तरतुदी नुसार राष्ट्रीय मागासवर्ग आयोग कोणत्याही नागरीकांच्या वर्गाचा केंद्राच्या मागासवर्गाच्या यादीमध्ये मागासवर्गीय म्हणून समावेश करण्यासाठीच्या विनंतीचे परीक्षण करतो.

मरीआईवाला, कडकलक्ष्मीवाले, मरगम्मावाले, गिहारा, दरवेशी, गावलान, हश्मी, नीली, लाडसी, उदासी, शिंगाडे बंजारा, फानडेबंजारा, सुनार बंजारा इ. जमाती मागासवर्गीय यादीमध्ये समावेश होण्यासाठी प्रयत्नशील आहेत.

विमुक्त जाती, भटक्या जमाती आणि विशेष मागास प्रवर्ग कल्याणासाठी आखलेल्या योजना चार स्थूल प्रवर्गाखाली येतात.

१) शैक्षणिक सवलती
२) आर्थिक उन्नती
३) गृहनिर्माण
४) इतर योजना

१) शैक्षणिक सवलती

विमुक्त जाती, भटक्या जमाती, इतर मागासवर्ग आणि विशेष मागास प्रवर्ग शिक्षण क्षेत्रामध्ये मिळणाऱ्या सहाय्यामध्ये स्थूलमानाने शिकवणी फी व परीक्षा फी यांची माफी. माध्यमिक शाळेत शिकणाऱ्या विद्यार्थ्यांना शिष्यवृत्त्या, शालान्तपूर्व, शालान्त परीक्षोत्तर शिक्षणाकरिता शिष्यवृत्त्या इत्यादी शैक्षणिक योजनांचा महत्वाचा भाग आहे.

(एक) शैक्षणिक लाभाच्या योजना

१) माध्यमिक शाळेत शिक्षण घेणाऱ्या मागासवर्गीय विद्यार्थ्यांना शिक्षण फी, परीक्षा फी (मॅट्रीकपूर्व) प्रदान करणे - (विजाभज / विमाप्र) जिल्हा परिषद.

अ) शासन निर्णय, क्रीडा व समाज कल्याण विभाग क्रमांक ईबीसी-१९६८/८३५६७- ए, दिनांक २४ डिसेंबर १९७० अन्वये ही योजना लागू करण्यात आलेली असून शासन निर्णय दिनांक २९ ऑक्टोबर १९९६ अन्वये विमाप्र विद्यार्थ्यांना लागू करण्यात आलेली आहे.

ब) योजनेचे उद्दिष्ट व स्वरूप

मागासवर्गीय विद्यार्थ्यांना त्यांचे वय व उत्पन्न विचारात न घेता सर्व स्तरांवरील मान्यताप्राप्त

अभ्यासक्रमासाठी शिक्षणशुल्क व परीक्षा शुल्क अदा केले जाते. यामध्ये प्रवेश सत्र, वाचनालय, प्रयोगशाळा, क्रीडा इत्यादी शुल्कांचा समावेश आहे.

क) योजनेच्या अटी व शर्ती

१) संबंधित विद्यार्थी हा मान्यताप्राप्त शाळेत शिक्षण घेत असलेला असावा. २) तो विजाभज, विमाप्र प्रवर्गातील नमूद केलेल्या जातीचा असावा. ३) विद्यार्थ्यांचे वय व उत्पन्न विचारात न घेता योजनांतर्गत सर्व स्तरांवरील मान्यताप्राप्त अभ्यासक्रमांसाठी अशा शुल्कमाफी देय आहेत.

ड) लाभाचे स्वरूप

या योजनेतर्गत संबंधित शाळांना जी फी अनुज्ञेय आहे ती म्हणजे प्रवेश शुल्क, वाचनालय, क्रीडा, प्रयोगशाळा अशा स्वरूपाच्या फी संबंधित शाळांना परस्पर अदा केली जाते. तसेच एक वेळ नापास झालेल्या विद्यार्थ्यांना देखील या शुल्काची प्रतिपूर्ती केली जाते.

(एक) २) माध्यमिक शाळेत शिकत असलेल्या मागासवर्गीय विद्यार्थ्यांना शिष्यवृत्ती (विजाभज / विमाप्र) जिल्हा परिषद.

अ) शिक्षण व समाज कल्याण विभाग क्रमांक ईबीसी – १०६० / ५४७८७-जे, दिनांक २९ ऑगस्ट १९६६ अन्वये सुरू करण्यात आलेली असून शासन निर्णय २९ ऑक्टोबर १९९६ अन्वये विमाप्र विद्यार्थ्यांसाठी लागू करण्यात आलेली आहे.

ब) योजनेचे उद्दिष्ट व स्वरूप

१) माध्यमिक शाळेतील हुशार व गुणवान विद्यार्थ्यांना प्रोत्साहन देणे. २) या योजनेंतर्गत प्रत्येक शाळेतील इयत्ता ५ वी ते १० वी च्या वर्गामध्ये गतवर्षाच्या वार्षिक परीक्षेत ५० टक्केपेक्षा जास्त गुण घेऊन वर्गामध्ये प्रथम व द्वितीय क्रमांकाने पास होणाऱ्या विद्यार्थ्यांस या योजनेचा लाभ देण्यात येतो.

योजनेच्या अटी व शर्ती

१) विद्यार्थी मान्यताप्राप्त शाळेत शिकत असलेला असावा. २) त्याने गतवर्षाच्या इयत्ता ५ वी ते १० वीपर्यंतच्या वार्षिक परीक्षेत ५० टक्केपेक्षा जास्त गुण घेऊन तो वर्गामध्ये प्रथम किंवा द्वितीय क्रमांकाने उत्तीर्ण झालेला असावा. ३) तो विजाभज व विमाप्र या प्रवर्गातील नमूद जातीपैकी असावा.

ड) लाभाचे स्वरूप

अ) इयत्ता ५ वी ते ७ वी साठी दरमहा रुपये २० प्रमाणे दहा महिन्यांसाठी रुपये २०० प्रति विद्यार्थी ब) इयत्ता ८ वी ते १० वी साठी दरमहा रुपये ४० प्रमाणे १० महिन्यांसां रुपये ४०० प्रति विद्यार्थी.

२) माध्यमिक शाळेत शिकत असलेल्या मागासवर्गीय विद्यार्थ्यांना शिष्यवृत्ती देणे (विजाभज/विमाप्र) फक्त मुंबईकरिता.

(२-अ) शिक्षण व समाज कल्याण विभाग क्रमांक ईबीसी-१०६०/५४७८७-जे, दिनांक

२९ ऑगस्ट १९६६ अन्वये सुरू करण्यात आलेली असून शासन निर्णय २९ ऑक्टोबरला १९९६ अन्वये विमाप्र विद्यार्थ्यांसां लागू करण्यात आलेली आहे.

योजनेचे उद्दिष्ट

१) माध्यमिक शाळेतील हुशार व गुणवत्ता विद्यार्थ्यांना प्रोत्साहन देणे. २) या योजनेंतर्गत प्रत्येक शाळेतील इयत्ता ५ वी ते १० वी च्या वर्गामध्ये गतवर्षाच्या परीक्षेत ५० टक्केपेक्षा जास्त गुण घेऊन वर्गामध्ये प्रथम व द्वितीय क्रमांकाने पास होणाऱ्या विद्यार्थ्यांस या योजनेचा लाभ देण्यात येतो.

योजनेच्या अटी व शर्ती

१) विद्यार्थी मान्यताप्राप्त शाळेत शिकत असलेला असावा. २) त्याने गतवर्षाच्या इयत्ता ५ वी ते १० वी पर्यंतच्या वार्षिक परीक्षेत ५० टक्केपेक्षा जास्त गुण घेऊन तो वर्गामध्ये प्रथम किंवा द्वितीय क्रमांकाने उत्तीर्ण झालेला असावा. ३) तो विजाभज व विमाप्र या प्रवर्गातील नमूद जातीपैकी असावा.

लाभाचे स्वरूप

अ) इयत्ता ५ वी ते ७ वी साठी दरमहा रुपये २० प्रमाणे दहा महिन्यांसाठी रुपये २०० प्रति विद्यार्थी. ब) इयत्ता ८ वी ते १० वी साठी दरमहा ४० प्रमाणे १० महिन्यांसाठी रुपये ४०० प्रति विद्यार्थी.   ३) इयत्ता ५ वी ते ७ वी मध्ये शिकणाऱ्या विद्यार्थींना सावित्रीबाई फुले शिष्यवृत्ती (विजाभज/विमाप्र) (जिल्हा परिषद).

अ) सदरची योजना शासन निर्णय क्रमांक ईबीसी-१०९४/३९०३८/प्र.क्र.९०/मावक-२, दिनांक १२ जानेवारी १९९६ अन्वये विजाभज विद्यार्थींनींकरिता २९ ऑक्टोबर १९९६ पासून विमाप्र विद्यार्थींनींना लागू करण्यात आलेली आहे.

ब) योजनेचे उद्दिष्ट व स्वरूप

१) मागासवर्गीय मुलींचे गळतीचे प्रमाण कमी करण्यासाठी प्रोत्साहनपर अनुदान म्हणून शिष्यवृत्ती दिली जाते. या योजनेंतर्गत इयत्ता ५ वी ते ७ वी मधील विजाभज, विमाप्र प्रवर्गातील विद्यार्थींनींना शिष्यवृत्ती दिली जाते.

क) योजनेच्या अटी व शर्ती

१) विद्यार्थीनी ही विजाभज, विमाप्र प्रवर्गातील असावी. २) शासनमान्य शाळेत इयत्ता ५ वी ते ७ वी च्या वर्गात प्रवेश घेतलेला असावा. ३) उत्पन्नाची व गुणाची अट राहणार नाही.

ड) लाभाचे स्वरूप

इयत्ता ५ वी ते ७ वी मधील विद्यार्थीनीस दरमहा ६० रुपयेप्रमाणे १० महिन्यांसाठी रुपये ६०० शिष्यवृत्तीची रक्कम संबंधित शाळांमार्फत अदा केली जाते.

४) राज्य सरकारची मॅट्रीकोत्तर शिष्यवृत्ती योजना (विजाभज/विमाप्र संवर्गासाठी)

सदरची योजना शासन निर्णय क्रमांक आरसीपी-१०५९-ई, दिनांक २१ जानेवारी १९६०

प्रमाणे मागासवर्गीय विमुक्त जाती/ भटक्या जमाती विद्यार्थ्यांना लागू केलेली आहे. या योजनेसाठी महाराष्ट्र शासनामार्फत तरतूद उपलब्ध करून देण्यात येते. ही योजना १९९५–९६ पासून वि. मा. प्र. वर्गासाठी लागू करण्यात आली.

योजनेचे उद्दिष्ट व स्वरूप

मागासवर्गीय विद्यार्थी शालांत परीक्षोत्तर शिक्षण घेणेस उद्युक्त व्हावे याकरिता त्यांना प्रोत्साहन मिळावे या हेतूने इयत्ता अकरावीपासून ते पदव्युत्तर अभ्यासक्रमासाठी शिष्यवृत्ती, शिक्षण फी, परीक्षा फी व इतर अनुज्ञेय फी संबंधित विद्यार्थ्यांना शिष्यवृत्ती निवासी व अनिवासी दराने अदा केली जाते.

योजनेच्या अटी व शर्ती

१) विद्यार्थ्यांच्या पालकांचे सर्व मार्गांनी मिळून होणारे वार्षिक उत्पन्न रुपये ४९,००० पर्यंत असल्यास पूर्ण दराने तर रुपये ६५,२९० असल्यास अर्ध्या दराने शिष्यवृत्ती दिली जाते. २) पूर्णकालीन नोकरी करणारे विद्यार्थी या शिष्यवृत्तीस अपात्र आहेत. ३) त्याच इयत्तेत परत शिकणाऱ्या विद्यार्थ्यांना शिष्यवृत्ती मिळणार नाही. ते उत्तीर्ण झाल्यावर वरच्या वर्गासाठी शिष्यवृत्ती मिळण्यास ते पात्र होतील.

ड) लाभाचे स्वरूप

पात्र विद्यार्थ्यास विद्यापीठाने मान्य केलेली शिक्षण फी, परीक्षा फी व इतर अनुज्ञेय फी संबंधित महाविद्यालयात परस्पर अदा केली जाते. वसतिगृहात न राहता शिक्षण घेणाऱ्या पात्र विजाभज / विमाप्र विद्यार्थ्यांना दरमहा रुपये ९० ते १९० प्रमाणे दहा महिन्यांसाठी तर निवासी विद्यार्थ्यांसाठी दरमहा रुपये १५० ते ४५० प्रमाणे निर्वाहभत्ता देण्यात येतो. दहा महिन्यांसाठी संबंधित विद्यार्थ्यास अदा केला जातो. संबंधित महाविद्यालयाच्या प्राचार्यांमार्फत अर्ज सादर करावा लागतो. निर्वाहभत्त्याखेरीज विद्यार्थ्यांना, संस्थांना सक्तीने द्यावयास लागणारी फी सुद्धा या योजनेखाली देण्यात येते.

शिष्यवृत्ती पात्रतेच्या ठळक अटी

१) विद्यार्थ्यांच्या वडिलांचे / पालकांचे वार्षिक उत्पन्न रुपये ४९,००० ते रुपये ६५,२९० पेक्षा अधिक असता कामा नये.

२) पूर्णकालीन नोकरी करणारे विद्यार्थी या शिष्यवृत्तीस अपात्र आहेत.

३) त्याच इयत्तेत परत शिकणाऱ्या विद्यार्थ्यांना शिष्यवृत्ती मिळू शकणार नाही. पास झाल्यानंतर वरच्या वर्गासाठी शिष्यवृत्तीस ते पात्र ठरतील.

४) एका आई-बापाच्या फक्त दोनच मुलांना ही शिष्यवृत्ती मिळेल. मुलींच्या बाबतीत ही अट शिथिल करण्यात आली आहे.

५) जो विद्यार्थी / विद्यार्थींनी दुसरी शिष्यवृत्ती अगर विद्यावेतन स्वीकारील त्यास ही शिष्यवृत्ती त्या तारखेपासून मिळणार नाही.

६) ज्या संस्थेत विद्यार्थी शिकत आहेत त्या संस्था प्रमुखांकडून पूर्णपणे भरलेले अर्ज विद्यार्थ्यांनी सादर करावेत. विद्यार्थी ज्या राज्याचे रहिवासी असेल त्या राज्य सरकारने या कामासाठी विनिर्दिष्ट केलेल्या अधिकाऱ्यास उद्देशून हे अर्ज करावेत.

५) औद्योगिक प्रशिक्षण संस्थेतील प्रशिक्षणार्थींना विद्यावेतन (विजाभज/विमाप्र)

योजनेचे उद्दिष्ट व स्वरूप

मागासवर्गीय विद्यार्थ्यांना तांत्रिक शिक्षणाकडे वळविण्याकरिता औद्योगिक प्रशिक्षण संस्थांमध्ये प्रशिक्षण घेणाऱ्या विद्यार्थ्यांना विद्यावेतन दिले जाते.

योजनेच्या अटी व शर्ती

१) विद्यार्थी हा विजाभज, विमाप्र प्रवर्गातील असावा. २) त्याने शासकीय औद्योगिक प्रशिक्षण संस्थेत प्रवेश घेतलेला असावा. ३) विद्यार्थ्यांच्या पालकाचे वार्षिक उत्पन्न रुपये ६५,२९० च्या आत असावे.

लाभाचे स्वरूप

१) या योजनेखाली औद्योगिक प्रशिक्षण संस्थेत प्रशिक्षण घेणाऱ्या निवासी विजाभज व विमाप्र विद्यार्थ्यांना संचालक, तांत्रिक शिक्षण यांचेकडून दरमहा रुपये ४० विद्यावेतन दिले जाते व विजाभज विभागामार्फत दरमहा रुपये ६० जादा विद्यावेतन असे एकूण दरमहा रुपये १०० प्रमाणे विद्यावेतन दिले जाते.

२) ज्या निवासी विद्यार्थ्यांना संचालक, तांत्रिक शिक्षण यांचेकडून काहीच विद्यावेतन दिले जात नाही अशा विद्यार्थ्यांना विजाभज संचालनालयामार्फत रुपये १०० विद्यावेतन दिले जाते.

३) अनिवासी प्रशिक्षण घेणाऱ्या विद्यार्थ्यांना संचालक, तांत्रिक शिक्षण यांचेकडून दरमहा रुपये ४० व विजाभज संचालनालयामार्फत दरमहा रुपये २० चे जादा विद्यावेतन असे एकूण रुपये ६० दरमहा देण्यात येते.

४) यामुळे विजाभज व विमाप्र विद्यार्थ्यांना स्वयंरोजगार उपलब्ध होण्यास मदत होते.

६) सैनिकी शाळेत प्रशिक्षण घेणाऱ्या विद्यार्थ्यांसां निर्वाहभत्ता (विजाभज/विमाप्र)

अ) शासन निर्णय क्रमांक ईबीसी-१०७४/५६४/का-५, दिनांक ६ ऑगस्ट १९७६ अन्वये सदरची योजना विजाभज विद्यार्थ्यांना लागू करण्यात आलेली होती. याच धर्तीवर शासनाने शासन निर्णय क्रमांक संकीर्ण-२००२/प्र.क्र. ३७१/मावक-३, दिनांक ५ ऑगस्ट २००३ अन्वये विशेष मागास प्रवर्गाच्या विद्यार्थ्यांना सन २००३-२००४ या शैक्षणिक वर्षापासून लागू केलेली आहे. या योजनेंतर्गत निर्वाहभत्त्याचे दरामध्ये शासनाने १७ सप्टेंबर २००४ अन्वये वाढ करण्यात आलेली असून पुणे, सातारा व नाशिक या सैनिकी शाळांमधून शिक्षण घेणाऱ्या विद्यार्थ्यांना प्रचलित दराने आकारण्यात येणारी पूर्ण खर्चाची रक्कम तसेच स्वयंसेवी संस्थेमार्फत चालविण्यात

येणाऱ्या सैनिकी शाळांमध्ये शिक्षण घेण्याकरिता निर्धारित केलेल्या वार्षिक भत्त्याची रक्कम रुपये १५,००० संबंधित संस्थेस अदा करण्यास मंजुरी दिलेली आहे.

ब) योजनेचे उद्दिष्ट व स्वरूप

मागासवर्गीय विद्यार्थ्यांना सैनिक शाळेत प्रशिक्षण घेऊन भारतीय सेनादलामध्ये प्रवेश घेण्यासाठी उद्युक्त व्हावे यासाठी आर्थिक सहाय्य दिले जाते. या योजनेंतर्गत पुणे, नाशिक व सातारायेथील शासकीय सैनिक शाळेतील तसेच इतर शासनमान्य सैनिक शाळेतील विजाभज व विमाप्र विद्यार्थ्यांना मान्य दराने निर्वाहभत्ता अदा केला जातो.

क) योजनेच्या अटी व शर्ती

या योजनेंतर्गत नाशिक, पुणे, सातारा येथील सैनिक शाळेमध्ये शिकणाऱ्या विजाभज, विमाप्रच्या विद्यार्थ्यांना शिक्षण फी, परीक्षा फी, भोजन, निवास, कपडे, क्रीडा, घोडेस्वारी व पॉकेटमनी इत्यादी वरील खर्चाची परिपूर्ती संबंधित शाळांना करण्यात येते. सन १९९६–९७ पासून स्वयंसेवी संस्थांमार्फत चालविल्या जाणाऱ्या सैनिकी शाळांमधील विद्यार्थ्यांना या योजनेचा लाभ देण्यात येतो. या योजनेंतर्गत निर्वाहभत्त्याचे दरामध्ये शासनाने १७ सप्टेंबर २००४ अन्वये निर्वाहभत्त्यामध्ये वाढ करण्यात आलेली असून पुणे, सातारा व नाशिक या सैनिकी शाळांमधून शिक्षण घेणाऱ्या विद्यार्थ्यांना प्रचलित दराने आकारण्यात येणारी पूर्ण खर्चाची रक्कम तसेच स्वयंसेवी संस्थांमार्फत चालविण्यात येणाऱ्या सैनिकी शाळांमध्ये शिक्षण घेण्याकरिता निर्धारित केलेल्या वार्षिक भत्त्याची रक्कम रुपये १५,००० संबंधित संस्थेस अदा करण्यास मंजुरी दिलेली आहे.

७) व्यावसायिक पाठ्यक्रमाशी संलग्न असणाऱ्या वसतिगृहातील निवासी मागासवर्गीय विद्यार्थ्यांना निर्वाहभत्ता प्रदान करणे (विजाभज/विमाप्र).

अ) सदरची योजना शासनाने मागासवर्गीय विद्यार्थ्यांना शिक्षण पूर्ण करण्यासाठी सहाय्यभूत व्हावी म्हणून निर्णय क्रमांक बीसीएच–१०८१/२९२८०/४५०, दिनांक १७ नोव्हेंबर १९८३ अन्वये लागू केलेली आहे. शासन निर्णय क्रमांक इमाव–२००३/प्र.क्र.२०२/मावक–३, दिनांक १८ जुलै २००३ अन्वये निर्वाहभत्त्यामध्ये भरीव वाढ करण्यात आलेली आहे.

ब) योजनेचे उद्दिष्ट व स्वरूप

शासकीय वसतिगृहातील विद्यार्थ्यांचा प्रवेशाचा ताण कमी करण्याच्या दृष्टीने वैद्यकीय, अभियांत्रिकी व इतर व्यावसायिक महाविद्यालयांच्या वसतिगृहात राहणाऱ्या विद्यार्थ्यांना या योजनेंतर्गत लाभ मिळतो. सदरचा लाभ दहा महिन्यांच्या कालावधीकरिता शिष्यवृत्तीच्या रक्कमेव्यतिरिक्त दिला जातो.

क) योजनेच्या अटी व शर्ती

१) विद्यार्थी हा विजाभज व विमाप्र प्रवर्गातील असावा. २) तो भारत सरकार शिष्यवृत्तीधारक असावा. ३) त्याने संबंधित व्यावसायिक पाठ्यक्रमाच्या महाविद्यालयाशी संलग्न असलेल्या वसतिगृहात प्रवेश घेतलेला असावा. ४) विद्यार्थी हा वैद्यकीय, अभियांत्रिकी, पशुधन

या अभ्यासक्रमाचा पदवी/पदव्युत्तर शिक्षण नियमित घेणारा असावा.

लाभाचे स्वरूप

या योजनेंतर्गत व्यावसायिक पाठ्यक्रमाच्या अभ्यासक्रमाची अ, ब, क, मध्ये वर्गवारी करण्यात आलेली आहे. यामध्ये व्यावसायिक पाठ्यक्रमाशी संलग्न असणाऱ्या वसतिगृहात राहणाऱ्या व वसतिगृहात प्रवेश मिळण्यास पात्र असलेल्या परंतु वसतिगृहाबाहेर राहणाऱ्या विद्यार्थ्यांना अनुक्रमे परिशिष्ट 'अ' व परिशिष्ट 'ब'प्रमाणे निर्वाहभत्ता देण्यात येतो.

परिशिष्ट 'अ'

सदर योजनेंतर्गत निर्वाहभत्त्याचे दर खालीलप्रमाणे अनुज्ञेय राहतील.

	अभ्यासक्रमाचे नाव	निर्वाहभत्त्याचा प्रतिमाह दर	कालावधी	एकूण
अ)	चार ते पाच वर्षांचे अभ्यासक्रम वैद्यकीय, अभियांत्रिकी, कृषि, पशुवैद्यकीय, वास्तुशास्त्र इ.	रु. ७००	१० महिने	रु. ७,०००
ब)	दोन ते तीन वर्षांचे अभ्यासक्रम अभियांत्रिकी पदविका, एमबीए., एमएसडब्ल्यू. इ.	रु. ५००	१० महिने	रु. ५,०००
क)	दोन वर्ष किंवा त्यापेक्षा कमी कालावधीचे अभ्यासक्रम बी.एड्. डी.एड. इ.	रु. ५००	१० महिने	रु. ५,०००

परिशिष्ट 'ब'

व्यावसायिक पाठ्यक्रमाशी संलग्न असणाऱ्या वसतिगृहाच्या व शासकीय वसतिगृहाच्या बाहेर राहणाऱ्या परंतु वसतिगृहात प्रवेश मिळण्यास पात्र असणाऱ्या विमुक्त जाती, भटक्या जमाती व विशेष मागास प्रवर्गाच्या विद्यार्थ्यांना विद्यावेतन योजना.

१) सदर योजनेअंतर्गत निर्वाहभत्त्याचे दर खालीलप्रमाणे अनुज्ञेय राहतील...

	अभ्यासक्रमाचे नाव	निर्वाहभत्त्याचा प्रतिमाह दर	कालावधी	एकूण
अ)	चार ते पाच वर्षांचे अभ्यासक्रम वैद्यकीय, अभियांत्रिकी, कृषि, पशुवैद्यकीय, वास्तुशास्त्र इ.	रु. १०००	१० महिने	रु. १०,०००
ब)	दोन ते तीन वर्षांचे अभ्यासक्रम अभियांत्रिकी पदविका, एमबीए., एमएसडब्ल्यू. इ.	रु. ७००	१० महिने	रु. ७,०००
क)	दोन वर्ष किंवा त्यापेक्षा कमी कालावधीचे अभ्यासक्रम बी.एड्. डी.एड. इ.	रु. ५००	१० महिने	रु. ५,०००

भटक्या विमुक्तांसाठी राष्ट्रीय पातळीवर पहिल्यांदाच आयोग स्थापन केला गेला. जो राष्ट्रीय विमुक्त-भटके-निमभटके जमाती आयोग होय. या आयोगाने २-३ वर्षांच्या परिश्रमानंतर देशाच्या सर्व राज्यातील हजारो भटक्या जमातींची माहिती गोळा केली. यात डोंबारी, बहुरुपी, मसणजोगी, कडकलक्ष्मी, वासुदेव, कंजारभाट, पारधी (महाराष्ट्र), चन्नदासरू (कर्नाटक), नट, कलबेलिया, जेडिया, शिकलगार, गाडिया लोहार, कनमालिया (उत्तर प्रदेश, मध्यप्रदेश, बिहार) भरवाड, रबारी (राजस्थान), मुस्लिम गुजर (हिमाचल प्रदेश), करुव्वन व पम्मलोड (तामीळनाडू) इ. १२३ भटक्या जमातींची माहिती संकलित केली. परंतु या जमातींची लोकसंख्या निश्चित करण्याचे मोठे आव्हान या आयोगाला पेलावे लागले. कारण यातील अनेक जमातींची माहिती १९९१ च्या जनगणनेतही गोळा केलेली नाही व पंधरा जमातींची नोंदही नाही. यांची लोकसंख्या देशात साडेदहा कोटींपेक्षा जास्त आहे. या जमातीतील अनेक पोट जातींची नोंद नागरीक म्हणून झाली नाही.

या आयोगाने यासाठी थेट घटना दुरुस्ती करावी व त्यांच्यासाठीच्या कायद्याच्या अंमलबजावणीसाठी कायम स्वरूपी आयोग स्थापन करावा. भटक्या जमातींसाठी वेगळा कायदा करावा. भटक्या विमुक्तांसाठी केंद्र व राज्यांच्या पातळीवर वेगळे मंत्रालय स्थापन करावे, संशोधन संस्था, अॅकॅडमी, सांस्कृतिक केंद्राची राज्यवार स्थापना करावी, या जमातींच्या मतदार याद्या अद्ययावत कराव्यात. आयोगाच्या शिफारशींच्या कालबद्ध अंमलबजावणी व देखरेखीसाठी आयोग असावा. या जमातींना मुलभूत अधिकार देण्यासाठी कायदा केला गेला पाहिजे. यातील अनेक लोक जनावरे पाळतात ते चार महिन्यांपेक्षा जास्त काळ एका ठिकाणी रहातच नाहीत. अशांची नोंद नागरीक म्हणून केली जात नाही. मदारी, गारुडी, कंजारभाट, लमाण, पारधी या जमातींची स्थिती खूपच वाईट आहे.

यातील अनेक जाती भाकरीच्या चतकोरभर तुकड्यासाठी आणि ओंजळभर पाण्यासाठी भीक मागतात. परंतु भीक प्रतिबंधक कायद्याने ते कठीण झाले आहे. डोंगर, वने यावर अवलंबून असणाऱ्या जातींना वनसंरक्षण कायद्यामुळे जंगलात जाता येत नाही. जलाशयांचे खासगीकरण होत असल्याने ते ही पिता येत नाही. मनोरंजनाची साधने बदलली, ज्योतिषी बदलले त्यामुळे कुडमुडे ज्योतिर्षांनाही काम मिळत नाही. म्हणजे त्यांचा जगण्याचा हक्कच हिरावून घेतला आहे. म्हणून या जमातींसाठी रोजगार साधनांची निर्मिती करावी.

चेहरा-मोहरा नसलेल्यांना ओळख देणं, स्थैर्य देणं या दिशेने झालेला हा पहिला प्रयत्न आहे. त्या प्रयत्नांना यश मिळायला हवं, त्यातल्या सगळ्या मागण्या मान्य व्हायला पाहिजेत. त्याची अंमलबजावणी व्हायलाच हवी. माणसाला माणूस म्हणून जगायला मिळालं पाहिजे.

भारतीय जनगणनेत त्यांनाही स्थान मिळायला हवं. आणि पोटासाठी त्यांची चाललेली वणवण थांबायला हवी. आयोगाने केलेल्या ऐंशी शिफारशी टप्प्याटप्प्याने पूर्ण व्हायलाच पाहिजे. कारण एकदम ऐंशीवर काम सुरू करून एकही प्रत्यक्षात न येण्यापेक्षा योग्य प्रकारे सर्व मागण्या पूर्ण व्हायला हव्यात.

भटक्या विमुक्तांसाठी राष्ट्रीय पातळीवर पहिल्यांदाच आयोग स्थापन केला गेला. जो राष्ट्रीय विमुक्त भटके निमभटके जमाती आयोग होय. या आयोगाने २-३ वर्षाच्या परिश्रमानंतर देशाच्या सर्व राज्यातील हजारो भटक्या जमातींची माहिती गोळा केली. यात डोंबारी, बहुरुपी, मसणजोगी, कडकलक्ष्मी, वासुदेव, कंजारभाट, पारधी (महाराष्ट्र), चन्नदास (कर्नाटक), नट, कलबेलिया, जेडिया, शिकलगार, गाडिया लोहार, कनमलिया (उत्तरप्रदेश, मध्यप्रदेश, बिहार), भरवार, रबारी (राजस्थान) मुस्लिम गुजर (हिमाचल प्रदेश) करुव्वन पम्मलोड (तामीळनाडू) इ. १२३ भटक्या जमातीची माहिती संकलित केली गेली. परंतु या जमातींची लोकसंख्या निश्चित करण्याचे मोठे आव्हान या आयोगाला पेलावे लागले. कारण यातील अनेक जमातींचा माहिती १९९१ च्या जनगणनेतही गोळा केलेली नाही व पंधरा जमातींची नोंदही नाही. यांची लोकसंख्या देशात साडेदहा कोटीपेक्षा जास्त आहे. या जमातीतील अनेक पोटजातींची नोंद नागरीक म्हणूनही झाली नाही.

या आयोगाने यासाठी थेट घटना दुरुस्ती करावी व त्यांच्यासाठीच्या कायद्याच्या अंमलबजावणीसाठी कायम स्वरूपी आयोग स्थापन करावा. भटक्या जमातींसाठी वेगळा कायदा करावा. भटक्या विमुक्तांसाठी केंद्र व राज्यांच्या पातळीवर वेगळे मंत्रालय स्थापन करावे, संशोधन संस्था, ऑॅकॅडमी, सांस्कृतिक केंद्राची राज्यवार स्थापना करावी, या जमातींच्या मतदार याद्या अद्ययावत कराव्यात. आयोगाच्या शिफारशींच्या कालबद्ध अंमलबजावणी व देखरेखीसाठी आयोग असावा. या जमातींना मूलभूत अधिकार दिले गेले पाहिजेत.

(Anutai Wagh)

अनुताई वाघ (१९१०–१९९२)

महाराष्ट्राच्या शैक्षणिक इतिहासात अनुताईंचे बालशिक्षण क्षेत्रातील कार्य, आदीवासी क्षेत्रातील शिक्षणाचे कार्य अतिशय मोलाचे आहे. अनुताईंचा जन्म १७ मार्च १९१० सालचा. त्यांनी वैधव्य आल्यावर सुद्धा सामाजिक रुढी–बंधनांची पर्वा न करता आपले शिक्षण पूर्ण केले. त्यांनी मराठी सातवीचे शिक्षण पूर्ण झाल्यावर अध्यापकीय प्रशिक्षण घेतले.

बालशिक्षणाचे कार्य

१९४५ साली त्या ठाणे जिल्ह्यातील बोर्डी येथे ताराबाई मोडक यांनी सुरू केलेल्या ग्राम बाल शिक्षा केंद्र या पूर्व प्राथमिक शाळेत आल्या. ताराबाई मोडक यांच्या प्रभावाने त्यांनी सर्व आयुष्य शैक्षणिक कार्याला वाहून घ्यायचे ठरवले. त्यांनी रात्र शाळेतून मॅट्रीकचे शिक्षण घेतले.

लहान मुलांचे शिक्षण हे खेळण्यातून असते ज्यामुळे त्यांना शिकत आहोत ही जाणीव करून न देता शिक्षित करायचे असते. अनुताईंनी बालगीतांमधून नव्यानव्या खेळण्यांमधून मुलांना शिकविले. त्यांनी वेगवेगळ्या मार्गांनी परीसराचा विकास करायला सुरुवात केली.

१९३३ ते १९४४ या काळात अनुताईंनी बोर्डीमधील बालशिक्षा केंद्र येथे अध्यापिका व नंतर १९४५ ते ७३ या काळात कोसबाड येथील नूतन बालशिक्षा केंद्राच्या चिटणीस होत्या. त्या काळात त्यांनी अनेक संस्था स्थापन केल्या. 10 पाळणा घरे, ११ बालवाड्या, ४ पूर्वप्राथमिक शाळा, बाल सेविका प्रशिक्षण वर्ग, अंगणवाडी प्रशिक्षण वर्ग, अध्यापक प्रशिक्षण विद्यालय, कार्यानुभव प्रकल्प, उद्योग प्रशिक्षण, स्त्री शक्ती जागृती संस्था (ठाणे) रात्रशाळा, ३० प्रौढ शिक्षण संस्था, कुरणशाळा, मुकबधीर संस्था, आरोग्य केंद्रे या संस्था स्थापन केल्या.

आदीवासींच्यात राहून त्यांच्या उद्धारासाठी त्यांनी कार्य केले. आदीवासी स्त्रिया, मुले, प्रौढ यांच्यात शिक्षणाचा प्रसार केला. व त्यांना पुढे आणण्यासाठी प्रयत्न केले.

अनुताईंचे शैक्षणिक तत्त्वज्ञान त्यांच्या लेखनातून ह्ह्द्ध बालवाडी कशी चालवावी, कुरणशाळा, बालवाडीतील कृती गीते यात सापडते. त्यांनी स्त्री शिक्षण, स्त्री जागृती याचाही पाठपुरावा केला.

सावित्रीबाई कार्य करणाऱ्या 'शिक्षणपत्रिका' व स्त्री जागृतीसाठी असलेल्या सावित्री या मासिकाच्या त्या संपादक होत्या. त्यांनी शिक्षक व पालक या दोघांच्याही प्रबोधनाचे काम केले.

सन्मान

त्यांच्या या कार्यासाठी त्यांना दलितमित्र, पद्मश्री, फाय फौंडेशन, जानकीदेवी बजाज

अशा अनेक पुरस्कारांना व सन्मानांनी गौरवण्यात आले. शिवाय आदर्श माता, आदर्श शिक्षिका सावित्रीबाई फुले बालकल्याण राष्ट्रीय पुरस्कार ही प्रदान करण्यात आले.

त्या राष्ट्रीय शिक्षण अनुसंधान व प्रशिक्षण मंडळाच्या कार्यकारीणीच्या सदस्य होत्या. अखील भारतीय पूर्व प्राथमिक शिक्षण संस्थेच्या उपाध्यक्ष म्हणूनही त्यांनी काम केले. नूतन बाल शिक्षण केंद्राची स्थापना त्यांनी केली.

(Welfare of other Backward Caste)

इतर मागासवर्गीयांसाठी योजना

ज्या जातींचा उल्लेख पूर्वी शूद्र म्हणून केला जात होता, अशा सर्व जातींचा समावेश हा अन्य मागासवर्गीयांत केला जातो. या जातींचा अभ्यास करण्यासाठी २९ जानेवारी १९५३ रोजी मा. काका कालेलकर यांच्या अध्यक्षतेखाली 'पहिला मागासवर्गीय आयोग' स्थापन केला होता. त्यानंतर १ जानेवारी १९७९ मध्ये भारत सरकारने कलम ३४० अंतर्गत दुसऱ्या मागासवर्गीय आयोगाची स्थापना केली. या आयोगाचे अध्यक्ष बिंदेश्वर प्रसाद मंडल होते म्हणून या आयोगाचे नाव मंडल आयोग आहे.

मंडल आयोगाने ३७४२ जातींचा समावेश अन्य मागासवर्गीय जाती म्हणून केला आहे. अनुसूचित जाती व जमातींप्रमाणेच यांनाही सर्व क्षेत्रात राखीव जागांची तरतूद केली आहे. मागासवर्गीय जाती ठरविण्यासाठी मंडल आयोगाने खालील निकष लावले. पैकी १. सामाजिक २. आर्थिक व ३. शैक्षणिक.

● सामाजिक निकषांमध्ये इतर जातींनी ज्या जातींना किंवा वर्गांना सामाजिकदृष्ट्या मागासलेले आहेत असे मानले आहे त्या जाती. ज्यांचा निर्वाह केवळ मजुरीवर चालतो त्या जाती. यात सुतार, लोहार, सोनार, गवंडी, तेली, तांबोळी, माळी, कुंभार, न्हावी, धोबी इ. जाती. तसेच ज्या जातीत नेमून दिलेल्या वयापेक्षा म्हणजेच १७ व्या वर्षात विवाहाचे प्रमाण जास्त आहे व त्यानंतरचा निकष म्हणजे ज्या जातीत राज्यातील सरासरी वयापेक्षा जास्त वयात कमीत कमी २५% स्त्रिया जातीच्या कामात सहभागी होतात अशा जाती.

● आर्थिकदृष्ट्या लावलेल्या निकषांमध्ये ज्या जातींची कौटुंबिक मालमत्ता त्या त्या राज्यातील सरासरी कौटुंबिक मालमत्तेपेक्षा कमीत कमी २५% पेक्षा कमी असणाऱ्या जाती. राज्याच्या सरासरी निवासस्थानापैकी २५% जास्त संख्येने कुटुंबे ही जर कच्च्या घरात राहत असतील तर अशा कुटुंबांच्या जाती यात मोडतात. पिण्याच्या पाण्याची सोय, गावातील ५०% घरांना अर्धा किलोमीटरपेक्षा जास्त लांब असेल, तर अशा घरातल्या जाती मागासवर्गीय आहेत. २५% पेक्षा जास्त कुटुंबे जर कर्जबाजारी असतील तर त्यांचा समावेश मागासवर्गीयात होतो.

● शैक्षणिक निकषांमध्ये ज्या जातीतील ५ ते १५ वयोगटांतील मुले कधीच शाळेत गेली नाहीत व त्यांची संख्या राज्यातील शाळेत न जाणाऱ्या मुलांच्या सरासरीपेक्षा २५% पेक्षा जास्त भरली पाहिजे. शाळेतील गळतीच्या प्रमाणातही राज्यातील इतर जातींच्या प्रमाणापेक्षा २५% जास्त भरेल अशा जाती. त्याचप्रमाणे ज्या जातीत किंवा वर्गात १० वी पेक्षा कमी शिक्षण घेतलेल्या विद्यार्थ्यांचे प्रमाण राज्यातील तशाच प्रमाणापेक्षा २५% जास्त आहेत अशा जाती 'अन्य मागासवर्गीय जाती' म्हणून समजल्या जातात.

राज्यातील स्थिती

महाराष्ट्रात इतर मागासवर्गीयांमध्ये सध्या ३६४ जाती झाल्या आहेत. पूर्वी या जाती ३४९ होत्या. १२ जून २००८ रोजी सरकारने अजून १५ जातींचा यात समावेश करण्यास मान्यता दिली. जिल्हा परिषद, महापालिका व इतर स्थानिक संस्थांच्या सत्तेत वाटा मिळण्यासाठी, शैक्षणिक सुविधा मिळविण्यासाठी ही सवलत आवश्यक ठरली आहे. त्यामुळे गेल्या काही वर्षांत जात मागास असल्याचा दावा करणाऱ्यांची संख्या १३५ वर पाहोचली आहे. त्यातील ७३ जातींना इतर मागासवर्गीयांत समाविष्ट केले आहे. इतर मागासवर्गीयांमध्ये आरक्षण मागितलेल्या जातींमध्ये मराठा, मारवाडी, सोनार, बंडगर, मणियार कासारी, धोबी, बारी, क्षत्रिय सैनिक मराठा, मराठा नाईक, राजबार हरी या प्रमुख जातींचा समावेश आहे.

राज्यसरकारने मागासवर्गीय आयोगाची स्थापना केली आहे. परंतु मूलभूत सुविधा नसल्याने कामकाजावर परिणाम होत आहे. गेल्या काही वर्षांत जात मागास असल्याचा दावा करणाऱ्यांची संख्या १३५ पेक्षा जास्त झाली आहे. या जातींचा अभ्यास करण्यासाठी दौरा करणे, सर्वेक्षण करणे आवश्यक आहे. मराठा जातीचा मागासपणा ठरविण्यासाठी राज्य मागासवर्गीय आयोगांनी विविध ठिकाणी दौरे सुरू केले आहेत.

समस्या

राज्यात यामध्ये सुतार, लोहार, कुंभार, परीट, गुरव, न्हावी, जोशी, तेली, तांबोळी, माळी, गोंधळी भावसार, रंगारी, कोष्टी इ. जाती येतात. या जाती अर्थात व्यवसायावरून ठरविल्या गेल्या आहेत. बलुतेदारी पद्धतीमध्ये प्रत्येकाच्या सेवा ठरल्या गेल्या व त्यांचे मोल वस्तूच्या रूपात दिले जाई. त्यामुळे या जाती पारंपरिक व्यवसाय करीत असत व त्यावर आपली उपजीविका करीत. त्या त्या विशिष्ट व्यवसायावर विशिष्ट जातींची मक्तेदारी होती. त्यामुळे उत्पन्नात निश्चिती होती. बलुतेदारी पद्धतीचे स्वरूप व्यावसायिक होते तसेच त्याला वंशपरंपरेचा आधार होता. यात सेवांचा परस्परसंबंध होता. या पद्धतीविषयी 'एकाच गावात राहणाऱ्या प्रत्येक जातिसमूहाकडून अन्य जातींच्या कुटुंबांची विशिष्ट प्रकारची सेवा अपेक्षित असते' असे म्हटले जाते. यामुळे प्रत्येक कुटुंबाला काम मिळत असे. या व्यवस्थेमुळे आर्थिक व मानसिक सुरक्षितता तसेच सामाजिक सुरक्षितताही मिळत असे. यामुळे ग्रामीण समूहात ऐक्य राहत असे व सामाजिक नियंत्रणही राहत असे. यात वस्तूच्या बदल्यात सेवेचे आदानप्रदान होत असे.

परंतु बलुतेदारी, परंपरागत व्यवसाय यांच्यावर नागरीकरण, औद्योगिकीकरण, कारखाना उत्पादन पद्धती, शिक्षणाचा प्रसार याचा परिणाम झाला. पारंपरिक व्यवसाय नष्ट झाल्याने उपजीविकेसाठी इतर मार्गाचा अवलंब करावा लागला. ठराविक व्यवसाय करता येत असल्याने इतर जातींचा व्यवसाय करू शकत नव्हते. त्यामुळे मिळेल ते काम करणे याशिवाय दुसरा पर्याय उरला नाही.

शिक्षण : पूर्वीचा व्यवसायांत जो पारंपरिक व निश्चित स्वरूपाचा होता. त्यामुळे

त्यासाठी औपचारिक शिक्षणाची आवश्यकता नव्हती. कारण परंपरेने ते ज्ञान एका पिढीकडून दुसऱ्या पिढीकडे जात असे. परंतु बदलत्या समाजव्यवस्थेत पाय रोवून उभे राहण्यासाठी औपचारिक शिक्षणाची गरज निर्माण झाली. त्याचा अभाव असल्याने हे लोक मागे पडले.

उच्च जातींवर अवलंबित्व व जातीचा कनिष्ठ दर्जा : भारतातील जातिव्यवस्थेच्या स्तर रचनेत इतर मागासवर्गीयांचा दर्जा उच्च जातींपेक्षा कनिष्ठ व अनुसूचित जातींपेक्षा वरिष्ठ होता. परंतु या लोकांना गावातील मोठ्या शेतकऱ्यांवर कामासाठी अवलंबून राहावे लागत असे. कारण ग्रामीण समाजरचनेचा केंद्रबिंदू शेतकरी आहे. हे अवलंबित्व हीसुद्धा एक समस्याच होती.

आर्थिक मागासलेपणा : या जातींची आर्थिक स्थिती हलाखीची होती. कारण पूर्वी चलनी अर्थव्यवस्था नव्हती. या जातीतील लोकांनी शहरी भागात येऊन व्यवसाय सुरू केल्यावर त्यांची थोडीफार आर्थिक स्थिती सुधारली.

निरक्षरता : पारंपरिक व्यवसायामुळे शालेय, औपाचारिक शिक्षण घेण्याची गरज वाटली नाही. त्यामुळे पारंपरिक व्यवसाय बंद पडल्यावर नोकऱ्यांकडे वळण्यासाठी शिक्षण आवश्यक होते. ते नसल्यानेही या जाती मागे पडल्या.

घटनात्मक तरतुदी : देशातील सर्व जाती, धर्म, पंथांना समान वागणूक मिळावी म्हणून भारताने स्वातंत्र्योत्तर काळात निधर्मी राज्यतंत्राचा अवलंब केला आहे. देशातील कोणतीही जात व धर्म, इतर धर्मांपेक्षा श्रेष्ठ नाहीत किंवा कनिष्ठ नाहीत ही भावना समाजात दृढ होण्यासाठी कोणत्याही जाती, धर्म, पंथावर निंदा करण्याची बंदी घालण्यांत आली आहे.

समाजातील ज्या घटकांना वर्षानुवर्षे सामाजिक हक्कांपासून दूर ठेवण्यात आले होते, त्या सर्व घटकांना घटनात्मक तरतुदींनी प्रगतीची दारे खुली ठेवण्यात आली. त्यासाठी मागासवर्गीय घटकांना जास्तीत जास्त सोयी, सवलती उपलब्ध करून देण्यांत आल्या आहेत.

- भारतीय राज्यघटनेच्या कलम १५ नुसार (१) राज्य कुठल्याही नागरिकाविरुद्ध धर्म, वंश, जाती, लिंग, जन्मस्थान यापैकी कशाच्याही आधारावर भेदभाव करणार नाही (२) वरीलपैकी कशाच्याही आधारावर सार्वजनिक ठिकाणी जसे मनोरंजनाची साधने, उपाहार गृहे, सिनेमागृहे, सार्वजनिक पाणवठे इत्यादी ठिकाणी प्रवेश नाकारता येणार नाही.
- घटनेच्या १६ व्या व ३३५ कलमानुसार राज्यातील नोकऱ्या व पदांवर नियुक्ती करताना सर्व नागरिकांना समान संधी दिली पाहिजे. तसेच केंद्र व राज्यसरकारच्या नोकऱ्यांमध्ये विशेष सवलती दिल्या आहेत. या नियुक्तीत वयाची सूट दिली जाते.
- १९ व्या कलमानुसार राज्याकडून मिळणाऱ्या निधीवर चालणाऱ्या शिक्षणसंस्थेत प्रवेश नाकारता येणार नाही. तसेच नोकरीत जागा राखून ठेवल्या जातील व निश्चित केलेल्या वयापेक्षा तीन वर्षांची सूट मिळेल.
- कलम १७ नुसार भारतातील जातिव्यवस्थेत असलेल्या अस्पृश्यतेचा अंत करून, ती पाळणे हा गुन्हा ठरवला आहे.

- ३८ व्या कलमानुसार राज्य सामाजिक, आर्थिक व राजकीय न्यायाद्वारे लोककल्याण साधेल.
- कलम ४६ नुसार राज्याकडून जनतेतील दुर्बल वर्ग, जाती, जमातींना आर्थिक व शैक्षणिकसंबंधी विशेष सोयी देण्याची व्यवस्था केली आहे. ज्यातून ते आर्थिक उन्नती करून घेऊ शकतील. सामाजिक अन्याय व शोषणापासून या जातींच्या संरक्षणाची व्यवस्था केली आहे.
- कलम ३३० व ३३२ नुसार या जातींना लोकसभा व विधानसभेत पुरेसे प्रतिनिधित्व मिळावे म्हणून त्यांना आरक्षण देण्यात आले आहे. तसेच कलम ३४० नुसार मागासवर्गीयांना आरक्षणाची सोय उपलब्ध करून दिली आहे.

मंडल आयोगाच्या शिफारशी

- अनुसूचित जाती-जमातींप्रमाणेच 'अन्य मागासवर्गीय जातीं'साठीदेखील सरकारी, निम-सरकारी संस्था, सर्व प्रकारच्या शिक्षणसंस्था यात २७% जागा आरक्षित ठेवण्याची सोय केली आहे. त्यानुसार सरकारी, निमसरकारी क्षेत्रात नोकरीच्या संधी उपलब्ध झाल्यात. त्यामुळे या जातीतील लोकांपुढे प्रगतीचे एक नवीन दालन खुले झाले.
- अन्य मागासवर्गीय जातीतील लोकांनाही शिक्षणाची संधी मिळावी म्हणून मोफत शिक्षणाची सोय केली आहे.
- आर्थिकदृष्ट्या मागासवर्गातील मुलांनाही शिक्षणात सवलती मिळण्याची सोय आहे.
- रोजगारासाठी व्याजदराने कर्ज उपलब्ध करून दिले जाते. त्यामुळे या जातीतील व्यक्तींना स्वयंरोजगारासाठी नव्या संधी उपलब्ध करून दिल्या जातात.

महाराष्ट्रातील आरक्षणाचे प्रमाण खालीलप्रमाणे आहे

अ.क्र.	आरक्षण दिलेल्या जातीचे नाव	आरक्षणाचे प्रमाण
१.	अनुसूचित जाती	१३.०
२.	अनुसूचित जमाती	७.०
३.	विमुक्त जाती	३.०
४.	भटक्या जमाती	
	१९९० मध्ये जाहीर केल्या गेलेल्या	
	२८ जमाती	२.५
	धनगर व त्यांच्यासारखेच इतर	३.५
	वंजारी व तत्सम	२.०
५.	अन्य मागासवर्गीय जाती	१९.०
६.	विशेष मागासवर्गीय प्रवर्ग	२.०
	एकूण	५२.०

इतर मागासवर्गीयांसाठी शासकीय योजना :

महाराष्ट्रातील इतर मागासवर्गीयांच्या आर्थिक उन्नतीसाठी व त्यांना स्वयंरोजगार उपलब्ध करून देण्यासाठी शासनाने १९९८ मध्ये महाराष्ट्र राज्य इतर मागासवर्गीय वित्त व विकास महामंडळाची स्थापना केली असून, या महामंडळाचे अधिकृत भागभांडवल रुपये ५० कोटी इतके आहे. दरवर्षी रुपये ५ कोटी इतके भागभांडवल उपलब्ध करून देण्याचे ठरविण्यात आले आहे.

१. बीज भांडवल कर्ज योजना – लाभार्थीने सादर केलेल्या प्रकल्प खर्चाच्या २०% रक्कम महामंडळ बीज भांडवल कर्ज म्हणून देते. याविषयीची अधिक माहिती पुढे तक्त्यात दिली आहे.

२. सूक्ष्म पतपुरवठा योजना – ही योजना नोंदणीकृत अशासकीय स्वयंसेवी संस्थेमार्फत राबविण्यात येते.

३. मार्जिन मनी योजना व महिलांसाठी स्वर्णिमा योजना राबविण्यात येते.

४. स्वयं सक्षम कर्ज योजनेअंतर्गत डॉक्टर, वास्तुविशारद, इंजिनिअर, हॉटेल मॅनेजमेंट, जाहिरात व्यवसाय, वास्तू विशारद, कोचिंग क्लासेस, प्रिंटिंग प्रेस, डी. टी. पी., ग्राफिक्स इ. व्यवसायांसाठी कर्ज मिळते. याचा उद्देश बेरोजगारांना व्यवसायाच्या संधी उपलब्ध करून देणे हा आहे. यात ५% व्याजदराने पाच वर्षांसाठी ५ लाख रुपये दिले जातात.

५. महिला समृद्धी योजना – यात स्वयंसाहाय्यता गटामार्फत कर्जपुरवठा करण्यात येतो. यात कमीत कमी २० महिला सदस्य असाव्यात.

महामंडळाच्या २०% बीज भांडवल योजनेअंतर्गत मागील ४ वर्षांमध्ये कर्ज वितरित केल्याची माहिती

(रुपये लाखांत)

क्र.	वर्ष	प्राप्त भाग भांडवल	लाभार्थी	कर्ज वितरित रक्कम	प्राप्त भाग भांडवल व वितरित केलेली रक्कम यात फरक
१.	सन १९९८–९९	५०.00	निरंक	निरंक	५०.00
२.	सन १९९९–2000	३५०.00	निरंक	निरंक	३५०.00
३.	सन 2000–2001	१५९.00	५०३	८८.४६	–७०.५४
४.	सन 2001–2002	१०३.00	१००५	२०५.९०	–१०२.९०
५.	सन 2002–2003	४२५.२५	७६५	१४६.१६	–२७९.०९
६.	सन 2003–2004	200.00	८०५	१४७.०६	–४२.९४
७.	सन 2004–2005	५00.00	७२५	११५.९१	–३८४.०९
		१७८७.९५	३८०३	७०३.४९	१०८४.४६

(– अनुदानापेक्षा खर्च कमी) (+ अनुदानापेक्षा खर्च जास्त)

संदर्भ : मागासवर्गीयांच्या कल्याणासाठी सन २००७-२००८ ह्या वर्षी राबविण्यात येणाऱ्या विविध योजना पान १२१ सामाजिक न्याय व विशेष साहाय्य विभाग (सामाजिक न्याय)

भाग भांडवलाची रक्कम व वितरित केलेले कर्ज यातील तफावत विचारात घेण्याजोगी आहे. सन २००० ते २००२ मधील लाभार्थी १५०८ पैकी ३८१ लाभार्थींची २००२ मध्ये पाहणी केली. म्हणजे सुमारे २५% लाभार्थींची पाहणी केली, तेव्हा त्यापैकी ६५ जणांनी व्यवसाय बंद केले होते. ही टक्केवारी १६% आहे. या दोन वर्षांतील प्राप्त भाग भांडवलाची रक्कम २६२ लाख व वितरित केलेली रक्कम २९४.३६ इतकी आहे.

पाहणी केलेल्यांपैकी १६% व्यवसाय बंद केले होते. याविषयी संशोधन होऊन नेमके काय प्रश्न आहेत याचा अभ्यास होणे गरजेचे आहे.

२००८ सालीही अनेक जाती स्वत:चा इतर मागासवर्गीयांमध्ये समावेश व्हावा अशी मागणी करत आहेत. ही मागणी जर सवलतींसाठी असेल तर वरील आकडेवारी वेगळेच चित्र दाखवते.

शैक्षणिक योजना :

इतर मागासवर्गीय विद्यार्थ्यांसाठी शालान्त परीक्षोत्तर शिष्यवृत्ती योजनेअंतर्गत ११ वी पासून ते पदव्युत्तर अभ्यासक्रमासाठी शिष्यवृत्ती देण्यात येते. यात शिक्षण फी, परीक्षा फी व इतर फी निवासी व अनिवासी विद्यार्थ्यांना देण्यात येते.

(रुपये लाखांत)

वर्ष	तरतूद	खर्च	लाभार्थी
२००३-२००४	६,६८,३८५	६,६८,३८५	१,९०,९६७
२००४-२००५	१२,१२,७५०	१२,१२,७५०	३,४६,५००
२००५-२००६	१५,८२,६००	–	– आकडेवारी
२००६-२००७	१४,४०,९६६	–	– उपलब्ध नाही

संदर्भ – कार्यक्रम अंदाजपत्रक २००६-२००७ सामाजिक न्याय, सांस्कृतिक कार्य

इतर मागासवर्गीय विद्यार्थ्यांसाठी शिक्षण फी व परीक्षा फी दिली जाते. ही योजना २००३-२००४ मध्ये सुरू करण्यात आली. यात शालान्त परीक्षोत्तर (मॅट्रिकोत्तर) विद्यार्थ्यांना शिक्षण फी व परीक्षा फी माफीची सवलत देण्यात येते.

			(रुपये लाखांत)
वर्ष	तरतूद	खर्च	लाभार्थी
२००३-२००४	१,७५३.५३	१७५३.५३	८७,६७७
२००४-२००५	३५८,६९	३५८,६९	१७,९३४
२००५-२००६	१२१३.००	–	– (आकडे
२००६-२००७	८५०.००	–	– उपलब्ध नाहीत.)

संदर्भ – कार्यक्रम अंदाजपत्रक २००६-२००७

सामाजिक न्याय, सांस्कृतिक कार्य व विशेष साहाय्य विभाग.

२००३-२००४ व २००४-२००५ या दोन वर्षांत तरतूद व लाभार्थींची संख्या यात खूपच तफावत आढळते. तसेच अंदाजपत्रकात केलेल्या तरतुदीच्या २००५-२००६ व २००६-२००७ मध्येही या रकमेत फरक आहे. विशेष म्हणजे २००३-२००४ या योजना सुरू झालेल्या वर्षात तरतुदीची पूर्ण रक्कम खर्च झालेली आहे.

आरक्षण नेमकं किती टक्के असावं याबाबत काथ्याकूट चालूच आहे. नोकऱ्यांमधील राखीव जागाही भरल्या जात नाहीत. योजनेवरचा पैसाही पूर्ण खर्च होत नाही.

सर्वोच्च न्यायालयाने आरक्षण ५०% पेक्षा जास्त नसावे असे निर्देश दिले आहेत. तरीही काही राज्यांमध्ये हे प्रमाण यापेक्षा जास्त आहे.

योजनांची व्यवस्थित अंमलबजावणी व खर्चाचा योग्य तो वापर होणे हे जोवर सुरळीत होत नाही तोवर केवळ मागण्या करण्याला अर्थ नाही.

(Welfare of Scheduled Caste)

अनुसूचित जाती व त्यांच्या कल्याणासाठीच्या योजना

भारतीय राज्यघटनेच्या कलम ३४१ नुसार राष्ट्रपतींच्या आदेशानुसार भारतीय समाजांतील काही जाती गटांना 'अनुसूचित जाती' असे घोषित केले आहे. ब्रिटिश संसदेने भारतीय शासनविषयक इ. स. १९३५ चा कायदा संमत केला त्यात 'अनुसूचित जाती' हा शब्दप्रयोग प्रथमत: वापरण्यात आला. त्यापूर्वी या जाती गटांना पददलित किंवा मागासवर्गीय असे म्हटले जाई. ज्या जातींचा 'अनुसूचित जाती' या गटात समावेश झालेला आहे. ते सर्व सामाजिक व सांस्कृतिक दृष्ट्या मागासलेले घटक आहेत.

घटनात्मक तरतूद

अशा घटकांची विशेष काळजी घेण्याच्या दृष्टीने राज्यघटनेच्या ३३०, ३३४ व ३३५ कलमानुसार या जाती गटांना लोकसभा व राज्यविधानसभेत जागा राखून ठेवल्या आहेत. तसेच कलम ३३८ नुसार राष्ट्रपतींनी अनुसूचित जाती व जमातींच्या हितरक्षणासाठी एका खास अधिकाऱ्याची नेमणूक करण्याची तरतूद आहे. स्वातंत्र्योत्तर काळात शासकीय ध्येयधोरणे व योजना आणि वाढत्या औद्योगिकरणाचे समाजरचनेवर झालेले परिणाम यामुळे अनुसूचित जातींची प्रगती होण्यास मदत झाली.

राष्ट्रपतींनी जाहीर केलेल्या मागासवर्गाशिवाय इतर कोणते वर्ग मागासलेले म्हणून स्वीकारावेत याचा निर्णय राज्य सरकारांवर सोपवण्यांत आला आहे. महाराष्ट्र शासनाने या जाती समुहांत १) विमुक्त जाती २) नवबौद्ध व आर्थिकदृष्ट्या मागासलेले यांचा समावेश केला. महाराष्ट्रात १९८६ च्या शासकीय पत्रकानुसार १४ विमुक्त जाती आहेत. यात बेरड, बेस्तर, भामटा, कैकाडी, कंजारभाट, कटाबू, बंजारा, पालपारधी, राजपारधी, राजपूत, रामोशी, वडार, वाघरी व छप्परबंद अशा चौदा जाती आहेत.

अनुसूचित जातींची देशात लोकसंख्या

२००१ च्या जनगणनेनुसार भारताच्या एकूण लोकसंख्येच्या प्रमाणात अनुसूचित जातींची लोकसंख्या १६.२०% आहे. विविध राज्यांमध्ये हे प्रमाण पुढीलप्रमाणे आहे – हिमाचल प्रदेशात २४.७२%, पंजाबमध्ये २८.८५%, पं. बंगालमध्ये २३%, उत्तर प्रदेशात २१%, हरयाणात १९.३५%, तामीळनाडूत १९%, त्रिपुरात व राजस्थानमध्ये प्रत्येकी १७% आहे. आंध्रप्रदेश, ओरिसा, पाँडीचरी, कर्नाटकमध्ये प्रत्येकी १६% आहे. उत्तराखंड व चंडीगडमध्ये अनुक्रमे १७.८७% व १७.५०% आहे. महाराष्ट्रात हे प्रमाण १०% आहे. गोवा, दादरा नगर हवेली व

दमणदीवमध्ये १ ते ३% इतके आहे. तर मेघालय, मिजोराम, अरुणाचल प्रदेश येथे १% पेक्षाही कमी आहे. नागालँड, अंदमान व निकोबार बेटे येथे हे प्रमाण 0% आहे.

महाराष्ट्रात

२००१ च्या जनगणनेनुसार महाराष्ट्रात नाशिकमध्ये २२%, लातूरमध्ये २५.४२%, नांदेडमध्ये १६.३२%, उस्मानाबाद मध्ये १६.५३%, भंडारामध्ये १७.७७%, अमरावतीत १७.१३%, नागपूरमध्ये १७.१२%, सोलापूरमध्ये १५%, वर्धा १२.८२%, गोंदीया १३९७%, चंद्रपूर १४.३३%, गडचिरोली ११.२१%, औरंगाबाद १२.९८%, बीड १३%, सांगली १२%, जालनामध्ये ११.२२% कोल्हापूर १२.७६%, पुण्यात १०.५३% आहे, हिंगोलीत १०.२०%, यवतमाळमध्ये १०.२८% आहे, परभणीत ९.९७% आहे.

समस्या

शंभर वर्षापूर्वी अस्पृश्यता पाळली जात असे. अशा कुटुंबात जन्मलेल्या व्यक्तींनी विशिष्ट व्यवसाय करायचा, गावाबाहेरच्या वस्त्यातून वेगळे राहिले पाहिजे, शिक्षण घ्यायचे नाही, मंदिरात प्रवेश करायचा नाही अशी कडक बंधने असल्यामुळे शैक्षणिक व सांस्कृतिक दृष्ट्या ते मागासलेलेच राहिले. यात सुधारणा घडवून आणण्यासाठी महाराष्ट्रात सर्वप्रथम १९३२ मध्ये बॅकवर्ड क्लास वेल्फेअर या नावाने समाजकल्याण खात्याची सुरुवात झाली. व त्यानंतर वेगवेगळी संचालनालय व आयुक्तालय स्वतंत्र करण्यात आली.

१. १९३२ बॅकवर्ड क्लास वेल्फेअर विभाग.

२. १९५६ समाजकल्याण विभागांतर्ग

३. १९७२ समाजकल्याण संचालनालय, पुणे, आदीवासी विकास विभागांतर्गत

४. १९९१ आदीवासी विकास आयुक्तालय, नाशिक महिला व बालविकास विभागांतर्गत महिला व बालविकास आयुक्तालय, पुणे

५. १९९९ सामाजिक न्याय विभागांतर्गत अपंग विकास आयुक्तालय, पुणे

६. २००० सामाजिक न्याय विभागांतर्गत विमुक्त जाती, भटक्या जमाती व इतर मागासवर्ग व विशेष मागासप्रवर्ग कल्याण संचालनालय, पुणे

तसेच विभागात एकूण सहा महामंडळे आहेत –

१. महात्मा फुले मागासवर्गीय विकास महामंडळ

२. लोकशाहीर अण्णाभाऊ साठे विकास महामंडळ

३. महाराष्ट्र चर्मोद्योग विकास महामंडळ

४. इतर मागासवर्ग विकास महामंडळ.

५. वसंतराव नाईक विमुक्त जाती व भटक्या जमाती विकास महामंडळ.

६. महाराष्ट्र राज्य अपंग वित्त व विकास महामंडळ.

विकास योजना

अनुसूचित जातींच्या कल्याणासाठी विविध योजना राबविण्यात येतात त्याचे प्रामुख्याने तीन भाग पडतात.

१. शैक्षणिक योजना २. आर्थिक उन्नतीच्या योजना ३. सामाजिक व इतर सामूहिक योजना.

शैक्षणिक योजना.

१.   भारत सरकारच्या शालान्त परीक्षोत्तर शिष्यवृत्त्या.
२.   शिक्षण शुल्क, परीक्षा शुल्क देण्यापासून सूट देणे व शिष्यवृत्त्या देणे.
३.   मुला-मुलींसाठी शासकीय वसतिगृह उघडणे व चालवणे.
४.   मागासवर्गातील विद्यार्थ्यांसाठी वसतिगृहे चालविण्याकरता स्वेच्छा संस्थांना सहायक अनुदान देणे.
५.   सैनिक शाळेत शिक्षण घेणाऱ्या मागासवर्गीय विद्यार्थ्यांना विशेष निर्वाह भत्ता देणे.
६.   बालवाड्यांना सहाय्यक अनुदान देणे.
७.   औद्योगिक प्रशिक्षण संस्थांमधील प्रशिक्षणार्थींना विद्यावेतन देणे.
८.   अस्वच्छ उद्योग धंद्यात असलेल्यांच्या मुलांना शालान्त परीक्षापूर्व शिष्यवृत्त्या देणे.
९.   व्यावसायिक पाठ्यक्रमाशी संलग्न असलेल्या वसतिगृहातील मागासवर्गीय विद्यार्थ्यांना निर्वाहभत्ता देणे.
१०. वैद्यकीय व अभियांत्रिकी विद्यार्थ्यांकरिता पुस्तक पेढी.
११. माध्यमिक शाळेतील मागासवर्गीय विद्यार्थ्यांसाठी शिष्यवृत्तीची योजना.
१२. सफाई कामगारांच्या मुलांसाठी निवासी शाळा.
१३. शिकवणी व संलग्न योजना.
१४. राजर्षि शाहू महाराज गुणवत्ता पुरस्कार व शिष्यवृत्त्या.
१५. मागासवर्गीय विद्यार्थ्यांना व्यावसायिक प्रशिक्षण देण्याची योजना.
१६. इयत्ता५ वी ते ७ वी व ८ वी ते १० वी मध्ये शिकणाऱ्या मुलींना सावित्रीबाई फुले शिष्यवृत्ती योजना.

आर्थिक विकासाच्या योजना

१. मोटार वाहन चालक प्रशिक्षण योजना.

२. अत्याचारात बळी पडलेल्या अनुसूचित जाती, अनुसूचित जमातीच्या कुटुंबातील व्यक्तींना आर्थिक सहाय्याची योजना.

३. आंतरजातीय विवाहास प्रोत्साहनपर आर्थिक सहाय्य.

४. गटई कामगारांना पत्र्याचे स्टॉल देणे.

५. कन्यादान योजनेखाली नवदाम्पत्यांना अर्थसहाय्य.

६. अनुसूचित जाती व नवबौद्ध युवकांना सैनिकी व पोलीस भरती पूर्व प्रशिक्षण देणे.

याशिवाय वसंतराव नाईक विमुक्त जाती व भटक्या जमाती विकास महामंडळातर्फे

१. बीज भांडवल कर्ज योजना.

२. व्यवसायासाठी ५०% अनुदान योजना.

३. प्रशिक्षण योजना.

४. नोंदणीकृत व सहकारी संस्थांचे भाग खरेदीसाठी अर्थसहाय्य योजना.

राष्ट्रीय मागासवर्ग वित्तीय व विकास महामंडळ, नवी दिल्ली यांच्या योजना –

१. मुदत कर्ज योजना

२. मार्जिन मनी कर्ज योजना

३. स्वयंसक्षम कर्ज योजना

४. स्वर्णिमा कर्ज योजना

५. मायक्रो कर्ज योजना.

अ) महिला समृद्धी योजना.

सामाजिक व इतर सामूहिक योजनांमध्ये खालील योजनांचा समावेश आहे –

१. अस्पृश्यता निवारण कार्यक्रम.

२. राज्यातील समाजसेवकांचा दलीत मित्र म्हणून सन्मान.

३. सामाजिक न्याय विभागाच्या अधिपत्याखालील उत्कृष्ट संस्थांना पारितोषिक देणे.

४. जातीच्या प्रमाणपत्रांची पडताळणी करणे.

५. मागासवर्गीय घरबांधणी योजना.

६. दलित वस्ती सुधारणा योजना

७. सामाजिक न्याय निर्देशांक निर्मिती व उपाय योजना.

याशिवाय राष्ट्रीय मागासवर्ग वित्त व विकास महामंडळाच्या योजनेअंतर्गत चार वर्षासाठी मंजूर प्रकरणे, प्राप्त निधी व वितरीत निधी यांचा तपशील –

(रुपये लाखात)

		मंजूर प्रकरणे				
क्र.	वर्ष	लाभार्थी संख्या	रक्कम	प्राप्तनिधी निधी	वितरित संख्या	लाभार्थी
१	२००१–२००२	४६१	३३७.५१	२६०.००	१५२.४१	१८५
२	२००२–२००३	२२५१	१४६८.३७	६६९.६५	७८७.७१	१२४३
३	२००३–२००४	७५४१	४६७०.३८	२२९९.५०	२०६२.८१	३३३९
४	२००४–२००५	६८३	२७८.०१	१३००.००	१५९५.२०	३१२१
		१०९३६	६७५४.२७	४५४९.१५	४२६०.८०	७८८८

संदर्भ : कार्यक्रम अंदाजपत्रक २००६–२००७.

मागासवर्गीयांच्या कल्याणाठी सन २००७–२००८ या वर्षी राबविण्यात येणाऱ्या विविध योजना सामाजिक न्याय व विशेष सहाय्य विभाग (सामाजिक न्याय) महाराष्ट्र शासन २००७.

या खेरीज मोटार वाहन चालक प्रशिक्षण देण्यात येते व त्यासाठी जळगाव व नाशिक या दोन जिल्ह्यांमध्ये खाजगी मोटार वाहन प्रशिक्षण संस्थांकडून मागासवर्गीय उमेदवारांना वाहन चालकाचे प्रशिक्षण देण्यात येते. २००५ ते २००६ पासून ही योजना सर्व जिल्ह्यात राबविण्यात येते. यासाठी प्रशिक्षण संस्थेस प्रत्येक उमेदवारामागे रु. १३००/– देण्यात येतात. मोटार वाहन चालक प्रशिक्षण –

(आकडे हजारात)

क्र.	वर्ष	तरतूद	खर्च	लाभार्थी
१	२००२–२००३	0.७५	–	–
२	२००३–२००४	0.७५	0.७५	५७
३	२००४–२००५	0.७५	0.७५	५७
४	२००५–२००६	0.८५	१३.३८	४८६

संदर्भ : कार्यक्रम अंदाजपत्रक २००६–२००७.

सामाजिक न्याय, सांस्कृतिक कार्य व विशेष साह्य विभाग. महाराष्ट्र शासन २००६

कृषि, पशुसंवर्धन, दुग्धव्यवसाय विकास, मस्यव्यवसाय विभाग यांचे मार्फत दुभत्या

जनावरांचे गट वाटप, दुधाळ जनावरांना खाद्य वाटप अनुदान, कुक्कुट विकासामध्ये तलंगाचे वाटप, शेळ्यांचे गट पुरविणे, पशुपालन प्रशिक्षण देणे. मस्यव्यवसाय अंतर्गत मच्छीमार युवकांना प्रशिक्षण, मच्छीमार सहकारी संस्थांचा विकास, मस्यव्यवसाय उपयोगी आवश्यक सामग्रीच्या खरेदीसाठी अर्थसहाय्य, मच्छीमार नौकांचे यांत्रिकीकरण, बिगर यांत्रिक नौकांवर आंतर व बाह्य इंजिन बसविणे, मस्यसंवर्धक विकास यंत्रणा स्थापन करणे, पिक संवर्धन योजनेखाली विशेष घटक योजना राबविण्यात येतात. फलोत्पादन योजनेअंतर्गत ठिबक सिंचन संच, तुषारसिंचन, मल्चींग, हरितगृह उभारणी, शेडींगनेट, शेडींगनेट हाऊस इ. योजना राबविण्यात येतात.

नोकऱ्यांमध्ये आरक्षण, उच्च शिक्षणात जागा आरक्षित केल्या गेल्या आहेत.

व्यसनमुक्ती, अस्पृश्यता निवारण, नागरी हक्क संरक्षण यासाठीही योजना राबविल्या जात आहेत.

याशिवाय मागासवर्गीय तरुणांना रोजगाराच्या संधी उपलब्ध व्हाव्यात म्हणून शासनामार्फत दौंड जिल्हा पुणे, वाडा जिल्हा ठाणे येथे टंकलेखन प्रशिक्षण केंद्रे सुरू आहेत. तसेच बेनोडा जिल्हा अमरावती, आरमोरी जिल्हा गडचिरोली, वाशी जिल्हा उस्मानाबाद याठिकाणी शिवणकला केंद्रे चालवली जातात.

क्र.	योजना	वर्ष	तरतूद	खर्च	लाभार्थी	२००१च्या जनगणनेनुसार अनुसूचित जातीची लोकसंख्या
	टंकलेखन व शिवणकला प्रशिक्षण	२००२–२००३ २००३–२००४ २००४–२००५ २००५–२००६	४.३७ ३.८१ ५.८१ ४.९१	२.०७ ३.६८ ४.०५ ४.९१	१३० १३० १३० १३०	पुणे १०.५३% ठाणे ४.१७% उस्मानाबाद १६.५३% अमरावती १७.१३% गडचिरोली ११.२१%

संदर्भ :

१. कार्यक्रम अंदाजपत्रक – सामाजिक न्याय, सांस्कृतिक कार्य व विशेष सहाय्य विभाग. मंत्रालय व समाजकल्याण संचालनालय.

२. मागासवर्गीयांच्या कल्याणासाठी २००७–२००८ या वर्षी राबविण्यात येणाऱ्या विविध योजना.

अनुसूचित जातींची आजची स्थिती

तक्ता क्र. २२

अनुसूचित जातींच्या कुटूंबांचे त्यांच्या रहात्या घराच्या स्थितीनुसार वर्गीकरण

(महाराष्ट्र)

	एकूण	चांगली	रहाण्यायोग्य	जीर्ण–शीर्ण
एकूण	२७,७९,६१५	१२,१३,२४२ ४३.६४%	१३,६२,५२८ ४९.०५%	२,०२,८४५ ७.२९%
ग्रामीण	१६,२८,७०८	६,१८,४९८ ३७.९७%	८,६३,३८४ ५३.०९%	१,४६,८२६ ९.०९%
नागरी	११,५०,९०७	५,९४,७४४ ५१.६८%	५,००,१४४ ४३.४५%	५६,०१९ ४.८७%

संदर्भ : टेबल्स ऑन हाऊसेस, हाऊसहोल्ड ॲमेनिटीज ॲन्ड ॲसेट्स फॉर शेड्युल्ड कास्ट सेन्सस ऑफ इंडीया २००१.

तक्ता क्र. २३

अनुसूचित जातींच्या कुटूंबांचे पिण्याच्या पाण्याच्या सुविधा व ठिकाणासह वर्गीकरण

महाराष्ट्र

ठिकाण	कुटूंबे	नळ %	हातपंप	ट्यूबवेल	विहीर	तळे	नदी	झरा	अन्य
एकूण	२७,७९,६१५	१७,४१,३११ ६२.६४	४,६६,९८५ १६.८०	८३,०४४ २.९८	४,१८,७४७ १५.०६	११,७७३ 0.४२	१५,८३३ 0.५७	७,५६२ 0.२७	३४,३६0 १.२४
परिसरात	१२,३५,०९०	१०,४९,३०० ८४.९५	७३,८२४ ५.९८	२४,४८२ १.९८	८२,६१९ ६.६९	१,९५० 0.१६	0 0	0 0	२,९१५ 0.२४
परिसरा–बाहेर	११,३४५,१८	५,७३,८०३ ५0.५८	२,९५,४१८ २६.३	३७,४९४ ३.३0	१,९९,२४३ १७.५६	५,८३२ 0.५0	६,८४९ 0.६0	३,८७२ 0.३४	१२,0१0 १.0६
दूर	४,१0,00७	१,१८,२0८ २८.८३	९७,७४३ २३.८४	२१,0६८ ५.१४	१,३६,८८५ ३३.३९	३,९९९ १.0	८,९८७ २.१९	३,६९0 0.९0	१९,४३५ ४.७४

ग्रामीण

ठिकाण	कुटूंबे	नळ %	हातपंप	ट्यूबवेल	विहीर	तळे	नदी	झरा	अन्य
	१६,२८,७०८	७,५३,६५८	३,८६,९९२	६४,०६८	३,७९,४९९	८,३४९	१४,८०३	६,७२२	१४,६१७
	४६.२७	२३.७६	३.९३	२३.३०	0.५१	0.९१	0.४१	0.९१
परिसरात	५,२७,६३७	३,८६,४९९	५५,१७७	१५,४३४	६७,४११	१,३४४	0	0	१,५७२
	३२.४०	७३.२७	१०.४६	२.९४	१२.७८	0.२५	0	0	0.२९
परीसरा-	७,९३,१७१	३,०३,४९९	२,५१,८८८	३,१६,७७१	१,८६,२२३	४,४३९	६,३०१	३,२६१	५,७८९
बाहेर	४८.७०	३८.२७	३१.७६	३.९९	२३.४८	0.५६	0.७९	0.४१	0.७२
दूर	३,०७,९00	६३,४६0	७९,९२७	१६,८६३	१,२५,८६५	२,५६६	८,५0२	३,४६१	७,२५६
	१८.९0	२0.६१	२५.९६	५.४७	४0.८८	0.८३	२.७६	१.१२	२.३६

नागरी

ठिकाण	कुटूंबे	नळ %	हातपंप	ट्यूबवेल	विहीर	तळे	नदी	झरा	अन्य
एकूण	११,५0,९0७	९,८७,६५३	७९,९९३	१८,९७६	३९,२४८	३,४२४	१,0३0	८४0	१९,७४३
	८५.८२	६.९५	१.६५	३.४१	0.२९	0.0८	0.0७	१.७१
परिसरात	७,0७,४५३	६,६२,७0१	१८,६४७	८,९४८	१५,२0८	६0६	0	0	१,३४३
	९३.६७	२.६३	0.१३	२.१५	0.0८	0	0	0.१९
परिसरा-	३,४१,३४७	२,७0,२0४	४३,४३0	५,८२३	१३,0२0	१,३९३	५४५	६११	६,२११
बाहेर	७९.१६	१२.७५	१.७0	३.८१	0.४0	0.१६	0.१८	१.८२
दूर	१,0२,१0७	५४,७४८	१७,८१६	४,२0५	११,0२0	१,४२५	४८५	२२९	१२,१७९
	५३.६२	१७.४५	४.११	१0.७९	१.३९	0.४७	0.२२	११.९३

संदर्भ : टेबल्स ऑन हाऊसेस, हाऊस होल्ड ॲमेनिटीज ॲण्ड ॲसेटस फॉर शेड्युल्ड कास्ट.

अनुसूचित जातीच्या पिण्याच्या पाण्याच्या सोयी – महाराष्ट्र

(आकडे टक्केवारीत)

	नळ	हातपंप	ट्यूबवेल	विहीर	तळे, तलाव	नदी,नाला	झरा	अन्य
१ परिसरात	५१.३०	१४.२६	२४.२५	१७.७६	१६,0९	0	0	१0.७५
२ परिसराबाहे	४0.२८	६५.0९	४९.४३	४९.0७	५३.१६	४२.५६	४८.५१	३९.६0
३ दूर	८.४२	२0.६५	२६.३२	३३.१७	३0.७३	५७.४३	५१.४९	४९.६४

संदर्भ : टेबल्स ऑन हाऊसेस, हाऊस होल्ड ॲमेनिटीज ॲण्ड ॲसेटस् फॉर शेड्युल्ड कास्ट

अन्य सोयी म्हणजे नेमक्या कुठल्या याचे स्पष्टीकरण दिले गेलेले नाही. जवळपास ५०% लोकांना यावर अवलंबून रहावे लागते व त्या घरापासून दूर आहेत. नदी, नाला, झरा याचा वापर पिण्याच्या पाण्यासाठी करणाऱ्यांचे प्रमाण जास्त आहे म्हणजेच धुणे, भांडी, जनावरे धुणे यासाठीही हेच पाणी वापरले जात असण्याची शक्यता आहे. यातून प्रदूषित पाणी व त्यापासून होणारे आजार यांचे प्रमाण जास्त असण्याची शक्यता आहे.

तक्ता क्र. २४

अनुसूचित जातींच्या कुटूंबाचे प्रकाशाच्या सोयीनुसार वर्गीकरण – महाराष्ट्र

एकूण	कुटूंबे	वीज	रॉकेल	सौरउर्जा	इतर तेल	इतर	प्रकाशरहित
एकूण	२७,७९,६१५	१९,५७,८८९	७,८४,२४९	४,२६०	६,८४२	७,७१९	१८,६५६
		७०.४३	२८.२१	0.१५	0.२५	0.२८	0.६७
ग्रामीण	१६,२८,७०८	९,२७,१६७	६,७६,८३८	२,६७९	५,७३५	५,२८०	११,०१७
		५६.९३	४१.५६	0.१६	0.३५	0.३२	0.६८
नागरी	११,५०,९०७	१०,३०,७२२	१,०७,४११	१,५८१	१,१०७	२,४३९	७,६३९
		८९.५५	९.३३	0.१४	0.0९	0.२१	0.६६

संदर्भ : टेबल्स ऑन हाऊसेस, हाऊसहोल्ड ॲमिनिटीज ॲण्ड ॲसेटस फॉर शेड्युल्ड कास्टस, सेन्सस ऑफ इंडिया २००१.

तक्ता क्र. २५

अनुसूचित जातींच्या स्त्री–पुरुषांचे साक्षरतेचे प्रमाण – भारत व महाराष्ट्र

	निरक्षर			साक्षर		
	एकूण	पुरुष	स्त्रिया	एकूण	पुरुष	स्त्रिया
भारत	९,१३,१७,४१५	३,८६,५५,८७३	५,२६,६१,५४३	७,५३,१८,२८५	४,७४,३२,८८७	२,७८,८५,३९८
		४२.३३%	५७.६%		६२.९७%	३७.02%
महाराष्ट्र	५,१९,३९,४१९	२,२०,७६,२२४	२,९८,६३,१९५	३,२३,८६,८२१	२,०५,६४,६०५	१,१८,२२,२१६
		४२.४०%	५७.५०%		६३.५०%	३६.४०%

संदर्भ : टेबल्स ऑन हाऊसेस, हाऊस होल्ड ॲमिनिटीज ॲण्ड असेटस फॉर शेड्युल्ड कास्टस सेन्सस ऑफ इंडिया २००१.

तक्ता क्र. २६

अनुसूचित जातींची अपंगत्वानुसार लोकसंख्या

	ग्रामीण			नागरी		
अपंगत्व	एकूण	पुरुष	स्त्रिया	एकूण	पुरुष	स्त्रिया
एकूण	१,३१,१८९	७६,६७४	५४,५१५	५६,९१४	३३,९३७	२३,००७
		५८.४४%	४१.५५%		५९.६०%	४०.४०%
दृष्टी	५०,२१४	२६,७२१	२३,४९३	२०,०२५	१०,९८३	९,०४२
	३८.२८%	५३.२०%	४६.७८%	३५.१८%	५४.८५%	४५.१५%
वाचा	८,८२४	४,८८५	३,९३९	४,४३४	२,४५८	१,९७६
	६.२७%	५५.३६%	४४.६४%	७.७९%	५५.४३%	४४.५६%
कर्णबधिर	९,७०८	५,४७७	४,२३१	२,४०८	१,३१९	१,१८९
	७.४०%	५६.४२%	४३.५८%	४.२३%	५४.७७%	४६.४७%
हालचाल	४७,६५९	३१,१३१	१६,५२८	२२,३१७	१४,६४२	७,६७५
	५३.३३%	६५.३२%	३४.६८%	३९.२१%	६५.६१%	३४.३९%
मानसिक	१४,७८४	८,४६०	६,३२४	७,७३०	४,५३५	३,१९५
	११.२७%	५७.२२%	४२.७७%	१३.५८%	५८.५४%	४१.३३%

संदर्भ : सेन्सस ऑफ इंडीया २००१.

टेबल्स ऑन हाऊसेस, हाऊसहोल्ड ऑमिनिटीज अॅण्ड अॅसेटस् फॉर शेड्युल्ड कास्टस.

महाराष्ट्राच्या ग्रामीण भागात केवळ ३२% लोकांना पिण्याच्या पाण्याची साधने परिसरात आहेत. तर ४८% लोकांना परिसराबाहेर आहेत व १८% ना पिण्याच्या पाण्यासाठी दूर जावे लागते.

यामध्ये कुटुंबांचे वर्गीकरण जरी एकाच प्रकारच्या पाण्याच्या सोयीने केले असले तरीही उन्हाळ्याचे दिवस किंवा ऑक्टोबर महिन्यापासूनच विहीरी आटायला सुरुवात होत असल्याने टँकरवर अवलंबून रहावे लागते किंवा अन्य सोयी शोधाव्या लागतात.

एकूण ग्रामीण भागातील पिण्याच्या पाण्याच्या सोयीचा विचार करता परिसराबाहेर सोय असणाऱ्यांचे प्रमाण जास्त आहे.

प्रकाशाच्या सोयीनुसार केलेल्या वर्गीकरणातही केवळ वीज वापरणाऱ्यांचे प्रमाण जवळपास ५७% असले तरीही भार नियमनाचे वाढते तास पहाता त्यांना इतर सोयीही कराव्या लागत असणे स्वाभाविक आहे. रॉकेल वापरणाऱ्यांचे ग्रामीण भागातील प्रमाण ८६% आहे व ती सुविधाही अपुरी आहे. नागरी व ग्रामीण भागाच्या तुलनेत ग्रामीण भागात वीज वापरणाऱ्यांचे प्रमाण ४७% आहे.

ग्रामीण व नागरी भागातील घरांच्या स्थितीचा विचार करता जीर्ण-शीर्ण अवस्थेत

असलेल्या घरांमध्ये रहाणाऱ्या ग्रामीण जनतेचे प्रमाण ७२% आहे.

निरक्षरतेत अर्थातच महिलांचे प्रमाण जास्त आहे. परंतु पुरुषांचे प्रमाणही विचार करण्याजोगे आहे आणि एकूण भारतभरातच हे प्रमाण फार जास्त असल्याचे जाणवते.

अपंगत्वात हालचाल करता न येणाऱ्यांचे प्रमाण जास्त आहे. त्या खालोखाल दृष्टीदोषाचे प्रमाण आहे. नागरी भागामध्येही हालचाल न करता येणाऱ्या किंवा हाता-पायाला अपंगत्व असणाऱ्यांचे प्रमाण जास्त आहे.

एकूण अपंगत्वात ग्रामीण भागात हे प्रमाण जास्त आहे. ग्रामीण भागात उपचारही किती प्रमाणात होत असतील याविषयीही साशंकता आहे. वरील लोकसंख्येत सर्व वयोगटातील लोकसंख्येचा समावेश आहे.

मागासवर्गीयांच्या उन्नतीसाठी अनेक योजना राबविल्या जात आहेत. परंतु या योजनांची माहिती अंतिम घटकापर्यंत (End user) पोहोचणे आवश्यक आहे. तरच त्याचा योग्य तो लाभ त्याला घेता येईल. काही बाबतीत अटी शिथिल करूनही तो लाभ त्या त्या घटकाला देणे आवश्यक ठरेल.

नोकऱ्यांमधील अनुशेष भरून घेणे गरजेचे आहे. मुलींच्या शिक्षणासाठी विविध योजना राबवण्यात येतात. परंतु प्रत्यक्षात गळती, गळतीची कारणे, गळती झालेल्यांना उपलब्ध असलेले काम याचा शोध घेणे आवश्यक आहे.

जातींच्या कारणांवरून आजही होणाऱ्या दंगली त्यातून निर्माण होणारी मानसिक असुरक्षितता याचाही प्रगतीत अडथळा येतो.

अनुदान व लाभार्थी यांचे प्रमाण पाहता योजनांची माहिती देण्यासाठी प्रभावी यंत्रणा राबविल्या जाणे गरजेचे आहे.

(Welfare of Scheduled Tribe)

अनुसूचित जमाती व त्यांच्यासाठी कल्याणकारी योजना

भारतीय राज्यघटनेच्या कलम ३४२ (१) नुसार वनात, डोंगरावर एकाकी रहाणाऱ्या, आधुनिक जीवनशैलीशी अपरिचित असलेल्या काही जमातींना राष्ट्रपतींनी अनुसूचित जमाती म्हणून घोषित केले आहे. अनुसूचित जमातींना आदिवासी, मूलनिवासी, आदीम जाती व टोळ्या, वन्य जाती, गिरीजन अशी विविध नावे आहेत. त्यापैकी आदिवासी हे नाव राष्ट्रीय परिभाषेत जास्त प्रचलित आहे.

गिरीजन किंवा आदिवासी म्हणून ओळखली जाणाऱ्या संथाळ जमात बिहार व त्याच्या आसपासच्या राज्यात आहे. महाराष्ट्रात हळबा, वारली, गोंड, छोटा नागपूरच्या पठारावर मुंडा, ओराओ, हो, बिऱ्होर, विंध्य पर्वत परिसरात कोल, भिल्ल आणि सातपुड्यांच्या परिसरात कोरकू, आगरिया, परधान व बैगा या जमाती मुख्य आहेत. गुजराथमध्ये भिल्ल, धोडीआ, दुबळा, कोळी, वाघरी, वारली इ. मुख्य जमाती आहेत. महाराष्ट्रात सह्याद्री परिसरात आगरी, कातकरी, कोकणा, महादेवकोळी, ठाकूर, वारली इ. जमाती मुख्य आहेत. खानदेशातील भिल्ल व विदर्भात गोंड या जमाती मोठ्या आहेत. राजस्थानात भिल्ल मोठ्या प्रमाणावर आहेत. दक्षिण कन्नड जिल्ह्यात कोरगा, कूर्गमधील युरुव, वायनाडचे इऊलर, पणियन व कुरुंबी, कोचीन, त्रावणकोरमधील कादर, कणिकरन, मलपंतरम, इ. जमाती आहेत. निलगिरी पर्वतराजीत रहाणाऱ्या तोडा, बदागा व कोटा ह्या जमाती आहेत. आंध्रप्रदेशात चेंचू जमात आहे. याशिवाय अंदमान, निकोबार, लक्षद्रिप व मिनिकॉय या बेटांवरही आदिवासी जमाती रहातात. पैकी अंदमानात ओंगी व निकोबारमधील निकोबारी ह्या मुख्य आहेत.

घटनात्मक तरतुदी

घटनेच्या पाचव्या परिशिष्टातील तरतुदीनुसार ज्या अविकसित प्रदेशात अनुसूचित जमातींची वस्ती आहे, तो अनुसूचित प्रदेश म्हणून घोषित करण्याचा अधिकार राष्ट्रपतींना आहे.

घटनेतील ४६ व्या अनुच्छेदानुसार समाजातील दुर्बल गटांचे विशेषत: अनुसूचित जाती जमातीचे, शैक्षणिक आणि आर्थिक हितसंबंधांचे रक्षण राज्यशासन विशेष काळजीने करून अन्याय दूर करेल. सर्व प्रकारच्या पिळवणुकीपासून त्यांचे रक्षण करेल असे आश्वासन देण्यात आले आहे. २३ व्या अनुच्छेदानुसार सक्तीची वेठबिगारी नाहीशी केली आहे. २२४ व्या अनुच्छेदानुसार परिशिष्ट ५ (क) यास अनुसरून आसाम वगळून इतर भारतात व परिशिष्ट ६ परिच्छेद २० यास अनुसरून आसाममध्ये असलेला बहुसंख्य आदिवासी प्रदेश हा अनुक्रमे अनुसूचित आणि आदिवासी क्षेत्र म्हणून घोषित करण्याची तरतूद आहे. १६४ व्या अनुच्छेदानुसार बिहार, मध्यप्रदेश

व ओरिसा या घटकराज्यात आदिवासी व अनुसूचित जाती व मागास वर्गाच्या कल्याणासाठी एक स्वतंत्र मंत्रालय निर्माण करण्यात आले आहे. ३३८ व्या अनुच्छेदानुसार अनुसूचित जाती व जमातींसाठी एका खास अधिकाऱ्याच्या नेमणूकीची तजवीज आहे. अनुच्छेद ३३०, ३३२ व ३३४ प्रमाणे लोकसभेत व राज्य विधिमंडळातून आदिवासींना काही काळपर्यंत प्रतिनिधीत्वही देण्यात आले. ३३५ व्या अनुच्छेदानुसार केंद्र सरकारच्या व राज्य सरकारच्या जागांसंबंधी नेमणूका करतांना शासकीय कार्यक्षमता लक्षात घेऊन अनुसूचित जाती जमातींचे हक्क विचारात घेतले जातील व त्यानुसार आदिवासींकरता ५% जागा राखून ठेवल्या आहेत. याकरिता एक आयुक्त १९५० मध्ये नेमून त्या अधिकाऱ्यावर राष्ट्रपर्तींनी तरतूदीच्या अंमलबजावणी व कार्यवाहीची चौकशी करण्याची जबाबदारी सोपवली आहे.

घटनेच्या २७५ व्या कलमानुसार अनुसूचित जमातींच्या आर्थिक कल्याणासाठी पंचवार्षिक योजनेत तरतूद केलेली आहे.

१९९२ साली आदिवासी विकास विभागाची पुनर्रचना केली गेली त्यानुसार प्रशासकीय यंत्रणा

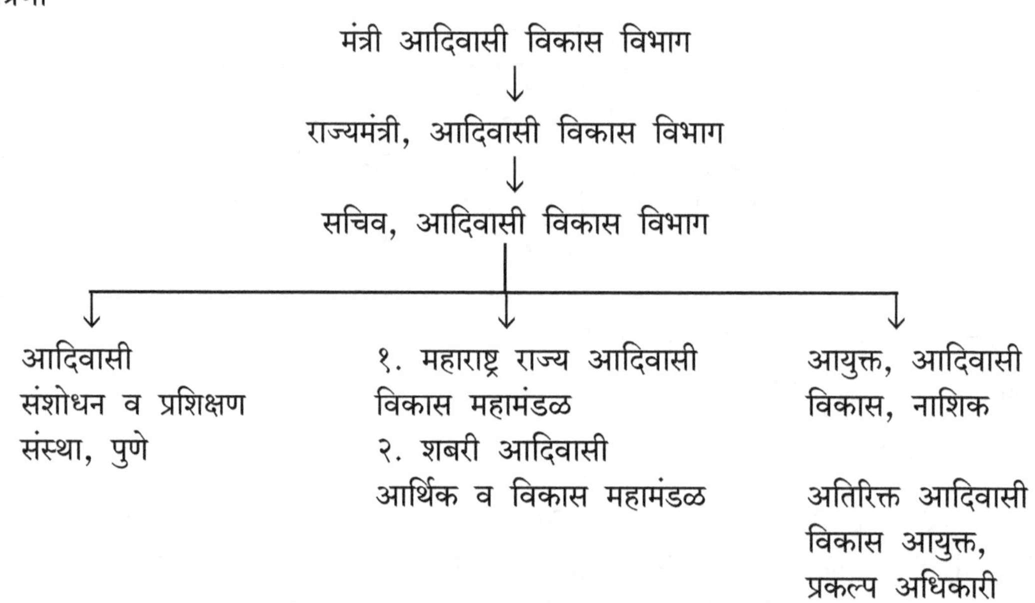

भारतीय राज्यघटनेच्या ३४२ व्या अनुच्छेदानुसार भारतात सहाशे जमाती आहेत त्यापैकी एकच जमात दोन राज्यात असेही आहे.

काही जमातीं मुख्य प्रवाहातील राहणीमानानुसार जगत आहेत. १७ राज्ये व अंदमान, निकोबार या केंद्राशासित प्रदेशात ७५ प्राचीन आदिवासी जमाती आहेत त्यांची वैशिष्ट्ये म्हणजे अ) कृषिपूर्व अवस्थेतील तंत्रज्ञान ब) लोकसंख्या घटलेली किंवा तिच वाढ खुंटलेली क) साक्षरतेचे प्रमाण अत्यंत कमी ड) तुटपुंजे उत्पन्न इ. आहेत.

जमातींची लोकसंख्या

१९९१ ते २००१ या दशकात अनुसूचित जमातींच्या लोकसंख्येत २४.४५% वाढ झाली आहे.

१९९१ ते २००१ या दशकात स्त्रियांमधील साक्षरतेचे प्रमाण १८.२ टक्क्यांवरून ३४.८% झाले आहे जे एकूण स्त्रियांच्या साक्षरतेपेक्षा २०% इतके कमी आहे. याच दशकात एकूण साक्षरतेचे प्रमाण २९.६२ टक्क्यांवरून ४७.१० टक्के इतके वाढले आहे. परंतु साक्षरतेचे सर्वसाधारण प्रमाण ६४.८ टक्के इतके आहे. त्या तुलनेत अनुसूचित जमातींमध्ये साक्षरतेचे प्रमाण कमी आहे. याचा अपरिहार्य परिणाम म्हणजे दारिद्र्यरेषेखाली जगणाऱ्यांचे प्रमाण जास्त आहे.

दर हजारी पुरुषांमागे स्त्रियांचे प्रमाण हे २००१ च्या जनगणनेनुसार ९७८ आहे व एकूण लोकसंख्येत हे प्रमाण ९३३ इतके आहे.

महाराष्ट्रातील जमाती व त्यांच्यासाठीच्या सोयी

महाराष्ट्रातील गडचिरोली जिल्ह्यातील भामरागड भागातील माडिया गोंड, यवतमाळ, नांदेड जिल्ह्यातील कोळम, रायगड व ठाणे जिल्ह्यातील कातकरी यांना अतिमागास जमाती म्हणून केंद्र सरकारने मान्यता दिली आहे.

राज्यात १९९१–९२ मध्ये २१ जिल्ह्यातील १०६ तालुक्यांमध्ये डोंगरी विभाग विकास विशेष कृती कार्यक्रम सुरू झाला. ज्यात रस्ते, पाणीपुरवठा, लघुपाटबंधारे याचा समावेश आहे.

१९९५ मध्ये अनुसूचित जमातींसाठी त्यांचा आरोग्याचा प्रश्न लक्षात घेऊन नवसंजीवन योजना जाहीर करण्यांत आली आहे. ज्यातून कुपोषणापासून बचाव, रोजगार निर्मिती, आरोग्य सेवा, इ. कार्यक्रम राबवले जातात. शिवाय उद्योजकांसाठी १९८४ साली 'वसंतराव नाईक भटक्या व विमुक्त जमाती महामंडळ' स्थापन केले आहे.

सहाव्या पंचवार्षिक योजनेत ३४ आरोग्य केंद्रे आदिवासी विभागात उघडली गेली. आश्रम शाळांमधील विद्यार्थ्यांसाठी सध्या ३२ फिरती आरोग्य पथके कार्यरत आहेत.

ठाणे, नाशिक, नंदूरबार, अमरावती व गडचिरोली येथे १३२ आरोग्य केंद्रे आहेत. सध्या आदिवासी क्षेत्रात खालील सुविधा उपलब्ध आहेत.

क्र.	आरोग्य सुविधा	संख्या
१.	ग्रामीण रुग्णालये	५९
२.	प्राथमिक आरोग्य केंद्रे	३१२
३.	प्राथमिक आरोग्य केंद्रे (मिनी पीएचसी)	१०१
४.	फिरती आरोग्य केंद्रे	५२
५.	उपकेंद्रे	२०२३

संदर्भ : वार्षिक आदिवासी उपयोजना २००६–२००७ महाराष्ट्र शासन आदिवासी विकास विभाग

वनविभाग, जंगल कामगार सहकारी संस्था, महाराष्ट्र राज्य सहकारी आदिवासी विकास महामंडळ, वनविकास महामंडळ इ. मार्फत पुरविल्या जाणाऱ्या रोजगारावर आदिवासींची आर्थिक परिस्थिती माठ्या प्रमाणात अवलंबून असते. आदिवासींना शोषण मुक्त करण्यासाठी राज्य शासनाने वेगवेगळे अधिनियम तयार केले आहेत.

आदिवासींना दारिद्र्यरेषेवर आणण्यासाठी त्यांच्या मिळकतीत व क्षमतेत वाढ करणे असे दुहेरी प्रयत्न चालू आहेत. राज्यात एकूण ६३,८६७ चौ. की. मी. भूभाग हा वनव्याप आहे.

लोकसंख्या देश व राज्य

२००१ च्या लोकसंख्येनुसार भारताच्या एकूण लोकसंख्येपैकी ८.२०% लोकसंख्या अनुसूचित जमातींची आहे. त्यात मिझोराममध्ये ९४%, मेघालय ८५% पेक्षा जास्त, लक्षद्विपमध्ये ९४%, दादरा, नगर हवेली ६२%, अरुणाचल प्रदेश ६४%, सिक्कीम २०%, झारखंड २६%, ओरिसा २२%, छत्तीसगड ३१% पेक्षा जास्त, राजस्थान १२%, त्रिपुरा ३१%, मध्यप्रदेश १४% व महाराष्ट्रात ८.८५% आहे. पंजाब, हरियाना, चंडीगड, पाँडेचरी येथे आदीवासी नाहीत.

महाराष्ट्रातील ३५ जिल्ह्यांपैकी धुळे, नंदूरबार, जळगाव, नाशिक, ठाणे, चंद्रपूर, गडचिरोली, भंडारा, गोंदीया, नागपूर, अमरावती, यवतमाळ या जिल्ह्यात आदीवासींची लोकसंख्या जास्त आहे. २००१ च्या जनगणनेनुसार धुळे जिल्ह्यात २५.९७%, नंदूरबारमध्ये सर्वात जास्त ६५.५३%, जळगाव मध्ये ११.८४%, नाशिकमध्ये २३.९१%, ठाणे जिल्ह्यात १४.७४%, चंद्रपूरमध्ये १८.१२%, गडचिरोलीमध्ये ३८.३१%, भंडारात ८.६०%, गोंदीयात १६/३६%, नागपूरमध्ये १०.९३%, अमरावतीत १३.६८% व यवतमाळ मध्ये १९.२५% आहे.

तक्ता क्र. २७

महाराष्ट्र राज्याची मागील चार दशकांची आदिवासी व एकूण लोकसंख्या

(आकडे लाखात)

क्र.	तपशील	१९६१	१९७१	१९८१	१९९१	२००१
१	महाराष्ट्रातील एकूण लोकसंख्या	३९,५५४	५०,४१२	६२,७८४	७८,९३७	९६,८७९
२	महाराष्ट्रातील आदिवासींची लोकसंख्या	२३,०७	३८,४१	५७,७२	७३,१८	८५,७७
३	आदिवासी लोकसंख्येची राज्याच्या लोकसंख्येची टक्केवारी	५.८३	७.६२	९.११	९.२७	८.८९

एकूण लोकसंख्येच्या तुलनेत ९१ ते ०१ या दशकात आदिवासींचे प्रमाण कमी झाले.

साक्षरता

तक्ता क्र. २८

२००१ च्या जनगणनेनुसार सर्वसामान्य व आदिवासींच्या साक्षरतेचे प्रमाण

क्र.	जिल्हा	सर्वसामान्य	आदिवासी	क्र.	जिल्हा	सर्वसामान्य	आदिवासी
१	ठाणे	८०.७	४६.९	८	अमरावती	८२.५	६४.१
२	नाशिक	७४.४	५०.७	९	यवतमाळ	७३.६	६२.२
३	नंदूबार	५५.८	४२.३	१०	वर्धा	८०.१	६९.२
४	धुळे	७१.६	४५.९	११	नागपूर	८४.०	७६.०
५	जळगाव	७५.४	५२.२	१२	भंडारा	७८.५	७३.२
६	अकोला	८१.५	७०.५	१३	गोंदीया	७८.५	६९.८
७	वाशिम	७३.४	६०.१	१४	गडचिरोली	६०.१	४९.०
				१५	चंद्रपूर	७३.२	६४.४

संदर्भ

वार्षिक आदिवासी उपयोजना २००६–२००७ महाराष्ट्र शासन आदिवासी विकास विभाग.

विकास योजना

घटनेच्या २७५ कलमानुसार अनुसूचित जमातींच्या कल्याणासाठी पंचवार्षिक योजनेची तरतूदर केलेली आहे. विकासासाठी अनेक योजना आखल्या आहेत.

शैक्षणिक विकासाच्या योजना

१. शासकीय आश्रमशाळा समूह योजना

२. स्वेच्छा संस्थांना आश्रमशाळा चालविण्यास अर्थसहाय्य.

३. आदर्श आश्रमशाळा

४. आदिवासी मुला-मुलींची शासकीय वसतीगृहे

५. अनुसूचित जमातीच्या विद्यार्थ्यांना शालान्त परीक्षोत्तर शिष्यवृत्ती (भारत सरकार शिष्यवृत्ती)

६. अनुसूचित जमातीच्या विद्यार्थ्यांच्या शिक्षण शुल्काची प्रतिपूर्ती करणे योजना

७. व्यावसायिक शिक्षण घेणाऱ्या विद्यार्थ्यांना निर्वाहभत्ता देण्याची योजना.

८. औद्योगिक प्रशिक्षण संस्थेतील विद्यार्थ्यांना विद्यावेतन योजना.

आर्थिक उन्नतीच्या योजना

१. अनुसूचित जमातीच्या शेतकऱ्यांना वीज पंप / तेल पंप पुरवठा योजना.

२. अनुसूचित जमातीच्या लोकांना घरावरील गवती छपराऐवजी मंगलोरी कौले किंवा पन्हाळी पत्रे

टाकण्याकरिता अर्थ सहाय्य योजना.

३. केंद्रवर्ती अर्थ संकल्प (न्युक्लिअस बजेट) योजना.

४. मोटार वाहन चालक प्रशिक्षण केंद्र योजना

५. आदिवासी युवकांना पोलीस व लष्कर भरतीपूर्व प्रशिक्षण योजना.

६. व्यवसाय प्रशिक्षण केंद्र योजना.

७. स्वयंरोजगारासाठी कर्जपुरवठा योजना.

इतर योजना

१. मागासवर्गीयांच्या सहकारी गृहनिर्माण संस्थांना अर्थसहाय्य.

२. खावटी कर्ज योजना.

३. धान्य कोष योजना.

४. अनुसूचित जमातीच्या उमेदवारांसाठी सेवायोजना नोंदणी.

५. आदिवासी क्षेत्रात उल्लेखनीय काम करणाऱ्या सामाजिक कार्यकर्त्यांना / संस्थांना आदिवासी

सेवक / सेवा संस्था पुरस्कार.

६. आदिवासी हस्तकला प्रदर्शन.

७. आदिवासी पारंपारिक नृत्यस्पर्धा.

८. वारली चित्रकला स्पर्धा.

९. आदिवासी युवकांकरिता नेतृत्व प्रशिक्षण व स्पर्धापूर्व प्रशिक्षण योजना.

अनुदान

तक्ता क्र. २९

गेल्या दहा वर्षांतील आदिवासी उपाययोजनेसाठी प्राप्त होणारे

विशेष केंद्रीय सहाय्य व झालेला खर्च

(आकडे कोटीत)

	वर्ष	केंद्रशासनाकडून मिळालेले अनुदान	झालेला खर्च	
१	१९९६	३६.१४	२५.२४	१०.९(−)
२	१९९७–९८	३४.००	२९.७५	४.२५(−)
३	१९९८–९९	३५.३२	२७.६७	७.६५(−)
४	१९९९–२०००	२९.७५	३७.२६	७.५१(+)
५	२०००–२००१	२९.७५	३९.८३	१०.०८(+)
६	२००१–२००२	३७.२४	३४.००	३.२४(−)
७	२००२–२००३	२८.३८	२५.४३	३.८५(−)
८	२००३–२००४	३३.५१	१५.७३	१७.७८(−)
९	२००४–२००५	३३.५१	३०.७२	२.७९(−)
१०	२००५–२००६	३३.५१	१६.७५	१६.७६(−)

(−) अनुदानापेक्षा खर्च कमी (+) अनुदानापेक्षा खर्च जास्त

आजची स्थिती

तक्ता क्र. ३०

अनुसूचित जमातीतील ७ ते १९ वयोगटातील स्त्रिया व पुरुष यांचे निरक्षरतेचे प्रमाण भारत

| | | | | निरक्षर | | |
वयोगट	एकूण	पुरुष	स्त्रिया	एकूण	पुरुष	स्त्रिया
७	२१,४४,६५१	१0,९१,९१८	१0,५२,७३३	५0.१५%	४६.२९%	५४.१५%
				१0,७५,५८८	५,0५,४६७	५,७0,१२१
८	२८,६४,0३0	१४,७0,५0९	१३,९४,५२१	४१.९९%	३६.९९%	४७.२६%
				१२,0३,१८0	५,४४,00२	६,५९,१७८
९	१९,५६,२0६	१0,0१,६३३	९,५४,५७३	२९.५३%	२४.४0%	३४.९२%
				५,७७,८३५	२,४४,४४१	३,३३,३९४
१0	३0,३५,८0५	१५,७७,२५६	१४,५८,५४९	३४.६३%	२८.२६%	४१.४२%
				१0५१९११	४४५११६	६0५६७५
११	१४,६९,४३५	७,७३,२५७	६,९६,१७८	२२.२५%	१६.४३%	२८.६0%
				३,२६,८९५	१,२७,८0८	१,९९,0८७
१२	२७,२१,८१५	१४,२१,५२४	१३,00,२९१	३२.७७%	२५.२८%	४0.९७%
				८,९२,0९१	३,५९,३७६	५,३२,७१५
१३	१६,२१,२३३	८,३७,८५0	७,८३,३८३	२६.६३%	१९.0१%	६३.१0%
				४३१७३६	१४९३0९	२७२४२७
१४	१८,७३,090	९,७७,२९३	८,९५,७७७	२९.८५%	२१.७0%	३८.७५%
				५,४९,२४८	२,१२,0९६	३,४७,१५२
१५	१९,१८,२५९	१0,३0,0७६	८,८८,१८३	३५.0८%	२७.0९%	४४.३४%
				६,७२,९४९	२,७९,0७८	३,९३,८७१
१६	१७,७८,८२0	९,१९,९४४	८,५८,८७६	३४.८७%	२५.६७%	४४.७२%
				६,२0,२२१	२,३६,१४३	३,८४,0७८
१७	१0,५९,६३५	५,५४,३३0	५,0५,३0५	३१.६४%	२१.९७%	४२.२६%
				३,३५,३४४	१,२१,७९४	२,१३,५५0
१८	२१,७४,४७१	११,२२,१९४	१0,५२,२७७	४0.४५%	२८.८३%	५२.८४%
				८,७९,५८९	३,२३,५७१	५,५६,0१८
१९	९,२६,२२६	४,४६,८0७	४,७९,४१९	३७.११%	२३.२४%	५0.0४%
				३,४३,७४२	१,0३,८४१	२,३९,९0१
२0-२४	६७,८५,७२१	३२,६0,९२९	३४,८४,७९२	४६.0६%	३0.९२%	६0.२३%
				३१,0७,0९२	१0,0८,१७0	२0,९८,९२२
२५-२९	६६,४१,६४१	३२,३५,४४४	३४,0६,१0७	५३.६३%	३७.८५%	६८.६३%
				३५,६२,३६२	१२,२४,६८१	२३,३७,६८१
३0-३४	५९,८६,७३५	२९,३६,७७७	३0,४९,९५८	६0.४४%	४४.९९%	७५.४३%
				३६,२५,0३७	१३,२१,२६९	२३,0३,७६८
३५-३९	५६,९६,0३९	२९,२0,७६२	२७,७५,२७७	६५.३५%	५0.0९%	७९.३६%
				३६,६५,३९९	१४,६२,९७८	२२,0२,४१५

संदर्भ : सेन्सस ऑफ इंडिया २००१

निरक्षरतेचे प्रमाण अर्थातच स्त्रियांमध्ये जास्त आहे. पुरुषांमध्ये हे प्रमाण तुलनेने कमी आहे परंतु याचा परिणाम म्हणजे त्यांना कायम मजुरीचे काम करावे लागते. शिक्षणाच्या अभावाने अंधश्रद्धाही वाढतात. स्वत: शिक्षित नसल्यास पाल्यांच्या शिक्षणाविषयी आस्थाही रहात नाही.

प्रत्येक ठिकाणी शाळांची उपलब्धता असतेच असेही नाही. शिवाय जवळपास असलेल्या गावी शाळेत जायचे तर वाहनाची उपलब्धता असणे आवश्यक आहे.

प्रादेशिक भाषेत दिलेले शिक्षण आदिवासी विद्यार्थ्यांना कळणेही महत्त्वाचे आहे.

जिथे शाळांची उपलब्धता असेल तिथे पुरेसे शिक्षक व चांगल्या अवस्थेतील शाळा असणे गरजेचे आहे.

तक्ता क्र. ३१

अनुसूचित जमातीतील ७ ते ३९ वयोगटातील स्त्रिया व पुरुष यांचे निरक्षतेचे प्रमाण– महाराष्ट्र

निरक्षर						
वयोगट	एकूण	पुरुष	स्त्रिया	एकूण	पुरुष	स्त्रिया
७	२,१३,०९९	१,०९,८२७	१,०३,९९२	३७.८२%	३५.५४%	४०.२५%
				८०,४७४	३९,०३६	४१,४३८
८	२,३५,३६१	१,२१,१७३	१,१३,६०८	२३.६३%	२१.०३%	२६.५१%
				५५६१२	२५४८८	३०१२४
९	२,१४,९४८	१,०९,४८९	१,०४,४५९	४८.८२%	१२.४४%	१७.२९%
				३१,८०९	१३,७४९	१८,०६०
१०	२,७५,२०७	१,४३,२०६	१,३२,००१	१७.३४%	१४.४२%	२०.४०%
				४७,७२४	२०,७९४	२६,९३०
११	१,९३,२१३	१,०२,४२७	९०,७८६	१०.१४%	७.७७%	१२.८०%
				१९,५८५	७,९६०	११,६२५
१२	२,५२,२६०	१,३३,१८७	१,१९,०७३	१६.६०%	१३.०७%	२०.५४%
				४१,८६०	१७,४०४	२४,४५६
१३	१,८२,६१९	९६,२५४	८६,३६५	१३.९९%	१०.२६%	१७.९८%
				२५,४०८	९,८८०	१५,४२८
१४	१,९३,८१७	१,०२,३१९	९१,४९८	१७.२४%	१३%	२१.९८%
				३३,४४५	१३,२९९	२०,११६

वयोगट	एकूण	पुरुष	स्त्रिया	एकूण	पुरुष	स्त्रिया
१५	१,९०,५८१	१,०३,८८१	८६,७००	२१.५५%	१७.१६%	२६.८०%
				४१,०७७	१७,८३४	२३,२४३
१६	१,८०,८९३	९६,४८०	८४,४१३	२२.३९%	१६.७५%	२८.८४%
				४०,५०८	१६,१४५	२४,३६३
१७	१,२८,०३९	६९,११२	५८,९२७	२१.४६%	१५%	२९.०३%
				२७,४८३	१०,३७१	१७,११२
१८	२,०२,४८७	१,०५,९९२	९६,४९५	२८.३०%	१९.४७%	३९.३१%
				५८,४७९	२०,६४०	३७,९३९
१९	१,१४,२५२	५५,६६५	५८,५८७	२८.४४%	१५.९८%	४०.२८%
				३२,४९१	८,८९५	२३,५९६
२०-२४	६,९८,२०७	३,४७,२६०	३,५०,९४७	३६.९८%	२३%	५०.८०%
				२,५८,१८२	७९,८६८	१,७८,३१४
२५-२९	६,५५,७४४	३,२२,१५६	३,३३,५८८	४६.०२%	३०.९६%	६०.५६%
				३,०१,७७१	९९,७३४	२,०२,०३७
३०-३४	६,०३,१२५	२,९६,०६५	३,०७,०६०	५४.७०%	३८.७४%	७०.०९%
				३,२९,९३७	१,१४,७१८	२,१५,२१९
३५-३९	५,८०,५८५	२,९२,४९८	२,८८,०८७	६०.९६%	४६.०८%	७६.०८%
				३,५३,९५८	१,३४,७७७	२,१९,१८१

संदर्भ : सेन्सस ऑफ इंडीया २००१

महाराष्ट्रातील काही शाळांमध्ये आदिवासी विद्यार्थिनींचा शिक्षकांनी गैरफायदा घेतल्याच्या घटना उघडकीला आल्या आहेत. यामुळे शिक्षणाविषयी आस्था नसणे व त्यातच अशा घटना यातून मुलींना शिक्षणापासून वंचित रहावे लागते.

सर्व शिक्षा अभियानांतर्गत शिक्षणाची सोय केली गेली असली तरी विद्यार्थ्यांची पुरेशी, व्यवस्थित अभ्यासाची तयारी करून घेतली जाणे आवश्यक आहे.

विद्यार्थी महिनान् महिना गैरहजर असतात असाही अनुभव शिक्षकांनी सांगितला.

घरची आर्थिक परिस्थिती बिकट असल्याने कुटूंबाची मालकीची शेती थोडी असल्यानेही मुलांना शेतमजुरीचे काम करणे भाग पडते.

तक्ता क्र. ३२

अनुसूचित जमातीच्या लोकसंख्येचे कामानुसार वर्गीकरण

कामाचा प्रकार	ग्रामीण			नागरी		
	एकूण	पुरुष	स्त्रिया	एकूण	पुरुष	स्त्रिया
१ एकूण काम करणारे	३८,८९,०४६	२०,३३,०७२	१८,५५,९७४	३,७७,७४२	२,७६,२८५	१,०१,४५७
		५२.२७	४७.७२		७३.१४	२६.८५
२ दीर्घकाळ काम करणारे	२९,५९,९३४	१६,९८,०५७	१२,६१,८७७	३,२२,९९९	२,४७,९७१	७५,०२८
	७६.१०	८३.५२	६७.९९	८५.५०	७६.७७	२३.२३
शेतकरी	११,२१,५५५	६,६१,२७२	४,६०,२८३	५,१५२	३,७९२	१,३६०
	३७.८९	३८.९४	३६.४७	१.५९	१.५३	१.८१
शेतमजूर	१४,५२,७९२	७,५१,५०५	७,०१,२८७	३९,७४१	२१,६२१	१८,१२०
	४९.०८	४४.२५	५५.५७	१२.३०	८.७२	२४.१५
घरगुती उद्योगात असलेले	२८,०९५	१५,२२५	१२,८७०	८,५१३	४,३०३	४,२१०
	०.९५	०.९०	१.१०	२.६३	१.७४	२.४२
इतरकाम करणारे	३,५७,४९२	२,७०,०५५	८७,४३७	२,६९,५९३	२,१८,२५५	५१,३३८
	१२.०८	१५.९०	६.९३	८३.४६	८८.०२	६८.४२
३ अल्पकाल काम करणारे	९,२९,११२	३,३५,०८५	५,९४,०९७	५४,७४३	२८,३१४	२६,४२९
	२३.९०	१६.४८	३२.०१	१४.४९	१०.२५	२६.०५
शेतकरी	१,७६,२२४	६२,९४३	१,१३,२८१	९७५	४५७	५१८
	१८.९७	१८.७९	१९.०६	१.७८	१.६१	१.९६
शेतमजूर	६,५२,७३२	२,२१,८२५	४,३०,९०७	१५,९३७	५,७१७	१०,२२०
	७०.२५	६६.२१	७२.४३	२९.११	२०.१९	३८.६७
घरगुती उद्योगात असलेले	१५,३४०	४,३८८	१०,९५२	३,१८३	७८३	२,४००
	१.६५	१.३१	१.८४	५.८१	२.७६	९.०८
इतर काम करणारे	८४,८१६	४५,८५९	३८,९५७	३४,६४८	२१,३५७	१३,२९१
	९.१३	१३.६९	६.५५	६३.२९	७५.४३	५०.२९
४ काम करणारे	३५,९७,४९१	१७,४९,७७६	१८,४७,७१५	७,१२,९९७	२,८८,६२१	४,२४,३७६
	४८.०५	४६.२५	४९.८९	६५.३७	५१.०९	८०.७१

संदर्भ : सेन्सस ऑफ इंडिया २००१

सुमारे २५% व्यक्तींना अल्पकाल काम उपलब्ध होते त्यात शेतमजुरांची संख्या अर्थातच जास्त आहे. ग्रामीण भागात ही संख्या जास्त आहे.

नागरी भागातील स्त्रियांच्या लोकसंख्येपैकी ८० टक्के स्त्रिया काम करीत नाहीत.

इतर काम करणाऱ्यांची संख्या नागरी भागात लक्षणीय आहे. ग्रामीण भागात शेती व शेतमजुरी याशिवाय इतर काम उपलब्ध फारसे नाही असे वरील आकडेवारी स्पष्ट दाखवते.

काम न करणाऱ्यांमधे शहरी स्त्रीच्या तुलनेत ग्रामीण स्त्रियांचे प्रमाण कमी आहे.

ग्रामीण भागात उद्योग व्यवसाय वाढविण्याची नितांत गरज आहे. शेतीतील अनिश्चिततेमुळे शेतमजुरीही व्यवस्थितपणे उपलब्ध होऊ शकत नाही. जवळपासच्या भागात जाऊन काम करायचे तर तशा सुविधाही नाहीत. जो भाग तालुक्याच्या गावाजवळ आहे अशा ठिकाणी तालुक्याला जाऊन कामाची थोडीफार उपलब्धता होऊ शकते.

समारोप

महाराष्ट्र शासन आजच्या परिस्थितीतही आदीवासी समाजात अनेक समस्या असल्याचे दिसते. त्यात पाणी प्रश्न प्रमुख आहे.

२००३-२००४ मध्ये केलेल्या सर्वेक्षणानुसार ४७,०४३ गावे / वाडच्या पाणी पुरवठ्याच्या बाबतीत समस्याग्रस्त आहेत. विविध योजनांतर्गत २१,३८७ गावात पाणी पुरवठा कार्यक्रम हाताळण्यात येत आहेत.

शिक्षणाच्या बाबतीत जरी शाळेत जाणाऱ्यांचे प्रमाण वाढले असले तरी प्रत्यक्ष लेखन, वाचन करता न येण्याची समस्या आहे. महाविद्यालयीन शिक्षण घेतलेल्या विद्यार्थ्यांमधे परिस्थिती, राहणी यामुळे न्यूनगंडाची भावना आहे.

लहान वयात लग्न, मातृत्व यामुळे माता व बालक या दोघांमधेही कुपोषणाचा प्रश्न भयावह आहे.

शिवाय व्यसनाधीनता, तात्पुरते स्थलांतर, क्षय-एडस्‌सारखे आजार या समस्याही भेडसावत आहेत.

अज्ञान, दारिद्र्य यामुळे शिक्षितांकडून होणारी फसवणूक अंधश्रद्धांमुळे ओढवणारे मृत्यू हेही घडत आहेत.

दुर्गम भागात रहात असल्याने मुख्य प्रवाहाशी संबंध नाही.

खाजगी सावकारीमुळे जन्मभर, पिढ्यान् पिढ्या डोक्यावर कर्ज

आरोग्याच्या प्रश्नात डॉक्टरांची उपलब्धता नसणे, दारिद्र्य, बेरोजगारी, अज्ञान यामुळे हा प्रश्न बिकट आहे.

यामुळे वीज, पाणी, रस्ते यांच्या इतकीच शिक्षण, शेती व्यतिरिक्त इतर उद्योग, सुरक्षित जीवन, कुपोषणापासून मुक्ती यातून पुढच्या पिढ्यांचे आयुष्य तरी व्यवस्थित होईल.

(Welfare Services for the Aged)

वृद्धांच्या समस्या व कल्याणकारी योजना

वास्तविक, भारतीय परंपरेत वृद्धांना मानाचे स्थान होते. इतकेच नव्हे तर ग्रामीण भागात जात पंचायतीत वृद्ध सभासद असत व ते स्वतःच्या अनुभवाचा वापर करून न्यायदानाचे काम करीत. तसेच अडचणीच्या वेळी, व्याधी झाल्या असताना त्यांचा सल्ला, मार्गदर्शन घेतले जाई. वृद्धांशी नातेवाईक आवर्जून बोलत असत. त्यामुळे त्यांना एकाकीपणाची भावना जाणवत नव्हती. परंतु स्वातंत्र्य, मूल्यहीनता व पाश्चात्त्यीकरणाचा प्रभाव यामुळे वृद्धांच्या समस्या निर्माण झाल्या आहेत.

पाश्चात्त्य देशांप्रमाणे भारतालासुद्धा आता वृद्ध नागरिकांची समस्या भेडसावत आहे. पाश्चात्त्य देशांमध्ये आई-वडील दोघेही नोकरी करत असल्यामुळे त्यांना त्यांच्या मुलांचा म्हणावा तसा लळा नसतो. त्यामुळे लहानपणापासूनच आई-वडील व मुले यांमध्ये विचारांची तसेच भावनांची दरी असते. मुले एकदा का प्रौढ झाली की आई-वडिलांपासून ती विभक्त होतात.

कुटुंब व्यवस्थेत बदल

भारतामध्ये मात्र दोन-तीन दशकांपूर्वी वर नमूद केल्याप्रमाणे परिस्थिती नव्हती. परंतु आता आपल्या देशातसुद्धा पाश्चात्त्य देशांचे अनुकरण होत आहे. पूर्वी भारतामध्ये एकत्र कुटुंबपद्धती अस्तित्वात होती. परंतु आता एकत्र कुटुंबपद्धती अपवादानेच आढळते. यामुळे हिंदू कुटुंबातील प्रसिद्ध कर्ता पद्धती संपुष्टात आली आहे. कर्ता पद्धत म्हणजे घरातील वडीलधाऱ्या व्यक्तीवर घरातील सर्व जबाबदारी असते. ती व्यक्ती घरातील सर्व व्यक्तींचे हित बघत असते. आता परिस्थिती बदलली आहे. एकत्र कुटुंबपद्धतीचे रूपांतर विभक्त कुटुंबपद्धतीत झाले आहे.

विभक्त कुटुंबपद्धतीमुळे घरातील तरुण मुले आपला विवाह झाल्यावर आपल्या आई-वडिलांना सोडून आपला प्रपंच दुसरीकडे थाटतात. यामुळे साहजिकच घरातील वृद्ध आई-वडिलांचा प्रश्न डोके वर काढत आहे. आज भारतातील प्रत्येक मुख्य शहरांमध्ये ह्या प्रश्नांनी उचल खाल्ली आहे. भारतातील निरनिराळ्या शहरांमधून आपणास असे आढळून येईल की, दोन दशकांपूर्वी जेवढे वृद्धाश्रम होते त्यापेक्षा अधिक वृद्धाश्रम गेल्या चार-पाच वर्षांमध्ये स्थापन झाले आहेत. घरातील वृद्धांना अडगळ समजून त्यांचे वय झाले की, वृद्धाश्रमामध्ये दाखल करायचे प्रमाण वाढले आहे. शहरांमध्ये राहण्याच्या जागा अपुऱ्या असल्यामुळेही हा प्रश्न निर्माण होतो.

काही ठिकाणी तर या वृद्धांना राहण्याकरिता जागासुद्धा मिळत नाही. पुण्यामध्ये 'निवारा' ही संस्था महाराष्ट्रामध्ये मोठ्या प्रमाणात वृद्धांना आश्रय देण्याचे कार्य करते. मुंबईमध्येसुद्धा गेल्या काही वर्षांत वृद्धाश्रमांची संख्या वाढली आहे.

वृद्धत्व या संज्ञेची निश्चित व्याख्या करता येणे कठीण आहे. व्यवहारात, शासनाच्या दृष्टीने साठ किंवा त्यापेक्षा जास्त वय असलेल्यांना वृद्ध असे म्हटले आहे. भारत सरकारने सन १९९१ मध्ये जो जनगणना अहवाल प्रसिद्ध केला, त्यानुसार वृद्धत्वासाठी वय हा घटक महत्त्वाचा मानून ६० किंवा त्यापेक्षा जास्त वय असलेली व्यक्ती वृद्ध समजली गेली. महाराष्ट्र सरकारने वृद्धांसाठी 'निवृत्ती वेतन' योजना लागू केली असून, त्यानुसार ६५ वर्षे वा त्यापेक्षा जास्त वयाचा पुरुष व ६० वर्षे व त्यापेक्षा जास्त वयाची स्त्री वृद्ध म्हणून समजली जाते. मानसशास्त्राचा मात्र याकडे बघण्याचा दृष्टिकोन मानसिक स्वरूपाची प्रक्रिया आहे असे मानण्याकडे आहे. यात जननदराची पातळी घसरली त्यामुळे लहान मुलांची संख्या कमी झाली. वाढत्या वैद्यकीय सुविधा, वैद्यकीय तंत्रज्ञान यामुळे वयोमर्यादा वाढत आहे. वृद्धत्वाचा व्यक्तीच्या मानसिक व बौद्धिक क्षमतेवर परिणाम होतो. विस्मरण, कामाचा वेग कमी होणे, अचूकता कमी असणे या गोष्टी सामान्यत: आढळून येतात. नोकरीतून निवृत्त होणे हीसुद्धा वृद्धत्वाची खूण आहे. निवृत्तीनंतर स्वत:ला कामात, छंदात गुंतवून ठेवणे सर्वांनाच जमत नाही. आर्थिक उत्पन्न अपुरे असते. निवृत्तीपूर्वी कौटुंबिक जबाबदार्‍या पूर्ण झाल्या तर ठीक, नाही तर वेगळेच ताण जाणवतात. निवृत्ती वेतनही सर्वांना मिळत नाही. खाजगी नोकरी करणारे, रोजंदारीवर काम करणारे यांना तर आर्थिक अडचण फारच जाणवते.

शारीरिक समस्या वृद्धापकाळात तर बहुदा रोजच वेगळ्या जाणवत असतात. अशक्तपणा रक्तदाब, हृदयविकार, चक्कर येणे हे आजार होतात. अशक्तपणा लवकर भरून येत नाही. स्वभावात आलेला चिडचिडेपणा, हटवादीपणा यामुळेही प्रश्न निर्माण होतात.

१९९० नंतर आर्थिक क्षेत्रात वाढ झाली. ज्येष्ठ नागरिकांच्या संख्येत वाढ झाली. २००१ च्या जनगणनेनुसार भारतात ६० वर्षे वयाचे सात कोटी सहासष्ट लाख ज्येष्ठ नागरिक आहेत. महाराष्ट्रात हे प्रमाण ८.७ टक्के आहे. पुरुषांचे प्रमाण ७.८ टक्के आहे, तर ९.७ टक्के स्त्रिया आहेत.

वृद्धांच्या समस्या अनेक कारणांमुळे निर्माण होतात –

कौटुंबिक कारणे – पूर्वीच्या एकत्र कुटुंबात वृद्ध, निराधार व्यक्तींना आधार मिळत असे. विभक्त कुटुंबपद्धतीमुळे पती-पत्नी व त्यांची मुले एवढ्याच सदस्यांमुळे त्यातही कुटुंबांतील मुलांची संख्या एक किंवा दोनवर आल्याने हा प्रश्न अधिकच बिकट बनलाय. आई-वडिलांचा सांभाळ कुणी करायचा यावरून कुटुंबांत भांडणे होत आहेत.

ज्या वृद्धांना मूलबाळच नाही त्यांना वृद्धाश्रमाचा आधार घ्यावा लागतो. सध्याच्या काळात मुलांच्या परदेशी स्थायिक होण्याचे प्रमाण वाढल्याने पालकांना निराधार वाटते, परदेशातील जीवनपद्धतीशी जुळवून घेता येत नसल्याने तिकडे जाता येत नाही व इथे एकटेपणा जाणवतो. मुलींनी आई-वडिलांची काळजी घेणे, त्यांना आपल्याकडे राहायला आणणे हे काही प्रमाणात आढळते.

परंतु आई-वडिलांचा सांभाळ मुलानेच करायचा ही परंपरा मनावर पक्की ठसलेली असल्याने काही आई-वडिलांचे मन हे स्वीकारायला तयार होत नाही.

मानसिक कारणे – विभक्त कुटुंबामुळे आत्मकेंद्रीपणा वाढला, त्यामुळे इतरांशी फारसा संबंध, सलोखा राहिला नाही. यामुळे आपलेपणा वाटत नाही. स्वत:च्या मुलांकडे राहायला जायचे तरी आपल्या स्वातंत्र्यावर गदा येणार ही भावना. पुढच्या पिढ्यांशी जमवून घेत नसल्याने संघर्ष, तडजोडीची वृत्ती नाही. यातून वादाचे प्रसंग निर्माण होतात.

नोकरी व्यवसायाच्या काळात केवळ कुटुंबांतील व्यक्ती व नोकरी व्यवसाय यावरच लक्ष केंद्रित केले गेल्याने बाहेर समाजात एकदम मिसळणे जमत नाही. त्यामुळे सतत स्वत:संबंधी विचार करणे यातून नव्याच समस्या निर्माण होतात. जुन्या प्रसंगावरून वाद उकरून काढणे, यातून घरातले वातावरण बिघडते. घरात दोन पिढ्या एकत्र राहत असतील तर घरातील इतरांनाही याचा त्रास होतो. वृद्धांना 'तुम्हाला काय काम आहे', असे म्हणून रिकामपणाविषयी हिणवले जाते.

आर्थिक कारणे – निवृत्ती वेतन मिळणाऱ्या वृद्धांकडून निवृत्ती वेतनाची रक्कम काढून घेणारी कुटुंबे आहेत. तर निवृत्ती वेतन न मिळणाऱ्या घरात कौटुंबिक जबाबदाऱ्या पार पाडताना पैसे शिल्लक न राहिल्याने मुलांपुढे हात पसरायची वेळ येते. आजारपणात खर्च करावा लागल्यास मुलं कुरकुर करतात.

काही वेळा व्याजाच्या फायद्यासाठी गुंतवलेल्या रकमा बुडणे, मुद्दलासकट नुकसान होणे. चोरी, दरोडा यामुळेही आर्थिक नुकसानीची कुऱ्हाड कोसळते. अपत्यांना व्यवसाय काढण्यासाठी दिलेल्या रकमा व्यवसायात नुकसान झाल्यामुळे बुडणे. हा आर्थिक धक्क्याबरोबर मानसिक धक्क असतो. यातून सावरणे सगळ्या कुटुंबालाच अवघड जाते.

सामाजिक प्रश्र – वृद्धांना बाहेर जाणे, सभा, ग्रंथालये अशा ठिकाणी वेळ घालवायचा असला तरीही शहरी भागातील वाहतुकीचा, गर्दीचा प्रश्न इतका बिकट आहे की, त्यांना एकट्याने फिरणे अशक्य आहे. घरातील इतरांना बरोबर घेऊन सतत जाणे शक्य होत नाही. वृद्धांना वाहनाचा धक्का लागून होणारे अपघात तर नित्य आहेत. नोकरी व्यवसायात असताना इतर कर्मचारी मित्र–मंडळी असतात. नंतर मात्र एकटेपणा येतो. वृद्धापकाळाने दर्जा व भूमिका यात बदल होतो. नोकरीच्या ठिकाणी असणारा मान नंतर मिळत नाही. यामुळे तणाव निर्माण होतात. आत्महत्या घडतात.

'इंटरनॅशनल नेटवर्क फॉर प्रिव्हेन्शन ऑफ एल्डर अब्यूज' या संघटनेने १५ जून हा दिवस जागतिक वृद्ध अवहेलना प्रतिकार दिन म्हणून पाळावा असे आवाहन केले आहे. कारण वृद्धांना वेगवेगळ्या प्रकारच्या अवहेलनांना तोंड द्यावे लागते. यात मानसिक छळ, लैंगिक छळ, आर्थिक छळ, संपत्तीविषयक छळ, वृद्धांकडे दुर्लक्ष करणे इत्यादीचा समावेश होतो.

या विषयाबद्दल फार कमी ठिकाणी बोलले जाते. आंतरराष्ट्रीय दिर्घायू केंद्राने या समस्येबाबत धोरण निश्चित करणे, कायद्याची चौकट ठरवणे, वृद्धांना मदत करणे, इ. विषयी चर्चा करून पुढील गोष्टी गृहीत धरून मानल्या. यात वृद्ध मंडळींना समाजाकडून आदरयुक्त वागणूक मिळण्याचा व अवहेलना मुक्त जीवन जगण्याचा अधिकार आहे. निर्णय घेण्याची क्षमता व वागणूक याचा वृद्धांच्या वयाशी काहीही संबंध नसतो. समाजातील सर्व घटकांनी वृद्धांच्या

छळवणुकीच्या, त्यांच्याकडे केल्या जाणाऱ्या दुर्लक्षाच्या बाबतीत, पिळवणुकीच्या बाबतीत प्रतिकार केला पाहिजे.

वृद्धांनीही स्वतःची मुले, नातवंडे वृद्धापकाळी सांभाळतील असे गृहीत धरू नये. वृद्धांना होणाऱ्या शिवीगाळ/मानहानीबाबत राज्यशासन त्यांना संरक्षण पुरवेल. तसेच स्वयंविकासाच्या संधी मोठ्या प्रमाणात उपलब्ध करून देईल.

त्याचप्रमाणे काही कामांमध्ये त्यांचा सहभागही घेण्यात येईल. वैधव्य, शारीरिक क्षमता नसणे या कारणामुळे वृद्ध महिलांना त्रास सहन करण्याची वेळ येणार नाही.

वृद्धांवर हल्ले केले जाणे, त्यांची कुटुंबीयांकडून, नातेवाईकांकडून फसवणूक होते, त्यांच्यावर जबरदस्ती केली जाते. या कौटुंबिक हिंसाचारापासून संरक्षण देण्यासाठी कायद्यात तरतूद करण्याचा विचार करावा लागेल. त्यांची राहती जागा त्यांच्यापासून हिरावून घेऊ नये, या हक्क व हस्तांतरण याविषयीच्या कायद्यात सुधारणा झाली पाहिजे.

वृद्ध व्यक्तींबाबत १९७३ च्या कायद्यातील कलम १२५ नुसार पालकांची काळजी घेण्याबाबत तरतूद केलेली आहे. परंतु ती आर्थिक साह्याबाबत आहे. त्यानुसार पालकांजवळ प्रपंच चालविण्यासाठी पैसा नसेल तर त्यांच्या मुलांनी/मुलींनी दरमहा ठरावीक रक्कम त्यांना द्यावी अन्यथा दंड वा तुरुंगवासाची शिक्षा होऊ शकेल.

तक्ता क्र. २१

२००१ च्या जनगणनेनुसार ६५ वर्षावरील पुरुष व स्त्रियांची लोकसंख्या

महाराष्ट्र

वयोगट	एकूण	पुरुष	स्त्रिया	ग्रामीण			नागरी		
				एकूण	पुरुष	स्त्रिया	एकूण	पुरुष	स्त्रिया
६५–६९	२६३२६६५	१२२९६०५	१४०३०६०	१८४०६९७	८६१२५५	९७९४४२	७९१९६८	३६८३५०	४२३६१८
				६९.९१	७०.०४	६९.८०	३०.०८	२९.९५	३०.१९
७०–७४	१६२९३३३	८१३८४६	८१५४८७	१११७७९८	५६६२६४	५५१५३४	५११५३५	२४७५८२	२६३९५३
				६८.६०	६९.५८	६७.६३	३१.३९	३०.४२	३२.३६
७५–७९	६८२७७३	३३३३९३	३४९३८०	४४२४२८	२१६६१५	२२५८१३	२४०३४५	११६७७८	१२३५६७
				६४.८०	६४.९७	६४.६३	३५.२०	३५.०२	३५.३६
८० +	७७९०९८	३५१२४०	४२७८५८	५१९४८८	२३५५०७	२८३९८१	२५९६१०	११५७३३	१४३८७७
				६६.६७	६७.०५	६६.३७	३३.३२	३२.९४	३३.६३

ग्रामीण भागात तर वृद्धांच्या समस्या जास्त जाणवत असतील कारण बहुतेकजण त्यांच्या काम करण्याच्या वयात शेती कामात व्यस्त असतील. परंतु वृद्धापकाळात मात्र जमेल तेवढे काम

नाहीतर इतर काही मनोरंजन नसल्याने रिकामपण येत असण्याची व त्यातून आजार उद्भवण्याची शक्यता जास्त असते. तरीही ६० + या वयोगटातील ग्रामीण भागातील एकूण लोकसंख्या ५७०९१३ आहे व त्यापैकी २८३१३७८ व्यक्ती काम करणाऱ्या आहेत व त्यापैकी पुरुषांची संख्या १७०१९१३ आहे तर स्त्रियांची संख्या ११२९४६५ आहे.

नागरी भागात ६० अधिक ही संख्या २७४५५३० आहे व त्यापैकी ५८८२७४ व्यक्ती काम करतात व त्यापैकी ४६५६६८ पुरुष व १२२६०६ स्त्रिया आहेत.

समारोप

वृद्धांच्या समस्या सोडविण्यासाठी स्वयंसेवी संस्था, शासकीय पातळीवरून प्रयत्न केले जातात. यात महाराष्ट्र सरकारने वृद्ध ही संज्ञा न वापरता 'ज्येष्ठ नागरिक' ही संज्ञा वापरल्याने त्यांच्याविषयी आदरभाव वाढला.

शासनाद्वारे संजय गांधी निराधार मदत योजनेअंतर्गत ६५ वर्षांवरील पुरुष व ६० वर्षांवरील स्त्री यांना दरमहा रु. १०० वार्धक्य भत्ता मिळतो. हा भत्ता महाराष्ट्र, केरळ, आंध्र प्रदेश, तामिळनाडू, कर्नाटक, उत्तर प्रदेश, राजस्थान, पश्चिम बंगाल या राज्यात दिला जातो. परंतु हा भत्ता सर्वच नागरिकांना दिला गेला पाहिजे

वृद्धांसाठीही डे केअर सेंटर्स असावीत. त्यामुळे समवयस्कांचा सहवास, वातावरणात बदल, वेळ चांगला जाईल.

मोफत औषधोपचार सर्व वृद्धांना मिळावेत. वृद्ध व्यक्तींना आजारपण लगेच येते. त्यातच दीर्घकालीन आजार झाले तर उपचार करणे कठीण होते. त्यामुळे हे उपचारही चांगल्या दवाखान्यात मिळावेत.

वृद्धांसाठी मनोरंजन केंद्रे असावीत. यात त्यांना पुस्तके, वृत्तपत्र वाचून दाखवणे, दूरदर्शन पाहणे, खेळ हे उपलब्ध व्हायला हवे.

वृद्धांनीही सार्वजनिक उपक्रमात भाग घ्यावा. ज्यातून त्यांचा वेळ चांगला जाऊन त्यांना स्वयंसेवेचे समाधान मिळेल. याशिवाय ज्यांना काम करणे शक्य असेल त्यांनी जेवढे जमेल तेवढे काम करावे. याबाबत आपल्या आसपास असे काम करणाऱ्या, मनाने तरुण असलेल्या व्यक्तींचा इतर वृद्धांनी आदर्श ठेवला पाहिजे.

शासनाने ज्येष्ठ नागरिकांना प्रवासात जी भाडेकपात दिली आहे, त्याचा फायदा ज्येष्ठ नागरिकांनी जरूर घ्यावा. त्यामुळे वेगळे वातावरण, मनाला विरंगुळा मिळेल.

आर्थिक व्यवहाराबाबत अगदी व्यावहारिक विचार करून म्हातारपणी कोणापुढे हात पसरायला लागू नये, यासाठी थोडेफार उत्पन्न येत राहिल याची तजवीज करावी.

अलीकडच्या काळात प्रत्येक गोष्टीचे व्यवस्थापन केले जाते. तसेच ते वृद्धावस्थेचे करून चांगले आयुष्य व्यतीत होईल असे पाहिले पाहिजे.

(**Women in India**)

स्त्रियांची स्थिती

ब्रिटिश पूर्वकालीन स्थिती

ब्रिटिश पूर्व काळात येथील समाजात धर्म व रूढी हे महत्त्वाचे घटक होते. चौकटबद्ध जीवन, घट्ट जातिव्यवस्था, अपरिवर्तनीय विवाहसंस्था व कुटुंबसंस्था यामुळे स्त्रियांच्या विकासावर खूपच मर्यादा आलेल्या होत्या. कुटुंबव्यवस्थेत पुरुष हाच प्रमुख असल्याने त्याच्या आज्ञेबाहेर कोणालाही जाता येत नसे. मनुस्मृतीत सांगितल्याप्रमाणे स्त्री विविध टप्प्यांवर पुरुषांवर अवलंबून असल्याने तिच्या मताची दखल कोणीच घेत नव्हते. भ्रूणहत्या, निरक्षरता, बालविवाह, विधवा पुनर्विवाह बंदी, जरठकुमारी विवाह, केशवपन, सतीप्रथा, बहुपत्नीत्व या अष्टशृंखलांनी स्त्रीचे जीवन बंदिस्त झाले होते. मरणे सोपे पण जगणे अवघड अशी परिस्थिती स्त्रियांच्या वाट्याला आली होती.

ब्रिटिशकालीन स्थिती

आर्थिक हितसंबंध सुरक्षित राखण्यासाठी त्यांना कांही गोष्टी अपरिहार्यपणे कराव्या लागल्या, त्यामुळे काही विधायक बदल अप्रत्यक्षरीत्या येथे घडून आले. त्यात स्त्री-शिक्षण, वैचारिक जागृती, पाश्चात्त्य भाषा, आचार-विचार शैली, नवविचारांचे स्वागत व शास्त्रीय दृष्टिकोनात झालेली वाढ यांचा समावेश होतो. वृत्तपत्रांच्या माध्यमातून येथील समाजात वैचारिक जागृती होण्यास सुरुवात झाली. भारतात ठिकठिकाणी शाळा स्थापाव्यात, अशी शिफारस सर्वप्रथम ईस्ट इंडिया कंपनीतील सर चार्लस ग्रँड यांनी केली. विल्यम कॅरे यांनी बंगालमध्ये शिक्षणाचा 'श्रीगणेशा' केला तर त्याचा पैलू गगनावरी राजा राममोहन रॉय यांनी नेला. १८१३ चा चार्टर ॲक्ट, १८५४ चा वुड डिस्पॅच नंतर १८८२ च्या हंटर कमिशनने स्त्री शिक्षणाचा जोरदार आग्रह धरला. याचा अप्रत्यक्ष परिणाम येथील समाजसुधारकांवर झाला. स्त्रियांच्या अवनत-परिस्थितीवर शिक्षण हाच एकमेव उपाय असल्याचे त्यांनी ओळखले. त्यामुळे 'स्त्री' सुधारणा चळवळीस गती मिळाली. बंगाल प्रांतात बेन्टींगने १८१८ मध्ये सती बंदी कायदा केला, तो देशभर पोहोचवला. १८२९ उजाडले पण स्वेच्छेने सती जायला परवानगी होतीच. भारतात मुलींसाठी पहिली शाळा १८१० मध्ये ख्रिश्चन मिशनऱ्यांनी सुरू केली. तर भारतीय भाषेतील स्त्री शिक्षणावरील पहिले पुस्तक बंगालीत गुरू मोहन विद्यालंकार यांनी १८१९ मध्ये लिहून फिमेल ज्युवेनाईल सोसायटीच्या माध्यमातून छापले. महाराष्ट्रात विशेषत: पुण्यात मुलींची शाळा. म. फुले यांनी सुरू केली व सावित्रीबाई फुले या पहिल्या भारतीय शिक्षिका झाल्या. १८५६ मध्ये ईश्वरचंद्र विद्यासागर यांनी विधवा पुनर्विवाहाचा कायदा पास करवून घेतला. 'स्त्री' धनाच्या संदर्भात कायदेशीर सुधारणा

सुरू झाल्या. म. फुले यांनी भ्रूणहत्या, बालहत्या होऊ नये म्हणून विधवा व अविवाहित स्त्रियांसाठी आधारगृह सुरू केले. भारतातील ही क्रांतिकारी घटना होती. संमतीवयाच्या चळवळीसंदर्भात बेहराम मलबारी यांचे कार्य महत्त्वाचे ठरले. १८६० मध्ये संमती वय १० वर्षांवर आले. याचबरोबर म. फुले यांच्या प्रयत्नातून व प्रोत्साहनातून त्यांचे कार्यकर्ते लोखंडे यांनी नाभिकांचा संप घडवून आणला. 'यापुढे विधवांच्या डोक्याचे केस काढणार नाही' अशी शपथ त्यांनी घेतली.

महाराष्ट्रातील स्त्री सुधारणाविषयक प्रयत्न

आधुनिक महाराष्ट्राचे आद्य शिल्पकार आचार्य बाळशास्त्री जांभेकर यांनी विधवा विवाह, स्त्री शिक्षण, शिक्षण प्रसार, पुनर्विवाह पुरस्कार करणे असे प्रयत्न केले. लोकहितवादी ऊर्फ गोपाळ हरी देशमुख यांनी 'पुनर्विवाहोत्तेजक मंडळी' संस्था स्थापून विधवा विवाहाचा पुरस्कार केला. विधवा पुनर्विवाहाला प्रोत्साहन देणाऱ्या दादोबा पांडुरंग तर्खडकर यांनी सामाजिक जागृती आणि ज्ञान प्रसारासाठी 'ज्ञान प्रसारक सभा' स्थापली. म. फुले व सावित्रीबाई त्यांनी मुलींसाठी शाळा सुरू करून प्रत्यक्ष कार्याला सुरुवात केली. विधवा पुनर्विवाह पुरस्कार, अनाथ बालकाश्रम सुरू करणे या गोष्टी त्यांनी केल्या.

स्त्रियांचे कायदेशीर हक्क

१९ व्या शतकाच्या सुरुवातीस 'स्त्री धन' वगळता स्वतंत्र मालमत्तेचा वारसा हक्क स्त्रीला नव्हता. तिच्या स्वकष्टार्जित मालमत्तेवरही तिचा संपूर्ण अधिकार नव्हता. तिला दत्तक घेण्याचा अधिकार नव्हता, ती पुरुषांची राखीव मक्तेदारी होती. पत्नी हयात असताना पती दुसरे लग्न करू शकत असे. मात्र, स्त्रीला तो अधिकार नव्हता; एवढेच नव्हे तर पती मेल्यावरही नव्हता. पुरुषांची या संदर्भातील भूमिका दुटप्पीपणाची होती. १८२९ मध्ये सतीबंदी, बालविवाह कायदा आला तर १८५६ चा विधवा पुनर्विवाह कायदा, १८७२ चा नोंदणी विवाह कायदा (स्पेशल मॅरेज ॲक्ट), १९३७ मध्ये हिंदू स्त्री मालमत्ता हक्क कायदा संमत झाला. १९४६ नंतर द्विभार्या प्रतिबंधक कायदा आला. १९५५ नंतर केंद्रीय हिंदू कायदा आला त्यात द्विभार्या, घटस्फोट या कायद्यांचा समावेश होता.

विधवांच्या संदर्भातील कार्य

विधवांना अर्थसाह्य करण्यासाठी एल्फिन्स्टनने नेटिव्ह पेन्शन फंड सुरू केला. १८९१ मध्ये महाराष्ट्रात विधवांची संख्या पुढीलप्रमाणे होती.

वयोगट	विधवा
० ते ४ वर्षे	१३,८७८
५ ते ९ वर्षे	६४,०४०
१० ते १२ वर्षे	८७,२६६

(संदर्भ - आधुनिक भारतातील स्त्री-जीवन; (लेखिका) प्रा. डॉ. सौ. सरला धारणकर - य. च. म. मु. विद्यापीठ, पुस्तक तिसरे - पृ. १४).

लालशंकर उमियाशंकर यांनी पंढरपूर येथे बालहत्या प्रतिबंधक गृहाची स्थापना केली. त्याची शाखा लवकरच नाशिकला निघाली. गर्भवती विधवेला गर्भपाताचे औषध न देता प्रसूतीसाठी गृहात आणून सोडणाऱ्यास दहा रुपये बक्षीस देण्यात येई. या कार्यासंबंधीचे गैरसमज दूर करण्याचे प्रयत्न 'सुबोधपत्रिकेने' केले.

विधवा विवाहोत्तेजक मंडळी

वर्धा येथे ३१ डिसेंबर १८९३ रोजी श्री. वा. वि. परांजपे यांच्या घरच्या बैठकीत 'विधवा विवाहोत्तेजक मंडळी' संस्था स्थापण्यात आली. १८९५ मध्ये या संस्थेचे नामकरण 'विधवा विवाह प्रतिबंध निवारक मंडळी' करण्यात आले. या संस्थेचे अध्यक्षपद डॉ. रा. गो. भांडारकर भूषवित होते. विधवा मुलींच्या शिक्षणाचा प्रश्न सुटावा म्हणून महर्षी कर्वे यांनी १८९८ मध्ये 'अनाथ बालिकाश्रम' संस्था सुरू केली. त्यालाही चांगला प्रतिसाद मिळाला व पुनर्विवाहाची चळवळ मूळ धरू लागली. याच्याच पुढची पायरी म्हणजे १८७२ चा नोंदणी विवाह कायदा होय. हा कायदा दोन भिन्न धर्मीयांना कायदेशीर विवाह करण्याची परवानगी देणारा होता. त्यामुळे धर्मांतर न करता विवाह करता येऊ लागला. प्रथम पत्नी हयात असताना दुसरा विवाह करण्याची सक्त मनाई या कायद्याने झाली. सोराबजी खरसेठजी लांग्राना यांनी मुलींच्या शिक्षणासाठी प्रयत्न केले. त्यांची मुलगी कॉर्नेलिया सोराबजी ही महाराष्ट्रातील पहिली पदवीधर स्त्री होय. १९३७ च्या हिंदू स्त्री हक्क कायद्याने कर्त्या पुरुषांच्या मृत्यूनंतर मुलाबरोबरच विधवा पत्नीला स्वतंत्र हिस्सा देण्यात येऊ लागला. त्यानंतर हिंदू विवाहित स्त्रियांस विभक्त राहून पोटगी मागण्याचा हक्क मिळाला.

स्त्री कामगार

१८९० च्या नंतर स्त्री कामगारांचा कामगार म्हणून विचार करण्यात येऊ लागला. कारण १८९० च्या कामगारांच्या पहिल्या जागतिक परिषदेत स्त्रियांच्या व मुलांच्या कामाचा आढावा घेण्यात आला. १८११ च्या फॅक्टरी ऑक्ट अन्वये स्त्रियांच्या कामाचे तास, साप्ताहिक सुटी, कामाचे मर्यादित तास, स्त्रियांना फक्त दिवसा काम देण्यात येऊ लागले. १९२९ सालापासून आठ आठवड्यांची प्रसूती रजा मंजूर करण्यात आली. १९३९ व ४८ च्या कायद्याने घातक व ताण पडणाऱ्या कामांवर स्त्रियांना न ठेवण्याचे बंधन आले.

'स्त्री'-शिक्षणाच्या विचारांचा विकास

भारतीय स्त्री शिक्षणाच्या संदर्भात म. फुले व त्यांच्या पत्नी सावित्रीबाई फुले यांचे कार्य अत्यंत महत्त्वाचे आहे. म. फुल्यांशी विवाह झाल्यावर त्यांचे कर्तृत्व व व्यक्तिमत्त्व फुलून आले.

फुल्यांनी त्यांना अक्षर ओळख दिली. त्याचे सावित्रीबाईंनी चीज केले. मिसेस मिचेल यांच्या नॉर्मल ट्रेनिंग स्कूलमध्ये शिक्षिकेचे ट्रेनिंग त्यांनी घेतले. १८४८ मध्ये पुण्यात मुलींची पहिली शाळा सुरू झाली. ती फुले यांच्या प्रयत्नातूनच. पुढे १८५२ पर्यंत १८ शाळा झाल्या. त्याच्या अगोदर १८२४ मध्येच मुंबईत मुलींची पहिली शाळा निघाली होती. मुलींसाठी स्त्रिया शिकू व शिकवू लागल्या. अठरापगड जाती-जमातीतील स्त्रिया शिक्षक झाल्या.

विद्यापीठीय पातळीवरील प्रयत्न

१८८३ सालापासून मुंबई विद्यापीठात स्त्रियांना प्रवेश मिळू लागला. वुमेन्स इंडिया असोसिएशन, बॉम्बे प्रेसिडेन्सी, वुमेन ग्रॅज्युएट युनियन, दी बॉम्बे प्रेसिडेन्ट वुमेन्स कौन्सिल, दी नॅशनल कौन्सिल ऑफ वुमेन इंडिया या संस्थांनी स्त्रियांच्या विकासासाठी महत्त्वाचे कार्य केले. १८८९ ते १९१२ या काळात ६५ महिला पदवीधर झाल्या. २० व्या शतकात एस. एन. डी. टी. महिला विद्यापीठाची स्थापना झाली. त्यामुळे शिक्षणाला अधिक गती मिळाली. १९५७ मध्ये ऑल इंडिया वुमेन्स कॉन्फरन्सच्या ठरावानुसार जेथे विद्यार्थिनी शिक्षण घेतात तेथे महिला प्राध्यापक नेमण्यात येऊ लागल्या. १९४१ साली महिलांसाठी सोफीया महाविद्यालय कला, गृह विज्ञान, सामाजिक व सांस्कृतिक विषयांसाठी निघाले. पदवी-पदव्युत्तर-पीएच.डी.-पर्यंतचे शिक्षण स्त्रिया घेऊ लागल्या. याच काळात 'स्त्री' संदर्भात पुढील शोधनिबंध प्रबंध सादर झाले. यात 'दि पोझिशन ऑफ वुमेन वर्कर्स इन बॉम्बे कॉटन मिल्स', दि पोझिशन ऑफ हिंदू वुमेन इन बॉम्बे सिटी', 'सोशिओ इकॉनॉमी पोझिशन ऑफ वुमेन इन इंडिया – १८५८ ते १९२९' हे विषय होते.

वैद्यक क्षेत्र

मेडिसीन आणि सर्जरी विद्येत कृष्णाबाई केलवकर, काशीबाई नवरंगे, सुंदराबाई कीर्तने यांनी स्वत:ची क्लिनिक काढली. डॉ. आनंदीबाई जोशी वैद्यकीय शिक्षण घेण्यासाठी परदेशात गेल्या व एम. डी. होऊन आल्या. त्या पहिल्या भारतीय स्त्री डॉक्टर.

अस्पृश्य स्त्रियांच्या संदर्भातील प्रयत्न

समाजातील एक फार मोठा वर्ग या शिक्षणापासून दूर होता. त्यामुळे म. फुले यांनी मुलींच्या व मुलांच्या (तत्कालीन समाजात अस्पृश्य ठरविलेल्या) शाळा काढल्या. महर्षी अण्णासाहेब शिंदे उर्फ विठ्ठल रामजी शिंद यांनी 'दी डीप्रेस्ड क्लास मिशन'च्या माध्यमातून स्त्रियांसाठी कार्य सुरू केले. त्यांच्या भगिनी जनाक्का यांनी शिक्षण झाल्यावर नाना पेठेतील अहल्याश्रम या मागास वस्तीत समाजकार्य सुरू केले. फिमेल हायस्कूलमधून इंग्रजी मॅट्रिक झालेल्या जनाक्कांनी आपले आयुष्य महिलांसाठी वाहून घेतले. मिशनची १९१२ मध्ये परिषद भरली असता रमाबाई यांच्या अध्यक्षतेखाली झालेल्या सभेत २०० स्त्रिया सहभागी झाल्या व त्यांनी आपापले निबंध वाचून दाखविले. १९२७ चा महाडचा चवदार तळे सत्याग्रह, नाशिकचा

काळाराम सत्याग्रह यामधील महिलांचा सहभाग लढ्याला वेगळेच परिमाण देऊन गेला.

'स्त्री'–अर्थजीवन

स्त्रियांनी शिकले पाहिजे या टप्प्यापर्यंत प्रगती झाल्यावर अपरिहार्यपणे पुढील मुद्दा येणे आवश्यक होते तो म्हणजे आर्थिक स्वावलंबन. अर्थात, सुशिक्षित आणि अशिक्षित महिलांना वेगळ्या स्वरूपाची कामे मिळत असत. १८५१ पासून मुंबईत कापड गिरण्या वाढत गेल्यावर 'स्त्री' मजूर कामावर घेणे आवश्यक झाले. १८८४ पर्यंत त्यांची संख्या २५% पर्यंत पोहोचली. सूत कातणे व सूत गुंडाळणे या कामात त्या प्रवीण होत्या. कोळसा खाणीत धोकादायक कामांवर नियम डावलून महायुद्ध काळात त्यांना घेण्यात आले. याच काळात विधवा स्त्री कामगारांचे प्रमाणही वाढले होते. वीज नसण्याच्या कालखंडात गिरण्यांत स्त्रियांना सूर्योदय ते सूर्यास्त काम असे. नेमून दिलेले काम पूर्ण न झाल्यास सुटी मिळत नसे व खाडा केल्यास दोन दिवसांचा पगार कापला जाई. भारतीय कामगार चळवळीचे जनक नारायण लोखंडे यांनी यात परिवर्तन घडवून आणले. १८९१ मधे दोन स्त्रियांनी कामाच्या तासाला विरोध दर्शवून शेकडो कामगारांसमोर भाषण केले. 'स्त्री' कामगारांना रात्रपाळीला येणाऱ्या समस्या संपण्यास सुरुवात झाली. १९२० पासून 'कामगार हितवर्धक संघाने' स्त्रियांच्या प्रसूतिपूर्व व उत्तर कालखंडाबाबत सुटी देण्याची गरज प्रतिपादिली. याचा परिणाम होऊन १९२९ मधे मॅटर्निटी ॲक्ट संमत करण्यात आला. १९३४ मध्ये पाळणाघराच्या संदर्भातील कायदा झाला.

स्वातंत्र्य चळवळीत महिलांचा सहभाग

भारतीय स्त्रियांना स्वातंत्र्य चळवळीत सहभागी करून घेण्याचे सर्वाधिक श्रेय महात्मा गांधी यांना आहे. काँग्रेसने डॉ. ॲनी बेझंट यांची अध्यक्षपदी नेमणूक करून या संदर्भातील संदेश दिलेला होताच. महात्मा गांधी यांनी नव्या युगाची दखल घेऊन स्त्रियांना या चळवळीत सहभागी होण्याची हाक दिली आणि या समाजात अभूतपूर्व दृश्य दिसले. सूतकताई, परदेशी कापडावर बहिष्कार, दारूबंदी, सविनय कायदेभंग या चळवळीत स्त्रिया सहभागी झाल्या. महिलांचे सबलीकरण करण्यासाठी, आर्थिक स्वावलंबनासाठी वेगवेगळे कायदे केले गेले, शासकीय योजना आखल्या गेल्या. त्यात ग्रामीण भागावर लक्ष जास्त केंद्रित करण्यात आले. मुलींचे शिक्षण व्हावे यासाठी शैक्षणिक सुविधा, शिष्यवृत्त्या दिल्या जातात.

महिलांसाठी केलेल्या योजना, महिला संरक्षणासाठी केलेले कायदे तपशिलाने पुढे दिलेले आहेत. महिलांचा राजकारणात सक्रिय सहभाग असावा या दृष्टीनेही प्रयत्न केले जात आहेत. त्या दृष्टीने राखीव जागा, राखीव मतदारसंघ अशा तरतुदी केल्या गेल्या आहेत.

महिला सबलीकरणासाठी विविध शासकीय योजना

स्वातंत्र्योत्तर काळात महिलांच्या सर्वांगीण विकासासाठी केंद्रीय पातळीवर व

राज्यपातळीवर योजनांची आखणी व अंमलबजावणी करण्यात येत आहे. महिला विकासासाठी केंद्रसरकारने स्वतंत्र योजना जाहीर केल्या आहेत, तर राज्यसरकारनेही अशा योजना जाहीर करून त्यांची अंमलबजावणी केली आहे. महिला विकासासाठीच्या योजना संक्षिप्तपणे खाली दिलेल्या आहेत.

केंद्रशासन पुरस्कृत योजना

अल्पमुदत निवासगृहे

अ) **अंमलबजावणी**

महाराष्ट्र राज्य समाज कल्याण सल्लागार बोर्ड (महिला व बाल विकास)

ब) **उद्देश**

१) सामाजिक व नैतिक संकटात सापडलेल्या स्त्रियांना आधार.

२) स्त्रियांच्या अल्पवास्तव्यासाठी अल्पमुदती निवासीगृहे चालविणे, यासाठी स्वयंसेवी संस्थांना अनुदान.

क) **अर्थसाहाय्य**

रु. ५०,०००/- अनावर्ती रु. ४,०२,३५०/- एवढे अनुदान ३० महिलांकरिता केंद्र शासनामार्फत मंजूर करण्यात येते.

ड) **संपर्क**

सचिव, महाराष्ट्र राज्य, समाज कल्याण सल्लागार बोर्ड, मुंबई.

आयुक्त, महिला व बाल विकास, महाराष्ट्र राज्य, जिल्हा महिला व बाल विकास अधिकारी (सर्व जिल्हे)

नोकरी करणाऱ्या महिलांसाठी वसतिगृहे

अ) **अंमलबजावणी**

समाजकल्याण सल्लागार बोर्ड, महिला व बाल विकास.

ब) **उद्देश**

नोकरी करणाऱ्या महिलांसाठी दिवसभर मुले सांभाळणाऱ्या केंद्रासह वसतिगृह.

क) **अर्थसाहाय्य**

वसतिगृह इमारत बांधकामाच्या खर्चाच्या ७५% खर्च व जमीन खरेदीच्या ५०% रक्कम अनुदान म्हणून मंजूर केली जाते.

ड) **संपर्क**

सचिव, महाराष्ट्र राज्य समाज कल्याण सल्लागार बोर्ड, मुंबई.

आयुक्त, महिला व बाल विकास, महाराष्ट्र राज्य, जिल्हा महिला व बाल विकास अधिकारी (सर्व जिल्हे).

स्टेप

अ) अंमलबजावणी

महिला व बालविकास आयुक्तालय

ब) उद्देश

महिलांची उद्योजकता वाढावी, यासाठी अनुदान, शेती, लघुउद्योग, पशुसंवर्धन, दुग्धविकास, रेशमी उद्योग इ. क्षेत्रातील प्रकल्प हाती घेता येतात.

क) अर्थसाहाय्य

प्रकल्पाच्या ९०% अनुदान केंद्रशासनाकडून मंजूर करण्यात येते व १०% खर्च संबंधित संस्थेला करावा लागतो.

ड) संपर्क

आयुक्त, महिला व बालविकास आयुक्तालय, जिल्हा महिला व बाल विकास अधिकारी (सर्व जिल्हे).

नोरॉड

अ) अंमलबजावणी

महिला व बालविकास, आयुक्तालय.

ब) उद्देश

१) नागरी भागातील गलिच्छ वस्त्यांमध्ये राहणाऱ्या व ग्रामीण भागातील अल्प उत्पन्न गटातील महिलांना प्रशिक्षण, रोजगार व उत्पादन केंद्र चालू करण्यासाठी अनुदान.

२) शासन अंगीकृत उपक्रम, स्वयंसेवी संस्था यांना प्रकल्प हाती घेता येतात.

क) अर्थसाहाय्य

प्रति प्रशिक्षणार्थी किमान रु. ८००० च्या मर्यादित अनुदान देण्यात येते.

ड) संपर्क

आयुक्त, महिला बाल विकास आयुक्तालय, जिल्हा महिला व बाल विकास अधिकारी (सर्व जिल्हे).

राष्ट्रीय महिला कोष

अ) अंमलबजावणी

राष्ट्रीय महिला कोष

ब) उद्देश

१) ग्रामीण व शहरी भागातील गरीब महिलांना शासकीय संघटनांना किंवा स्वयंसेवी गटाच्या मार्फत पतकर्ज वितरण.

२) ग्रामीण भागातील ज्या महिलांचे वार्षिक उत्पन्न रु. ११,००० व शहरी भागातील ज्या महिलांचे वार्षिक उत्पन्न रु. १८,००० पेक्षा जास्त नसेल अशा महिलांना मदत.

क) **अर्थसाहाय्य**

एक महिलेला अल्पमुदतीसाठी रु. २,५०० व मध्यम मुदतीसाठी रु. ५,०००
पर्यंत कर्ज देण्यात येते.

ड) **संपर्क**

कार्यकारी संचालक, राष्ट्रीय महिला कोष, नवी दिल्ली.

स्वाधार

अ) **अंमलबजावणी**

महिला व बाल विकास आयुक्तालय.

ब) **उद्देश**

१) आलेल्या निराधार, निराश्रित महिलांना अन्न, वस्त्र, निवारा या मूलभूत
सुविधांशिवाय, वैद्यकीय सुविधा, हेल्पलाइन, व्यवसाय प्रशिक्षण, मानसोपचार,
समुपदेशन इ. सेवा पुरवणे व त्यांचे पुनर्वसन करणे.

क) **अर्थसहाय्य**

स्वयंसेवी संस्थांना इमारत भाड्याची असल्यास पहिल्या वर्षी १००% व दुसऱ्या
वर्षी ७५% या प्रमाणात अनुदान दिले जाते. किंवा बांधकामासाठी १००
स्त्रियांच्या निवासस्थानाकरिता रु. २५,००० लाख याप्रमाणे अनुदान दिले जाते.

ड) **संपर्क**

आयुक्त, महिला बालविकास आयुक्तालय, जिल्हा महिला व बालविकास
अधिकारी (सर्व जिल्हे).

जिल्हा परिदेच्या महिला व बालविकास समितीतर्फे राबविण्यात येणाऱ्या योजना
ग्रामीण भागातील आर्थिकदृष्ट्या कमकुवत असलेल्या स्त्रियांसाठी मोफत शिलाई मशीन
पुरविणे.

अ) **अंमलबजावणी**

महिला व बालविकास, जिल्हा परिषद

ब) **उद्देश**

दारिद्र्य रेषेखालील कुटुंबातील महिलांना आधार.

क) **अर्थसाहाय्य**

मोफत शिलाई मशीन देणे.

ड) **संपर्क**

उपमुख्य कार्यकारी अधिकारी, (महिला व बालविकास), जिल्हा परिषद (सर्व
जिल्हे)

महिला मंडळातर्फे गावात वाचनालय व प्रौढ शिक्षण शिबिरे

अ) **अंमलबजावणी**

जिल्हा परिषद

ब) **उद्देश**

अ) महिलांमध्ये जनजागृती करणे.

ब) गावात वाचनालये, प्रौढ शिक्षण शिबिरे, मेळावे घेणे.

क) **अर्थसाहाय्य**

याचे खर्चाचे नियंत्रण जिल्हा परिषदांकडे असते.

ड) **संपर्क**

उपमुख्य कार्यकारी अधिकारी, (महिला व बालविकास), जिल्हा परिषद (सर्व जिल्हे)

ग्रामपातळीवरील बालकांच्या/महिलांच्या कलागुणांना प्रोत्साहनासाठी स्पर्धा आयोजित करणे.

अ) **अंमलबजावणी**

जिल्हा परिषद

ब) **उद्देश**

महिला व बालके यांच्या कलागुणांना वाव देणे.

क) **अर्थसाहाय्य**

स्पर्धांवर किती खर्च करावा याचा जिल्हा परिषद/स्थानिक स्वराज्य संस्थांनी निर्णय घ्यावा.

ड) **संपर्क**

उपमुख्य कार्यकारी अधिकारी, (महिला व बालविकास), जिल्हा परिषद (सर्व जिल्हे)

महिला लोकप्रतिनिधींना पंचायतराज संस्थेबाबतचे प्रशिक्षण

अ) **अंमलबजावणी**

जिल्हा परिषद

ब) **उद्देश**

महिला लोकप्रतिनिधींना पंचायतराज विषयक माहिती.

क) **अर्थसाहाय्य**

खर्चाचा निर्णय जिल्हा परिषदेने घ्यावा.

ड) **संपर्क**

उपमुख्य कार्यकारी अधिकारी, (महिला व बालविकास), जिल्हा परिषद (सर्व जिल्हे)

महिला प्रतिनिधींची अभ्यास सहल

अ) **अंमलबजावणी**

जिल्हा परिषद

ब) **उद्देश**

अ) दारिद्र्य रेषेखालील कुटुंबातील अपंग स्त्रियांना कृत्रिम अवयव बसविणे.

ब) त्यांचे पुनर्वसन करणे.

अ) **अर्थसाहाय्य**

किती खर्च करावा हे जिल्हा परिषदेने ठरवावे.

ड) **संपर्क**

उपमुख्य कार्यकारी अधिकारी, (महिला व बालविकास), जिल्हा परिषद (सर्व जिल्हे)

गरजू महिलांना स्वयंरोजगारासाठी गाय, म्हैस, बकरी, कोंबडी इ. खरेदीसाठी मदत.

अ) **अंमलबजावणी**

जिल्हा परिषद

ब) **उद्देश**

आर्थिकदृष्ट्या कमकुवत घटकातील महिलांना स्वतःच्या पायावर उभे राहण्यासाठी, स्वयंरोजगार मिळावा म्हणून या योजनेचा लाभ सर्व महिलांना मिळावा.

क) **अर्थसाहाय्य**

एकात्मिक ग्रामीण विकास कार्यक्रमासाठी जे निकष लावलेले आहेत तेच यासाठी लावून जिल्हा परिषदेने निर्णय घ्यायचा.

ड) **संपर्क**

उपमुख्य कार्यकारी अधिकारी, (महिला व बालविकास), जिल्हा परिषद (सर्व जिल्हे)

गरीब मुलींच्या लग्नासाठी अर्थसाहाय्य

अ) **अंमलबजावणी**

जिल्हा परिषद

ब) **उद्देश**

आर्थिकदृष्ट्या कमकुवत घटकातील मुलींना लग्नासाठी मदत.

क) **अर्थसाहाय्य**

प्रत्येकी रु. २,००० पर्यंत साहाय्य. खर्चाचा निर्णय जिल्हा परिषदेने घ्यावा.

ड) **संपर्क**

उपमुख्य कार्यकारी अधिकारी, (महिला व बालविकास), जिल्हा परिषद (सर्व जिल्हे)

महिला मंडळ / स्वयंसेवी संस्थांना उद्योगधंद्यातील प्रशिक्षणासाठी अनुदान

अ) **अंमलबजावणी**

जिल्हा परिषद

ब) **उद्देश**

महिला मंडळ व नोंदणीकृत स्वयंसेवी संस्थांना ग्रामीण उद्योगधंद्यातील प्रशिक्षण मिळावे.

क) **अर्थसाहाय्य**

आर्थिक निर्णय जिल्हा परिषदेने घ्यावेत.

ड) **संपर्क**

उपमुख्य कार्यकारी अधिकारी, (महिला व बालविकास), जिल्हा परिषद (सर्व जिल्हे)

आर्थिकदृष्ट्या गरीब स्त्रियांना संसारोपयोगी साहित्य पुरविणे

अ) **अंमलबजावणी**

जिल्हा परिषद

ब) **उद्देश**

आर्थिकदृष्ट्या कमकुवत घटकातील स्त्रियांना मदत करणे

क) **अर्थसाहाय्य**

रु. २,०००/- पर्यंतची भांडी अथवा संसार उपयोगी साहित्य स्वरूपात.

ड) **संपर्क**

उपमुख्य कार्यकारी अधिकारी, (महिला व बालविकास), जिल्हा परिषद (सर्व जिल्हे)

विधवा, परित्यक्ता, आर्थिकदृष्ट्या दुर्बल स्त्रियांना शेती अवजारे खरेदीसाठी अर्थसाहाय्य

अ) **अंमलबजावणी**

जिल्हा परिषद

ब) **उद्देश**

विधवा, परित्यक्ता व आर्थिकदृष्ट्या दुर्बल घटकातील स्त्रियांना मदत.

क) **अर्थसहाय्य**

रोख स्वरूपात न देता वस्तूरूपात मिळते.

ड) **संपर्क**

उपमुख्य कार्यकारी अधिकारी, (महिला व बालविकास), जिल्हा परिषद (सर्व जिल्हे).

निराश्रित महिलांना घरकुलासाठी मदत

अ) अंमलबजावणी

जिल्हा परिषद.

क) उद्देश

आधारहीन असाहाय्य महिलांना आधार देणे.

३) अर्थसाहाय्य

रु. ६,०००/- पर्यंत आर्थिक मदत.

४) संपर्क

उपमुख्य कार्यकारी अधिकारी, (महिला व बालविकास), जिल्हा परिषद (सर्व जिल्हे)

महिला सक्षमीकरण योजना

अ) अंमलबजावणी

महिला आर्थिक विकास महामंडळ.

ब) उद्देश

अ) आर्थिक विकासाबरोबर त्यांचा सामाजिक विकास घडवणे.

ब) त्यांना हक्क व जबाबदाऱ्यांची जाणीव करून देणे.

क) नियोजन व निर्णयप्रक्रियेत सहभागी करून घेणे.

ड) महिलांना समान दर्जा मिळवून देण्यासाठी स्त्री-पुरुष भेदभाव नष्ट करणे.

इ) महिलांना स्थानिक स्वराज्य संस्थेत स्थान मिळवून देणे.

ई) आर्थिकदृष्ट्या कमकुवत स्त्रियांचा विकास करणे.

क) अर्थसाहाय्य

स्वयंसाहाय्यता बचत गटावर आधारित योजना करणे.

ड) संपर्क

जिल्हा समन्वयक, महिला आर्थिक विकास महामंडळ (सर्व जिल्हे)

स्वयंसिद्धा

अ) अंमलबजावणी

महिला आर्थिक विकास महामंडळ.

ब) उद्देश

स्वयंसाहाय्यता गट स्थापन करून प्रशिक्षण देणे.

क) अर्थसाहाय्य

गटनिर्मिती व प्रशिक्षणाचा खर्च.

ड) संपर्क

व्यवस्थापकीय संचालक, महिला आर्थिक विकास महामंडळ, मुंबई; जिल्हा

कार्यक्रम समन्वयक. माविम (सर्व जिल्हे)

शिधावाटप/रास्तभाव दुकानांचे वाटप

अ) अंमलबजावणी

अन्न व नागरी पुरवठा

ब) उद्देश

१) महिलांचे आर्थिक सबलीकरण

२) महिलांना व्यवसाय करण्यासाठी प्रोत्साहन.

क) अर्थसाहाय्य

दुकानांचे ३०% परवाने शासनाकडून मिळणार.

ड) संपर्क

अन्न व नागरी पुरवठा विभाग, मंत्रालय, मुंबई जिल्हा पुरवठा अधिकारी, जिल्हाधिकारी कार्यालय (सर्व जिल्हे)

आरे सरिता केंद्र

अ) अंमलबजावणी

दुग्ध व्यवसाय विकास विभाग

ब) उद्देश

अ) महिलांचे आर्थिक सबलीकरण.

ब) महिलांना व्यवसाय करण्यासाठी प्रोत्साहन.

क) अर्थसाहाय्य

केंद्र वाटपात ३०% आरक्षण महिलांना दिले जाते.

ड) संपर्क

आयुक्त, दुग्ध विकास, मुंबई

बीज-भांडवल योजना

अ) अंमलबजावणी

उद्योग विभाग

ब) उद्देश

अ) उद्योग व्यवसायासाठी आर्थिकदृष्ट्या कमकुवत वर्ग व अनुसूचित जाती यांच्यासाठी अर्थसाहाय्य.

ब) किमान ७ वी इयत्ता उत्तीर्ण झालेल्या १८ ते २५ या वयोगटातील पुरुष किंवा महिला यांना अर्थसाहाय्य मिळते.

क) अर्थसाहाय्य

अ) प्रकल्प खर्च १ ते १० लाख रुपयापर्यंत असेल तर प्रकल्प खर्चाच्या १५% रक्कम बीज भांडवल साहाय्य म्हणून दिले जाते.

ब) प्रकल्प खर्च १ लाख रुपयांच्या आत असेल तर प्रकल्प खर्चाच्या २०% आर्थिकदृष्ट्या कमकुवत वर्ग व अनुसूचित जाती यांच्यासाठी २२.५०% टक्के अर्थसाहाय्य दिले जाते.

क) हे अर्थसाहाय्य कर्ज स्वरूपात असून प्रतिवर्ष व्याज दर १०% आहे.

ड) कर्जफेड कर्ज दिल्यानंतर तीन वर्षांपासून ७ वर्षांपर्यंतच्या वार्षिक ४ हप्त्यांत करावयाची आहे.

ड) **संपर्क**

जिल्हा उद्योग केंद्र (सर्व जिल्हे)

महिला व बाल विकास विभाग, महाराष्ट्र शासनाच्या योजना

निराश्रित महिलांसाठी शासकीय राज्यगृहे

महिला स्वत: जाऊन संस्थेच्या अधीक्षकाकडे अर्ज करून स्वत: प्रवेश घेऊ शकतात. किंवा सामाजिक कार्यकर्ते, स्वयंसेवी संस्था किंवा पोलिसांमार्फत संस्थेत दाखला करता येते.

अ) **अंमलबजावणी**

महिला व बाल विकास

ब) **उद्देश**

अ) १८ ते ४० वयोगटांतील निराश्रित, परित्यक्ता, कुमारीमाता, बलात्कांरित अथवा संकटग्रस्त महिलांना आश्रय देणे.

ब) त्यांचे पुनर्वसन करणे.

क) अशा महिलांना अन्न, वस्त्र, निवारा, वैद्यकीय सेवा, व्यावसायिक प्रशिक्षण, कायदेविषयक सल्ला, मदत करणे.

क) **अर्थसाहाय्य**

वरील साहाय्याशिवाय लाभधारक महिलेसोबत लहान मूल किंवा मुले असल्यास त्यांना संस्थेत प्रवेश देऊन सदर महिला ३० दिवसांपेक्षा जास्त काळ तेथे राहिल्यास तिला माहेर योजनेअंतर्गत ३५० रुपये रोख अनुदान दिले जाते. पहिल्या मुलासाठी १५० रुपये व दुसऱ्या मुलासाठी १०० रुपये अनुदान दिले जाते.

ड) **संपर्क**

आयुक्त, महिला व बालविकास, महाराष्ट्र राज्य, जिल्हा महिला व बालविकास अधिकारी (सर्व जिल्हे)

महिला मंडळाच्या महिला प्रशिक्षण केंद्रास अनुदान

अ) **अंमलबजावणी**

महिला व बालविकास, महाराष्ट्र राज्य

ब) **उद्देश**

अ) ग्रामीण महिलांना व्यावसायिक प्रशिक्षण घेता यावे.

ब)	कुटुंबाच्या अडचणीच्या काळात उदरनिर्वाहाची सोय व्हावी.

क)	विधवा, परित्यक्तांना स्वत:च्या पायावर उभे राहता यावे.

ड)	महिलांना वेगळ्या प्रकारचे प्रशिक्षण, संगणक, रेडिओ/टीव्ही दुरुस्ती, विजेच्या उपकरणाची दुरुस्ती, टंकलेखन, लघुलेखन, भरतकाम, रेशीम उद्योग, खेळणी तयार करणे, कृषी व्यवसाय मिळावे.

**क)	अर्थसाहाय्य**

प्रशिक्षण केंद्रासाठी अनावर्ती खर्च

१)	यंत्रसामग्रीकरिता	२४,000
२)	कार्यालयीन साहित्यासाठी	४,५००
	एकूण	२८,५००

आवर्ती खर्च (सहा महिन्यांच्या एका सत्राकरिता)

१)	विद्यावेतन ७५ रुपये दरमहा प्रत्येकी	
	(३० प्रशिक्षणार्थी सहा महिन्यांकरिता)	१३,५००
२)	लिपिक पगार रु. ६५० द. म.	
	(६५० रु. x ६ महिने)	३९००
३)	आकस्मिक खर्च	७००
४)	इमारत भाडे १५० रु. (१५० रु. x ६ महिने)	९००
५)	कच्चा माल	२५००
	एकूण	२१,५००

**ड)	संपर्क**

आयुक्त, महिला व बाल विकास, महाराष्ट्र राज्य, जिल्हा महिला व बाल विकास अधिकारी (सर्व जिल्हे)

व्यावसायिक प्रशिक्षण घेणाऱ्या मुलींना विद्यावेतन

**अ)	अंमलबजावणी**

महिला व बाल विकास

**ब)	उद्देश**

अ)	आर्थिकदृष्ट्या मागासवर्गीय कुटुंबातील मुलींना संगणक, नर्सिंग, पंचिंग, टेलिफोन ऑपरेटर, आय. टी. आय. मधील सर्व व्यवसायात प्रक्षिण घेणाऱ्यांना आर्थिक मदत.

ब)	मुलींना व्यावसायिक प्रशिक्षण घेण्यासाठी प्रोत्साहन देणे.

क)	मुलींना स्वयंरोजगार सुरू करण्यासाठी प्रवृत्त करणे.

**क)	अर्थसाहाय्य**

शासनाची मान्यता असलेल्या संस्थांमध्ये मान्यताप्राप्त व्यवसाय अभ्यासक्रमाचे

प्रशिक्षण घेणाऱ्या प्रशिक्षणार्थींस दरमहा (रु. १००) शंभर रुपये इतके विद्यावेतन दिले जाते.

ड) संपर्क

आयुक्त, महिला व बाल विकास, महाराष्ट्र राज्य, जिल्हा महिला व बाल विकास अधिकारी (सर्व जिल्हे).

देवदासी पुनर्वसन योजना

अ) अंमलबजावणी

महिला व बालविकास

ब) उद्देश

अ) देवदासीच्या किंवा तिच्या मुलीच्या विवाहासाठी मदत.

ब) प्रथम विवाह करणाऱ्या १८ वर्षांच्या वधूला व २१ वर्षांच्या वराला आर्थिक मदत.

क) अर्थसाहाय्य

रु. १०,०००/- मदत पैकी रु. २०००/- विवाह सोहळ्यासाठी व रुपये ८०००/- दोघांच्या नावे बँकेत जमा. अर्थसाहाय्य मिळण्यासाठी खालील दाखले आवश्यक –

अ) देवदासी असल्याचा दाखला

ब) जन्मतारखेचा दाखला

क) महाराष्ट्रातील वास्तव्याचा दाखला

ड) विवाह नोंदणीचा दाखला

इ) उत्पन्नाचा दाखला

ड) संपर्क

आयुक्त, महिला व बाल विकास, महाराष्ट्र राज्य, जिल्हा महिला व बाल विकास अधिकारी (सर्व जिल्हे).

देवदासी निर्वाह अनुदान

अ) अंमलबजावणी

महिला व बालविकास

ब) उद्देश

चाळीस वर्षांवरील देवदासींना (महिला) निर्वाहासाठी मदत.

क) अर्थसाहाय्य

दरमहा रुपये ३००/- त्यासाठी देवदासीचे प्रमाणपत्र, वयाचा दाखला, उत्पन्नाचा दाखला.

ड) **संपर्क**

आयुक्त, महिला व बाल विकास, महाराष्ट्र राज्य, जिल्हा महिला व बाल विकास अधिकारी (सर्व जिल्हे).

सावित्रीबाई फुले बहुउद्देशीय महिला केंद्रे

अ) **अंमलबजावणी**

महिला व बालविकास विभाग

२) **उद्देश**

१) महिलांना कायदेविषयक सल्ला उपलब्ध करून देणे.

२) व्यवसाय किंवा नोकरीनिवडीबाबत सल्ला देणे.

३) आपद्ग्रस्त महिलांना तात्पुरता आश्रय देणे.

४) व्यावसायिक प्रशिक्षण सल्ला देणे.

५) महिलांना वाचनालयाची सुविधा उपलब्ध करून देणे.

६) व्यवसाय प्रशिक्षण केंद्र चालविणे.

७) पाळणाघर चालविणे.

८) प्रौढ साक्षरता वर्ग चालविणे.

क) **अर्थसाहाय्य**

रु. १,३७,६०० इतके वार्षिक आवर्ती अनुदान व रु. २,७४,५०० इतके अनावर्ती अनुदान प्रत्यक्ष खर्चाच्या अधिक राहून अनुज्ञेय राहील.

ड) **संपर्क**

आयुक्त, महिला व बालविकास महाराष्ट्र शासन, जिल्हा महिला व बालविकास अधिकारी (सर्व जिल्हे)

कामधेनू योजना

अ) **अंमलबजावणी**

महिला व बाल विकास

ब) **उद्देश**

अ) गरजू महिलांना घरीच बसून रोजगार मिळावा.

ब) शासकीय व निमशासकीय क्षेत्रातील ५०% काम नोंदणीकृत महिला संस्थांना देणे.

क) **अर्थसाहाय्य**

निविदा भरून काम देण्यात येते. त्यासाठी संस्था

१) संस्था नोंदणी अधिनियम, १८६० खाली नोंदणी झालेल्या महिला संस्था

२) सार्वजनिक विश्वस्त कायदा, १९५० खाली नोंदणी झालेल्या महिला संस्था

३) कंपनी अधिनियम, १९५० खाली नोंदणी झालेल्या महिला संस्था.

४) महाराष्ट्र सहकारी संस्था अधिनियम, १९६० खाली नोंदणी झालेल्या महिला

संस्था.

यात पंचायत समित्या, जिल्हा परिषदा, नगरपालिका, महानगरपालिका, शासकीय कार्यालये, राज्यशासनाच्या सर्व शासकीय संस्था, शासकीय रुग्णालये व शाळा, महाविद्यालये, व्यावसायिक महाविद्यालयाची शासकीय तंत्रनिकेतने, निमशासकीय संस्था, राज्यशासनाचे सार्वजनिक उपक्रम (महामंडळे) इत्यादींना लागणारे गणवेष, चादरी, उशांचे अभ्रे, रोग्यांचे कपडे, डस्टर, झाडू, खाद्यपदार्थ, मसाले, लोणची, पापड इत्यादींच्या पुरवठ्याचे ५०% पर्यंतचे काम नोंदणीकृत महिला संस्थांना द्यावे.

वरील बाबींपैकी भांडारखरेदी धोरणानुसार गणवेष ही बाब लघुउद्योग क्षेत्राखाली राखीव आहे. चादर ही बाब महाराष्ट्र राज्य हातमाग महामंडळ, महाराष्ट्र राज्य हॅण्डलूम को-ऑप फेडरेशन (महाटेक्स) आणि कारागृह यांच्याकडून खरेदीसाठी राखीव आहे. फिनेल, डस्टर, झाडू व साबण या बाबी महाराष्ट्र खादी व ग्रामोद्योग मंडळ यांच्यासाठी आरक्षित आहेत.

ड) संपर्क

आयुक्त, महिला व बाल विकास, महाराष्ट्र राज्य पुणे, जिल्हा महिला व बाल विकास अधिकारी (सर्व जिल्हे).

मातृत्व अनुदान योजना (सार्वजनिक आरोग्य विभाग)

अ) अंमलबजावणी

जिल्हा आरोग्य अधिकारी

ब) उद्देश

१) आदिवासी महिलांना प्रसूतीपूर्व नोंदणी करणे.

२) नियमित तपासणी करणे.

क) अर्थसाहाय्य

ठाणे, नाशिक, नंदूरबार, अमरावती व गडचिरोली इ. येथील आदिवासी गर्भवती मातांना प्रसूतीपूर्व तीन महिने व नोंदणी प्रसवोत्तर एक महिना असे १६ आठवड्यांकरिता बाळंतपणासाठी प्रत्येकी ८०० रुपये प्रमाणे अनुदान देण्यात येते. सदर अनुदानापैकी ४०० रुपये रोख व ४०० रुपये औषध स्वरूपात खर्च करण्यात येतो. अनुदानाचे टप्पे –

गरोदरपणाच्या १६ व्या आठवड्यांत

नजीकच्या प्राथमिक आरोग्यकेंद्रात नोंदणी केल्यास	रु. २००
गरोदरपणाच्या सातव्या महिन्यात	रु. २००
गरोदरपणाच्या सातव्या महिन्यात	रु. २००
प्रसूती झाल्यानंतर	रु. २००

ड) **संपर्क**

जिल्हा आरोग्य अधिकारी, जिल्हा परिषद (१५ आदिवासी जिल्हे)

राष्ट्रीय बायोगॅस विकास योजना

ग्रामविकास व जलसंधारण योजना

अ) **अंमलबजावणी**

ग्रामविकास अधिकारी

ब) **उद्देश**

अ) रॉकेल, पेट्रोल, कोळसा यांसारख्या पारंपरिक ऊर्जा साधनांची बचत.

ब) महिलांना इंधनासाठी करावी लागणारी पायपीट कमी करण्यासाठी

क) **अर्थसाहाय्य**

लाभार्थी व अनुदानाचे दर विविध आकाराच्या सर्व संयंत्रासाठी केंद्रशासनाने निर्धारित केलेले आहेत.

ड) **संपर्क**

कृषी विकास अधिकारी, जिल्हा परिषद (सर्व जिल्हे).

इंदिरा आवास योजना

अ) **अंमलबजावणी**

जिल्हा ग्रामीण विकास यंत्रणा

ब) **उद्देश**

अ) दारिद्र्य रेषेखालील कुटुंबांना नवीन घरकुल बांधण्याकरिता अनुदान.

ब) महिला सबलीकरणासाठी घरकुल हे घरातील महिलेच्या नावाने किंवा महिला व तिच्या पतीच्या संयुक्त नावाने नोंद करून देण्यात येते.

क) **अर्थसाहाय्य**

२५० चौ. फुटांची किंमत ३०,००० रुपये निश्चित करण्यात आली असून त्यापैकी २०,००० रुपये अनुदानातून ८५००० रुपये राज्य शासनाकडून उपलब्ध निधीमधून देण्यात येतात.

ड) **संपर्क**

प्रकल्प संचालक, जिल्हा ग्रामीण विकास यंत्रणा (सर्व जिल्हे). गट विकास अधिकारी, पंचायत समिती (सर्व जिल्हे) ग्रामस्तरावर (ग्रामसेवक)

संपूर्ण ग्रामीण रोजगार योजना

अ) **अंमलबजावणी**

जिल्हा ग्रामीण विकास यंत्रणा

ब) **उद्देश**

अ) ग्रामीण भागातील दारिद्र्य रेषेखालील कुटुंबातील अकुशल व्यक्तींना गावातच

अतिरिक्त रोजगार मिळवून देणे.

ब) त्याद्वारे त्यांना अनुदान मिळण्याची शाश्वती देऊन पोषणविषयक दर्जा सुधारणे.

क) ग्रामीण भागात सामाजिक, आर्थिक विकासासाठी मूलभूत सुविधा उपलब्ध करून देणे.

क) अर्थसाहाय्य

लाभार्थींना धान्य व रकमेच्या स्वरूपात मोबदला दिला जातो.

ड) संपर्क

प्रकल्प संचालक, जिल्हा ग्रामीण विकास यंत्रणा (सर्व जिल्हे), गटविकास अधिकारी, पंचायत समिती (सर्व जिल्हे), ग्रामसेवक (ग्रामस्तरावर).

शेळ्यांचे गट वाटप

पशुसंवर्धन योजना

अ) अंमलबजावणी

जिल्हा परिषद

ब) उद्देश

अनुसूचित जाती/नवबौद्ध कुटुंबांना स्वयंरोजगार उपलब्ध करून देणे.

क) अर्थसाहाय्य

प्रत्येक लाभार्थ्याला १० शेळ्या व १ बोकड याप्रमाणे मेंढ्यांचे/शेळ्यांचे वाटप करण्यात येते. यासाठी ७९,000 रुपये ते १,१२,000 रुपये इतका खर्च अपेक्षित आहे. या एकूण खर्चापैकी ७५% रक्कम कर्जरूपाने, २०% अनुदान व ५% स्वत: लाभार्थींना उभा करावयाचा आहे.

ड) संपर्क

पशुधन विकास अधिकारी, पंचायत समिती, जिल्हा पशुसंवर्धन अधिकारी, जिल्हा परिषद, जिल्हा पशुसंवर्धन उपसंचालक.

एकात्मिक बाल विकास सेवा योजना

अ) अंमलबजावणी

बालविकास प्रकल्प अधिकारी.

ब) उद्देश

पूरक, पोषण आहार देऊन बालक व माता यांच्या आरोग्याचा दर्जा सुधारणे.

क) अर्थसाहाय्य

गर्भवती स्त्रिया व स्तनदा माता व बालके यांना महिन्यातील २५ दिवस याप्रमाणे ३०० दिवस प्रत्यक्ष पूरक पोषण आहार पुरविला जातो.

ड) संपर्क

बाल विकास प्रकल्प अधिकारी, शहरी प्रकल्प बाल विकास प्रकल्प अधिकारी,

आय. सी. डी. एस्. प्रकल्प (सर्व तालुके).

नवसंजीवन योजना

अ) अंमलबजावणी

बाल विकास प्रकल्प अधिकारी

ब) उद्देश

१) पावसाळ्यात आदिवासींचा इतर भागाशी संपर्क तुटल्यामुळे योग्य प्रमाणात धनधान्य मिळत नाही व पोषण होत नाही हे टाळावे म्हणून.

३) अर्थसाहाय्य

६ महिने ते ६ वर्षे वयोगटातील बालके, गर्भवती स्त्रिया व स्तनदा माता यांना वाढीव पूरक आहार देणे.

४) आदिवासी प्रकल्पांपैकी १५ अतिसंवेदनशील प्रकल्पात नवसंजीवन योजनेअंतर्गत वाढीव पूरक, पोषक आहार योजना सुरू केली आहे.

ड) संपर्क

बाल विकास प्रकल्प अधिकारी, आय.सी.डी.एस. प्रकल्प (सर्व तालुके).

स्त्रियांना संरक्षण देणारे भारतीय दंड विधानातील विशेष कायदे

अ.नं.	अपराधाचे स्वरूप	कलम भा. द. वि.	अधिकाधिक शिक्षा
१)	बलात्कारासारख्या अपराधांमधील अत्याचारपीडित स्त्रीचे नाव किंवा ओळख देणारी माहिती छापणे किंवा प्रसिद्ध करणे.	२२८ अ	२ वर्ष सजा आणि दंड
२)	स्त्रीकडे पाहून सार्वजनिक ठिकाणी अश्लील किंवा असभ्य हातवारे करणे किंवा गाणी म्हणणे.	२९४	३ महिन्यांची सजा किंवा दंड
३)	हुंडा मागणे	हुंडा प्रतिबंधक कायदा १९६१	३ वर्षे सजा आणि दंड १५००० रु.
४)	हुंडा बळी	३०४ बी	जन्मठेप
५)	स्त्रीच्या संमतीशिवाय गर्भपात	३१३	जन्मठेप किंवा १० वर्षे सजा व दंड
६)	स्त्रीच्या संमतीशिवाय केलेल्या गर्भपाताच्या वेळी स्त्रीचा मृत्यू	३१४	१० वर्षे किंवा जन्मठेप, दंड
७)	पत्नीला मारहाण, सामान्य जखमा	३२३	१ वर्षाचा तुरुंग, १०,००० रु. पर्यंत दंड किंवा दोन्ही
८)	पत्नीला मारहाण, गंभीर जखमा	३२५	७ वर्षे सजा, दंड

९)	अवैधरीत्या ताब्यात किंवा बंद करून ठेवणे	३४०	१ महिना सजा, ५०० रु. पर्यंत दंड किंवा सजा व दंड दोन्ही
१०)	अवैधरीत्या डांबून ठेवणे	३४२	१ वर्ष सजा, १००० रु. पर्यंत दंड किंवा दोन्हीही
११)	हल्ला करणे किंवा गुन्हेगारी ताकदीचा उपयोग करून स्त्रीचा विनयभंग करणे	३५४	२ वर्षे सजा व दंड
१२)	अपहरण	३६३	७ वर्षे सजा व दंड
१३)	अल्पवयीन मुलीचे अपहरण	३६३ अ	१० वर्षे सजा व दंड किंवा दोन्ही
१४)	खून करण्यासाठी अपहरण करणे किंवा पळवून नेणे	३६४	१० वर्षे सजा व दंड किंवा दोन्ही
१५)	विवाहासाठी सक्तीने स्त्रीला पळवून नेणे अपहरण करणे, जबरदस्ती करणे	३६६	१० वर्षे सजा व दंड किंवा दोन्ही
१६)	अल्पवयीन मुलीला विवाहासाठी पळविणे	३६६ अ	१० वर्षे सजा व दंड किंवा दोन्ही
१७)	परदेशातून मुली पळवून आणणे	३६६ अ	१० वर्षे सजा व दंड किंवा दोन्ही
१८)	अल्पवयीन मुलींना त्यांच्या जवळील वस्तूंची चोरी करण्यासाठी पळविणे	३६९	७ वर्षे सजा व दंड किंवा दोन्ही
१९)	एखाद्या मुलीला किंवा स्त्रीला गुलाम बनविण्यासाठी विकत घेणे किंवा तिची विल्हेवाट लावणे	३७०	७ वर्षे सजा व दंड किंवा दोन्ही
२०)	अल्पवयीन मुलीला वेश्या व्यवसायासाठी विकणे	३७२	१० वर्षे सजा व दंड किंवा दोन्ही
२१)	अल्पवयीन मुलगी वेश्या व्यवसायासाठी विकत घेणे	३७३	१० वर्षे सजा व दंड किंवा दोन्ही
२२)	बलात्कार	३७६	७ ते १० वर्षे सजा व दंड किंवा दोन्ही
२३)	कायद्याने वेगळे राहणाऱ्या पत्नीबरोबर संभोग	३७६ अ	२ वर्षे सजा व दंड किंवा दोन्ही
२४)	आपल्या अधिकाराखालील पब्लिक सर्व्हंटबरोबर संभोग करणे (कस्टडी रेप)	३७६ बी	५ वर्षे सजा व दंड किंवा दोन्ही
२५)	तुरुंगाधिकारी किंवा रिमांडहोमच्या अधिकाऱ्यांमार्फत अधिकारातील स्त्रीशी संभोग	३७६ सी	५ वर्षे सजा व दंड किंवा दोन्ही

२६) एखाद्या रुग्णालयातील व्यवस्थापन सदस्याने रुग्णालयातील स्त्रीशी केलेला संभोग	२७६ डी	५ वर्षे सजा व दंड किंवा दोन्ही
२७) कायदेशीर विवाह आहे असे भासवून एखाद्या स्त्रीला फसवून तिच्या सोबत पुरुषाने फसवून राहणे	४९३	१० वर्षे सजा व दंड किंवा दोन्ही
२८) अवैध दुसरी पत्नी करणे	४९४	७ वर्षे सजा व दंड किंवा दोन्ही
२९) द्विभार्या प्रतिबंधक कलम – पहिले लग्न लपवून दुसरी पत्नी करणे	४९५	१० वर्षे सजा व दंड किंवा दोन्ही
३०) कायदेशीर विवाह नसताना विवाहाचा समारंभ घडविणे	४९०	७ वर्षे सजा व दंड किंवा दोन्ही
३१) व्यभिचार	४९७	५ वर्षे सजा व दंड किंवा दोन्ही
३२) विवाहित स्त्रीला गुन्हेगारी वृत्तीने अटकाव करणे किंवा घेऊन जाणे.	४९८	२ वर्षे सजा व दंड किंवा दोन्ही
३३) नवविवाहितेचा हुंड्यासाठी किंवा इतर कारणाने शारीरिक किंवा मानसिक छळ	४९८ अ	३ वर्षे सजा व दंड किंवा दोन्ही
३४) एखाद्या स्त्रीचा विनयभंग करण्याच्या हेतूने तिच्याकडे पाहणे, शब्द उच्चारणे किंवा कृती करणे.	५०९	१ वर्षे सजा व दंड किंवा दोन्ही

याशिवाय नोकरीच्या ठिकाणी होणाऱ्या लैंगिक छळाविरुद्धही कायदे केले गेले आहेत. परंतु कुटुंबाची गरज भागविण्यासाठी काम करणारी स्त्री हे सगळं सहन करत असते. यात असंघटित क्षेत्रात काम करणारी मजूर स्त्री असो किंवा एखाद्या ऑफिसमध्ये काम करणारी उच्चपदस्थ स्त्री असो. या गोष्टी तिला सहन कराव्या लागतात. कारण आजही समाज ती स्त्रीच वाईट असेल असा विचार करणारा आहे. म्हणून स्त्रिया या छळाविषयी बोलत नाहीत.

८ मार्च हा दिवस जागतिक महिला दिन म्हणून साजरा केला जातो. वास्तविक संसारात स्त्री पुरुष ही रथाची दोन चाके मानली जातात. परंतु इतर वेळी मात्र तिला वर्षातला फक्त एक दिवस असतो. नव्या घोषणा, नव्या योजना जाहीर केल्या जातात. परंतु त्याचा प्रत्येक वर्षी आढावा घेणं व मूल्यमापन केलं जाणं गरजेचं आहे आणि तरच त्या दिन साजरे करण्याला अर्थ आहे.

काही स्त्रियांनी प्रगती केली असेल त्यावरून सर्व स्त्रियांनी प्रगती केली हे म्हणणे चुकीचे ठरते. लैंगिक शोषण तर जवळपास सर्व क्षेत्रात काही प्रमाणात होतच असतं. यात विद्यापीठात उच्च शिक्षण घेणारी विद्यार्थीनी असो, शाळेत शिकणारी असो की उच्च अधिकारी स्त्री असो. याचा विचार गांभीर्याने केला गेला पाहिजे. नोकरीच्या ठिकाणी एखादी स्त्री आपल्या पुरुष सहकाऱ्यांपेक्षा पुढे जात असेल तर तिचं चारित्र्यहनन करून तिला खच्ची केलं जातं.

स्त्रियांची आजची स्थिती

२००१ च्या जनगणनेनुसार १० ते १४ वयोगटांतील बालकामगारांच्या संख्येत महाराष्ट्रात ३२३७७३ मुली आहेत व ग्रामीण भागात हे प्रमाण २९६१९१ इतके आहे. नागरी भागात स्वयंसेवी संस्था कार्यरत असल्याने बालकामगारांची सुटका होऊ शकते. ग्रामीण भागातील परिस्थिती वेगळी आहे.

तक्ता क्र. ३३
७ ते १५ या वयोगटांतील निरक्षरतेचे महाराष्ट्रातील प्रमाण –

वयोगट	एकूण स्त्रिया	निरक्षर स्त्रिया	%
७	९२४६३२	२२७४१४	२४.५९
८	१०४५८१३	१२८९९६	१२.३३
९	९८१३७६	६९४०७	७.०७
१०	१२६७०६८	९६८६७	७.६४
११	९८२१३८	४३२२२	४.४०
१२	१२०८९६२	८६८५०	७.१८
१३	९५९०४२	५४८८४	५.७२
१४	९७४३४५	६८९३७	७.०७
१५	९०५३७७	८१४६२	९.००

संदर्भ : सेन्सस ऑफ इंडिया २००१

तक्ता क्र. ३४
७ ते १५ वयोगटांतील निरक्षरतेचे ग्रामीण महाराष्ट्रातील प्रमाण –

वयोगट	एकूण स्त्रिया	निरक्षर स्त्रिया	%
७	५३९४३७	१५४१६६	२८.५८
८	६२५०३९	८५७००	९.३७
९	६२३४५६	४७७१०	७.६५
१०	७६८९४८	६६२०८	८.६१
११	६१०४१५	२९५९२	४.८५
१२	७३६६१०	६०८१६	८.२५
१३	५७८७६२	३९००३	६.७३
१४	५८४६२०	४९९२२	८.४३
१५	५३२७५५	५९२८५	११.१३

संदर्भ : सेन्सस ऑफ इंडिया २००१

सर्व वयोगटांतील स्त्रियांच्या साक्षरतेचा विचार करता ग्रामीण महाराष्ट्रात ५०.२१% स्त्रिया निरक्षर आहेत. याशिवाय शाळेत जाणाऱ्यांमध्येही वरच्या वर्गात गेले तरी खरोखरच लेखन–वाचनात किती प्रगती आहे हा मुद्दाही विचारात घेतला गेला पाहिजे.

स्त्रियांवरील अत्याचार

स्त्री अनेक अत्याचारांना तोंड देत असते. अत्याचार मग तो शारीरिक असेल, मानसिक असेल किंवा सामाजिक स्वरूपाचा असेल, हा अत्याचार मुख्यत: स्त्री हे लक्ष्य ठरवून केला जातो. त्याला स्त्रीवरील अत्याचार असे म्हणतात.

अत्याचारग्रस्त स्त्री कोणीही असू शकते. एखाद्या कुटुंबात, एखाद्या मुलीवर, एखाद्या सुनेवर, एखाद्या पत्नीवर अत्याचार होत असतात. कचेरीमध्ये, कारखान्यात किंवा खाजगी नोकरीमध्ये सेवक म्हणून काम करीत असताना वरिष्ठांकडून किंवा इतर सहकाऱ्यांकडून तिच्यावर अत्याचार होत असतात. अत्याचार करणाऱ्यांमध्ये कुटुंबीय (स्त्री–पुरुष) किंवा नात्यातील कुणीही स्त्री–पुरुष असू शकतात.

स्त्रियांवरील अत्याचारामध्ये बलात्कार, विनयभंग, हुंडाबळी, पत्नीताडन, अपहरण, छेडछाड, जाच इ. गुन्ह्यांचा समावेश होतो. भारतात दर सात मिनिटांत कुठे ना कुठेतरी कोणत्या ना कोणत्या प्रकारचा अत्याचार स्त्रीवर होत असतो.

भारतीय समाजात सर्व स्तरांमध्ये, सर्व प्रकारच्या स्त्रियांवर अत्याचार होतात. त्यामध्ये श्रीमंत, गरीब, साक्षर, निरक्षर, शहरी, ग्रामीण, अल्पवयीन ते वृद्धांपर्यंत सर्व जाती–धर्मांतील स्त्रियांवर अत्याचार होतो.

जेव्हा अत्याचाराचे स्वरूप घरगुती स्वरूपाचे असते तेव्हा त्यास कौटुंबिक अत्याचार म्हणतात. सामाजिक अत्याचारामध्ये संबंधित स्त्रीला संपूर्ण समूहाचे लक्ष्य केले जाते. शारीरिक अत्याचारामध्ये विनयभंग करणे, बलात्कार करणे, अपहरण करणे, मारहाण करणे, जाळणे, फूस लावून पळवून नेणे इ. वर्तनाचा समावेश होतो. सगळी कृत्ये गुन्हेगारी स्वरूपाची असून भारतीय दंडविधान संहितेनुसार शिक्षापात्र आहेत. स्त्रियांवर होणाऱ्या अत्याचारात बलात्कार, पळवून नेणे, खून करणे असे गुन्हेगारी स्वरूपाचे अत्याचार होतात. घरगुती स्वरूपाच्या अत्याचारात हुंडाबळी, पत्नीला मारणे, कुटुंबातील विधवा स्त्रिया, वृद्ध स्त्रिया यांना वाईट वागणूक देणे, सामाजिक स्वरूपाच्या अत्याचारात गर्भलिंग चिकित्सा करून मुलीचा गर्भ पाडायला भाग पाडणे, मुलींना त्रास देणे, स्त्रियांना, विधवांना त्यांच्या मालमत्तेपासून वंचित करणे इ. यांचा समावेश होतो.

१९९४ च्या भारतातील गुन्हे या नियतकालिकात स्त्रियांवरील अत्याचाराचे नोंदविले गेलेले गुन्हे असे आहेत हुंडाबळी ४९३५, बलात्कार १२३५१, पळवून नेणे, फसवणूक करणे १२९९७, मुलींना त्रास देणे १०४९६, छळ करणे २४११७, तीव्र वेदना पोहोचविणे २५९४६.

भारतात स्त्रियांवर होणाऱ्या अत्याचाराचे मिनिटाच्या हिशोबाने वर्णन करायचे झाल्यास ते

पुढीलप्रमाणे करता येईल –

दर २७ मिनिटाला	१ विनयभंग
दर ३३ मिनिटाला	१ स्त्री क्रूरवर्तन
दर ४३ मिनिटाला	१ अपहरण
दर ५४ मिनिटाला	१ बलात्कार
दर २ तासाला	१ हुंडाबळी

बलात्कार सर्वांत जास्त १६ ते ३० या वयोगटातील स्त्रियांवर होतात. यात शहरी शिक्षित स्त्री असो की ग्रामीण स्त्रिया, या दोघीही बलात्काराच्या बळी ठरतात. ओळखीच्या व्यक्तिकडून बलात्कार होण्याचे प्रमाण जास्त आहे.

शहरी स्त्रीला नोकरीच्या ठिकाणी अशा अत्याचाराला तोंड द्यावे लागते, तर ग्रामीण स्त्रीला मजुरीच्या ठिकाणी मुकादम, ठेकेदार यांचा अत्याचार सहन करावा लागतो. मनोरुग्ण, मूकबधिर स्त्रियांवरही बलात्कार होतात. अलीकडच्या काळात १० वर्षांच्या खालील मुलींवरही बलात्काराचे प्रमाण वाढले आहे.

स्त्री-पुरुष समानतेसाठी एकीकडे लढा चाललाय, तर दुसरीकडे उच्चशिक्षित मुलीही विवाहप्रसंगी निम्मा खर्च करायची मागणी करून समान स्थान दाखवित नाहीत.

पाश्चात्त्यीकरणाचा परिणाम म्हणून आलेल्या फॅशन त्यात अंगप्रदर्शनच जास्त असते. याचा स्त्रियांच्या स्थानावर नक्कीच परिणाम झालाय.

सायबर क्राइममध्ये वाढ होऊन त्या गुन्ह्यांच्याही स्त्रिया बळी ठरत आहेत. विविध कारणांसाठी त्यांचे होणारे शोषण आजही थांबलेले नाही.

हुंडाबळीसारख्या गुन्ह्यातून, हुंड्यासाठीच्या अत्याचारातून तिची सुटका आजही झालेली नाही. उच्चशिक्षित मुलीही अशा कारणांसाठी आत्महत्या करताना दिसतात.

स्त्री-पुरुष समानता म्हणजे स्त्री-पुरुषांना सर्व क्षेत्रात समान संधी देणे; परंतु त्यातही कॉल सेंटरवर रात्रपाळीत नोकरी करणाऱ्या स्त्रियांना बलात्कार, खून याची शिकार व्हावे लागते.

मनुस्मृती जाळली किंवा कालबाह्य केली तरीही समाजाची मानसिकता मात्र पूर्वीसारखीच आहे. उच्च पदस्थ स्त्रीलाही पुरुषी वर्चस्वामुळे कुटुंबात, कामाच्या ठिकाणी त्रास होतो.

स्त्रियांच्या आर्थिक स्वातंत्र्यामुळे अनेक प्रश्न निर्माण झाले असे म्हटले जाते. वास्तविक, स्त्रियांचे अर्थार्जन ही काही नवी, आजची बाब नाही. परंतु मिळवती स्त्री जोवर स्वतःच्या परंपरागत चौकटीत राहून कुटुंब व अर्थार्जन अशा दोन्ही जबाबदाऱ्या बिनबोभाट पार पाडत होती तेव्हा हा प्रश्न आला नाही. त्यावेळेस स्त्रियांचे कार्यक्षेत्रही मर्यादित होते.

स्त्रीला जसजशी स्वतःची जाणीव व्हायला लागली, माणूस म्हणून जगताना कराव्या

लागणाऱ्या बेसुमार तडजोडींची जाणीव व्हायला लागली, विविध क्षेत्रांत काम करताना स्वत:चे अस्तित्व सिद्ध केल्यावर हक्कांची जाणीव व्हायला लागली, जो हक्क समाजाने वर्षानुवर्षे डावलला होता, त्यामुळे संघर्ष निर्माण होऊ लागला.

पती-पत्नीच्या नात्यातही शिक्षण, आर्थिक उत्पन्न, नोकरी व्यवसायातील स्थान यात स्त्री वरचढ झालेली पुरुषाला, पतीला सहन न होऊन कुटुंबात भांडणे, कलह निर्माण होऊ लागले. तरीही पडते घेऊन कुटुंब टिकवून ठेवण्याकडे स्त्रीचा कल जास्त आहे.

स्त्रियांवरील अत्याचाराबाबतही गुन्हे नोंदवून न घेतले जाणं, अशी स्त्रीसुद्धा आपल्यालाच बदनामीला तोंड द्यावे लागेल या भीतीने अधिकाधिक अत्याचार सहन करत राहते. न्यायालयात नको – नको ते प्रश्न विचारून स्त्रियांचे खच्चीकरण केले जाते, त्यामुळेही स्त्रिया कायद्याचा आधार घेत नाहीत.

हुंड्यासाठी छळाबाबतही समाजात एकटी स्त्री सुरक्षित नाही, हा विचार करून स्त्रिया छळ सहन करत राहतात. मुलीचे लग्न ही पालकांना या शतकात डोकेदुखी, जोखीम वाटत असल्यामुळे कदाचित मुलीला जन्मच नाकारला जात असेल. मुलगा हवा या आग्रहामुळे मुलगी मारणे हे समाजाला पाप वाटत नाही. इतर बाबतीत मात्र याचा विचार केला जातो.

ग्रामीण भागात हुंड्यासारखे प्रकार आजही आहेतच. परंतु विवाहितेला मूल होत नसेल, तर तिची अवस्था फार बिकट असते. तिला सासू, नणंदा, जावा यांचे जाच, टोमणे तर सहन करावेच लागतात; परंतु नवऱ्याने बेकायदेशीरपणे दुसरा विवाह केला तरी तोही सहन करावा लागतो. यात पालकही तिच्यातल्या उणिवेची तिला जाणीव करून देत असतात. ज्या स्त्रीला केवळ मुलीच आहेत तिची अवस्थाही फारशी वेगळी नसते. कारण तिलाही वेगवेगळ्या जाचांना तोंड द्यावे लागते. केवळ मुलगा होत नाही म्हणूनही पती दुसरा विवाह करतो.

तसेच घरातल्या निर्णयात तिचे मत विचारात घेतले जात नाही. हे शहरी भागातील शिक्षित स्त्रियांमधेही बऱ्याच प्रमाणात आढळते. तिच्या उत्पन्नावर मात्र हक्क सांगितला जातो. ग्रामीण स्त्रीला तर उन्हाळ्याच्या दिवसांत पाण्यासाठी जसं वणवण भटकावं लागतं तसंच मजुरीसाठीही लांब जावं लागतं. हातावर पोट असतं त्यामुळे सुटी न घेता काम करायचं हे आयुष्य. त्यामुळे वेगळेगळे आजार होत असतात.

काही स्त्रियांचे सबलीकरण झाले असले तरी हे प्रमाण फारच कमी आहे. ग्रामीण भागात मूलभूत सुविधा जोवर नाहीत तोवर त्यांना त्रासाचे आयुष्य जगावे लागते. शेतीवर अवलंबून असलेल्या व सिंचन सुविधा नसलेल्या कुटुंबांना स्वत:च्या शेतीवर उपजीविका होत नसल्याने मजुरीशिवाय पर्याय नाही. तीही पुरेशी मिळत नाही.

शाळेत जाण्याच्या वयात ज्या मुली आहेत त्यांना शाळेत जायला मिळत नाही. त्यामुळे इतर स्त्रियांसाठी प्रौढ शिक्षण तर दूरच आहे. आदिवासी स्त्रीची परिस्थिती तर याहून बिकट आहे. अज्ञान, अंधश्रद्धा, कुपोषण या समस्या तर आहेतच. परंतु पुढच्या पिढ्यांमध्येही शिक्षणात रुची

नसल्याने भवितव्यात अंधार आहे.

सबलीकरणासाठी केलेल्या योजना महिलांपर्यंत पोहोचणे. त्यांना त्याचा लाभ मिळण्यासाठी आवश्यक तो पाठपुरावा करणे व योजनेचे पैसे लाभार्थीसाठी आले तर ते लाभार्थीपर्यंत पोहोचणं ही खरी गरज आहे. स्त्री स्वावलंबी होऊन, सुरक्षित आयुष्य जगेल तेव्हाच तिचे सबलीकरण होईल. कारण देशाच्या लोकसंख्येत ५०% लोकसंख्या स्त्रियांची आहे; परंतु प्रत्यक्षात समानतेऐवजी पुरुषी वरचढपणाच तिला सहन करावा लागतोय.

(World Health Organisation)

जागतिक आरोग्य संघटना

ही एक आंतरराष्ट्रीय सहकार्याने कार्य करणारी संस्था असून ती राष्ट्रसंघाच्या आरोग्य यंत्रणेचा व पॅरिस येथील आंतरराष्ट्रीय सार्वजनिक आरोग्य कार्यालयाचे कार्य पुढे चालवित आहे. आंतरराष्ट्रीय व महत्त्वाचे रोग प्रतिबंधक व रोगनियंत्रक कार्य करणे हे या संस्थेचे ध्येय आहे.

१९४८ मध्ये आंतरराष्ट्रीय मंजुरीने ही यंत्रणा कायम झाली. संयुक्त राष्ट्रातील २६ राष्ट्रांनी याला मंजुरी दिली आहे. संयुक्त राष्ट्रांनी विविध कार्याकरिता उभारलेल्या संघटनांपैकी ही एक संघटना आहे.

या संघटनेची उद्दिष्टे व्यापक आहेत. आरोग्य याचा अर्थ केवळ 'रोगाचा अभाव' असे नसून त्यात जनतेच्या सामाजिक व मानसिक आरोग्याचा अंतर्भाव होतो. आरोग्यविषयक प्रश्नांमध्ये सर्व राष्ट्रे एकमेकांवर अवलंबून आहेत त्यामुळे परस्पर सहकार्य आवश्यक आहे.

बालकांचे पालन पोषण आणि विकास या अतिशय महत्त्वाच्या गोष्टी असून त्यांचा सर्वांगीण विकास झाला पाहिजे. त्याचप्रमाणे आरोग्यविषयक कार्यात जनतेचे सहकार्य मिळविण्यासाठी लोक शिक्षणाची आवश्यकता आहे. आरोग्य हा प्रत्येक व्यक्तीचा जन्मसिद्ध हक्क आहे व त्याचे जतन झाले पाहिजे ही उद्दिष्टे आहेत.

जागतिक आरोग्य संघटनेचे १. जागतिक आरोग्य सभा २. कार्यकारी मंडळ ३. सचिवालय असे भाग आहेत. जागतिक आरोग्य सभा वर्षातून एकदा भरते.

जगातील सर्व लोकांना शक्य तेवढे अधिकाधिक आरोग्य मिळवून देणे हे कार्य ही संघटना करत असल्याने अनेक राष्ट्रांना अनेक प्रकारे सहाय्य करते. त्यात राष्ट्रीय आरोग्य सेवेला मजबुती आणण्यासाठी मदत करणे, आरोग्य कर्मचाऱ्यांना अधिक कार्यक्षम बनविण्यासाठी शिक्षण सहाय्य देणे, राष्ट्रातील प्रमुख रोगांच्या निवारणासाठी मदत करणे. माता व बालके यांच्या आरोग्य रक्षण करिता सहाय्य. पाणी पुरवठा व इतर स्वच्छताविषयक कार्यासाठी सहाय्य. मानसिक आरोग्याचे प्रवर्तकांना सहाय्य करणे.

भारताला पूर्वी हिवताप, क्षय, देवी निर्मुलन, माता व बालके यांचे आरोग्य हे प्रश्न सोडविण्यासाठी त्याचप्रमाणे कुष्ठरोग, गुप्तरोग इ. विरुद्ध मोहीम चालविण्यासाठी अर्थसहाय्य मिळाले. सध्या कुपोषण, एडस् यासाठी सहाय्य मिळते.

या संस्थेचे आंतरराष्ट्रीय कुष्ठरोग संस्था, आंतरराष्ट्रीय कर्करोग विरोधी संघ, जागतिक वैद्यकीय संघटना, जागतिक पशुवैद्यक संघटना इ. शी संबंध आहेत.

परिशिष्ट १
दृष्टिक्षेपात महाराष्ट्र

क्षेत्रफळ	:	३०७६९० चौ. कि. मी.
लोकसंख्या	:	९६,८७८,६२७
पुरुष	:	५०४००,५९६
स्त्रिया	:	४६,४७८,०३१
एकूण जिल्हे	:	३५
वस्ती असलेली खेडी	:	४३७२२
लोकसंख्येची घनता	:	३१४ (दर चौ. कि. मी. मागे)
दारिद्र्य रेषेखालील लोकसंख्येची टक्केवारी	:	१६.२
जन्मदर (हजारी)	:	२१.१
मृत्यूदर	:	७.५
साक्षरता	:	७७.२७%
स्त्रियांचे दरहजारी प्रमाण	:	९२२

तक्ता क्र. १.१ राज्यातील विभाग जिल्हे व तालुके

क्र.	विभागाचे नाव	समाविष्ट जिल्हे	समाविष्ट तालुके
१)	कोकण (ठाणे)	१. मुंबई २. ठाणे ३. रायगड ४. रत्नागिरी ५. सिंधुदुर्ग ६. मुंबई–उपनगर.	५०
२)	नाशिक	७. नाशिक ८. अहमदनगर ९. धुळे १०. जळगाव ११. नंदुरबार	५४
३)	पुणे	१२. पुणे १३. सातारा १४. सांगली १५. कोल्हापूर १६. सोलापूर	५८
४)	औरंगाबाद	१७. औरंगाबाद १८. जालना १९. परभणी 20. बीड २१. उस्मानाबाद २२. लातूर २३. नांदेड २४. हिंगोली	७६
५)	अमरावती	२५. बुलढाणा २६. अकोला २७. अमरावती २९. यवतमाळ २९. वाशिम	५६
६)	नागपूर	३०. वर्धा ३१. नागपूर ३२. भंडारा ३३. गडचिरोली ३४. चंद्रपूर ३५. गोंदिया	६३

संदर्भ : सेन्सस ऑफ इंडिया २००१

तक्ता क्र. १.२ महाराष्ट्रातील आदिवासी

क्र.	विभाग	विभागात येणारे जिल्हे	आदिवासी जमाती
१)	सह्याद्री	ठाणे, नासिक, पुणे, रायगड, अहमदनगर	महादेव कोळी, वारली, कातकरी कोकणा, ठाकर, ढोर कोळी, मल्हार कोळी, काथोडी
२)	सातपुडा	धुळे, जळगाव, अमरावती, औरंगाबाद, नंदुरबार	भिल्ल, गावीत, धानका, पावरा, हुबळा, पारधी, कोलम, तडवी माबची, कोरकू
३)	गोंडवन	गडचिरोली, चंद्रपूर, भंडारा, यवतमाळ, नांदेड	गोंड माडीया, कोला, परधान, आंध, कोया, हलबा, करव

संदर्भ : सेन्सस ऑफ इंडिया २००१

तक्ता क्र. १.३ २००१ च्या जनगणनेनुसार दहा लाख लोकसंख्या असलेली शहरे

क्र.	शहर	लोकसंख्या
१)	बृहन्मुंबई	१,१९,१४,३९८
२)	पुणे	२५,४०,०६९
३)	नागपूर	२०,५१,३२०
४)	ठाणे	१२,६१,५१७
५)	कल्याण-डोंबिवली	११,९३,२६६
६)	नाशिक	१०,७६,९६७
७)	पिंपरी-चिंचवड	१०,०६,४१७

संदर्भ : सेन्सस ऑफ इंडिया २००१

तक्ता क्र. १.४ राज्यातील विद्यापीठे व त्या अंतर्गत येणाऱ्या महाविद्यालयांची संख्या
(कृषि व अभिमत विद्यापीठ सोडून)

क्र.	विद्यापीठाचे नाव	महाविद्यालयांची संख्या
१)	मुंबई	३९५
२)	नागपूर	३५५
३)	पुणे	४३०
४)	एस. एन्. डी. टी.	३१
५)	डॉ. आंबेडकर मराठवाडा	३२०
६)	शिवाजी	३००
७)	अमरावती	१४५
८)	उत्तर महाराष्ट्र	२०५
९)	स्वामी रामानंद तीर्थ	७५
१०)	महाराष्ट्र आरोग्यविज्ञान	१६०
११)	सोलापूर	७५
१२)	यशवंतराव चव्हाण मुक्त	–
१३)	डॉ. आंबेडकर तंत्रज्ञान	–

तक्ता क्र. १.५ राज्यातील शैक्षणिक संस्था व विद्यार्थि संख्या

क्र.	शिक्षणप्रकार	२००५–०६
१)	प्राथमिक	
	१.१ शैक्षणिक संस्था	६८,६४४
	१.२ विद्यार्थि संख्या (हजारात)	१०,८०६
२)	माध्यमिक	
	२.१ शैक्षणिक संस्था	१९,४८०
	२.२ विद्यार्थी संख्या (हजारात)	१०,८९३
३)	उच्च शिक्षण	
	(सर्व प्रकारचे)	
	३.१ शैक्षणिक संस्था	१६५४
	३.२ विद्यार्थि संख्या (हजारात)	१०९४

तक्ता क्र. १.६ विभागीय विकास महामंडळे व त्यांचे कार्यक्षेत्र

क्र.	मंडळाचे नाव	समाविष्ट जिल्हे
१)	कोकण विकास महामंडळ, मुंबई.	ठाणे, रायगड, रत्नागिरी, सिंधुदुर्ग, मुंबई, मुंबई उपनगर
२)	पश्चिम महाराष्ट्र विकास महामंडळ, पुणे	पुणे, सातारा, सांगली, कोल्हापूर, सोलापूर, अहमदनगर, नाशिक, धुळे, जळगाव.
३)	मराठवाडा विकास महामंडळ, औरंगाबाद.	जालना, परभणी, बीड, नांदेड, उस्मानाबाद, लातूर, औरंगाबाद
४)	विदर्भ विकास महामंडळ, नागपूर.	बुलढाणा, अकोला, नागपूर, भंडारा, वर्धा, यवतमाळ, अमरावती, चंद्रपूर, गडचिरोली, वाशिम, गोंदिया

राज्यातील आरोग्यविषयक सोयी (२००५ नुसार)

क्र.	सुविधा	संख्या
१)	सार्वजनिक रुग्णालये	११०२
२)	सार्वजनिक दवाखाने	२०२८
३)	प्राथमिक आरोग्य केंद्रे	१८०७
४)	आरोग्य उपकेंद्रे	९७३१
५)	संस्थांमधील खारांची संख्या	१,३१,३००

१ अहमदनगर

१.	क्षेत्रफळ	: १७,०३४ चौ. कि. मी. स्थान क्रमांक – २६
२.	तालुके	: कोपरगाव, अकोले, संगमनेर, श्रीरामपूर, राहुरी, नेवासे, शेवगाव, पारनेर, अहमदनगर, पाथर्डी, श्रीगोंदे, कर्जत, जामखेड, रहाता
३.	लोकसंख्या एकूण	: ४०,८८,०७७
	पुरुष	: २०,८३,०५३
	स्त्रिया	: १,९५७,५८९
	अनुसूचित जाती	: ४८४६८५
	अनुसूचित जमाती	: ३०३२५५
४.	लोकसंख्येची घनता	: २३७ (प्रति चौ. कि. मी.)
५.	लिंग दर	: ९४०
६.	साक्षरता	: ७५.३०%
७.	मुख्य औद्योगिक उत्पादने	: तंबाखू उत्पादने, दुचाकी वाहने, यंत्राचे सुटे भाग, साखर, मद्य, मद्यार्क, सुती कापड, रेशीम, औषधे, अवजारे.
८.	शेती उत्पादन	: ऊस, भात, गहू, ज्वारी, नाचणी, तीळ, मिरची, कापूस, तूर, भुईमूग, तीळ, जवस, तंबाखू, मोसंबी, द्राक्षे, हरभरा, मूग.

अहमदनगर

क्र.	तालुके	लोकसंख्या		नागरी	अनुसूचित जाती	अनुसूचित जमाती
		एकूण	ग्रामीण			
१	अकोले	२६६६३८	२६६६३८	0	११२३४	१२१५६६
२	संगमनेर	४४१४३९	३६०११४	८१३२५	३५६५२	४१२९७
३	कोपरगाव	२७७१२०	२०६३४०	७०८३0	३५३१६	२७४५७
४	राहता	२८८२७९	२४३०७६	४५२०३	४६१६९	१५४२५
५	श्रीरामपूर	२५६४५८	१६७६९७	८८७६१	४८७00	१४0१६
६	नेवासा	३२६६९८	३२६६९८	0	४५७५७	१५७२0
७	शेवगाव	२0३६७६	२0३६७६	0	२८00२	३२७७
८	पाथर्डी	२१४८७२	१९२०४५	२२८२७	२0४१२	२७१२
९	अहमदनगर	६0६६९0	२३0७३३	३७५९५७	७९१५१	१0२0८
10	राहुरी	२९४९२४	२३0१0८	६४८१६	३९४९२	२७९१३
११	पारनेर	२४६५५२	२४६५५२	0	१६५७७	१२0७४
१२	श्रीगोंदा	२७७३५६	२५१0३२	२६३२४	३४२३२	७४0१
१३	कर्जत	२0५६७४	२0५६७४	0	२७८२0	२३१0
१४	जामखेड	१३४२१६	१0६५६२	२७६५४	१६0७१	१८७९
	एकूण	४0४0६४२	३२३६९४५	८0३६९७	४८४६८५	३0३२५५

२ अकोला

१. क्षेत्रफळ : ५,४३१ चौ. कि. मी. स्थान क्रमांक – ०५

२. तालुके : अकोट, बाळापूर, अकोला, मूर्तिजापूर, तेल्हारा, पातूर, बार्शी टाकळी

३. लोकसंख्या एकूण : १६,३०,२३९

   पुरुष : ८,४१,२५३

   स्त्रिया : ७,८८,९८६

   अनुसूचित जाती : १,६८,४४७

   अनुसूचित जमाती : १०००८८

४. लोकसंख्येची घनता : २८७ (प्रति चौ. कि. मी.)

५. लिंग दर : ९३८

६. साक्षरता ; ८१.४१%

७. मुख्य औद्योगिक उत्पादने : यंत्रमाग, तेल गाळणे, साबण, जरीचे कपडे, सतरंज्या.

८. शेती उत्पादन : भात, गहू, कापूस, सोयाबीन, वाटाणा, तूर, बाजरी, मका, विड्याची पाने, भुईमूग, तीळ.

अकोला

क्र.	तालुके	लोकसंख्या		नागरी	अनुसूचित जाती	अनुसूचित जमाती
		एकूण	ग्रामीण			
१	तेल्हारा	१५६७७६	१३७८७०	१८९०६	१२०२७	९३७६
२	आकोट	२३२४९६	१५१७६७	८०७२६	३१९४०	२४५२४
३	बाळापूर	१६९१५९	१२९६५७	३९५०२	१०३९७	५३६६
४	अकोला	६५६७४६	२२७४७५	४२९२७१	६२६६०	२९३२४
५	मुर्तिजापूर	१६१६६१	१२३१०७	३८५५४	३२२९७	७३३१
६	पातूर	१२०६८४	१००१४६	२०५३८	१००६३	१३३४५
७	बार्शीटाकळी	१३२७२०	१३२७२०	0	९०६३	१०८२२
	एकूण	१६३०२३९	१००२७४२	६२७४९७	१६८४४७	१०००८८

३ अमरावती

१.	क्षेत्रफळ	: १२,२३५ चौ. कि. मी. स्थान क्रमांक – ०७
२.	तालुके	: अमरावती, भातकुली, नांदगाव खंडेश्वर, चांदूर रेल्वे, तिवसा, मोर्शी, वरुड, अचलपूर, चांदूरबाजार, दर्यापूर, अंजनगाव, धारणी, चिखलदरा, धामणगाव रेल्वे.
३.	लोकसंख्या एकूण	: २६,०७,१६०
	पुरुष	: १३,४५,६१४
	स्त्रिया	: १२,६१,५४६
	अनुसूचित जाती	: ४४,६६,२३
	अनुसूचित जमाती	: ३५,६५,३३
४.	लोकसंख्येची घनता	: २१४ (प्रति चौ. कि. मी.)
५.	लिंग दर	: ९३८
६.	साक्षरता	: ८२.५४%
७.	मुख्य औद्योगिक उत्पादने	: तेल गाळणे, हस्तकला, यंत्रमाग, कापड, हातमाग.
८.	शेती उत्पादने	: गहू, ज्वारी, बाजरी, कापूस, मका, वाटाणा, ऊस, तूरडाळ, मिरची, जवस, सरकी, संत्री, मोसंबी.

अमरावती

क्र.	तालुके	लोकसंख्या		नागरी	अनुसूचित जाती	अनुसूचित जमाती
		एकूण	ग्रामीण			
१	धामी	१४७०८६	१४७०८६	0	६४९४	१११९६१
२	चिखलदरा	९५५६१	९०८५०	४७११	६६५३	७२०७४
३	अंजनगाव सुर्जी	१५०३८४	९९२१४	५१९७०	२९४०३	४८१२
४	अचलपूर	२५२५१३	१४५१९७	१०७३१६	४०६९४	२६२३३
५	चांदूरबाजार	१९०१७९	१७२५४४	१७६३५	३५२४९	१५६४९
६	मोर्शी	१७०८९१	१३७२८४	३३६०७	२८१५५	१७९८३
७	वरुड	२११११३	१४९०२५	६२०८८	२९४६१	३१४६३
८	तेवसा	९८०७१	९८०७१	0	१७११६	३९२८
९	अमरावती	६७८१९२	१२८६६२	५४९५१०	११६६२७	२४७५५
10	भातकुली	१०८६२३	१०८६२३	0	२६२५७	१८०७०
११	दर्यापूर	१६२२३०	१२७८३३	३४३९७	४४२५५	१४७१६
१२	नांदगाव–खंडेश्वर	१२४५०४	१२४५०४	0	२९०६४	५४२६
१३	चांदूररेल्वे	९०६४५	७२९२६	१७७१९	१६९०७	४४८१
१४	धामणगाव रेल्वे	१२७०६८	१०५६४२	२१४२६	२०३८९	१०६४२

४ उस्मानाबाद

१.	क्षेत्रफळ	: ७५५० चौ. कि. मी. स्थान क्रमांक – २९
२.	तालुके	: परांडा, भूम, उस्मानाबाद, तुळजापूर, कळंब, उमरगा, लोहारा, वाशी
३.	लोकसंख्या एकूण	: १४,८६,५८६
	पुरुष	: ७६,९३,६८
	स्त्रिया	: ७१,७२,१८
	अनुसूचित जाती	: २४५७९०
	अनुसूचित जमाती	: २३४४०
४.	लोकसंख्येची घनता	: १९६ (प्रति चौ. कि. मी.)
५.	लिंग दर	: ९३२
६.	साक्षरता	: ६९.०२%
७.	मुख्य औद्योगिक उत्पादने	: तेल गाळणे, हातमाग, साखर, वनस्पती, कातडी उद्योग.
८.	शेती उत्पादने	: गहू, भात, तूर, ज्वारी, वाटाणा, डाळी, कापूस, ऊस, मिरची, तीळ, आंबे.

उस्मानाबाद

क्र.	तालुके	लोकसंख्या		नागरी	अनुसूचित जाती	अनुसूचित जमाती
		एकूण	ग्रामीण			
१	परांडा	१२५१३६	१०८१४६	१६९९०	१४५३९	१०११
२	भूम	११६८९४	९९३८५	१७५०९	१५२८८	१३११
३	वाशी	९५४३४	९५४३४	0	१५११२	२४२६
४	कळंब	१८८२३७	१६५२१५	२३०२२	३४९५२	३८५४
५	उस्मानाबाद	३५९२३४	२७८६०९	८०६२५	५७३१६	१०३०५
६	तुळजापूर	२५०१४९	२०२४५४	४७६९५	४४८९८	२६८८
७	लोहारा	११०१६३	११०१६३	0	१९५३५	१२८६
८	उमरगा	२४१३३९	१९३९२४	४७४१५	४४१५०	४९७६
	एकूण	१४८६५८६	१२५३३३०	२३३२५६	२४५७९०	२७८५७

५ औरंगाबाद

१.	क्षेत्रफळ	: ९०१०६ चौ. कि. मी. स्थान क्रमांक – १९
२.	तालुके	: कन्नड, सिल्लोड, सोयगाव, खुल्दाबाद, वैजापूर, गंगापूर, औरंगाबाद, पैठण, फुलंब्री.
३.	लोकसंख्या एकूण	: २८,९७,०१३
	पुरुष	: १५,०५,६६३
	स्त्रिया	: १३,९१,६५०
	अनुसूचित जाती	: ३७६१८१
	अनुसूचित जमाती	: १००४१६
४.	लोकसंख्येची घनता	: २८७ (प्रति चौ. कि. मी.)
५.	लिंग दर	: ९२४
६.	साक्षरता	: ७२.९४%
७.	मुख्य औद्योगिक उत्पादने	: कागद, रेशीम, जरीकाम, कशिदाकाम, हस्तकला, यंत्रसामग्री, साखर, प्लॅस्टिक, मुद्रण-प्रकाशन, औषधे, स्कूटर्स.
८.	शेती उत्पादने	: मका, गहू, ज्वारी, बाजरी, तीळ, तंबाखू, तूरडाळ, कापूस, भुईमूग, ऊस.

औरंगाबाद

क्र.	तालुके	लोकसंख्या		नागरी	अनुसूचित जाती	अनुसूचित जमाती
		एकूण	ग्रामीण			
१	कन्नड	२९१२६७	२५६८६४	३४४०३	२४६०२	१७२२०
२	सोयगाव	९०१४२	९०१४२	0	७९५२	१०४५६
३	सिल्लोड	२९१०५६	२४७१८९	४३८६७	२४६७३	२३७६१
४	फुलंब्री	१३१३२७	१३१३२७	0	१२२७३	२२७६
५	औरंगाबाद	११६५५६७	२३३३८८	९०२१७९	१८७९१९	१५१३३
६	खुल्ताबाद	१०१५००	८८७०६	१२७९४	१०५२९	४६१८
७	वैजापूर	२५९६०१	२२२५३७	३७०६४	३२७७१	११०६८
८	गंगापूर	२७९१९७	२५६८७२	२२३२५	३९०८८	१०११०
९	पैठण	२८७३५८	२५२८३८	३४५१८	३६३७४	५७७४
	एकूण	२८९७०१३	१८०९८६३	१०८७१५०	३७६१८१	१००४१६

६ कोल्हापूर

१.	क्षेत्रफळ	: ७६९२ चौ. कि. मी. स्थान क्रमांक – ३४
२.	तालुके	: शाहूवाडी, हातकणंगले, पन्हाळा, शिरोळ, करवीर, गगनबावडा, कागल, आजरा, चंदगड, भूदरगड, गडहिंग्लज, राधानगरी.
३.	लोकसंख्या एकूण	: ३५,२३,१६२
	पुरुष	: १८,०७,४७०
	स्त्रिया	: १७,१५,६९२
	अनुसूचित जाती	: ४४,९६,४१
	अनुसूचित जमाती	: २१३८७
४.	लोकसंख्येची घनता	: ४५८ (प्रति चौ. कि. मी.)
५.	लिंग दर	: ९६२
६.	साक्षरता	: ७६.९३%
७.	मुख्य औद्योगिक उत्पादने	: चामड्याच्याच्या वस्तू, साखर, गूळ, यंत्रे, शेतीची अवजारे, यंत्राचे सुटे भाग, चांदीचे दागिने, कापड, तंबाखू उत्पादने, हातमाग.
८.	शेती उत्पादने	: भात, गहू, मका, ज्वारी, ऊस, मिरची, नाचणी, तीळ.

कोल्हापूर

क्र.	तालुके	लोकसंख्या		नागरी	अनुसूचित जाती	अनुसूचित जमाती
		एकूण	ग्रामीण			
१	शाहूवाडी	१७६८५९	१७१३५५	५५०४	२०३६८	२९२
२	पन्हाळा	२३८३८३	२३४९३१	३४५२	२९९९०	३१३
३	हातकणंगले	७०९६२८	३५४६२५	३५५००3	१०००४६	४१९७
४	शिरोळ	३५९१७९	२९४७८५	६४३९४	५४८०५	८३३३
५	करवीर	९०६८६६	३५८०५२	५४८८१४	१२३१८३	३२२१
६	बावडा	३२५२५	३२५२५	0	४५२२	११५
७	राधानगरी	१८८१०७	१८८१०७	0	१९७१६	४४४
८	कागल	२४८२३७	२१५२५७	३२९८०	३२७५८	३७७
९	भूदरगड	१४४९१०	१४४९१०	0	१४४३३	४६१
१०	आजरा	१२१४३०	१०६५८१	१४८४९	१०२५०	२८६
११	गडहिंग्लज	२१६२५२	१९०९००	२५३५७	२३१४८	१४१३
१२	चंदगड	१८०७८१	१८०७८१	0	१७०२२	१९३५
	एकूण	३५२३१६२	२४७२८०९	१०५०३५३	४४९६४१	२१३८७

७ गडचिरोली

१.	क्षेत्रफळ	: १४,४७७ चौ. कि. मी. स्थान क्रमांक – १२
२.	तालुके	: कुरखेडा, अहेरी, धानोरा, सिरोंचा, आरमोरी, चामोर्शी, इटापल्ली, गडचिरोली, भामरागड, कोरची, वडसा, देसाईगंज, मुलचेरा.
३.	लोकसंख्या एकूण	: ९७,०२,९४
	पुरुष	: ४९,११,०१
	स्त्रिया	: ४७,९१,९३
	अनुसूचित जाती	: १०,८८,२४
	अनुसूचित जमाती	: ३७,१६,९६
४.	लोकसंख्येची घनता	: ६७ (प्रति चौ. कि. मी.)
५.	लिंग दर	: ९७६
६.	साक्षरता	: ६०.१०%
७.	मुख्य औद्योगिक उत्पादने	: कोळसा, कागद, कापड, हातमाग, विडी उत्पादन.
८.	शेती उत्पादने	: ऊस, कापूस, भात, गहू, भुईमूग, ज्वारी, मका, मिरची.

गडचिरोली

क्र.	तालुके	लोकसंख्या			अनुसूचित जाती	अनुसूचित जमाती
		एकूण	ग्रामीण	नागरी		
१	देसाईगंज	७६१५४	५१३६१	२४७९३	१२३९४	७४४०
२	आरमोडी	९०८४६	९०८४६	0	१०६७६	२२१४६
३	कुरखेडा	७७९३६	७७९३६	0	८४३६	४१९८७
४	कोर्ची	४०७३६	४०७३६	0	३३३१	३०१७१
५	धानोरा	७७३४६	७७३४६	0	३४५४	५४४२५
६	गडचिरोली	१२६३१३	८३८४५	४२४६८	१७३१३	२४१९८
७	चामोर्शी	१६५५१४	१६५५१४	0	१४१३५	३०८२५
८	मुलचेरा	३९६११	३९६११	0	२४९७	१२२४२
९	इटापल्ली	७०६२७	७०६२७	0	२८३२	५७००६
१०	भामरागड	३१६७९	३१६७९	0	११४६	२५४७३
११	अहेरी	१०३७५९	१०३७५९	0	१५३१८	४९२५०
१२	सिरोंचा	६९७७३	६९७७३	0	१७२९२	१६४२३
	एकूण	९७०२९४	९०३०३३	६७२६१	१०८८२४	३७१५९६

८ गोंदिया

१.	क्षेत्रफळ	: ५४३० चौ. कि. मी. स्थान क्रमांक – ११
२.	तालुके	: आमगाव, अर्जुनी मोरगाव, देवरी, मोरेगाव, गोंदिया, सडक अर्जुनी, सालेकसा, तिरोडा.
३.	लोकसंख्या	: १२,००,७०७
	पुरुष	: ५९८८३४
	स्त्रिया	: ६०१८७३
	अनुसूचित जाती	: १६७६९९
	अनुसूचित जमाती	: १९६४५५
४.	लोकसंख्येची घनता	: २२९ (प्रति चौ. कि. मी.)
५.	लिंग दर	: १००५
६.	साक्षरता	: ७८.५२%
७.	मुख्य औद्योगिक उत्पादने	: हातमाग, विडी उत्पादन, लाकूड कापणे.
८.	शेती उत्पादने	: उडीद, गहू, तूर, भात, हरभरा, काकडी, टरबूज.

गोंदिया

क्र.	तालुके	लोकसंख्या		नागरी	अनुसूचित जाती	अनुसूचित जमाती
		एकूण	ग्रामीण			
१	तिरोडा	१६५५१६	१४२९८७	२२५२९	२१६२४	१३९८४
२	गोरेगाव	११६६८५	११६६८५	0	१५२०९	१६८२३
३	गोंदिया	३७१७४६	२५०८४४	१२०९०२	५५४८३	३०६१२
४	आमगाव	१२२५०४	१२२५०४	0	१३०७५	९७५९
५	सालेकसा	७७६९०	७७६९०	0	५४८७	२१३५७
६	सडक-अर्जुनी	१०७४९३	१०७४९३	0	१६३१२	२१७११
७	अर्जुनीमोरगाव	१३६९८०	१३६९८०	0	२७८६२	३२५६२
८	देवडी	१०२०९३	१०२०९३	0	१२६८७	४९६४७
	एकूण	१२००७०७	१०५७२७६	१४३४३१	१६७६९९	१९६४५५

९ चंद्रपूर

१.	क्षेत्रफळ	: ११४१७ चौ. कि. मी. स्थान क्रमांक – १३
२.	तालुके	: गोंडपिंपरी, ब्रह्मपुरी, वरोरा, चंद्रपूर, राजुरा, भद्रावती, चिमूर, नागभीड, मूल, सिंदेवाही, बल्लारपूर, पोंभुर्णा, कोरपना, जिवती.
३.	लोकसंख्या एकूण	: २०,७१,१०१
	पुरुष	: १०,६२,९९३
	स्त्रिया	: १०,०८,१०८
	अनुसूचित जाती	: २९६९२७
	अनुसूचित जमाती	: ३७५२५६
४.	लोकसंख्येची घनता	: १८१ (प्रति चौ. कि. मी.)
५.	लिंग दर	: ९४८
६.	साक्षरता	: ७३.१७%
७.	मुख्य औद्योगिक उत्पादने	: तंबाखू उत्पादने, हातमाग, लाकडी वस्तू, सिमेंट, प्लायवूड, काच, हातमाग.
८.	शेती उत्पादने	: भात, मका, ऊस, कापूस, गहू, ज्वारी, बार्ली, वाटाणा, तंबाखू, तीळ, मिरची, हळद, भुईभूम.

चंद्रपूर

क्र.	तालुके	लोकसंख्या		नागरी	अनुसूचित जाती	अनुसूचित जमाती
		एकूण	ग्रामीण			
१	वरोरा	१६५८४३	१२३८७२	४१९७१	१४९९४	३४४८६
२	चिमूर	१५६७७२	१५६७७२	0	२३५०७	५०९११
३	नागभीड	१२४४२५	१२४४२५	0	१६७२०	२३३७४
४	ब्रह्मपुरी	१५३४८६	१२२२७९	३१२०७	२३७४७	१३०२६
५	सावली	१०४६८६	१०४६८६	0	१०२१०	१६२१२
६	सिंदेवाही	१०६२७५	१०६२७५	0	१३४२३	३०५४३
७	भद्रावती	१५६९९५	८५२९५	७१७००	२४७९८	२३७६२
८	चंद्रपूर	४०४८९७	८६०६५	३५४८३२	७५४९२	४७३०३
९	मूल	११०१०९	८७७७९	२२२३०	८२१२	१७२५७
१०	पोंभुर्णा	४७९०६	४७९०६	0	३४७३	१३४८२
११	बल्लारपूर	१३३७२२	४३७२७	८९९९५	२७३९७	१६३४६
१२	कोरपना	१४३२१०	१२१४७९	२१७३१	१९६२४	३६५७३
१३	राजुरा	१५२२१६	१२०९१५	३१३०१	२३७२०	३४३०४
१४	गोंडपिंझी	७४५५९	७४५५९०	0	११५१०	१४०६९
	एकूण	२०७११०१	१४०६०३४	६६५०६७	२९६९२७	३७५२५६

१० जळगाव

१.	क्षेत्रफळ	: ११७५७ चौ. कि. मी. स्थान क्रमांक – 03
२.	तालुके	: चोपडे, यावल, अंमळनेर, एंडोल, पाचोरा, जळगाव, रावेर, भुसावळ, मुक्ताईनगर, पारोळा, भडगाव, जामनेर, चाळीसगाव, धरणगाव, बोदवड.
३.	लोकसंख्या एकूण	: ३६,८२,६९०
	पुरुष	: १९,०५,४९३
	स्त्रिया	: १७,७७,१९७
	अनुसूचित जाती	: २,८६,७७७
	अनुसूचित जमाती	: ४,३५,९५१
४.	लोकसंख्येची घनता	: ३१३ (प्रति चौ. कि. मी.)
५.	लिंग दर	: ९३३
६.	साक्षरता	: ७५.४३%
७.	मुख्य औद्योगिक उत्पादने	: युद्धसाहित्य, कापड, साखर, हातमाग.
८.	शेती उत्पादने	: गहू, ज्वारी, मका, बाजारी, ऊस, तूरडाळ, भात, कापूस, तीळ, गळीत धान्य, भुईमूग, मिरची, केळी, संत्री, मोसंबी, द्राक्षे, पपई.

जळगाव

क्र.	तालुके	लोकसंख्या		नागरी	अनुसूचित जाती	अनुसूचित जमाती
		एकूण	ग्रामीण			
१	चोपडा	२७१८६३	२१०९९८	६०८६५	१७४९५	६९८९३
२	यावल	२४८५९६	१९३०९९	५५४९७	१८८०६	५१०५९
३	रावेर	२८५२३६	२३९९११	४५३२५	३००१४	४४७०४
४	मुक्ताईनगर	१३७७५३	१३७७५३	0	९८८८	२०१८६
५	बोदवड	७९१२६	७९१२६	0	६००८	४५१९
६	भुसावळ	३२५५२७	१२९५१५	१९६०१२	३२४६१	१६०३५
७	जळगाव	५५३७२५	१८५१०७	३६८६१८	३४५६६	५०३०४
८	एरंडोल	१४८११४	११७९९४	३०१२०	८३११	१७३१४
९	धरणगाव	१६०६२२	१२६९९७	३३६२५	१२८०७	२३१३०
10	अमळनेर	२६२५२२	१७१०३२	९१४९०	१९६६८	३०७१५
११	पारोळा	१६९९१९	१३५१२०	३४७९९	१०९५९	१८१४३
१२	भडगाव	१४२१६८	१४२१६८	0	१३०२९	१४९०६
१३	चाळीसगाव	३५६८०८	२६५६९८	९१११०	३४४२३	२९२७४
	एकूण	३६८२६९०	२६२९८९६	१०५२७९४	२८६७७७	४३५९५१

११ जालना

१. क्षेत्रफळ	:	७७१५ चौ. कि. मी. स्थान क्रमांक – १८
२. तालुके	:	जालना, अंबड, भोकरदन, जाफराबाद, पडतूर, मंठा, बदनापूर, धनसावंगी
३. लोकसंख्या एकूण	:	१६,१२,९८०
पुरुष	:	८२,६९,०३
स्त्रिया	:	७८,६०,७७
अनुसूचित जाती	:	१८१०१७
अनुसूचित जमाती	:	३२१०६
४. लोकसंख्येची घनता	:	२०९ (प्रति चौ. कि. मी.)
५. लिंग दर	:	९५१
६. साक्षरता	:	६४.४०%
७. मुख्य औद्योगिक उत्पादने	:	यंत्रसामग्री, औषधे, सिमेंट पाइप, सूत गिरणी, कापड, साखर, हस्तकला, तेलबिया.
८. शेती उत्पादने	:	मका, ज्वारी, वाटाणा, मिरची, कापूस, तीळ, बाजरी, वाटाणा.

जालना

क्र.	तालुके	लोकसंख्या		नागरी	अनुसूचित जाती	अनुसूचित जमाती
		एकूण	ग्रामीण			
१	भोकरदन	२५६१९१	२३९२४१	१६९५०	२९४०८	९८१७
२	जाफराबाद	१३७३४५	१३७३४५	0	१८०६४	२२६९
३	जालना	४३२१२९	१९६३३४	२३५७९५	४५०८९	६६१९
४	बदनापूर	१३१३६२	१३१३६२	0	१६४५७	१५९७
५	आमबाद	२०७१४२	१८१०३४	२६१०८	२१८२९	३९२२
६	घनसावंगी	१७३०८२	१७३०८२	0	१९३४५	३२२३
७	परतूर	१४५४९५	११६४८३	२९०१२	१८८८५	१९९१
८	मंठा	१३०२३४	१३०२३४	0	१५९४०	२६६५
	एकूण	१६१२९८०	१३०५११५	३०७८६५	१९१०१७	३२१०३

१२ ठाणे

१.	क्षेत्रफळ	: ९५६३ चौ. कि. मी. स्थान क्रमांक – २१
२.	तालुके	: डहाणू, मोखाडे, जव्हार, पालघर, वाडा, वसई, भिवंडी, शहापूर, मुरबाड, ठाणे, कल्याण, उल्हासनगर, तलासरी, विक्रमगड, अंबरनाथ
३.	लोकसंख्या एकूण	: ८१,३१,८४९
	पुरुष	: ४३,७७,७४७
	स्त्रिया	: ३७,५४,१०२
	अनुसूचित जाती	: ३,३९,७२०
	अनुसूचित जमाती	: ११,९९,२९०
४.	लोकसंख्येची घनता	: ८५१ (प्रति चौ. कि. मी.)
५.	लिंग दर	: ८५८
६.	साक्षरता	: ८०.६६%
७.	मुख्य औद्योगिक उत्पादने	: रसायने, पेट्रोलियम, रबर, प्लॅस्टिक, तेल शुद्धीकरण, कृत्रिम धागे, इलेक्ट्रॉनिक्स वस्तू, आगपेट्या, मद्यार्क.
८.	शेती उत्पादने	: भात, नाचणी, ज्वारी, गहू, मिरची, तीळ, भुईमूग, वाटाणा.

ठाणे

क्र.	तालुके	लोकसंख्या		नागरी	अनुसूचित जाती	अनुसूचित जमाती
		एकूण	ग्रामीण			
१	तळासरी	१२१२१७	१२१२१७	0	८४०	१०७३७९
२	डहाणू	३३१८२९	२७३९९१	५७८३८	५७८९	२१५१६२
३	विक्रमगड	११४२५४	११४२५४	0	३८४	१०३२२३
४	जव्हार	१११०३९	९९७४१	११२९८	११०६	९९९३२
५	मोखाडा	६७३१९	६७३१९	0	६०३	६०९६४
६	वाडा	१४२६७३	१२८४६७	१४२८६	३१६६	७४१८५
७	पालघर	४५४६३५	३४३९३४	११०७०१	१११४५	१८०७३२
८	वसई	७९५८६३	२७७२६२	५१८६०१	१६८१८	८१२७२
९	ठाणे	२४८६९४१	0	२४८६९४१	१०७६७३	४८७३९
10	भिवंडी	९४५५७२	२६९१४३	६७६४२९	१५७७४	७३४१९
११	शहापूर	२७३३०४	२३१७४१	४१५६३	११२११	८९९९७
१२	कल्याण	१२७६६१४	८३२०२	११९३४१२	७४११६	३४८९४
१३	उल्हासनगर	४७३७३१	0	४७३७३१	५३३९७	३५३३
१४	अंबरनाथ	३६६५०१	६४७४९	३०१७५२	३०२६२	२६३४१
१५	मुरबाड	१७०२६७	१५४४४६	१५८२१	७४३६	३८५१८
	एकूण	८६३१८४९	२२२९३७६	५९०२४७३	३३९७२०	११९९२९०

१३. धुळे

१. क्षेत्रफळ	:	८०६१ चौ. कि. मी. स्थान क्रमांक ०२
२. तालुके	:	शिरपूर, साक्री, धुळे, नवापूर, दोंडाईचा.
३. लोकसंख्या एकूण	:	१७०८९९३
पुरुष	:	८७८३७२
स्त्रिया	:	८२९५७५
अनुसूचित जाती	:	१०९१०२
अनुसूचित जमाती	:	४४३,५६४
४. लोकसंख्येची घनता	:	२३७ (प्रति चौ. कि. मी.)
५. लिंग दर	:	९४४ (दरहजारी)
६. प्रमुख औद्योगिक उत्पादने	:	साखर, कापड, हातमाग, लाकडी वस्तू, प्लॅस्टिक वस्तू, वनस्पती.
७. साक्षरता	:	७१.६५%
८. मुख्य पिके	:	भात, गहू, ज्वारी, मका, वाटाणा, डाळी, मिरची, भुईमूग, कापूस, हरभरा.

धुळे

क्र.	तालुके	लोकसंख्या		नागरी	अनुसूचित जाती	अनुसूचित जमाती
		एकूण	ग्रामीण			
१	शिरपूर	३३७५५३	२७५८५९	६१६९४	१८३१२	१३६८८६
२	सिंदखेड	२८७५१७	२४५०८१	४२४३६	२०४९८	५०२८९
३	साक्री	३६३०९२	३६३०९२	0	१८४९४	१७५२३८
४	धुळे	७१९७८५	३७८०३०	३४१७५५	५५७९८	८११५१
	एकूण	१७०७९४७	१२६२०६२	४४५८८५	१०९१०२	४४३५६४

१४. नागपूर

१. क्षेत्रफळ	: ९८१० चौ. कि. मी. स्थान क्रमांक : ०९
२. तालुके	: काटोल, सावनेर, रामटेक, नागपूर, उमरेड, कामठी, हिंगणा, नारखेड, कळमेश्वर, मौदा, भिवापूर, पारशिवनी, नागपूर ग्रामीण, कुही
३. लोकसंख्या एकूण	: ४०६७६३७
पुरुष	: २१०५३१४
स्त्रिया	: १९६२३२३
अनुसूचित जाती	: ६९६४६१
अनुसूचित जमाती	: ४४४४४१
४. लोकसंख्येची घनता	: ४११ (प्रति चौ. कि. मी.)
५. लिंगदर	: ९३२ (दर हजारी)
६. साक्षरता	: ८४.०३%
७. मुख्य औद्योगिक उत्पादने	: हातमाग, कापड, लोखंडी वस्तू, स्टेनलेस स्टील, कापड, लोखंडी वस्तू, चिनी मातीच्या वस्तू.
८. मुख्य शेती उत्पादने	: भात, गहू, ज्वारी, मका, वाटाणा, डाळी, तूरडाळ, इतर डाळी, ऊस, मिरची, कापूस, तीळ, संत्री, भुईमूग, गळिताची धान्ये.

नागपूर

क्र.	तालुके	लोकसंख्या		नागरी	अनुसूचित जाती	अनुसूचित जमाती
		एकूण	ग्रामीण			
१	नारखेड	१४३५१२	११३२३८	३०२७४	२१८५३	१९३४३
२	काटोल	१५५६६८	११८२३३	३७४३५	२५१५०	२६७१२
३	कळमेश्वर	११४४००	९०००१	२४३९९	१६७७३	११७२५
४	सावनेर	२२३१६५	१४३७८४	७९३८१	४२२२१	२६१८८
५	पारशिवणी	१४१७३१	९४५८५	४७१४६	२७१३८	१६२७४
६	रामटेक	१५१६२१	११५०२०	३६६०६	१८४३०	४९८५६
७	मौदा	१३५६२७	१३५६२७	0	१८७६९	१२३३९
८	कामठी	२०९००३	८२९०६	१२६०९७	४६२३७	८८४५
९	नागपूर (ग्रामीण)	१९९४०१	१३८२०९	६११९२	३९९३३	२१७५०
१०	नागपूर (नागरी)	२०५२०६६	0	२०५२०६६	३४३०३१	१८१९७५
११	हिंगणा	१८५११५	११५४३७	६९६७८	२५९५८	२५३६२
१२	उमरेड	१४६८४३	९७२६६	४९५७७	२५७१२	२५४२४
१३	कुही	१२६३१६	१२६३१६	0	२७२७०	५१७५
१४	भिवापूर	८३१६४	८३१६४	0	१७८८६	१३४७३
	एकूण	४०६७६३७	१४५३८८६	२६१३७५१	६९६४६१	४४४४४१

१५. नंदुरबार

१.	क्षेत्रफळ	: ५०३५ चौ. कि. मी. स्थान क्रमांक : ०१
२.	तालुके	: अक्कलकुवा, धडगाव, तळोदे, शहादे, नंदुरबार, नवापूर
३.	लोकसंख्या	: एकूण १३११७०९
	पुरुष	: ६६३५११
	स्त्रिया	: ६४८१९८
	अनुसूचित जाती	: ४१४१२
	अनुसूचित जमाती	: ८५९५७४
४.	लोकसंख्येची घनता	: २२० (प्रति चौ. कि. मी.)
५.	लिंग दर	: ९७७ (दर हजारी)
६.	साक्षरता	: ५५.७८%
७.	मुख्य औद्योगिक उत्पादने	: कापड, साखर, प्लॅस्टिक वस्तू, हातमाग उत्पादने.
८.	मुख्य शेती उत्पादने	: भात, बाजरी, मका, गहू, कापूस, हरभरा, डाळी.

नंदुरबार

क्र.	तालुके	लोकसंख्या		नागरी	अनुसूचित जाती	अनुसूचित जमाती
		एकूण	ग्रामीण			
१	अक्कलकुवा	१७७७३७	१७७७३७	0	१८३८	१५०६५४
२	अक्राणी	१३६५०४	१३६५०४	0	२०४७	१२९६२१
३	तळोदे	१२८५३१	१०३४९५	२५०३६	३०१५	९२९१८
४	शहादे	३३५३४६	२८२०५६	५३२९०	१८४०३	१६३०४१
५	नंदूरबार	२९४०८४	१९९७१६	९४३६८	१३६८६	१२००४८
६	नवापूर	२३९५०७	२०९५२८	२९९७९	२७२३	२०३२९२
	एकूण	१३११७०९	११०९०३६	२०२६७३	४१४१२	८५९५७४

१६. नांदेड

१. क्षेत्रफळ : १०५४५ चौ. कि. मी. स्थान क्रमांक : १५

२. तालुके : किनवट, हदगाव, नांदेड, भोकर, कंधार, बिलोली, मुखेड, देगलूर, लोहा, मुदखेड, हिमायत नगर, माहूर, धर्माबाद, उमरी, नायगाव, अर्धापूर.

३. लोकसंख्या एकूण : २८७६२५९

   पुरुष : १४८१३५८

   स्त्रिया : १३९४९०१

   अनुसूचित जाती : ४९८१९६

   अनुसूचित जमाती : २५३५९६

४. लिंगदर : ९४२ (दर हजारी)

५. लोकसंख्येची घनता : २७३ (प्रति चौ. कि. मी.)

६. साक्षरता : ७३.६२%

७. मुख्य औद्योगिक उत्पादने : तेलघाणी, हातमाग, कापड, साखर, रेशीम, इमारती लाकूड, कातडी सामान.

८. मुख्य शेती उत्पादने : बाजारी, मका, वाटाणा, तूरडाळ, कापूस, भुईमूग, मिरची.

नांदेड

क्र.	तालुके	लोकसंख्या		नागरी	अनुसूचित जाती	अनुसूचित जमाती
		एकूण	ग्रामीण			
१	माहूर	८६७८२	८६७८२	0	७५७१	१३४५५
२	किनवट	२१०६३०	१८५७५२	२४८७८	२०९०२	५८५२७
३	हिमायतनगर	८८९२४	८८९२४	0	९३०४	१३८१९
४	हदगाव	२२४३५४	२०१०१५	२३३३९	३२३८९	२४९८६
५	अर्धापूर	९८७५५	९८७५५	0	१३१६५	३३९९
६	नांदेड	५९८९६९	१६०५७२	४३८३९७	८३८४९	११३२९
७	मुदखेड	९७२८६	७८५८६	१८७00	११८११	४२६६
८	भोकर	११९२२९	११९२२९	0	१८४९५	२२१२0
९	उमरी	८६२0६	७५0५५	११९५१	१८0७५	९0७४
१0	धर्माबाद	८६३६२	५६४११	२९९५१	२00८२	१४७६९
११	बिलोली	१५५३१८	१२७५५१	२७७६७	३७७४१	१९५३२
१२	नायगाव	१६११३४	१६११३४	0	३८३0८	१0८६३
१३	लोहा	२0७३0६	१८७१५८	२0१४८	३५३६६	३९९१
१४	कंधार	२११३४७	१९0५७५	२0७७२	४४४१४	७३६७
१५	मुखेड	२४३0३0	२१७0९७	२५९३३	५६६१२	१८६१४
१६	देगलूर	२00६२७	१५२५९९	४८0२८	५0११२	१७६८५
	एकूण	२८७६२५९	२१८७१९५	६८९0६४	४९८१९६	२५३५९६

१७. नाशिक

१.	क्षेत्रफळ	: १५५३९ चौ.कि. मी. स्थान क्रमांक : २०
२.	तालुके	: सटाणा, सिन्नर, मालेगाव, सुरगाणा, दिंडोरी, कळवण, पेठ, चांदवड, नांदगाव, नाशिक, निफाड, येवला, इगतपुरी, त्र्यंबकेश्वर, देवळा.
३.	लोकसंख्या एकूण	: ४९९३७९६
	पुरुष	: २५९०९१२
	स्त्रिया	: २४०२८८४
	अनुसूचित जाती	: ४२६५१६
	अनुसूचित जमाती	: ११९४२७१
४.	लिंगदर	: ९२७ (दर हजारी)
५.	लोकसंख्येची घनता	: ३२२ (प्रति चौ. कि. मी.)
६.	साक्षरता	: ७४.३६%
७.	मुख्य औद्योगिक उत्पादने	: विमाने, अवजड यंत्रे, शेतीची अवजारे, ट्रॅक्टर, सुती कापड, धातूची भांडी, मुद्रण-प्रकाशन, तंबाखू उत्पादने.
८.	मुख्य शेती उत्पादने	: गहू, ज्वारी, बाजरी, भात, नाचणी, मका, वाटाणा, वरई, भुईमूग, तीळ, कांदा, द्राक्षे.

नाशिक

क्र.	तालुके	लोकसंख्या		नागरी	अनुसूचित जाती	अनुसूचित जमाती
		एकूण	ग्रामीण			
१	सुरगाणा	१४५१३५	१३८९८८	६१४७	९०९	१३७६०२
२	कळवण	१६५६०९	१६५६०९	0	५८०३	१०८९५५
३	देवळा	१२९९८८	१२९९८८	0	११९१४	२१३५४
४	बागलाण	३११३९५	२७८८३४	३२५६१	१७१७८	१०२२८८
५	मालेगाव	७८९२३०	३३३१७६	४५६०५४	४१५९२	६५७६९
६	नांदगाव	२३६३१९	१४०७२३	९५५९६	३२४९८	२६९९७
७	चांदवड	२०५१८९	२०५१८९	0	१८८८३	३६९८५
८	दिंडोरी	२८४७२७	२८४७२७	0	१६१८७	१३९०३३
९	पेठ	९६७७४	९६७७४	0	७९६	८९९२६
१०	त्र्यंबकेश्वर	१३६४१७	१२६६१३	९८०४	७३९९	१०६३१५
११	नाशिक	१३१७३६७	१६५०४१	११५२३२६	१६५३९९	१३११३२
१२	इगतपुरी	२२८२०८	१७६४६३	५१७४५	२०९०४	८६३७०
१३	सिन्नर	२९२०७५	२६०४४५	३१६३०	२०४७७	३५४५६
१४	निफाड	४३९८४२	३८१३५६	५८४८६	४४०६७	७९७४१
१५	येवला	२३५५२१	१९२३१४	४३२०७	२२५१०	२१३७८
	एकूण	४९९३७९६	३०५६२४०	१९३७५५६	४२६५१६	११९४२७१

१८. परभणी

१.	क्षेत्रफळ	: ६५११ चौ. कि. मी. स्थान क्रमांक : १७
२.	तालुके	: जिंतूर, पाथरी, परभणी, गंगाखेड, पूर्णा पालम, सेलू, सोनपेठ, मानवत.
३.	लोकसंख्या एकूण	: १५२७७१५
	पुरुष	: ७८०१९१
	स्त्रिया	: ७४७५२४
	अनुसूचित जाती	: १५२४६३
	अनुसूचित जमाती	: ३५२१०
४.	लिंगदर	: ९५८ (दरहजारी)
५.	लोकसंख्येची घनता	: २४६ (प्रति चौ. कि. मी.)
६.	साक्षरता	: ६६.०७%
७.	मुख्य औद्योगिक उत्पादने	: साखर, हातमाग, कापड, कातडी कमावणे.
८.	मुख्य शेती उत्पादने	: गहू, मका, ज्वारी, भात, मिरची, वाटाणा, तूरडाळ, कापूस, भुईमूग, गळिताची धान्ये, केळी, द्राक्षे, तूर.

परभणी

क्र.	तालुके	लोकसंख्या			अनुसूचित जाती	अनुसूचित जमाती
		एकूण	ग्रामीण	नागरी		
१	सेलू	१३९३५२	९९५०१	३९८५१	११७८८	१५४७
२	जिंतूर	२३४४०५	१९६२९३	३८११२	१८३३५	१२०८८
३	परभणी	४६०७७८	२०१४४९	२५९३२९	४०९२१	६७३८
४	मानवत	९७०२४	६७८०६	२९२१८	८४७१	१०९७
५	पाथरी	११०२१८	७८२१७	३२००१	११२९२	१८८९
६	सोनपेठ	६६७४८	५३७२६	१३०२२	८९३१	७४७
७	गंगाखेड	१६४०८०	१२३६५२	४०४२८	२११७४	४९८७
८	पालम	९२८०४	९२८०४	०	१२६६४	३१७८
९	पूर्णा	१६२३०६	१२९०८१	३३२२५	१८०८७	२९३९
	एकूण	१५२७७१५	१०४२५२९	४८५१८६	१५२४६३	३५२१०

१९. पुणे

१.	क्षेत्रपळ	: १५६३७ चौ.कि. मी. स्थान क्रमांक : २५
२.	तालुके	: जुन्नर, आंबेगाव, राजगुरुनगर, शिरूर, मावळ, पुणे शहर, दौंड, भोर, हवेली, मुळशी, वेल्हे, बारामती, इंदापूर, पुरंदर.
३.	लोकसंख्या एकूण	: ७२३२५५५
	पुरुष	: ३७६९१२८
	स्त्रिया	: ३४६३४२७
	अनुसूचित जाती	: ७६१८५७
	अनुसूचित जमाती	: २६१७२२
४.	लिंग दर	: ९१९ (दर हजारी)
५.	लोकसंख्येची घनता	: ४६२ (प्रति. चौ. कि. मी.)
६.	साक्षरता	: ८०.४५%
७.	मुख्य औद्योगिक उत्पादने	: वाहने, अवजड यंत्रे, औषधे, कापड, भांडी, काचसामान, रसायने, पशुखाद्य, तेल गाळणे, मुद्रण-प्रकाशन, इलेक्ट्रॉनिक्स वस्तू, पेनिसिलीन, प्लॅस्टिक.
८.	मुख्य शेती उत्पादने	: गहू, ज्वारी, बाजरी, मका, नाचणी, बार्ली, वाटाणा, डाळी, ऊस, मिरची, कापूस, भुईमूग, तीळ, कांदा, बटाटा, करडई, हरभरा.

पुणे

क्र.	तालुके	लोकसंख्या		नागरी	अनुसूचित जाती	अनुसूचित जमाती
		एकूण	ग्रामीण			
१	जुन्नर	३६९८०६	३४५०६५	२४७४१	१५७०७	७०९६६
२	आंबेगाव	२१३८४२	२०००४३	१३७९९	७३१७	४२९०७
३	शिरूर	३१०५९०	२८३५९१	२६९९९	२२८८०	७८५७
४	खेड	३४३२१४	२८६३३३	५६८८१	१३३१७	३८२७२
५	मावळ	३०५०८३	१७७११८	१२७९६५	१६०८२	२१८०४
६	मुळशी	१२७३८५	११९४०९	७९७६	१०७२४	५५०३
७	हवेली	१३५३०४३	२८८३२५	१०६४७१५	१७८१३४	२६४४७
८	पुणे शहर	२६९५९११	०	२६९५९११	३१९७९५	२६१२९
९	दौंड	३४१३८८	२९९१८४	४२२०४	४८४०४	६७७३
१०	पुरंदर	२२३४२८	१७४६०४	४८८२४	१४७५१	४३०९
११	वेल्हे	५५८७४	५५८७४	०	२७७३	१३३९
१२	भोर	१७१७१९	१५३८३३	१७८८६	७५७६	३३४१
१३	बारामती	३७२८५२	३२१५१८	५१३३४	५२४९५	२४७५
१४	इंदापूर	३४८४१३	३२६८२१	२१५९२	५१३७२	३५००
	एकूण	७२३२५५५	३०३१७१८	४२००८३७	७६१८५७	२६१७२२

२०. बीड

१.	क्षेत्रफळ	: १०६९२ चौ. कि. मी. स्थान क्रमांक : २७
२.	तालुके	: गेवराई, अष्टी, माजलगाव, पाटोदा, केज, अंबाजोगाई, बीड, धारूर, परळी वैजनाथ, वडवणी, शिरूर-कासार.
३.	लोकसंख्या एकूण	: २१६१२५०
	पुरुष	: १११६३५६
	स्त्रिया	: १०४४८९४
	अनुसूचित जाती	: २८१२४०
	अनुसूचित जमाती	: २४१९३
४.	लिंगदर	: ९३६ (दर हजारी)
५.	लोकसंख्येची घनता	: २०२ (प्रति चौ. कि. मी.)
६.	साक्षरता	: ६७.९९%
७.	मुख्य औद्योगिक उत्पादने	: हातमाग कापड, धातूची भांडी, साखर, तेल गाळणे.
८.	मुख्य शेती उत्पादने	: भात, गहू, ऊस, ज्वारी, तीळ, एरंडी, तंबाखू, भुईमूग, कापूस, द्राक्षे, हरभरा, मका.

बीड

क्र.	तालुके	लोकसंख्या		नागरी	अनुसूचित जाती	अनुसूचित जमाती
		एकूण	ग्रामीण			
१	आष्टी	२०६६६६	२०६६६६	0	२०४५१	३६८२
२	पाटोदा	९५७३८	९५७३८	0	८६१२	६४१
३	शिरूर (कासार)	१०३६९८	१०३६९८	0	७७०९	८८५
४	गेवराई	२६२५४०	२३४०४८	२८४९२	२९३८९	२७३६
५	माजलगाव	२१४९९७	१७०९६८	४४०२९	३०२०५	२३४३
६	वडवणी	१२४८२९	१२४८२९	0	१७७५५	१४२२
७	बीड	३९३२८२	२५५०८६	१३८१९६	४७२१५	३३८५
८	केज	२२६६१२	२२६६१२	0	३८८३८	२६५१
९	धारूर	६२२३१	४३८९३	१८३३८	८९०१	१७२६
१०	परळी	२३४९८७	१४६५५०	८८४३७	३३७५१	२६६२
११	आंबेजोगाई	२३५६७०	१६६१९२	६९४७८	३८४१४	२०६०
	एकूण	२१६१२५०	१७७४१८०	३८७०७०	२८१२४०	२४१९३

२१. बुलढाणा

१. क्षेत्रफळ : ९६८० चौ. कि. मी. स्थान क्रमांक : ०४

२. तालुके : जळगाव जामोद, मलकापूर, बुलढाणा, खामगाव, नांदुरा, चिखली, मेहेकर, देऊळगाव राजा, मोताळा, शेगाव, संग्रामपूर, लोणार, सिंदखेडराजा.

३. लोकसंख्या एकूण : २२३२४८०

   पुरुष : ११४७४०३

   स्त्रिया : १०८५०७७

   अनुसूचित जाती : २४१६२३

   अनुसूचित जमाती : ११५१५६

४. लिंगदर : ९४६ (दर हजारी)

५. लोकसंख्येची घनता : २३१ (प्रति चौ. कि. मी.)

६. साक्षरता : ७५.७८%

७. मुख्य औद्योगिक उत्पादने : साखर, यंत्रमाग, कापड, भांडी, तेल काढणे, हत्यारे.

८. मुख्य शेती उत्पादने : गहू, मका, ज्वारी, भात, तूरडाळ, ऊस, तीळ, द्राक्षे, मिरची, भुईमूग, गळिताची धान्ये, भात.

बुलढाणा

क्र.	तालुके	लोकसंख्या			अनुसूचित जाती	अनुसूचित जमाती
		एकूण	ग्रामीण	नागरी		
१	जळगाव (जामोद)	१३६७७६	११०४९४	२६२८२	७८९८	१७०३१
२	संग्रामपूर	१२०६४५	१२०६४५	0	७२८७	१८२००
३	शेगाव	१५०६९९	९८२७६	५२४२३	९५४२	६३०९
४	नांदूरा	१४९२७०	१११८०१	३७४६९	८४१८	७५२१
५	मलकापूर	१५८१८६	९७१७४	६१०१२	११००४	८३२५
६	मोटाळा	१४३७४३	१४३७४३	0	११४८०	११६९६
७	खामगाव	२६६६७५	१७७९८८	८८६८७	१६५४२	९८६७
८	मेहकर	२२९६२६	१९१९११	३७७१५	४४४३१	१०६६५
९	चिखली	२४७१०१	१९८६७३	४८४२८	३२८४६	७०३६
१०	बुलढाणा	२४७०५४	१८४०८२	६२९७२	४०८७२	११८५६
११	देऊळगावराजा	१०६१२६	८१७५४	२४३७२	१२९२०	५९६
१२	सिंदखेड राजा	१४९८६९	१३५९२८	१३९४१	१९८८४	११६५
१३	लोणार	१२६७१०	१०६६२८	२००८२	१८३९९	४८९०
	एकूण	२२३२४८०	१७५९०९७	४७३३८३	२४१६२३	११५१५६

२२. भंडारा

१. क्षेत्रफळ	:	३८९० चौ. कि. मी. स्थान क्रमांक : १०
२. तालुके	:	भंडारा, साकोली, पवनी, तुमसर, मोहाडी, लाखांदूर, लाखणी.
३. लोकसंख्या एकूण	:	११३६१४६
पुरुष	:	५७३४४५
स्त्रिया	:	५६२७०१
अनुसूचित जाती	:	२०१९४९
अनुसूचित जमाती	:	९७७१८
४. लिंगदर	:	९८१ (दर हजारी)
५. लोकसंख्येची घनता	:	२७८ (प्रति चौ. कि. मी.)
६. साक्षरता	:	७८.४७%
७. मुख्य औद्योगिक उत्पादने	:	युद्धसाहित्य, फर्निचर, इमारती लाकूड, हातमाग, अवजड वाहने, कागद, पितळी व स्टीलची भांडी.
८. मुख्य शेती उत्पादने	:	गहू, भात, वाटाणा, ऊस, मका, मिरची, तीळ, भुईमूग, गळिताची धान्ये.

भंडारा

क्र.	तालुके	लोकसंख्या		नागरी	अनुसूचित जाती	अनुसूचित जमाती
		एकूण	ग्रामीण			
१	तुमसर	२१३८४३	१६६०६३	४७७८०	२५७९०	२४६६६
२	मोहाडी	१४४६२१	१४४६२१	0	१६१४२	१२०८९
३	भंडारा	२६१६४५	१५६२८४	१०५३६१	५४८८६	१८९३५
४	साकोली	१२९४७५	१२९४७५	0	२५६२७	१५७६७
५	लाखाणी	१२१७४०	१२१७४०	0	२३६९०	८२३७
६	पौनी	१५१४८७	१२८९००	२२५८७	३३४२७	११४४५
७	लाखांदूर	११३३३५	११३३३५	0	२२३८७	६५७९
	एकूण	११३६१४६	९६०४१८	१७५७२८	२०१९४९	९७७१८

२३. मुंबई

१. क्षेत्रफळ : १५७ चौ. कि. मी. स्थान क्रमांक : २३

२. लोकसंख्या एकूण : ३३३८०३१

पुरुष : १८७८२४६

स्त्रिया : १४५९७८५

अनुसूचित जाती : १८३४६९

अनुसूचित जमाती : २०६६६

४. लिंगदर : ७७७ (दर हजारी)

५. लोकसंख्येची घनता : २१२६१ (प्रति चौ. कि. मी.)

६. साक्षरता : ८६.४०%

७. मुख्य औद्योगिक उत्पादने : रसायने, कापड, पादत्राणे, जहाजबांधणी, अवजड वाहने, सायकली, वनस्पती तूप, यंत्रसामग्री, तेलशुद्धीकरण, सौंदर्य प्रसाधने, काचवस्तू, औषधे, साबण, पॉलीमर वस्तू, चित्रपट, स्टेशनरी, मुद्रण, प्रकाशन, पेये, शोभिवंत वस्तू, विजेची उपकरणे, स्टेशनरी, कागदाच्या वस्तू, कृत्रिम धागे, तयार कपडे.

(मुंबई व मुंबई उपनगर दोन्हींमधील औद्योगिक उत्पादने आहेत.)

मुंबई

क्र.	तालुके	लोकसंख्या		नागरी	अनुसूचित जाती	अनुसूचित जमाती
		एकूण	ग्रामीण			
१		३३३८०३१	0	३३३८०३१	१८३४६९	२०६६६

२४. मुंबई (उपनगर)

१. क्षेत्रफळ   :   ४४६ चौ. कि. मी. स्थान क्रमांक : २२
२. लोकसंख्या एकूण   : ८६४०४१९
    पुरुष   : ४७४१७२०
    स्त्रिया   : ३८९८६९९
    अनुसूचित जाती   : ४०१५६९
    अनुसूचित जमाती   : ७०४५४
४. लिंगदर   : ८२२ (दर हजारी)
५. लोकसंख्येची घनता   : १९३७३ (प्रति चौ. कि. मी.)
६. साक्षरता   : ८६.८९%
७. मुख्य शेती उत्पादन   : भात
                            (मुंबई व मुंबई उपनगर दोन्ही)

मुंबई (उपनगर)

क्र.	तालुके	लोकसंख्या		नागरी	अनुसूचित जाती	अनुसूचित जमाती
		एकूण	ग्रामीण			
१		८६४०४१९	0	८६४०४१९	४०१५६९	७०४५४

२५. यवतमाळ

१.	क्षेत्रफळ	: १३५९४ चौ. कि. मी. स्थान क्रमांक : १४
२.	तालुके	: दारव्हा, यवतमाळ, पुसद, वणी, बाभुळगाव, कळंब, घाटंजी, राळेगाव, मारेगाव, दिग्रस, नेर, उमरखेड, महागाव, आर्णी, केळापूर, झरी.
३.	लोकसंख्या एकूण	: २४५८२७१
	पुरुष	: १२६५६८१
	स्त्रिया	: ११९२५९०
	अनुसूचित जाती	: २५२८०२
	अनुसूचित जमाती	: ४७३३७०
४.	लिंगदर	: ९४२ (दर हजारी)
५.	लोकसंख्येची घनता	: १८१ (प्रति चौ. कि. मी.)
६.	साक्षरता	: ७३.६२%
७.	मुख्य औद्योगिक उत्पादने	: हातमाग, हात कागद, कातडी वस्तू, बर्फ, बिस्किटे, घोंगड्या, नायलॉन.
८.	मुख्य शेती उत्पादने	: ज्वारी, भात, गहू, मका, बाजरी, वाटाणा, डाळी, ऊस, मिरची, कापूस, भुईभूग, कांदा, संत्री, केळी, तूर, हरभरा, जवस, तीळ, गळीत धान्ये.

यवतमाळ

क्र.	तालुके	लोकसंख्या		नागरी	अनुसूचित जाती	अनुसूचित जमाती
		एकूण	ग्रामीण			
१	नेर	११०७६२	११०७६२	0	२०२०९	७९६८
२	बाभुळगाव	८९९५३	८९९५३	0	११२९०	१७०२५
३	कळंब	९५८३०	९५८३०	0	१००४४	३०७४७
४	यवतमाळ	३३५९६७	१५७०६९	१७८८९८	३८४१४	६३०७०
५	दारव्हा	१७३४८०	१५०११४	२३३६६	२१४४९	१५२६८
६	दिग्रज	१३४९२८	९५७५०	३९१७८	११३८७	१७८४६
७	पुसद	२८५४५८	२१८२९२	६७१६६	२८७२६	४०००३
८	उमरखेड	२२२८१८	१८४६४३	३८१७५	३१३०१	२९९९२
९	महागाव	१५८२३०	१५८२३०	0	१५२८२	२२५२०
१०	अर्णी	१३९८६१	१३९८६१	0	१२६७४	२५२७९
११	घाटंजी	१२५२१४	१०५८६७	१९३४७	१०६५८	३८२५९
१२	केळापूर	१४०९०७	११४३३५	२६५७२	८४७७	५१९७१
१३	राळेगाव	१०४८३२	१०४८३२	0	७९५६	३१२४५
१४	माडेगाव	७४८७९	७४८७९	0	३५९७	२५७६८
१५	जरीजमानी	७२२३९	७२२३९	0	४२०२	२९३८३
१६	वणी	१९३७१३	१२९२०४	६४५०९	१७१३६	२६५७६
	एकूण	२४५८२७१	२००१०६०	४५७२११	२५२८०२	४७३३७०

२६. रत्नागिरी

१.	क्षेत्रफळ	: ८१९६ चौ. कि. मी. स्थान क्रमांक : ३२
२.	तालुके	: मंडणगड, दापोली, खेड, गुहागर, चिपळूण, रत्नागिरी, संगमेश्वर, राजापूर, लांजे.
३.	लोकसंख्या एकूण	: १६९६७७७
	पुरुष	: ७९४४९८
	स्त्रिया	: ९०२२७९
	अनुसूचित जाती	: २४५१५
	अनुसूचित जमाती	: २०१०२
४.	लिंगदर	: ११३६ (दर हजारी)
५.	लोकसंख्येची घनता	: २०७ (प्रति चौ. कि. मी.)
६.	साक्षरता	: ७५.०५%
७.	मुख्य औद्योगिक उत्पादने	: हातमाग, मंगलोरी कौले, होडी बांधणी, तेल, रसायने, औषधे, शेतीमाल प्रक्रिया.
८.	मुख्य शेती उत्पादने	: नाचणी, ज्वारी, आंबा, वरई, आमसूल, नारळ, सुपारी, भात, मका, भुईमूग.

रत्नागिरी

क्र.	तालुके	लोकसंख्या		नागरी	अनुसूचित जाती	अनुसूचित जमाती
		एकूण	ग्रामीण			
१	मंडणगड	७०५९३	७०५९३	0	८०३	३१७0
२	दापोली	१९३४३०	१७७५६७	१५८६३	३२७६	१0६५२
३	खेड	१९४५१५	१८0७0२	१३८१३	३३९५	२0८२
४	चिपळूण	२८१0८१	२२४१५0	५६९३१	५३६१	१८१५
५	गुहागर	१४२२५९	१३९0५२	३२0७	१७२१	३६६
६	रत्नागिरी	३0२२६१	२२२६४१	७९६२0	३१0१	१0८७
७	संगमेश्वर	२१४८९	२१४८९९	0	२७६३	४१७
८	लांजा	११३१५३	१00८७७	१२२७६	१६३९	२१३
९	राजापूर	१८४६६६	१७४१६७	१0४९९	१९५६	३00
	एकूण	१६९६७७७	१५0४५६८	१९२२0९	२४५१५	२0१0२

२७. रायगड

१. क्षेत्रफळ : ७१६२ चौ. कि. मी. स्थान क्रमांक : २४

२. तालुके : कर्जत, पनवेल, उरण, खालापूर, अलिबाग, पेण, रोहे, सुधागड, मुरुड, माणगाव, म्हसळा, श्रीवर्धन, महाड, पोलादपूर, तळा.

३. लोकसंख्या एकूण : २२०७९२९

   पुरुष : ११९७६२८

   स्त्रिया : १०९०३०१

   अनुसूचित जाती : ५३६६७

   अनुसूचित जमाती : २६९१२४

४. लिंगदर : ९७६ (दर हजारी)

५. लोकसंख्येची घनता : ३०९ (प्रति चौ. कि. मी.)

६. साक्षरता : ७७.०३%

७. मुख्य औद्योगिक उत्पादने : रसायने, औषधे, आयुर्वेदिक औषधे, रंग, कागद, लोखंडी सामान.

८. मुख्य शेती उत्पादने : ज्वारी, नाचणी, तीळ, मिरची, तूरडाळ, भात.

रायगड

क्र.	तालुके	लोकसंख्या		नागरी	अनुसूचित जाती	अनुसूचित जमाती
		एकूण	ग्रामीण			
१	उरण	१४०३५१	१०९१७७	३११७४	३५९७	८७४९
२	पनवेल	४२२५२२	२१८१८६	२०४३३६	१२१९५	३६५७५
३	कर्जत	१८४४२०	१३९०११	४५४०९	३०४१	४०९१४
४	खालापूर	१८३६०४	१०९४०७	७४१९७	५०४२	२५४३७
५	पेण	१७६६८१	१४६४८०	३०२०१	११२९	१४८४
६	अलिबाग	२२१६६१	२०२१६५	१९४९६	३६४३	३४०११
७	मुरुड	७२०४६	५९४९४	१२५४२	११६८	१३२४५
८	रोहा	१६१७५०	१२७४०५	३४३४५	२९६९	२४९६४
९	सुधागड	६२८५२	५४६८०	८१७२	२४०८	१४५८२
१०	माणगाव	१५२२७०	१३८१११	१४१५९	४७८१	१०७३३
११	ताला	४२८६९	४२८६९	०	२१०२	५०१८
१२	श्रीवर्धन	८५०७१	६९८८५	१५१८६	२४६७	१०८३८
१३	म्हसळा	६१०१०	५२२४७	८७६३	१२६३	५००९
१४	महाड	१८६५२१	१५४९७३	३१५४८	४६७२	८०६७
१५	पोलादपूर	५४३०१	४९००४	५२९७७	१९३५	२२९८
	एकूण	२२०७९२९	१६७३०९४	५३४८३५	५३६६७	२६९९२४

२८. लातूर

१.	क्षेत्रफळ	: ७१६६ चौ. कि. मी. स्थान क्रमांक : २८
२.	तालुके	: लातूर, अहमदपूर, औसा, निलंगा, उदगीर, रेणापूर, चाकूर, देवणी, शिरूर – अनंतपाळ, जळकोट.
३.	लोकसंख्या एकूण	: २०८०२८५
	पुरुष	: १०७५२५७
	स्त्रिया	: १००५०२८
	अनुसूचित जाती	: ४०४२५१
	अनुसूचित जमाती	: ४७८३६
४.	लिंगदर	: ९३५ (दर हजारी)
५.	लोकसंख्येची घनता	: २९१ (प्रति चौ. कि. मी.)
६.	साक्षरता	: ७१.५४%
७.	मुख्य औद्योगिक उत्पादने	: हातमाग, वनस्पती.
८.	मुख्य शेती उत्पादने	: मिरची, भात, ऊस, कापूस, भुईमूग, तंबाखू.

लातूर

क्र.	तालुके	लोकसंख्या		नागरी	अनुसूचित जाती	अनुसूचित जमाती
		एकूण	ग्रामीण			
१	लातूर	५४२११४	२४२४२९	२९९२८५	९६१८१	९०१६
२	रेणापूर	१२२१९२	१२२१९२	0	२११९९	२१०९
३	अहमदपूर	१९९०५३	१६३२४८	३५८०५	३९८१२	४८१९
४	जळकोट	६९१९८	६९१९८	0	१७९४०	१६०१
५	चाकूर	१५७१३५	१५७१३५	0	३२२०९	३९१८
६	शिरूर अनंतपाळ	७४०८१	७४०८१	0	१८४०५	२८२५
७	औसा	२८०२४०	२४९३६४	३०८७६	४६४०८	३५०७
८	निलंगा	२८६०८९	२५४४२७	३१६६२	५२७५०	१०४०३
९	देवणी	८८३६२	८८३६२	0	१८१८७	३४३५
१०	उदगीर	२६१५२१	१६९५८८	९१९३३	६१२००	६२०३
	एकूण	२०८०२८५	१५९००२४	४९०२६१	४०४२९१	४७८३६

२९. वर्धा

१. क्षेत्रफळ : ६३११ चौ. कि. मी. स्थान क्रमांक : ०८

२. तालुके : आर्वी, वर्धा, हिंगणघाट, देवळी, समुद्रपूर, कारंजा, आष्टी, सेलू.

३. लोकसंख्या एकूण : १२३६७३६

पुरुष : ६३८९९०

स्त्रिया : ५९७७४६

अनुसूचित जाती : १५८६३०

अनुसूचित जमाती : १५४४१५

४. लिंगदर : ९३५ (दर हजारी)

५. लोकसंख्येची घनता : १९६ (प्रति चौ. कि. मी.)

६. साक्षरता : ८०.०६%

७. मुख्य औद्योगिक उत्पादने : कापड, यंत्रमाग, हस्तकला.

८. मुख्य शेती उत्पादने : भात, ज्वारी, गहू, मका, बाजरी, मिरची, ऊस, कापूस, केळी, हळद, गळीत धान्ये.

वर्धा

क्र.	तालुके	लोकसंख्या		नागरी	अनुसूचित जाती	अनुसूचित जमाती
		एकूण	ग्रामीण			
१	आष्टी	७३५९४	७३५९४	0	८८६९	९३३३
२	कारंजा	८८७२0	८८७२0	0	७६८८	१३४५४
३	आर्वी	१४३४९८	१०२९२३	४०५७५	१८८८४	२२५२३
४	सेलू	१३३०७८	१२००२६	१३०५२	१४०४८	२२१८७
५	वर्धा	३१४५३७	१८७८६५	१२६६७२	३९९४८	२८००६
६	देवळी	१५५२१४	१०२८१४	५२४००	२९५७१	१८१८१
७	हिंगणघाट	२१२४७८	१२०१३६	९२३४२	२७२९५	२१६०७
९	समुद्रपूर	११५६१७	११५६१७	0	१२३६७	१९१२४
	एकूण	१२३६७३६	९११६९५	३२५०४१	१५८६३०	१५४४१५

३०. वाशिम

१.	क्षेत्रफळ	: ५१५० चौ. कि. मी. स्थान क्रमांक : ०६
२.	तालुके	: रिसोड, वाशिम, मानोरा, मालेगाव, मंगरुळपीर, कारंजा
३.	लोकसंख्या एकूण	: १०२०२१६
	पुरुष	: ५२६०९४
	स्त्रिया	: ४९४१२२
	अनुसूचित जाती	: १६२६६३
	अनुसूचित जमाती	: ७०९८७
४.	लिंगदर	: ९३५ (दर हजारी)
५.	लोकसंख्येची घनता	: २०८ (प्रति चौ. कि. मी.)
६.	साक्षरता	: ७३.३७%
७.	मुख्य औद्योगिक उत्पादने	: खते, अल्युमिनियम भांडी, हातमाग वस्तू, तेल गाळणे.
८.	मुख्य शेती उत्पादने	: ज्वारी, कापूस, मूग, तूर, गहू, हरभरा, संत्री, भुईमूग.

वाशिम

क्र.	तालुके	लोकसंख्या		नागरी	अनुसूचित जाती	अनुसूचित जमाती
		एकूण	ग्रामीण			
१	मालेगाव	१५६९२२	१५६९२२	0	२१५४३	२१२४७
२	मंगळूरपीर	१४९८५५	१२२०४०	२७८१५	२७९५१	८२३९
३	कारंजा	१८८५४०	१२८३८२	६०१५८	२३७५९	५८९५
४	मनोरा	१३५१३२	१३५१३२	0	१७३२८	२१७३८
५	वाशिम	२१२६४४	१४९६८८	६२९५६	३७१५८	५९२९
६	रिसोड	१७७१२३	१४९६०७	२७५१६	३४९२४	७९३९
	एकूण	१०२०२१६	८४१७७१	१७८४४५	१६२६६३	७०९८७

३१. सातारा

१.	क्षेत्रफळ	: १०४७५ चौ. कि. मी. स्थान क्रमांक : ३१
२.	तालुके	: खंडाळा, फलटण, वाई, महाबळेश्वर, जावळी, माण, कोरेगाव, खटाव, सातारा, पाटण, कराड.
३.	लोकसंख्या एकूण	: २८०८९९४
	पुरुष	: १४०८३२६
	स्त्रिया	: १४००६६८
	अनुसूचित जाती	: २४६११०
	अनुसूचित जमाती	: २१८९६
४.	लिंगदर	: ९९५ (दर हजारी)
५.	लोकसंख्येची घनता	: २६८ (प्रति चौ. कि. मी.)
६.	साक्षरता	: ७८.२२%
७.	मुख्य औद्योगिक उत्पादने	: वाहने, अवजड यंत्रे, अभियांत्रिकी वस्तू, मद्य, काचवस्तू.
८.	मुख्य शेती उत्पादने	: ज्वारी, बाजरी, गहू, मका, बार्ली, वाटाणा, ऊस, मिरची, तंबाखू, डाळी.

सातारा

क्र.	तालुके	लोकसंख्या		नागरी	अनुसूचित जाती	अनुसूचित जमाती
		एकूण	ग्रामीण			
१	महाबळेश्वर	५४५४६	२८५२६	२६०१७	२९८३	२४६५
२	वाई	१८९३३६	१५८२२६	३१११०	११७३०	३४०३
३	खंडाळा	११९८१९	१०७९८३	११८३६	८४८७	१०७२
४	फलटण	३१३६२७	२६२८२७	५०८००	४३२२४	२५०८
५	माण	१९९४९८	१७९०९८	२०४००	२२७७१	३४३
६	खटाव	२६०९४१	२६०९४१	०	२१७०१	१३३४
७	कोरेगाव	२५३१२८	२३६४७४	१६५४४	१८८००	१५१०
८	सातारा	४५१८७०	२८२२६७	१६९६०३	४१२१९	३६९९
९	जावळी	१२४६००	१२४६००	०	४१२३	१६९४
१०	पाटण	२९८०८५	२८६४८७	११५९८	१७९०१	१५५८
११	कराड	५४३४२४	४८३३२१	६०१०३	४३०७१	२३१०
	एकूण	२८०८९९४	२४१०८७३	३९८१२१	२४६११०	२१८९६

३२. सोलापूर

१.	क्षेत्रफळ	: १४८८६ चौ. कि. मी. स्थान क्रमांक : ३0
२.	तालुके	: करमाळा, बार्शी, माढा, माळशिरस, पंढरपूर, मोहोळ, उत्तर सोलापूर, दक्षिण सोलापूर, सांगोला, मंगळवेढा, अक्कलकोट.
३.	लोकसंख्या एकूण	: ३८४९५४३
	पुरुष	: १९८९६२३
	स्त्रिया	: १८५९९२0
	अनुसूचित जाती	: ५७८१२३
	अनुसूचित जमाती	: ६८९८९
४.	लिंगदर	: ९३५ (दर हजारी)
५.	लोकसंख्येची घनता	: २५८ (प्रति चौ. कि. मी.)
६.	साक्षरता	: ७१.२५%
७.	मुख्य औद्योगिक उत्पादने	: हातमाग, तंबाखू, लोखंडी सामान, चादरी, तयार कपडे.
८.	मुख्य शेती उत्पादने	: ज्वारी, मका, गहू, बाजरी, वाटाणा, तूरडाळ, मिरची, कापूस, भुईमूग, डाळी.

सोलापूर

क्र.	तालुके	लोकसंख्या		नागरी	अनुसूचित जाती	अनुसूचित जमाती
		एकूण	ग्रामीण			
१	करमाळा	२३३३१६	२११३८८	२१९२८	३२५३७	२९९६
२	माढा	२९२६११	२६९८३४	२२७७७	४४०३३	२४३४
३	बार्शी	३४०८३१	२३६०४६	१०४७८५	४५६५४	३९२१
४	उत्तर सोलापूर	९६०८०३	८८३२५	८७२४७८	१३३१२९	१९६६८
५	मोहोळ	२५२५२६	२५२५२६	0	३९६१७	३७३१
६	पंढरपूर	४०२७०७	३११३२८	९१३७९	६२२०९	९६०५
७	माळशिरस	४२२६००	४२२६००	0	७४५५२	२९६९
८	सांगोले	२७२०७७	२४३९६१	२८११६	३८२३०	१७५६
९	मंगरूळपीर	१७१२६१	१४९५५५	२१७०६	२७३६०	२०६४
१०	दक्षिण सोलापूर	२१०७७४	२१०७७४	0	३१६६८	१०१०४
११	अक्कलकोट	२९००३७	२२७९२२	६२११५	४९१३४	९७४१
	एकूण	३८४९५४३	२६२४२५९	१२२५२८४	५७८११२३	६८९८९

३३. सांगली

१.	क्षेत्रफळ	: ८५७७ चौ. कि. मी. स्थान क्रमांक : ३५
२.	तालुके	: खानापूर, सांगली, शिराळा, वाळवा, जत, मिरज, कवठे-महांकाळ, आटपाडी, पलूस, कडेगाव.
३.	लोकसंख्या एकूण	: २५८३५२४
	पुरुष	: १३२००८८
	स्त्रिया	: १२६३४३६
	अनुसूचित जाती	: ३१३४७४
	अनुसूचित जमाती	: १७८५५
४.	लिंगदर	: ९५७ (दर हजारी)
५.	लोकसंख्येची घनता	: ३०१ (प्रति चौ. कि. मी.)
६.	साक्षरता	: ७६.६२%
७.	मुख्य औद्योगिक उत्पादने	: शेतीची अवजारे, मशिनरी, साखर, हस्तकला, धातूची भांडी.
८.	मुख्य शेती उत्पादने	: गहू, बाजरी, ज्वारी, मका, नाचणी, वाटाणा, ऊस, द्राक्षे, मिरची, भुईमूग, कापूस, हळद, तंबाखू.

सांगली

क्र.	तालुके	लोकसंख्या			अनुसूचित जाती	अनुसूचित जमाती
		एकूण	ग्रामीण	नागरी		
१	शिराळा	१५८२९८	१५४३७६	३९२२	१४८२२	१६१
२	वाळवा	४२७३७७	३३५८४४	९१५३३	४९००१	२४३४
३	पलूस	२१६५५६	२१६५५६	०	२४३८८	१८०२
४	खानापूर	२५८२३१	२१६४२७	४१८०४	३०५२६	५६०
५	आटपाडी	१२५२६३	१२५२६३	०	१४१२०	३५७
६	तासगाव	२१३२०५	१७९७४८	३३४५७	२२०८९	८८४
७	मिरज	७५६०४८	२९३५४६	४६२५०२	१००७३६	६०१३
८	कवठे महांकाळ	१४४५९६	१४४५९६	०	२००८७	४००
९	जत	२८३९५०	२८३९५०	०	३७७४५	५२४४
	एकूण	२५८३५२४	१९५०३०६	६३३२१८	३१३४७४	१७८५५

३४. सिंधुदुर्ग

१.	क्षेत्रफळ	: ५२२२ चौ. कि. मी. स्थान क्रमांक : ३३
२.	तालुके	: कुडाळ, देवगड, कणकवली, मालवण, वेंगुर्ले, सावंतवाडी, वैभववाडी, दोडामार्ग.
३.	लोकसंख्या एकूण	: ८६८८२५
	पुरुष	: ४१७८९०
	स्त्रिया	: ४५०९३५
	अनुसूचित जाती	: ३८५३६
	अनुसूचित जमाती	: ४९५२
४.	लिंगदर	: १०७९ (दर हजारी)
५.	लोकसंख्येची घनता	: १६७ (प्रति चौ. कि. मी.)
६.	साक्षरता	: ८०.३०%
७.	मुख्य औद्योगिक उत्पादने	: औषधे, लाकडी खेळणी, यंत्रमाग, हातमाग.
८.	मुख्य शेती उत्पादने	: नाचणी, फणस, काजू, आमसूल, भात, आंबा, सुपारी.

सिंधुदुर्ग

क्र.	तालुके	लोकसंख्या			अनुसूचित जाती	अनुसूचित जमाती
		एकूण	ग्रामीण	नागरी		
१	देवगड	१२५२८८	१२५२८८	0	२६३४	९११
२	वैभववाडी	४८३५०	४८३५०	0	१७४९	३०६
३	कणकवली	१३८१६७	१२३५४२	१४६२५	६६३२	५८३
४	मालवण	११६६८२	९८००२	१८६८०	५४३८	१८६
५	वेंगुर्ला	८८३८७	७५९१६	१२४७१	३७१४	११२
६	कुडाळ	१५२९३९	१३९२९७	१३६४२	८०३२	१४३१
७	सावंतवाडी	१४८९८०	१२६०७९	२२९०१	७५९४	८९३
८	दोडामार्ग	५००३२	५००३२	0	३०४३	४५०
	एकूण	८६८८२५	७८६५०६	८२३१९	३८८३६	४८५२

३५. हिंगोली

१.	क्षेत्रफळ	: ४५२६ चौ. कि. मी. स्थान क्रमांक : १६
२.	तालुके	: सेनगाव, हिंगोली, कळमनुरी, औंढा नागनाथ, वसमत.
३.	लोकसंख्या एकूण	: ९८७१६०
	पुरुष	: ५०५३७३
	स्त्रिया	: ४८१७८७
	अनुसूचित जाती	: १००६९७
	अनुसूचित जमाती	: ८६८९८
४.	लिंगदर	: ९५३ (दर हजारी)
५.	लोकसंख्येची घनता	: २०४ (प्रति चौ. कि. मी.)
६.	साक्षरता	: ६६.२५%
७.	मुख्य औद्योगिक उत्पादने	: हातमाग, कातड्याच्या वस्तू, साखर.
८.	मुख्य शेती उत्पादने	: गहू, कापूस, मका, भात, ज्वारी, द्राक्षे, केळी.

हिंगोली

क्र.	तालुके	लोकसंख्या		नागरी	अनुसूचित जाती	अनुसूचित जमाती
		एकूण	ग्रामीण			
१	सेनगाव	१६९२४७	१६९२४७	0	१८४४३	९४६१
२	हिंगोली	२११२५४	१४१८२२	६९४३२	२१५६१	१२०७३
३	औंढा (नागनाथ)	१५२१७८	१५२१७८	0	१३२६४	२१४६४
४	कळमनुरी	१९७३९२	१७६७६०	२०६३२	१८४७८	३४४४४
५	बसमत	२५७०८९	१९३१२३	६३९६६	२८८५१	९३५६

परिशिष्ट २

२००१ च्या जनगणनेनुसार – दृष्टिक्षेपात भारत

एकूण लोकसंख्या	:	१०२८६१०३२८
पुरुष	:	५३२१५६७७२(५१.७४%)
स्त्रिया	:	४९६४५३५५६(४८.२६%)
नागरी	:	२८६११९६८९(२७.८२%)
पुरुष	:	१५०५५४०९८
स्त्रिया	:	१३५५६५५९१
ग्रामीण	:	७४२४९०६३९(७२.१८%)
पुरुष	:	३८१६०२६७४
स्त्रिया	:	३६०८८७९६५
१४ वर्षांखालील	:	३४१०४५३४९(३५.३५%)
६० वर्षांवरील	:	७६६२२३२१(७.४५%)
अनुसूचित जाती	:	१६६६३५७००(१६.२०%)
अनुसूचित जमाती	:	८४३२६२४०(८.२०%)
अपंग व्यक्ती	:	२१९०६७६९(२.१३%)

तक्ता क्र. १
२००१ च्या जनगणनेनुसार भारताची लोकसंख्या

क्र.	राज्य	लोकसंख्या	पुरुष	स्त्रिया	अनुसूचित जाती	अनुसूचित जमाती	साक्षरता
१	अंदमान व निकोबार	३५६१५२	१९२९७२	१६३१८०	–	२९४६९	८१.३
२	आंध्रप्रदेश	७६२१०००७	३८५२७४१३	३७६८२५९४	१२३३९४९६	५०२४१०४	६०.५
३	अरुणाचल प्रदेश	१०९७९६८	५७९९४१	५१८०२७	६१८८	७०५१५८	५४.३
४	आसाम	२६६५५५२८	१३७७७०३७	१२८७८४९१	१८२५९४९	३३०८५७०	६३.३
५	बिहार	८२९९८५०९	४३२४३७९५	३९७५४७१४	१३०४८५०८	७५८३५१	४७.०
६	चंदीगड	९००६३५	५०६९३८	३९३६९७	१५७५९७	–	८१.९
७	छत्तीसगड	२०८३३८०३	१०४७४२१८	१०३५९५८५	२४१८७२२	६६१६५९६	६४.७
८	दादरा व नगरहवेली	२२०४९०	१२१६६६	९८८२४	४१०४	१३७२२५	५७.६
९	दमण व दीव	१५८२०४	९२५१२	६५६९२	४८३८	१३९९७	७८.२
१०	दिल्ली	१३८५०५०७	७६०७२३४	६२४३२७३	२३४३२५५	–	८१.७
११	गोवा	१३४७६६८	६८७२४८	६६०४२०	२३७९९	५६६	८२.०
१२	गुजरात	५०६७१०१७	२६३८५५७७	२४२८५४४०	३५९२७१५	७४८११६०	६९.१
१३	हरयाणा	२११४४५६४	११३६३९४३	९७८०६११	४०९११८०	–	६७.९
१४	हिमाचल प्रदेश	६०७७९००	३०८७९४०	२९८९९६०	१५०२१७०	२४४५८७	७६.५
१५	जम्मू व काश्मीर	१०१४३७००	५३६०९२६	४७८२७७४	७७०१५५	११०५९७९	५५.५
१६	झारखंड	२६९४५८२९	१३८८५०३७	१३०६०७९२	३१८९३२०	७०८७०६८	५३.६
१७	कर्नाटक	५२८५०५६२	२६८९८९१८	२५९५१६४४	८५६३९३०	३४६३९८६	६६.६
१८	केरळ	३१८४१३७४	१५४६८६१४	१६३७२७६०	३१२३९४१	३६४१८९	९०.९
१९	लक्षद्वीप	६०६५०	३११३१	२९५१९		५७३२१	८६.७
२०	मध्यप्रदेश	६०३४८०२३	३१४४३६५२	२८९०४३७१	९१५५१७७	१२२३३४७४	६३.७
२१	महाराष्ट्र	९६८७८६२७	५०४००५९६	४६४७८०३१	९८८१६५६	८५७७२७६	७६.९
२२	मणिपूर	२१६६७८८	१०९५६३४	१०७११५४	६००३७	७४११४१	७०.५
२३	मेघालय	२३१८८२२	११७६०८७	११४२७३५	१११३९	१९९२२६२	६२.६
२४	मिझोराम	८८८५७३	४५९१०९	४२९४६४	२७२	८३९३१०	८८.८
२५	नागालँड	१९९००३६	१०४७१४१	९४२८९५		१७७४०२६	६६.६
२६	ओरिसा	३६८०४६६०	१८६६०७३०	१८१४४०९०	६०८२०६३	८१४५०८१	६३.१
२७	पाँडीचरी	९७४३४५	४८६९६१	४८७३८४	१५७७७१		८१.२
२८	पंजाब	२४३५८९९९	१२९८५०८५	११३७३९५४	७०२८७२३		६९.७
२९	राजस्थान	५६५०७१८८	२९४२००११	२७०८७१७७	९६९४४६२	७०९७७०६	६०.४
३०	सिक्कीम	५४०८५१	२८८४८४	२५२३६७	२७१६५	१११४०५	६८.८
३१	तमिळनाडू	६२४०५६७९	३१४००९०९	३१००४७७०	११८५७५०४	६५१३२१	७३.५
३२	त्रिपुरा	३१९९२०३	१६४२२२५	१५५६९७८	५५५७२४	९९३४२६	७३.२
३३	उत्तरप्रदेश	१६६१९७९२१	८७५६५३६९	७८६३२५५२	३५१४८३७७	१०७९९६३	५६.३
३४	उत्तरांचल	८४८९३४९	४३२५९२४	४१६३४२५	१५१७१८६	२५६१२९	७१.६
३५	प.बंगाल	८०१७६१९७	४१४६५९८५	३८७१०२१२	१८४५२५५५	४४०६७९४	६८.६

तक्ता क्र. २
भारतातील प्रत्येक राज्यातील जिल्हे व गावे

क्र.	राज्ये / केंद्रशासित प्रदेश	जिल्हे २००६ नुसार	गावे २००१ नुसार	लोकसंख्या
१	अंदमान व निकोबार	२	५४७	३५६१५२
२	आंध्र प्रदेश	२३	२८१२३	७६२१०००७
३	अरुणाचल प्रदेश	१६	४०६५	१०९७९६८
४	आसाम	२४	२६२४२	२६६५५५२८
५	बिहार	३८	४५११३	८२९९८५०९
६	चंदीगड	१	२४	९००६३५
७	छत्तीसगड	१६	२०३०८	२०८३३८०३
८	दादरा व नगरहवेली	२	७०	२२०४९०
९	दमण व दीव	१	२३	१५८२०४
10	दिल्ली	९	१६५	१३९५०५०७
११	गोवा	२	३४९	१३४७६६८
१२	गुजरात	२५	१८५४४	५०६७१०१७
१३	हरयाणा	२०	६९५५	२११४४५६४
१४	हिमाचलप्रदेश	१२	१९८३१	६०७७९००
१५	जम्मु व काश्मीर	१४	६६५२	१०१४३७००
१६	झारखंड	२२	३२६१५	२६९४५८२९
१७	कर्नाटक	२७	२९४८३	५२८५०५६२
१८	केरळ	१४	१३६४	३१८४१३७४
१९	लक्षद्वीप	१	२४	६०६५०
२०	मध्यप्रदेश	४८	५५३९२	६०३४८०२३
२१	महाराष्ट्र	३५	४३७२२	९६८७८६२७
२२	मणिपूर	९	२३९१	२१६६७८८
२३	मेघालय	७	६०२३	२३१८८२२
२४	मिझोराम	८	८१७	८८८५७३
२५	नागालँड	११	१३१५	१९९००३६
२६	ओरिसा	३०	५१३५२	३६८०४६६०
२७	पाँडीचरी	४	९२	९७४३४५
२८	पंजाब	१९	१२७२९	२४३५८९९९
२९	राजस्थान	३२	४१३५३	५६५०७१८८
३०	सिक्कीम	४	४५२	५४०८५१
३१	तमिळनाडू	३०	१६३१७	६२४०५६७९
३२	त्रिपुरा	४	८७०	३१९९२०३
३३	उत्तरांचल	१३	१६८०५	८४८९३४९
३४	उत्तरप्रदेश	७०	१०७४५०	१६६१९७९२१
३५	प. बंगाल	१९	४०७८३	८०१७६१९७

तक्ता क्र. ३

लोकसंख्येत गेल्या दहा वर्षांत वाढ झालेल्या निवडक राज्यांची माहिती

क्र.	राज्ये / क्रेंद्रशासित प्रदेश	नागरी लोकसंख्या	
		२००१	१९९१
	भारत	२८६११९६८९	२१७६५६५२६
१	पंजाब	८२६२५११	५९९३२२५
२	हरयाना	६११५३०४	४०५४७४४
३	एनसीटी दिल्ली	१२९०५७८०	८४७१६२५
४	उत्तरप्रदेश	३४५३९५८२	२७९७८३१
५	आसाम	३४३९२४०	२४८७७९५
६	झारखंड	५९९३७४१	४६४१२२७
७	ओरिसा	५५१७२३८	४२३४९८३
८	मध्यप्रदेश	१५९६७१४५	१२२७४१८५
९	महाराष्ट्र	४११००९८०	३०५४१५८६
१०	तमिळनाडू	२७४८३९९८	१९०७७५९२

संदर्भ – जनरल पॉप्युलेशन टेबल्स सेन्सस ऑफ इंडिया २००१.

तक्ता क्र. ४

१९९१ ते २००१ या काळातील निवडक राज्यांतील वाढलेली शहरे

क्र.	राज्य / केंद्रशासित प्रदेश	शहरांची संख्या	
		२००१	१९९१
	भारत	५१६१	४६८९
१	पंजाब	१५७	१२०
२	हरयाणा	१०६	९४
३	एनसीटी दिल्ली	६२	३२
४	उत्तर प्रदेश	७०४	६४०
५	आसाम	१२५	९३
६	झारखंड	१५२	१३३
७	ओरिसा	१३८	१२४
८	मध्यप्रदेश	३९४	३७०
९	महाराष्ट्र	३७८	३३६
१०	तमिळनाडू	८३२	४६९

संदर्भ – जनरल पॉप्युलेशन टेबल्स सेन्सस ऑफ इंडिया २००१.

भारतातील नगरे / शहरे

मेट्रोपोलिटन शहरे (१० लाखापेक्षा जास्त लोकसंख्या असलेली)	:	३५
पहिला वर्ग (१00000 व त्यापेक्षा जास्त)	:	३९३
दुसरा वर्ग (५0000 ते ९९९९९)	:	४०१
तिसरा वर्ग (२0000 ते ४९९९९)	:	११५१
चौथा वर्ग (१0000 ते १९९९९)	:	१३४४
पाचवा वर्ग (५000 ते ९९९९)	:	८८८
सहावा वर्ग (५0000 पेक्षा कमी)	:	१९१
वर्गीकरण न केलेली	:	१०

जास्त लोकसंख्या असलेले भारतातले जिल्हे

१. पूर्व मिदनापूर	२. प. मिदनापूर	३. उत्तर चोवीस परगणा
४. वांद्रा उपनगर	५. ठाणे	६. पुणे
७. दक्षिण चोवीस परगणा	८. वर्धमान	९. बेंगळूरू
१०. मुर्शिदाबाद	११. अहमदाबाद	१२. जयपूर
१३. हुगळी	१४. सुरत	१५. नाशिक
१६. अलाहाबाद	१७. पूर्व गोदावरी	१८. पटणा
१९. नडिया	२०. कोलकाता	२१. गुंटूर
२२. चेन्नई	२३. हावडा	

तक्ता क्र. ५ : वयोगटानुसार लोकसंख्येचे साक्षर निरक्षरतेचे प्रमाण

	एकूण			निरक्षर			साक्षर		
	एकूण	पुरुष	स्त्रिया	एकूण	पुरुष	स्त्रिया	एकूण	पुरुष	स्त्रिया
०-६	१६३८१६६१४	८४९९१२०३	७८८२०४११	१६३८१९६१४	८४९९१२०३	७८८२०४११			
७	२३०८५०२८	११९१०३३०	१११३४६९८	८७२०३८०	४१९१८४६	४५२८५३४	१४३२४६४८	७७१८४८४	६६०६१६४
८	३१०३१०७४	१६१६४२७४	१४८५६८००	९१८४६१७	४२३२९८१	४९५१६३६	२१८४६४५७	११९४१२९३	९९०५१६४
९	२०८६८२३८	१०७७०६३८	१००९७६००	३८४०२८८	१६५४७५७	२१८५५३१	१७०२७९५०	९११५८८१	७९१२०६९
१०	३३८५५३६८	१७९४१७०३	१५९१३६५५	७४९४६३४	३२३४३२३	४२६०३११	२६३६०७४४	१४७०७३८०	११६५३३६४
११	१८०७८९४९	९५०५२५७	८५७३६९२	२३३२८३७	९२२९१७	१४०९८४०	१५४७६११२	८५८२२६०	७१६३८५२
१२	३०४२७४२९	१६१५४३८१	१४२७३६१०	६०३५०८०	२४८५३५७	३५४९६४३	२४३९२४८९	१३६१५४६२	१०७७७०२७
१३	१९८९७०५१	१०२११९३६	९६७७६८७	२९८४०८९	१०८८६५७	१८९५४३२	१६९११९६२	९९३०७०७	७७८२२५५
१४	२२५८८०५१	११८९१२७३	१०७७५३१७	३१५८४४८	१५०६१९५	२४८२२७३	१८६०३६०३	१०३०६५४९	८२९७०४४
१५	२२५४२१०५	१२२२५९३२	१०२९५१२७	४६६९१६५	१९६८४९३	२७०४३११	१७८५४२९५	१०२५७४८९	७५९३८१६
१६	२१७७७२८०	११५६७२२९	१०२०५५२१	४४५८४८८	१७७०६७१	२६८६५७७	१७३१८९५२	९८०१६१८	७५१७४४४
१७	१८४९८८६२	८०३३७२१	६८६५१४१	२४३०४८०	९३३८१५	१४९६६६५	१२९८६३८२	७०९९९०६	५३८६४७६
१८	२७६८८९०२	१५१६६१११	१२५२०७९१	६६९९९४५	२६२२७६४	४०७७३९३	२०९८७९८५	१२५४३३४७	८४४४३९८
१९	१३३३१२५७	६९४४९३८	६३८९३९९	२४९६१२६	८०६९५९	१६८९२६७	१०८३५१३१	६१३५०७७	४७०००५२
२०-२४	८९७६५४३२	४६३२११५०	४३४४२९८२	२४०३२६७८	७७४६४८३	१६२८६१९५	६५७३८४५५	३८५४७६६७	२७१८७६७७
२५-२९	८३४२२३९३	४४५५६५४६	४१८६७८४७	२७४४०४४४	८६९३५८८	१८७४६८५६	५५९३११४९	३२७६३९५८	२३०६७१९१
३०-३४	७४२७४०५५	३९३६९११६	३५९९१२१८	२८४६१०४३	९४१३३७४	१९०४७६६९	४५८१३००७	२७९४८४२१	१७६५४५४९
३५-३९	७०५७४०८८	३६०३८७२७	३४५३५३५८	२९५०१४७९	१०३९५५८	११९०५९९१	४१०७२५०६	२५६४३८४३	१५४२८३६३
४०-४४	५५७३८२९७	२९८७८७१५	२५८५९५८२	२४२६०९९६	११२०४२४	१५१४०७४३	३१४७७३००	२०७५८१९१	१०७१९१०९
४५-४९	४७४०८१७६	२४८६८६२८	२२५४१०७०	२१६२६९२२	७६३४१६९	१३९९२५४३	२५७८२५४	१७२३३७१७	८५४८५३७
५०-५४	३६५८७५५१	१९८५१६०८	१६७३५९५१	१८१९८२०३	६९४०३७२	११२५७८३१	१८३६९३४६	१२९११२३६	५४७८१२०
५५-५९	२७६५४३३४७	१३५८३०२२	१४०७०३२५	१५०६७०३१	४८४०१८८	१०२१०६४३	१२५९२६९६	८७३२८३४	३८५९८६२
६०-६४	२७६१६७७७	१३५८६३४७	१३९३०४३२	१७४७६८९४	६२१२६२८	१०९७००६६	१०३४४०८५	७३७३७१९	२९७०३६६
६५-६९	१९८०६९५५	९४७२८०३	१०३३८५४२	१२४४४३४२	४२५१८४६	८१८४५०६	७३६२६०३	५४१२२५७	२१५०३४६
७०-७४	१४७०८६४४	७५२९६८८	७१८०९५६	९६९९२७८	३३३२६११	५८६७८६७	५००८८६६	३६९५०७७	१३१३७८९
७५-७९	६५५१२२५	३२६८२०९	३२८८०१६	४०७९६७९	१४८५९५८	२५९३७२१	२४७१५४६	१७७७२५१	६९४२९५
८०+	८०३८७९८	३९१८९८०	४११९७३८	५४०२६३९	२०२२५८९	३३८००४२	२६३६०८७	१८९६३९१	७३९६९६
वयसंगि. नाही	२७३८४२७२	१५००५६२	१२३७६९१०	१३४१२०८	६२३३८४	७१७९२४	१३९७२६४	८७७२७८	५४९९८६

तक्ता क्र. ६
बालमजूर व बालमृत्यूचे प्रमाण (२००१ च्या जनगणनेनुसार)

क्र.	राज्य / केंद्रशासित राज्य	बालमजूर	बालमृत्यू
१	अंदमान व निकोबार बेटे	१९६०	१५
२	आसाम	३५१४१६	७०
३	अरुणाचल प्रदेश	१८४८२	३७
४	आंध्र प्रदेश	१३६३३३९	६२
५	बिहार	१११७५००	६१
६	चंदीगड	३७७९	२१
७	छत्तीसगड	३६४५७२	७३
८	दादरा व नगरहवेली	४२७४	५६
९	दमण व दीव	७२९	४२
१०	दिल्ली	४१८९९	३०
११	गोवा	४१३८	१७
१२	गुजरात	४८५५३०	६०
१३	हिमाचल प्रदेश	१०७७७४	४२
१४	हरयाणा	२५३४९१	६२
१५	जम्मू व काश्मीर	१७५६३०	४५
१६	झारखंड	४०७२००	५१
१७	केरळ	२६१५६	१०
१८	कर्नाटक	८२२६१५	५५
१९	लक्षद्वीप	२७	२५
२०	मिझोराम	२६२६५	१४
२१	मणिपूर	२८८३६	१४
२२	महाराष्ट्र	७६४०७५	४५
२३	मेघालय	५३९४०	६१
२४	मध्यप्रदेश	१०६५२५९	८५
२५	नागालँड	४५८७४	१५
२६	ओरिसा	३७७५९४	८७
२७	पाँडिचरी	१९०४	२२
२८	पंजाब	१७७२६८	५१
२९	राजस्थान	१२६२५७०	७८
३०	सिक्कीम	१६४५७	३४
३१	त्रिपुरा	२१७५६	३४
३२	तमिळनाडु	४१८८०१	४४
३३	उत्तरप्रदेश	१९२७९९७	८०
३४	उत्तरांचल	७०१८३	४१
३५	प. बंगाल	८५७०८७	४९
	भारत	१२६६६३७७	६३

तक्ता क्र. ७

२००१ च्या जनगणनेनुसार भारतातील अपंग व्यक्तींची लोकसंख्या

क्र.	अपंगत्व	एकूण	पुरुष	स्त्रिया
१	एकूण	२१९०६७६९	१२६०५६३५	९३०११३४
	नागरी	५५१८३८७	३१९५४५०	२३२२९३७
	ग्रामीण	१६३८८३८२	९४१०१८५	६९७८१९७
२	अंधव्यक्ती			
	एकूण	१०६३४८८१	५७३२३३८	४९०२५४३
	नागरी	२७६१४९८	१५०९६२१	१२५१८७७
	ग्रामीण	७८७३३८३	४२२२७१७	३६५०६६६
३	मूक व्यक्ती			
	एकूण	१६४०८६८	९४२०९५	६९८७७३
	नागरी	३९७०१४	२२८१२९	१६८८८५
	ग्रामीण	१२४३८५४	७१३९६६	५२९८८८
४	बधिरव्यक्ती			
	एकूण	१२६१७२२	६७३७९७	५८७९२५
	नागरी	२३८९०६	१२४७९५	११४१११
	ग्रामीण	१०२२८१६	५४९००२	४७३८१४
५	शारीरीक अपंगत्व			
	एकूण	६१०५४७७	३९०२७५२	२२०२७२५
	नागरी	१४५०९२५	९२७६२५	५२३३००
	ग्रामीण	४६५४५५२	२९७५१२७	१६७९४२५
६	मानसिक अपंगत्व			
	एकूण	२२६३८२१	१३५४६५३	९०९१६८
	नागरी	६७००४४	४०५२८०	२६४७६४
	ग्रामीण	१५९३७७७	९४९३७३	६४४४०४

अपंग लोकसंख्या सर्वांत जास्त

१. पूर्व मिदनापूर २. प. मिदनापूर ३. उत्तर चोवीस परगणा ४. दक्षिण चोवीस परगणा ५. मुर्शिदाबाद ६. कानपूर नगर ७. वर्धमान ८. जयपूर ९. अहमदाबाद १०. पूर्व चंपारण्य ११. अलाहाबाद १२. बांद्रा (उपनगर) १३. कोइमतूर १४. हुगळी १५. नडीया १६. कोलकाता १७. आझमगड १८. पटणा १९. समस्तीपूर २०. चेन्नई २१. हावडा २२. बंगलोर २३. आग्रा २४. गंजम २५. तिरुवनंतपूरम

तक्ता क्र. ८

भारतातील झोपडपट्टीतील लोकसंख्येविषयी

क्र.	राज्य / केंद्रशासित प्रदेश	नागरी लोकसंख्या	झोपडपट्टीतील लोकसंख्या	झोपडपट्टीतील 0–६ लोकसंख्या	साक्षरता	अनुसुचित जाती	अनुसुचित जमाती
१	अंदमान व निकेबार	११६१९८	१६२४४	१९९१	१०९८३	0	२४
२	आंध्र प्रदेश	२०८०८९४०	५१८७४९३	६८४०२३	३१२४६११	७६७२७२	१३०९९७
३	आसाम	३४३९२४०	८२२८९	१०३८८	५४९४७	१२३५५	२११
४	बिहार	८६८१८००	५३१४८१	९३७४८	२७९०९६	९४५२३	७७२४
५	चंदीगड	८०८५१५	१०७१२५	२२३९५	४६४१७	४१८६९	0
६	दिल्ली	१२९०५७८०	२०२९७५५	३३४९४९	११२९५०७	५५२७८४	0
७	छत्तीसगड	४१८५७४७	८१७९०८	१२६२५९	५१७३६३	१४३४३३	६४९४५
८	गोवा	६७०५७७	१४४८२	२१६७	७२८९	२९४	७
९	गुजराथ	१८९३०२५०	१८६६७९७	२९४३४१	१०२९८५७	२५९९८६	८३७४१
१0	हरयाणा	६११५३०४	१४२०४०७	२१९००१	८७८०४६	२६७९७५	0
११	जम्मू व काश्मीर	२५१६६३८	२६८५१३	२८७८०	१५४४३२	१७१४७	१०९१
१२	झारखंड	५९९३७४१	३०१५६९	४५८१६	१८८२५८	२६१०५	५०४२५
१३	कर्नाटक	१७९६१५२९	१४०२९७१	२०७९१२	८0६६२८	९९३२१८	६४८६३
१४	केरळ	८२६६९२५	६४५५६	८६४५	४६९०९	४८७0	१२0
१५	मध्यप्रदेश	१५९६७१४५	२४१७0९१	३७४१२६	१५२९३९0	५१00३४	९१३९९
१६	महाराष्ट्र	४११00९८0	११२0२७६२	१५७३९१७	७७७३५१९	१२९२८0८	२८४0१0
१७	मेघालय	४५४१११	८६३0४	१00११	६७३६५	७२0	४३८४३
१८	ओरिसा	५५१६२३८	६२९९९९	८७६८१	३९१३५७	१0८९६१	७२७६३
१९	पाँडिचरी	६४८६१९	७३१६९	९८१४	४७५0४	१८२५५	0
20	पंजाब	८२६२५११	११५९५६१	१५३७३१	७३५२२२	३३१३२0	0
२१	राजस्थान	१३२१४३७५	१२९४१0६	२२६१६९	७000३४	३४९४७३	५२७६३
२२	तमिळनाडू	२७४८३९९८	२८६६८९३	३४२४२0	१९६३२३५	७४४५५८	१४१९६
२३	त्रिपुरा	५४५७५0	२९९४९	३0७५	२३११२	७१३६	६१९
२४	उत्तरप्रदेश	३४५३९५८२	४३९५२७६	७१५५0३	२३५२५६९	८९८७९0	२४९५
२५	उत्तरांचल	२१७९0७४	१९५७४0	३१0१४	११३५२९	४४८६५	३६२
२६	प. बंगाल	२२४२७२५१	४११५९८0	४६३0७४	२७१९९१0५	५६७५२२	५0८१0
	भारत (एकूण)	२८३७४१८१८	४२५७८१५0	६0७0९५१	२६६९0२८६	७४0२३७३	१0१७४0८

संदर्भ : सेन्सस ऑफ इंडिया २००१

तक्ता क्र. ९

झोपडपट्टीतील काम करणाऱ्यांची संख्या २००१ च्या जनगणनेनुसार

क्र.	कामाचा प्रकार	एकूण काम करणारे	पुरुष	स्त्रिया
१	एकूण काम करणारे	१४०१६६०३	११६५३९४४	२३६२६५९
२	मुख्य काम करणारे	१२६३५६३९	१०७४२४६८	१८९३१७१
	अ) शेतकरी	११८८९९	९३७३७	२५०८२
	ब) शेतमजूर	२८३६२४	१८५६८९	९७९३५
	क) घरगुती उद्योगात असलेले	५७५७६९	३६३८४२	२११९२७
	ड) इतर काम करणारे	११६५७२२७	१००९९०००	१५५८२२७
३	अंशकालीन काम करणारे	१३८०९६४	९११४७६	४६९४८८
	अ) शेतकरी	१३५८८	६६३०	६९५८
	ब) शेतमजूर	११९४७३	५८८०९	६०६६४
	क) घरगुती उद्योगात असलेले	१३१०८३	४२२३७	८८८४६
	ड) इतर काम करणारे	१११६८५०	८०३८००	३१३०५०
४	काम न करणारे	२८५६१५४७	११०४३२७४	१७५१८२७३
५	एकूण लोकसंख्या	४२५७८१५०	२२६९७२१८	१९८८०९३२

संदर्भ : सेन्सस ऑफ इंडिया २००१.

अनुसूचित जमातींची स्थिती

तक्ता क्र. १०

घराच्या स्थितीनुसार कुटुंबांचे वर्गीकरण

	एकूण	चांगली	राहण्यायोग्य	जीर्ण-शीर्ण
एकूण	१८२१४७३८	६५२६५०९	१०६२२४७५	१०६५७५४
ग्रामीण	१५८८६२०६	५३७४५४३	९५७९६४०	९३२०२३
नागरी	२३२८५३२	११५१९६६	१०४२८३५	१३३७३१

घराच्या वापरानुसार वर्गीकरण
निवास

	एकूण	चांगली	राहण्यायोग्य	जीर्ण-शीर्ण
एकूण	१७१२२५८०	६१९४७५६	९९००८७८	१०२६९४६
ग्रामीण	१४८४३६५५	५०६६८३५	८८८१४५१	८९५३६९
नागरी	२२७८९२५	११२७९२१	१०१९४२७	१३१५७७

निवास व इतर वापर

	एकूण	चांगली	राहण्यायोग्य	जीर्ण-शीर्ण
एकूण	१०९२१५८	३३१७५३	७२१५९७	३८८०८
ग्रामीण	१०४२५५१	३०७७०८	६९८१८९	३६६५४
नागरी	४९६०७	२४०४५	२३४०८	२१५४

संदर्भ – सेन्सस ऑफ इंडिया २००१
टेबल्स ऑन हाऊसेस, हाऊसहोल्ड ऑमिनिटीज अँड ऑसेटस् फॉर शेड्युल्ड ट्राइब.

अनुसूचित जमातींची स्थिती

पिण्याच्या पाण्याच्या सोयीनुसार कुटुंबांचे वर्गीकरण

ठिकाण	एकूण	नळ	हातपंप	ट्युबवेल	तळे	नदी	विहीर	झरा	इतर
एकूण	१८२१४७३८	३६४९९१०	६५२४२२१	१०६९९१३	२४९८९०	५७६८३६	५१७१२५२	७०४७११	२६८००५
परिसरात	२७६७८२७	१४४९६२७	५०३०८०	११५०९३	१८३१७	0	६७१६६३	0	१००६९
परिसराबाहेर	१०३०५३९४	१७६२९८५	४५४६२२७	६०९६७५	१०१७३६	२२४४४३	२७०६६०८	२६८१०४	८५६१६
दूर	५१४१५१७	४३७२९८	१४७४९३६	३४५१४५	१२९८३७	३६२३९३	१७९२९८१	४३६६०७	१७२३२०

ग्रामीण

ठिकाण	एकूण	नळ	हातपंप	ट्युबवेल	तळे	नदी	विहीर	झरा	इतर
एकूण	१५८८६२०६	२१९२२०७	६१७३६८७	९५६२४४	२३१८३९	५६०७३४	८९३९२८	६५८२०५	२१९३६२
परिसरात	१६७६२७९	५९२९६७	४१४३४९	७६७३४	१५४४४	0	५७०२३१	0	६५५४
परिसराबाहेर	९४७३८४५	१३०५०७५	४३६७६८०	५६८२८६	९४४२८	२१७०६४	२६०७६३४	२४४०४०	६९६३८
दूर	४७३६०८२	२९४१६५	१३९१६५८	३११२२४	१२१९६७	३४३६७०	१७१६०६३	४१४१६५	१४३१७०

नागरी

ठिकाण	एकूण	नळ	हातपंप	ट्युबवेल	तळे	नदी	विहीर	झरा	इतर
एकूण	२३२८५३२	१४५७७०३	३५०५३४	११३६६९	१८०५१	१६१०२	२७७३२४	४६५०६	४८६४३
परिसरात	१०९१५४८	८५६६६०	८८७०९	३८३५९	२८७३	0	१०१४३२	0	३५१५
परिसराबाहेर	८३१५४९	४५७९१०	१७८५४७	४१३८९	७३०८	७३७९	९८९७४	२४०६४	१५९७८
दूर	४०५४३५	१४३१३३	८३२७८	३३९२१	७८७०	८७२३	७६९१८	२२४४२	२९१५०

संदर्भ – टेबल्स ऑन हाऊसेस, हाऊसहोल्ड ॲमिनिटीज ॲण्ड ॲसेटस् फॉर शेड्युल्ड ट्राइब सेन्सस ऑफ इंडिया २००१.

अनुसूचित जमातींची स्थिती

वीजेची सोय असलेली कुटुंबे

ठिकाण	उपलब्ध	उपलब्ध नाही
परिसरात	१८४८५०९	९११९३१८
परिसराबाहेर	३४९६८९४	६८०८५००
दूर	१३०४९६९	३८३६५४८
एकूण	६६५०३७२	११५६४३६६

स्वच्छतागृहाची सोय

ठिकाण	उपलब्ध	उपलब्ध नाही
परिसरात	१३३७८५७	१४२९९७०
परिसराबाहेर	१२३६५४४	९०६८८५०
दूर	५२९४७८	४६१२०३९
एकूण	३१०३८७९	१५११०८५९

संदर्भ – टेबल्स ऑन हाऊसेस, हाऊसहोल्ड ऍमिनिटीज अँण्ड ऍसेटस् फॉर शेड्यूल्ड ट्राइब सेन्सस ऑफ इंडिया २००१.

अनुसूचित जमातींची स्थिती

प्रकाशाच्या सोयीनुसार कुटुंबांचे वर्गीकरण

	एकण	वीज	रॉकेल	सौरऊर्जा	इतरतेल	अन्य	सोयच नाही
एकूण	१८२१४७३८	६६५०३७२	११२६७९७८	५७१५०	२६३६४	७५४२०	१३७४५४
ग्रामीण	१५८८६२०६	४८३१००८	१०७९३६४३	५०३७८	२३२४७	७००६५	११७८६५
नागरी	२३२८५३२	१८१९३६४	४७४३३५	६७७२	३११७	५३५५	१९५८९

सांडपाण्याची व्यवस्थेनुसार कुटुंबांचे वर्गीकरण

	एकूण	बंदिस्त	बंदिस्त नाही	व्यवस्थाच नाही
एकूण	१८२१४७३८	८१९९१५	३१५४५८२	१४२४०२४१
ग्रामीण	१५८८६२०६	२२४८२८	२२१०३२६	१३४५१०५२
नागरी	२३२८५३२	५९५०८७	९४४२५६	७८९१८९

संदर्भ – टेबल्स ऑन हाऊसेस, हाऊसहोल्ड ऍमिनिटीज अँण्ड ऍसेटस् फॉर शेड्यूल्ड ट्राइब सेन्सस ऑफ इंडिया २००१.

तक्ता क्र. ११

२००१ च्या जनगणनेनुसार राज्यांची लोकसंख्या व क्षेत्रफळ

क्र.	राज्ये	लोकसंख्या	क्षेत्रफळ (चौ. कि.मी.)	घनता
१	जम्मू काश्मीर	१,००,६९,९१७	२,२२,२३६	४५
२	हिमाचल प्रदेश	६०,७७,२४८	५५,६७३	१०९
३	पंजाब	२,४२,८९,२९६	५०,३६२	४८२
४	उत्तरांचल	८४,७९,५६२	५५,८४५	१५१
५	हरियाणा	२,१०,८२,९८९	४४,२१२	४७६
६	राजस्थान	५,६४,७३,१२२	३,४२,२३९	१६५
७	उत्तरप्रदेश	१६,६०,५२,८५९	२,३८,५६६	६९६
८	बिहार	८,२८,७८,७९६	९४,१६३	८८०
९	सिक्किम	५,४०,४९३	७०९६	७६
१०	अरुणाचल प्रदेश	१०,९१,११७	८३,७४३	१३
११	नागालँड	१९,८८,६३६	१६,५७९	१११
१२	मणिपूर	२३,८८,६३४	२२,३२७	१०७
१३	मिझोराम	८,९१,०५८	२१,०८१	४२
१४	त्रिपुरा	३१,९१,१६८	१०,४८६	३०४
१५	मेघालय	२३,०६,०६९	२२,४२९	१०२
१६	आसाम	२,६६,३८,४०७	७८,४३८	३३९
१७	प. बंगाल	८,०२,२१,१७१	८८,७५२	९०३
१८	झारखंड	२,६९,०९,४२८	७९७१४	३३७
१९	ओरिसा	३,६७,०६,९२०	१,५५,७०७	२३५
२०	छत्तीसगड	२,०७,९५,९५६	१,३५,१००	१५३
२१	मध्यप्रदेश	६,०३८५,११८	३,०८,३४६	१९५
२२	गुजराथ	५,०५,९६,९९२	१,९६,०२४	२५८
२३	महाराष्ट्र	९,६७,४२,२३७	३,०७,६९०	३१४
२४	आंध्रप्रदेश	७,५७,२७,५४१	२,७५,०६८	२७५
२५	तमिळनाडू	६,२१,१०,८३९	१,३०,०५८	४७७
२६	केरळ	३,१८,३८,६१९	३८,८६३	८१९
२७	कर्नाटक	५,२७,३३,९५८	१,९१,७९१	२७४
२८	गोवा	१३,४३,९९८	३,७०२	३६३

२००१ च्या जनगणनेनुसार केंद्रशासित प्रदेशांची
लोकसंख्या व घनता

क्र.	केंद्रशासित प्रदेश	लोकसंख्या	क्षेत्रफळ चौ.कि.मी.	घनता
१	दिल्ली	१,३७,८२,९७६	१४८३	९२९४
२	चंदीगड	९,००,९१४	११४	७९०२
३	दमण–दीव	१,५८,०५९	१०२	१५४९
४	दादरा, नगर हवेली	२,२०,४५१	४९१	४४८
५	पाँडेचरी	९,७३,८२९	४९२	१९७९
६	अंदमान–निकोबार बेटे	३,५६,२६५	८२४९	४३
७	लक्षद्वीप	६०,५९५	३२	१८९३
	भारत	१,०२,७०,१५,२४७	३२,८७,२६३	३१२

संदर्भ : सेन्सस ऑफ इंडिया २००१.

महिलांविषयी
२००१ ते २००३ मध्ये झालेल्या मातामृत्यूचा वयोगट (टक्केवारी)

वयोगट	बाळंतपणात झालेला मृत्यू	इतर कारणामुळे मृत्यू
१५–१९	१२%	१४%
२०–२४	२९%	१५%
२५–२९	२१%	१३%
३०–३४	२०%	१२%
३५–३९	१२%	१४%
४०–४४	४%	१४%
४५–४९	१%	१७%

सन २००१ ते २००३ मध्ये झालेल्या मातामृत्यूची कारणे

कारणे	टक्केवारी
रक्तस्राव	३८
संसर्ग झाल्याने	११
ब्लडप्रेशरवाढल्याने	५
मूल अडल्याने	५
गर्भपात	८
इतर कारणे	३४

महिला व साक्षरता

प्रौढ साक्षरतेचे प्रमाण सन २००४ प्रमाणे

महिला ४७.८%   पुरुष ७३.४%

सरासरी आयुर्मान (२००४)

महिला ६५.३   पुरुष ६२.१

महिला व राजकारण

महिलांना पहिल्यांदा मतदानाचा हक्क मिळाला : १९३५,१९५०

निवडणूकीत उभे रहाण्याचा अधिकार मिळाला : १९३५,१९५०

पहिली महिला लोकसभेवर निवडून गेली : १९५२

संदर्भ : नॅसकॉम फाऊंडेशन कॅलेंडर २००७

२००१ च्या जनगणनेनुसार (भारत)

आकाराने सर्वात मोठे राज्य : राजस्थान (३,४२,२३९ चौ. कि. मी.)

सर्वाधिक लोकसंख्येचे राज्य : उत्तर प्रदेश (१६,६०,५२,८५९)

लोकसंख्येची सर्वात जास्त घनता असलेले राज्य : दिल्ली (दर चौ. कि. मी. मागे ९२९४ व्यक्ती)

लोकसंख्येची सर्वात कमी घनता असलेले राज्य : अरुणाचल प्रदेश (दर चौ. कि. मी. मागे १३ व्यक्ती)

सर्वात जास्त साक्षरता असलेले राज्य : केरळ (९०%)

सर्वत कमी साक्षरता असलेले राज्य : बिहार (४७,५%)

दर हजार पुरुषांमागे स्त्रियांचे सर्वात जास्त प्रमार : (१०५८)

दर हजार पुरुषांमागे स्त्रियांचे सर्वात कमी प्रमाण : (७७३)

दशकातील लोकसंख्यावाढीचा सर्वाधिक दर : नागालँड (६४.४१%)

दशकातील लोकसंख्या वाढीचा किमान दर : केरळ (९.४२%)

संदर्भ : सेन्सस ऑफ इंडिया २००१.

तक्ता क्र. १२

१९७१-२००१ या काळात संघटित आणि असंघटित क्षेत्रातील रोजगाराची लिंगनिहाय टक्केवारी

(आकडे लाखांमध्ये)

वर्ष	पुरुष			स्त्री			एकूण		
	संघटित क्षेत्र	असंघटित क्षेत्र	एकूण	संघटित क्षेत्र	असंघटित क्षेत्र	एकूण क्षेत्र	संघटित क्षेत्र	असंघटित	एकूण
१९७१	१५५.६० (१०.४३%)	१३३६.१६ (८९.५७%)	१४९१.७६	१९.३० (६.१६%)	२९४.१५ (९३.८४%)	३१३.४५ (१७.३६%)	१७४.९०	१६३०.३१ (९.६९%)(९०.३१)	१८०५.२१
१९८१	२००.८६ (११%)	१६२५.७५ (८७%)	१८२६.६१	२७.९३ (६.१३%)	४२७.५९ (९३.८७%)	४४५.५२ (१९.६३%)	२२८.७९	२०४३.३४ (१०.०३%) (८९.७९%)	२२८२.१३
१९९१	२२९.५३ (१०.२३%)	२०१४.११ (८९.७७%)	२२४३	३७.८९ (४.२१%)	८५९.८६ (९५.७९%)	८९७.६७ (२८.५८%)	२६७.३४	२८७३.९७ (८.५१%) (९१.४९%)	३१४१.३१
२००१	२२८.४० (८.२९%)	२५२६.२३ (९१.७०%)	२७५४.६३	४९.४९ (३०.८९%)	१२२०.९९ (१६.४०%)	१२७०.४८ (३१.५५%)	२७७.८९ (६.९०%)	३७४७.२२ (९३.०९%)	४०२५.११

संदर्भ : समकालीन भारतातील नागरी स्त्रिया: संपा. रेहाना घडीयाळी, डायमंड पब्लिकेशन्स २००८

१ आंध्र प्रदेश

२००१ च्या जनगणनेनुसार

क्र.	जिल्हा	लोकसंख्या
१	आदिलाबाद	२४,८८,००३
२	अनंतपूर	३६,४०,४७८
३	चित्तूर	३७,४५,८७५
४	गुडाप्पा	३६,०१,७९७
५	पूर्व गोदावरी	४९,०१,४२०
६	गुंटूर	४४,६५,१४४
७	हैदराबाद	३८,२९,७५३
८	करीमनगर	३४,९१,८२२
९	खम्मम	२५,७८,९२७
10	कृष्णा	४१,८७,८४१
११	कर्नूल	३५,२९,४९४
१२	महबूबनगर	३५,१३,९३४
१३	मेडक	२६,७०,०९७
१४	नळगोंडा	३२,४७,९८२
१५	नेल्लोर	२६,६८,५६४
१६	प्रकाशम	३०,५९,४२३
१७	निझामाबाद	२३,४५,६८५
१८	रंगारेड्डी	३५,७५,०६४
१९	श्रीकाकुलम	२५,३७,५९३
20	विशाखापट्टणम	३८,३२,३३६
२१	विझियांगरम	२२,४९,२५४
२२	वारंगळ	३२,४६,००४
२३	पश्चिम गोदावरी	३८,०३,५१७
	एकूण	७,६२,१०,००७

२ अरुणाचल प्रदेश

क्र.	जिल्हे	लोकसंख्या
१	तवांग	३८,९२४
२	पश्चिम कामेंग	७४,५९९
३	पूर्व कामेंग	५७,१७९
४	पापम–पारे	१,२२,००३
५	लोअर सुबनसिरी व कुरुंग कुमे	९८,२२४
६	अप्पर सुबनसिरी	५५,३४६
७	पश्चिम सियांग	१,०३,९१८
८	पूर्व-सियांग	८९,३९७
९	अप्पर सियांग	३३,३६३
10	दिबांग व लोअर दिबांग व्हॅली	५७,७२०
११	लोहित आणि अन्जाव	१,४३,५२७
१२	चंगलाग	१,२५,४२२
१३	तिरप	१,००,३२६
	एकूण	१०,९७,९६८

३ आसाम

क्र.	जिल्हा	लोकसंख्या
१	कोक्राझार	९,०५,७६४
२	धुबरी	१६,३७,३४४
३	गोवालपारा	८,२२,०३५
४	बंगाईगाव	९,०४,८३५
५	बरपेटा	१६,४७,२०१
६	कामरूप	२५,२२,३२४
७	नलबारी	११,४८,८२४
८	दरंग	१५,०४,३२०
९	मरिगाव	७,७६,२५६
१०	मरिगाव	७,७६,२५६
११	नगाव	२३,१४,६२९
१२	सोनितपूर	१६,८१,४१३
१३	लखीमपूर	८,८९,०१०
१४	धेमाजी	५,७१,९४४
१५	तिनसुकीया	११,५०,०६२
१६	दिब्रुगड	११,८५,०७२
१७	शिवसागर	१०,५१,७३६
१८	जोरहाट	९,९९,२२१
१९	गोलाघाट	९,४६,२७९
२०	कार्बी आंगलंग	८,१३,३११
२१	उत्तर काछारहिल्स	१,८८,०७९
२२	काछार	१४,४४,९२१
२३	करिमगन्ज	१०,०७,९७६
२४	हाईलाकान्डी	५,४२,८७२
	एकूण	२,६६,५५,५२८

४ बिहार

क्र.	जिल्हा	लोकसंख्या
१	अरेरिया	२१,२४,८३१
२	औरंगाबाद	२०,०४,९६०
३	बेगुसराय	२३,४२,९८९
४	भागलपूर	२४,३०,३३१
५	बंका	१६,०८,७७८
६	भोजपूर	२२,३३,४१५
७	बक्सर	१४,०३,४६२
८	कैमूर	१२,८४,५७५
९	दरभंगा	३२,८५,४७३
10	पूर्व चंपारण्य	३९,३३,६३६
११	गया	३४,६४,९८३
१२	गोपालगंज	२१,४९,३४३
१३	जहानाबाद	१५,११,४०६
१४	जमुई	१३,९७,४७४
१५	सहारसा	१५,०६,४१८
१६	कटीहार	२३,८९,५३३
१७	खगारिया	१२,७६,६७७
१८	किशनगंज	१२,९४,०६३
१९	माधेपुरा	१५,२४,५९६
20	मधुबनी	३७,७०,६५१
२१	मुंगेर	११,३५,४९९
२२	लखीसराय	८,०९,१७३
२३	शेखपुरा	५,२५,१३७
२४	मुखफ्फरपूर	३७,४३,८३६
२५	नालंदा	२३,६८,३२७
२६	नवाडा	१८,०९,४२५
२७	पाटणा	४७,०९,८५१
२८	पूर्णिया	२५,४०,७७८
२९	रोहतास	२४,४८,७६२

क्र.	जिल्हा	लोकसंख्या
३०	समस्तीपूर	३४,१३,४१३
३१	सरन	३२,५१,४७४
३२	सितामढी	२६,६९,८८७
३३	शेवहार	५,१४,२८८
३४	सिवान	२७,०८,०४०
३५	सुपुल	१७,४५,०६९
३६	वैशाली	२७,१२,३८९
३७	पश्चिम चंपारण्य	३०,४३,०४४
	एकूण	८,२८,७८,७९६

५ छत्तीसगड

क्र.	जिल्हा	लोकसंख्या
१	बस्तर	११,३१,४५३
२	बिलासपूर	१९,९३,०४२
३	दुर्ग	२८,०१,७५७
४	रायगड	१२,६५,०८४
५	रायपूर	३०,०९,०४२
६	राजनांदगाव	१२,८१,८११
७	सरगुजा	१९,७०,६६१
८	कोरिआ	५,८५,४५५
९	जशपूर	७,३९,७८०
१०	जन्जगिर–चंपा	१३,१६,१४०
११	कोरबा	१०,१२,१२१
१२	कानकेर	६,५१,३३३
१३	दंतेवाडा	४,८९,२३३
१४	महासमुंद	८,६०,१७६
१५	धामातरी	७,०३,५६९
१६	कबीरधाम	५,८४,६६७
१७	नारायणपूर	१,१०,८००
१८	बिजापूर	२,२९,८३२
	एकण	२,०७,९५,९५६

६ गुजरात

क्र.	जिल्हा	लोकसंख्या
१	अहमदाबात	५८,१६,५१९
२	अमरेली	१३,९३,९१८
३	आणंद	१८,५६,८७२
४	बनासकाटा	२५,०४,२४४
५	भरुच	१३,७०,६५६
६	भावनगर	२४,६९,६३०
७	दाहोद	१६,३६,४३३
८	डांग	१,८६,७२९
९	गांधीनगर	१३,३४,४५५
१0	जामनगर	१९,०४,२७८
११	जुनागड	२४,४८,१७३
१२	खेडा	२0,२४,२१६
१३	कच्छ	१५,८३,२२५
१४	महेसाणा	१८,३७,८९२
१५	नर्मदा	५,१४,४०४
१६	नवसारी	१२,२९,४६३
१७	पंचमहाल	२0,२५,२७७
१८	पाटण	११,८२,७०९
१९	पोरबंदर	५,३६,८३५
20	राजकोट	३१,६९,८८१
२१	साबरकांटा	२0,८२,५३१
२२	सुरत	४९,९५,१७४
२३	सुरेन्द्रनगर	१५,५५,१४८
२४	बडोदा	३६,४१,८०२
२५	वलसाड	१४,१0,५५३
	एकूण	५,०६,७१,०१७

७ हरियाणा

क्र.	जिल्हा	लोकसंख्या
१	अंबाला	१०,१४,४११
२	भिवनी	१४,२५,०२२
३	फरिदाबाद	२१,९४,५८६
४	फतेहाबाद	८,०६,१५८
५	गुरगाव	१६,६०,२८९
६	हिसार	१५,३७,११७
७	झज्जार	८,८०,०७२
८	जिंद	११,८९,८२७
९	कैथल	९,४६,१३१
10	कर्नाल	१२,७४,१८३
११	कुरुक्षेत्र	८,२५,४५४
१२	महेंद्रगड	८,१२,५२१
१३	पंचकुला	४,६८,४११
१४	पानिपत	९,६७,४४९
१५	रेवारी	७,६५,३५१
१६	रोहतक	९,४०,१२८
१७	सिरसा	११,१६,६४९
१८	सोनीपत	१२,७८,८३०
१९	यमुनानगर	१०,४१,६३०
२०	मेवात	उ.ना.
	एकूण	२,११,४४,५६४

८ हिमाचल प्रदेश

क्र.	जिल्हा	लोकसंख्या
१	बिलासपूर	३,४०,८८५
२	चंबा	४,६०,८८७
३	हमीरपूर	४,१२,७००
४	कांगरा	१३,३९,०३९
५	किन्नौर	७८,३३४
६	कुल्लु	३,८१,५७१
७	लहौल व स्पिती	३३,२२४
८	मंडी	९,०१,३४४
९	सिमला	७,२२,५०२
10	सिरमौर	४,५८,५९३
११	सोलन	५,००,५५७
१२	उना	४,४८,२७३
	एकूण	६०,७७,९००

९ झारखंड

क्र.	जिल्हा	लोकसंख्या
१	गढवा	१०,३५,४६४
२	पलामू	२०,९८,३५९
३	चत्तरा	७,९१,४३४
४	हजारीबाग	२२,७७,४७५
५	कोडरमा	४,९९,४०३
६	गिरिडीह	१९,०४,४३०
७	देवघर	११,६५,३९
८	गोड्डा	१०,४७,९३९
९	साहिबगंज	९,२७,७७०
10	पाकुड	७,०१,६६४
११	दुमका	१७,५९,६०२
१२	धनबाद	२३,९७,१०२
१३	बोकारो	१७,७७,६६२
१४	रांची	२७,८५,०६४
१५	लोहारदगा	३,६४,५२१
१६	गुमला	१३,४६,७६७
१७	पश्चिमी सिंहभूम	२०,८२,७९५
१८	पूर्वी सिंहभूम	१९,८२,९८८
	एकूण	२,६९,४५,८२९

१० जम्मू व काश्मीर

क्र.	जिल्हा	लोकसंख्या
१	अनंतनाग	११,७०,०१३
२	बडगाम	६,३२,३३८
३	बारामुल्ला	११,६६,७७२
४	दोडा	६,९०,४७४
५	जम्मू	१५,७१,९११
६	कारगिल	१,१५,२२७
७	काठुआ	५,४४,२०६
८	कुपवाडा	६,४०,०१३
९	लेह	१,१७,६३७
१०	पुलवामा	६,४८,७६२
११	पुँछ	३,७१,५६१
१२	राजौरी	४,७८,५९५
१३	श्रीनगर	११,८३,४९३
१४	उधमपूर	७,३८,९६५
	एकूण	१,००,६९,९८७

११ कर्नाटक

क्र.	जिल्हा	लोकसंख्या
१	बागलकोट	१६,५१,८९२
२	बेंगळूरू	६५,३७,१२४
३	बेंगळूरू ग्रामीण	१८,८१,५१४
४	बेळगाव	४२,१४,५०५
५	बेल्लारी	२०,२७,१४०
६	बिदर	१५,०२,३७३
७	बिजापूर	१८,०६,९१८
८	कामराजनगर	९,६५,४६२
९	चिकमंगळूर	११,४०,९०५
१०	चित्रदुर्ग	१५,१७,८९६
११	दक्षिण कन्नड	१८,९६,७३०
१२	दावणगिरी	१७,९०,९५२
१३	धारवाड	१६,०४,२४३
१४	गदग	९,७१,८३५
१५	गुलबर्गा	३१,३०,९२२
१६	हसन	१७,२१,६६९
१७	हवेरी	१४,३९,११६
१८	कोडागु	५,४८,५६१
१९	कोलारू	२५,३६,०६९
२०	कोप्पळ	११,९६,०८९
२१	मंडया	१७,६३,७०५
२२	म्हैसूर	२६,४१,०२७
२३	रायचूर	१६,६९,७६२
२४	शिमोगा	१६,४२,५४५
२५	तुमकूर	२५,८४,७११
२६	उडुपी	११,१२,२४३
२७	उत्तर कन्नड	१३,४३,६४४
२८	रामनगर	
२९	चिकबळ्ळापूर	

१२ केरळ

क्र.	जिल्हा	लोकसंख्या
१	तिरुवनंतपुरम	३२,३४,३५६
२	कोलाम	२५,८५,२०८
३	पठानमथीटा	१२,३४,०१६
४	अलापुझा	२३,०९,१६०
५	कोट्टायम	१९,५३,६४६
६	इडुक्की	११,२९,२२१
७	इर्नाकुलम	३१,०५,७९८
८	त्रिसूर	२९,७४,२३२
९	पलक्कड	२६,१७,४८२
10	मालाप्पुरम	३६,२५,४७१
११	कोझीकोडे	२८,७९,१३१
१२	वायनाड	७,८०,६१९
१३	कन्नूड	२४,०८,९५६
१४	कसारगोडे	१२,०४,०७८
	एकूण	३,१८,४१,३७४

१३ मध्यप्रदेश

क्र.	जिल्हा	लोकसंख्या
१	बदवानी	१०,८१,०३९
२	बालाघाट	१४,४५,७६०
३	बेतूल	१३,९४,४२१
४	भिंड	१४,२६,९५१
५	भोपाळ	१८,३६,७८४
६	छत्तरपूर	१४,७४,६३३
७	छिंदवाडा	१८,४८,८८२
८	दामोह	१०,८१,९०९
९	दतिया	६,२७,८१८
10	देवास	१३,०६,६१७
११	धार	१७,४०,५७७
१२	दिंडोरी	५,७९,३१२
१३	गुणा	१६,६५,५०३
१४	ग्वाल्हेर	१६,२९,८८१

क्र.	जिल्हा	लोकसंख्या
१५	हरदा	४,७४,१७४
१६	होशंगाबाद	१०,८५,०११
१७	इंदूर	२५,८५,३२१
१८	जबलपूर	२१,६७,४६९
१९	झाबुआ	१३,९६,६७७
२०	कटणी	१०,६३,६८९
२१	खंडवा (पूर्वनिमाड)	१७,०८,१७०
२२	खरगोण	१५,२९,९५४
२३	मंडला	८,९३,९०८
२४	मंदसौर	११,८३,३६९
२५	मोरेना	१५,८७,२६४
२६	नरसिंहपूर	९,५७,३९९
२७	नीमच	७,२५,४५७
२८	पन्ना	८,५४,२३५
२९	रायसेन	११,२०,१५९
३०	रायगड	१२,५३,२४६
३१	रतलाम	१२,१४,४३६
३२	रिवा	१९,७२,३३३
३३	सागर	२०,२१,७८३
३४	सतना	१९,६८,६४८
३५	सिहोर	१०,७८,७६९
३६	सिवनी	११,६५,८९३
३७	शाहडोल	१५,७२,७४८
३८	शाजापूर	१२,९०,२३०
३९	शायोपूर	५,५९,७१५
४०	शिवपुरी	१४,४०,६६६
४१	सिधी	१८,३०,१६०
४२	टिकमगड	१२,०३,४३३
४३	उज्जैन	१७,०९,८८५
४४	उमरिया	५,१५,८५१
४५	विदिशा	१२,१४,७५९
४६	अशोकनगर	६,८८,९४०
४७	बुरहानपूर	६,३५,६६१
४८	अनुपूर	६,६१,१२७
	एकूण	६,०३,८५,११८

१४ ओरिसा

क्र.	जिल्हा	लोकसंख्या
१	अंगुल	११,४०,००३
२	बालासोर	२०,२४,५०८
३	बोलांगीर	१३,३७,१९४
४	बोध	३७,३३,७४९
५	भद्रक	१३,३३,७४९
६	बरगाह	१३,४६,३३६
७	कटक	२३,४१,९८४
८	देवगड	२,७४,१०८
९	गंजाम	३१,६०,६३५
१०	धेनकनाल	१०,६६,८७८
११	गजपती	५१,१८,८३७
१२	जगतसिंगपूर	१०,५७,६२९
१३	जयपूर	१६,२४,३४१
१४	जरसुगाडा	५,०९,७१६
१५	केओंजहार	१५,६१,९९०
१६	कलहंडी	१३,३५,४९४
१७	कोरापत	११,८०,६३७
१८	केंद्रपारा	१३,०२,००५
१९	खुर्द	१८,७७,३९५
२०	मयूरभंज	२२,२३,४५६
२१	मलकनगिरी	५,०४,१९८
२२	नवरंगपूर	१०,२५,७६६
२३	नयागड	८,६४,५१६
२४	नुपाडा	५,३०,६९०
२५	पुरी	१५,०२,६८२
२६	कंधमाळ	६,४८,२०१
२७	रायगाडा	८,३१,१०९
२८	संबळपूर	९,३५,६१३
२९	सुंदरगड	१८,३०,६७३
३०	सोनपूर	५,४१,८३५
	एकूण	३,६८,०४,६६०

१५ पंजाब

क्र.	जिल्हा	लोकसंख्या
१	अमृतसर	३०,९६,०७७
२	भटिंडा	११,८३,२९५
३	फरीदकोट	५,५०,८९२
४	फतेहगड साहिब	५,३८,०४१
५	फिरोजपूर	१७,४६,१०७
६	गुरदासपूर	२१,०४,०११
७	होशियारपूर	१४,८०,३७६
८	जालंदर	१९,६२,७००
९	कपूरथाळा	७,५४,५२१
10	लुधियाना	३०,३२,८३१
११	मनसा	६८,८७,५५८
१२	मोगा	८,९४,८५४
१३	मुक्तसर	७,७७,४९३
१४	नवानसेहर	५,८७,४६८
१५	पतियाळा	१८,४४,९३४
१६	रूपनगर	११,१६,१०८
१७	संगरूर	२०,००,१७३
	एकूण	२,४३,५८,९९९

१६ पश्चिम बंगाल

क्र.	जिल्हे	लोकसंख्या
१	बंकुरा	३१,९१,८२२
२	वर्धमान	६९,१९,६९८
३	बिरभूम	३०,१२,५४६
४	कोलकाता	४५,८०,५४४
५	दार्जिलिंग	१६,०५,९००
६	हावडा	४२,७४,०१०
७	हुगळी	५०,४०,०४७
८	जलपायगुडी	३४,०३,२०४
९	कुचबिहार	२४,७८,२८०
10	मालदा	३२,९०,१६०
११	मेदिनीपूर	९६,३८,४७३
१२	मुर्शिदाबाद	५८,६३,७१७
१३	नादिया	४६,०३,७५६
१४	उत्तर चोवीस परगणा	८९,३०,२९५
१५	दक्षिण चोवीस परगणा	६९,०९,०१५
१६	पुरुलिया	२५,३५,२३३
१७	उत्तर दिनाजपूर	२४,४१,८२४
१८	दक्षिण दिनाजपूर	१५,०२,६४७
	एकूण	८,०१,७६,१९७

१७ राजस्थान

क्र.	जिल्हा	लोकसंख्या
१	अजमेर	२१,८०,५२६
२	अलवार	२९,९०,८६२
३	बन्सवारा	१५,००,४२०
४	बारमेर	१८,६३,७५८
५	भरतपूर	२०,९८,३२३
६	भिलवाडा	२०,०९,५१६
७	बिकानेर	१६,७३,५६२
८	बंदी	९,६१,२६९
९	चितोडगड	१८,०२,६५६
10	चुऊ	१९,२२,९०८
११	ढोलपूर	९,८२,८१५
१२	डुंगरपूर	११,०७,०३७
१३	गंगानगर	१७,८८,४८७
१४	जयपूर	५२,५२,३८८
१५	जैसलमेर	५,०७,९९
१६	जालोर	१४,८८,४८६
१७	जलावार	११,६०,३४२
१८	झुनझुनू	१९,१३,०९९
१९	जोधपूर	२८,८०,७७७
20	कोटा	१५,६८,५८०
२१	नागौर	२७,७३,८९४
२२	पाली	१८,१९,२०१
२३	सवाई माधोपूर	११,१६,०३१
२४	सिकर	२२,८७,२२९
२५	सिरोही	८,५०,७५६
२६	टोंक	१२,११,३४३
२७	उदयपूर	२६,३२,२१०
२८	दौसा	१३,१६,७९०
२९	बारन	१०,२२,५६८
30	राजसमंद	९,८६,२६९
३१	हनुमानगड	१५,१७,३९०
३२	करोली	१२,०५,६८३
	एकूण	५,६८,७३,१२२

१८ तमिळनाडू

क्र.	जिल्हा	लोकसंख्या
१	चेन्नई	४३,४३,६४५
२	कांचीपुरम	२८,७७,४६८
३	तिरुवल्लूर	२७,५४,७५६
४	वेल्लोर	३४,७७,३१७
५	तिरुवन्नमलाई	२१,८६,१२५
६	कुडलोर	२२,६५,३९५
७	विल्लुपुरम	२९,६०,३७३
८	सेलम	30,१६,३४६
९	नमक्कल	१४,९३,४६२
10	धर्मापुरी	२८,५६,300
११	पुडुकोट्टाई	१४,५९,६०१
१२	इरोड	२५,८१,५००
१३	निलगिरी	७,६२,१४१
१४	कोइमतूर	४२,७१,८५६
१५	तिरुचिरापल्ली	२४,१८,३६६
१६	कारुर	९,३५,६८६
१७	पेरांबलूर	४,९३,६४६
१८	अरियालूर	६,९५,४२४
१९	नागापट्टणम्	१४,८८,८३९
20	तंजावूर	२२,१६,१३८
२१	तिरुवायूर	११,६९,४७४
२२	मदुराई	२५,७८,२०१
२३	थेनी	10,९३,९५०
२४	दिंडीगुल	10,२३,0१४
२५	रामनाथपुरम	११,८७,६०४
२६	सिवगंगाई	११,५५,३५६
२७	विरुधुनगर	१७,५१,30१
२८	तिरुनेलवेली	२७,२३,९८८
२९	तुतुकोडी	१५,७२,२७३
30	कन्याकुमारी	१६,७६,0२४
	एकूण	६,२४,0५,६७९

१९ उत्तराखंड

क्र.	जिल्हा	लोकसंख्या
१	उत्तरकाशी	२,९५,०१३
२	चामोली	३,७०,३५९
३	रुद्रप्रयाग	२,२७,४३९
४	टिहरी गढवाल	६,०४,७४७
५	डेहराडून	१२,८२,१४३
६	पौरी गढवाल	६,९७,०८७
७	पिथोडगड	४,६२,२८९
८	चंपावत	२,४२,५४२
९	अल्मोडा	६,३०,५६७
१0	बागेश्वर	२,४९,४६२
११	नैनिताल	७,६२,९०९
१२	उधमसिंगनगर	१२,३५,६१४
	एकूण	८४,८९,३४९

२० उत्तरप्रदेश

क्र.	जिल्हा	लोकसंख्या
१	आग्रा	३६,२०,४३६
२	अलीगढ	२९,९२,२८६
३	अलाहाबाद	४९,३६,१०५
४	आझमगढ	३९,३९,९१६
५	बहराइच	२३,८१,०७२
६	बालिआ	२७,६१,६२०
७	बांदा	१५,३७,३३४
८	बाराबंकी	२६,७३,५८१
९	बरेली	३६,१८,५८९
१0	बस्ती	२०,८४,८१४

क्र.	जिल्हा	लोकसंख्या
११	बिजनौर	३२,३१,६१९
१२	बदाऊन	३0,६९,४२६
१३	बुलंदशहर	२९,१३,१२२
१४	देवरिया	२७,१२,६५0
१५	इटाह	२७,९0,४१0
१६	इटावा	१३,३८,८७१
१७	फैजाबाद	२0,८८,९२८
१८	आंबेडकरनगर	२0,२६,८७६
१९	फतेपूर	२३,0८,३८४
२0	फरुकाबाद	१५,७0,४0८
२१	गजियाबाद	३२,९0,५८६
२२	गौतमबुद्धनगर	१२,0२,0३0
२३	गाझीपूर	३0,३७,५८२
२४	गोंडा	२७,६५,५८६
२५	गोरखपूर	३७,६९,४५६
२६	हमीरपूर	१0,४३,७२४
२७	हरदोई	३३,९८,३0६
२८	जालौन	१४,५४,४५२
२९	जौनपूर	२0,११,६७९
३0	झाशी	१७,४४,९३१
३१	कानपूर (ग्रामीण)	१५,६३,३३७
३२	कानपूर (शहरी)	४१,६७,९९९
३३	लखिमपूर खेरी	३२,0७,२३२
३४	ललितपूर	९७,७७,३४३
३५	लखनौ	३६,४७,८३४
३६	मैनपुरी	१५,९६,७१८
३७	मथुरा	२0,७४,५१६
३८	मीरत	२९,९७,३६१
३९	मिर्झापूर	३२,१६,0४२
४0	मोरादाबाद	३८,१0,९८३
४१	मुजफ्फरनगर	३५,४३,३६२

क्र.	जिल्हा	लोकसंख्या
४२	पिलीभित	१६,४५,१८३
४३	प्रतापगड	२७,३११,१७४
४४	रायबरेली	२८,७२,३३५
४५	रामपूर	१९,२३,७३९
४६	ज्योतिबा फुलेनगर	१४,९९,०६८
४७	सहारनपूर	१४,९९,०६८
४८	शहाजहापूर	२५,४७,८५५
४९	सीतापूर	३६,१९,६६१
५०	उन्नाओ	२७,००,३२४
५१	सुलतानपूर	३२,१४,४३२
५२	वाराणसी	३१,३८,६७१
५३	माऊ	१८,४३,९९७
५४	सिद्धार्थनगर	२०,४०,०८५
५५	फिरोजाबाद	२०,४२,९५८
५६	सोनभद्र	१४,६३,४१९
५७	महाराजगंज	२१,६७,०४१
५८	संत रविदासनगर	१३,४३,७०५
५९	महोबा	७,०८,४४७
६०	हथरस	१३,३६,०३१
६१	कौसंबी	१२,९३,१५४
६२	कुशीनगर	२८,९३,१९६
६३	चंडौली	१९,४३,२५१
६४	बलरामपूर	१६,८२,३५०
६५	शरावस्ती	११,७६,३९१
६६	चित्रकूट	७,६६,२२५
६७	बागपत	११,६३,९९१
६८	कनौज	१३,८८,९२३
६९	औरैया	११,७९,९९३
७०	संत कबीरनगर	१४,२०,२२६
	एकूण	१६,६०,४२,८५९

२१ मणिपूर

क्र.	जिल्हा	लोकसंख्या
१	सेनापती	२,८३,६२१
२	उखरुल	१,४०,७७८
३	चंदेल	१,१८,३२७
४	चुराचंदपूर	२,२७,९०५
५	तमंगलाँग	१,११,४९९
६	इंफाळ (पश्चिम)	४,४४,३८२
७	इंफाळ (पूर्व)	३,९४,८७६
८	थाउबल	३,६४,१४०
९	विष्णुपूर	२,०८,३६८
	एकूण	२२,९३,८९६

२२ मिझोराम

क्र.	जिल्हा	लोकसंख्या
१	ऐझावल	३,३९,८१२
२	लुंगेइ	१,३७,१५५
३	चिमतुइपुइ	६०,८२३
४	लावंगताइ	७३,०५०
५	चंपफाय	१,०१,३८९
६	कोलासिब	६०,९७७
७	ममीत	६२,३१३
८	सरचिप	५५,५३९
	एकूण	८,९१,०५८

२३ मेघालय

क्र.	जिल्हा	लोकसंख्या
१	ईस्ट खासी हिल्स	६,६०,९२३
२	वेस्ट खासी हिल्स	२,९६,०४९
३	रि–बोई	१,९२,७९०
४	जयंतिया हिल्स	२,९९,१०८
५	ईस्ट गारो हिल्स	२,५०,५८२
६	वेस्ट गारो हिल्स	५,१८,३९०
७	साउथ गारो हिल्स	१,००,९८०
	एकूण	२३,१८,८२२

२४ पाँडीचरी

क्र.	जिल्हा	लोकसंख्या
१	पाँडीचरी	७,३५,३३२
२	कराईकल	१,७०,७९१
३	माहे	३६,८२८
४	यनाम	३१,३९४
	एकूण	९,७४,३४५

२५ लक्षद्वीप

एकूण लोकसंख्या	६०,६५०

२६ दिल्ली

एकूण लोकसंख्या	१,३८,५०,५०७

२७ दमण आणि दीव

क्र.	जिल्हे	लोकसंख्या
१	दमण	१,१३,९८९
२	दीव	४४,२१५

२८ दादरा व नगर हवेली

एकूण लोकसंख्या	२,२०, ४९०

२९ चंदीगड

एकूण लोकसंख्या	९,००,६३५

३० अंदमान व निकोबार बेटे

क्र.	जिल्हा	लोकसंख्या
१	दक्षिण अंदमान	२,०८,४७१
२	निकोबार	४२,०६८
३	उत्तर व मध्य अंदमान	१,०५,६१३
	एकूण	३,५६,१५२

३१ त्रिपुरा

क्र.	जिल्हा	लोकसंख्या
१	उत्तर त्रिपुरा	५,९०,९१३
२	दक्षिण त्रिपुरा	७,६७,४४०
३	पश्चिम त्रिपुरा	१५,३२,९८२
४	धलाई	३,०७,८६८
	एकूण	३१,९९,२०३

३२ सिक्कीम

क्र.	जिल्हा	लोकसंख्या
१	पूर्व	१,७८,४५२
२	उत्तर	३२,२४०
३	दक्षिण	९८,६०४
४	पश्चिम	९८,१६१
	एकूण	५,४०,४९३

३३ नागालँड

क्र.	जिल्हा	लोकसंख्या
१	कोहिमा	३,१४,३६६
२	मोकोकचंग	२,२७,३२०
३	मोन	२,५९,६०४
४	तुनसंग	४,१४,८०१
५	झुनेबोटो	१,५४,९०९
६	वोखा	१,६१,०९८
७	दिमापूर	३,०८,३८२
८	पेक	१,४२,२४६

संदर्भ सूची

१. मराठी विश्वकोश भाग १ ते १६
महाराष्ट्र राज्य मराठी विश्वकोश निर्मिती मंडळ, मुंबई

२. भारतीय समाजविज्ञान कोश भाग १ ते ५
संपा. स. मा. गर्गे, समाजविज्ञान मंडळ, पुणे १९८६

३. भारतीय संस्कृतिकोश भाग १ ते 10
संपा. पं. महादेवशास्त्री जोशी, भारतीय संस्कृतिकोश मंडळ, पुणे

४. सामाजिक ज्ञानकोश भाग १ ते ३
संपा. बी. आर. जोशी, डायमंड पब्लिकेशन्स, पुणे 2007

५. भारतीय विश्वचरित्र कोश भाग १ ते ४
संपा. श्रीपाद पांडुरंग कामत, वर्ल्ड बायोग्राफीकल रिसर्च सेंटर गोवा.

६. दैनिक सकाळ

७. दैनिक केसरी

८. दैनिक लोकसत्ता

९. दैनिक लोकमत

१०. दैनिक महाराष्ट्र टाइम्स

११. दैनिक सामना

१२. दैनिक पुढारी

१३. द टाइम्स ऑफ इंडिया

१४. फॅमिली डॉक्टर (सकाळ)

१५. महाराष्ट्र आरोग्य पत्रिका जुलै 2008
राज्य आरोग्य व शिक्षण विभाग

१६. आरोग्य व्यवस्थापन व माहिती पद्धती
राज्य कुटुंब कल्याण कार्यालय, महाराष्ट्र राज्य, पुणे

१७. महिला आर्थिक विकास महामंडळ, मर्यादित (माहिती पत्रक)
(महाराष्ट्र शासन उपक्रम)

१८ कार्यक्रम अंदाजपत्रक, आदिवासी उपयोजना 2006-2007 आदिवासी विकास विभाग
महाराष्ट्र शासन

१९. मागासवर्गीयांच्या कल्याणासाठी सन 2007-2008 या वर्षी राबविण्यास येणाऱ्या विविध
योजना.

सामाजिक न्याय व विशेष सहाय्य विभाग २००७

२०. कार्यक्रम अंदाजपत्रक २००६-२००७
सामाजिक न्याय, सांस्कृतिक कार्य व विशेष सहाय्य विभाग
मंत्रालय व समाजकल्याण आयुक्तालय

२१. समाजशास्त्र : डॉ. नीलम ताटके
डायमंड पब्लिकेशन्स, पुणे २००७

२२. विशिष्ट सामाजिक प्रश्नांचा अभ्यास : प्रा. हेमचंद्र देशपांडे, टिळक महाराष्ट्र विद्यापीठ
प्रकाशन

२३. सामाजिक जाणीव स्वयंविकास : मणेरीकर, वझे
प्राची प्रकाशन, मुंबई

२४. शेतकऱ्यांच्या आत्महत्या थांबवायच्या कशा ? : दिवाकर बाकरे
डायमंड पब्लिकेशन्स, पुणे २००८

२५. गुन्हा व समाज : प्रा. शिल्पा कुलकर्णी
डायमंड पब्लिकेशन्स, पुणे २००८

२६. गुन्हा समाजशास्त्र : प्रा. दा. धों. काचोळे

२७. भारतीय अर्थव्यवस्थेची वाटचाल : प्रा. शरद शंकर जोशी
डायमंड पब्लिकेशन्स, पुणे २००८

२८. नव्या जगाचे अर्थकारण : डॉ. मधूसुदन जोशी
डायमंड पब्लिकेशन्स, पुणे २००८

२९. लोकसंख्या शिक्षण : प्रा. शिल्पा कुलकर्णी
डायमंड पब्लिकेशन्स, पुणे २००८

३०. भारतीय समाजव्यवस्था : प्रा. रा. ना. घोटोळे
श्री. मंगेळ प्रकाश, नागपूर २००२

३१. समाजशास्त्रीय संशोधन तत्त्वे व पद्धती : प्रा. रा. ना. घाटोळे
श्री मंगेश प्रकाशन, नागपूर २०००

३२. भारतील सामाजिक समस्या : प्रा. पी. के. कुलकर्णी
विद्या प्रकाशन, नागपूर १९९८

३३. संशोधन पद्धतीशास्त्र व तंत्रे : डॉ. प्रदीप आगलावे
विद्या प्रकाशन, नागपूर २०००

३४. समाजकार्य संशोधन व प्रबंध लेखन : प्राचार्य पुरुषोत्तम थोटे
विद्या प्रकाशन, नागपूर २०००

३५. एकविसाव्या शतकातील दहशतवाद : प्रा. म. न. उदगावकर
डायमंड पब्लिकेशन्स, पुणे २००७

३६. लोकसंख्या प्रश्न तुमचा आमचा, सर्वांचा : श्री. ज. शं. आपटे चौफेर प्रकाशन, सांगली २००३

३७. पहिले पाऊल : सौ. लीला जोशी १९९५

३८. विदर्भालंकार : किशोर पोतनवार
विलक्षण सत्य प्रकाशन, नागपूर

३९. विज्ञानयोगी : डॉ. बाबा आमटे, द. दा. जोशी
सुरेश एजन्सी, पुणे १९८९

४०. आनंदवनीचा श्रमयोगी : श्री. अविनाश पिटळे
कॉन्टिनेंटल प्रकाशन, पुणे १९८५

४१. आधुनिक ऋत्विज बाबा आमटे : डॉ. धैर्यशील बाबुराव शिरोळे
स्नेहवर्धन पब्लिशिंग हाऊस, पुणे २००३

४२. माहितीचा अधिकार अधिनियम २००५
यशदा व राजहंस प्रकाशन, पुणे २००८

४३. भारतातील सामजिक चळवळी : अनु. प्राची चिकटे
डायमंड पब्लिकेशन्स, पुणे २००८

४४. समकालीन भारतातील नागरी क्रिया : अनु. मंजुषा गोसावी
डायमंड पब्लिकेशन्स, पुणे २००८

४५. महाराष्ट्रातील परिवर्तनाचा इतिहास : प्रा. गणेश राऊत
डायमंड पब्लिकेशन्स, पुणे आवृत्ती ३ री २००८

४६. महाराष्ट्र २००८ : डॉ. संतोष दास्ताने
दास्ताने रामचंद्र आणि कंपनी, पुणे २००८

४७. संतुलन वार्षिक २०००
संतुलन संस्था, पुणे २०००

४८. महिला बचत गट : प्रा. एम्. कुलकर्णी
डायमंड पब्लिकेशन्स, पुणे २००८

४९. जागतिकीकरण : भारतासमोरील आव्हाने, प्रा. जगन्नाथ कऱ्हाडे
डायमंड पब्लिकेशन्स, पुणे २००८

५०. पर्यावरणशास्त्र : डॉ. श्रीकांत कार्लेकर
डायमंड पब्लिकेशन्स, पुणे २००७

५१. पर्यावरण समस्या निराकरण व क्षेत्र अभ्यास : डॉ. श्रीकांत कार्लेकर
डायमंड पब्लिकेशन्स, पुणे २००७

५२. कृतिबद्ध आपत्ती व्यवस्थापन : कर्नल मराठे नाव ?
डायमंड पब्लिकेशन्स, पुणे २००८

५३. आपत्ती निवारण : डॉ. संभाजी पठारे, डॉ. संजय चाकणे
डायमंड पब्लिकेशन्स, पुणे २००८

५४. सुनंदाला आठवताना : अनिता अवचट फाऊंडेशन,
मुक्तांगण व्यसनमुक्ती केंद्र, पुणे

५५. राष्ट्रीय कुष्ठरोग निर्मूलन कार्यक्रमांतर्गत बहुउद्देशीय आरोग्य कर्मचाऱ्यांसाठी प्रशिक्षण पुस्तिका
: राज्य कुष्ठरोग सोसायटी महाराष्ट्र शासन पुणे

५६. नॅशनल लेप्रझी इरॅडिकेशन प्रोग्रॅम ऑफिसर्स रिव्ह्यु नोट :
सहसंचालक, आरोग्य सेवा (कुष्ठरोग) पुणे २००८

५७. भारतीय जीवन विमा निगम डायरी २००८

५८. जलस्वराज्य
ग्रामस्थांसाठी प्रकल्प कार्यवाहीची मार्गदर्शिका
पाणीपुरवठा व स्वच्छता विभाग महाराष्ट्र शासन, नवी मुंबई २००५

५९. जलस्वराज्य प्रकल्प :
आदिवासी विकास, पाणीपुरवठा व स्वच्छता विभाग महाराष्ट्र शासन, २००५

६०. जलस्वराज्य, प्रोजेक्ट इम्प्लिमेंटेशन प्लॅन
पाणी पुरवठा व स्वच्छता विभाग, महाराष्ट्र शासन, २००५

६१. बँकिंग प्लॅन, बँक ऑफ महाराष्ट्र २००८

६२. विश्रांती दिवाळी वार्षिक २००८
संपादक निलीमा शिकारखाने

६३. नागरिकांची सनद
आदिवासी विकास विभाग, महाराष्ट्र शासन मंत्रालय, मुंबई

६४. महिला व बालविकास धोरण व निर्णय
(यशदा), यशवंतराव चव्हाण विकास प्रशासन प्रबोधिनी पुणे २००२

६५ जनसंख्या के अंतिम आकडे
भारतीय प्रशासनिक सेवा. निदेशक, जनगणना कार्यालय

६६. वार्षिक आदिवासी उपयोजना २००६-२००७
महाराष्ट्र शासन, आदिवासी विभाग

६७. Administrative Atlas
Directorate of census operations. Maharashtra

६८. Indian Ngo's 2007
Nasscom Foundation

६९. Family Planning Association of India
Annual Report 2007

७०. India 2008
Additional Director General, Publications Division
Ministry of Information and Broadcasting. Govt. of India. New Delhi

७१. Encyclopaedia of social work in India. Volume 1 to 4
The Director publications Division
Ministry of Information and Broadcasting
Government of India, New Delhi 1987

७२. Census of India 2001
office of the Registrar &
census commissioner India.

७३. Census of India 2001
Tebles on Houses, Household Amenities and
Assets for Scheduled Constes.

७४. Cenuss of India 2001
Tables on Houses :
Household Amenities and
Assets for scheduled tribe.

तक्त्यांची यादी

वर्णानुक्रम सूची